सत्याग्रही समाजवाद

गांधीवाद व मार्क्सवादाचा समन्वय

आचार्य शं. द. जावडेकरकृत मीमांसा

प्राचार्य डॉ. शिरीष पवार

डायमंड पब्लिकेशन्स

सत्याग्रही समाजवाद : गांधीवाद व मार्क्सवादाचा समन्वय
प्राचार्य डॉ. शिरीष पवार
Satyagrahi Samajvad : Gandhivad va Markswadacha Samanvay
Prin. Dr Shirish Pawar

प्रथम आवृत्ती : जुलै, २०१६

ISBN : 978-81-8483-643-1

मुखपृष्ठ
शाम भालेकर

अक्षरजुळणी
संध्या कामत, पुणे

प्रकाशक
डायमंड पब्लिकेशन्स
२६४/३ शनिवार पेठ, ३०२ अनुग्रह अपार्टमेंट
ओंकारेश्वर मंदिराजवळ, पुणे-४११ ०३०
☎ ०२०-२४४५२३८७, २४४६६६४२
info@diamondbookspune.com

ऑनलाईन पुस्तक खरेदीसाठी भेट द्या
www.diamondbookspune.com

प्रमुख वितरक
डायमंड बुक डेपो
६६१ नारायण पेठ, अप्पा बळवंत चौक
पुणे-४११ ०३० ☎ ०२०-२४४८०६७७

कोयना शिक्षण संस्थेचे आधारस्तंभ मा. विक्रमसिंह पाटणकर, माजी सार्वजनिक बांधकाम मंत्री, महाराष्ट्र राज्य मा. डॉ. सोपानराव चव्हाण, अध्यक्ष, कोयना शिक्षण संस्था, पाटण मा. अमरसिंह पाटणकर, जनरल सेक्रेटरी, कोयना शिक्षण संस्था, पाटण सर्व संचालक मंडळ, कोयना शिक्षण संस्था, पाटण व कोयना शिक्षण संस्थेच्या विकासासाठी अविरत कष्ट करीत असलेल्या असंख्य हितचिंतकास हे पुस्तक समर्पित करीत आहे.

मनोगत

१९८६-८७मध्ये मी पीएच. डी.साठी 'आचार्य जावडेकर यांचे राजकीय व सामाजिक विचार' हा विषय निवडला आणि शिवाजी विद्यापीठातील डॉ. अशोक चौसाळकर यांच्या मार्गदर्शनाखाली अभ्यासास सुरुवात केली.

त्याच सुमारास 'साधना' साप्ताहिकाचे संपादक असलेले ज्येष्ठ समाजवादी नेते प्रा. ग. प्र. प्रधान सर यांच्याशी माझा परिचय झाला व तो उत्तरोत्तर वृद्धिंगत झाला. मी सरांचा छोटा स्नेही होतो. आचार्य जावडेकरांवर मी अभ्यास करतो, या गोष्टीचेच त्यांना कौतुक होते. आचार्यांचे समग्र राजकीय विचार मराठीतून नव्या पिढीसमोर यावेत अशी त्यांची मनापासून इच्छा होती. मी हे लेखन केले तर ते 'साधना' मधून प्रकाशित करण्याची तयारी त्यांनी व्यक्त केली होती; पण ते वास्तवात आले नाही.

स्वातंत्र्यपूर्व काळात, देशभक्तांनी स्वराज्याच्या जडणघडणीबाबत वेगवेगळी स्वप्ने पाहिली होती. उद्याचा भारत कशा स्वरूपाचा असेल याविषयी विविध विचार व्यक्त केले होते. फुले, शाहू, आंबेडकर, रानडे, गोखले, टिळक, आगरकर, गांधी, नेहरू या सर्वांनी स्वातंत्र्योत्तर भारताबद्दलची मांडणी आपापल्या पद्धतीने केली. स्वातंत्र्य लढ्याकडे अधिक लक्ष द्यावे लागल्यामुळे त्यांना या विषयात पूर्णपणे लक्ष केंद्रित करता आले नाही... याच काळात आचार्य शंकरराव जावडेकर यांनी टिळक व गांधी विचारांचा समग्र अभ्यास करून या दोघांचे विचार भिन्न नाहीत, तर परस्परांना पूरकच आहेत, असे प्रतिपादन केले. गांधी विचाराला एक वैचारिक अधिष्ठान प्राप्त करून दिले.

गांधी विचारातील अपूर्णता ओळखून तसेच मार्क्सवादातील ही त्रुटी दाखवून, या दोन्हींचा सुयोग्य समन्वय करून अहिंसेचे अधिष्ठान या विचारांमागे उभे केले तर एक नवी राजकीय विचारधारा निर्माण होऊ शकते व तीच उद्याच्या जगाला तारणारी ठरेल, असे आचार्य जावडेकरांना वाटत होते व ते त्यांनी आपल्या पत्रकारितेतून तसेच ग्रंथलेखनाद्वारे सातत्याने मांडले. तीच त्यांची 'सत्याग्रही समाजवादाची' संकल्पना होय व या मार्गाने प्रस्थापित झालेली आर्थिक समता चिरकाल टिकू शकेल, असा दृढ विश्वास त्यांना होता.

विशेषतः १९९० नंतर मार्क्सवादाची पिछेहाट होत असताना, आचार्य जावडेकरांनी १९५५ सालीच त्यास एक पर्याय जो 'सत्याग्रही समाजवादा'च्या स्वरूपात मांडला, त्याचे आजच्या नवभांडवलशाहीच्या परिस्थितीत पुन्हा एकदा परिशीलन व्हावे, या उद्देशाने प्रस्तुत पुस्तकाचे लेखन केले आहे.

या पुस्तकास माझे गुरू डॉ. अशोक चौसाळकर सर यांचे खूप मोलाचे मार्गदर्शन झाले असून, त्यांच्यामुळेच मी हा ग्रंथ सिद्ध करू शकलो. त्याचप्रमाणे राज्यशास्त्राचे दिवंगत प्राचार्य डॉ. एम. डी. देशपांडे (कोल्हापूर) यांचेही मार्गदर्शन लाभले.

माजी सार्वजनिक बांधकाम मंत्री मा. विक्रमसिंहजी पाटणकर यांचे आशीर्वाद व प्रेरणा नेहमीच असते. तसेच कोयना शिक्षण संस्थेचे अध्यक्ष डॉ. सोपानराव चव्हाण, सचिव श्रीमान अमरसिंह पाटणकर व संस्थेचे अन्य सर्व पदाधिकारी यांचे सहकार्य व सदिच्छांमुळे हे लेखन मी करू शकलो.

माजी प्राचार्य के. एस. मोहिते, शिवाजी विद्यापीठातील राज्यशास्त्र विभागाचे प्रमुख व माझे ज्येष्ठ स्नेही प्रा. डॉ. प्रकाश पवार, डॉ. वासंती रासम-मॅडम, डॉ. भारती पाटील तसेच माझी पत्नी सौ. मनीषा पवार, अपूर्वा व आशिष, माझी बहीण श्रीमती सुलोचना सणस या सर्वांच्या सदिच्छा पाठीशी असल्यामुळेच हा ग्रंथ मी पूर्ण करू शकलो. माझ्या बाळासाहेब देसाई कॉलेज, पाटणमधील सहकारी प्राध्यापक वर्ग, कार्यालय प्रमुख विजय काटे व प्रशासकीय कर्मचारी बंधूंचाही मी कृतज्ञतापूर्वक उल्लेख करू इच्छितो.

हा ग्रंथ प्रकाशित व्हावा यासाठी प्रा. डॉ. प्रकाश पवार, डायमंड पब्लिकेशन्स, पुणेचे श्री. दत्तात्रेय पाष्टे यांनी सहकार्य केले. मी त्यांचा मनःपूर्वक आभारी आहे. तसेच माझे मित्र ग्रंथपाल ए. व्ही. देशपांडे यांनी ग्रंथाचे मुद्रितशोधन व मुद्रणपूर्व संस्करण करण्याचे कामी साहाय्य केले. मी वरील सर्वांचे पुन्हा एकवार आभार व्यक्त करतो.

प्राचार्य डॉ. शिरीष पवार
पाटण

अनुक्रम

१ आचार्य शं. द. जावडेकर : जीवन परिचय

जन्म व बालपण

आचार्य जावडेकर यांचे मुळचे घराणे पुणे जिल्ह्यातील इंदापूरचे. आचार्यांचे पूर्वज कोल्हापूर संस्थानात गेले व तेथेच ते स्थायिक झाले. आचार्यांचे आजोबा जगन्नाथ जावडेकर कोल्हापूर संस्थानातील कापशी येथे नोकर होते.[१] आचार्यांच्या आजींना (जावडेकर सुशिलाबाई) कागल संस्थानातून ५ रु. देणगी मिळत होती. आचार्यांचे वडील दत्तात्रय जावडेकरांचे शिक्षण गरिबीत झाले. त्यांना जगन्नाथ शंकरशेठ स्कॉलरशिप मिळत होती. ते त्या काळात पदवीधर बी.ए. झाले होते. आचार्यांच्या आई सप्रे घराण्यातील होत्या.[२] त्यांच्या आईचे नाव लक्ष्मीबाई होते. आचार्यांचे वडील कोल्हापूर संस्थानांतर्गत विशाळगड संस्थानाच्या राजेसाहेबांच्या पदरी नोकरी करत होते. राजेसाहेब लहान असताना ते त्यांचे खाजगी शिक्षक म्हणून काम करत असत. पुढे राजेसाहेब मोठे झाल्यावर दत्तात्रय जावडेकरांच्या अंगची सचोटी, विद्वत्ता व हुशारी लक्षात घेऊन राजांनी त्यांना आपले खाजगी कारभारी म्हणून नेमले. त्यांच्या पोटी शंकरराव दत्तात्रय जावडेकर यांचा जन्म कोल्हापूर संस्थानातील विशाळगड जहागिरीच्या मलकापूर या गावी ता. २६ सप्टेंबर १८९४ रोजी झाला. (भाद्रपद वद्य १२ शके १८१६). १८९६ साली त्यांच्या मातोश्री निवर्तल्या. पुढे त्यांच्या आजीने (आईच्या आईने) त्यांना दहा वर्षांपर्यंत सांभाळले. त्यांचेही १९०४ साली निधन झाले. त्यामुळे मुलांची संगोपनाची जबाबदारी आचार्यांच्या वडिलांवर, रावसाहेबांच्यावर पडली. शंकररावांना दोन वर्षांने वडील बहीण होती.

दत्तात्रय जावडेकरांची सारी हयात संस्थानिक राजकारणात गेली. ब्राह्मण-ब्राह्मणेतर वादामुळे कोल्हापूरचे शाहू महाराज यांचा विशालगड व इचलकरंजीच्या ब्राह्मण संस्थानिकांबरोबर बेबनाव असे. त्यातच दत्तात्रय जावडेकर हे आध्यात्मप्रवण होते. राष्ट्रवादी लो. टिळक व न्या. रानडे, ना. गोखले वगैरे त्या वेळच्या राष्ट्रीय नेत्यांशीही

त्यांचा निकटचा परिचय होता. त्यांच्या वडिलांचे राष्ट्रीय विचारसरणीच्या नेत्यांच्याबरोबर मित्रत्वाचे संबंध असल्यामुळे संस्कारक्षम वयातच शंकररावांना अनेक विषयांवरील वादविवाद ऐकावयास मिळत असत. अर्ध्या चर्चेने पंडित होणाऱ्यांपैकी ते नव्हते. तरीसुद्धा त्या संभाषणांनी त्यांना राष्ट्रीयत्वाचे बाळकडू मिळाले. टिळक, गोखले व विजापूरकर यांचा व दत्तात्रय जावडेकरांचा घनिष्ठ संबंध असल्यामुळे, त्यांच्या ठिकाणी सर्व प्रकारची समतोल वृत्ती आलेली होती. हाच समतोलपणा आचार्यांच्या बुद्धीतही आला (जोशी श्रीपाद १९४९ : ६३०).[३]

समर्थ विद्यामंदिरातील राष्ट्रीय शिक्षणाचे आद्यप्रवर्तक प्रो. अण्णासाहेब विजापूरकर हे रावसाहेबांचे घनिष्ठ मित्र होते. त्यांनी लिहिलेल्या एका लेखातील मजकूर शाहू महाराजांच्यावर टीका करणारा होता. तो महाराजांना आक्षेपार्ह वाटल्याने अण्णासाहेबांवर खटला भरण्यात आला. त्या वेळी संस्थानी खाक्यात त्यांना वकील मिळेना. दत्तात्रय जावडेकरांनी त्यांची नुसती मैत्री निभावली नाही तर विजापूरकरांच्या बाजूने ठाम उभे राहून त्यांचे वकीलपत्रही घेतले व त्यांच्या खटल्यात कायदेशीर मदत (Legal help) केली. त्यामुळे शाहू महाराजांचा राग ओढवणार हे उघड होते. परिणामत: त्यांना कोल्हापूर सोडावे लागले.[४]

संस्थान सोडल्यानंतर १८१८ साली ते पुण्याला राहू लागले पण तेथील हवा त्यांना मानवेना म्हणून ते इस्लामपूरला स्थायिक होऊन आपल्या मुलीकडेच (ताई कशाळकर) राहू लागले.

दत्तात्रय जावडेकरांची उदार बुद्धी आध्यात्मिकच होती. हीच प्रवृत्ति आयुष्यभर आचार्यांनी आपले ध्येयवादी जीवन जगताना स्वीकारलेली दिसून येते. कोल्हापूरचे प्रभाकरपंत कोरगावकर यांनी स्थापन केलेल्या ट्रस्टमधून राजकीय, सामाजिक कार्यकर्त्यांना मानधन देण्यात येई. आचार्यांनाही यातून १५० रु. मानधन मिळत असे. परंतु, लेखनावर फारसे पैसे मिळत नसताना आणि चरितार्थाचे दुसरे साधन नसताना विश्वस्तांनी देऊ केलेले मानधन त्यांनी नाकारले व फक्त ७५ रु. स्वीकारण्यास संमती दिली; बाकीचे ट्रस्टला परत केले. गरजेपेक्षा जास्त धनसंग्रह करावयाचा नाही, हे गांधीजींचे तत्त्व त्यांनी आपल्या जीवनात अंगिकारले व पुढे आचार्यांच्या पत्नीला अर्धवेळ शिक्षिका म्हणून नोकरी मिळाल्यानंतर त्यांनी ते मानधन देखील स्वीकारले नाही.[५] ध्येयवादी माणसे सार्वजनिक पैशांबाबत किती जागरूक असतात, याचे हे उत्कृष्ट उदाहरण होय. आचार्यांच्या वडिलांनी कोल्हापूर जिल्ह्यातील रुई या गावी ९ एकराचा मळा विकत घेतला होता. आचार्यांनी तो मळा कुळाला देऊन टाकला. 'कारण त्याच्याकडे वाटा मागण्याचा नैतिक अधिकार आपला नाही. तो पैसे आणून देतो हाच त्याचा चांगुलपणा आहे.' असे ते म्हणाले. यावरून त्यांची जीवनाकडे पाहण्याची

विशाल दृष्टी कळून येते.[६]

आचार्यांना वडिलांकडून तीन वारसे मिळाले – राजकारणाची बुद्धी, उदार स्वभाव व जीवघेणा दमा. व्यावहारिक यशस्वितेसाठी देखील आध्यात्मिक ध्येयवादाची आवश्यकता असते. हा आपल्या वडिलांचा विचार आचार्यांनी आत्मसात केला होता, असे दिसते; म्हणूनच त्यांच्या शुचितेला अध्यात्म निष्ठेची बैठक होती. आचार्यांनी राष्ट्रकार्य करावे अशी त्यांच्या वडिलांची उत्कट इच्छा होती. आचार्यांच्या कार्याबद्दल त्यांना अभिमान वाटे.

शिक्षण

आचार्य प्रथमपासून सरळ व एकमार्गी होते. वडिलांच्या फिरस्तीमुळे आचार्यांना आपले शिक्षण एकाच ठिकाणी पुरे करता आले नाही. १९०५ साली वयाच्या ११ व्या वर्षी त्यांची इंग्रजी १ ली इयत्ता पूर्ण झाली. तसेच ते ५ वी इयत्तेपर्यंत नियमाने शाळेत जात नव्हते असे त्यांनी नाशिक जेलमधून आपल्या पत्नीस लिहिलेल्या पत्रात नमूद केले आहे. पुढे इंग्रजी ६वी पर्यंतचे शिक्षण ते कोल्हापूरच्या प्रायव्हेट हायस्कूलमध्ये शिकले आणि नंतर पुण्याच्या न्यू इंग्लिश स्कूलमध्ये गेले. तेथून ते १९१२ साली मॅट्रीक परीक्षा उत्तीर्ण झाले. पुढे पुण्याच्या डेक्कन कॉलेजात दाखल झाले, सुरुवातीला जावडेकर हे गणिताचे विद्यार्थी होते; पण आपला स्वभाव व पिंड यांचा विचार करून त्यांनी गणित विषय सोडून बी. ए. परीक्षेसाठी तत्त्वज्ञान विषय घेतला. कोणतीही गोष्ट करावयाची ती तिच्यासंबंधीच्या विषयांचा सांगोपांग व मूलगामी विचार करूनच करायची अशी त्याची धारणा होती. राजकारणात पडायचे म्हणजे राज्यशास्त्राचा मूलभूत अभ्यास करावयाचा व त्यांची मूलतत्त्वे कळावीत या उद्देशाने, राजकारण किंवा राज्यशास्त्र अभ्यासावयाचे तर तत्त्वज्ञानाचाही तसाच अभ्यास केला पाहिजे, याची आचार्यांना जाणीव झाली होती. आणि म्हणूनच त्यांनी बी.ए. साठी गणित व तत्त्वज्ञान या विषयांची निवड केली. त्यांची निवड किती योग्य होती ते त्यांनी आयुष्यभर तत्त्वज्ञान, राज्यशास्त्र यावर जे मौलिक लिखाण केले, यावरून दिसून येते.[७] डेक्कन कॉलेजात तत्त्वज्ञान विषयाच्या अध्यापनाची सोय नसल्यामुळे ते पुण्याहून मुंबईस विल्सन कॉलेजमध्ये गेले. तेथे प्रा. जॉन मॅकेन्झी व प्रा. वाडिया पेस्तनजी (अरदेवार) या दोघांचा विशेष परिणाम झालेला दिसतो; कारण जावडेकरांची ही भूमिका आणि त्याच्यानंतरचा वैचारिक विकास पाहता त्यांचे प्रा. पेस्तनजी वाडिया यांच्याशी साम्य जुळते. वाडिया एका बाजूला तत्त्वज्ञान (Metaphysics) व तर्कशास्त्र (Logic) वगैरे तात्त्विक शास्त्रं शिकवीत, तर दुसऱ्या बाजूस अर्थशास्त्र, राजकारण इ. शास्त्रांचेही ते अध्यापन करीत. या त्यांच्या अध्यापनात ते सामाजिक शास्त्रांत तत्त्वज्ञानाची बैठक व तत्त्वज्ञानास समाजदृष्टी पुरवीत असत, जावडेकरांनी तेथे तत्त्वज्ञानाचा अभ्यास तर केलाच, परंतु,

तत्त्वज्ञानाची खरी परिसमाप्ती घटपटादीची चर्चा किंवा ब्रह्म-माया निरूपण एवढ्यातच होत नसून, ती खरी समाजविचारातच झाली पाहिजे, हा महत्त्वाचा सिद्धान्तही त्यांनी तेथेच आत्मसात केला.[८] १९१५ साली नागपूरचे कामगार पुढारी व मार्क्सवादी कार्यकर्ते कॉम्रेड रूईकर व आचार्य जावडेकरांनी कॉलेज शिक्षण पूर्ण केल्यानंतरच आपण राष्ट्रकार्यात पडायचे असा संकल्प केला.

१९१७ साली विल्सन कॉलेजमधून तत्त्वज्ञान विषय घेऊन ते बी. ए. झाले. बी. ए. नंतर आचार्यांनी एम. ए. चा अभ्यास आरंभिला. एम. ए.ला त्यांनी इतिहास, अर्थशास्त्र व राजकारण हे विषय घेतले होते. परंतु, १९१९ च्या जानेवारीत आदले दिवशी परीक्षा फी ६० रु. भरली व दुसऱ्याच दिवशी असहकाराच्या चळवळीत पडण्यासाठी कॉलेज शिक्षणावर बहिष्कार, म्हणून परीक्षेला बसावयाचे नाही असे ठरविले. परंतु, आपण कॉलेज सोडले या गोष्टीचा जावडेकरांना पुढे पश्चात्ताप झाला असावा असे वाटते; कारण प्रा. पी. बी. पाटील यांनी १९५२-५४ च्या भूदान आंदोलनात पडण्यासाठी कॉलेज सोडण्याचा निर्णय घेतला व आचार्यांचा आशीर्वाद मागण्यासाठी त्यांच्याकडे गेले. तो निर्णय आचार्यांना पसंत नव्हता. आचार्यांनी त्यांना 'अगोदर कॉलेज कर मगच चळवळीत जा' असा सल्ला दिला होता.[९]

तत्त्वज्ञानाचा मूलगामी अभ्यास केल्यानंतर यापुढे राजकारणाच्या व समाज जीवनाच्या अभ्यासास व आचरणास लागले पाहिजे अशी त्यांची श्रद्धा बनत चालली. आपण एम. ए. झाल्यानंतर टिळक, आगरकर यांच्यासारखे लेखन, अध्यापन व वृत्तपत्र व्यवसाय वगैरे क्षेत्रांत कार्य करावे अशी त्यांची इच्छा होती.[१०]

कौटुंबिक जीवन

जावडेकरांचा विवाह पारनेरच्या रामचंद्र सिद्धेश्वर देव यांची कन्या सौ. सुशीलाबाई यांच्याशी १ एप्रिल १९१८ रोजी झाला. आचार्यांना सुजाण आणि कर्तव्यदक्ष गृहिणी लाभली होती. आचार्यांना प्रभाकर, विमल, बाळ अशी तीन अपत्ये झाली.

शंकरराव जावडेकरांचे वडील १९३७ साली वयाच्या ८० व्या वर्षी वारले त्यावेळी शंकरराव जावडेकर महाराष्ट्रात थोर विचारवंत म्हणून कीर्ती पावले होते. आ. जावडेकरांची घरप्रपंचाची जबाबदारी वडीलच सांभाळत होते. त्यामुळे त्यांच्या विचारप्रधान जीवनास चिंतन व चर्चा, लेखन आणि अध्यापन व राष्ट्रीय स्वातंत्र्यात सक्रिय भाग घेण्यास भरपूर वेळ मिळत होता.[११]

आचार्यांचा स्वभाव

आचार्य शांत, अहिंसक व विनम्र वृत्तीचे होते. दुसऱ्यांची मते खोडून काढण्याचा अट्टाहास न धरता आपले विचार जेवढे सुस्पष्ट करता येतील तेवढे करणारे होते. पक्षीय

पुढाऱ्यांप्रमाणे त्यांच्या भाषणात चढेलपणा जराही दिसून येत नाही. विरोधी मताबद्दल आदर बाळगून बोलणारे असल्यामुळे जावडेकरांनी आपल्या आयुष्यात एकही शत्रू निर्माण केला नाही. समन्वय साधण्याचाच त्यांनी नेहमी प्रयत्न केला. आचार्यांची बुद्धी ही सर्व विषयांना स्पर्शून जाणारी, तिच्यातील स्वाद घेणारी व सर्व विषयांत चौफेर फिरणारी होती. आचार्यांच्या सहवासात असलेले प्रा. ग. प्र. प्रधान यांनी पुढील आठवण नमूद करून ठेवली आहे– राजकारणावर बोलणारे आचार्य एकदम मंगेश पाडगावकरांच्या 'हे पार्थिवते'वर बोलू लागले. ती कविता त्यांना विलक्षण आवडली. बोलण्याच्या ओघात ज्ञानेश्वरांपासून, केशवसुतांपर्यंत अनेक कवींच्या ओळी म्हटल्या, मध्येच पाडगावकरांच्या कवितेचा काही भाग त्यांनी वाचला आणि नंतर ते सौंदर्यातील पार्थिवतेवरतीच काही वेळ बोलले. काव्याच्या रसग्रहणातून पुन्हा विचारांचे जग सुरू झाले. रवींद्रनाथांच्याकडून आचार्य एकदम प्लेटोकडे वळले व ग्रीक लोकांची फोरमची कल्पना काय होती, त्याचे विवेचन सुरू झाले. मी अगदी मंत्रमुग्ध होऊन गेलो 'प्रज्ञा नवनवोन्मेषशालिनी' हे शब्द विचारवंतांच्याही बाबतीत कसे सार्थ आहेत ते कळून आले. विचारांच्या एका क्षितिजावरून ते सहज झेप घेत. राज्यशास्त्राकडून नीतिशास्त्राकडे, नीतिशास्त्राकडून धर्मकल्पना असा त्यांचा प्रवास चाले. आचार्य जावडेकर नुसते लेखकच नव्हते तर ते प्रबोधनकार होते.[१२]

व्यवसाय व स्वातंत्र्यकार्य

आचार्य जावडेकर १९२०–२१ साली पुण्यात शिकत होते. एम. ए. करत असतानाच ते पुण्यातील न्यू इंग्लिश स्कूलमध्ये शिक्षक म्हणून काम करू लागले. ते सुधारणावादी असल्याने त्या वेळी त्यांनी घरी एक हरिजन मुलगा ठेवून घेतला होता. तेव्हा त्यांच्यावर बहिष्कार टाकण्यात आला. १९२०–२१ साली भारतीय राजकारणात टिळकयुग संपून गांधी युग सुरू झाले. रशियांत मार्क्सवादी राज्यक्रांतीनंतर तेथे साम्यवादी राजवट सुरू झाली. जावडेकरांचे मन व बुद्धी डोळसपणे या सर्व घटनांकडे पाहात होती. गांधीजींच्या असहकार चळवळीच्या आवाहनाला प्रतिसाद देऊन आपल्या कॉलेज शिक्षणावर त्यांनी बहिष्कार टाकला.

१९२१–२२ मध्ये मुळशी पेट्याची चळवळ झाली. त्या वेळी आ. जावडेकरांची शंकरराव देवांशी ओळख झाली. परंतु, मनाचा निश्चय न झाल्याने ते मुळशी सत्याग्रहात न पडता इस्लामपूरला गेले. प्रथम काही दिवस त्यांनी तालुका काँग्रेस संघटित करून तिच्यामार्फत खेड्यापाड्यांतून प्रचारकार्य व दौरे केले. परंतु, या कामाचा त्यांचा पिंड नव्हता व त्यांच्या प्रकृतीस झेपणारही नव्हता. लेखन, वाचन, वादविवाद यांत त्यांनी स्वत:ला वाहून घेतले. याच वर्षी त्यांनी 'महाराष्ट्रातील राजकीय पक्षाची उत्क्रांति' या

पुस्तकाचे लिखाण केले.

आचार्यांनी नंतर इस्लामपूरहून ३ कि.मी. दूर असलेल्या पेठ या ठिकाणी अस्पृश्य विद्यार्थ्यांसाठी वसतिगृह सुरू केले. त्याचे नाव 'वाल्मीकी बोर्डिंग' ठेवले.[१३]

१९२५ साली शंकरराव देव यांनी शिवराम महादेव परांजपे यांचे 'स्वराज्य' हे वृत्तपत्र स्वत: चालविण्यास घेतले. यातील सर्व लेख आचार्यांच्या लेखणीतून उतरलेले असत. १९२८ ते १९२९ शंकरराव देव तुरुंगात असताना वि. म. भुसकुटेंच्या मदतीने या पत्राची जबाबदारी जावडेकर सांभाळत होते.

इस्लामपुरातही राष्ट्रसेवा दलाच्या कलापथकाने केलेल्या सांस्कृतिक कार्यक्रमातून जमलेल्या पैशांतून एक नवे बोर्डिंग सुरू करण्यात आले होते. पुढे त्याला जोडून असलेल्या संस्थेलाही 'नवभारत शिक्षण मंडळ' असे नाव दिले. समाजकार्य करीत असले तरी त्यांचे लिखाणाकडे किंचितही दुर्लक्ष झाले नव्हते. त्यांनी १९२४ साली 'हिंदी राजकारणाचे स्वरूप' हे पुस्तक लिहिले. १९२५ साली त्यांनी 'राजनीतिशास्त्र परिचय' हे पुस्तक लिहिले. या पुस्तकात त्यांनी राष्ट्रीय स्वातंत्र्य आणि लोकशाही समाजवाद यांचा समन्वयात्मक विचार मांडला आहे. राष्ट्रवाद आणि समाजवाद यांच्या परस्पर संबंधाचा विचार जावडेकरांनी असहकार युगाच्या प्रारंभीच केलेला दिसतो.

१९२६ पासून टिळक महाराष्ट्र विद्यापीठात ते राज्यशास्त्र, इतिहास, अर्थशास्त्र या विषयांचे प्राध्यापक म्हणून ते काम करू लागले. १९२७ पासून 'लोकशिक्षण' या मासिकात त्यांनी लेखन सुरू केले.

पुण्यामध्ये आचार्य भागवतांशी त्यांचा स्नेह जुळून आला व दोघांचे विचार एक असल्यामुळे त्यांचे रूपांतर घनिष्ठ मैत्रीत झाले. आचार्य ही पदवी कोणाला दिली जाते, हे स्पष्ट करताना 'जीवनसाहित्य' या पुस्तकात आचार्य भागवत म्हणतात, 'जीवना'च्या नव मंत्रशोधकाला आपल्याकडे 'ऋषी' ही पदवी देतात, त्याच्या अंगी जीवनाला वळण लावण्याचे सामर्थ्य असते. अनेक ऋषींच्या अनेक मंत्रांचे मनन करून त्यांचा वैचारिक समन्वय दाखवून देणाऱ्यांना आपल्याकडे 'आचार्य' ही पदवी दिली जाते. त्यामुळेच शंकरराव दत्तात्रय जावडेकर हे 'आचार्य' या उपाधीने विभूषित असले तरी ते कोणत्याही मठाचे, पीठाचे वा संप्रदायाचे पठडीबद्ध एकारलेले असे तथाकथित 'आचार्य' उपाधीने उपहास विषय होणाऱ्या आचार्य पंक्तीतले नव्हते, तर 'आचार्य' उपाधीतील सर्व व्यापक व गंभीर आशय सार्थ करणारे एक स्थितप्रज्ञ व्यक्तिमत्त्व होते.'

अध्यापन करीत असतानाच राजकीय स्वातंत्र्य मिळविण्यासाठी राष्ट्रीय शिक्षणाच्या मार्फत अहिंसात्मक क्रांतिकारक तरुणांना मार्गदर्शन करण्यासाठी 'राष्ट्र संघटना' या नावाच्या एका नव्या अभ्यासक्रमाची आचार्य जावडेकरांनी आखणी केली. अभ्यासक्रमात इतिहास, अर्थशास्त्र, राज्यशास्त्र, राजकारण, अर्थकारण, तत्त्वज्ञान आणि समाजशास्त्र

या विषयांचा समावेश होता. पौर्वात्य व पाश्चिमात्य दोन्ही पद्धतींनी हा अभ्यास व्हावा व बळकट तात्त्विक बैठक असलेले क्रांतिकारक वृत्तीचे समाजसेवक राजकीय क्षेत्रात असावेत या दृष्टीने त्यांनी ही आखणी केली होती. राष्ट्रीय शिक्षणाच्या वैचारिक संपत्तीत जावडेकरांनी घातलेली भर फार मोठी होय.[१४] त्यांनी १९२९ साली 'विश्व कुटुंबवाद' हे पुस्तक पूर्ण केले.

गांधीजींची 'सत्याग्रह' व 'असहकार' ही तत्त्वे अर्थशास्त्र, मानसशास्त्र आणि आध्यात्म यांच्यावर तपासून त्यांना बौद्धिकतेची बैठक दिली पाहिजे. हे त्यांनी ओळखले आणि तेच आपले कार्य आहे हे जाणले. या संदर्भात बा. भ. बोरकर म्हणतात, ''आचार्यांना लोक बुद्धिवादी म्हणतात पण मी त्यांना जीवनवादी मानतो. जीवनाविषयीचे त्यांचे आकर्षण केवळ बुद्धीत नाही तर त्यांच्या उपजत Inner Instinct मध्ये आहे; पण तिला बौद्धिक बैठक मिळवून देईपर्यंत ते स्वस्थ बसत नाहीत.''[१५]

१९२८-२९ साली गांधीजींच्या नेतृत्वामुळे 'अस्फुट समाजवादी' तरुणांच्या मनातील तत्त्व, विचारांच्या बाबतीतील पोकळी भरून निघाली नाही आणि ही पोकळी भरून काढण्याचे महत्त्वपूर्ण कार्य आ. जावडेकरांनी केले. महाराष्ट्रात गांधीवादाच्या निषेधार्थ उभ्या असलेल्या टिळक परंपरेच्या नेत्यांच्यामागे सर्व साधने असूनही बुद्धिनिष्ठ महाराष्ट्राला गांधीवादाचे निर्दोषत्व पटवून देण्याचे महत् कार्य आ. जावडेकरांनी केले. 'महाराष्ट्र प्रदेश काँग्रेस समिती' टिळक पंथियांच्या ताब्यात होती. तसेच हिंदुत्ववादी, राष्ट्रीय स्वयंसेवक संघ अशा जातीयवादी प्रतिगामी संघटना महाराष्ट्रात फोफावू लागल्या होत्या. महाराष्ट्रातील तरुणांना या चुकीच्या मार्गापासून परावृत्त करून त्यांच्यात जातिधर्म निरपेक्ष राष्ट्रवाद रुजविण्यासाठी राष्ट्रसेवादलाची स्थापना केली. या वेळी जावडेकरांनी मोलाची कामगिरी बजावून जातीयवादाच्या आहारी जाऊ लागलेल्या महाराष्ट्रातील तरुणांना त्यापासून अलिप्त ठेवण्यात बरेच यश मिळविले.[१६] तसेच सामाजिक प्रश्नांचा शास्त्रीय दृष्टीने विचार करणारे कार्यकर्ते इतर प्रांतांपेक्षा महाराष्ट्रात अधिक आहेत याचे बरेचसे श्रेय आचार्यांनाच देणे भाग आहे.

गांधींच्या नेतृत्वाखाली अहिंसात्मक सत्याग्रही, भारतीय स्वातंत्र्याचे धर्मयुद्ध १२ मे १९३० ला सुरू झाले. त्या वेळी आ. जावडेकर टिळक महाराष्ट्र विद्यापीठात अध्यापनाचे कार्य करत होते. आपणसुद्धा यात भाग घेतला पाहिजे या भावनेतून त्यांनी शिरोडा या ठिकाणी मिठाच्या सत्याग्रहासाठी पदयात्रा केली होती. त्यात ते सहभागी झाले. इतरांसमवेत त्यांनी मिठाची गृहे लुटली. तेथे त्यांना अटक होऊन रत्नागिरीच्या तुरुंगात बंदिस्त करण्यात आले. ही त्यांची तुरुंगात जाण्याची पहिलीच वेळ होय; येथे ते सहा महिने होते. दुसरी महत्त्वाची घटना म्हणजे म. गांधींच्या अहिंसा दर्शनाचा

त्यांच्या हृदयाने केलेला कायमचा स्वीकार, हा तुरुंगातील परिणाम होय. मार्क्स व गांधी यांच्या विचारांच्या समन्वयाचा पाया एकापरीने रत्नागिरीच्या तुरुंगातच घातला गेला.

जानेवारी १९३२ साली सामुदायिक व वैयक्तिक सत्याग्रह संग्रामात सहभागी झाल्याबद्दल त्यांना पावणे दोन वर्षे तुरुंगवासाची पुन्हा शिक्षा झाली. सुरुवातीला ते येरवडा व नंतर नाशिकच्या तुरुंगात होते. या काळात त्यांनी मार्क्सचे 'कॅपिटल', लास्कीचे 'Grammar of Politics' तसेच 'दासबोध', 'गीतारहस्य' यांचे वाचन केले. टिळकांच्या 'गीतारहस्या'चा त्यांच्या मनावर फार मोठा परिणाम झाला. त्यांचा मार्क्स व गांधी या दोहोंचा तौलनिकदृष्ट्या अत्यंत सूक्ष्म असा अभ्यास या काळातच झाला. १९३२ च्या काळात त्यांनी 'देवयान पंथ' पुस्तक वाचले. त्यामध्ये परमात्मा म्हणजे काय, आत्मसाक्षात्कार म्हणजे काय, यासंबंधी जावडेकरांच्या मनात संशय होते, असे त्यांच्या पत्रावरून स्पष्ट होते. परंतु, या अध्यात्माला समाजसेवेची कशा पद्धतीने जोड दिली पाहिजे; त्यांची अध्यात्म कल्पना काय? त्यांच्या मते, आत्मचिंतन व धर्मकल्पना म्हणजे काय? आत्मचिंतनाची परिणती आत्मशुद्धीत व्हावी व त्याचे स्वरूप लोकसेवा हे असावे. भारतीय अध्यात्मवादाला जावडेकरांनी लोकसेवेची जोड दिलेली दिसून येते. 'आत्मानुभव हा अत्यंत उच्च अनुभव असून तो घेणे हे आपले ध्येय असले पाहिजे हे मला पटते; पण त्यापासून मी फारच दूर आहे. सामान्य लोक असेच असतात.'[१७] असे जावडेकरांनी आपल्या पत्नीस लिहिलेल्या एका पत्रात नमूद केले आहे. आत्मशुद्धी लोकसेवेच्या रूपाने व्यक्त झाली तरच तिला किंमत आहे, असे ते म्हणतात. वेदांताविषयी बोलताना ते म्हणतात, ''सर्व जगात परमात्मा भरलेला आहे व तोच माझा अंतरात्मा आहे हे दोन महत्त्वपूर्ण सिद्धान्तच सर्व वेदांत भरले आहेत.''[१८] जावडेकरांनी संसारापेक्षा देशभक्ती किती उच्चतम आहे हे आपल्या पत्नीला पटवून देताना लिहिले, 'आपल्या सुख-दुःखाचा विचार करून सत्याच्या व प्रेमाच्या मार्गापासून ढळणे अत्यंत क्षुद्रपणाचे वाटते. या मार्गातील आनंद संसारसुखात खचितच नाही. हा आनंद घेण्यासाठी क्षुद्रदृष्टी सोडली पाहिजे, सत्याचे साम्राज्य प्रस्थापित करण्याच्या कामी आपले शरीर लागावे एवढीच उत्कट इच्छा मनात येत असते.'[१९] जीवनविचार हे जीवनाच्या प्रत्यक्ष लढ्यातूनच विकसित होत जातात असा जावडेकरांचा महत्त्वाचा सिद्धान्त होता. त्याचप्रमाणे त्यांनी स्वतःच्या जीवनात अनुभव घेतला.

आपल्या विचारांची वाढ व प्रगल्भता तुरुंगातील वातावरणात कशा पद्धतीने होत आहे हे सांगताना ते लिहितात, 'एकंदरीत मानसिक उन्नति करण्याच्या दृष्टीने फार अनुकूल परिस्थिती आहे. जगाच्या कल्याणाचा विचार करावा, आपली उन्नति कशी होईल याचे चिंतन करावे, लोकांकरता कष्ट सोसण्याची पात्रता वाढविण्यासाठी मनाची

तयारी करावी. गरिबीत राहण्याची सवय लावून घ्यावी. प्रेमाची व सत्याची वाढ करावी. व्यवहारातील अडचणींपासून दूर ठेवण्यात आल्यामुळे आमचा ध्येयवाद वाढवण्यास अनुकूल परिस्थिती निर्माण झाली आहे. बाहेर निराशा दिसत असली तरी आमच्या अंत:करणातील आशा वाढत आहे.'[२०]

नाशिकच्या तुरुंगात असताना शंकरराव देव, रावसाहेब पटवर्धन, आ. जावडेकर यांच्यात सखोल असे तत्त्वमंथन झाले. समाजवादी पक्षाचा येथे पाया घालण्यात आला. हा समाजवाद पाश्चात्त्यांची उसनवारी नसावी, असे जावडेकरांचे मत होते.[२१] तसेच श्री. अच्युतराव पटवर्धन, एस. एम. जोशी, ना. ग. गोरे, इ. तरुण समाजवाद्यांच्या विचारसरणीला दिशा लावण्याचे कार्य त्यांनी केले. त्यामुळे राष्ट्रीय स्वातंत्र्याच्या आंदोलनाशी समरस होणाऱ्या समाजवादी तरुणांची एक मोठी शक्ती आ. जावडेकरांनी निर्माण केली.

नोव्हेंबर १९३३ ला त्यांची येरवडा कारागृहातून मुक्तता झाली व तेथून पुढे त्यांनी वृत्तपत्रे व लिखाण कार्यासाठी जास्त वेळ दिला. कारण 'राजकारणी लोकांमध्ये असणारी लढाऊ, आक्रमक वृत्ती जावडेकरांच्या ठिकाणी नसल्यामुळे ते प्रांतिक राजकारणात विशेष पडले नाहीत. वर्तमानकाळचे आकलन करून ते भविष्यकाळातील घटना ओळखीत. त्यांना राजकारणाची पारखही चांगली होती. हे त्यांनी लिहिलेल्या लेखांवरून सिद्ध होते; सर्व चालू घडामोडींचा त्यांनी आपल्या लिखाणात परामर्श घेतला आहे.[२२]

पत्रकारिता व ग्रंथलेखन

१९३२ साली साहाय्यक लेखक त्र्यं. रा. देवगिरीकर व आ. जावडेकर यांनी 'काँग्रेसची अलीकडील कामगिरी म्हणजे स्वातंत्र्याच्या पूर्वतयारीचा इतिहास' हे पुस्तक पूर्ण केले. १९३४ साली 'फ्री प्रेस' गटाने 'नवशक्ती' वृत्तपत्राचे पहिले संपादक म्हणून जावडेकरांची नियुक्ती केली होती. त्याच काळात न. चिं. केळकर यांच्या 'राज्यशास्त्र' या ग्रंथावर जावडेकरांनी 'विविधज्ञान विस्तारा'तून एका लेखमालेच्या स्वरूपात विस्तृत परंतु मार्मिक टीका केली होती. ती लेखमाला 'राज्यशास्त्र मीमांसा' या पुस्तक रूपाने प्रकाशित झाली. 'नवशक्ती'चे संपादक असतानाच मालक सदानंद यांनी या पत्राने, वालचंद हिराचंद यांच्या सेंट्रल असेंब्लीच्या उमेदवारीस पाठिंबा द्यावा म्हणून जावडेकरांशी युक्तिवादाचा जबरदस्त घोळ घातला तेव्हा ते बधले नाहीत. त्यांनी 'नवशक्ती'च्या संपादकत्वाचा राजीनामा दिला. यातून जावडेकर आपल्या ध्येयवादाशी चुकूनही प्रतारणा करीत नसल्याचे दिसून आले.[२३] १९३४ साली काँग्रेस समाजवादी पक्षाची स्थापना झाली. जावडेकर सुरुवातीपासून त्या पक्षात होणाऱ्या स्थित्यंतराला पाठिंबा देत आले.

१९३५ साली महाराष्ट्र काँग्रेसचे मुखपत्र म्हणून 'लोकशक्ती'ची स्थापना करण्यात आली; त्याचे संपादक जावडेकर झाले. १९३५ च्या कायद्याने मिळालेले तुटपुंजे अधिकार तो कायदा रद्द करावयास सरकारला भाग पाडण्यासाठी व स्वातंत्र्याच्या अंतिम लढ्याची तयारी करण्यासाठी वापरावयाचे असे काँग्रेसचे धोरण होते. परंतु, राजदंड हाती आल्याबरोबर ज्या संघटनेच्या व जनजागृतीच्या जोरावर तो हाती आला त्या संघटनेची किंवा जनजागृतीची गरज काँग्रेस संघटनेला वाटेनाशी झाली. अशावेळी काँग्रेस आणि गांधी विचार यांवर होणाऱ्या बौद्धिक टीकेला समर्थपणे तोंड देण्याचे कार्य एकट्या जावडेकरांनाच करावे लागले. हे करीत असतानाच राजदंडधाऱ्यावर अंकुश ठेवू शकणाऱ्या खऱ्या समाजसेवकांची आवश्यकता त्यांना तीव्रपणे भासू लागली व ती त्यांनी आपल्या लिखाणातून व्यक्त केली.[२४]

आचार्य जावडेकरांनी विपुल ग्रंथनिर्मिती केली. त्यांतील महत्त्वाचे दोन प्रमुख ग्रंथ प्रमुख 'राजनीतिशास्त्र परिचय' व 'आधुनिक भारत.' 'आधुनिक भारत' हा ग्रंथ १९३८ साली प्रसिद्ध झाला. 'आधुनिक भारत' हा मराठी साहित्यात महत्त्वाचा ग्रंथ समजला जातो. या ग्रंथात पेशवाईच्या अस्तापासून ते बंगालमध्ये राजा राममोहन रॉय यांच्या उदयापासून ते भारताला स्वातंत्र्य मिळून, स्वतंत्र भारताची राज्यघटना अमलात येईपर्यंतचा इतिहास ग्रथित झाला आहे. इतकेच नव्हे तर त्या अनुषंगाने देशापुढील आणि खास करून सांस्कृतिक प्रश्नांची मूलगामी चर्चाही त्यात येऊन गेली आहे. पेशवाईच्या अस्तापासून ते लो. टिळकांच्या निधनापर्यंतच्या एका शतकांतील भारतात आणि विशेषत: महाराष्ट्रात झालेल्या सर्व चळवळींचे विश्लेषण आ. जावडेकरांनी 'आधुनिक भारता'त केले आहे. काही टीकाकारांचा अपवाद वगळता हा ग्रंथ सर्वमान्य झाला आहे. १९५३ च्या दुसऱ्या आवृत्तीत गांधीयुगाचे संपूर्ण समालोचन केल्याचे आढळते. स्वातंत्र्यानंतर म. गांधींचे नेतृत्व संपुष्टात आले. इंग्रजांची सत्ता भारतात स्थिर झाल्यापासून ते खंडित अवस्थेत का होईना परंतु, भारताला स्वातंत्र्य देईपर्यंतचा एक कालखंड धरण्यात आला आहे. त्याचे संपूर्ण विवेचन त्यांनी पुढील आवृत्त्यांत केले आहे. त्याच्याही पुढे जाऊन स्वतंत्र भारतातील समाजरचनेसंबंधीचा तात्त्विक ऊहापोहही त्यांनी त्यात केला आहे. 'कर्मयोगी अध्यात्मवादा'ची चिकित्सा जावडेकरांनी 'आधुनिक भारता'त केली आहे.

'आधुनिक भारता'त हिंदी राजकारणाची व्यावहारिक मीमांसा केली आहे. 'गीतारहस्या'नंतर 'आधुनिक भारत' हाच ग्रंथ वैचारिकदृष्ट्या सर्वमान्य ठरला आहे असे मराठीतील थोर तत्त्वचिंतक कै. वामन मल्हार जोशी यांनी त्यास प्रशस्तीपत्र दिले. 'आधुनिक भारत' हा आचार्यांच्या सर्व ग्रंथांत महत्त्वाचा आहे; कारण त्यात त्यांच्या

एकूण विचारांचे सार संकलित झालेले दिसून येते.

'आधुनिक भारता'नंतर १९३९ साली 'शास्त्रीय समाजवाद' हे एक छोटेसे पुस्तक प्रकाशित झाले. १९४१ साली मराठी साहित्यातील मुंबईच्या उपनगर साहित्य संमेलनाचे अध्यक्ष म्हणून त्यांची निवड झाली. जावडेकरांचे उपनगर साहित्य संभेलनातील विवेचनही गाजले, त्यांच्या प्रतिपादनावर प्रा. ना. सी. फडके व स्वत: जावडेकर यांच्यात जाहीर वाद झाला.[२५]

जावडेकरांच्या या अध्यक्षीय भाषणाचे सूत्र, 'कला ही केवळ कलेकरिता नसून ती मुख्यत: जीवनाकरता आहे; आणि ती तशीच राहिली पाहिजे' असे होते व त्या संदर्भात शास्त्रांवर व कलेवर देखील नीतीचे आधिपत्य चालले पाहिजे असे त्यांनी प्रतिपादन केले आणि अनेक भारतीय आणि पाश्चात्त्य विचारवंतांच्या मतांचा आधार देऊन आपले म्हणणे सिद्ध करण्याचा जावडेकरांनी प्रयत्न केला. आपल्या भाषणात त्यांनी साहित्य व सामाजिक क्रांति यांची सांगोपांग चर्चा केली व 'जीवनासाठी कला व जीवनासाठी शास्त्र' असे दोन सिद्धान्त मांडले. तसेच कलेवर इतकेच नव्हे, तर सर्व शास्त्रांवर देखील नीतिशास्त्राचे आधिपत्य असले पाहिजे, हे जावडेकरांचे प्रमेय भाषणातून स्पष्ट करण्यात आले. ते सिद्ध करण्यासाठी धर्म, अर्थ, काम व मोक्ष या चार पुरुषार्थांपैकी धर्म व मोक्ष हे पुरुषार्थ कसे प्रधान आहेत ते त्यांनी प्रतिपादन केले.[२६]

जावडेकरांनी साहित्यिक क्षेत्रात एक नवा विचार प्रस्तुत केला आणि तो म्हणजे मराठी साहित्यात नऊ रस आहेत, त्यांत 'क्रांतिरस' हा एक नवा रस समाविष्ट करावा. रसाच्या संस्कृतमधील किंवा मराठीतील रूढ लक्षणांत हा नवा 'क्रांतिरस' कसा बसतो, हे मुख्यत: केशवसुतांच्या 'तुतारी' या सारख्या क्रांतीची प्रेरणा देणाऱ्या कवितांच्याद्वारा त्यांनी दाखवून दिले.[२७]

१९४१ साली जावडेकरांनी 'पुरोगामी साहित्य' असे साहित्य संमेलनाच्या उत्तरादाखल पुस्तक लिहिले. तसेच १९४१ ला 'गांधीवाद' या नावाचे पुस्तक वादविवेचनमाला तर्फे प्रकाशित करण्यात आले. या पुस्तकात गांधीवादाची मांडणी केली असून राष्ट्रसभेतील राष्ट्रवादी व समाजवादी विचारांचा गांधीवादी विचारांशी कितपत व कोठे मतभेद होता याचे थोडक्यात दिग्दर्शन केले. याच दरम्यान 'लोकशाही' नावाचे पुस्तक प्रकाशित केले. या पुस्तकात लोकशाही, तिचे स्वरूप, आधुनिक लोकशाही, तिचा उदय व प्रसार तसेच व्यक्तिवाद, राष्ट्रवाद व समाजवाद यांचा ऊहापोह करून लोकशाही घटना आणि कार्यपद्धती यांचा त्यांनी आढावा घेतला.

जावडेकरांनी 'आधुनिक राज्यमीमांसा' हे (महायुद्धपूर्व खंड पहिला) पुस्तक १९४० साली प्रकाशित केले. या पुस्तकात क्रांतिकारक व्यक्तिवादाचा आणि सनदशीर,

बौद्धिक अध्यात्मवादाचा परिचय करून दिला. 'आधुनिक राज्यमीमांसा' भाग दुसरा १९४१ साली प्रकाशित करण्यात आला. राज्यमीमांसा कशा उदय पावल्या अथवा प्रामुख्याने जगापुढे कशा आल्या याचा त्यांनी विचार या पुस्तकात केला. त्यांत 'कम्युनिझम', 'फॅसिझम' व 'सत्याग्रह' या तीन राज्यमीमांसांचा विचार अंतर्भूत केला असून लोकसत्ताक राज्यमीमांसेची नवी मांडणी करण्याची आवश्यकता का निर्माण झाली आहे आणि ती कोणत्या दृष्टीने करावी लागेल याचेही विवेचन केले.

१९४१ला जॉन रस्कीन यांच्या 'Unto this last' या पुस्तकाचे आचार्यांनी 'अर्थशास्त्र की अनर्थशास्त्र' या नावाने इंग्रजीचे मराठीत भाषांतर केले. या पुस्तकाच्या प्रस्तावनेत जीवनाचे अर्थशास्त्र कोणत्या स्वरूपाचे असले पाहिजे याची त्यांनी मार्मिक चर्चा केली.

पुनश्च तुरुंगवास

१४ जुलै १९४२ रोजी वर्धा या ठिकाणी काँग्रेस कार्यकारिणीने सत्याग्रहाची मोहीम सुरू करण्याचा ठराव पास केला. ब्रिटिशांनी गांधीजींच्यासह २००० कार्यकर्त्यांना काही आरोप न ठेवता पकडले आणि ९ ऑगस्ट १९४२ रोजी जावडेकरांना त्याच्या राहत्या घरी इस्लामपुरात अटक करण्यात आली. येरवडा, नाशिक जेलमध्ये त्यांना स्थानबद्ध करण्यात आले. कारावासात असताना त्यांनी केलेल्या विपुल वाचनामुळे त्यांच्या मनाची वैचारिक प्रगल्भता वाढली. त्यांच्या विचारांना एक प्रकारची दृढता प्राप्त झाली. तुरुंगातील वाचनाने पूर्वीच्या विचारांना अधिक स्पष्टता कशी येत गेली आणि आपल्या मनातील शंकांचे निरसन कसे होत गेले आणि त्या काळात प्रत्यक्ष घडत असलेल्या घटनांमागे ते जे आडाखे व अंदाज करत होते त्याला नंतर वास्तवतेचे बळ कसे प्राप्त झाले, हे यांनी विस्ताराने आपल्या १९४५ च्या 'मनोहर' अंकात 'माझी तुरुंगातील विचार वाढ' या लेखात सांगितले आहे.

आचार्यांच्या विचारांत कारावासातील वाचन, चिंतन व चर्चा यामुळे सर्वांगीण वाढ होत गेली. त्यामुळे त्यांच्या मार्क्सवाद, समाजवाद, गांधीवाद, राज्य चालविताना अहिंसेच्या व्यावहारिक मर्यादा कोणत्या आणि हिंसेच्या तात्त्विक मर्यादा कोणत्या? त्यांचे व्यवहाराशी संबंध काय आहेत? तत्त्वज्ञान व व्यवहार यांचे संबंध काय आहेत? या विषयांबाबत अधिक ठामपणा येत गेला. तसेच सत्याग्रह आणि समाजवाद या दोन्ही तत्त्वज्ञानासंबंधी जावडेकरांचे विचार या काळात अधिक स्पष्ट होत गेले.[२८] एप्रिल १९४४ ला येरवड्याच्या कारागृहातून त्यांची सुटका झाल्यानंतर याच वर्षी त्यांनी 'हिंदी राजकारणाचे स्वरूप' हे पुस्तक पूर्ण केले. तसेच १९४४ ते १९५४ या कालखंडात कोल्हापूरहून निघणाऱ्या 'अखंड भारत' या श्री. माधवराव बागल यांच्या

साप्ताहिकाच्या संपादकीय मंडळावर जावडेकर होते. त्यात ते नियमित लेखनही करत. १९४४ ते १९४५ या काळात इस्लामपूरहून निघणाऱ्या 'गावराज्य' या साप्ताहिकाच्या सल्लागार मंडळातही त्यांचा समावेश होता. त्यात ते 'चावडीवरच्या गप्पा' या नावाने सदर लिहीत.

एप्रिल १९४५ मध्ये पुन्हा ते 'लोकशक्ती' दैनिकाचे संपादक बनले. या वर्षी त्यांनी 'हिंदु मुसलमान ऐक्य' हे पुस्तक लिहिले; यात त्यांनी हिंदु-मुसलमान समस्येचा नव्या दृष्टिकोनातून विचार केला. याच साली त्यांनी 'महायुद्ध व राष्ट्रसभा' नावाचे आणखी एक पुस्तक प्रकाशित केले. त्यानंतर दुसरे 'सामाईक सहकारी स्वराज्य' हे पुस्तक लिहिले. हिंदी राष्ट्रसभेचा जाहीरनामा प्रसिद्ध झाला होता. त्यात 'सामाईक सहकारी स्वराज्य' असे स्वराज्याचे वर्णन केलेले होते. हे सामाईक सहकारी स्वराज्य म्हणजे काय? याचे दिग्दर्शन जावडेकरांनी केले आहे.

१९४६ ला त्यांनी तात्त्विक मतभेदावरून 'लोकशक्ती' चे संपादकत्व सोडले. १९४६ साली त्यांनी 'काँग्रेस आणि महायुद्ध', 'भारतीय क्रांती आणि राष्ट्रसभा' व 'हिंदी राष्ट्रसभेचा जाहीरनामा' अशा पुस्तकांचे लिखाण पूर्ण केले. त्यांचे 'वाल्मीकि आश्रमातील प्रवचने' हे पुस्तक देखील १९४६ साली प्रकाशित झाले. या पुस्तकात पहिल्याच प्रवचनामध्ये, समाजातील वाल्मीकीच्या कार्याचा जो अन्वयार्थ त्यांनी लावून दाखवला आहे त्यावरून राजा व सत्याग्रही यांचे परस्पर संबंध कसे असावेत याबद्दलचे आचार्यांचे विचार कळून येतात. १९४६ साली पूर्वीच्या 'लोकशिक्षण' मासिकातून प्रसिद्ध झालेले स्वतःचे निवडक लेख एकत्रित करून त्यांनी 'लोकमान्य टिळक व म.गांधी' हे पुस्तक प्रकाशित केले.

१९४७ मध्ये 'नवभारत' मासिक सुरू करण्याचे शंकरराव देव यांनी ठरविले. आचार्य भागवत व आचार्य जावडेकर त्याचे संपादक झाले. याच वर्षी जावडेकरांनी 'महाराष्ट्र व हिंदी राजकारण' हे पुस्तक पूर्ण केले. त्यात आधुनिक महाराष्ट्राचा जन्म लोकमान्यांनंतरचा महाराष्ट्र व नेहरू येथपर्यंतचे विवेचन केले आहे.

१९४८ साली गांधीवधानंतर 'गांधी जीवन रहस्य' या नावाची एक लेखमाला त्यांनी पुण्याच्या 'प्रसाद' मासिकातून क्रमशः लिहिली. ती 'गांधी जीवन रहस्य' या नावाने स्वतंत्र पुस्तकरूपाने ७ जून १९४९ ला प्रसिद्ध झाली.

१९५० साली पुण्यात भरलेल्या साहित्य संमेलनाच्या अध्यक्षपदी जावडेकरांची निवड झाली. त्या वेळी जावडेकर साहित्यिकच नाहीत म्हणून साहित्य संमेलनाच्या अध्यक्षपदी त्यांची निवड करावयास नको होती, असा आक्षेप काही साहित्यिकांनी घेतला. अर्थात 'मला साहित्यिक म्हणा हो' असा जोगवा मागत जावडेकर साहित्यिकांच्या दारी जाणे शक्य नव्हते. परंतु न. र. फाटकांसारखे थोर साहित्यिक आचार्यांच्या

पाठीशी उभे राहिले व आचार्यांना तो मान मिळवून देण्यात यशस्वी झाले.[२९]

१९५० ला सानेगुरुजींनी मुंबईहून 'साधना' साप्ताहिक सुरू केले. त्यामध्ये जावडेकरांचे लेख, भाषणं व प्रवचने यांचे वृत्तांत आवर्जून साने गुरुजी प्रसिद्ध करत असत. साने गुरुजींच्या निधनानंतर रावसाहेब पटवर्धन व जावडेकर यांच्याकडे संपादकत्वाची जबाबदारी आली. पुढे 'साधने'चे कार्यालय मुंबईहून पुण्यास आले. 'साधने'त जावडेकर १९५५ पर्यंत लिहीत होते.

आचार्य जावडेकर हे टिळक व आगरकर यांच्या पंक्तीत मोडणारे विद्वान संपादक म्हणून ओळखले जाऊ लागले. महाराष्ट्राच्या इतिहासात 'नव विचारांचा राष्ट्रीय संपादक' म्हणून आचार्यांचा उल्लेख केला गेला. इतकी त्यांची संपादकीय कारकीर्द महत्त्वपूर्ण ठरली.[३०]

'गांधीवाद' ही एक भावनेची लहर आहे. तिला शास्त्रीयतेचा आधार नाही. या विरोधी पक्षांच्या मतलबी प्रचाराविरुद्ध शंकरराव जावडेकरांनी 'स्वराज्य', 'लोकशिक्षण', 'नवशक्ती', 'चित्रमय जगत', 'सह्याद्री', 'अखंड भारत', वगैरे नियतकालिकांतून जोरदार हल्ले चढविले आणि आपल्या तीव्र बुद्धिमत्तेने गांधीवादाचे शास्त्रीय स्वरूप महाराष्ट्रातील लोकांना पटवून दिले. हे त्यांचे संपादकीय कारकिर्दीतील महत्त्वाचे योगदान होय.

आचार्य जावडेकरांनी राज्यशास्त्र व भारतीय राजकारण यांवर लहान-मोठे असे २७ ग्रंथ लिहिले, तर निरनिराळ्या दैनिकांतून, साप्ताहिकांतून, मासिकांतून व अन्य नियतकालिकांतून विविध विषयांवर त्यांनी लिहिलेल्या लेखांची संख्या ३०० आहे. भारताचे स्वातंत्र्य व स्वातंत्र्य लढे, आंतरराष्ट्रीय घडामोडी, काँग्रेसचे ध्येय-धोरण व राजकारण, भारतीय राज्यघटना, लोकशाही, समाजवाद, कम्युनिझम, अर्थकारण, सामाजिक सुधारणा, धर्मचिकित्सा, अध्यात्मवाद व तत्त्वज्ञान, म. गांधी, आ. विनोबा भावे व भूदान आंदोलन, सर्वोदय, महाराष्ट्रातील राजकारण, योगी अरविंद, जे. कृष्णमूर्ती आणि साहित्य असे विविध विषय त्यांनी अनेक लेखांतून हाताळले.

राष्ट्रसेवादल व जावडेकर

आ. जावडेकरांचा राष्ट्रसेवादलाशी जवळचा संबंध होता. काँग्रेसमध्ये समाजवादी गट स्थापन झाल्यावर शंकरराव देवांनी राष्ट्रसेवादलाची धास्ती घेतली. निमलष्करी स्वरूपाची संघटना काँग्रेसला डोईजड होऊन बसेल व समाजवादी पक्षाची ताकद वाढेल अशी संकुचित समजूत त्यांनी करून घेतली म्हणून ही संघटना 'सांग काम्या' स्वयंसेवकाची बनली पाहिजे, तिला काँग्रेसमध्ये स्वतंत्र स्थान असता कामा नये, ही भूमिका देवांनी घेतली. त्या वेळी आ. जावडेकरांनी राष्ट्रसेवादलाची बाजू उचलून

धरली. साताऱ्याच्या मेळाव्यात राष्ट्रसेवादल नष्ट करून काँग्रेसमध्ये विलीन करावयाचे प्रयत्न चालले होते. अशावेळी राष्ट्रसेवा दलाची स्वायत्त राहण्याची भूमिका योग्य आहे, असा त्यांनी सल्ला दिला व त्याच्या नियंत्रण मंडळावर कार्य करण्यास संमती दिली. कारण सत्याग्रही समाजवादी दले राष्ट्रीय सेवा दलातून निर्माण करता येतील व सत्याची प्रतिष्ठापना करण्यात सेवादल उपयुक्त आहे असे जावडेकरांचे मत होते.[३१]

आचार्य जावडेकरांचा अखेरचा ग्रंथ 'सर्वोदय व समाजवाद' हा होय. या शेवटच्या ग्रंथात मार्क्सवाद, अराज्यवाद, आणि सर्वोदय यांचे चिकित्सक परीक्षण करून आपले समन्वयाचे तात्त्विक सिद्धान्त त्यांनी यात विशद केले. यात जावडेकरांचे जीवनविषयक सर्व विचार साररूपाने ग्रथित झाले आहेत.

आ. जावडेकरांनी आयुष्याच्या अखेरीस एक पुस्तक लिहिण्याचे ठरविले होते. त्यासंबंधी ते लिहितात, 'माझ्या अंगी आत्मिक शक्ती व सद्‌गुण संपत्ती लाभावी यासाठी मी पुढील दोन अडीच वर्षांत आत्मोन्नतीचे व समाजसेवेचे कार्य हाती घेण्याचा निर्णय घेतला आहे आणि ते कार्य म्हणजे, 'सत्याग्रही गीतारहस्य' या नावाचे एक पुस्तक व 'तत्त्वज्ञान व समाजशास्त्र' या संबंधीचा ग्रंथ लिहून प्रसिद्ध करावयाचा आहे. 'सत्याग्रही गीतारहस्य' हे नवे पुस्तक माझ्या जीवनाचे फळ म्हणून महाराष्ट्रास अर्पण करावयाचे आहे. या पुस्तकातून व इतर लिखाणांतून मला लागणाऱ्या द्रव्याची बहुतांशी व्यवस्था करता येईल.'[३२] परंतु ही आचार्यांची अखेरची इच्छा पूर्ण होऊ शकली नाही.

१९३८ पासून त्यांना दम्याचा त्रास सारखाच होत होता. आचार्य सप्टेंबर १९५५ ला एकाएकी न्यूमोनियाने आजारी पडले. आपल्या बुद्धीवैभवाचे आचार्यांनी जसे कधी प्रदर्शन करून दिपवले नाही तसेच आपल्या आजारीपणाचा त्यांनी गाजावाजा केला नाही. एस. एम. जोशी यांनी त्यांना पुण्यास येण्यासाठी विनंती केली. परंतु त्यावर त्यांनी दिलेले उत्तर महत्त्वाचे आहे, "आपल्या सर्वसामान्य कार्यकर्त्यांना जितके उपचार मिळणे शक्य आहे तेवढे मला येथे मिळाले आहेत, आता धावपळ कशाला?" आ. भागवतांनी विनंती केली व ती त्यांनी मान्य केली. त्यांना पुण्यास नेण्यात आले. पण १० डिसेंबर १९५५ रोजी पुणे येथील जहांगीर नर्सिंग होममध्ये त्यांचे सकाळी १०.१५ मि.नी निधन झाले.

वैचारिक जडणघडण

आचार्य शंकरराव जावडेकर यांनी भारताच्या स्वातंत्र्य चळवळीत मोलाची कामगिरी बजावली. १९२० ते १९५० या काळातील राजकीय आणि सामाजिक घटनांनी त्यांचे विचार प्रभावित झाले होते. आपल्या जीवनात सिद्धान्त आणि व्यवहार

यांचा समन्वय साधीत अनुभवाच्या आधारावर ते नवे सिद्धान्त मांडत होते. त्यासाठी ते आपल्या प्रज्ञेचा उपयोग करीत होते. त्यापासून त्यांनी नव्या काळासाठी उपयुक्त आणि उचित असे तत्त्वज्ञान सिद्ध केले.

आ. जावडेकरांचे हे विचार सिद्धान्त आधुनिक महाराष्ट्राच्या संपन्न विचार परंपरेवर अधिष्ठित झालेले होते. लोकहितवादी, रानडे, टिळक, गोखले, आगरकर, राजवाडे यांच्या तत्त्वचिंतनाचा त्यांच्या मनावर खोल परिणाम झालेला होता.

आपल्यावर पडलेल्या विविध वैचारिक प्रभावांबाबत त्यांनी 'धर्ममार्गावरील माझे वाटाडे' या लेखात आपले विचार मांडले. आगरकर, टिळक व गांधी, मार्क्स हे आपले वाटाडे आहेत, असे त्यांचे मत होते. आपल्या वैचारिक विकासाबाबत लिहिताना जावडेकर म्हणतात, ''आपल्यावर कोणत्याच एका व्यक्तीचा प्रभाव नाही. त्याला गुरू मानले असेही नाही. मनुष्याने जन्मभर एकाच व्यक्तीला गुरू बनवावे अथवा एकाच ग्रंथाचे प्रामाण्य मानून आपल्या शांतीचा मार्ग अनुसरावा अशी माझी प्रवृत्ती नाही. ज्या मनुष्याजवळ जे चांगले दिसले त्यांतील जेवढा भाग आपणास झेपेल, तेवढा स्वीकारावा आणि त्यांच्या योगाने आपल्या बुद्धीत जो प्रकाश पडेल त्याच्या साहाय्याने आपला मार्ग चालू लागावे अशी आपली वृत्ती आहे.''[३३] बुद्धीची खात्री झाल्याशिवाय आपण कोणताही विचार स्वीकारत नाही यासंबंधी जावडेकर लिहितात, ''एकाच्या मागून जाण्याएवढी दृढ निष्ठा किंवा भक्ती माझ्या अंत:करणात नाही हा माझा गुण म्हणून मी सांगत नाही, कारण त्या सर्वांच्या मागून जाऊन आपल्या जीवित वित्ताचा सर्वस्वी होम करण्याचे सामर्थ्यही माझ्या अंगी नसल्याने मला त्याच्या मार्गदर्शनाचा सर्वस्वी स्वीकार करता आला नाही, असेही त्या वृत्तीचे कारण असणे शक्य आहे.''[३४]

'आगरकर, टिळक, गांधी, मार्क्स हे माझे धर्ममार्गावरील चार वाटाडे होत,' असे जरी जावडेकरांनी म्हटले असले तरी लोकहितवादी, रानडे, गोखले इ. नेमस्त विचारवंतांच्या विचारांचा त्यांच्या मनावर प्रभाव पडला. महाराष्ट्राच्या सार्वजनिक जीवनात १८७० पासून १८८० पर्यंतचा काळ हा न्या. रानडे यांच्या अप्रतिहत वर्चस्वाचा काळ होता. १८८० ते १८९५ पर्यंतचा काळ हा विचारमंथनाचा काळ म्हणता येईल.

आधुनिक काळात भारत इतर राष्ट्रांच्या मागे राहिला आहे. आपणास प्रथमत: आपल्या देशातील राजसत्ता आपल्या हाती घेतल्याशिवाय तिचा विकास शक्य नाही, फार काय आपल्या राष्ट्रातील लोकांचे जीवित रक्षण करणेही ब्रिटिश साम्राज्यात शक्य नाही या सत्याची जाणीव आधुनिक भारतात झाली. त्या वेळी राजा राममोहन रॉय प्रभृति सर्वांगीण सुधारकांच्या तत्त्वज्ञानातूनच एक 'प्रागतिक राजकारण' १८८५ च्या सुमारास दादाभाई नौरोजी आणि न्या. रानडे यांच्यासारख्या पुढाऱ्यांच्या प्रयत्नांनी

जन्मास आले. ब्रिटिश साम्राज्याचे औद्योगिक स्वरूप लक्षात घेऊन न्या. रानडे यांनी हिंदी अर्थशास्त्राला इंग्लंडमधील व्यक्तिवादी अर्थशास्त्राचा आधार घेता कामा नये आणि जर्मनी व अमेरिका या औद्योगिक प्रागतिक देशांतील राष्ट्रीय अर्थशास्त्राचा त्यास आधार घेतला पाहिजे असे प्रतिपादण्यास आरंभ केला. आधुनिक भारत निर्मात्यांची दृष्टी व्यक्तिवादातून राष्ट्रवादाकडे झुकू लागली. न्या. रानडे यांनी आर्थिक राष्ट्रवादाचा पुरस्कार केला असला तरी ते सांस्कृतिक, राजकीय दृष्ट्या इंग्लंडमधील व्यक्तिवादी नेमस्त प्रागतिक पक्षाचे अथवा विचार संप्रदायाचे अनुयायी होते असे जावडेकरांचे मत होते.[३५]

रानड्यांचा प्रागतिक पक्ष म्हणजे काय? यासंबंधी जावडेकर लिहितात, 'ब्रिटिश राजकर्त्यांनी हिंदी लोकांना समानतेने वागवावे आणि हिंदी लोकांनी ब्रिटिश साम्राज्याशी एकनिष्ठ राहावे' असे त्यांचे राजकीय तत्त्वज्ञान होते. 'मनुष्या मनुष्यांतील सर्व व्यवहारांत न्याय प्रस्थापित व्हावेत आणि वंशभेद किंवा श्रद्धाभेद (धर्मभेद) लक्षात न घेता सर्वांना समान दर्जा प्राप्त व्हावा या तत्त्वास ते प्रागतिक तत्त्व (Spirit of Liberalism) असे म्हणतात.'[३६] या तत्त्वज्ञानाचा प्रभाव जावडेकरांवर होता म्हणूनच ते न्या. रानडे यांना 'आधुनिक भारताचे जनक' म्हणतात.''

न्या. रानडे यांनी भारतात प्रागतिक राजकारणास सुरुवात केली. धर्म व संप्रदाय निरपेक्ष राष्ट्रवादाची भूमिका मांडली आणि डोळस अशी धर्मचिकित्सा केली. लोकांच्या मनात प्रगतीची व समाजसेवेची आवड निर्माण केली. रानड्यांच्या सापेक्ष धर्म चिकित्सेचा आणि धर्म व संप्रदायातील राष्ट्रवादाचा जावडेकरांवर प्रभाव पडला. ब्रिटिश व्यक्तिवादी अर्थशास्त्राची रानड्यांनी केलेली चिकित्सा त्यांना भावली.

रानडे यांनी राजकारणातील उच्चतम नीतिमत्तेचे तत्त्व लोकांसमोर मांडले. राजकारणाचे आध्यात्मिकरण झाले पाहिजे आणि साधनशुचितेचे तत्त्व आपण स्वीकारले पाहिजे, असे त्यांचे मत होते. रानड्यांच्या विचारांना मूर्तरूप देण्याचे कार्य भारतसेवक गोखले यांनी केले. त्यांनी रानड्यांच्या प्रागतिक व नेमस्त राजकारणाला त्याग बुद्धीचे, आजन्म सेवेचे आणि साधनशुचितेचे अधिष्ठान दिले. त्यामुळेच गांधींनी गोखल्यांना आपले गुरू मानले. रानडे आणि गोखले यांचे वरील विचार आ. जावडेकरांनी आत्मसात केले.

आगरकर

जावडेकरांनी आपल्या जीवनात पहिले धर्मगुरू म्हणून आगरकरांचा नामोल्लेख केला आहे. आगरकरांचे सार्वजनिक जीवन १५ वर्षांचे. १८८० ते १८९५ या १५ वर्षांचे दोन सारखे भाग पाडता येतात. पहिल्या विभागात म्हणजे १८८८ पर्यंतच्या काळात टिळक-आगरकर हे सहकारी या नात्याने महाराष्ट्रापुढे होते. बुद्धिवादाचे जनक

म्हणून आगरकरांची ख्याती होती. त्यांचा बुद्धिवाद हा मानवधर्माची दीक्षा घेतलेला बुद्धिवाद होता. आपण सार्वजनिक सेवेस कसे प्रवृत्त झालो व धर्मासंबंधी असणारी कल्पना काय असावी, याबाबतच्या त्यांच्या विचारांचा प्रभाव जावडेकरांवर पडला होता. आगरकरांच्यापासून आपण काय शिकलो यासंबंधी ते लिहितात सार्वजनिक लोकसेवा हा एक धर्म आहे व धर्मबुद्धीने त्यांची दीक्षा घेतली पाहिजे हे मी प्रथम आगरकरांच्या लेखांतून शिकलो. मनुष्यांचे ऐहिक सुखसंवर्धन हे या धर्माचे बाह्य साध्य आहे व हा धर्म भावी काळात सार्वत्रिक होणार आहे हे त्यांचे मत माझ्या मनावर खोल रुजलेले आहे. या मतांचा मी अद्यापि त्याग केलेला नाही. धर्म हा मरणोत्तर प्राप्त होणाऱ्या स्वर्गातील काल्पनिक पारलौकिक सुखासाठी नसून तो मरणापूर्वी उपभोगता येणाऱ्या ऐहिक सुखासाठीच आहे ही माझी दृढ निष्ठा आहे.[३७]

जावडेकरांनी आपल्या आयुष्यामध्ये निष्काम कर्मयोग व स्थितप्रज्ञता या अवस्था आगरकरांच्याकडूनच घेतल्या आहेत हे त्यांनी मान्य केले.[३८]

आगरकर इतर विचारवंतांपेक्षा जास्त पुरोगामी विचारसरणीचे होते. त्यांनी चातुर्वर्ण व्यवस्थेवर प्रखर हल्ले चढविले. या सर्व बाबींचा प्रभाव जावडेकरांवर पडला होता.[३९] आगरकरांची वृत्ती ही क्रांतिकारकच होती. त्यांच्या समाजसुधारणेमागेही समाजक्रांतीचीच वृत्ती होती, असे जावडेकरांचे मत होते. व्यक्तिवादी समाजरचनेबरोबर भारतातील औद्योगिक क्षेत्रांत स्वामी–सेवकांचा कलह निर्माण होत असून तो कलह चालविण्यासाठी कामगार वर्गाने संघर्षाची तयारी केल्याखेरीज मालक त्यांच्या न्याय्य मागण्या मान्य करणार नाहीत. राजा व प्रजा यांतील कलहाप्रमाणे वर्गभेद एक नित्यनियम कलह येथून पुढे सुरू होणार आहे, हे आगरकरांनी लोकांना सांगितले. समाजात आर्थिक व शैक्षणिक विषमता वाढल्याने अखेरीस राज्यक्रांती होते, हे त्यांनी स्पष्टपणे लोकांपुढे मांडले.[४०]

आगरकरांच्या बुद्धिवादाने आपण नि:स्वार्थी बनले पाहिजे हे आपणास शिकविले. स्वार्थबुद्धीचा त्याग करून मानवहित बुद्धीचा स्वीकार केल्यावाचून सर्व मानवजातीच्या कल्याणाचा मार्ग कोणता याचे आकलन करता येणार नाही आणि आकलन करता आले तरी त्याचा प्रचार व आचार करण्याचे धैर्य व निष्ठा लाभू शकत नाही. आगरकरांनी जी समर्पण वृत्ती आम्हास दाखवून दिली, ती समर्पण वृत्ती आणि आजच्या मानवाचा उद्धार करणारी जीवननिष्ठा आपण निर्माण केली पाहिजे. आत्मवादाने बुद्धिवादाला विरोध करू नये आणि बुद्धिवादाने आपल्या मर्यादा ओळखून बुद्धीला शुद्ध आणि पवित्र बनविणाऱ्या आत्मसामर्थ्याचे तत्त्व स्वीकारले पाहिजे. टिळकांनीच फक्त राष्ट्रवादाची प्रेरणा निर्माण केली असे नाही तर आगरकरांनी सुद्धा वेगळ्याच रूपाचा राष्ट्रवाद निर्माण केला.[४१] आगरकरांच्या राष्ट्रवादाविषयी जावडेकर लिहितात, ‘‘महाराष्ट्रातील राष्ट्रवादाच्या

इतिहासात कै. आगरकरांचे विशिष्ट स्थान आहे. शुद्ध विवेकवादाच्या आधारावर जहाल राष्ट्रीयत्व निर्माण करण्याचा प्रयत्न त्यांनी १८८० पासून १८९५ पर्यंतच्या काळात केला. जावडेकरांनी या आगरकरांच्या संप्रदायास 'विवेकनिष्ठ राष्ट्रवाद' असे नांव दिले.''[४२]

आगरकर हे एक संस्कृतिसुधारक होते. त्यांच्या लिखाणात सत्यनिष्ठा, स्वातंत्र्य आणि सामाजिक समता यावर भर देण्यात आला. संस्कृतीच्या पुनरुज्जीवनाचा त्यांनी पुरस्कार केला. याबाबत ते लिहितात, ''आगरकरांच्या लिखाणापासून मला दुसरे एक ज्ञान झाले, ते म्हणजे आपल्या देशात जी क्रांति घडत आहे ती केवळ राजकीय क्रांती ठरणार नसून ती सर्वांगीण सांस्कृतिक क्रांती घडणार आहे. त्याचे खूप खच्चीकरण करून आधुनिक युरोपात निर्माण झालेल्या अनेक नव्या विचारांचे पाणी त्यांच्यावर ओतल्यावाचून त्यांच्यात पुन्हा नवे चैतन्य खेळू लागणार नाही. ही गोष्ट करत असताना मानव संस्कृतिचा दृष्टिकोन आपण डोळ्यांपुढे ठेवला पाहिजे. केवळ आपल्या भारतीय आर्यत्वाचा अभिमान धरून बसता कामा नये,'' हे मतही आगरकरांच्या लेखणीनेच माझ्या मनावर बिंबविले.[४३]

जावडेकरांनी इतर विचारवंतांपेक्षा आगरकरांचे वेगळेपण मान्य केले. त्याबाबत ते लिहितात, ''लोकहितवादी व रानडे यांचा भाविक सुधारणावाद आणि चिपळूणकर व टिळक यांचा अहंकारी राष्ट्रवाद या दोहोंकडून आगरकरांचा शास्त्रीय सुधारणावाद भिन्न आहे हे अद्यापि महाराष्ट्रातील बुद्धिवंतांनी ओळखले नाही. आगरकर सुधारक होते, कारण त्यांची बुद्धी शास्त्रीय होती आणि ते राष्ट्रीयही होते, कारण त्यांचा जन्म ज्या राष्ट्रात झाला होता, त्या राष्ट्राची दैन्यावस्था व दास्यावस्था त्यांच्या अंत:करणाला व्यथित करीत होती. लोकहितवादी व रानडे यांच्या भाविक सुधारणावादाचा काळ संपत आला होता हे त्यांना समजले होते आणि चिपळूणकर-टिळकांच्या अहंकारी राष्ट्रवादाने आपल्या राष्ट्रवादाचा प्रश्न सुटणार नाही, अशी त्यांची खात्रीही होती.''[४४]

आधुनिक काळातील गौतमबुद्ध म्हणजे आगरकर होते. बुद्धाने ज्याप्रमाणे चातुर्वर्णावर आणि वैदिक परंपरेवर उघड हल्ला चढविला आणि बुद्धिवादाच्या आश्रयाने अज्ञेयवादाचे शिखर गाठले त्याप्रमाणे आगरकरांनीही गौतम बुद्धांप्रमाणे बुद्धिवादाचा स्वीकार केला. परंतु, आगरकरांना बुद्धांचा निवृत्तीवाद मान्य नव्हता.[४५] असे आचार्य जावडेकरांचे मत होते.

आ. जावडेकरांच्या विचारांवर आगरकरांच्या विचारांचा दाट प्रभाव होता आणि सुधारणावाद, सांस्कृतिक पुनरुज्जीवन आणि विवेकनिष्ठ राष्ट्रवाद या त्यांच्या विचारांचा त्यांनी स्वीकार केला. १९ व्या शतकाच्या शेवटीस न्या. रानडे यांचा नेमस्त सर्वांगीण सुधारणावाद, आगरकर यांचा जहाल सर्वांगीण सुधारणावाद आणि चिपळूणकर,

टिळक यांचा जहाल राजकारणवाद हे विचारांचे स्वतंत्र तीन प्रवाह होते.[४६] इ.स. १८९५ पूर्वी महाराष्ट्रात १० ते १५ वर्षे विचारमंथन झाले, त्यात या तीन विचारांचा त्रिवेणीसंगम दृष्टीस पडतो. त्यानंतर मात्र आगरकरांच्या विचारांची सरस्वती गुप्त होऊन रानडे यांचा नेमस्त प्रागतिक पक्ष आणि टिळकांचा जहाल राष्ट्रीय पक्ष असे दोन पक्ष महाराष्ट्रात स्थापन झाले.[४७]

राष्ट्रशक्ती जागृत करणे हेच लोकमान्य राजकारणाचे अंतरंग होते व ते 'शक्तीने मिळते राज्य । युक्तीने कार्य होत असे ।' या श्री समर्थांच्या सिद्धान्तावर उभारले होते. राष्ट्रसंवर्धनाच्या कार्याची राष्ट्रीय भावना व राष्ट्रीय संघटन अशी दोन अंगे असतात. लोकमान्यांच्या आयुष्यातील बहुतेक भाग राष्ट्रीय भावना जागृत करून ती प्रभावशाली करण्यातच खर्च झालेला होता, असे जावडेकरांचे मत होते. लो. टिळकांनी राष्ट्रसभेला चतु:सूत्री कार्यक्रमाद्वारे लढाऊ बनविले. जनतेमध्ये स्वराज्यप्राप्तीचे ध्येय जागृत करण्याचे व त्यासाठी त्याग करावयाचे कार्य टिळकांनी केले.[४८]

स्वातंत्र्याच्या प्राप्तीसाठी कोणता मार्ग राष्ट्रसभेने चोखाळावा यासंबंधी लोकमान्य टिळकांनी सूक्ष्म विचार केला होता. स्वदेशी व बहिष्कार योगाच्या मार्गाने राष्ट्रसभा जाऊ लागल्यास तिला स्वराज्याचे शिखर गाठता येईल, अशी त्यांची निष्ठा होती. हा 'बहिष्कार योग' किंवा 'सत्याग्रह' कठीण मार्ग आहे तरी त्यावाचून आपणास गत्यंतर नाही हे ओळखून त्यांनी सशस्त्र क्रांतीच्या मार्गाचा विचारपूर्वक त्याग केला. या मार्गाचे जे अनुकरण करत आहेत त्यांचा त्यांनी निषेधही केला. मंडालेच्या तुरुंगातून सुटून आल्यावरही त्यांनी दहशतवादाचा निषेधच केला.

लोकमान्यांनी दूरदृष्टीने राजकारणाला व्यवहारीस्वरूप देण्याचा प्रयत्न केला. राजकारण हा केवळ बुद्धिबळाचा खेळ नसून त्यामागे शक्ती असली पाहिजे, ही जाणीव त्यांनी हिंदी राष्ट्रसभेच्या नेत्यांना करून दिली आणि ही शक्ती हिंदी जनतेतून व तिच्या सामाजिक जागृतीतूनच आपणास निर्माण करता येते हे त्यांनी दाखवून दिले. आज आपले राजकारण लोकशाहीच्या सामर्थ्यावरच यशस्वी होऊ शकेल आणि त्या कामी शस्त्रास्त्रांच्या संग्रहाचा काही उपयोग नाही हे त्यांनी ओळखले होते.[४९]

लो. टिळकांनी धर्माची पुन: व्याख्या केली आणि गीतेची नवी तात्त्विक मीमांसा केली. गीतारहस्यात अध्यात्मवाद आहे पण तो प्रवृत्तीपर आहे. 'सर्वाभूती एक आत्मा' हा अध्यात्मशास्त्रातील मूलभूत तात्त्विक सिद्धान्त. अंतिम सत्याच्या साक्षात्कारासाठी किंवा मोक्षप्राप्तीसाठी मनुष्याला आत्मौपम्य बुद्धी प्राप्त करून घ्यावी लागते. लोकसंग्रहार्थ व्यवहार हे ज्ञानाला अनुरूप असे आहेत व तीच खरी नीती किंवा नीतिशास्त्र होय, असा गीतारहस्याचा सिद्धान्त आहे.[५०]

जावडेकरांच्यावरती आगरकरांचा प्रभाव होता. सर्वांगीण सांस्कृतिक क्रांती

घडवून आणली पाहिजे, परंतु ही घडवून आणत असताना भारतीय आर्य संस्कृतीची मूळ प्रकृती आपण सोडून देण्याचे कारण नाही, असे मत आगरकरांनी मांडले. परंतु, जावडेकरांना आर्यत्वाचा अर्थ सापडत नव्हता; पण, "भारतीय आर्यत्व म्हणजे काय याचा उलगडा मला 'गीतारहस्य' वाचल्यानंतर बौद्धिक दृष्ट्या होऊ लागला. याच सुमारास रवींद्रनाथांची 'साधना' माझ्या वाचनात आली, तिनेही मला भारतीयांचे आर्यत्व पटवून दिले. महात्मा गांधींचे नेतृत्वही याचवेळी माझे अंत:करण खेचून घेत होते. 'गीतारहस्य', 'साधना' आणि म. गांधींचे 'यंग इंडिया' पत्रातील लेख, यामुळे मला मानव संस्कृतीच्या आध्यात्मिक अधिष्ठानाचे महत्त्व पटू लागले."[५१]

गीतारहस्यामध्ये समाजघटनेला हिंसेची आवश्यकता आहे व ती हिंसा निष्काम बुद्धीने केली असता मनुष्याची आध्यात्मिक अवनती होऊ शकत नाही, हे मत गीतारहस्यांतील विवेचनातून जावडेकरांनी मांडले आणि त्यामुळे त्यांना 'गांधींचे अहिंसाविषक विचार तात्त्विक दृष्टीनेही अपुरे वाटत असत. शिवाय राज्यशास्त्र व राज्यमीमांसा हा माझ्या चिंतन आणि चर्चेचा अंगीकृत विषय असल्याने मला गांधींच्या राजकीय नेतृत्वाचे तात्त्विक अधिष्ठान १९३० पर्यंत समजू शकले नाही.' असे जावडेकर म्हणतात.

आचार्य जावडेकरांच्या वैचारिक जडणघडणीत टिळक विचारांची भूमिका महत्त्वाची होती, कारण टिळकांचे त्यागावर व संघर्षावर आधारलेले राजकारण आणि त्यांनी केलेले गीतेचे कर्मयोगपद निरूपण आकर्षित करीत होते. गांधी विचारांच्या सर्व बाजूंचा सूक्ष्म अभ्यास करीत असताना त्यांच्या ही गोष्ट लक्षात आली की, टिळकविचारांचा अतिशय मनोरम असा विकास टिळकांच्या तथाकथित अनुयायांनी केलेला नसून तो गांधींनींच केला आहे !

मोहनदास करमचंद गांधी

म. गांधींच्या विचारांनी आ. जावडेकरांची वैचारिक जडणघडण झाली. गांधींच्या नेतृत्वाच्या तात्त्विक अधिष्ठानासंबंधी त्यांचे पूर्ण समाधान 'अनासक्ती योग' हे त्यांचे छोटेसे पुस्तक प्रसिद्ध होईपर्यंत झाले नव्हते, असे असले तरी व्यावहारिक दृष्टीने त्यांच्याइतका प्रभावी नेता आजच्या जगात कोणत्याही राष्ट्रात आहे असे त्यांना दिसत नव्हते. त्यांच्या नेतृत्वाचे तात्त्विक अधिष्ठान चुकीचे अथवा सदोष असेल तर व्यावहारिक राजकारणाच्या क्षेत्रात ते नेतृत्व एवढा प्रभाव कसे गाजवू शकते हे एक त्यांच्या बुद्धीपुढे कोडे होते आणि त्यांच्या काही विरोधकांच्या मते, सामान्य जनता बुद्धिहीन असल्याने म. गांधींची बुवाबाजी तिला मोह पाडते. त्यामुळे सरकारलाही त्यांना थोडाफार मान द्यावा लागतो; पण सामान्य जनतेचा बुद्धिहीनतेचा सिद्धान्त जावडेकरांना कधीच

पटला नाही. त्यामुळे काही काळ या बाबतीत आ. जावडेकर अंधारात चाचपडत होते.[५२]

पण 'अनासक्ती योग' या पुस्तकाच्या वाचनाने अहिंसेचे खरे क्रांतिकारक स्वरूप त्यांना समजू लागते. 'गीतारहस्या' पेक्षा'अनासक्ती योगा'तील अहिंसेचे प्रतिपादन त्रोटक व अस्फुट असले तरी ते अधिक तर्कशुद्ध आणि सुसंगत असून अहिंसानिष्ठ सत्याग्रही वीराला भगवद्‌गीतेतील कोणती शिकवण आकर्षित करू शकते याचा त्यांना उलगडा झाला. १९३० च्या लोकोत्तर सत्याग्रहाने त्याचे दृश्य रूप त्यांना दिसले.

सत्याग्रही क्रांतीचे कंकण बांधल्यानंतर 'युद्ध कर' हा संदेश शस्त्रसंन्यास घेणाऱ्या क्रांतिवीराने कसा अमलात आणावा याचीही त्यांना उमज पडली. सशस्त्र युद्ध व सशस्त्र क्रांती ही खऱ्या पारमार्थिक युद्धाची अपरिपक्व स्वरूपे आहेत असे मानून सत्याग्रही जगत्क्रांतीचे यज्ञकंकण ज्यांनी हाती बांधले आहे त्यांना भगवद्‌गीतेत काय स्फूर्तिदायक वाटू शकते, हे त्यांना बरोबर समजले.[५३]

गीतारहस्यात लोकमान्य टिळकांनी संपूर्ण फलत्यागी माणसाच्या हातून भौतिक युद्ध घडणे शक्य आहे असे विचार मांडले. पण म. गांधींनी असे विचार व्यक्त केले की फलासक्तीशिवाय असत्य बोलण्याची इच्छा होत नाही आणि हिंसाही करावी असे वाटत नाही. गांधींचा गीतेचा अर्थ जास्त निर्दोष आहे, असे जावडेकरांचे मत होते. गांधींची वृत्ती अधिक प्रयोगशील होती. त्याबाबत जावडेकर लिहितात, ''धर्मग्रंथांतील शब्दांचा अर्थ आणि स्वत:चा अनुभव यात विरोध दिसल्यास दुसऱ्यास श्रेष्ठता देऊन वागण्याची त्यांची क्रांतिकारक कृती आणि इतर शास्त्राप्रमाणे अध्यात्मशास्त्रातील सिद्धान्तही अनुभवाच्या कसोटीने पडताळून पाहून त्यांतील नित्यानित्य व सत्यासत्य गोष्टींचे पृथक्करण करून अनित्य व असत्य अंश सोडून सत्याचेच विवेकपूर्वक ग्रहण करण्याची त्यांची निष्ठा माझ्या प्रत्ययास आली.[५४]

धर्मसंस्थापनासाठी गीतेचा आधार घेतला जातो. परंतु, धर्मसंस्थापनेसाठी हिंसा नको म्हणजेच पशुयज्ञाच्या ऐवजी मनुष्याच्या पाशवी वृत्तीचा बळी देण्याचा जसा प्रचार गीताकारांनी केला आहे, तसेच धर्मासाठी लढावे याचा अर्थ न्यायासाठी सत्याग्रह संग्राम चालू ठेवावा असा अर्थ करून आपण त्या उपदेशातील सत्य रहस्य पुढे चालवू शकतो. असे म. गांधींनी सुचविले, इतकेच नव्हे, तर सत्य संस्थापनेच्या हिंसक साधनांनी केलेला प्रयत्न खरोखरच सत्य संस्थापना करू शकत नाही, असे मत त्यांनी मांडले.

म. गांधींच्या सत्याग्रही तत्त्वज्ञानात श्रीकृष्ण व महंमद यांचा 'निष्काम कर्मयोग' आणि गौतम बुद्ध व येशु ख्रिस्त यांची 'अहिंसा' यांचा सुंदर समन्वय साधला आहे. म्हणून त्यांना सर्व धर्म समन्वयाचे तत्त्व अंत:करणपूर्वक पटलेले होते, असे जावडेकरांचे मत होते.[५५]

म. गांधींनी राज्यशास्त्रात अहिंसक क्रांतीच्या ध्येयाची भर घातली. आत्मार्थी व मोक्षार्थी लोकांनी अहिंसा न सोडता लोकसंग्रहाची कास धरावी असे सांगितले. राज्यविहीन समाजाची कल्पना त्यांनी मांडली आणि लोकशक्तीच्या जागरणास महत्त्वाचे स्थान दिले. जावडेकरांच्या जडणघडणीत गांधी विचारांचे स्थान फार महत्त्वाचे आहे.

जावडेकर गांधीजींच्या विचारांनी प्रभावित झालेले असले, तरी त्यातील त्रुटी आणि कालसापेक्ष मर्यादा ते जाणून होते. गांधींनी क्रांतिकारक अहिंसावादाचा पुरस्कार केला, पण राजकीय हिंसा नष्ट करण्याइतपत सत्याग्रही आत्मबल निर्माण झाले नव्हते. समाजवाद हा आजचा युगधर्म आहे आणि युगधर्माचे मार्ग मला मार्क्सकडून मिळाले असे जावडेकरांचे मत होते.

कार्ल मार्क्स

जावडेकरांच्या विचारांवर मार्क्सवादी तत्त्वज्ञानाचा खोल ठसा उमटला होता. महाराष्ट्रातील विचारवंतांनी मार्क्स समजून घेतला नाही याचे त्यांना वैषम्य वाटे. त्याबाबत ते लिहितात, ''आम्ही ब्रिटिशांच्या संस्कृतीचे बौद्धिक दास बनल्यामुळेच आमच्या राष्ट्रातील बुद्धिमंतांनी जर्मनीतील केंट, हेगेलपासून नित्शेपर्यंत सर्व तत्त्ववेत्यांचा अभ्यास केला तरी मार्क्सचा अभ्यास केला नाही. टिळक-आगरकरांनी स्पेन्सरला ऋषी बनविले; पण त्यांच्याच समकालीन मार्क्सचा अभ्यास केला नाही. राजवाड्यांनी केंटपासून नित्शेपर्यंतचे जर्मन तत्त्वज्ञान पचविले, पण मार्क्स समजून घेतला नाही. वामनराव जोशींनी समाजवाद पचविला पण मार्क्स वगळला. हा सर्व आपल्या बौद्धिक दास्याचा परिणाम आहे व सांस्कृतिक मागासलेपणाचा पुरावा आहे.'[५६]

जावडेकरांना समाजवादाचे पहिले ज्ञान ब्रिटनमधील फेबियन सोशॅलिस्टांच्या ग्रंथातून झाले. मार्क्सच्या विशिष्ट सिद्धांताचे यथार्थ ज्ञान त्यांना १९३० ते १९३२ सालापर्यंत झाले नव्हते, तरीही ते कॉलेज शिक्षण संपण्यापूर्वी म्हणजे १९१८ ते १९२० पूर्वीच समाजवादी बनले होते. या समाजवादाचे ज्ञान ब्रिटिश समाजवाद्यांच्या ग्रंथातून झाले असले तरी केवळ सनदशीर मार्गाने हे ध्येय प्राप्त होईल हा भ्रम त्यांना केव्हाच झाला नव्हता याचे कारण हा भ्रम वाढण्याला ब्रिटनचे वातावरण जितके अनुकूल आहे तितकेच भारताचे प्रतिकूल आहे, हेच होय. या वातावरणात सनदशीर राजकारणाचे रोपटे जीवच धरू शकत नाही.[५७] ब्रिटिश समाजवादी लेखकांच्या ग्रंथातील प्रभावामुळे ते समाजवादी बनले व रशियन समाजवादी क्रांतीकडे पाहण्याचा त्यांचा दृष्टिकोन सहानुभूतीचा होता.

१९२९ सालानंतर मार्क्सच्या ग्रंथांचे त्यांनी अध्ययन केले आणि १९३४ पर्यंत मार्क्सवादाचे त्यांना यथार्थ आकलन झाले, परंतु मार्क्स वाचण्यापूर्वी आपण अध्यात्मवादी होतो असे त्यांचे मत होते. संपूर्ण मार्क्स त्यांना मान्य नव्हता. ते समन्वय करू इच्छित

होते. 'मार्क्सचे अध्ययन करण्यापूर्वी मी अध्यात्मवादी झालो होतो. फेबियन सोशॅलिस्टांच्या ग्रंथातून समाजवादीही झालो होतो. तथापि यावरून असा प्रश्न निर्माण होतो की अध्यात्मवाद, समाजवाद आणि क्रांतिवाद यांतील भिन्न तत्त्वप्रणालीचे एकत्रीकरण किंवा त्यांचा समन्वय घडवून आणणे शक्य आहे काय? अध्यात्मवाद, समाजवाद आणि क्रांतिवाद यांना परस्परांना मारक अथवा परस्परांना विसंगत असे काही आहे असे मला तेव्हा वाटत नव्हते व मार्क्सवादाच्या १०-१२ वर्षांच्या अध्ययनानंतरही मला वाटले नाही.'[५८] असे ते म्हणतात.

अध्यात्मवादी हेगेलची राज्यमीमांसा प्रतिक्रांतिकारक राज्यमीमांसा होती. इतिहासाची शास्त्रीय मांडणी करताना मार्क्सने भौतिकवाद स्वीकारला, परंतु जावडेकरांच्या मते, त्यावरून असे सिद्ध होऊ शकत नाही की अध्यात्मदृष्टीने क्रांतिकारक राज्यमीमांसा करता येत नाही. रशियन साहित्यिक संत टॉलस्टॉयचे तत्त्वज्ञान आदर्शवादी होते. त्यात काटछाट करून गांधी क्रांतिकारक राजकीय व्यवहार दाखवून देत होते. या गोष्टीचा प्रभाव जावडेकरांवरती होता व त्या वेळी ते मार्क्सचे भौतिक तत्त्वज्ञानही समजावून घेत होते.

तथापि, मार्क्सचा आपल्यावर कोणता प्रभाव पडला, मार्क्सची कोणती तत्त्वे आपण आत्मसात केली, याबाबत जावडेकर लिहितात, 'मार्क्सच्या अध्ययनामुळे माझ्या विचारात फार मोठे अंतर पडले आहे यात शंका नाही. त्यांचे विरोध विकासी भौतिक ज्ञान आणि इतिहासाची भौतिक मीमांसा, त्यांचे राज्यशास्त्र आणि अर्थशास्त्र यांत जी तत्त्वे गोवली आहेत, ती तत्त्वे आत्मसात केल्यावाचून मानवसंस्कृतीची प्रगती होणार नाही अशी माझी खात्री झाली. मार्क्सएवढा मोठा द्रष्टा आधुनिक युरोपात झाला नाही असे मी मानतो. त्याने समाजवादाला शास्त्रीयस्वरूप दिले, सामाजिक क्षेत्रात एक विचारक्रांती घडवून आणली आणि आजच्या मानव संस्कृतीत क्रांती घडून आल्यानंतर तिची घटना कशी असेल यासंबंधी सर्वसाधारणपणे कल्पना मानवाला दिली.' ते पुढे म्हणतात, 'मार्क्सच्या अध्यापनाने मला एक नवी दृष्टी प्राप्त झाली आहे. मार्क्सचा भौतिकवाद हा यांत्रिक भौतिकवादाहूनही भिन्न आहे याची कल्पना मला नव्हती तोपर्यंत समाजवादासंबंधी बोलताना त्यांचे भौतिक तत्त्वज्ञान पूर्णपणे अमान्य आहे, असे मी लिहीत असे पण मार्क्सच्या विरोधी भौतिकवादासंबंधी मी तसे विधान करू शकत नाही. हेगेलचे जडाद्वैत, शंकराचार्यांचे चैतन्याद्वैत आणि स्पेन्सरचे अज्ञेयाद्वैत या सर्व ब्रह्माविषयक सिद्धान्तांहून मार्क्सचे विरोधी-विकासी भौतिक तत्त्वज्ञान भिन्न असून वेदांती लोकांनीही त्यांचे नि:पक्षपाती बुद्धीने अध्ययन केले पाहिजे, असे माझे मत आहे.' मानव बुद्धीचे स्वातंत्र्य आणि त्याचे आत्मस्वातंत्र्य यांना ते फार महत्त्व पूर्वीपासूनच देत होते. परमेश्वराचे दास्य झुगारून देण्यासाठी भौतिकवादाचा आश्रय

घेण्याचीही त्यांच्या मनाची एकेकाळी तयारी होती. पण मार्क्सचे अध्ययन करण्यापूर्वी जो भौतिकवाद त्यांनी वाचला होता, तो त्यांना हे बुद्धिस्वातंत्र्य व आत्मस्वातंत्र्य देत नव्हता. भौतिक नीतीने मनुष्याचे मन, बुद्धी व आत्मा यांना शृंखलाबद्ध केले आहे. असाच या भौतिकवादाचा सरळ निष्कर्ष होता. परमेश्वराच्या दास्यापेक्षा जड भौतिक नीतीचे दास्य पत्करणे त्यांना योग्य वाटत नव्हते. त्यांच्या अल्पस्वरूप अपरोक्षानुभूतीशी हेही जमत नव्हते, म्हणून आपण परमेश्वराच्या दास्यातून सुटून प्रकृतीच्या खोड्यात अडकू नये, यासाठी मार्क्सच्या विरोधी विकासी तत्त्वज्ञानाने आपल्याला मार्ग दाखविला असे जावडेकरांचे मत होते.[५९]

अध्यात्मवाद व धर्म यांचे ध्येय 'ईश्वरवाद' मान्य करायला लावणे आहे, हे आ. जावडेकरांना पटत नव्हते, त्यामुळे अध्यात्मवादाला गांधींनी दिलेला अर्थ जावडेकरांना आवडला. बुद्धी सत्यनिष्ठ, अंत:करण प्रेममय आणि आचरण तपशुद्ध बनविण्याचा सतत प्रयत्न करणे हा आत्मोन्नतीचा सनातन मार्ग आहे, असे त्यांचे मत होते.

लो. टिळक व म. गांधी यांच्या मते, आत्मोन्नतीप्रमाणे समाजोन्नती हे धर्माचेच त्याहून श्रेष्ठ असे अंग आहे. मार्क्सचे सामाजिक विचार परिपूर्ण आहेत असे त्यांना वाटले नाही, कारण त्यांच्या मते, मार्क्सने आत्मप्रेरणेकडे दुर्लक्ष केले; परिणामत: त्याचा विचार एकांगी व यांत्रिक भौतिकवादी बनला. त्याबाबत ते लिहितात, ''सामाजिक घटनांची उत्पत्ती, अभिवृद्धी व विनाश कसे होतात यासंबंधीचे ज्ञान मला मार्क्सपासून जितके झाले तितके इतर कोणाकडून झाले नाही. ऐतिहासिक घडामोडींची मार्क्सची मीमांसा अत्यंत महत्त्वाची आहे. तथापि, ती परिपूर्ण आहे असे नाही. या मीमांसेची मांडणी करताना नवे विचार करून बाह्य वास्तव परिस्थितीला – बनविण्यासाठी जी सनातन आत्मप्रेरणा मानव बुद्धीच्या मागे आहे, तिकडे दुर्लक्ष केल्यासही ही मीमांसा जड यांत्रिक बनते व अनेक मार्क्सवाद्यांनी ती तशी बनविली आहे; हा मार्क्सवाद मला मान्य नाही व त्याच्या विरोध विकासी मूळ भूमिकेशी तो विसंगत आहे.''[६०]

समाजाला स्थैर्य केव्हा लाभेल हे आपण मार्क्सपासून शिकलो याचे विवेचन करताना ते म्हणतात, ''आज मानव संस्कृतीत समाजवादी क्रांती झाल्यावाचून तिला स्थैर्य लाभणार नाही व ही क्रांती घडविणाऱ्या शक्ती भांडवलशाही व साम्राज्यशाही यांच्या विरोधी काम करतात. परिस्थितीच्या कचाट्यात मानव जात सापडली असता आणि आर्थिक घटनेच्या विघटनामुळे सर्व संस्कृती ही कोसळून पडत असता परिस्थितीला स्ववश बनवण्यास अनुरूप असे विचार निर्माण करणारी मानवी अंत:करणातील आत्मप्रेरणा चेतावली जाईल व नवे सांस्कृतिक युग स्थापन करण्याचे सामर्थ्य मानवातील काही लोक तरी निश्चित प्रगट करतील. मार्क्सवादातील हा आत्मविश्वास त्यांना गूढगुंजन वाटत नाही.''[६१]

अशा प्रकारे आ. जावडेकरांच्या वैचारिक जडणघडणीत रानडे, आगरकर, टिळक, गांधी आणि मार्क्स यांच्या विचारांनी मोलाची भर घातली. या सर्व विचारांचे अवलोकन करून भारतीय समाजाला व संपूर्ण मानव जातीला नवा मार्ग दाखविण्याचा आ. जावडेकरांचा प्रयत्न होता, म्हणून मार्क्सच्या प्रागतिक विरोधविकासवाद आणि गांधीजींची आत्मप्रेरणा यांचा समन्वय करण्याचा त्यांनी प्रयत्न केला.

आचार्य जावडेकर १९३०-१९५० या काळात घडणाऱ्या घटनांचे साक्षीदार होते. या काळात घडलेल्या अनेक क्रांतिकारक घटनांचा त्यांच्या मनावर प्रभाव पडला होता. त्या घटना आणि त्या काळातील तत्त्वज्ञानी यांच्या विचारांचा ते मागोवा घेत होते आणि आपल्या प्रज्ञेच्या साहाय्याने त्याची कालोचित अशी नवी मांडणी ते करीत होते. गांधीविचार, समाजवाद आणि भारताचे राजकारण हे तीन प्रश्न त्यांच्या अभ्यासाचे विषय झाले.

२ भारतीय तत्त्वज्ञान परंपरा आणि म. गांधी

आचार्य जावडेकर व गांधी तत्त्वज्ञान

आचार्य जावडेकर यांनी म. गांधींच्या सामाजिक आणि राजकीय तत्त्वज्ञानाचे अत्यंत सूक्ष्म असे विवेचन आणि विश्लेषण केले आहे. गांधीवादाचे चिकित्सक आणि शास्त्रीय विश्लेषण करून त्याला भारतीय जनतेमध्ये लोकप्रिय करण्याचे काम आचार्य जावडेकरांनी केले. म. गांधींचे तत्त्वज्ञान आणि जीवन भारतीय जनतेच्या दृष्टीने एक मोलाचा ठेवा असून त्यांचे मनन आणि आचरण करण्यातूनच खऱ्या अर्थाने त्यांचे वेगळेपण जगाला समजणार आहे. भारतीय संस्कृतीचे जे अमृततत्त्व आहे त्या अमृततत्त्वाची उत्कट अशी परिणती गांधींच्या विचारांमध्ये झाली आहे, असे त्यांचे मत होते; म्हणून त्यांनी सातत्याने पुनरुक्तीचा दोष पत्करूनही गांधींच्या जीवनाचे रहस्य भारतीय जनतेला सांगितले.

भारतीय स्वातंत्र्याचा प्रश्न हा सर्व लोकांच्या स्वातंत्र्याचा प्रश्न आहे. केवळ इंग्रजांच्या ऐवजी काळे साहेब आणून व त्याच संस्था चालवून हा प्रश्न सुटणार नाही, याची जाणीव म. गांधींना द. आफ्रिकेत झालेली होती. परंपरेपेक्षा वेगळा विचारव्यूह विकसित करण्यावर, एक पर्यायी विकासव्यूह मांडण्यावर त्यांचा भर होता. १९०८-१९०९ साली लिहिलेल्या त्यांच्या 'हिंद स्वराज्य' या पुस्तकात हे स्पष्ट दिसते.

आचार्य जावडेकरांनी म. गांधींच्या तत्त्वज्ञानाची विस्ताराने मांडणी केली. अनेक ठिकाणी त्यांतील बारकावे लोकांना समजावून सांगितले, काही वेळा स्वतःची त्यात भर घातली. या प्रस्तुत ग्रंथाच्या प्रकरण दोन आणि तीन मध्ये आचार्य जावडेकरांनी म. गांधींच्या तत्त्वज्ञानाचे विवरण आणि विश्लेषण केले आहे. या प्रकरणात म. गांधींच्या भूमिकेची तात्त्विक मांडणी करण्यात आली आहे. तिसऱ्या प्रकरणामध्ये म. गांधींच्या राजकीय आचारांचे व राजकीय कार्यक्रमांचे विवेचन करण्यात आले आहे. (या सर्व मांडणीमध्ये आचार्य जावडेकरांचा दृष्टिकोन हा

ऐतिहासिक होता. गांधींचे जीवन आणि तत्त्वज्ञान एका विशिष्ट ऐतिहासिक काळामध्ये, सर्व जागतिक विचार, परंपरांचा समन्वय करीत समोर आले आणि जगापुढे भांडवलशाही आणि मार्क्सवादी समाजवादापेक्षा एक वेगळा क्रांतिकारक पर्याय त्यांनी पुढे ठेवला.)

म. गांधींच्या विचारांवर प्रभाव टाकणारे प्रवाह

आचार्य जावडेकरांच्या मते, गांधींच्या तत्त्वज्ञानामध्ये मुख्यतःतीन विचार प्रवाहांचा संगम झालेला दिसतो. चीन व भारतातील वेदांताचे तत्त्वज्ञान, भगवद्‌गीता आणि आधुनिक भारतातील नव वेदांताचे तत्त्वज्ञान यांचा म. गांधींच्या तत्त्वज्ञानावर खोल प्रभाव पडला. दुसरा विचार प्रवाह ख्रिश्चन धर्म विचारांतील अहिंसा, अराजकवीरवृत्ती, प्रयोगशीलता, कर्मयोग, यासाठीचा आग्रह व त्यासाठी करायचा त्याग या तत्त्वांनी बनला होता. येशू ख्रिस्त, लिओ टॉलस्टॉय, थोरो, रस्कीन यांच्या विचारांचा त्यांच्या तत्त्वज्ञानावर खोल प्रभाव पडला होता. तिसरा विचारप्रवाह आधुनिक भारतातील प्रबोधनाच्या चळवळीतून निर्माण झाला होता. राजा राममोहन रॉय, दादाभाई नौरोजी, महादेव गोविंद रानडे, लो. टिळक, गोपाळ कृष्ण गोखले यांनी भारतीय राजकारणामध्ये एक नवा प्रवाह सुरू केला. लो. टिळकांनी राजकीय प्रतिकाराचा सिद्धांत मांडला.

भारतीय प्रबोधन आणि लोकमान्य टिळक

१८१८च्या पेशवाईच्या अस्तापासून आधुनिक भारताची सुरुवात होते. बंगाल मध्ये राजा राममोहन रॉय यांच्यापासून भारतीय प्रबोधनाची चळवळ सुरू झाली. १८५० पर्यंत भारतात राजकीय दृष्टिकोनातून खास प्रयत्न झाले नाहीत. १८५० पासून दादाभाई नौरोजी, सर ॲलन ह्यूम, महादेव गोविंद रानडे यांनी भारतीय प्रबोधन चळवळीबरोबरच राजकीय, सामाजिक जागृती करण्यावर भर दिला. दादाभाईंनी भारताचे आर्थिक शोषण कसे चालू आहे हे सप्रमाण सिद्ध केले, तर रानडे यांनी भारतीय जनतेला सामाजिक, राजकीयदृष्ट्या जागृत केले. राजकारणात अध्यात्माचे अधिष्ठान पाहिजे. सार्वजनिक जीवनात साधनशुचिता महत्त्वाची आहे. इ. बाबी रानड्यांनी राजकारणात आणल्या व गोखले यांनी त्या लोकाभिमुख केल्या. याच काळात १८८५ साली प्रागतिक राजकारण उदयास आले. प्रागतिक सनदशीर राजकारणाचा पाया रानड्यांनी घातला.

रानडेंच्या प्रागतिक राजकारणाचा अर्थ सांगताना आचार्य जावडेकर लिहितात ''प्रागतिक म्हणजे वंशभेद व धर्मभेद न मानता मनुष्यांमध्ये समानता व न्याय प्रस्थापित करणे, रोज प्रगतीसाठी एक पाऊल पुढे टाकणे व हे काम करीत असताना तडजोडीची व उभयपक्षी देवाणघेवाणीची वृत्ती धारण करणे,'' असाही त्याचा अर्थ होता.

रानड्यांचे शिष्य गोखले यांनी शुद्ध अंतःकरणाने नेमस्त राजकारण केले. प्रागतिकांच्या राजकारणात क्रांतिकारकांच्या वीर वृत्तीला फारसा वाव नव्हता; पण लोकसेवाव्रत आणि आजन्म निःस्वार्थी त्यागी जीवन त्यास आवश्यक आहे ही गोष्ट लक्षात घेऊन गोखल्यांनी राजकारण केले. गोखल्यांच्या शुद्ध जीवनाने गांधी प्रभावित झाले होते. त्यामुळे गोखल्यांच्या तत्त्वज्ञानातील धर्मबुद्धीने राजकारण करा व सार्वजनिक जीवनास आध्यात्मिक अधिष्ठान दया या तत्त्वांचा गांधींनी स्वीकार केला.

सनदशीर राजकारण जास्त काळ टिकणार नाही याची जाणीव लोकांना नंतरच्या काळात होऊ लागली. दादाभाई नौरोजी यांच्या जहाल विचारांचा प्रभाव लो. टिळकांच्यावर होता. टिळकांनी राजकारणाला लढाऊ स्वरूप दिले. मात्र, भारतीय जनतेत क्रांतिकारक वृत्ती वाढत असल्याने भारतीय राष्ट्रवादाला आध्यात्मिक पायावर स्थिर केले व भारतीय स्वातंत्र्याची चळवळ कायदेशीर पण लढाऊ मार्गावर आणली. या सर्व चळवळीचा गांधीजींच्यावर प्रभाव पडला व दादाभाईंच्यापासून चालत आलेल्या राजकारणाला क्रांतिकारी अहिंसात्मक पायाचे अधिष्ठान देऊन त्यांनी भारतीय स्वातंत्र्याची चळवळ सर्वसामान्य जनतेपर्यंत पोहोचवली.

म. गांधी आणि लो. टिळक यांच्या चळवळीत बरेच साम्य होते, कारण गांधींच्या पूर्वी संपूर्ण भारतीय परंपरेच्या संदर्भात आपल्या राजकीय तत्त्वज्ञानाची मांडणी करण्याचा टिळकांचा प्रयत्न होता. आचार्य जावडेकरांच्या मते, राष्ट्रीय शक्ती वृद्धिंगत करणे आणि युक्तीने तिची योजना करणे हे टिळकांच्या राजकारणाचे अंतरंग होते. टिळकांच्या व म. गांधींच्या राजकारणाचा परामर्श घेताना आचार्य जावडेकर लिहितात, ''अंतःप्रेरणेच्या जोरावर मानवोन्नतीचे नवे मार्ग शोधून काढण्यात म. गांधींचे बुद्धिवैभव व्यक्त होते. अपूर्ण जगात साधुपुरुषाने सिद्ध अवस्था ढळू न देता आपले वर्तन कसे ठेवावे यांची मीमांसा लोकमान्यांनी 'गीतारहस्या' त केली, पण या अपूर्ण जगाला पूर्णत्वाकडे नेण्याचा मार्ग गांधींनी दाखवून दिला. शत्रूवरही प्रेम करावे हेच लोकमान्यांनी कर्मयोगाचे ध्येय सांगितले होते. लोकमान्यांनी निवृत्तीपर समाजाला निष्काम कर्मयोगाचा उपदेश करून कर्मप्रवण बनविले. जावडेकरांच्या मते, म. गांधींच्या सत्याग्रहशास्त्राचे काही महत्त्वाचे विशेष लोकमान्यांच्या राजकीय प्रतिपादनात आढळतात, म्हणून म. गांधी लोकमान्यांचे स्वाभाविक वारसदार ठरतात.

टॉलस्टॉयचा प्रभाव

गांधींच्या विचारांवर 'बायबल'चा मोठा प्रभाव पडला होता. 'भगवद्गीते' खालोखाल गांधीजी 'बायबल' ला महत्त्व देत. खासकरून 'बायबल' मधील 'नवा करार' व विशेषतः गिरीप्रवचन (Sermon on the Mount) यातील 'अपकाराची फेड

उपकाराने करील तोच सर्वश्रेष्ठ' हे विचार त्यांना प्रभावित करून गेले; त्यामुळे सर्व धर्मांचे अंतरंग एकच आहे, याचा अनुभव त्यांना आला.

समाजाच्या सर्व प्रकारच्या व्यवहारात सत्यनिष्ठा आणि अहिंसावृत्ती यांचे पालन सर्वांनी केले पाहिजे हाच ख्रिस्ती धर्माचा मूळ सिद्धांत आहे. आधुनिक मानवी संस्कृती या सिद्धांतापासून ढळली म्हणूनच तिच्यावर अनेक आपत्ती ओढवत आहेत. आजच्या अन्याय आणि हिंसा यावर आधारलेले भौतिक संस्कृतिचे आधिष्ठान उखडून टाकून तिच्यात सर्वांगीण क्रांती घडवून आणली पाहिजे. त्यासाठी सत्यनिष्ठेने व अहिंसेने वागण्याची प्रतिज्ञा प्रथम केली पाहिजे, तरच आपल्या हातून परमेश्वरी राज्य स्थापन होऊ शकेल, असे टॉलस्टॉयचे मत होते. जावडेकरांच्या मते, म. गांधींच्या क्रांतिकारक धर्मनिष्ठेचा वैचारिक उगम टॉलस्टॉयच्या विचारांत आपणास आढळतो. टॉलस्टॉयने 'परमेश्वरी राज्य तुमच्या अंतरात्म्यातच आहे व तसे करण्यास मानव संस्कृतीचे भौतिक अधिष्ठान काढून अहिंसात्मक सत्याच्या पायावर मानव संस्कृतीची निर्मिती केली पाहिजे' असे गांधीजींना वाटू लागले.

रस्कीनने 'Unto This Last' या पुस्तकात 'समाजाचा पाया सेवावृत्तीवर व सहकार्यावर घातला पाहिजे' हे तत्त्व मांडले. म. गांधींना पारमार्थिक अर्थशास्त्राचे स्रोत त्यात सापडले. परमार्थ याचा अर्थ त्यांनी न्याय किंवा कर्तव्य असा केला व त्याच्या व्याप्तीत सर्व मानवजातीचा अंतर्भाव केला. आर्थिक व्यवहारांना आध्यात्मिक आधार दिला पाहिजे, या त्यांच्या मतांचा प्रभाव गांधींच्यावर पडला होता.

हेन्री डेव्हीड थोरो या अमेरिकन विचारवंताने राजकीय प्रतिकारांचा नवा सिद्धांत मांडला. जुलमी सरकारच्या विरुद्ध आपण संघर्ष केला पाहिजे, अन्याय आपण कधीही सहन केला नाही पाहिजे, इतरांवर अन्याय करण्याचे आपण साधन न बनले पाहिजे; अन्याय्य कायद्यांचा अहिंसक मार्गाने आज्ञाभंग केला पाहिजे असे विचार थोरोने मांडले.

टॉलस्टॉय आणि इतर विचारवंतांचे विचार भारतीय परंपरेच्या संदर्भात समजावून घेऊन त्यांना आत्मसात करण्याचा म. गांधींचा प्रयत्न होता. भारतातील वेदांतांचे तत्त्वज्ञान आणि नव वेदांत यांच्या साहाय्याने या विचारांना नवे रूप देता येईल, असे गांधींना वाटले.

वेदांत व नववेदांत

वेदांताचा मूळ सिद्धांत - 'ब्रह्म सत्य आहे, जगत्‌ही सत्य आहे' अशा स्वरूपाचा आहे. या वेदांताचा शंकराचार्यांच्या काळात 'ब्रह्म सत्य व जगत् मिथ्य' असा अर्थ लावला गेला. बुद्ध, महावीर यांनी वेदान्ताला अहिंसक स्वरूप दिले. मध्ययुगात संतांनी वेदांताला भक्तीमार्गी बनवले व सर्वसामान्यांच्यापर्यंत पोचविण्याचे

कार्य केले. मात्र सामाजिक, राजकीय विषमता नष्ट करण्याच्या दृष्टीने भक्तीमार्गी वेदांत फारसे काही करू शकला नाही.

भारतीय प्रबोधन काळात १८१८ नंतर राजा राममोहन रॉय, स्वामी विवेकानंद, रामकृष्ण परमहंस यांनी वेदांताला नवे स्वरूप देण्याचा प्रयत्न केला. खास करून तत्त्वज्ञान व जनसेवा यात फारकत करणे योग्य नाही, असा स्वामी विवेकानंदांच्या तत्त्वज्ञानाचा अर्थ होता. तोच गांधींनी विस्ताराने मांडला, असे आचार्य जावडेकरांचे मत होते.

अशा प्रकारे म. गांधींच्या विचारांवर या तीन विचारप्रवाहांचा प्रभाव पडला होता. परंतु, आचार्य जावडेकरांच्या मते, म. गांधीजींनी हे सर्व प्रवाह पचवून स्वतःचे असे तत्त्वज्ञान मांडले, आचार्य जावडेकरांनी गांधीजींच्या तत्त्वज्ञानाची मांडणी व्यापक अशा भारतीय तात्त्विक परंपरेच्या संदर्भात केली. म. गांधींच्या सामाजिक आणि राजकीय कृतिशीलतेला या तत्त्वज्ञानाची अन्वय पद्धतीने मांडणी करून त्यांनी मोठे मनोहर असे तात्त्विक अधिष्ठान दिले.

गांधींनी मूळ वेदांतील 'जगत् सत्य व ब्रह्म सत्य' हा अर्थ स्वीकारला. ब्रह्म प्राप्त करण्यासाठी मी वेगळे काम केले पाहिजे अशी भूमिका न घेता वेदांताला नवा अर्थ देऊन ब्रह्म म्हणजेच सत्य व ते प्राप्त करण्याचे साधन म्हणजेच अहिंसा होय व ते समाजातच राहून प्राप्त होते. हा नववेदांताचा अर्थ सर्वसामान्य भारतीय जनतेपर्यंत विस्ताराने मांडला. कर्मयोगी वेदांताची कल्पना स्वामी रामकृष्ण परमंहस व स्वामी विवेकानंद यांनी मांडून त्याला आत्मबलाची जोड दिली होती. या कर्मयोगी वेदांतावर भारतीय राष्ट्रवादाला अहिंसात्मक क्रांतीचे स्वरूप देऊन सत्याग्रहाची दीक्षा म. गांधींनी दिली, हे जावडेकरांनी दाखवून दिले आहे.

गांधींच्या पूर्वी लो. टिळकांनी भगवद्गीतेवरील भाष्य म्हणून 'गीतारहस्य' नावाचा ग्रंथ लिहिला होता. टिळकांनी गीतारहस्य लिहिण्याचे कारण त्यांच्या राजकारणाचा उगम धर्मबुद्धीतूनच झाला, हे होते. राजकारण हा धर्म आहे व धर्माचे ते एक अंग आहे, हे सिद्ध करण्यासाठीच लोकांतील धर्मबुद्धी किंवा आत्मनिष्ठा ही राजकारणाची प्रेरक शक्ती होऊ शकते, हे टिळकांना माहीत होते, म्हणून सामान्य व्यक्तीत असणाऱ्या विभूतीवादाच्या विचारांचा त्यांनी राष्ट्रीय क्रांती घडविण्यास उपयोग करून घेतला.

म. गांधींच्या जीवनावर भगवद्गीतेचा प्रभाव होता. गीतेतून अहिंसात्मक युद्धाचा अर्थ निघू शकतो असे गांधीजींचे मत होते. 'मां मनुस्मर युद्ध' या वचनाचा अर्थ म. गांधींनी 'माझ्याशी एकात्म राहून युद्ध कर' असा घेतला, पण धर्मयुद्ध हिंसात्मक मार्गाने होऊ शकत नाही; यासाठी अहिंसात्मक युद्धाचा मार्ग म. गांधींनी दाखवून दिला. आचार्य जावडेकरांनी तो विस्ताराने मांडला, मात्र हे 'धर्मयुद्ध तू

अनासक्त राहून कर' असा म. गांधींजीनी उपदेश केला. गीतेतील यज्ञाचा अर्थही म. गांधींनी बदलला. यज्ञाचा पशुयज्ञाऐवजी, समाजयज्ञ असा अर्थ त्यांनी केला. गीतेतील विचारसरणी व्यक्तिवादापेक्षा समाजवादाला कशी निकट आहे, हे आचार्य जावडेकरांनी दाखवून दिले. गांधींनी गीतेतील धर्मयुद्धाला भौतिक पर्यायाऐवजी सत्याग्रही युद्धाचा पर्याय म्हणून जगापुढे ठेवले.

आधुनिक भारतातील धर्मविषयक चिंतन, पश्चिमेकडील ख्रिश्चन परंपरेतील अराज्यक, अहिंसावाद, वेदांत व गीतेतील अनासक्त कार्याची कल्पना म. गांधींनी आत्मसात केली. रायचंदभाईंच्या सहयोगामुळे जैन धर्मातील अहिंसा, अपरिग्रह, त्याग, असंग्रह या विचारांचा पगडा त्यांच्या मनावर होता. आचार्य जावडेकरांनी या विचारांच्या संदर्भात म. गांधींच्या तत्त्वज्ञानाची व्यापक मांडणी करण्यासाठी त्यास वेदांताची व्यापक बैठक देण्याचा प्रयत्न केला. म. गांधींचे तत्त्वज्ञान वेदांताच्या परिभाषेत बसविण्याचा त्यांनी प्रयत्न केला.

वेदांताचे तत्त्वज्ञान (Vedanta Philosophy)

ब्रह्मज्ञान हा वेदान्ताचा विषय आहे. ब्रह्म म्हणजे विश्वातील अंतिम सत्य; परंतु, या अंतिम सत्याचे ज्ञान करून घेत असताना दोन प्रकारचे युक्तिवाद केले जातात, ते म्हणजे व्यतिरेक युक्तिवाद व दुसरा अन्वय युक्तिवाद होय.

व्यतिरेक युक्तिवाद म्हणजे ब्रह्म हे जगाच्या अतीत आहे. ब्रह्म म्हणजे जग नव्हे, जग ही माया आहे आणि 'ब्रह्म' हेच तेवढे सत्य आहे. अन्वय युक्तिवाद अन्वय ज्ञानासाठी आवश्यक आहे. एवढे व्यतिरेक ज्ञान झाल्याने ब्रह्माचे यथार्थ आकलन झाले असे मात्र नाही. ब्रह्म हे जगाच्या अतीत आहे, हे समजल्यानंतर जग हेही ब्रह्मच आहे, असेही ज्ञान व्हावे लागते. या ज्ञानास अन्वय ज्ञान असे म्हणतात. 'ब्रह्म सत्य व जगत् मिथ्या' म्हणजे ब्रह्म सत्य आहे व जगत् मिथ्या आहे, हे व्यतिरेक ज्ञान होय. यांच्या उलट ब्रह्म सत्य व जगत् ब्रह्म म्हणजे ब्रह्म सत्य आहे आणि जगत् हेही ब्रह्मरूपच आहे हे अन्वय ज्ञान होय.

जावडेकरांच्या मते, ''केवळ व्यतिरेक ज्ञानाने वेदांताचे प्रतिपादन होऊ शकत नाही. व्यतिरेक ज्ञानानंतर अन्वय ज्ञानही व्हावे लागते. केवळ व्यतिरेक ज्ञानाकडे लक्ष दिल्यामुळे समाजाची प्रगती कशी खुंटली, हे सांगताना जावेडकर लिहितात, ''शंकराचार्यांनी आपल्या भाष्यात व्यतिरेक पद्धतीवर जास्त भर दिला आहे, त्यामुळे वेदांताला जगाकडे पाहण्याची निषेधात्मक दृष्टी प्राप्त झाली आहे. जगात ब्रह्म पाहण्याची अन्वय दृष्टी लोप पावून जगाच्या व समाजाच्या सुधारणेकडे दुर्लक्ष झाले. समाजाची जी एक घडी वर्णाश्रमधर्माने हजारो वर्षांपूर्वी बसवून दिली होती, ती तशीच चिरंतन राहील व राहावी असा भ्रम निर्माण होऊन हिंदू संस्कृतीचा विकास खंडित झाला.''[१]

वेदांती अध्यात्म

भौतिक व अध्यात्म विद्येतील दोन्ही शास्त्रे विकसनशील आहेत, मात्र या दोन्ही शास्त्रांचा विकास आपआपल्या परीने झाला पाहिजे, तरच समाजाची प्रगती होऊ शकेल. अध्यात्म हेसुद्धा एक विकसनशील शास्त्र आहे. आध्यात्मिक व भौतिक या दोन्ही शास्त्रांची तुलना करताना जावडेकर म्हणतात, ''मानवी स्वातंत्र्याचा जो सिद्धांत सांगितला त्यात मनुष्याने इंद्रियगोचर बाह्य सृष्टीवर प्रभुत्व संपादन करणे जसे आवश्यक आहे, तसेच मनोगोचर अंतःसृष्टीवरही प्रभुत्व संपादन करणे आवश्यक आहे. पहिले प्रभुत्व संपादन करण्यासाठी त्याला भौतिक विद्येचा अभ्यास करावा लागतो. इंद्रियगोचर दृश्यविश्व आणि दृष्ट जीव या दोहोंच्या व्यवहाराचे व त्यांच्या परिवर्तनाचे नियम हे अव्यक्त असतात. इंद्रियगोचर सृष्टीच्या परिवर्तनाचे हे अव्यक्त नियम शोधून काढणे हे मानवी बुद्धीचे कार्य आहे. सेंद्रिय जीवसृष्टीचेही असेच एक अव्यक्त स्वरूप आहे व ते ही मनुष्यास शोधून काढावे लागते. दृश्य आणि दृष्टा या दोहोंच्या व्यक्त स्वरूपात परिवर्तन घडवून आणणारे अव्यक्त नियम स्वरूपेही अथवा त्यांची अव्यक्त एकच आहेत व म्हणूनच दृष्ट्याला दृश्यविश्वाची परिवर्तने आपणास अनुकूल अशी घडवून आणता येतात व आपल्या बुद्धीने ध्येय सृष्टी निर्माण करून त्याच्यावर प्रभुत्व प्राप्त करून घेता येते असे अद्वैत वेदांताचे म्हणणे आहे.''[२]

दृष्टा व दृश्य या दोहोंच्या अव्यक्त स्वरूपाशी तादात्म्य पावल्याखेरीज मनुष्याला नवी सत्ये शोधून काढता येत नाहीत. किंबहुना, हे अव्यक्त स्वरूप ज्यास समजले नाही त्यास जीवसृष्टी व दृश्यसृष्टी यांचे स्वरूपही बरोबर समजू शकत नाही. आपल्या जीवात्म्याचे शुद्ध अव्यक्त स्वरूप म्हणजेच परमात्मा होय. परमात्मा किंवा परमेश्वर हा जीव आणि जगत् यांचे शुद्ध अव्यक्त स्वरूप होत.[३] आत्मिक ज्ञानाने दृश्यांचे अव्यक्त स्वरूप प्रतीत होते. अव्यक्त परमात्म्याशी तद्रूप झालेला मनुष्य कोणत्याही देवास शरण जात नाही; अथवा या आत्मस्वरूपावरून भिन्न असा कोणताही परमेश्वर तो जाणत नाही. हे सांगताना आचार्य जावडेकर 'वाक्यवृत्ती' तील १५३ व्या श्लोकातील शंकराचार्यांच्या विधानाचा दाखला देतात.

नाहं नमामि देवान्। देवानतीत्य न सेवेते देवम्।।
न तदनुकरोति विधानं । तस्मै यतते नमो नमो मध्यम्।।

(मी कोणत्याही देवांना नमस्कार करत नाही. देवाच्या पलीकडे गेलेला मनुष्य कोणत्याही देवाची सेवा करत नाही.)

'यतते मह्यं नमो नमः'

'यत्नशील असा जो मी, त्या मलाच पुनः पुन्हा नमस्कार असो.'

हे शंकराचार्यांचे वाक्य आणि 'यत्न तो देव जाणावा' हे समर्थांचे वाक्य यांचा

अर्थ आचार्य जावडेकर एकच मानतात. आचार्य जावडेकरांनी ईश्वरवाद व निरीश्वरवाद यांचा समन्वय अद्वैत भूमिकेतून केला आहे; तसा तुकाराम महाराजांनीही केला आहे; कारण तुकाराम महाराज म्हणतात, 'आहे ऐसा देव वदवावी वाणी। नाही ऐसा मनी अनुभवावा'[४] (आणि त्याचाही अर्थ हाच आहे- जगामध्ये ईश्वरवाद निर्माण होण्याचे कारण म्हणजे परमेश्वर नाही असे म्हटल्यास जीव आणि जगत् यांच्या अव्यक्त शुद्ध स्वरूपाकडे सामान्य लोक लक्ष देत नाहीत) म्हणून जीव आणि जगत् यांच्या मुळाशी अव्यक्त स्वरूप आहे, हे लोकांस शिकविण्यासाठी ईश्वरवाद स्वीकारावा लागतो. परंतु, या ईश्वरवादामुळे सामान्य लोक आपल्या उद्‌धाराची सर्व जबाबदारी उचलणारा परमेश्वर म्हणजे 'जीव' आणि 'जगत्' याहून भिन्न असा हा तिसरा पर्याय आहे, असे मानून निष्क्रिय बनतात व त्यातून तोच आपल्या बुद्धीत प्रकाश पाडील, असे मानतात. ते आपली बुद्धीही चालवीत नाहीत. ते मोठ्या मनुष्याने आपल्या बुद्धीने प्राप्त करून घेतलेले ज्ञान हे परमेश्वरनिर्मित ज्ञान आहे, असे मानतात. त्यांनी लिहिलेले ग्रंथ पवित्र मानून ईश्वर प्रामाण्यांचा स्वीकार करतात. आचार्य जावडेकरांच्या मते, यामुळे भौतिक विद्या व आत्मविद्या यांची प्रगती खुंटते. धर्माच्या नावाने अधर्म आचरण चालू होऊन, विद्या ही ज्ञानासाठी नसून विवादासाठीच आहे अशी अवस्था प्राप्त होते.

आचार्य जावडेकरांच्या मते, ''परमेश्वर म्हणजे जीवाचे व जगताचे अव्यक्त स्वरूप आहे. अपूर्णातून पूर्णत्वाकडे,'' अज्ञानातून ज्ञानाकडे किंवा अंधारातून प्रकाशाकडे जाण्याची जी मनुष्याची अव्यक्त शक्ती आणि जगातील अनंत परिवर्तने घडवून आणणारी अव्यक्त शक्ती आणि जगातील तिचे व्यक्त स्वरूप म्हणजे हे जे दृश्यविश्व होय, ते म्हणजे दृष्ट्यांचे व दृश्यांचे अव्यक्त स्वरूप होय. मनुष्य हाच परमेश्वर आहे. तो विश्वव्यापी आहे. त्यामुळेच जगातील परिवर्तने होत असतात. मनुष्य आपला स्वतःचा उद्‌धार करू शकतो कारण यत्न हाच परमेश्वर आहे.'' मनुष्य आणि परमेश्वर वेगळे नाहीत, हे सांगताना आचार्य जावडेकर लिहितात, ''भौतिक विद्येच्या व अध्यात्म विद्येच्या साहाय्याने आपल्या प्रयत्नाने जगावर प्रभुत्व गाजविण्याचा तू आपला अधिकार प्राप्त करून घे. भारतीय तत्त्वज्ञानाचा हा गाभा आहे.''[५]

भौतिक ज्ञान व आध्यात्मिक ज्ञान हे परस्परांस विसंगत नसून परस्परास पूरकच आहेत. त्यांच्या मते, वरील आत्मज्ञानातील त्यांनी सांगितलेला सिद्धांत भौतिक ज्ञानाच्या वृद्धीस अथवा उपासनेस प्रतिकूल नाही, तो अनुकूलच आहे; कारण मानवी प्रयत्न जीवाचे स्वातंत्र्य आणि बुद्धीची ध्येयंनिर्मितीची शक्ती यांच्यात जसा विरोध नाही तसाच तो आत्मसृष्टीच्या व भौतिक सृष्टीच्या नियमांशी किंवा नीतीशीही विरोधी नाही, उलट सृष्टीचे नियम आणि जीव, स्वातंत्र्य यांचा या सिद्धांतात समन्वय साधला आहे. जीवात्म्यास परावलंबी न बनविता स्वावलंबी बनविणारा आत्मोद्धाराचा उपदेश तो

करीत असतो. भौतिक फळांच्या प्राप्तीस प्रयत्न हेच जसे एक साधन आहे, त्याचप्रमाणे आत्मज्ञानाच्या व मोक्षाच्या प्राप्तीचेही ते एक साधन आहे. [६]

'नाही देवापाशी मोक्षाचे गाठोडे। आणूनि निर्मळ द्यावे हाती
इंद्रियाचा जम साधुनिया मन । निर्विषयकरचे असे तेथे ।।'

हाच मोक्षप्राप्तीचा खरा मार्ग होय, असे अद्वैत सिद्धांताचे सांगणे आहे. [७]

बुद्ध-महावीर आणि वेदांत

आचार्य जावडेकरांच्या मते, वेदांतात शिरलेल्या व्यतिरेक वृत्तीमुळे उपनिषदांतील वेदांत तत्त्वज्ञान आणि बुद्ध-जैनांची अहिंसा दर्शने यांच्यात विरोध मानण्यात येऊ लागला आणि बुद्ध-महावीरांच्या अहिंसावादी तत्त्वज्ञानाचे खंडन करणे हाच वेदांताच्या प्रचाराचा एक भाग ब्राह्मणी संस्कृतीचे अभिमानी मानू लागले. जीवनातील व जगातील अंतिम सत्याच्या संशोधनात आत्मानुभूतीला व आत्मप्रामाण्याला अग्रस्थान आहे ही व्यापक दृष्टी मागे पडून केवळ वेदांच्या शब्द प्रामाण्याला अग्रस्थान देण्यात येऊ लागले. वेदप्रामाण्य न मानणारी अहिंसा दर्शने म्हणून ती त्याज्य ठरविण्यात आली. या परंपरेत वाढलेल्या वेदांत्यांना सत्य आणि अहिंसा यांच्या समन्वयावर आधारलेली सत्याग्रही दर्शने व त्या दर्शनातून स्फुरलेला वेदांत व अहिंसा यांच्या समन्वयावरचा विचार हा अशास्त्रीय नाही असे सांगणे गरजेचे होते कारण या (सत्याग्रही दर्शनांत भगवद्‌गीतेतील युयुत्सु कर्मयोग आणि बुद्ध, महावीर यांचा अहिंसावाद यांचा समन्वय होऊन एक नवे क्रांतिशास्त्र निर्माण झाले आहे व त्या अहिंसक क्रांतिशास्त्रामुळे आधुनिक भारतात निर्माण झालेली संस्कृती जगाला मार्गदर्शक बनू लागली आहे.) हे सत्य सनातनी वृत्तीच्या वेदांत्यांनी समजून घेतले पाहिजे, असे आचार्य जावडेकरांचे मत होते.[८] त्याच्याही पुढे जाऊन आचार्य जावडेकरांचे असे मत होते की, वेदांत, बुद्ध व महावीर यांचे आत्मदर्शन व आत्मानुभूतीही सारखीच असून अध्यात्म हे सुद्धा वेदांतातील एक शास्त्र आहे. अद्वैत सिद्धांतातील आत्मानुभव व इतर दर्शनांतील आत्मानुभव महत्त्वाचा आहे. याबाबत आपली मते स्पष्ट करताना आचार्य जावडेकर म्हणतात, ''बुद्ध महावीरांच्या उपदेशाकडे व्यतिरेक बुद्धीने पाहून त्यांची वेदांताशी विरोध करण्याची वृत्ती मावळली असून बुद्ध व जैन दर्शनांना आत्मवादी नवी वेदान्त दृष्टी निर्माण झाली आहे. या समन्वय दृष्टीने विचार करता भारतीय तत्त्वज्ञान्यांना असे दिसू लागले आहे की, भगवद्‌गीतेतील स्थितप्रज्ञ अवस्था अथवा ब्रह्म निर्वाण आणि बौद्धांची निर्वाणप्राप्ती व जैनांचे अर्हत्‌पद ही सर्व एका विशिष्ट आत्मानुभूतीची वर्णने आहेत. या आत्मानुभूतीपर वाक्यांनाच शब्दप्रामाण्य देऊन बुद्ध, महावीरांच्या आत्मानुभूतीला तुच्छ लेखणे ही खरी शास्त्रीय वृत्ती नव्हे. इतर शास्त्रांप्रमाणे अध्यात्मशास्त्रही

अनुभवाच्या अधिष्ठानावर उभारलेले असून त्यांतील सिद्धांत मानवी अनुभव आणि अनुमान यांच्या आधारे बदलत व वाढत गेले पाहिजेत. वेदांतशास्त्राला केवळ वेदकालीन ऋषींच्या अनुभवाचाच आधार घेऊन न थांबता, सर्व धर्मपुरुषांच्या व साधुसंतांच्या अनुभवाचा आधार घेऊन आपल्या सिद्धांताची फेरमांडणी करीत गेले पाहिजे. अशा रीतीने आधुनिक दृष्टीने अध्यात्मशास्त्र किंवा वेदांत हे विकसनशील व वर्धिष्णू शास्त्र मानले जाते, या दृष्टीने विचार करणाऱ्यांना ब्रह्मप्राप्ती निर्वाण आणि अर्हत्पद यांचा समन्वय साधता येतो.' अध्यात्मशास्त्रातील अंतिम सत्य कोणत्याही एका दर्शनातील सिद्धांतात संपूर्णपणे सामावलेले नाही व सामावणे शक्यही नाही अशी खात्री पटली म्हणजे मग अध्यात्मशास्त्र नित्य, विकसनशील, वर्धिष्णू असणे का अपरिहार्य आहे ते दिसून येते. या संदर्भात शंकराचार्यांना ब्रह्मानुभूती झाल्यानंतर सर्व दर्शनांचा व सिद्धांतांचा त्यांचा आग्रह कसा संपला हे शंकराचार्यांनी सांगितले आहे.

'न सांख्यम्, न शैवम्, न तत्पांचरात्रम्,।
न जैनम्, न मीमांसकादेर्मतम् वा।।
विशिष्टानुभूत्या विशुद्धात्मकत्वात्।
तदेकोऽवतिष्ठः शिवः केवलोऽहम् ।।'[१]

या वर्णनात सर्व प्रकारच्या दर्शनांतील सिद्धांतांचा आग्रह सुटलेला आहे अशा अनहंकारी सत्यनिष्ठ अहिंसावृत्तीने विचार करू लागल्यावर वेदांत व अहिंसा यांचा समन्वय करता येतो, असे आचार्य जावडेकरांना वाटत होते; व त्यांच्या मते, असा प्रयत्न मध्ययुगातील संतांनी केला होता.

संतकालीन भक्तीमार्गी वेदांत

मध्ययुगात बंधुभाव कमी झाला व जातीय कट्टरपणा आणि कर्मकांड यांच्यात वाढ झाली. आचार्य जावडेकरांच्या मते, जगाकडे पाहणाऱ्या केवळ अभावरूप दृष्टीने वेदांत्यांचे जीवन व तत्त्वज्ञान रसहीन व भावशून्य बनू लागले. समाजाच्या जीवनातील प्रेमाचा व बंधुभावाचा झरा आटून सामाजिक जीवन शुष्क बनते, हे पाहून मध्ययुगातील साधुसंतांनी भक्तीची ध्वजा उभारली. ज्ञानापेक्षा प्रेम श्रेष्ठ आहे, बुद्धीपेक्षा अंतःकरण महत्त्वाचे आहे आणि इंद्रियगोचर विश्व ही एक माया असली तरी ते परब्रह्माचे सगुण स्वरूप आहे. असा भक्तीमार्गी वेदांत संतांनी सांगितला. आचार्य जावडेकरांच्या मते, हा वेदांत समाजसन्मुख होता.

भारतातातील वेदांत तत्त्वज्ञानातील ही ब्रह्मानुभूतीची कल्पना आणि त्यातून निर्माण झालेला अहंकाराचा निरास यातून 'आपण केवळ उपकारापुरते उरलो' असल्याची जाणीव निर्माण होते. भारतातील मध्ययुगीन संतांनी वेदांताचे हे रहस्य बरोबर ओळखले होते, असे आचार्य जावडेकरांचे मत होते.

या भक्ती वेदांतात व्यतिरेक भक्तीहून अन्वय भक्तीला प्राधान्य प्राप्त झाले. केवळ मुक्तीचे ध्येय गौण समजून मुक्तीसाठी भक्तीचे ध्येय पुकारण्यात आले. या ध्येयात जगाकडे व समाजाकडे पाहण्याची भावरूप दृष्टी अंतर्भूत होते. ब्रह्मज्ञानाला केवळ बुद्धीची तीक्ष्णता पुरी पडत नसून भावनेची शुद्धता अधिक महत्त्वाची असते. अशी दृष्टी भक्तीमार्गी वेदांताने लोकांना दिली. वर्णाश्रम, धर्म व जातीसंस्था यांनी सामाजिक व्यवहारांत अधिक भेद निर्माण केले असले तरी ते भेद व्यवहारापुरतेच मर्यादित असून भक्तीज्ञानाच्या पारमार्थिक क्षेत्रात हे वर्णभेद विकासाच्या जातीभेद अथवा धर्मभेद, आड येऊ शकत नाहीत, इतकेच नव्हे, तर ते संपूर्ण लोप पावतात, अशी क्रांतिकारक नवी दृष्टी साधुसंतांनी मध्ययुगीन भारताला दिली आहे.[१०]

इंद्रिये, तन, बुद्धी, ही मानवाची ज्ञानसाधने आहेत. या सर्वांचा उपयोग करूनच मनुष्याला सत्याचे समग्र अथवा सर्वांगीण दर्शन होऊ शकते. विश्वातील अंतिम सत्यासंबंधी सिद्धांत बनवू पाहणाऱ्या वेदांत्यालासुद्धा या सर्व साधनांनी प्राप्त होणाऱ्या ज्ञानाचा समन्वय करूनच आपले सिद्धांत बनवावे लागतात. आचार्य जावडेकरांच्या मते, वेदांताने केवळ ज्ञानमार्गावरच भर दिला. तेव्हा भावशुद्धीने प्राप्त होणाऱ्या नैतिक सत्याच्या ज्ञानाकडे आणि इंद्रियानुभूती व इंद्रियशक्ती यांच्यामुळे प्राप्त होणाऱ्या भौतिक सत्याकडे वेदांताचे दुर्लक्ष झाले. अशा प्रकारे वेदांताला भक्तीमार्गी संतांनी समाजोन्मुख बनवले. अध्यात्मक्षेत्रातील विषमता नष्ट करून स्त्री शूद्रादींचा व अस्पृशांचा आध्यात्मिकदृष्ट्या उद्धार केला. त्यांना ब्रह्मप्राप्ती करून घेण्याचा सुलभ मार्ग त्यांनी दाखवून दिला.

परंतु, समाजव्यवहाराच्या क्षेत्रातील भेदाभेद नष्ट करून एकवर्ग समाज स्थापन करण्याचे सामाजिक क्रांतीचे कार्य साधुसंतांनी आपल्या हाती घेतले नाही याबाबत आचार्य जावडेकर खंत व्यक्त करतात. परिमाणतः जन्म, सत्ता, संपत्ती, यांच्यामुळे निर्माण होणारी सामाजिक, राजकीय विषमता हिंदू संस्कृतीत प्रतिष्ठा पावून राहिली.[११]

संतांनी वेदांताचा समाजसेवेच्या अंगाने अर्थ लावला आणि पुरोहितांच्या कर्मकांडास विरोध करून भावशुद्धीने प्राप्त होणाऱ्या नैतिक सत्याच्या आचरणावर भर दिला. पण संतांनी जातिसंस्थेशी संघर्ष केला नाही. ब्रिटिश राज्य स्थापन झाल्यावर भारतात प्रबोधनाची चळवळ सुरू झाली. धर्मसुधारणा हा प्रबोधनाचा एक भाग होता. राजा राममोहन रॉय, स्वामी विवेकानंद, रामकृष्ण परमहंस यांनी वेदांतालाच नवा अर्थ देण्याचा प्रयत्न सुरू केला.

राजा राममोहन रॉय, स्वामी विवेकानंद आणि वेदांत

आधुनिक भारताची जागृती वेदांताच्या आधारावर करण्याचा दृष्टिकोन राजा राममोहन रॉय यांनी प्रथम दिला, असे आचार्य जावडेकरांना वाटते. त्यांच्या मते, रॉय

यांच्यापासून सामाजिक, आर्थिक, राजकीय क्षेत्रांत ही समत्व, बंधुत्व आणि स्वांतत्र्य यांची संस्थापना करणे हे ही वेदांताचे आवश्यक कर्तव्य आहे, याची जाणीव भारतीयांना होऊ लागली.

राजा राममोहन रॉय यांनी सामाजिक सुधारणा आणि वेदांत यांची सांगड घालून दिली. तिच्यातून भारतात एक प्रागतिकवृत्ती व सर्वधर्म समभावाची उदारदृष्टी निर्माण झाली. राजा राममोहन रॉय यांनी प्रागतिक वृत्ती व सर्वधर्म समन्वयाची उदारदृष्टी जरी निर्माण केली असली तरीसुद्धा प्रागतिक प्रवृत्तीपासून क्रांतिकारक मनोवृत्ती जागृत झाली नाही. आचार्य जावडेकरांच्या मते, वेदांताला क्रांतिकारक वळण देण्याचे कार्य स्वामी विवेकानंद यांनी केले. स्वामी विवेकानंदांच्या कार्याचे विवेचन करीत असताना श्री. अरविंद घोष लिहितात, ''विवेकानंदांनी वेदांताला नवे रूप दिले आणि दरिद्री नारायणाची सेवा करण्यांचे तत्त्व स्वीकारले. बुद्धांची करुणा आणि आधुनिक काळातील लोकसेवेचे तत्त्व यांचा तो समन्वय होता.' स्वतः स्वामी विवेकानंदांच्या मते, 'करुणा आणि सेवा यात अंतर पडल्यामुळेच भारतात आज मोठ्या प्रमाणात भिकारी आहेत आणि गेली हजारो वर्षे भारतीय लोक गुलाम राहिले.' तत्त्वज्ञान आणि जनसेवा यात फारकत करणे योग्य नाही असे स्वामी विवेकानंदांचे मत होते. ब्राह्मणांची बुद्धी व गौतमबुद्धांचे करुणामय अंतःकरण यांचा समन्वय करणे गरजेचे आहे.[१२]

आचार्य जावडेकरांच्या मते, स्वामी विवेकानंदांचा जनसेवेवर आधारलेला हा जो वेदांत होता त्याचाच विस्तार करण्यात आला. राजा राममोहन रॉय, स्वामी विवेकानंद आणि अरविंद घोष यांच्यासारखाच वेदांताचा कर्मयोगपर अर्थ लोकमान्य टिळकांनी आपल्या 'गीतारहस्य' या ग्रंथात लावला पण आचार्य जावडेकरांच्या मते, म. गांधींनी त्याला क्रांतिकारक सत्याग्रह शास्त्राचे स्वरूप दिले.

सत्याग्रही वेदांत हा जगातच ब्रह्म पाहणाऱ्या अन्वय ज्ञानावर उभा आहे. जग हे ब्रह्म नव्हे व जग हे ही ब्रह्म आहे; या दोन्ही सिद्धांतांचा (व्यतिरेक व अन्वय) समन्वय केल्याने सत्याग्रही वेदांत निर्माण होतो. या वेदांतात केवळ व्यतिरेक दृष्टी पुरेशी नाही कारण जुन्या वेदांतात प्रतिपक्षाचे समूळ खंडन करणे हेच प्रत्येकाचे ध्येय होते. त्यामुळे वेदांत हे सत्य संशोधनाचे जीवंत शास्त्र राहिले नाही. सत्य संशोधनाच्या कार्यात समन्वय वृत्ती धारण करावी लागते. आपल्या सिद्धांतांतील असत्यांश टाकून देऊन प्रतिपक्षातील सिद्धांतांचे ग्रहण करावे लागते. या कार्यात निमग्न झालेल्या व्यक्तीला निरनिराळ्या सिद्धांतांतील सत्यांश ग्रहण करून आत्मप्रत्ययाने नवा सिद्धांत बनवावा लागतो.

म. गांधी आणि वेदांत

आपल्या अंतरात्म्याच्या आज्ञेचे अनुसरण करण्यासाठी प्रस्थापित राजसत्तेची जुलमी बंधने तोडणे हेच आपले आध्यात्मिक कर्तव्य आहे. असे सांगणारी क्रांतिकारक

आध्यात्मिक, राजकीय उपपत्ती आधुनिक भारतात म. गांधींनी मांडली. यातून सत्याग्रहाचे निःशस्त्र क्रांतिशास्त्र निर्माण झाले. तसेच वेदांताच्या आधारावर सशस्त्र क्रांतिशास्त्रही काही लोकांनी मांडले.

म. गांधींनी सत्य व अहिंसा या अधिष्ठानावर आपले सत्याग्रहाचे दर्शन उभारले. हिंसावादाने भस्मसात होऊ लागलेल्या मानवी संस्कृतीला तारण्यासाठी क्रांतिकारक अहिंसा मार्ग त्यांनी आधुनिक मानवाला दाखवून दिला. म. गांधींनी सत्य व अहिंसा यांचा समन्वय साधून भारतातील आध्यात्मिक संस्कृतीला सामाजिक क्रांती करण्याचे अनत्याचारी शास्त्र शिकविले. यामुळे पूर्वी जी भारतीय संस्कृती सामाजिक क्रांतीला प्रतिकूल बनली होती ती आता अनुकूल बनली आहे.[१३]

रॉय, विवेकानंद, टिळक, अरविंद आणि गांधी या सर्वांनी वेदांताला कर्मयोगी स्वरूप देण्याचे प्रयत्न केले असले तरी वेदांत क्रांतिकारक बनला आणि अहिंसानिष्ठ राहिला तरच तो सामाजिक, राजकीय व आर्थिक क्षेत्रात खरी क्रांती घडवून आणील. समत्व, बंधुत्व, व स्वातंत्र्य अशी सत्याग्रही विद्या म. गांधींनी निर्माण केली. [१४]

आपण बुद्धि स्वातंत्र्यांचे उपासक बनलो आहोत. बुद्धिप्रामाण्य, अंतःकरणप्रामाण्य, या सर्वांहून अखेरीस आत्मप्रामाण्य हेच श्रेष्ठ आहे असे गांधीजींचे मत होते. ते या आत्मप्रामाण्यास व आत्मानुभूतीस फार महत्त्व देत असत. या आत्मानुभूतीच्या मानाने ईश्वरवाद, निरीश्वरवाद अथवा श्रेयवाद हे सर्व वाद सत्यनिष्ठेच्या व उच्च अर्थाने विचार केल्यास शुद्ध व केवळ शाब्दिक आहेत असे त्यांचे मत होते. सत्यनिष्ठ मनुष्य जर अहिंसावादी असेल तर तो त्यांना प्रिय होता आणि ईश्वरनिष्ठ म्हणविणारा मनुष्य जर ईश्वराच्या नावाने हिंसाचाराचा पुरस्कार करीत असेल तर तो त्यांना प्रिय होणे कधीही शक्य नव्हते.[१५]

आत्मानुभूतीसंबंधी गांधी विचार

गांधींच्या मते निराळ्या शब्दांतील वर्णनातून जी दर्शने अथवा तत्त्वज्ञाने निघाली त्यांच्यातील तार्किक विवादात फारसा तथ्यांश नाही. या तार्किक शब्दजंजालाच्या पलीकडे गेल्यास सर्व धर्मपुरुषांचा आत्मानुभव हा एकच असून त्याची प्राप्ती करून घेणे हे सर्व धर्मांचे रहस्य आहे. उदा. वेदांत, सांख्य, बौद्ध, जैन इ. दर्शने एकाच आत्मानुभूतीच्या आधारावर उभारलेली आहेत, मात्र त्याची वर्णने आपआपल्या बुद्धीस अनुसरून भिन्न केली आहेत. गौतम बुद्ध आणि महावीर यांच्यासारखे अज्ञेयवादी-निरीश्वरवादी, हे ही ईश्वरनिष्ठच आहेत हे गांधीजींचे म्हणणे तर्कदृष्टीने बरोबर असेल तर आचार्य जावडेकरांना असे वाटते की, बौद्धधर्मीय व जैनधर्मीय लोक असेही म्हणू शकतील की वेदांती हे वस्तुतः अज्ञेयवादी व निरीश्वरवादीच आहेत, म्हणून तार्किक युक्तिवाद फारसा समाधानकारक ठरत नाही. आचार्य जावडेकरांच्या मते, निरीश्वरवाद, ईश्वरवाद अथवा

अज्ञेयवाद यानंतर जीवनातील निष्ठा व त्यांच्या बुडाशी असणारा अनुभव कोणत्या शब्दांनी, सिद्धांतांनी किंवा दृष्टींनी अधिक अधिक यथार्थतेने विशद होऊ शकतो यासंबंधीचे वाद नेहमी चालू राहणार आहेत. त्यामुळे तत्त्वज्ञानात नेहमीच भर पडत राहील. मात्र, हे वाद आत्मानुभूतीचे वर्णन कसे करता येईल यासंबंधीचे आहेत असे जावडेकरांना वाटत नाही, हे लक्षात घेऊन त्या आत्मानुभूतीचे आपण स्वीकारलेल्या सिद्धांताचे सत्यत्व पडताळून पाहणे हे आपले कर्तव्य आहे. आणि ते कर्तव्य शुद्ध सत्यनिष्ठ परंतु अनाग्रही व संप्रदायशून्य दृष्टीने आपण करीत राहिले पाहिजे. हा म. गांधींच्या सर्व उपदेशांचा गाभा होता असे आचार्य जावडेकरांनी स्पष्ट केले आहे.[१६]

कर्मयोगी वेदांत हीच प्रेरणा

बुद्धिवादाहून श्रेष्ठ असे जे आत्मबल, त्याच्या अधिष्ठानावर मानवी संस्कृतीची उभारणी झाली पाहिजे हा सिद्धांत स्वामी रामकृष्ण परमहंस व स्वामी विवेकानंद यांनी आधुनिक जगाकडून मान्य करून घेतला. असे करीत असताना त्यांनी आधुनिक युरोपात निर्माण झालेले स्वातंत्र्याचे आणि समाजसेवेचे सत्य वेदांत अंतर्भूत होत असल्याचे दाखवून देऊन वेदांताला समाजसन्मुख व सेवापरायण म्हणजे कर्मयोगी बनविले. कर्मयोगी वेदांत हा अशारीतीने भारतीय नवजीवनाचा व राष्ट्रवादाचा आधार बनला. हा कर्मयोगी वेदांत हीच भारतीय राष्ट्रभक्तांची अंतःप्रेरणा बनली व त्या अंतःप्रेरणेच्या बलावर भारतीय राष्ट्रवाद क्रांतिकारक स्वरूप धारण करू लागला. या भारतीय राष्ट्रवादाला अहिंसक क्रांतीचे स्वरूप देऊन म. गांधींनी सत्याग्रही दीक्षा दिली.

याच प्रेरणेमुळे भारतीय राष्ट्रवादाला फॅसिझम किंवा कम्युनिझमचे अत्याचारी व विकृत स्वरूप प्राप्त न होता भारतीय राष्ट्रवाद लोकशाहीनिष्ठ राहूनही समाजवादाला अनुकूल बनला.[१७]

वेदांत हे वर्धिष्णू अध्यात्मशास्त्र

राजा राममोहन रॉय, स्वामी विवेकानंद यांनी सर्व धर्मांचा व तत्त्वांचा समन्वय साधणारी नवी दृष्टी आधुनिक भारताला दिली. स्वामी विवेकानंद यांनी पाश्चात्य तत्त्वज्ञान व आत्मवाद यांचा समन्वय करून वेदांत म्हणजे केवळ शंकराचार्यप्रणीत विशिष्ट सिद्धांत नसून ते एक विशिष्ट अनुभव व तर्क यांच्यावर अधिष्ठित झालेले वर्धिष्णू अध्यात्मशास्त्र आहे, अशी नवी दृष्टी दिली. याच नव्या दृष्टीने म. गांधींनी सर्वधर्म समन्वयाचा सिद्धांत आपल्या सत्याग्रह दर्शनांत अंतर्भूत केला. आचार्य जावडेकरांच्या मते, बौद्ध, जैन संत आणि प्राचीन विचारांतील आत्मबळाची संघटना म. गांधींनी तयार करून त्याला राजकीय, सामाजिक, क्रांतिकारक स्वरूप दिले आहे. सत्याग्रही वर्ग हा आता विशिष्ट मतावर अधिष्ठित असलेला असा एखादा धर्मसंप्रदाय

उरला नाही. व्यक्तिगत आध्यात्मिक मोक्ष हे सत्याग्रहाचे ध्येय नाही. लोकांच्या सर्वांगीण उन्नतीसाठी त्यांना सर्वांगीण क्रांतीचा मार्ग दाखवून देणारे हे एक अखंड क्रांतिशास्त्र आहे.

लोकसत्ता व समाजसत्ता या रूपाने झालेला एक वर्ग समाजाची ध्येये आत्मसात करून मानव समाजाला पूर्णावस्था प्राप्त होईपर्यंत त्याचे नेतृत्व करण्याचे सामर्थ्य या सत्याग्रही तत्त्वज्ञानात आहे. भौतिक विद्या व यंत्रकला यांच्याशी त्याला विरोध नाही.[१८]

आधुनिक युरोपात भौतिक व सामाजिक शास्त्रांत झालेली प्रगती लक्षात घेऊन जातिभेद व वर्णभेद यांनी निर्माण केलेली विषमताही नष्ट करता येईल व नष्ट केली पाहिजे, अशी प्रागतिक सुधारणावादी दृष्टी वेदांताला देण्याचे कार्य राजा राममोहन रॉय यांच्यापासून भारतात सुरू झाले. याच काळात वेदांताला कर्मयोगी दीक्षा देण्यात आली. वेद प्रामाण्यांवर त्याची झालेली उभारणी अधिक व्यापक बनवून त्याला सर्व धर्मांतील थोर पुरुषांच्या, साधुसंतांच्या आणि महात्म्यांच्या सहानुभूतीचा आधार देण्याची सर्वसंग्राहक वृत्ती जागृत झाली. त्यामुळे सर्व धर्मांचा व तत्त्वज्ञानांचा समन्वय करण्याची व 'सर्व धर्मी समानत्व' पाहण्याची विश्वव्यापक वृत्ती या वेदांताने धारण केली. समाजाच्या सर्व व्यवहारांत समत्व, बंधुत्व आणि स्वातंत्र्य यांचा आविष्कार करणे आणि वर्णभेद, जातिभेद, वर्गभेद यांचे समूळ उच्चाटन करून वर्गहीन समाज स्थापन करणारी क्रांती घडवून आणणे हे वेदांताचे आद्य कर्तव्य ठरले. प्रजेचे राजकीय प्रभुत्व आणि संपत्तीवरील सामाजिक स्वामित्व ही क्रांतिकारक तत्त्वे वेदांताने आत्मसात केली आणि सत्यनिष्ठा व अहिंसावृत्ती यांच्या समन्वयाच्या अधिष्ठानावर सत्याग्रहाचे सर्वांगीण क्रांतिशास्त्र तयार झाले, याच क्रांतिशास्त्राला अनुसरून भारतात सर्वांगीण क्रांतीचे यज्ञकुंड म. गांधींनी प्रथम पेटविले. त्यात ब्रिटिश साम्राज्याची पहिली आहुती दिली.[१९]

जावडेकरांचा सत्याग्रही वेदांत

जावडेकरांच्या मते, सत्याग्रही वेदांत हा जगातच ब्रह्म पाहणाऱ्या अन्वय ज्ञानावर उभारलेला आहे. जग हे ब्रह्म नव्हे आणि जग हे ही ब्रह्म आहे. या दोन्ही विधानांचा समन्वय केल्यानेच सत्याग्रही वेदांत निर्माण होणार आहे. व्यतिरेक दृष्टीने वेदांताचा विचार केल्यामुळे व्यतिरेक दृष्टीच्या पुरस्कर्त्यांनी प्रतिपक्षाचे सिद्धांत खोडून काढण्याचाच फक्त प्रयत्न केला. त्यांच्यातील सत्यांशाचा विचार केला नाही. परिणामत: वेदांत हे सत्य संशोधनाचे जिवंत शास्त्र न होता ते खंडन-मंडनाचे शास्त्र बनले व शांकर भाष्यातील व्यतिरेकी युक्तिवाद हाच सर्वांचा आदर्श बनला.[२०]

समन्वयकारी बुद्धी

आचार्य जावडेकरांना असे वाटते, की सत्य संशोधनाच्या कार्यात समन्वय बुद्धी धारण करावी लागते. आपल्या सिद्धांतातील असत्यांश टाकून देऊन प्रतिपक्षांच्या सिद्धांतातील सत्यांशाचे ग्रहण करावे लागते आणि नवा समन्वय सिद्धांतच बनवावा, या दृष्टीने संशोधनाचे कार्य चालू ठेवावे हाच सत्याच्या संशोधनाचा खरा मार्ग असून बुद्धीची ही समन्वय वृत्ती ही एक अहिंसा वृत्तीच आहे. केवळ व्यतिरेक वृत्तीचा आश्रय करून सत्याचे संशोधन करण्याची शक्ती मानवी बुद्धीत येऊ शकत नाही, असे जावडेकरांचे स्पष्ट मत आहे. कारण जीवनातील जगातील अंतिम सत्य हे साक्षात्कार गोचर आहे, ते बुद्धीच्या आटोक्यात येऊ शकत नाही आणि म्हणून व्यावहारिक दृष्टीने त्याचे विवेचन करण्यासाठी बनविलेले सिद्धांत उत्तरोत्तर मागे टाकून नवे सिद्धांत बनवून सत्याचे संशोधन अखंड चालू ठेवावे लागते. या कार्यात विमग्न झालेल्या बुद्धीला निरनिराळ्या सिद्धांतातील सत्याचा अंश आत्मसात करून आत्मप्रत्ययाने नवा सिद्धांत बनवावा लागतो. या नव्या सिद्धांतात जुन्या सिद्धांताचा समन्वय घडून येतो. सत्य संशोधनाच्या कार्यातील अव्यभिचारी सत्यनिष्ठा आणि निरपवाद अहिंसावृत्ती या दोहोंवरही समन्वय बुद्धी आधारलेली आहे. सत्याग्रही वेदांत कोणत्याही सिद्धांताचा आग्रह धरत नाही. तो निर्भेळ सत्याचाच उपासक असून अहिंसावृत्ती हेच त्याचे सत्यसंशोधनाचे साधन आहे; म्हणून सत्याग्रही वेदांतात व्यतिरेक दृष्टीपेक्षा अन्वय अर्थात समन्वय दृष्टीला प्राधान्य प्राप्त होणे अगदी स्वाभाविक आहे. या अहिंसक समन्वय दृष्टीने वेदांताची उपासना करणे म्हणजेच सत्याचे सर्वांगीण सत्याग्रही वर्णन प्राप्त करून घेणे होय.[२१]

व्यावहारिक जग, सत्य आणि वेदांत

जग हे मिथ्या आहे व ब्रह्म सत्य आहे ही विचारसरणी विवर्तवादी आहे. जग हे ब्रह्मरुप आहे असे समजून परब्रह्माचे वर्णन क्षर-अक्षर परस्पर विरोधी भासणाऱ्या शब्दांनी करणे विवर्तवादी पद्धती आहे. वेदांताला व्यवहारात उतरावयास लावणे तद्नुसार व्यावहारिक जगात क्रांती घडवून आणणे हे ज्यांनी आपले ध्येय बनविले, त्यांना जगाला भिन्न व मिथ्य मानणारा वेदांत समाधानकारक वाटत नाही, कारण यामुळे जगातील हिंस्र व्यवहारांकडे ती मायासृष्टी आहे म्हणून पाठ फिरवणारा वेदांत हा जसा त्यांना पटत नाही, तसेच निष्काम व अनासक्त बुद्धीने केलेली हिंसा ही हिंसाच नव्हे, हा हिंसा, अहिंसेचा समन्वय त्यांना समाधानकारक वाटत नाही. जगातील हिंसक व्यवहाराविरुद्ध अहिंसेने लढत राहावे आणि हिंसेवर चालू असलेल्या व्यावहारिक जगात क्रांती घडवून आणून अहिंसक व्यावहारिक जग निर्माण करणे हाच खरा

कर्मयोगी वेदांत होय. असे वेदांताचे सत्याग्रही दर्शन आहे असे आचार्य जावडेकरांनी स्पष्ट केले होते.[२२]

वेदांत आणि व्यावहारिक जग यांची फारकत न करता त्यांचा समन्वय करण्याची ही सत्याग्रही वृत्ती ईशोपनिषद व भगवद्‌गीता यांच्यातील वेदांतावर उभारलेली असली तरी ती बुद्ध, महावीरांच्या दर्शनाशी विरोधी नसून त्यांना आत्मसात करणारी आहे, असे आचार्य जावडेकरांचे मत आहे.

आता बुद्ध, महावीरांच्या पूर्वी जो वेदांत होता, त्याहून सत्याग्रही वेदांतांत व्यवहारी दृष्टीने अहिंसेचा अधिक विकास झालेला, त्यांची युद्धपद्धती व विवाद संस्कृती यांनाही अहिंसेचा अधिक आविष्कार झालेला आहे, पण हा अधिक आविष्कार होत असता, अहिंसावृत्ती सत्यनिष्ठेपासून दबलेली किंवा दूर झालेली नाही, उलट ती वेदांती सत्याशी अधिक निकट व एकनिष्ठ बनलेली आहे. व्यावहारिक जगातील हिंसा आणि विषमता यांचा या क्रांतीवृत्तीशी विरोध आहे. समत्व, बंधुत्व आणि स्वातंत्र्य यांना मूर्त स्वरूप देण्याचा व शासनमुक्त समाज स्थापन करण्याचा या क्रांतीवृत्तीचा निर्धार आहे. म्हणून आचार्य जावडेकरांना वाटते की ' शासनमुक्त समाज निर्माण करू पाहणारा क्रांतिकारक वेदांत सत्याग्रही दर्शनात अंतर्भूत झाला असून हा क्रांतिकारक वेदांत भारतात व भारताबाहेर जी जी तत्त्वज्ञाने आजपर्यंत निर्माण झाली त्या सर्वांचा समन्वय साधून नव्या सिद्धांतात त्याची नवी मांडणी करू शकेल, पण सत्य आणि अहिंसा या दोघांच्या समन्वयाचे त्यांचे अधिष्ठान सुटणार नाही,'[२३]

ते अधिष्ठान हाच भारतीय संस्कृतीचा सनातन संदेश असून ईशोपनिषद, भगवद्‌गीता यांनीही प्राचीन काळी हाच संदेश जगाला दिलेला आहे. सत्याग्रही भारत आधुनिक काळात हेच कार्य करीत असून आधुनिक युरोपात समाजवादी व अराज्यवादी या नावाने जी क्रांतिशास्त्रे निर्माण झाली आहेत ती ही या सत्याग्रही क्रांतिशास्त्राने आत्मसात केली आहेत. असे आचार्य जावडेकरांचे मत होते.

भारतीय वेदांताच्या विकासाचा आढावा घेत आचार्य जावडेकरांनी म. गांधींच्या तत्त्वज्ञानात त्यांचे परिणत रूप दाखविले आहे. वेदांताचे मूळ अधिष्ठान ढळू न देता नववेदांनी विचारवंतांनी त्याला निष्काम कर्मयोगाचे रूप दिले. आणि म. गांधींनी या वेदांताच्या सत्यसंशोधनात्मक दृष्टीतून सत्याग्रही क्रांतिशास्त्र बनविले. त्यास अधिक व्यावहारिक बनवून सर्वसामान्य लोकांपर्यंत नेऊन पोहोचविले. सत्य,अहिंसा आणि अनासक्त वृत्ती हे या नव्या तत्त्वज्ञानाचे आधार आहेत.

जावडेकर लिहितात, ''समाजातील सर्व अन्यायाचे व दुःखाचे निवारण करण्यास सत्य संशोधन आणि सत्य संस्थापन हाच खरा मार्ग आहे. ही सत्याची उपासना

करण्यास अहिंसा हेच सर्वश्रेष्ठ साधन आहे. सत्य संशोधन व संस्थापना हे साध्य आहे व अहिंसा हे सत्य संस्थापनेचे व संशोधनाचे परम साधन आहे.''[२४]

महात्मा गांधी आणि सत्य

म. गांधींनी जीवनांत सत्य हे साध्य मानले. गांधीजींच्या सत्याच्या कवचने संबधी आचार्य जावडेकरांनी दोन संकल्पना सांगितल्या आहेत- १) वस्तुस्थितीचे ज्ञान, जे दिसते तसे खरोखरही आहे की भिन्न आहे हे समजून घेणे. २) जे खरोखर आहे ते चांगले की वाईट आहे हे समजून घेणे / एखादी गोष्ट अशी आहे असा पूर्वग्रह धरून जेव्हा मनुष्य पाहू लागतो. तेव्हा त्यास वस्तुस्थिती विपरित दिसते. / सत्याचे आकलन व्हायला मन पूर्वग्रहरहीतच हवे/ गढूळ पाण्यात सूर्याचे प्रतिबिंब पडत नाही. त्याचप्रमाणे पूर्वग्रहाने विकृत, बरबटलेल्या, बुध्दीत सत्याचे प्रतिबिंब कसे पडणार ? म्हणून वस्तुस्थितीचे स्वरूप समजायला शुद्ध मन हवे. सत्याचा साक्षात्कार हवा. गांधीजी म्हणून आत्मशुद्धीवर जोर देतात. सत्याग्रही सत्यासाठी उभा राहतो. परिस्थितीचे सत्य स्वरुप आणि आर्दशाचे सत्य स्वरूप हे समजून घेणे गरजेचे असते म्हणून 'सत्येन सिद्धी सात्मन: ।'

सत्याने सिद्धी प्राप्त होते असे म्हणतात. बाह्य ज्ञानाबरोबर आत्मज्ञानाचाही अंतर्भाव होते असे म. गांधीचे मत होते.[२५]

सत्याचे महत्त्व सांगताना ईश्वरनिष्ठा व सत्य यांचा जवळचा संबंध आहे. ईश्वरनिष्ठेचा व्यापक अर्थ, सत्यालाच ईश्वर कामना दे. व सत्याचे पालन कसे करावे, अध्यात्मिक क्षेत्रांत अधिक शास्त्रशुद्ध शास्त्रीय प्रयोगाची का गरज आहे आणि सत्याग्रहाने कसे वागावे या संबंधी १३-१२-१९३१ च्या 'यंग इंडिया' च्या अंकात गांधीजीनी विस्तृत विवेचन केले आहे. त्याच्या आधारे सत्य हाच परमेश्वर आहे. ईश्वर सत्य आहे. या दोन विधानातील सूक्ष्म भेद गांधीजीनी दाखवून दिला आहे. या आधारे आचार्य जावडेकरांनी सत्य व ईश्वर या शब्दांचे पुढील अर्थ लावले आहेत.

१) काही निरीश्वरवादी सत्यनिष्ठेमुळेच आपणास निरीश्वरवादी म्हणवीत असतात. अशांच्या जीवनांत ही सत्यनिष्ठा प्रतीत होत असेल तर त्यांना ईश्वरनिष्ठच समजले पाहिजे म्हणून ईश्वर हा सत्यस्वरुप आहे, असे म्हणण्याऐवजी सत्य हाच ईश्वर आहे असे म्हणणे अधिक योग्य आहे. सत्यनिष्ठ पण निरीश्वरवादी लोक गांधींच्या मते ईश्वरनिष्ठच ठरतात असा याचा अर्थ होता. गांधींच्या सत्याच्या संदर्भात सांप्रदायिक वादांना स्थान राहात नाही. नास्तिकांसाठी सत्य नाकारता येत नाही. यातून ज्या संप्रदायाची राष्ट्रीय आंदोलनात भारतात गरज भासत होती, त्याला तर पाठबळ मिळालेच पण त्याचबरोबर आधुनिक युगांतील विज्ञान निष्ठेशीही गांधीजींनी अविरोधाने संबंध प्रस्थापित केले. हा सामाजिक लाभ होय.[२६]

२) नैतिक सत्य किंवा सामाजिक सत्य म्हणजेच न्याय, हा न्याय किंवा सत्य म्हणजे काय? या संबंधी गांधींचे उत्तर असे की, प्रत्येकाला जो न्याय वाटेल तेच सत्य म्हटले पाहिजे. हा न्याय किंवा सामाजिक सत्य संशोधनाचा विषय आहे का हे संशोधन करण्याचा हक्क प्रत्येकास आहे आणि या क्षेत्रात प्रयोग करून जे सत्य आपणास प्रतीत झाले असेल त्याचा प्रयोग करणाऱ्यांनी सत्य, अहिंसा, ब्रह्मचर्य, अस्तेय, अपरिग्रह हे पाच यम पाळून आपल्या अंगी मनोदेवतेचा अंतर्नाद ऐकण्याचा अधिकार प्राप्त करून घेतला पाहिजे. हा अधिकार प्राप्त करून न घेता आज प्रत्येकजण मनोदेवतेच्या आज्ञेप्रमाणे वागण्याचा हक्क बजावत आहे; म्हणून जगात असत्याचा फैलाव होऊन गोंधळ माजत आहे. हा गोंधळ कमी व्हायला हवा असेल तर आध्यात्मिक उन्नतीस आवश्यक असलेली शिस्त पाळून आपल्या अंगी मनोदेवतेच्या आज्ञेप्रमाणे वागण्याचा अधिकार प्राप्त करून घेतला पाहिजे.

३) मनुष्याची बुद्धी निरहंकार बनल्यावाचून त्याला मनोदेवतेचा आदेश ऐकू येणार नाही आणि तसा त्याला अधिकार प्राप्त होऊ शकणार नाही.[२७]

आचार्य जावडेकरांनी सत्यासंबंधी अधिक स्पष्टीकरण करून सत्याग्रही जीवननिष्ठेत सत्याला प्रथम स्थान दिले आहे व अहिंसा हे सत्याच्या प्राप्तीचे सर्वश्रेष्ठ साधन मानले आहे. साध्य व साधने हे पर्यायवादी शब्द आहेत. सत्याचे दर्शन आणि जीवननिष्ठा असे नैतिक आचरण यांच्यातील नाते परिस्थितीच्या माध्यमातून जेव्हा असे परस्परपूरक होते, त्यावेळी नीती विचाराला आत्मभान प्राप्त होत असते. गांधी विचारसरणीने ही अवस्था गाठली होती.[२८]

तसेच सत्य म्हणजे काय? जीवनातील सत्याची प्राप्ती म्हणजे काय?पण आचार्य जावडेकरांनी सत्याचे तीन विभाग किंवा क्षेत्रे सांगितली आहेत. १) भौतिक ज्ञान हे सत्य संशोधनाचे पहिले क्षेत्र २) सामाजिक ज्ञान ३) आत्मिक ज्ञान

१) भौतिक ज्ञान : आपणास जे बाह्यविश्व इंद्रियामार्फत दिसते अथवा अनुभवता येते त्यांचे स्वरूप, त्यांची घटना कशी आहे यावरून भौतिक शास्त्रज्ञ भौतिक क्षेत्रातील सत्या सत्याचा शोध करीत असतात. तेथे आपणास असे दिसते की, या क्षेत्रात आपणास जे सत्य वाटते, त्याहून अनेक वेळा खरे सत्य अगदी भिन्न व तद्विरोधी असते. सृष्टीचे व्यापार कसे चालले आहेत हे समजून घेऊन त्यांचे कार्यकारणभाव समजून घेणे, तिच्या घडामोडींचे नियम शोधून काढणे अथवा ते नियम आपल्या बुद्धिने तयार करणे हे भौतिक शास्त्रज्ञांचे कार्य आहे. या भौतिक शास्त्रांच्या वाढीमुळे मनुष्याला आपले सामर्थ्य वाढविता येते आणि या सामर्थ्यांचा उपयोग करून आपणास इष्ट असणारे भोग प्राप्त करून घेता येतात. तसेच आपले आणि आपल्या भोग संपत्तीचे रक्षण करण्याची साधने ही भौतिक ज्ञानामुळे त्याला प्राप्त होऊ शकतात.

२) सामाजिक ज्ञान : परंतु भौतिक ज्ञानाच्या वाढीमुळे जे बळ प्राप्त झाले आहे ते बळ कोणत्या कामी उपयोगात आणावे हे ज्ञान मनुष्याला कसे होते? या ज्ञानाचा विस्तार करताना सामाजिक व नैतिकशास्त्रात प्रवेश करावा लागतो. समाजाची घटना कशी असावी, तिच्यात घडणाऱ्या बदलांपैकी चांगले कोणते, वाईट कोणते? या सर्व बदलांना मानवहिताच्या दृष्टीने अनुकूल कलाटणी देणे कितपत शक्य आहे? इत्यादी प्रश्नांना उत्तर देण्याचे कार्य सामाजिक व नैतिकशास्त्रे करीत असतात. या शास्त्रांचा विचार करीत असता, मनुष्याला सत्यासत्य विवेकाप्रमाणे सद्विवेक ही करावा लागतो. आपली सद्विवेक बुद्धी सांगेल त्याप्रमाणे वर्तन करण्याचा प्रयत्न करणे आणि असत्यांचा त्याग करणे असाच सत्याग्रह निष्ठेचा मुख्य अर्थ आहे. आपल्या अंतःकरणातील सत्यासत्याचा झगडा नित्य चालू असतो. आपल्या अंतःकरणातील सत्सद् वृत्तीतील द्वंद्वाप्रमाणे समाजातही सत्य पक्षाविरुद्ध असत्य पक्ष, न्यायाविरुद्ध अन्याय, नीतीविरुद्ध अनीती असा लढा चालू असतो. या युद्धमान पक्षांपैकी प्रत्येक पक्ष आपणास सत्या पक्षच म्हणवीत असतो असे आपणास आढळते. या सत्यापैकी वास्तविक सत्य कोणते, त्याचा निर्णय स्वतःच्या बुद्धीने करावा लागतो. पण एवढे करून तो तटस्थ बसू शकत नाही. असत्य पक्षांच्या विरुद्ध सत्यपक्षाच्या बाजून लढणे हे त्याचे कर्तव्य असते. पण हा लढा अनत्याचारी वृत्तीने व अनत्याचारी साधनांनी तो चालवू इच्छितो यासाठी म. गांधींनी अनत्याचारी असहकार आणि सविनय कायदेभंग ही दोन नैतिक शस्त्रे शोधून काढली आणि भौतिक युद्धांचा एक नैतिक किंवा आध्यात्मिक पर्याय जगाला दाखवून दिला. म. गांधींचा मानवाला हे सांगताना उद्धाराचा खरा मार्ग कोणता व संदेश कोणता हे सांगताना आचार्य जावडेकर लिहितात, 'अंतःकरणातील व समाजातील सत्यप्रवृत्तीला विजयी करण्यासाठी अखेरपर्यंत लढत राहावे; त्यातच जीविताचा होम करणे, जगातील असत्य प्रवृत्ती नष्ट करण्यासाठी संपूर्ण आत्मसमर्पण करणे हीच सत्याग्रही निष्ठा होय.'[२१]

गांधीजींची सत्यावरील व नीतीवरील निष्ठा डळमळीत नव्हती. या सत्यनिष्ठेतच त्यांच्या क्रांतिकारक वृत्तीचे बीज आहे. सत्यावरील श्रद्धा ही अंधश्रद्धा होऊ शकत नाही असे आचार्य जावडेकरांचे मत होते; कारण सत्य म्हणजे ज्ञान, विवेक किंवा प्रकाश होय. इतर साधुसंत प्रेमभावनेला किंवा अहिंसावृत्तीला आद्यस्थान देतात. पण म. गांधींनी सत्य निष्ठेला आद्यस्थान देऊन अहिंसा वृत्ती किंवा प्रेमभावना ही त्या सत्याचे साधन मानले. हा सूक्ष्म भेद आचार्य जावडेकरांनी दाखवून दिला आहे.

एकदा एकाने गांधीजींना असा प्रश्न केला की, ''तुमचे वर्णन अत्यंत विसंगत दिसते.'' ते म्हणाले, ''अत्यंत विसंगत परंतु एका अर्थाने अत्यंत सुसंगत आहे, कारण त्या त्या वेळी मला जे सत्य वाटते ते मी बोलतो.'' हा या विसंगतीतून सत्याचा एक

सुसंगत असा शोध आहे. [३०] सत्याचे ज्ञान कोणत्याच व्यक्तीस कधीच पूर्णपणे होत नाही. सत्य संशोधन हे सारखे चालू असावे लागते. आपणास ते नवीन दर्शन घडवीत असते. त्या दर्शनाने बुद्धीला प्राप्त होणाऱ्या सिद्धांताचे स्वरूप बदलते. त्यास आपल्या चुका दिसू लागतात व त्यांची पूर्णतेकडे अधिक प्रगती होते. त्यास सत्यदर्शनाची अधिक प्रचिती येते; म्हणून सत्याची उपासना करणारा विसंगतीने गांगरत नाही. त्याची विसंगती ही विकासाची खूण असते. शाश्वत सत्याचे चिंतन करीत तो वागतो, सत्य व अहिंसा यांच्या आविष्कारासाठी विधिनियम बदलावे लागतात. क्रांती करावी लागते. ही क्रांती कधी करावी याची नीट कल्पना येईपर्यंत गांधीजींनी क्रांती शब्द वापरला नाही असे आचार्य जावडेकरांचे मत होते, परंतु पुढे त्यांना सत्याच्या अहिंसक क्रांतीचे संपूर्ण दर्शन झाले. म. गांधीजी म्हणाले, 'क्रांतीशास्त्र सर्वश्रेष्ठ आहे. प्रजा जोपर्यंत अहिंसक आहे.' तोपर्यंत तिला क्रांतीचा हक्क आहे. अहिंसेने क्रांती कशी करावी हे पूर्वी यतींनी दाखविले. आता सर्व जगाला, समाजाला अहिंसक क्रांतीचे तत्त्व शिकविले पाहिजे. जनतेची शक्ती अहिंसक वृत्तीने जागृत करून सत्तेकडून होणारा अन्याय दूर केला पाहिजे. अहिंसा न सोडता हे राजकारण करावयाचे आहे.'[३१]

गांधीजींचा सत्यविषयक सिद्धांत अहिंसावादाशी सुसंगत आहे. सत्याचा अर्थ या ठिकाणी भौतिक आणि इतर विज्ञानांनी उलगडलेले रहस्य असा नव्हे. प्रकाशात आलेली वस्तुस्थिती म्हणजे सत्य अशा समीकरणाच्या तळाशी असलेले हे तत्त्व होय. गांधीप्रणीत सत्याचा अर्थ उच्च नैतिक नियम असा आहे.

म. गांधी व अहिंसा

अहिंसा व सत्य परस्परपूरक आहेत. किंबहुना ते एकरूप आहेत. अहिंसेची व्याख्या अशी करण्यात आली आहे. सत्य म्हणजे सर्वभूत हित व अहिंसा म्हणजे सर्व भूतमात्रांवर प्रेम करणे, अहिंसेनेच आपण सर्वभूतहितरत बनू. म्हणेजच सत्य प्राप्ती करून घेऊ अहिंसेशिवाय सत्यप्राप्ती आणि सत्यदर्शनही नाही.

'दुःख नेऊनी सुख देणे। या नाव अहिंसा म्हणे'[३२] विश्वचैतन्याशी म्हणजे सत्याशी तादात्म्य पावण्याचे गांधीजींचे साधन म्हणजे अहिंसा किंवा प्रेम होय. जगातील प्रत्येक वस्तूवर प्राणिमात्रांवर व मानवावर प्रेम करणे ही अहिंसा होय. सर्वांतर्यामी विश्वचैतन्य हेच आध्यात्मिक सत्य होय आणि तादात्म्य पावण्याचा सर्वश्रेष्ठ मार्ग म्हणजे प्राणिमात्रांवर प्रेम करणे हाच होय. असे प्रेम त्यांच्या अंतःकरणात सतत वसत असेल. त्याला कर्तव्याचा मार्ग अंतःकरणाने दिसू लागेल. अशी म. गांधींजींची निष्ठा होती. हे स्पष्ट करून आचार्य जावडेकर म्हणतात, 'सत्याच्या प्राप्तीने व अहिंसेच्या साधनांनी जे जे प्रयोग आपण केले, त्या प्रयोगांनी व अनुभवांनी आपली ही निष्ठा

कसोटीस उतरली असून ती अधिक बळकट बनली आहे असे म. गांधीजी सांगत असत.'[३३]

अहिंसेची पूर्वपीठिका

अहिंसात्मक सत्याग्रहाचा प्रयोग हिंदी जनतेने प्रथम केला असला तरी अहिंसक क्रांती व अहिंसक बळावर चालणारा समाज या कल्पना बऱ्याच जुन्या आहेत. राजकर्त्यांच्या जुलमांमुळे राजकीय क्रांतीची ध्येये निर्माण होतात. त्याचप्रमाणे क्रांतिकारकांच्या अत्याचारामुळे अनत्याचारी (अहिंसात्मक क्रांतीचे) ध्येय जन्मास येते. अहिंसा निर्माण करण्याचे पहिले कार्य गौतम बुद्धांनी सुरू केले. ते एक सर्वांगीण सामाजिक क्रांतिकारक होते. प्राचीन वैदिक संस्कृतीत जुलमाचा उगम राजदंड धारण करणाऱ्या व्यक्तीपासून झालेला असे. ब्राह्मणांनी घालून दिलेले सामाजिक आचार, धर्म यांचे नियत्रंण समाजावर चालत असे. राजांचा दंड ब्राह्मणांनी स्थापन केलेल्या धर्माचा प्रतिपाल करीत असे. हे ब्राह्मण भ्रष्ट झाले आणि समाजाला लावून दिलेला धर्म विकृत बनला.

अनार्यांना जिंकल्यांनतर प्राचीन ब्राह्मणांनी त्यांना शूद्र वर्गात गोवून टाकत वर्णाश्रम धर्मात स्थान दिले. त्यांचा उद्धार करण्याचा प्रयत्न गौतमांनी केला. आता जन्मजात चातुर्वर्ण्य मोडण्याचा काळ प्राप्त झाला असून सर्वांना आज आपल्या गुणकर्मानुसार वाटेल ती पदवी प्राप्त करून घेण्याचा हक्क आहे ही वृत्ती त्यांनी निर्माण केली. विषयसुखाची अभिलाषा असणे धर्म नव्हे, असे बुद्धांनी सांगितले. ज्यांना धर्म हवा असेल, त्यांनी गूढ आत्मानात्म विचारांच्या ब्रह्म घोटाळ्यात पडण्याची आवश्यकता नाही. जीवनातील खरा आनंद प्राप्त करून घेण्यास शुद्ध, निरपेक्ष, निष्काम प्रेम म्हणजेच अहिंसा हा एकमेव मार्ग आहे. हे गौतम बुद्धांनी दाखवून दिले. शुद्ध धर्माला शब्दप्रामाण्यांची अथवा ईश्वरवादावरील अंधश्रद्धेची आवश्यकता नाही, हे गौतम बुद्धांनी सिद्ध केले. सत्य आणि प्रेम या मानवी मनातील सर्वश्रेष्ठ निष्ठा जागृत करून त्यांच्यासाठी सर्वस्वाचा त्याग करणे हाच खरा धर्म असून 'सत्यापरता नाही धर्म, सत्य तेचि परब्रह्म' या तत्त्वावर धर्माची प्रचंड घटना निर्माण झाली आहे. त्याने संन्याशांना कर्मप्रवण बनविले व संसारवाल्यांना त्यागप्रवण बनविले. सामजिक समता व राजकीय लोकसत्ता यांचे महत्त्व त्याने सांगितले आणि सामाजिक, राजकीय जुलुमांना आळा घालण्याचा प्रयत्न केला. एवढे मोठे क्रांतिकारक बदल बुद्धांच्या अहिंसावादामुळे झाले.

शेकडो वर्षांनंतर राजाच्या व सम्राटाच्या आश्रयाने भ्रष्ट झालेल्या भिक्षु-भिक्षुणींनी त्या अहिंसेला भ्रष्ट बनविले. या नंतर पुन्हा अहिंसेचे क्रांतिकारी स्वरूप येशू ख्रिस्तने प्रकट केले. [३४] युरोपात अहिंसा स्थापनेचा प्रयत्न कसा झाला याचा आचार्य जावडेकर आढावा घेतात. ख्रिस्ती धर्म भ्रष्ट झाला तरी मूळचा ख्रिस्ताचा अहिंसेचा व क्रांतीचा संदेश देणाऱ्या ख्रिस्ताच्या उपासकांनी व १७ व्या शतकातील प्युरिटन पंथाच्या

लोकांनी ब्रिटनमध्ये लोकशाही क्रांती केली. चार्ल्स राजाला फाशी दिली. ही क्रांती करणारे स्वतःस ख्रिस्ताचे अनुयायी म्हणत असत. युरोपमध्ये लोकसत्ता व समाजसत्ता यांच्या स्थापनेसाठी क्रांतिकारकांची ही परंपरा ख्रिस्ताच्या विचारांतून स्फूर्ती घेऊन निघाली, असे आचार्य जावडेकरांचे मत होते. परंतु, क्रॉमवेल व सेंट सायमन यांची क्रांतीची कल्पना हिंसेवर आधारलेली होती व ख्रिस्ताचा शुद्ध संदेश तिला म्हणता येणार नाही. या क्रांतिकारकाविरुद्ध शुद्ध अहिंसक क्रांतिकारकही ख्रिस्तांच्या बलिदानाच्या स्फूर्तीतून निर्माण झाले आहेत. त्यात जॉर्ज फॉक्स व कौंट टॉलस्टॉय यांचा समावेश होतो.[३५] कौंट टॉलस्टॉयने धार्मिक, सामाजिक, आर्थिक आणि राजकीय अशा क्रांतीचा झेंडा झारशाहीविरुद्ध रशियात उभारला. टॉलस्टॉयनंतर सर्वांगीण अहिंसात्मक क्रांतीचे प्रयत्न म. गांधीजींनी सुरू केले.

म. गांधींनी टॉलस्टॉयचे ग्रंथ वाचण्यास सुरुवात केली. त्यांपैकी 'परमेश्वरी राज्य अंतःकरणांत आहे.' या नावाचे पुस्तक त्यांनी वाचले व त्यांच्या मनावर त्याचा प्रभाव पडला. या पुस्तकात साधारणतः समाजाच्या सर्व प्रकारच्या व्यवहारांत सत्यनिष्ठा व अहिंसावृत्ती यांचे पालन सर्वांनी केले पाहिजे, हाच ख्रिस्ती धर्माचा व सर्व धर्मांचा सिद्धांत आहे व तो त्रिकाळाबाधित आहे, असे विवेचन केले आहे.[३६] सामाजिक व राजकीय क्रांती घडवून आणल्यावाचून सत्यनिष्ठेची, प्रेमाची, संस्थापना होऊ शकत नाही. हे जाणून आध्यात्मिक अराज्यवादाचा उघड उपदेश करण्याचे महत् कार्य रशियातील टॉलस्टॉयने केले.

१९०६ ते १९१३ पर्यंत म. गांधींनी दक्षिण आफ्रिकेत एका विशिष्ट कायद्याविरुद्ध सत्याग्रहाचा लढा चालविला, त्यात त्यांना यश मिळाले. याच तंत्राचा उपयोग करून भारतात स्वराज्याचा लढा यशस्वी करता येईल अशी म. गांधींना आशा वाटत होती व ती त्यांनी १९०९ साली मद्रास येथे राष्ट्रसभेला पाठविलेल्या संदेशात केली होती. त्याच वेळी त्यांनी 'हिंद स्वराज्य' नावाचे छोटेसे पुस्तक लिहिले. त्यांतही हिंदुस्थानला सत्याग्रहाने स्वराज्य प्राप्त करता येईल. प्रागतिकांच्या केवळ बुद्धिबळाच्या मार्गाने अथवा जहालाच्या सशस्त्र क्रांतीच्या मार्गाने हा प्रश्न सुटणार नाही, असे मत गांधीजींनी प्रतिपादन केले होते.

युरोपातील संस्कृतीच्या धनबळ व शस्त्रबळातून खरी लोकशाही निर्माण होणार नाही, ती त्यांच्या आहारी गेली आहे. तिचा विनाश होणार आहे. तसेच ब्रिटिशांच्या लष्कराने स्थापित शांततेपेक्षा स्वराज्यातील देणे-घेणे अधिक चांगले. ब्रिटिशांच्या कथा वाचून, आपण आपले संरक्षण करून, सर्व जाती धर्मांचे ऐक्य निर्माण करू शकू हा आत्मविश्वास आपण निर्माण केला तरच स्वतंत्र होऊ व हा आत्मविश्वास आत्मबलाची प्रचिती सामान्य जनतेत आल्यावरच येऊ शकतो. अहिंसात्मक सत्याग्रहाने

राष्ट्रीय स्वातंत्र्य व लोकशाही निर्माण करण्यास हिंदुस्थानाला यश आले तर खरी लोकशाही हिंदुस्थानात निर्माण होईल असा 'हिंद स्वराज्य' या पुस्तकात त्यांनी निष्कर्ष काढला आहे.

म. गांधींनी १९१५ साली येथे येण्यापूर्वीच सत्याग्रह करण्याचे आपल्या मनाशी ठरविले होते. मात्र, सत्याग्रहाचा हा अभिनव प्रयोग सुरू करायचा तो कोणत्या प्रकारे करायचा आणि कोणत्या लोकांच्या सहकार्याने करावयाचा यासंबंधी त्यांचे विचार निश्चित व्हावयाचे होते. त्याचे अहिंसात्मक क्रांतिशास्त्र तयार झाले असले तरी भारतीय क्रांतीतंत्र येथे आल्यावर त्यांनी तयार केले, असे जावडेकरांचे मत होते.[३७]

अहिंसात्मक क्रांतीचा अर्थ

गांधींना निर्दोष व सर्वांगीण क्रांती करावयाची आहे. परंतु, क्रांती सर्वांगीण असली तरी सक्तीची नाही. ती अहिंसक आहे. गांधीजींचे अहिंसक क्रांतीचे विशेषत्व बाह्य क्रांती करण्यांत नाही तर अंतरंगात क्रांती करण्यांत आहे. 'आत्मा व अंतःकरण यात झालेली क्रांती चिरकाळ टिकू शकेल. अहिंसक क्रांतिशास्त्राचा हा प्राणच होय.' असे गांधीजींचे मत होते. क्रांती कधी व कशी करावी याची नीट कल्पना येईपर्यंत गांधीजींनी क्रांती हा शब्द वापरला नाही. परंतु, पुढे त्यांना स्वतःच्या क्रांतीचे अहिंसात्मक संपूर्ण दर्शन झाले. ते म्हणाले 'माझा क्रांतिमार्ग व क्रांतिशास्त्र श्रेष्ठ आहे' प्रजा जोपर्यंत अहिंसक आहे तोपर्यंत तिला क्रांतीचा हक्क आहे. अहिंसा व्यक्तीपुरती न ठेवता समाजासाठी तिची व्याप्ती वाढवली पाहिजे. राजसत्तेकडून होणारा अन्याय सहन न करता तो दूर केला पाहिजे.[३८]

अहिंसा हेच सत्यप्राप्तीचे साधन आहे असे म. गांधी मानीत होते. अहिंसा म्हणजे अन्यायाला अशस्त्र प्रतिकार, अन्यायाशी असहकार, त्यांच्या मते न्याय, सत्य यांचे अतूट नाते आहे.[३९]

गांधीजींच्या प्रजाधर्मातील सत्याग्रही क्रांतिशास्त्राचा अहिंसात्मक मार्ग, गौतमबुद्ध, येशू ख्रिस्त यांच्यापेक्षा वेगळा आहे, हे स्पष्ट करताना आचार्य जावडेकर लिहितात, 'प्रजाधर्मातील सत्याग्रही क्रांतिशास्त्र हे येशू ख्रिस्त किंवा गौतमबुद्ध यांनी स्थापन केलेल्या यतिसंघातील अप्रतिकारांच्या तत्त्वाहून भिन्न तत्त्वावर आधारलेले आहे. यतिधर्म व यतिसंघ यात व्यक्तीचे हक्क व वैयक्तिक परिग्रह यांना स्थान नाही. युयुत्सु वृत्तीलाही स्थान नाही. अपरिग्रही यतिच्या दृष्टीने अन्याय निवारण्याला महत्त्व नाही. पण समाजधारणेत अन्याय निवारण्यास महत्त्व दिले आहे. अन्याय निवारण्याचा अहिंसात्मक मार्ग जितक्या प्रमाणात यशस्वी होईल, तितक्या प्रमाणातच समाज धारणेला लागलेली हिंसा नष्ट होईल. हे जाणूनच म. गांधींनी अहिंसात्मक प्रतिकाराचे क्रांतिमंत्र प्रजाजनांचे स्वातंत्र्य संपादन करणाऱ्या प्रतिकारकांच्या हाती दिले आहे. यात त्यांचे वास्तववादी

क्रांतिकारी नेतृत्व साठवले आहे. आणि क्रांतितंत्राला अहिंसावादी स्वरूप देण्यात त्यांची आर्दशवादी आध्यात्मिक वृत्ती प्रकट झाली आहे.'[४०]

मानवी अंतःकरणात प्रेमाची ज्योत प्रज्वलित झाली असता तिच्यावर अहंकाराची काजळी चढू दिली नाही तर ती सर्व प्रकारच्या सामाजिक, आर्थिक, राजकीय, धार्मिक अन्यायाविरुद्ध क्रांती करण्याची प्रेरणा मानवी अंतःकरणात जागृत करते, असा आचार्य जावडेकरांना विश्वास होता. परंतु, ही क्रांती घडवून आणण्यासाठी सतत प्रयत्न करत राहिले पाहिजे.[४१]

समाजाच्या संपूर्ण रचनेत आमूलाग्र क्रांती घडवून यावयाची तर ती आध्यात्मिक वृत्ती जागृत करूनच अराजक अवस्थेत जाण्याचे प्रयत्न करीत राहिल्याने साध्य होऊ शकेल असा गांधीजींचा ठाम निर्णय होता, असे आचार्य जावडेकरांचे मत होते.[४२]

आचार्य जावडेकरांच्या मते, अहिंसक क्रांतीला बुद्धिबळापेक्षा आत्मबलाची अपेक्षा आहे. निर्भयता, अहंकाराचा त्याग, व अनासक्तवृत्ती यांच्या साहाय्याने आत्मबल जागृत करावे लागते. त्यास संयम, मनोनिग्रह, आणि इंद्रियविजय यांची आवश्यकता असते. क्रांतीरूप सत्याला अहिंसेची दीक्षा दिली पाहिजे, यावर भर देताना व अहिंसक क्रांतिधर्म हाच खरा सत्याचा धर्म आहे हे सांगताना आचार्य जावडेकर लिहितात, 'आज हिंदुस्थानात क्रांतीवृत्ती फैलावली आहे व असत्याशी सहकार करून आपले आयुष्य घालवावे लागत आहे आणि या असत्याशी झालेल्या असहकार्यामुळे हिंदी जनतेच्या हातून हिंसा घडत जाते. असत्य व हिंसा आपल्या हातून मुळीच होऊ नये अशी ज्यांची इच्छा असते त्यांनी अहिंसात्मक क्रांतीची दीक्षा घेतली पाहिजे.'[४३] अहिंसात्मक क्रांतिधर्म हाच खरा सत्याचा व अहिंसेचा सनातन धर्म आहे, असे म. गांधी जगाला शिकवीत आहेत. त्यांना क्रांतिकारकाची हिंसा मान्य नाही. व क्रांती विरोधकांचीही हिंसा मान्य नाही. म्हणून हिंदुस्थानात निर्माण होणाऱ्या क्रांतीरूप सत्याला ते अहिंसेची दीक्षा देत आहेत, पण अहिंसेच्या तंत्राने क्रांतीरूप सत्य जीवनापासून दूर जाणे ही अहिंसाही नव्हे व सत्य जीवनही नव्हे, असे आचार्य जावडेकरांचे मत होते.[४४]

अहिंसाबल जसजसे वाढत जाईल तसतसे शस्त्रबल निरुपयोगी बनत जाईल अशी गांधीजींची सापेक्षदृष्टी होती. स्वतः त्यांनी तो आपला धर्म ठरवून घेतला होता. व जनतेला ही अहिंसक क्रांती कारण्याचे शिक्षण देणे हेच आपले अंगीकृत कार्य ते मानीत. त्यांच्या जीवनकार्यास भारतभूमी हीच योग्य भूमी आहे,' असे आचार्य जावडेकरांचे मत होते.

इंग्रजांनी हिंदुस्थान बुद्धिबलाने जिंकला. हिंदुस्थानात बुद्धिबळ वाढविले म्हणजे तो स्वतंत्र होईल. या बुद्धिबळाच्या मार्गाने प्रागतिकांनी ३५ वर्षे राष्ट्रसभा चालविली.

हे स्पष्ट करून आचार्य जावडेकर म्हणतात, 'बुद्धिबळाने हिंदुस्थान स्वतंत्र होईल तेव्हा त्याला आत्मबलाचे गूढ उकलून दाखविणे महत्त्वाचे आहे.'[४५] म्हणून सत्य, अहिंसा यांची उपासना करा म्हणजे आत्मबल प्राप्त होईल असे म. गांधीजी म्हणतात. न्यायासाठी कायदे पाळावेत व न्यायासाठीच कायदे मोडावेत. हे म. गांधींचे तत्त्व आहे. हीच परमेश्वराची उपासना आहे. पण ती अत्याचाराने करू नका, शुद्ध बुद्धिने, पवित्र अंतःकरणाने निर्वेर भावाने आणि समाजाच्या हितासाठी कायदे मोडा म्हणजे ब्रिटिशांची जुलमी सत्ता गडगडेल, पण त्यांचा द्वेष करू नका. त्यांच्यावर प्रेम करा. यालाच गांधीजींनी आत्मबल हे नाव दिले आहे. हे आत्मबल प्रत्येक मनुष्याच्या अंतः करणात आहे. ते जागे झाले पाहिजे. [४६] आचार्य जावडेकरांच्या मते, म. गांधींचा आत्मबलाचा सिद्धांत हा सामाजिक अन्यायनिवारणाचा सिद्धांत आहे. सत्याच्या उपासकांनी त्याच्या प्रचारासाठी आणि संस्थापनेसाठी निःस्वार्थी बुद्धीने क्लेश सहन केले पाहिजेत त्यात त्यांची सत्यनिष्ठा पारखून निघते. त्यांच्या मनातील असत्याची प्रचिती येते. त्यांच्या मनातील सत्यांशाची प्रचिती इतरांना येते, असा आत्मबलाचा सिद्धांत आहे.

म. गांधींनी अहिंसात्मक मार्ग का स्वीकारला

भगवद्गीतेने अनासक्त राजधर्माची अंतिम सीमा गाठण्याचा प्रयत्न केला आहे. अंतिमतः राजधर्मातील हिंसा कशी कमी करावी हा महत्त्वाचा प्रश्न आहे. या प्रश्नांना अहिंसात्मक पर्याय शोधून काढल्यावाचून मानव संस्कृतीची धारणा आणि उन्नती होऊ शकत नाही, असे आचार्य जावडेकरांचे मत होते. शस्त्रबलाने सामान्य जनतेचा उद्धार होणे अशक्य बनले आहे. निःशस्त्र क्रांतीचा शोध घेण्याचा क्रांतिकारकांना ध्यास लागला होता. 'सत्याग्रह' हा सशस्त्र युद्धाचा व सशस्त्र क्रांतीचा अहिंसात्मक पर्याय आहे. जनतेचे आत्मबल जागृत करून राजधर्मातील व राजकारणातील हिंसा नष्ट करण्याचे प्रयत्न सुरू आहेत. त्यांनी शुद्ध आत्मबलाने समाजधारणा करण्याचे अंतिम ध्येय पुढे ठेवून आजच्या मानव संस्कृतीत अंतर्बाह्य क्रांती घडवून आणण्याचा प्रयत्न सुरू केला आहे.[४७]

गांधीजींचा असाही विश्वास होता की अत्यंत अवनत लोकांनाही अनत्याचारी मार्गाने शिक्षण दिल्यास आपल्यावर होणाऱ्या अन्यायाचे निवारण करता येईल, त्याचेच नाव 'अनत्याचारी असहकार', 'सहकार' हा जसा धर्म आहे तसाच 'असहकार' हा देखील विशिष्ट परिस्थितीत धर्म असतो असे गांधीजींना वाटते.

अहिंसेने सत्याची संस्थापना या निष्ठेपैकी अहिंसेचा अर्थ किती खोल व व्यापक आहे हे अधिक स्पष्ट करून सांगताना आचार्य जावडेकर म्हणतात, 'सत्याचे अथवा न्यायाचे संशोधन आणि संस्थापना या दोन्ही कार्यास अहिंसा वृत्तीची आवश्यकता

आहे, ही गोष्ट प्रथम म. गांधींनी मांडली. या गोष्टीचा विशेष संबंध राज्यसंस्थेशी व राजकारणाशी येतो, कारण राज्य संस्था ही न्याय स्थापनेचे कार्य करीत असते आणि न्यायसंस्थापनेसाठी न्यायदंडाचा उपयोग करीत असते. धर्माच्या म्हणजेच न्यायाच्या संस्थापनेसाठी राजदंडाचा उपयोग करता यावा असे राज्यशास्त्राचे मत आहे.'[४८]

राजकीय अहिंसेचे स्वरूप

म. गांधी हे अहिंसावादी होते आणि युद्धाशी सहकार्य हे अहिंसेशी विसंगत आहे याबद्दल त्यांना शंका नव्हती. असे असतानाही त्यांनी पहिल्या महायुद्धाच्या वेळी ब्रिटिश साम्राज्याला युद्धाशी सहकार्य करावे असे जनतेला का सांगितले? गांधीजींची भूमिका स्पष्ट करताना आचार्य जावडेकर सांगतात, आपण ज्या राज्याच्या संरक्षणासाठी राहतो त्या राज्याशी युद्धकाळात असहकार पुकारणे म्हणजे ते राज्य मोडून पाडण्यास साहाय्य करण्यासारखे आहे. तोपर्यन्त त्या राज्यातील जनतेला आपल्या स्वतःचे अहिंसक राज्य निर्माण करून अहिंसेच्या साधनांनी त्यांचे रक्षण करण्याचा उपदेश करणे धोक्याचे आहे. जर परकीय सत्तेच्या आक्रमणाने राजसत्ता उलथून पाडली आणि जनतेला सत्याग्रहाच्या अहिंसक मार्गाने आपले संरक्षण कसे करावे हे समजू शकले नाही तर ती जनता वाटेल त्या आक्रमक सत्तेला साहाय्य करू लागेल. ही त्या जनतेतील अहिंसा वृत्तीची वाढ म्हणता येईल काय?' असा प्रश्न उपस्थित करून त्याचे उत्तर देताना ते म्हणतात, 'पहिल्या महायुद्धाच्या वेळी आपणास असा उपदेश करण्याचा अधिकार प्राप्त झालेला नव्हता. असे गांधीजी आपल्या आत्मचरित्रात लिहितात आणि दुसरे कारण म्हणजे ब्रिटिश साम्राज्य ही संस्था एकंदरीत हिंदुस्थानच्या हितास पोषक अशी असून तिच्याशी राजनिष्ठ राहूनच स्वातंत्र्य प्राप्त करून घेता येईल अशी निष्ठा गांधीजींची होती. आत्तापर्यंत हिंदुस्थानातील पुढाऱ्यांनी या साम्राज्यनिष्ठेच्या आधारावरच आपले राजकीय धोरण आखलेले होते. युद्धाशी असहकार हे धोरण स्वीकारून कार्य करणे शक्य नव्हते.'[४९]

यासंबंधीची गांधीजींची भूमिका फाळणीनंतर पाकिस्तान आक्रमणाच्या वेळी प्रत्ययास येते. म. गांधीजी म्हणतात, 'सर्व प्रकारच्या युद्धाला मी विरोधच करत आलो, परंतु पाकिस्तानपासून न्याय मिळण्याचे सारेच उपाय थकले. सिद्ध करून दिलेली चूकही पदरात घातलेले पापही पाकिस्तान हटवादीपणामुळे नाकबूल करीत राहील तर हिंदी संघराज्याला पाकिस्तानशी युद्ध करण्याखेरीज गत्यंतर राहणार नाही. युद्धाचा मार्ग विनाशाचा आहे पण अन्याय सहन करा असे मी कुणाला सांगणार नाही. लोकांनी आपल्या इच्छेप्रमाणे सरकारला युद्ध करायला लावले. माझा मार्ग विचारला तर तो निराळा आहे; मी ईश्वराचा उपासक आहे.'

म. गांधींच्या विचाराचे एक अभिन्न अंग जो 'भूमिका विचार' अगर 'मर्यादाविचार' त्यांचे स्थान किती महत्त्वाचे आहे, याची वरील विवेचनावरून कल्पना येईल. दुर्दैवाने याच्याकडे अनेकांनी दुर्लक्ष केले. व त्यामुळे त्यातून अनेक अपसमज निर्माण झाले.[५०]

सापेक्ष अहिंसा आणि निरपेक्ष अहिंसा

गांधीवादाच्या दृष्टीने हिंसा ही त्याज्य असली तरी सर्वच हिंसा निंद्य आहे, असे म्हणण्याचा अविवेक ते करीत नाहीत. स्वतःचे न्याय्य हक्क, संरक्षणासाठी करण्यात येणारी हिंसा आणि इतरांच्या न्याय्य हक्कांवर आक्रमण करण्यात येणारी हिंसा या दोन्हीही एकच आहेत असे केव्हाही म्हणता येणार नाही. ज्यांना स्वतःच्या न्याय्य हक्कांचे संरक्षण अहिंसेने करता येत नाही त्यांनी हिंसेने त्यांचे सरंक्षण करावे हे त्यांचे सापेक्ष कर्तव्यच आहे. त्यांची अहिंसा ही निरपेक्ष वस्तू नसून ती सापेक्ष असते. बहुजन समाज अद्यापि निरपेक्ष अहिंसेचे आचरण करू शकत नाही. म्हणूनच त्याला राजसंस्थेमार्फत होणाऱ्या हिंसेची आवश्यकता भासत असते. स्वतःच्या न्याय्य हक्कांच्या रक्षणार्थ करावी लागणारी हिंसा प्रत्येक व्यक्तीने न करता ती जबाबदार असणाऱ्या न्यायी सरकारमार्फत व्हावी अशी व्यवस्था लोकशाही राज्यांत होत असते. लोकशाही राज्यांतील सरकारी हिंसा न्यायांकित बनविण्याचा प्रयत्न केलेला असतो. सामान्य लोक अहिंसेने आपल्या हक्कांचे संरक्षण करू शकतील त्यावेळी त्या न्यायांकित सरकारी हिंसेची आवश्यकता उरणार नाही, पण आज ती गोष्ट कल्पनेनेच आकलन करावी लागेल. तथापि युद्धातील हिंसा ही न्यायांकित नाही.

सर्व जगाचे एक सार्वभौम राज्य होईल व निरनिराळी राष्ट्रे शस्त्रसंन्यास घेऊन या सार्वभौम राज्यांच्या प्रत्येक व्यक्तीला, वर्गाला व प्रत्येक राष्ट्राला आपआपल्या न्याय हक्काचे संरक्षण अहिंसेने करता येणे शक्य होईल. असे जनतेला शिक्षण देऊन अहिंसा धर्माच्या आचरणाचा अधिकार प्रत्येक व्यक्तीत, वर्गात व राष्ट्रात आणणे हे सत्याग्रहाचे ध्येय आहे. हा अधिकार जितका वाढत जाईल तितकी राजकीय हिंसा, युद्धांतील हिंसा कमी होत जाईल. ज्याच्यापाशी हा अहिंसात्मक अधिकार नाही त्यांनी असे प्रयत्न करू नयेत असे आचार्य जावडेकरांचे मत आहे. यासाठी अहिंसेचे आचरण व प्रचार करणाऱ्या प्रत्येक व्यक्तीने व समाजाने स्वतःमध्ये अहिंसाबळ किती निर्माण झाले आहे, यांचे अंतर्मुख दृष्टीने निरीक्षण केले पाहिजे. संपूर्ण समाजाने ताबडतोब अहिंसा स्वीकारावी या मताचे आचार्य जावडेकर नव्हते.[५१]

जागतिक अहिंसात्मक क्रांतिवाद

राष्ट्राराष्ट्रांतील तंटे, बुद्धीबळाने मिटत नाहीत. म्हणून आंतरराष्ट्रीय युद्धे करावीत आणि वर्गावर्गातील तंटे युक्तिवादाने लोकशाहीच्या तत्त्वानुसार बहुमतांच्या निर्णयाने

अथवा बुद्धिबळाने मिटत नाहीत म्हणून वर्गयुद्ध करावे अशा निष्कर्षावर आधुनिक युरोप आले. फॅसिझम, कम्युनिझम आणि नासीझम ही सर्व तत्त्वज्ञाने शस्त्रबळाने आपले मत अथवा न्याय प्रस्थापित करण्याच्या कल्पनेवर आधारलेली आहेत आणि न्याय प्रस्थापना करण्यास केवळ युक्तिवाद किंवा बुद्धिबळ अपुरे पडते हे सर्वांचे मत आहे. गांधीवादाला बुद्धिवादाचे हे अपुरेपण मान्य आहे, म्हणून बुद्धिबळाचा अथवा शस्त्रबळाचा आश्रय केल्याने न्याय संस्थापना करता येईल, असे मात्र त्यांना वाटत नाही. हे नवे जग निर्माण करायचे तर त्याने आत्मवैभव प्रगट केले पाहिजे असे आचार्य जावडेकरांचे मत होते.[५२]

शस्त्रमार्गाने लोकसत्तावादी व समाजवादी लोकांना अपयश आले हा इतिहासाचा दाखला देऊन आचार्य जावडेकर म. गांधींच्या अहिंसात्मक मार्गाचा पर्याय का निवडला पाहिजे हे सांगताना लिहितात– 'बुद्धिबळ हे लंगडे आहे, शस्त्रबळ हे आंधळे आहे, इतकेच नाही तर शस्त्रबळाच्या आश्रयाने मनुष्याची बुद्धीही आंधळी बनते व तिला सत्यासत्याचा विवेक राहात नाही.' असे गांधीवाद मानतो. शस्त्रबळाने न्याय प्रस्थापना करण्याचा प्रयत्न अनेक राजे व त्यांचे सरदार यांनी केला. त्याचा कटू अनुभव आल्यानंतरही शस्त्रबलाने क्रांती करण्याचे प्रयत्न लोकसत्तावाद्यांनी व समाजवाद्यांनी केले. या दोहोंचाही अनुभव न्यायप्रस्थापनेच्या दृष्टीने अनुकूल आला नाही. म्हणून गांधीवादाने आत्मबलाच्या आश्रयाने अहिंसक क्रांती करण्याचा मार्ग जगापुढे ठेवला आहे.'[५३]

भारतीय वेदांत तत्त्वज्ञानात गीतेचे स्थान महत्त्वाचे आहे. गीतेने कर्मयोगाचा सिद्धांत मांडला आणि त्यावर नंतर अनेक भाष्ये लिहिली गेली, कारण माणसाने जीवनात कसे वागावे याबाबत गीता संदेश देत होती. म. गांधींनी आपले सत्याग्रही दर्शन गीतेच्या आधारावरच विकसित केले.

म. गांधी आणि गीता

गीतेचे गांधीपूर्व विश्लेषण : अरविंद घोष, लो. टिळक

म. गांधी यांनी भगवद्‌गीतेचा नवा अर्थ लावण्याचा प्रयत्न केला. कारण गीता आपल्या जीवनात मार्गदर्शन करते असे त्यांचे मत होते. म. गांधीजींच्या पूर्वी अनेक भारतीय विचारवंतांनी गीतेवर भाष्यं केली. शंकराचार्यांनी गीता व उपनिषदे यांच्यावर भाष्य लिहून गीतेचा कर्म संन्यासपर अर्थ लावला. पण आधुनिक भारतातील नववेदांतवादी विचारवंतांनी गीतेचा कर्मयोगपर अर्थ लावण्याचा प्रयत्न केला. म. गांधीजींच्या पूर्वी अरविंद घोष आणि लोकमान्य टिळक यांनी तसा प्रयत्न केला. अरविंदांनी गीतेचा कर्मयोगपर अर्थ लावला. वेदांत निवृत्तीपर नसून प्रवृत्तीपर आहे. परकीय सामर्थ्याची

व संस्कृतीची माया हे एक बंधन आहे. ही गोष्ट आमच्या तेजःपुंज अंतरात्म्याने एकदा ओळखली की आमच्यामध्येच स्वराज्य आहे आणि त्याची प्राप्ती करून त्याचा साक्षात्कार करून घेण्याची शक्ती आमच्यापाशी आहे हे आम्हास समजते. या अंतरात्म्यास स्मरून सत्य, अहिंसा आणि श्रद्धा या मार्गांनी आम्हास स्वातंत्र्य प्राप्त करता येईल असे अरविंदांचे मत होते.[५४]

लोकमान्य टिळक यांनी 'गीतारहस्य'आणि 'कर्मयोगशास्त्र' हा ग्रंथ लिहून गीता, निष्काम कर्म योगाची शिकवण देते असा सिद्धांत मांडला. टिळकांच्या राजकारणाचा उगम धर्मबुद्धितून झाला आहे. राजकारण हे धर्माचे एक अंग आहे. हे सिद्ध करण्यावरच त्यांनी 'गीतारहस्य' लिहिला. लोकांतील धर्मबुद्धी किंवा आत्मनिष्ठा ही राजकारणाची प्रेरक शक्ती होऊ शकते, हे लोकमान्य टिळकांना माहीत होते. टिळकांनी गीतारहस्याची मांडणी करताना त्यांचे प्रतिस्पर्धी म्हणजे १) निवृत्ती मार्गी वेदांत किंवा आध्यात्मवादी २)प्रवृत्तीमार्गी जडवादी किंवा भौतिक सुखवादी यांच्या विचारांचे खंडन केले. लोकमान्यांना प्रवृत्तीपर अध्यात्मवाद अभिप्रेत होता. व तोच त्यांनी गीतारहस्यात मांडला आहे. एका पक्षात सर्वत्र संसार आणि व्यवहार या मायारूप मानून त्यासंबंधी पूर्ण औदासीन्य स्वीकारणारे वेदांती आणि दुसऱ्या बाजूस अध्यात्म व वेदांत हे सर्व मायाजाळ मानून ते सोडून टाकण्यास उद्युक्त झालेले आणि आधिभौतिक सुखावरच सर्व नीतिशास्त्राची किंवा सांसारिक अथवा सामाजिक कर्तव्यशास्त्रांची इमारत उभारू इच्छिणारे जडवादी या दोघांचे खंडन लो. टिळकांनी गीतारहस्यात केले आहे.[५५]

सामान्य जनतेच्या अंतःकरणाचा ठाव घेण्याचे कार्य तर्ककर्कश बुद्धीने होणार नसून तसे करण्याकरिता जनतेची भावशुद्धी करून राष्ट्रीय विचारक्रांती घडवून आणणाऱ्या असामान्य व्यक्तीसंबंधी सामान्य जनतेत जो विभूतीवाद आढळतो त्याचा उपयोग करून घेतला पाहिजे असे लो. टिळकांचे मत होते. शुद्ध तत्त्वज्ञान, तात्त्विक, नीतिशास्त्र व व्यावहारिक राजकारण या सर्व क्षेत्रांत त्यांनी विभूतीवादाचा आश्रय केलेला आढळतो. शुद्ध तत्त्वज्ञानाच्या अथवा ब्रह्मज्ञानाच्या क्षेत्रात उपनिषदे[१], संतवाङ्मय[२] व धर्मानुभवी[३] वाङ्मयास किंवा आश्रयानेच ब्रह्मस्वरूपासंबंधीचे निर्णय ठरवावे लागतात. केवळ तर्कशुद्धीने हा प्रश्न सुटणार नाही, असे लो. टिळकांचे मत होते व गीतारहस्यातील सर्व तत्त्वज्ञान याच भूमिकेवर प्रतिपादले आहे.[५६]

गीतारहस्यात अध्यात्मवाद आहे पण तो प्रकृतिवाद आहे आणि त्यात प्रकृतिवाद आहे पण तो आध्यात्मिक आहे हे लक्षात घेतले पाहिजे, असे आचार्य जावडेकरांचे मत होते. 'सर्वाभूती एक आत्मा' हा अध्यात्मशास्त्रातील मूलभूत तात्त्विक सिद्धांत किंवा अंतिम सत्य. या अंतिम सत्याचा साक्षात्कार जीवमात्राचा मोक्ष. या मोक्षप्राप्तीसाठी

मनुष्याला प्राप्त करून घ्यावी लागणारी आत्मोपम्य बुद्धी आणि ज्ञानाला अनुरूप असे घडणारे जे लोक संग्रहार्थ व्यवहारातील नीती किंवा नीतिशास्त्र होय, असा गीतारहस्यातील सिद्धांत आहे.[५७]

लो. टिळकांनी आपले राजकारण करीत असताना धर्म, त्याचा प्राचीन काळी असलेला अर्थ आज हवा असणारा धर्म यांचा अर्थ लावला. पुन्हा धर्माच्या आधारावर राजकारण, व्यापार, आर्थिक धोरण, यांचे परस्पर अधिष्ठानात्मक संबंध निर्माण केले पाहिजेत यावरती भर दिला होता. यासंबंधी आचार्य जावडेकर म्हणतात, ''सध्या आपल्या धर्मात पुष्कळ अनिष्ट तत्त्वे शिरली आहेत, ती घालवून देऊन धर्मांचे शुद्धीकरण झाले पाहिजे हे त्यांना मान्य होते, पण समाजाने धारण केलेली धर्मबुद्धी मारून टाकावी किंवा ती एखाद्या विशिष्ट व्यवहारात कोंडून ठेवावी हा जडवाद त्यांना मान्य नव्हता, उलट समाजातील सर्व व्यवहारांवर या धर्मबुद्धीची छाप पडावी आणि प्राचीन काळाप्रमाणे आपल्या सर्व व्यवहाराचे अधिष्ठान धर्मावर न्यावे हेच त्यांना मान्य होते.''[५८]

अशी स्थिती प्राप्त होणे म्हणजे राजकारण व्यापार किंवा आर्थिक व्यवहार यांतही उच्च ध्येयांचा उदय होणे हे आवश्यकच असते. मनुष्याच्या पाशवी कृती दाबत ठेवणारी बुद्धी समाजात जागृत झाल्याखेरीज देशाच्या राजकारणाकरिता आपल्या स्वार्थाची होळी करण्यास लोक तयार होणे शक्य नाही. हा धर्म आणि राजकारण यांच्यातील निकटचा संबंध समजून त्यावर लो. टिळकांनी आपले धोरण आखलेले दिसून येते. व त्यानुसार निष्काम कर्मयोगाचा उपदेश केला. [५९]

''गीतारहस्यात समाजधारणेस महत्त्व आहे. नि समाजधारणा केवळ अर्थ व काम या दोन पुरुषार्थांपासून होणार नसून धर्म आणि मोक्ष यांच्यापासून होऊ शकेल. दुसऱ्यासंबंधीची कर्तव्यभावना हीच समाजाचे धोरण ठरविणारी धर्मभावना होय व या धर्मभावनेने मनुष्याच्या अर्थ व काम या भावना संचयित होतात. समाजात धर्मभावना असावी, म्हणजे दुसऱ्यासंबंधी कर्तव्यांची जाणीव राहते व समाज सौख्यात सुधारणा होऊन अर्थ कामाचा प्रश्न सुटतो. ही धर्मभावना जिवंत राहण्यास अखेर सर्वभूतात्मैक्याचा अनुभव समाजात काही लोकांना पाहिजे हाच मोठा पुरुषार्थ व त्याच्या आधारेच धर्म व नीती यांची बरोबर उपपत्ती लावता येते. लो. टिळकांनी गीतारहस्यात लोकसंग्रह आणि मोक्षप्राप्ती यांतील भेद लोकांच्या निदर्शनास आणून दिला. आणि लोकसंग्रहार्थ निष्कामबुद्धीने सर्व सामाजिक कर्तव्यं करीत राहावे हाच स्वतःचा मोक्ष साधून जगाला उद्धार करण्याचा सर्वश्रेष्ठ मार्ग आहे, हे लोकांना पटवून दिले. ब्रह्मस्वरूपाचा पूर्व साक्षात्कार झाल्यानंतरही ज्ञानी माणासाने कर्म त्याग करू नये. त्याने निष्काम कर्म करून लोकसंग्रह साधावा असे टिळकांचे मत होते. ते या संबंधी लिहितात, 'यामुळे

कर्म, बुद्धी (ज्ञान) आणि प्रेम (भक्ती) या तिहींमधील विरोध नाहीसा होऊन सर्व आयुष्य यज्ञमय करण्यास सांगणाऱ्या गीताधर्मात सकल वैदिक धर्माचे सार आहे. हा नित्य धर्म ओळखून केवळ कर्तव्य म्हणून सर्वभूतहितार्थ शेकडो खटाटोप करणारे कर्ते पुरुष जेव्हा या भारतभूमीस अलंकृत करीत होते. तेव्हा हा देश परमेश्वराच्या कृपेस पात्र होऊन ज्ञानाच्याच नव्हे तर ऐश्वर्याच्याही शिखरास पोहोचला होता. आणि उभयत्र श्रेयस्कर पूर्वतर धर्म सुटला तेव्हा त्याला निष्कृट स्थिती प्राप्त झाली.''[६०] टिळकांच्या मते, गीतेने संसारशास्त्राचा अध्यात्मशास्त्राशी उत्तम मेळ घालून दिला आहे.

टिळकांप्रमाणे गांधींच्या जीवनातही गीता हा स्फूर्तींचा झरा होता आणि या झऱ्यातून प्राप्त होणाऱ्या जीवनावर त्यांनी जीवितकार्य सुरू केले. स्वार्थबुद्धी सोडून, सर्वहित बुद्धीचा आश्रय करून वर्तन करणे म्हणजेच धर्मबुद्धीने वर्तन करणे होय. धर्म व मोक्ष ही शास्त्रे मानवास सांसारिक कामे करण्यास कमकुवत बनवीत नाहीत, तर मानव संस्कृतीला आध्यात्मिक अधिष्ठान देऊन तिच्या सर्व अंगोपांगांचे व्यवहार अध्यात्मवृत्तीने व मोक्ष दृष्टीने चालू राहिले पाहिजेत, अशी शिकवणही ते देतात. गीता हे नैतिक कर्तव्ये शिकविणारे शास्त्र आहे, असे या दोघांचेही मत आहे.[६१]

पण म. गांधी आणि टिळक यांच्या गीता मिमांसेत काही भेद होते. आचार्य जावडेकरांच्या मते, लो. टिळक आणि योगी अरविंद यांनी नि:शस्त्र क्रांतीचा पुरस्कार केला. गीतेने केलेला राजधर्मातील अपरिहार्य हिंसेचा उपदेश त्यांच्या अंत:करणावर इतका ठसला होता की, आत्मबळाचा भावरूप प्रभाव राजकीय क्षेत्रात कोणत्या मार्गाने पडावा याची बरोबर कल्पना त्यांना आली नाही. [६२] पण म. गांधींनी आपल्या 'अनासक्ती योग'या गीता टीकेमध्ये अरविंद आणि टिळक यांच्या निष्काम कर्मयोगाच्या विचारांचा अभिनव असा विकास केला आणि त्यातून गीतेचे सत्याग्रही क्रांतिशास्त्र सर्व जगासमोर मांडले. गीतेवर लिहिलेल्या 'अनासक्ती योगा'च्या प्रस्तावनेत म. गांधींनी आपली भूमिका स्पष्ट केली आहे. ते लिहितात, 'गीतेचा केवळ शास्त्रीय पांडित्यांच्या दृष्टीने विचार करण्याची माझी पात्रता नाही, परंतु या तत्त्वांचे आचरण करणारा म्हणून माझी पात्रता आहे.' कोणत्याही तत्त्वज्ञानाचे रहस्य समजून घेऊन त्याचा प्रत्यक्षात व्यवहार करणे हीच त्यांची कसोटी असते. म. गांधींनी गीतेत सत्य व अहिंसा धर्म यांचा पुरस्कार केला आहे, असे मत मांडले.

म. गांधींनी गीतेला दिलेला अर्थ

आचार्य जावडेकरांच्या मते, भगवद्‌गीता हा ग्रंथ धर्मयुद्धाच्या प्रेरणेसाठी राजर्षीचा धर्म सांभाळण्यासाठी निर्माण झालेला ग्रंथ आहे. श्रीकृष्ण व अर्जुन हे दोघेही क्षत्रिय असून त्यांच्यापुढे क्षत्रिय धर्माचा आदर्श होता. आदर्श राजर्षी कसा असावा, याचे भगवद्‌गीतेत विवेचन करण्यात आलेले आहे. तसेच समाजातील क्षत्रिय वर्गाचे

स्थान व कार्य, अर्जुनाची क्षत्रिय प्रवृत्ती आणि निष्ठा, गुणकर्मानुसार बनलेला स्वभाव या सर्व गोष्टी गृहीत धरून केलेला हा उपदेश आहे, 'मामनुस्मर युद्ध च।' या वचनाचा अर्थ विकसित करून 'सत्यनिष्ठेसाठी अहिंसेने लढत राहा' असा आपण अर्थ करीत आहोत व हे कृत्य भगवद्‌गीतेच्या शिकवणीला अनुसरूनच आहे असे म. गांधीजी म्हणत होते, कारण जगातील सर्व युद्धे झाली तरीही, 'योगस्थ कुरुकर्मानी।।' हा भगवद्‌गीतेचा अपूर्व संदेश जगाला नित्य मार्गदर्शक राहील. अशी म. गांधीजींची श्रद्धा होती. म. गांधी भगवद्‌गीतेचे हेच वैशिष्ट्य समजत होते.[६३]

हिंसा व धर्म राज्याला आवश्यक असले तरी त्यांत गांधीजींनी नवीन अर्थ घालून व्यवहार व राजकारण उच्च पातळीवर नेले. गांधीजींचा गीतेकडे पाहण्याचा दृष्टिकोन स्पष्ट करताना आचार्य जावडेकर म्हणतात, 'म. गांधींची भूमिका प्रवृत्तीची असली तरी ते आपल्या भूमिकेवरून निराळी दृष्टी देत आहेत. राजकारणात हिंसा आहे वगैरे शंका घेण्यात अर्थ नाही' ते उत्तर देत की, 'अपरिहार्य समजून अनासक्त राहून ती हिंसा तू कर' पूर्वीच्या धर्मसंस्थापकांनी व यतीमुनींनी मर्यादा व अनुज्ञा दिल्या आहेत. परंतु महत्त्वाची गोष्ट म्हणजे आपणास आपला व्यवहार अधिक उच्च पातळीवर न्यावयाचा आहे. व्यवहार व्यवहार असे म्हणून कर्तव्ये खाली ओढायची नाहीत. [६४] मानव समाजाच्या रचनेला धर्माचा आधार असला पाहिजे, हा गीतेतील अत्यंत महत्त्वाचा सिद्धांत आहे. धर्माविषयी सांगताना आचार्य जावडेकर लिहितात, ''समाजातील घटकांनी स्वार्थ साधण्याच्या हेतूने प्रेरित होऊन व्यवहार न करता कर्तव्य बुद्धीने प्रेरित होऊन व्यवहार करावेत हा गीतेच्या सामाजिक उपदेशाचा अर्थ आहे.''[६५]

'अनासक्ती योग' या पुस्तकाच्या प्रस्तावनेत गांधीजी म्हणतात, 'गीताकाराने स्वतः महान रूढ शब्दांचा अर्थ विस्तारला आहे. गीता चाळली असता आपल्याला असे दिसून येते, गीताकाळापूर्वीचा पशुहिंसा म्हणजे यज्ञ या अर्थाचा गंधसुद्धा गीतेत नाही. पण 'जपयज्ञ' हा यज्ञांचा राजा आहे असे गीता सांगते. तिसरा अध्याय असे सुचवितो की, यज्ञ म्हणजे मुख्यत्वे परोपराकासाठी शरीराचा उपयोग. तिसरा आणि चौथा अध्याय मिळून यज्ञाच्या दुसऱ्या व्याख्यासुद्धा करता येतील, पण त्यात पशुहिंसा असा अर्थ काढता येणार नाही. तोच प्रकार गीतेतील 'संन्यास' या शब्दाच्या अर्थाविषयी आहे. प्रत्येक कर्माचा त्याग गीतेतील संन्याशाला बिलकूल मान्य नाही. गीतेतील संन्यासी यतिकर्मी आहे. तसाच तो अनित्यकर्मी आहे. याप्रमाणे गीताकाराने महान शब्दांचा व्यापक अर्थ करून स्वतःच्या भाषेचा सुद्धा व्यापक अर्थ करण्यास आपणास शिकविले आहे, असे गांधीजी म्हणतात.

तसेच धर्मयुद्ध या शब्दाचा अर्थ शस्त्रयुद्ध असा न करता सत्याग्रह असा करावा, असे म. गांधी का म्हणतात? या संदर्भात ते 'अनासक्ती योगा'च्या प्रस्तावनेत

म्हणतात, 'भौतिक युद्ध असे तात्पर्य गीताकारांच्या भाषेतील अक्षरांतून खुशाल निघो ! पण गीतेच्या शिकवणीची पूर्णपणे अंमलबजावणी करीत असताना मला तर नम्रपणे असे वाटते की, सत्य आणि अहिंसा यांच्या संपूर्ण पालनाशिवाय संपूर्ण कर्मफल, त्याग मनुष्याच्या बाबतीत असंभवनीय आहे.' या ठिकाणी म. गांधी भगवद्‌गीतेतील शब्दांच्या प्रामाण्याविरुद्ध आपला स्वतःचा अनुभव अथवा आत्मप्रामाण्य उभे करतात, हे अत्यंत महत्त्वाचे आहे. आत्मप्रामाण्यांची भाषा आजपर्यंत गीतेतील भाष्यकारांच्या भाषेहून भिन्न आहे, ती नम्र असली तरीही तिच्यामध्ये एक क्रांतिकारक तेज आहे, हे कोणाच्याही लक्षात येऊ शकेल. आध्यात्मिक शास्त्रांच्या क्षेत्रात आत्मप्रामाण्यांची कसोटी उपयोगात आणून गीतेसारख्या ग्रंथातील शब्दांचा अर्थ अधिक व्यापक बनवून, त्यांत भर घालण्याची त्यांची ही क्रांतिकारक वृत्ती भारतीय संस्कृतीत गौतमबुद्धांच्या काळानंतर म. गांधीजींनी निर्माण केली आहे, असे आचार्य जावडेकरांचे मत होते.[६६]

बुद्धी स्थिर बनवून आपली कर्तव्ये अनासक्त व निष्काम बुद्धीने करीत राहण्याचे शास्त्र भगवद्‌गीतेत सांगितलेले आहे. मनुष्याला सद्‌विवेक करण्यास लागणारी बुद्धी इंद्रिय वृत्तीच्या अधीन न होणारी अशी असली पाहिजे. हे भगवद्‌गीतेचे रहस्य आधुनिक नीतिशास्त्रांनी आत्मसात केले पाहिजे असे आचार्य जावडेकरांचे मत होते. बुद्धीला शुद्ध बनविणे हा भगवद्‌गीतेच्या अध्यात्माचा निष्कर्ष आहे. स्थितप्रज्ञ अवस्था, ब्रम्हीस्थिती अथवा ब्रह्मनिर्वाण प्राप्ती या सर्व शब्दांचा अर्थ आचार्य जावडेकर एकच समजतात. म. गांधींनी आधुनिक बुद्धिवाद्यांना या तत्त्वाचे महत्त्व पटवून देण्याचा प्रयत्न केला असून भगवद्‌गीतेचा हा संदेश आजच्या बुद्धिवादी नीतिशास्त्रांनी आत्मसात केला पाहिजे असे आचार्य जावडेकरांचे मत होते.[६७]

भगवद्‌गीतेतील अध्यात्मशास्त्राचे ईश्वरवाद व अवतारवाद मान्य केलेले आहेत. हे दोन्ही वाद 'आपल्या बुद्धीस पटतात'असे गांधीजींनी म्हटले आहे, मात्र आचार्य जावडेकर म्हणतात, 'आपणास बुद्धीस व अंतःकरणास दोन्हीही वाद पटलेले नाहीत तथापि ईश्वरवाद व अवतारवाद या कवीकल्पना आहेत असे वाटते, मात्र ईश्वर साक्षात्कार हा विशिष्ट आत्मानुभव देण्याचा प्रयत्न करीत राहिल्याने 'आत्मवत् सर्वभूतानि' या प्रकारची बुद्धी नैतिक कर्तव्याचरणात रममाण होऊ शकते आणि अंत:करण प्रसन्न राहून त्यासाठी म्हणजे सर्वहितासाठी स्वार्थाचा त्याग करण्यात संतोष मानण्यांची प्रवृत्ती उदय पावते. हे सर्व माझ्या बुद्धीस पटते व अंतःकरणासही थोडा फार अनुभव येतो. या दृष्टीने नीतिशास्त्राला अध्यात्माचे स्थितप्रज्ञ अवस्थेचे ब्रह्म निर्वाण पद प्राप्तीचे अधिष्ठान असले पाहिजे, हे गीतेचे व म. गांधींचे मत मला पटते व ते बहुमोल वाटते.'[६८]

युद्धाचा गांधींनी लावलेला अर्थ

युद्ध ही संस्था अपरिहार्य आहे, असे गृहीत धरून तिची सापेक्ष उपयुक्तता मान्य करून गीतेतील सर्व विवेचन केले आहे. आज खरी गरज कशाची आहे हे सांगताना आचार्य जावडेकर लिहितात, 'आज अधर्माविरुद्ध आणि अन्यायाविरुद्ध लढण्याचा अहिंसक पर्याय दाखवून देणाऱ्या आणि त्यांचे आचरण करण्याचे सामर्थ्य निर्माण करणाऱ्या व्यक्तींची मानवतेला गरज निर्माण झाली आहे.'[६९]

श्रीकृष्ण अर्जुनाला म्हणतो, 'हा लढा टाळू पाहशील तर आत्मकल्याण गमावशील, आत्मकल्याणासाठीच लढा कर.'आचार्य जावडेकरांच्या मते, म. गांधीही आत्मकल्याणासाठी हा लढा लढत आहेत. आत्मकल्याणाची दृष्टी असलेला हा महात्मा पुढे होऊन राजकारण करत आहे, असे आचार्य जावडेकरांना वाटते.[७०]

अनासक्त बुद्धीने युद्ध करावे असे गीता सांगते. त्यासाठी भगवद्‌गीतेत युद्ध दृष्टांतासाठी दिले आहे. गीता अर्जुनास युद्धासाठी प्रवृत्त करते. परंतु आज युद्धाचा व्यवहार निराळ्याच रितीने करण्याची वेळ आली आहे. म. गांधीजी, 'मी बंड पुकारतो, युद्ध करतो असेच शब्द वापरतात, परंतु युद्ध व बंड यात त्यांनी नवीन अर्थ ओतला आहे. याचे स्पष्टीकरण करताना आचार्य जावडेकर म्हणतात, 'गांधीजींनी स्वतःच म्हटले आहे की, मी शब्दांचे अर्थ बदलणार आहे. असे नवीन अर्थ देण्याचे मी भगवद्‌गीतेपासून शिकलो आहे. यज्ञ या शब्दाचा रूढ अर्थ बदलून यज्ञाची भव्य कल्पना गीतेत दिली आहे. ज्ञानप्राप्ती, मोक्ष वगैरे शब्द पूर्वीचेचे रूढ झालेले पण त्या रूढ शब्दात नवीन अर्थ ओतता येतो. महात्माजी म्हणतात, 'मी ही युद्ध करीत आहे. आपणावर अन्याय होत असेल तर त्याच्या निवारणार्थ युद्ध केले पाहिजे, परंतु ते शस्त्राने नव्हे, युद्ध या शब्दांतील मुख्य भावना कोणती? प्रतिकार करावा, हक्कांचे संरक्षण करावे ही भावना आहे. प्रतिकार करण्याचा मी नवीन प्रकार शोधून काढला तर ते युद्धच आहे आणि या प्रतिकाराच्या मार्गाने अन्याय होण्याचे कारण नाही. भगवंतांनी यज्ञाचा अर्थ बदलला. महात्माजी म्हणतात, 'मी युद्धाचा अर्थ बदलतो' हिंसात्मक युद्धापेक्षा माझ्या अहिंसात्मक युद्धाने अधिक साध्य होईल. श्रीकृष्ण, जनक वगैरे मोक्षार्थींनी निरामय बुद्धीने युद्ध केले परंतु महात्माजींनी दिव्य आध्यात्मिकता आणली व अध्यात्मतेला राजकीय अर्थ दिला असे आचार्य जावडेकरांचे मत होते.[७१]

धर्माचे विधिनिषेध त्रिकालाबाधित नसून ते कालमानानुसार परिस्थिती भेद आणि अधिकार भेदानुसार बदलत असतात, बदलावे लागतात. या दृष्टीचा स्वीकार करून भगवद्‌गीतेत अर्जुनाला जो उपदेश केला आहे त्याकडे म. गांधी पाहतात. ते म्हणतात, 'एकाच्या बाबतीत जे विहित असेल ते दुसऱ्यांच्या बाबतीत निषिद्ध ठरेल' अशा रितीने विधिनिषेधासंबंधी सापेक्ष दृष्टी त्यांनी स्वीकारलेली असली, तरी फलासक्ती

ही सर्वत्र निषिद्ध आहे व अनासक्ती ही सर्वत्र विहीत आहे, असा भगवद्गीतेचा अर्थ सापेक्ष दृष्टीच्या पलीकडे जाऊन गांधीजींनी लावला. गीतेतील भौतिक युद्ध निष्काम बुद्धीने हजारो वर्षांपूर्वी धर्मयुद्ध नावाखाली शक्य होते. पण आज मानवी प्रगतीबरोबर नैतिक वैचारिक भावनांतही प्रगती झाली आहे. गीता हा युद्धाचे समर्थन करणारा ग्रंथ असा अर्थ त्या आधारे घेता येणार नाही. तत्सम मानव समाजाच्या उन्नतीबरोबर स्थितप्रज्ञाचीही प्रज्ञा अधिक स्पष्ट होत जाते. हा जो विचार मांडण्यात आला आहे, तोही गांधींनी स्वतःचा अनुभव भगवद्गीतेतून निघणाऱ्या शब्दांच्या अर्थाविरुद्ध उभा केला. पूर्वीचे 'स्थितप्रज्ञ' 'आपण अनासक्त बुद्धीने युद्धासारखी कार्य करू शकतो.' असे म्हणत असले आणि आजच्या उन्नत अंतःकरणाच्या लोकांना तसे करणे शक्य नाही असे वाटत असले तर हा मानव समाजाच्या उन्नतीबरोबर स्थितप्रज्ञाच्या दृष्टिकोनातून घडून येणारा प्रगतीपर बदल आहे असे आचार्य जावडेकरांना वाटते.[७२]

कृष्णाच्या तत्त्वज्ञानात अन्यायाच्या प्रतिकाराला जेवढे महत्त्वाचे स्थान आहे त्याहूनही सत्याग्रही तत्त्वज्ञानाला मोठे स्थान आहे. सत्याग्रह हा अन्यायी व्यक्तिविरुद्ध 'प्रतिकार'करण्याचा मार्ग आहे. जर या अहिंसक साधनांचा उपयोग करण्याचे सामर्थ्य आपणापाशी नसेल, तर अर्जुनाप्रमाणे 'अ प्रतिकार' बनून अन्याय सहन करण्यापेक्षा अन्यायाविरुद्ध शस्त्र उचलले तरीही हरकत नाही. पण अन्यायापुढे मान लववू नका असे म. गांधीजी सांगत असत.[७३]

अनासक्ती योग

'अनासक्ती योगा'ची मुख्य शिकवण, व्यवहारात सत्य कसे आचरावयाचे ही आहे. आचार्य जावडेकर गीतेचा दाखला देऊन सांगतात, 'गीतेतील योगेश्वर कृष्ण म्हणजे पूर्ण ज्ञान असून तद्नुरूप क्रिया ह्दयांतील शुद्ध ज्ञानरूप करण्याची अर्जुनाची म्हणजे माणसाची धडपड होय. जेथे अनुभवसिद्ध शुद्ध ज्ञान आणि तद्नुरूप क्रिया असतील तेथे वैभव व खरी नीती ही असतातच असे गीता सांगते.' आचार्य जावडेकरांच्या मते, गांधीजींचा अनासक्ती योग म्हणजे सत्य संशोधनाचा अखंड प्रयोग. म्हणजे जीवनसत्य संशोधनाची प्रयोगशाळा आहे. आपणास जीवनशुद्धीपूर्वी विचारशुद्धी झाली आहे. असे कधीच वाटत नाही, म्हणून अखंड सावधानता ठेवायची. ज्यावेळी जे योग्य वाटेल ते करीत राहिलेच पाहिजे, परंतु आज जे योग्य वाटेल ते योग्यच आहे, त्यासंबंधीचा सतत ध्यास हवा. विचारशक्ती सारखी जागृत हवी.[७४]

म. गांधी सत्यनिष्ठा हाच परमात्माप्राप्तीचा व लोकसंग्रहाचा सर्वश्रेष्ठ मार्ग आहे, असे जगाला दाखवून देत होते. 'या संतोक्तीचे आचरण पूर्वी अनासक्त बुद्धीने राहावे हेच म. गांधींच्या जीवनाचे वैशिष्ट्य होते. सत्याची अनासक्त उपासना करणाऱ्याने

समाजातून निवृत्त न होता समाजातील सर्व व्यवहार सत्यनिष्ठेतूनच होत राहतील या बद्दल सतत यत्न करीत राहावयाचे. समाजातील अन्यायाचे व दुःखाचे निवारण करण्यासाठी सत्यसंशोधन आणि सत्य संस्थापना करण्यासाठी अहिंसा हेच सर्वश्रेष्ठ साधन आहे. ही अहिंसा वृत्ती जशी निर्माण होईल त्यामानाने न्याय प्रस्थापना होईल.[७५]

आचार्य जावडेकरांच्या मते, सामान्य माणसाला दोन गोष्टी सांगावयास हव्यात तरच तो अनासक्त होऊ शकेल. त्यातील एक विषयासक्ती नको व दुसरी म्हणजे फलासक्ती नको. या दोन्ही आसक्ती दूर करण्याचा जाणीवपूर्वक प्रयत्न माणसाने करायला हवा. साधनशुद्धी व फलासक्ती या दोन्ही गोष्टी परस्परांवर कशा अवलंबून आहेत हे दाखविताना आचार्य जावडेकर लिहितात, 'साधन शुद्धी सिद्धांत पाहायला फलासक्तीचा त्याग उपयोगी पडतो. आपण वाईट साधने का वापरतो? एखादी तीव्र आसक्ती उत्पन्न होते, तीच गोष्ट फलासक्त माणसाचीही आहे. आसक्त माणसाला योग्य, अयोग्य कळेनासे होते. साधनांचा विवेक राहात नाही. परिणाम कुठूनही लवकर यावा हीच त्याची दृष्टी असते. यासाठी तो हीन साधने वापरील, हीन साधनांनी चांगली गोष्ट साध्य होत नाही. ही गोष्ट माणसाला कळायला हवी. मनुष्याने कर्तव्यकर्म फलासक्ती व विषयासक्ती दोन्ही सोडून करावे. त्याला फळ मिळणार नाही असे नाही, फळ मिळतेच, तसेच अनासक्त राहून कार्य करू तर फळ मिळणार नाही असा युक्तिवाद करणाऱ्यांना आचार्य जावडेकर उत्तर देतात, गीतेत अशा अर्थाला जागा नाही. फळाची आसक्ती न ठेवून कर्म केल्यास उलट रहस्यपर फळ मिळते. त्याच्या उद्योगावर अहर्निश कर्माचा परिणाम होणारच.'

शुद्ध साधनांनी मनुष्य अनासक्त कसा बनला पाहिजे या विषयी आचार्य जावडेकर लिहितात, 'बुद्धिचा निश्चय स्थिर करून तथा निश्चित साधनतेशी मनुष्याने तन्मय होऊन गेले पाहिजे. सृष्टीची ही सहज नीती आहे. सृष्टीच्या नीतीवर विश्वासून साधनेत रमा, शुद्ध साधनांनी फळ मिळेल हा विश्वास बाळगा. अशुद्ध साधने कधीच हाती घेऊ नका. अनासक्त राहाल तर हिंसाही आपोआपच दूर सरेल. आसक्तीच्या भरातच मनुष्य हिंसा करतो. पूर्ण अनासक्त राहाल तर हिंसा ही आपोआपच दूर होईल.'[७६]

आज जगात लोकशाहीचा उदय व प्रजेचे राजकारण फार वाढले आहे. आणि भौतिक शोधामुळे जुनी राज्ये लयास जाऊन सर्व जग एक राष्ट्र बनू लागले आहे. तसेच संहार साधनांची, आर्थिक परस्परावलंबनाची कल्पनातीत वाढ झाली आहे. या सर्व कारणांमुळे युद्धसंस्था जगाला मारक बनली आहे. या काळात भगवद्गीतेच्या अनासक्ती योगाचा संदेश अहिंसात्मक अंतरीक्ष स्वरूपातच जगाला मिळाला पाहिजे. हेच कार्य म. गांधींचा सत्याग्रह म्हणजेच गांधीवाद करत आहे असा विश्वास आचार्य जावडेकरांना वाटत होता.

सत्याग्रह आणि गीतेची शिकवण

'गीतेचे अनुकरण करीत असता माझ्या हातून प्रस्तुत युद्धाचा आरंभ केल्यावाचून राहवलेच नसते. तसेच माझ्या दृष्टीने हे धर्मयुद्धच आहे.'

म. गांधी नवजीवन ता. १६-०३-१९२३, हा म. गांधीचा उतारा त्यांनी 'अनासक्ती योग' हा अनुवाद प्रसिद्ध केला आहे, त्यातील आहे. 'मामनुस्मर युद्ध च ।।' म्हणजेच, 'माझे अनुस्मरण ठेवून म्हणजेच विश्वात्म्याशी एकात्म होऊन जगातील अन्यायाविरुद्ध लढ' असा भगवद्‌गीतेचा संदेश आहे. असे म. गांधींचे मत होते.

परमात्म्याशी एकात्म पावून हिंसक युद्ध करता येत नाही. हिंसक युद्ध आणि अहिंसात्मक शांती या दोहोंचा समन्वय पाळता येत नाही असा गांधींचा स्वतःचा अनुभव होता. त्या अनुभवाशी म्हणजे आपणास प्रतीत होणाऱ्या सत्याशी व्यभिचारी निष्ठा ठेवून लोकसंग्रहास म्हणजेच समाजाच्या स्थैर्यास आवश्यक असणारे प्रतिकाराचे कर्तव्य सत्याग्रही युद्धाशिवाय शक्य नाही असे म. गांधीजींचे मत होते.

म. गांधींनी स्वातंत्र्याच्या प्राप्तीसाठी सत्याग्रह संग्रामाच्या रूपाने एक धर्मयुद्ध ब्रिटिश साम्राज्यशाहीविरुद्ध पुकारले असून त्या धर्मयुद्धाची पहिली मोहीम दांडीयात्रेच्या स्वरूपात सुरू केली होती. त्यांचे वरील उद्‌गार महत्त्वाचे असून आपणास सत्याग्रह युद्धाची प्रेरणा कशी सुचली हे सांगताना ते लिहितात, 'सत्याग्रह हे धर्मयुद्ध असून या धर्मयुद्धाची प्रेरणा आपणास भगवद्‌गीतेच्या उपदेशाचे आचरण करत असताना झाली आहे.'[७७]

भगवद्‌गीता हा ग्रंथ धर्मयुद्धाच्या प्रेरणेसाठी निर्माण झाला आहे. आणि सत्याग्रह हे एक धर्मयुद्ध आहे ही म. गांधींनी आपणास दिलेली नवी दृष्टी आहे. भगवद्‌गीतेच्या संदेशात एक नवीन भर टाकण्याचे कार्य म. गांधींनी केले असे आचार्य जावडेकरांचे मत होते, कारण श्रीकृष्णांनी धर्मयुद्ध असा जो शब्द योजला ते हिंसक शस्त्रयुद्धच होते, याबद्दल गांधीजींना संशय नव्हता. त्यामुळेच त्यांना भगवद्‌गीतेतून सत्याग्रहाच्या रूपाने भौतिक युद्धाला अहिंसक पर्याय शोधून काढण्याची प्रेरणा मिळाली. अहिंसक पर्यायांची उणीव प्रथमपासून वाटत होती. तो पर्याय गांधींनी शोधून काढला व साऱ्या जगाचे लक्ष या भारतीय स्वातंत्र्यलढ्याकडे खेचले गेले असे आचार्य जावडेकर यांना वाटते.[७८]

आत्मप्रामाण्य म्हणजे काय?

जीवनातील अंतिम सत्य, आपणास पूर्णपणे समजले आहे असे म. गांधी स्वतः म्हणत नाहीत. 'माझ्या आत्म्याला जोपर्यंत सत्याचा साक्षात्कार झाला नाही तोपर्यंत माझ्या अंतरात्म्याला जे सत्य वाटते त्या काल्पनिक सत्यालाच आधार समजून त्याच्याच खुणेचा दिवा करून त्याच्याच आश्रयाने मी पुढे जीवन व्यतीत करणार आहे.

इतरांनी याच मार्गाचा वापर करावा व सत्यरूपी परमेश्वराचा सतत ध्यास घ्यावा असे त्यांचे मत होते. 'सत्याचे प्रयोग' या आत्मचरित्रात सत्याग्रही व्यक्तीने सत्याचे आचरण करून अंतिम सत्यसंशोधन यज्ञ अखंड चालू ठेवावा असे मत त्यांनी व्यक्त केले आहे. या निष्ठेमध्ये त्यांनी आत्मप्रामाण्यांना अग्रस्थान दिले आहे.'[७९]

गांधींचा सत्याग्रहाचा क्रांतीचा मार्ग गीतेतील आध्यात्मिक आदर्शास अनुरूप आहे. त्या दृष्टीने गीतेच्या उपदेशास अनुसरून सत्याग्रहीने अन्याय निवारणाचे कार्य करीत राहिले पाहिजे. पण या मार्गाने जाण्याइतके आत्मबल त्याच्यापाशी नसेल त्यांनी गीतेत उपदेशिलेल्या मार्गाने अन्यायाविरुद्ध झगडले पाहिजे, कर्तव्य पराङमुख होता कामा नये. हे खरे असले तरी अन्यायाविरुद्ध शस्त्रबलाने लढण्याची फळे आणि आत्मबलाने लढून न्यायसंस्थापना केल्याची फळे भौतिक किंवा नैतिक दृष्टीने एकाच प्रकारची होत नाहीत, असे आचार्य जावडेकरांनी स्पष्ट केले.[८०]

आत्मबलाने लढा करून जे फळ मिळू शकते ते शस्त्रबळाच्या साहाय्याने केलेल्या लढ्याने मिळू शकत नाही. हा सिद्धांत म. गांधींनी 'साधनांची शुद्धता' या नावाने पुढे मांडला आहे. समाजाच्या भौतिक अंगांचा आणि आर्थिक व राजकीय व्यवहारांचा आपण विचार केला पाहिजे. त्यांना भौतिक अधिष्ठान दिले पाहिजे आणि नैतिक अधिष्ठान जेव्हा नष्ट होते, तेव्हा ते निर्माण करण्यासाठी सामाजिक क्रांती केली पाहिजे. हे आधुनिक क्रांतिकारकांचे विचार म. गांधींनी आत्मसात केले होते. तसेच त्यांनी हे ही दाखवून दिले होते, की सर्वांगीण क्रांती आत्मबलाने घडवून आणली पाहिजे, तरच सर्व सामाजिक व्यवहारांना हवे असणारे नैतिक अधिष्ठान प्राप्त करून देता येईल. आचार्य जावडेकर पुढे म्हणतात, 'सर्व सामाजिक व्यवहारांना नैतिक अधिष्ठान असले पाहिजे हा विचार गीतेत गृहीत धरला आहे. पण ते नैतिक अधिष्ठान नष्ट झाले असता ते नव्याने निर्माण करण्यासाठी एक सर्वांगीण क्रांती करावी व ती आत्मबलाने करणे हा सर्वश्रेष्ठ मार्ग आहे. हे विचार गीतेत आढळणार नाहीत, पण त्यात मानवी जीवननिष्ठा बनविताना भौतिक वास्तववाद आणि आध्यात्मिक आदर्शवाद यात दोहोंचा समन्वय साधण्याचा जो व्यापक दृष्टिकोन आढळतो, त्या व्यापक दृष्टिकोनाचा आश्रय केल्यास आजच्या मानवाला हीच विचारसरणी खऱ्या अर्थाने उद्धारक होऊ शकेल.'[८१]

मनुष्याने नीतिशास्त्राचा विचार करीत असता बुद्धी व अंतःकरण या दोघांचीही शुद्धी करून व दोघांचेही क्रम लक्षात घेऊन वागले पाहिजे असे आचार्य जावडेकरांचे मत होते. बुद्धी अव्यभिचारी वृत्तीने आणि अंतःकरण निर्विकार, निःपक्षपाती म्हणजे सर्व भूतांप्रती प्रेमाने भरलेले असले पाहिजे. बुद्धी तत्त्वनिष्ठ, आणि अंतःकरण प्रेममय झाल्यानेच सर्वात्म भावना जागृत राहते. ही सर्वात्म भावना आणि तत्कालीन समाजशास्त्र या दोहोंचाही आधार घेऊन मनुष्याने सामाजिक कर्तव्ये केली पाहिजेत असे आचार्य

जावडेकरांचे मत होते.

तत्कालीन समाजशास्त्रास अनुसरून चालणारी व तत्कालीन शस्त्राने जेवढी हिंसा लोकसंग्रहाला अपरिहार्य आहे, म्हणून मान्य केली असेल तेवढी करण्यास पाप मानण्याचे कारण नाही. पण रूढ समाजशास्त्रात ज्याला क्रांती करावयाची असेल त्याने शास्त्राचे विधिनिषेध झुगारून सामाजिक बंधने लोकसंग्रह दृष्टीने तोडण्यासही हरकत नाही. पण ही बंधने तोडणाऱ्यांनी हिंसेचा यत्किंचितही आश्रय करू नये असे म. गांधींचे तत्त्व सांगते.

सत्य व अहिंसा पाळणाऱ्यांनी लोकसंग्रहासाठी समाजशास्त्रतील जुने विधिनिषेध मोडून नवे विधिनिषेध घालून द्यावेत असे सत्याग्रही क्रांतिशास्त्र सांगते. परंतु शास्त्रात अशी क्रांती करण्याचे शास्त्र, भगवद्‌गीतेत नाही. भगवद्‌गीता 'तस्मावद्‌शास्त्र' एवढेच म्हणून थांबते. परंतु गांधींनी जुने शास्त्र उल्लंघून नवे शास्त्र निर्माण करण्याचे क्रांतिशास्त्र सत्याग्रहाच्या रूपाने भारताला दाखवून दिलेले आहे. असे आचार्य जावडेकरांचे मत होते.[८२]

सत्याग्रहाचे विविध उपयोग व महत्त्व

सत्याग्रहशास्त्राचे वैशिष्ट्य असे की त्याच्या असण्यामुळे अराजक माजण्याचा संभव नाही. ते शास्त्र जसे परकीयांच्या जुलुमाविरुद्ध उपयोगी पडते, तसेच ते स्वकीयांच्या जुलुमाविरुद्ध उपयोगी पडते. समाजातील सर्व प्रकारच्या संस्थांच्या शुद्धीकरणात जसा त्यांचा उपयोग होऊ शकतो, तसाच त्यांचा उपयोग कर्तव्य करीत असतानाही आत्मोन्नती साधण्यास होऊ शकतो. आत्मोन्नतीचे साधन यत्किंचितही न सुटता जर जगातील अन्यायाविरुद्ध सतत झगडत राहण्याचे कोणते एक साधन असेल तर ते सत्याग्रह हेच होय.

आधुनिक मानवापुढील आंतरराष्ट्रीय युद्धे आणि राष्ट्रांतर्गत कर्मयुद्धे यांनी निर्माण केलेल्या समस्या सोडवून दाखवून स्वातंत्र्यतेचे, समतेचे व बंधुभावनेचे युग निर्माण करण्याचे सामर्थ्य सत्याग्रही क्रांतिशास्त्रात आहे. कारण सत्याग्रह हा भौतिक युद्धाचा अहिंसक पर्याय आहे.[८३] अध्यात्मवृत्तीने युद्ध कसे करावे हे सांगण्याचा काळ ही आता उरला नाही. याची जाणीव आचार्य जावडेकरांना होती, म्हणूनच मानवाला सत्याग्रह दर्शन झालेले आहे व भगवद्‌गीतेचा संदेश सत्याग्रहाच्या रूपाने आचरणात कसा आणावा हे म. गांधी दाखवून देत आहेत, असे आचार्य जावडेकरांना वाटत होते.

म. गांधींनी भगवद्‌गीता व धर्माधर्म या बाबतीत आत्मप्रामाण्याचे नवे युग भारतीय अध्यात्मशास्त्रात सुरू केले. भगवद्‌गीतेचा आधार घेऊन सशस्त्र युद्धाचे समर्थन केले जात होते. ही विचारसरणी मागे पडून म. गांधींनी अध्यात्मशास्त्राच्या

आधारे सशस्त्र क्रांतीला अहिंसक पर्याय शोधून काढला. ही नवी अध्यात्मदृष्टी आम्हाला म. गांधींनी दिली आहे व या आधारे आर्थिक, राजकीय व सामाजिक समता सत्याग्रही युद्धाने निर्माण केली पाहिजे. असे गांधींनी सांगितले[८४] असून गीता हा ख्रिस्त, महंमद पैगंबर किंवा बुद्ध या सर्वांचा समन्वय करून दाखविणारा ग्रंथ आहे.[८५]

राजधर्मातील हिंसा–अहिंसा विचार

राजधर्मातील हिंसा ही अन्यायनिवारणासाठी समर्थनीय आहे असे मानले जाते. शस्त्रफल क्रांतिकारक याच दृष्टिकोनातून आपल्या हिंसेचे समर्थन करीत असतात. त्यापूर्वी समाजात आत्मबळ निर्माण झाले पाहिजे व ते आत्मबल सत्याग्रही मार्गाने निर्माण करता येईल, असे म. गांधी मानतात.

धर्मातील हिंसा निरहंकार भावनेने आणि स्वार्थापासून अलिप्त बुद्धीने केली असता ती हिंसाही होत नाही असे भगवद्गीता सांगते. म्हणजे अशा निरहंकारी बुद्धीच्या मनुष्याने राजधर्माचे आचरण केले असता समाजाची धारणा होते, म्हणूनच त्याला राजर्षी असे म्हणतात.

आत्मबलाने पुरेसे साधुत्व निर्माण करता येत नाही, तोपर्यंत ही राजधर्मातील हिंसा अपरिहार्यच भासते. हा समाजाचा व कायद्याचा दोष आहे. आचार्य जावडेकरांना वाटते, की गांधीवादाच्या मताने राजर्षी हा पूर्ण मानवत्वाचा खरा आदर्श नाही. मी साधूंचे संरक्षण व दुष्टांचा विनाश करतो म्हणणारा हा राजर्षी हा स्थूल कर्मी असतो. दुष्टांचा संहार करीत असता त्या दुष्टांच्या अंतःकरणातील साधुवृत्तीचाही तो नाश करत असतो. राजर्षींच्या हिंसेचे समर्थन करणारे त्याला पूर्ण समजतात, पण समाजाच्या अपूर्णतेमुळे त्याला हिंसा करावी लागते, असे म्हणावे लागते. समाज पूर्ण होईल तेव्हा त्याला राजर्षींच्या हिंसेची आवश्यकताच लागणार नाही. अपूर्ण समाजातील व्यक्ती पूर्ण बनू शकत नाहीत असे गांधीवाद्यांचे मत आहे.

राजर्षी हा पूर्ण नाही, म्हणूनच त्याला शस्त्राचे बंधन पाळावे लागते. जुनी शास्त्रे मोडून नवी शास्त्रे रचण्याचा अधिकार राजर्षींना होत नाही. हा अधिकार ब्रह्मर्षींनाच होतो, कारण ते सद्भाव, अहिंसा या नित्य धर्माचे बंधन पाळीत असतात.[८६] 'अन्याय झाला तरी मला चालेल' ही वृत्ती समाजात अहिंसा वाढवू शकत नाही, तर अन्याय निवारण्यासाठी अहिंसेने लढत राहण्याने मात्र समाजातील अहिंसा वाढू शकते. पण अहिंसेने अन्यायाच्या प्रतिकाराचा लढा कसा चालवावा याचा विचार अर्जुन, श्रीकृष्ण यांच्यापैकी कोणाच्या भाषणात दिसत नाही. मात्र, गांधीजींनी समाजधारणाशास्त्र व मोक्षप्राप्ती यांत जी महत्त्वाची भर घातली आहे, ती हीच होय. अहिंसेने अन्याय निवारण्याचा लढा चालविण्याचे एक नवे समाजशास्त्र त्यांनी निर्माण केले. या सत्याग्रह

शास्त्रालाच गांधीवाद असे नाव आहे. हा सत्याग्रह राजधर्मातून उगम पावलेला नसून तो

अक्रोधेन जयेत्क्रोध
मसाधुं साधुना जयेत्।
जयत्कदर्यं दानेन
जयेत् सत्येन चानृतम्।।

या यतिधर्मातून उगम पावलेला आहे. आणि म. गांधींनी त्याचा समावेश प्रजाधर्मात केला आहे. राजधर्म हा शस्त्रबळाने अन्यायनिवारण करण्यासाठीच निर्माण झाला असून प्रजाधर्मातील हिंसा आपोआपच कमी होईल व अंती नष्ट होईल असे राजधर्माचे मत आहे.

सत्याग्रहाचे ध्येय, प्रजाधर्मातील अहिंसावृद्धी करणे हे आहे व हे काम यतीवर्गाने करावयाचे असते. श्रीकृष्ण व अर्जुन दोघेही राजर्षी व क्षत्रिय असल्याने क्षत्रिय धर्मातील समाजधारणेला हिंसा शास्त्रसंमत असली पाहिजे, असे ते मानत होते. समाजधारणेचे शास्त्रविहित कार्य आपापल्या गुणकर्मानुसार अनासक्त बुद्धीने एकमेकाने आचरावे म्हणजे आत्मोन्नती होऊन मोक्षप्राप्ती व समाजधारणा ही दोन्ही साधता येतात असे भगवद्गीता सांगते.[८७] जीवित वित्ताच्या रक्षणासाठी राजर्षींचा धर्म प्रतिष्ठित मानला आहे.

समाजाची प्रगती कशी झाली पाहिजे याविषयी गांधीजी सांगतात, 'मानव समाजाची प्रगती हिंसेकडून अहिंसेकडे होत राहिली पाहिजे, म्हणजेच त्यातील हिंसा उत्तरोत्तर नष्ट होत गेली पाहिजे. अर्थात समाजाच्या आदर्श व्यवस्थेत दंडधारी राज्यसंस्थेचीही गरज राहणार नाही.'

म. गांधींच्या तत्त्वांचा उगम राजर्षींच्या तत्त्वांत आढळणार नसून तो ब्रह्मर्षींच्या आदर्शात आढळू शकेल. निदान सत्याग्रही क्रांतिकारकांनी गीतेत जे ब्राह्मण प्रकृतीचे गुण वर्णिले आहेत, त्याचाच आश्रय करावा लागणार आहे. श्रीकृष्ण किंवा अर्जुन यांची ती प्रवृत्ती नव्हे हे लक्षात घेऊन गीतेचे रहस्य उलगडण्याचा प्रयत्न केला पाहिजे,[८८] असे आचार्य जावडेकरांना वाटत होते.

सत्याग्रहाची निर्मिती कशी झाली? क्रांतिकारक अहिंसेची मीमांसा करताना आचार्य जावडेकर पुढे म्हणतात, 'दुर्जनांना शासन व्हावे अथवा त्यांना राजाने (परमेश्वराने) शासन करावे अशी इच्छा ही खरी अहिंसा नसून ती एक हिंसाच आहे. दुर्जनांनी सद्बुद्धी धरावी व ते सज्जन व्हावेत अशी इच्छा, प्रार्थना करणे, ही खरी अहिंसावृत्ती आहे. या क्रांतिकारक अहिंसेतूनच सत्याग्रहाचा मार्ग निर्माण झाला आहे. सत्याग्रहात जी अस्तैक्य बुद्धी गृहीत आहे, ती अशा प्रकारची अहिंसकवृत्तीच आहे.'[८९]

आचार्य जावडेकरांच्या मते, 'ईश्वरभाव' हा सत्याग्रह निष्ठेशी सुसंगत नाही. पण गीतेत अशा प्रकारचा ईश्वरभाव सर्वत्र प्रगट झालेला आहे. त्यांची गणना राजर्षींच्या

स्वाभाविक गुणात करण्यात आली आहे व दंडशाही व्यक्तीच्या अंगी हा गुण असावा लागतो. मात्र अहंकाराने, ममत्वाने हे प्रभुत्व उपभोगू नये, अशी अपेक्षा गीताकारांची होती.

'सत्याग्रहाने आपले हक्क प्राप्त करून घेण्यासाठी अथवा अन्यायाविरुद्ध झगडण्यासाठी सिद्ध व्हा.' असा उपदेश म. गांधीजी करत होते. अशा प्रकारची क्रांतिकारक वृत्ती गीतेत नाही.' असे आचार्य जावडेकरांचे मत होते. हा उपदेश प्रामुख्याने साधूंच्या रक्षणासाठी शस्त्रधारण करणाऱ्या अवतारी राजर्षींच्या धर्मात सांगितला आहे. त्यांची आजही समाजाला आवश्यकता आहे. ती क्रांती राजर्षींच्या शस्त्रबळाने घडवून आणण्याचा प्रयत्न धोक्याचा आहे, हे आचार्य जावडेकरांनी ओळखले होते. आणि म्हणून समाजातील आत्मबलाची जागृती करून अशी क्रांती घडवून आणता येईल या निष्ठेची आज मानव समाजाला गरज आहे. आज संन्यास घेऊ इच्छिणाऱ्या क्षत्रियांना युद्धाला प्रवृत्त करण्याचा संदेश देण्याची आवश्यकता नाही असे आचार्य जावडेकरांना वाटते. आर्थिक, सामाजिक विषमता नष्ट करण्यास गीतेचा फारसा उपयोग होणार नाही असे आचार्य जावडेकरांचे मत होते आणि ते आत्मबलाने घडवून आणले पाहिजे, यावर त्यांनी भर दिला.[१०]

राजर्षी, ब्रह्मर्षी हे दोन्ही आदर्श समाजधारणेला व समाजोन्नतीला आवश्यक आहेत असे आचार्य जावडेकरांना वाटते.

म. गांधींनी जी क्रांतिकारक अहिंसा प्रतिपादन केली आहे, तिचे ध्येय समाजातील आत्मबल जागृत व प्रभावी बनवून त्याला शस्त्रबळाच्या संरक्षणाची आवश्यकता भासू नये ही आहे. हे अंतिम ध्येय आहे सामाजिक दृष्टीने सध्या ते वास्तववादी नाही, पण ब्राह्मण या शब्दाने व्यक्त होणारे आध्यात्मिक असे गुण वाढविण्यावर मानव धर्माची सर्व भिस्त आहे, हे कोणासही मान्य होण्यासारखे आहे. आत्मबल समाजातील केवळ एका विशिष्ट वर्गात जागृत व सुरक्षित करणे हा आजचा प्रश्न नसून सर्व समाजात लुप्त अवस्थेत असलेले आत्मबल जागृत करून त्याच्या साहाय्याने एकवर्ग समाज निर्माण करणे ही आजची गरज आहे.

गीतेचा समाजवादी दृष्टिकोन

भगवद्गीता सत्याग्रहास पाठिंबा देते, जुने नियम मोडून नवे नियम बनविण्यास परवानगी देते. नव्या पद्धतीच्या अन्यायाविरुद्धाच्या युद्धाचे ती समर्थन करते. परंतु शास्त्रप्रामाण्यावर तिचा भर असल्यामुळे ती सत्याग्रही क्रांतीचा पुरस्कार करत नाही. आचार्य जावडेकरांच्या मते, गीतेचा विचार समाजवादाच्या जवळचा आहे, कारण ''गीतेची शिकवण व्यापक असून ती मानवी मनातील चिरंतन, श्रेष्ठ वृत्तीवर आधारलेली

आहे. याच दृष्टीने धर्मयुद्धाचे आणि शास्त्रधर्माचे समर्थन तीत केले आहे. प्रश्न सोडविताना शस्त्रबळाचा व दंडनीतीचा उपयोग करावा लागू नये अशी व्यवस्था केल्यावाचून समाजात धर्माचे व नीतीचे संवर्धन किंवा संरक्षण होणार नाही, म्हणून यासाठी आज मनुष्याला आवश्यक वाटणारी हिंसा टाळून ते प्रश्न अहिंसेने व शांततेने सोडविणे हाच खऱ्या धर्मसंस्थापनेचा मार्ग होय. यात जितके यश येईल तितक्याच प्रमाणात सामाजिक नीती स्थिर होत जाईल. केवळ आत्मबळाचे संघटन करून त्याच्या प्रभावाने हे प्रश्न सुटणार नाहीत, म्हणूनच शस्त्रबळाने न्याय संस्थापना करण्याचे प्रयत्न समाज करीत असतो. या वास्तववादी भौतिक दृष्टीने गीतेची शिकवण झाली आहे.''[११]

सामाजिक व्यवहार कर्तव्यबुद्धीच्या, सेवाभावनेच्या व सहचारितेच्या पायावर उभारले पाहिजेत हे तत्त्व समाजवादी विचारसरणीचे आधारभूत तत्त्व गणले जाते. या दृष्टीने विचार केल्यास गीतेची सामाजिक विचारसरणी व्यक्तिवादापेक्षा समाजवादाच्या निकट आहे असे दिसून येईल. कारण समाजधारणेला आवश्यक असणारे कोणतेही काम कर्तव्यबुद्धीने करत राहिले तरी मनुष्याला आत्मिक शांतीचा मोक्ष प्राप्त करून घेता येईल अशी गीतेची शिकवण आहे. निष्काम, निरहंकार, निर्भय व अनासक्त वृत्तीने जी सामाजिक कर्तव्ये आपण स्वीकारली असतील, अथवा कर्तव्यं प्राप्त झाली असतील, ती केव्हाही सोडून देऊ नयेत. मनुष्याला पारमार्थिक मोक्ष प्राप्त करून घेण्यासाठी सामाजिक कर्तव्यांचा त्याग करण्याची मुळीच आवश्यकता नाही, अशी भूमिका स्वीकारून गीतेने वैयक्तिक मोक्ष, समाजधारणा व लोकसंग्रह या दोहोंचा फार सुंदर समन्वय साधला आहे. मात्र सामाजिक कर्तव्ये आत्मोन्नतीला उपकारक ठरवायची असतील तर मानव समाजाचे हित ज्याने होईल अशीच कामे कर्तव्यबुद्धीने करत राहिले पाहिजे. मानव समाज निरनिराळ्या राष्ट्रांमध्ये अथवा विभागांमध्ये विभागला गेला असता त्यापैकी विशिष्ट राष्ट्राचे अथवा वर्गाचे हित पाहून आपले कर्तव्य करणे आणि इतर राष्ट्राच्या किंवा वर्गाच्या हिताकडे दुर्लक्ष करणे हे गीतेच्या आध्यात्मिक व धार्मिक उपदेशास धरून होणार नाही. तीत जो अहंकार व जे ममत्व सोडून कर्तव्याचरण करण्याचा उपदेश केला आहे, तो अहंकार व ममत्व एखाद्या राष्ट्रीय भावनेमुळे किंवा वर्गीय भावनेमुळे निर्माण झालेले असता कामा नये याकडे आचार्य जावडेकर लक्ष वेधतात.[१२]

जुनी वर्गसंस्था व युद्धसंस्था आज कालबाह्य झाली आहे. पूर्वी एका विशिष्ट परिस्थितीत तिची उपयुक्तता होती, त्याचप्रमाणे आज भगवद्गीतेतील विचार अपुरे वाटू लागले आहेत, पण बहुतेक प्रगतीमुळे समाजघटनेत मानव संस्कृतीच्या प्रारंभापासून बद्धमूल झालेली सामाजिक वर्गसंस्था युद्धसंस्थेहूनही मानवाला आज विघातक बनली

आहे, याची जाणीव भारतीयांना झाली नाही. सामाजिक समतेची स्थापना करावी हे तत्त्व आम्ही मान्य करू लागलो आहोत. तथापि त्याची निकड आपणास जाणवत नाही. भौतिक प्रगतीमुळे सामाजिक, आर्थिक वर्गभेदावर कोणते परिणाम घडले आहे ते लक्षात घेतल्यास वर्गसंस्था आजपर्यंत समाजधारणेच्या दृष्टीने विध्वंसक कशी आहे ते आपल्या बुद्धीला स्पष्टपणे दिसू शकते. या दृष्टीने पाहू लागल्यास आर्थिक विषमता आणि आर्थिक वर्गभेद कायम ठेवणे हे युद्धापेक्षाही अधिक हानिकारक आहे.

आर्थिक विषमतेमुळे वर्गद्वेष वाढीस लागतो, समाजात दरी निर्माण होते. भौतिक प्रगतीमुळे याची जाणीव दलित वर्गाला झाली आहे. सामाजिक विद्रोहाचे भौतिक कारण नष्ट केल्यावाचून आज सामाजिक न्यायबुद्धीचे समाधान होऊ शकत नाही, असे आचार्य जावडेकरांचे मत होते.

पूर्वीची विषमता समाजधारणेला आवश्यक होती, ती कायम ठेवून सामाजिक न्याय व शांतता यांची संस्थापना करणे शक्य होते. आधुनिक काळात वर्गहीन समाज निर्माण करण्यासाठी आध्यात्मिक संन्याशांनी सामाजिक क्रांतीचा प्रश्न सोडविला पाहिजे. या अनुषंगाने आचार्य जावडेकर म्हणतात, 'धनोत्पादनाची साधने वाढल्यामुळे सर्वांच्या भौतिक सुखाची समानता करून वर्गहीन समाज निर्माण करणे शक्य झाले असता संन्यासी मनुष्यासही समाजातील आर्थिक विषमतेचा प्रश्न न सोडविता आत्मिक शांतीचा लाभ घेता येणार नाही.' यामुळे आजच्या अध्यात्मशास्त्राला सामाजिक क्रांतीचे कार्य आपल्या कक्षेत घेतल्यावाचून मानवाला आत्मिक शांती प्राप्त करून घेण्याचे आपले विशिष्ट कार्यही करता येणार नाही, म्हणून आत्मिक शांतीच्या शोधासाठी सर्वस्वाचा संन्यास घेणाऱ्यांनी सामाजिक क्रांतीचा प्रश्न सोडविला पाहिजे,[१३] यावर आचार्य जावडेकर भर देतात.

उत्पादन, त्याचे वितरण व श्रम यांना योग्य न्याय दिला पाहिजे. गीतेच्या जुन्या यज्ञ या शब्दाला आचार्य जावडेकरांनी आधुनिक समाजवादी अर्थ दिला. ते लिहितात 'भौतिक शक्ती आणि सामाजिक शक्ती यांच्या सहकार्याने व साहाय्याने आपणास इष्ट असणारे भोग लाभतात हे लक्षात घेऊन त्यासाठी झालेली सामाजिक शक्तीची, भौतिक शक्तीची झीज भरून काढणे आणि भौतिक भोगाच्या उत्पादनात आपल्या श्रमशक्तीचा उपयोग करून त्या कार्यात सहभागी होणे हे प्रत्येकाचे कर्तव्य आहे. समाजाच्या धारण मोक्षणार्थ आवश्यक ते श्रम करणाऱ्या शक्तीचा योग्य विकास होईल अशा तऱ्हेने सामाजिक धनाची विभागणी करणे याला आधुनिक भाषेत यज्ञ असे म्हणता येईल. हा यज्ञ समाजाच्या अर्थोत्पादनाच्या कामी होणारे सहकार्य, न्याय, नीतीला धरून घडत राहण्यावर अवलंबून असतो. सामाजिक जीवनासाठी चाललेला हा यज्ञ योग्य प्रकारे चालू राहील तरच समाजाचे धारण पोषण होईल. हाच बोध गीतेतील यज्ञासंबंधीच्या

आग्रहापासून घेता येईल. हा सामाजिक यज्ञ आजच्या समाजात योग्य प्रकारे चाललेला नाही. या यज्ञासाठी कराव्या लागणाऱ्या श्रमात त्यांच्यातून निर्माण होणारे भोग केवळ मालकी हक्काने जे आज भोगत आहेत, ते गीतेच्या उपदेशानुसार सामाजिक धनाची चोरीच करत आहेत. हे स्तेयबंद झाल्यावाचून समाजाच्या धारणेस आवश्यक असणारे उपभोग योग्य प्रकारे निर्माण होणार नाहीत व ते योग्य प्रकारे विभागले जाणार नाहीत. सामाजिक उत्पादन कार्यातील ही चोरी आजच्या मालमत्तेच्या कायद्याने कायदेशीर ठरविली आहे, पण ही चोरी कायद्याने बंद केल्यावाचून समाजधारणेला आवश्यक असणारा हा यज्ञ योग्य प्रकारे चालणार नाही. वर्गविग्रहाचा अंत उत्पादन कार्यातील व विभाजन कार्यातील अन्याय दूर केल्यावाचून थांबवणे शक्य नाही. समाजातील सर्व व्यवहारांना धर्माचे अधिष्ठान असले पाहिजे, हा गीतेचा सिद्धांत आपणास हाच बोध करत आहे, की सामाजिक धनोत्पादनाच्या कार्यातील व विभाजनातील मूलभूत अन्याय दूर केल्यावाचून समाजधारणेचे अथवा लोकसंग्रहाचे कार्य होणार नाही.'[९४]

चातुर्वर्ण्याप्रमाणे युद्धसंस्था ही नष्ट केल्यावाचून लोकसंग्रह होऊ शकत नाही असा बोध गांधीच्या लिखाणापासून होतो. तसेच 'आजच्या समाजशास्त्राने वर्गभेद, राष्ट्रभेद नष्ट करून सर्व मानवजातीचे एक राज्य निर्माण केले पाहिजे, आणि एकराज्य, एकवर्ग, समाजघटना रूढ केली पाहिजे अशी अवस्था आज मानवाची आहे. भौतिकशास्त्रातील व समाजशास्त्रातील प्रगतीने प्राप्त झाली आहे यामुळे भगवद्गीतेतील चातुर्वर्ण्याला व युद्ध संस्थेला मान्यता देणारे समाजशास्त्र आज अपुरे व त्रोटक भासत आहे, म्हणून भगवद्गीतेतील संदेश सत्याग्रहाच्या रूपाने कसा अमलात आणावा हे गांधीजी दाखवून देत आहेत.' असे आचार्य जावडेकरांचे मत आहे.[९५]

आध्यात्मिक व आधिभौतिक त्याचप्रमाणे वैयक्तिक व सामाजिक या मानवी जीवनाच्या सर्व अंगांचा विचार करून गीतेचा उपदेश करण्यात आला आहे. मनुष्य व्यक्तिशः मुक्त झाला, त्याला आत्मप्राप्ती झाली तरीही त्याने इतरांच्यासाठी कर्तव्य करीत राहिले पाहिजे, तसेच मानवी समाजाच्या धारणपोषणाला भौतिक भोगाची आवश्यकता आहे. हे भौतिक भोग सर्वांना मिळत राहण्यासाठी आवश्यक ती सर्व कामे सर्वांनी केलीच पाहिजेत, तरच समाजधारणा होईल असे आचार्य जावडेकरांचे मत होते. [९६]

म. गांधींनी आपल्या 'अनासक्ती योगा'त गीतेच्या शिकवणीबाबत जी भूमिका मांडली होती, त्या भूमिकेचे समर्थ प्रतिपादन आणि सर्जनशील विकास व विस्तार आचार्य जावडेकरांनी केला आणि गांधीवाद आज कसा आवश्यक आहे, याचेही त्यांनी निवेदन केले.

म. गांधींचे राजकीय कर्मयोगाचे रहस्य

गांधी हे राजकीय कर्मयोगी होते, पण ते राजधर्माने भारलेले नव्हते. समाजधारणेत राजधर्माला आद्यस्थान नसून यतिधर्माला व प्रजाधर्माला आद्यस्थान आहे. समाजधारणा राजधर्मातील हिंसेने होत नसून प्रजाधर्मातील अहिंसेने होत असते, अशी त्यांची दृष्टी होती. [१७] म्हणून धर्म व व्यवहार यांच्यातील फारकत दूर करून धर्माला व्यवहारात कसे उतरवावे हे श्रीकृष्ण व महमंद पैगंबर यांनी दाखवून दिले होते. दोघांनीही राजर्षी राजधर्मात लोकसंग्रह कराव्या लागणाऱ्या हिंसेला मान्यता दिली. त्यांनी धर्मयुद्ध सशस्त्र मानले असले, तरी दोघांचेही अंतिम ध्येय सत्य व अहिंसा हेच होते असे म. गांधींचे मत होते.

हे म.गांधींचे मत भगवद्गीतेच्या व कुराणाच्या उपदेशांचे आजन्म आचरण करणाऱ्या शेकडो धर्मनिष्ठांना पटलेले असून सत्य व अहिंसा यांचे संपूर्ण शुद्ध प्रतिबिंब आजच्या अपूर्ण समाजातील सर्व व्यवहारात पाडणे शक्य नसले तरी सर्व सामाजिक व्यवहारात अहिंसेचे जितके शुद्ध प्रतिबिंब पडेल, तितकी समाजाची प्रगती व उन्नती होईल, असे म. गांधींचे मत होते आणि आचार्य जावडेकरांनाही ते मान्य होते. तसेच राजकारणातील हिंसा, अर्थकारणातील असत्य आणि कौटुंबिक जीवनातील कामवासना यांचा संयम झाल्यावाचून समाजात न्याय, शांतता यांची निर्मिती होऊ शकत नाही. म्हणून अहिंसा, ब्रह्मचर्य, सत्य यांचे संपूर्ण आचरण करणाऱ्या आदर्श पुरुषाकडे सर्व व्यवहारांचे नेतृत्व देणे आवश्यक आहे.

राजकारण म्हणजे केवळ राजधर्म नव्हे, राजसंस्थेचे खरे अधिष्ठान शस्त्रबळ नसून आत्मबळ हेच आहे. लोकसत्ता व समाजसत्ता याबाबत अर्वाचीन काळात निर्माण झालेला देहवाद अंतिम दृष्ट्या अहिंसक समाजरचना निर्माण करण्यासाठी गरजेचा आहे. लोकसत्ता व समाजसत्ता या देहांत अंतर्भूत होणारी मानवी संस्थापना कशी करावी, हा प्रश्न आज केवळ तात्त्विक महत्त्वाचा व व्यवहारदृष्ट्या गौण ठरलेला नसून त्याला व्यावहारिक दृष्टीने अधिक महत्त्व प्राप्त झाले आहे. निरनिराळ्या राष्ट्रांचे आर्थिक जीवन परस्परावलंबी बनल्याने परराष्ट्रांशी हिंसा ही सर्वराष्ट्रीयांचीही हिंसा बनू लागली आहे. यामुळे स्वकीयांना सुख देऊन परकीयांना नष्ट करण्याचे राजकीय व्यवहार स्वतःच्या राष्ट्रासही नष्ट करू लागले आहे. मानवाची सर्व शक्ती युद्धांची तयारी करण्यात व युद्ध चालविण्यात नष्ट होऊ लागल्याने भौतिक उन्नती व आत्मिक शांतता यांचा लाभ होणे अशक्य झाले असून राजकीय हिंसावादाला, संघटित शस्त्रबळाला, व राष्ट्रीय अहंकाराला मर्यादा घातल्यावाचून मानव संस्कृतीचा विनाश थांबवू शकत नाही. अशी अवस्था प्राप्त झाली आहे. त्याच्यावर उपाय म्हणून 'गांधीजीच्या राजकारणात अहिंसा प्रकट करणारा अहिंसावाद पुढे आला आहे व जगातील सर्व विचारवंतांचे चित्त

याकडे आर्कषित करून घेत आहे.'[९८]

गांधीजी हे खरे क्रांतिकारी अहिंसावादी होते आणि अहिंसावादी हा कर्मयोगी असला पाहिजे. अकर्मयोगी अहिंसावाद गांधीजींना मान्य नव्हता. अहिंसेचे क्रांतिकारी स्वरूप गांधीजींच्यामुळे निर्दशनास आले व अहिंसावाद हा कर्मयोग आहे, जगातील भांडणात मला काही कर्तव्य नाही असे समजून स्वस्थ बसणे हा अहिंसावाद्यांचा धर्म होऊ शकत नाही. अहिंसा ही जगातील अन्यायाविरुद्ध अखेरपर्यंत प्राणपणाने लढण्याचे साधन आहे तसेच ते आत्मोद्धाराचे व जगदोद्धाराचे साधन आहे. राष्ट्र किंवा व्यक्ती न्यायासाठी जोपर्यंत लढत आहे, तोपर्यंत ते हिंसावादी असल्याने दोघेही सारखेच अपराधी आहे. परंतु त्यापैकी कोणाशीही मला काही कर्तव्य नाही, अशी वृत्ती स्वीकारून स्वस्थ बसणे हे अहिंसावाद्यांना शोभत नाही. हा एक अकर्मयोग होईल. आणि असा अकर्मयोग गांधींच्या वृत्तीत बसणार नव्हता. त्यांची प्रकृती झुंजार होती. ते अन्यायाविरुद्ध झगडणे व दुर्बलांना साहाय्य करणे आपले कर्तव्य समजत होते. ज्यांना अन्यायाविरुद्ध झगडण्याची अहिंसक शक्ती प्राप्त झाली नाही, त्यांनी व अहिंसावाद्यांनी अन्यायाचा प्रतिकार करावा आणि आत्मरक्षण करण्याचा प्रयत्न करावा असे ते नि:संदिग्धपणे सांगत. त्यांच्या झुंजार प्रवृत्तीमुळे त्यांनी अहिंसेला क्रांतिकारक स्वरूप दिले. आणि अहिंसेचे क्रांतिकारक स्वरुप जगाच्या निर्दशनास आणून दिले.[९९]

म. गांधींनी अहिंसावादाचे व सत्यनिष्ठेचे झुंजार स्वरूप आधुनिक भारतापुढे ठेवले. या अहिंसेच्या क्रांतिकारक स्वरूपामुळे भारताला राजकीय स्वातंत्र्य प्राप्त झाले. त्याचबरोबर अनत्याचारी असहकाराच्या आधारे यापुढे हिंदी जनतेला सामाजिक स्वातंत्र्याचे ध्येय आमच्या राज्यघटनेत नमूद झाले आहे. पण त्याला अद्यापि आर्थिक, सामाजिक घटनेत मूर्त स्वरूप लाभलेले नाही अशी खंत व्यक्त करून आचार्य जावडेकर म्हणतात, 'यापुढे अहिंसात्मक मार्गाने सामाजिक क्रांती घडवून आणणे हेच आमचे सर्वात मोठे कार्य आहे.' इतकेच नाही तर भांडवलशाही प्रतिकार करीत असताही असत्याशी व अत्याचाराशी असहकार आचारला पाहिजे. हा साधन शुद्धीचा सिद्धांत म. गांधींनी जगापुढे मांडला. या उपदेशास अनुसरून आम्हास भारतीय संस्कृतीची नवी इमारत बांधावयाची आहे या राष्ट्रांत जर अहिंसक समाज निर्माण केला तर वर्णयुद्धे व आंतरराष्ट्रीय महायुद्धे यांचा अंत करण्याचा मार्ग जगाला दिसू लागेल.[१००]

म. गांधींनी प्राचीन धर्मसंस्थापकांच्या क्रांतिशास्त्रात महत्त्वाची भर टाकली आहे. या क्रांतिशास्त्राच्या अवलंबाने लोकसत्ता व समाजसत्ता इत्यादी आधुनिक काळात निर्माण झालेल्या, सामाजिक ध्येयांची प्राप्ती करून घेता येईल. त्याच्याही पुढे जाऊन आत्मसत्तेच्या बळावर सत्य युगाचे ध्येय शिखर गाठता येईल आणि मानव

समाजाला सर्वांगीण स्वातंत्र्याचा व पूर्णावस्थेचा मार्ग सापडू शकेल.' असे आचार्य जावडेकरांचे मत होते.[१०१] म्हणून ते म्हणतात की, 'म. गांधींनी शूरांची अहिंसा प्रकट करून गौतम बुद्धांचा क्रांतिकारक अहिंसावाद आणि येशु ख्रिस्तांचा अराजक अहिंसावाद यांचे तेज हिंदू संस्कृतीत आत्मसात करून दाखविले. बुद्ध, महावीर यांना दूर लोटल्यामुळे हिंदुत्वाला प्राप्त झालेले संकुचित स्वरूप नष्ट करून त्यांचे मानवतानिष्ठ विश्वस्वरूप प्रकट केले. हिंदुत्वात घडवून आणलेली क्रांती हिंदी संघराज्यांचे आध्यात्मिक अधिष्ठान बनेल तरच मानवतेचे मार्गदर्शन करण्याचे आत्मबल हिंदी संस्कृतीत निर्माण होईल.'[१०२]

३ आचार्य जावडेकर आणि म. गांधींचे तत्त्वज्ञान

भारतातील वेदांत तत्त्वज्ञानाच्या संदर्भात आचार्य जावडेकरांनी म. गांधींच्या तत्त्वज्ञानाचा विचार केला आणि गांधीजींच्या अनासक्तीयोगाचे विश्लेषण केले. गांधींनी आपणास अहिंसात्मक सत्याग्रही क्रांतिशास्त्राची शिकवण दिली. त्यामुळे अहिंसात्मक सत्याग्रह हे म. गांधींचे आधुनिक जगाला मोठे योगदान आहे, असे आचार्य जावडेकरांचे मत होते.

म. गांधींच्या विचारांचे स्वरूप जीवनाच्या सर्व अंगांना स्पर्शिणारे होते. ते जीवनाकडे समग्र दृष्टिकोनातून पाहून त्यात मूलगामी बदल घडवू इच्छित होते. राजकीय प्रतिकाराची पद्धती व सत्याग्रह, त्याचा राज्यविषयक सिद्धांत व अराज्यवाद आणि त्यांचे ग्रामस्वराज्याचे स्वप्न आणि सत्तेचे विकेंद्रीकरण या विषयावरचे म. गांधींचे विचार आमूलाग्र परिवर्तनाच्या बाजूचे आहेत. आचार्य जावडेकरांनी म. गांधींच्या याबाबतच्या विचारांची अगदी मूलगामी आणि सर्जनशील अशी मांडणी केली आहे. प्रस्तुत प्रकरणात गांधीवादाच्या राजकीय विचारांचा अभ्यास करण्यात आला आहे.

सत्याग्रहाचा अर्थ

म. गांधींच्या मते, गीता सत्याग्रहाचा पुरस्कार करते. सत्य आणि अहिंसा यांचे सत्याग्रहास अधिष्ठान दिले की ते अन्यायाविरुद्ध संघर्ष करण्याचे महत्त्वाचे साधन बनते. आचार्य जावडेकरांच्या मते ते अहिंसात्मक क्रांतिशास्त्र बनते. शास्त्राने जरी क्षात्रधर्मात समाजधारणेच्या दृष्टीने शस्त्रबळाच्या साहाय्याने धर्मसंस्थापना करण्यास मान्यता दिली, तरी शस्त्रबळ हे धर्मसंस्थापनेचे खरे साधन नाही. सत्याग्रह आत्मक्लेश सहन करून आणि त्याद्वारा दुसऱ्यांच्या अकरणातील सत्यनिष्ठा जागृत करून तो दुष्टत्वाचे निर्दालन करतो. समाजधारणेसाठी दुर्जनास शासन करणे हा खरा धर्म नसून त्यास सज्जन बनविणे हाच खरा धर्म आहे.

सत्याग्रहाचा उपयोग म. गांधींनी एक राजकीय प्रतिकाराचे साधन म्हणून केला. त्यांच्या मते, सामान्यजनतेस लोकशाही राज्यस्थापन करण्यास सशस्त्र क्रांतीचा मार्ग उपयोगाचा नाही. त्या मार्गाने स्वराज्य मिळाले तर देश लष्करशहा व सरंजामदार यांच्या हातात जाईल. पण सत्याग्रहाच्या मार्गाने खरे आत्मबल जागे होऊन लोकशाही स्वराज्य निर्माण होईल.[१] सुरुवातीस म. गांधींनी सत्याग्रहास सदाग्रह असे नाव दिले होते. पण नंतर सत्याग्रह म्हणजे 'सत्यासाठी आग्रह' असे नाव दिले. सत्याग्रहाचा मुख्य उद्देश सत्याचा शोध घेणे आणि सत्याचे संशोधन हा होता.

सत्य आणि आग्रह या दोन संस्कृत शब्दांपासून 'सत्याग्रह' हा शब्द बनला आहे. स्वत:ला उमगलेले सत्य उचलून धरण्यासाठी दुसऱ्याला त्रास न देता स्वत: आत्मक्लेश भोगण्यास तयार असलेली व्यक्ती असा गांधींनी'सत्याग्रही'या शब्दाचा अर्थ केला आहे. आचार्य जावडेकर सत्याचा अर्थ सांगताना लिहितात, 'सत्याग्रह हा सनातन धर्माचे एक रूप आहे. पाशवी शक्तीस विरोध करण्यासाठी सत्याचा आग्रह हाच सत्याग्रहाचा अर्थ आहे. सत्य हा समाजाचा आधार असून या आधाराच्या आश्रयाने असत्याचा नाश होतो.[२] द. आफ्रिकेमध्ये भारतीय लोकांच्या चाललेल्या चळवळीत ज्या आशयाचा समावेश व्हावा अशी गांधींची इच्छा होती, त्याचा उल्लेख सदाग्रही नावात होत नव्हता. कोणत्याही गोष्टीचा आग्रह धरला की त्यातून बळ उत्पन्न होते. म्हणून आग्रहात बळाचा समावेश झाला असे गृहीत धरून आफ्रिकेतील भारतीय चळवळीला 'सत्याग्रह' म्हणजे सत् आणि शांति यातून निपजणाऱ्या बळाचे नाव देऊन प्रसिद्धी द्यावयास म. गांधींनी सुरुवात केली.

जीवनाचे सत्य समजण्यात बुद्धी, अंत:करण व इंद्रिय या सर्वांची मदत आवश्यक असते या विषयी आपले मत प्रकट करताना गांधीजी लिहितात, 'बुद्धी, अंत:करण व इंद्रिय या सर्वांचाच उपयोग करून जेव्हा मनुष्य सत्याची उपासना करू लागतो, तेव्हा विज्ञानाचे सत्य समजू लागते. त्याची बुद्धी व भावना सकारात्मक बनते. त्याला शांति लाभते आणि बाह्य सुखाचाही तो उपभोग घेऊ शकतो. बाह्य दु:खाची फिकीर न करता तो आपले जीवन सत्यनिष्ठ, समाधानी व आनंदी बनवू शकतो. म्हणून ज्यांना बुद्धिवादी जीवननिष्ठा स्वीकारायची असेल त्यांनी सत्याग्रही निष्ठेपासून ढळू नये म्हणून इंद्रियसंयम आणि मनोविजय हे गुण आत्मसात करून घेतले पाहिजेत.''[३]

सत्याग्रहाचा बुद्धीशी जवळचा संबंध आहे व सत्याग्रह हा बुद्धियोग आहे असे स्पष्ट करून जावडेकर लिहितात, 'बुद्धीला पटेल ते सत्य मानण्याचे तत्व व सत्याग्रह यांचा अर्थ जे निष्काम, अनासक्त, शुद्ध वाटेल त्याला मान्यता देण्याचे तत्त्व असे समजले पाहिजे. बुद्धिवादाहून बुद्धियोगाचे वैशिष्ट्य असे की, पहिल्यापेक्षा दुसऱ्यांच्या बुद्धीच्या शुद्धीकरणाला प्राधान्य दिलेले असून बुद्धीची शुद्धता ही अंत:करणाच्या

शुद्धतेवर अवलंबून असते असे गृहीत धरलेले आहे. अहिंसा आणि संयम यांच्या जोरावर बुद्धियोगाची उभारणी करता येते. बुद्धिवाद्यांनी बुद्धिप्रामाण्याला मान्यता दिली. त्याचप्रमाणे बुध्दियोग्यांनी बुद्धीच्या अंत:करणाच्या शुद्धतेला महत्त्व दिले आहे. हीच सत्याग्रही वृत्ती आहे. सत्याग्रह हा बुद्धियोग असल्यामुळे त्यात एखाद्या विशिष्ट मतांशी संबंध नसतो. निरीश्वरवादी देखील सत्याग्रहाचा पुरस्कार करू शकतो. आध्यात्मिक, सामाजिक आणि भौतिक शास्त्रांच्या क्षेत्रांत सत्याग्रही वेगवेगळ्याचा पुरस्कार करू शकतो. बुद्धियोगातून आत्मबळाचा सिद्धांत विकसित होतो.''[४]

सत्याग्रही आत्मबलाचा सिद्धांत

सत्य व आत्मबल एकमेकांस पूरक असून सत्याग्रही वीरास आत्मबलाची नितांत आवश्यकता आहे. प्रत्येकाने सत्यसंशोधनाचे स्वतंत्र प्रयत्न करावेत. आपल्या स्वानुभवातून जी मते येतील ती नि:स्वार्थी भावनेतून आचरण करत राहावे. त्यासाठी सत्य, अहिंसेचे पालन करत रहावे. आपल्या मतातील असत्याचा अंश काढून टाकून प्रतिपक्षाच्या सत्यांशाचा स्वीकार करावा. दुसऱ्या देशांतील किंवा आपल्या देशातील भिन्न परिस्थितीत निर्माण झालेली मते यांचा शब्दप्रामाण्याच्या वृत्तीने स्वीकार करू नये. कोणतेही सत्य पूर्ण सत्य नसते. आपल्या बुद्धीस पटलेल्या सत्याचा प्रचार व स्थापनेसाठी क्लेश सहन करावे लागतील. त्याग करावा लागेल. त्यास 'सत्याग्रही आत्मबल' असे म्हणतात.

सत्याग्रह बुद्धीस्वातंत्र्य विरोधी नाही. आत्मबलाचे अधिष्ठान मिळाल्याने बुद्धीबळ भेदप्रद होईल अशी भीती त्यास वाटत नाही. उलट, आत्मबल अधिष्ठानाच्या अभावी मात्र बुद्धिबळ भेदप्रद बनते, असे म. गांधींचे मत होते. 'सत्यमेव जयते' या सिद्धांतवरील श्रद्धा एवढे एकच तत्त्व या तत्त्वज्ञानांत गृहीत धरले आहे.[५]

सत्याग्रही व्यक्तीने सत्याचे संशोधन सतत सुरू ठेवले पाहिजे. भौतिक, सामाजिक आणि आत्मिक अशी सत्य संशोधनाची तीन क्षेत्रे आहेत. आपल्या बाह्यइंद्रियांच्या साहाय्याने आपण भौतिक सत्यांचे संशोधन करतो. सामाजिक क्षेत्रातील सत्यसंशोधनात जगातील निरनिराळ्या संस्थांची घटना कशी आहे, या व इतर बाबींचे संशोधन केले जाते. या संशोधनात सत्यासत्याचा व्यक्तीस विचार करावा लागतो. आत्मिक क्षेत्रातील सत्यसंशोधन व्यक्ती नीतिशास्त्राकडे घेऊन जाते. तेथे मन व बुद्धी आपल्या ज्ञानाचा विषय बनते. त्याचे परीक्षण करणारा मी त्याच्याहून भिन्न आहे, असे वाटू लागते. यालाच 'आत्मा' असे म्हणतात. यातूनच अध्यात्मशास्त्राचा उगम होतो. या शास्त्रातील सिद्धांतास आत्मिक सत्य असे म्हणता येईल. आचार्य जावडेकरांच्या या तीनही क्षेत्रांतील सिद्धांत अनुभवाने व अनुमानाने सतत वाढत राहिले पाहिजे. त्यामुळे तसे पाहिले तर सत्याचा शोध अपूर्णच राहतो; म्हणून सत्याग्रही हा मताग्रही

नसतो. आपल्या त्या त्या क्षणीच्या विचारांचा तो आत्यंतिक प्रचारक असतो. त्याचे आत्मचिंतन सतत सुरू असते. ज्या क्षणी चूक कळाली त्या क्षणी मग ती हिमालयाएवढी का असेना तो सुधारतो. सत्याचा तो उपासक असतो, मतांचा नाही. सामान्य सत्य असले म्हणून काय झाले. स्वतःच्या सद्‌विवेक बुद्धीस पटल्याशिवाय तो ते स्वीकारत नाही असे आचार्य जावडेकरांचे मत होते. मताचा आग्रह सोडायला तयार असणे. ही एक सत्याग्रही तत्त्वज्ञानातील आवश्यक गोष्ट अशाप्रकारे सत्याग्रही व मताग्रही या दोन अत्यंत भिन्न व्यक्ती आहेत असे आचार्य जावडेकर मानत होते.

संपूर्ण सत्याचे दर्शन झालेला व संपूर्ण अहिंसेचे आचरण करणारा मनुष्य अद्यापि झाला नाही. असत्ययुगाची संस्थापना विशिष्ट काळात घडून येईल. असा भ्रम गांधीजींना नव्हता. पूर्ण मानवास त्याच्यातील एकत्वाची प्रचिती करून देऊन पूर्णत्वाची दिशा दाखवून देणे हेच आदर्शाचे कर्तव्य आहे. याच दृष्टिकोनातून गांधीवाद्यांना तुमचे सत्ययुगाचे ध्येय दूरच आहे, म्हटल्यावर विषाद वाटत नाही.पण सत्ययुग दूरचे ध्येय असेल तरी अहिंसेच्या साधनांनी सत्याचा प्रकाश त्याला प्रत्येक क्षणी ध्येयाच्या निकट नेण्यास मार्गदर्शन करीत असतो, असे गांधीजींचे मत होते.[६]

अंत:करणातील सत्याचा प्रकाश हेच, खरे स्वरूप आहे, त्याला दूर समजून मी कोणत्या ध्येयाच्या निकट समजणार? हे ध्येय बाह्य सृष्टीला अत्यंत दूर दिसले तरी ते प्रत्येकाच्या निकट आहे. समाजाच्या अंत:करणातील क्रांतीच्या प्रेरणेने बाह्यांगातील क्रांती घडवून आणणे व मानव समाजाला आत्मोन्नतीच्या अखंड यात्रेचा आध्यात्मिक मार्ग दाखवून देणे हेच सत्याग्रहाचे कर्तव्य आहे. सुख-दु:खाच्या पलीकडे जाऊन दु:खात आनंद मानणारे असे समाधान जगात आहे. यालाच अमरपद किंवा अमरत्व असे म्हणतात. अमरत्व कसे प्राप्त करून घ्यावे, हे सांगण्यासाठी निरनिराळे धर्म निर्माण झाले. आचार्य जावडेकरांच्या मते, आज सत्याग्रह हा एक धर्म निर्माण होत आहे. तो एक सनातन धर्म आहे. सत्य, अहिंसा, तप हीच सर्व धर्मांची रहस्ये आहेत.[७] असे सत्याग्रही धर्म मानतो. आजपर्यंत होऊन गेलेल्या सर्व बाबींकडे अद्वैत दृष्टीने अथवा समदृष्टीने पाहतो. सत्याग्रह एक धर्म म्हटले तरी तो एक क्रांतिधर्म आहे. जग शाश्वत असले तरी त्यांतील प्रत्येक वस्तू नश्वर आहे हे जसे खरे, तसे जगाचे ज्ञान प्राप्त करून घेण्याची इच्छा ही मनुष्य समाजाइतकी शाश्वत असली तरी, मनुष्याचे ज्ञान हे नित्य पालटणारे आहे त्यांत एकसारखी तत्त्वाची भर पडत राहिली पाहिजे. अशी सत्याग्रही जीवन निष्ठा असली पाहिजे. कोणत्याही शास्त्राचे आजपर्यंतचे ज्ञान अशाच सत्यनिष्ठेने यापुढे वाढत राहिले पाहिजे ही सत्याग्रहाची नवी दृष्टी गांधीजींनी दिली.[८]

वस्तुसृष्टी व विचारसृष्टी यांचा एकमेकांच्या बदला वर प्रभाव पडला पाहिजे आणि सत्यसंशोधनासाठी सत्याग्रही वीरांवरही त्याच्या बदलाचा प्रभाव कसा पडला

पाहिजे, यासंबंधी आचार्य जावडेकर लिहितात, 'वस्तुसृष्टीचे प्रतिबिंब विचार सृष्टीत पडले पाहिजे आणि विचार सृष्टीचा प्रभाव वस्तुसृष्टीवर पडला पाहिजे. म्हणून वास्तव सृष्टीतील बदलांबरोबर मनुष्याच्या विचारसृष्टीतही बदल घडला पाहिजे नाहीतर त्याच्या विचारसृष्टीचा प्रभाव वस्तुसृष्टीवर वास्तव घडू शकणार नाही. यामुळे वास्तव सृष्टीतील पालटांप्रमाणे विचारसृष्टीतही पालट होत असल्यामुळे सत्याग्रहीला आपली सत्यनिष्ठा जिवंत ठेवण्यासाठीच विचारसृष्टीत नित्य क्रांती करणे भाग आहे. समाजधारणा धर्माचे अंग आहे असे नेहमी सांगण्यात येत असते. याचे ज्ञान आम्हास भासत नाही''[१] अशी खंत व्यक्त करून आचार्य जावडेकर म्हणतात, 'समाजातील सत्यसंशोधनात खंड पडला तर त्याचे विचार योग्य तऱ्हेने बदलत जाणार नाही, अर्थात त्यात निर्माण होणारे आचारही योग्य प्रकारे घडणार नाहीत. म्हणूनच सत्यसंशोधनाचा यज्ञ समाजात अखंड चालू राहिला पाहिजे' यावर आचार्य जावडेकर भर देतात.

सत्याग्रहीने पाळावयाचे नियम

सत्याग्रही व्यक्तीने सत्याच्या संशोधनाचा निर्धार कायम ठेवावा. सर्व संस्थापना आत्मशुद्धी आणि आत्मोन्नती यांच्या वाढीसाठी सत्याग्रहीने अकरा नियमांचे पालन केले पाहिजे असे म. गांधींचे मत होते. अहिंसा, सत्य, अस्तेय, ब्रह्मचर्य, शरीरश्रम, अस्वाद, निर्भयता, असंग्रह सर्व धर्म समभाव, स्वदेशी आणि अस्पृश्यता ता विरोधी ही ती अकरा व्रते होती आणि त्यांच्या पालनाने सत्यनिष्ठा व सत्याचरणाची प्रवृत्ती वाढेल व चित्तशुद्धी होईल, असे त्यांचे मत होते.

१. अहिंसा : जैन, बौद्ध, ख्रिस्ती धर्मांनी अहिंसेचा उपदेश केला पण त्यांनी राजकीय हिंसेचे निर्मूलन करण्याचा प्रयत्न केला नाही. गांधीवाद, राजकीय हिंसेचे निर्मूलन करण्याचा प्रयत्न करीत असून अहिंसक क्रांती, अहिंसक राष्ट्ररचना, युद्ध, असहकार या मार्गांनी अहिंसत्त्व व सत्य यांच्या अधिष्ठानातून नवी मानवी संस्कृती निर्माण करीत आहे.

२. सत्य : सत्य संशोधन म्हणजे भौतिक, मानसिक व आध्यात्मिक सृष्टीच्या घटनेचे संशोधन. सत्यनिष्ठ राष्ट्रासाठी करावी लागणारी तपश्चर्या होय. आत्मोन्नतीत प्रकट होणारे बल हेच आत्मबल व सर्व हितदक्ष करू बुद्धी हेच सामाजिक सत्य किंवा न्याय याचे आकलन करू शकते. अनासक्त बुद्धी हीच जनकल्याण करू शकते. न्याय, संशोधन व न्यायसंस्थापना हे सत्याचे सामाजिक स्वरूप आहे व त्याची सिद्धी अहिंसेने होऊ शकते.

३. अस्तेय : अस्तेय म्हणजे आपण कष्ट न करता समाजाच्या संपत्तीचा उपभोग घेणे, आवश्यकतेपेक्षा अधिक धनोपभोग, धनसंग्रह करणे, ही सर्व स्तेयाचीच

स्वरूपे आहेत. कष्टजीवी वर्गाच्या श्रमातून निर्माण होणाऱ्या संपत्तीचा हा अपहर अस्तेय व अहिंसा या वृत्तीशी विसंगत आहे यासाठी संशोधकाने समाजाच्या संपत्तीत भर घालण्यास आवश्यक असणारे काम करून त्याच्या योग्य मोबदल्यावरच आपली उपजीविका केली पाहिजे.

४. ब्रह्मचर्य : ब्रह्मचर्य या व्रताचा व्यापक अर्थ इंद्रियांचा संयम करून सत्याची उपासना करण्यात आनंद मानणे असा अर्थ गांधीवादी करतात. सत्याग्रही मनुष्याने पूर्ण ब्रह्मचर्य पालन आणि विवाहित मनुष्यांनीही संयोगापासून अलिप्त राहावे असे गांधीजींचे मत आहे. सत्यसंशोधन व सत्य संस्थापन या कार्यास लागणारे सामर्थ्य ब्रह्मचर्यानेच मिळू शकते; म्हणून सत्याग्रही मनुष्याने ब्रह्मचर्याची दीक्षा घेतली पाहिजे.

सत्य, अहिंसा यांच्याप्रमाणे ब्रह्मचार्यातही पूर्णत्व प्राप्त होणे जवळ जवळ अशक्य आहे, हे गांधींजीना माहीत होते. तथापि, मानवाचा तोच आदर्श असला पाहिजे, असे म. गांधींचे मत होते.

५. असंग्रह : परिग्रहाच्या आसक्तीने मनुष्य सत्यग्रहापासून भ्रष्ट होतो. म्हणून अपरिग्रहाचे व्रत स्वीकारले पाहिजे; आज समाजात तरी परिग्रही मनुष्य सत्यनिष्ठ राहूच शकत नाही असे गांधीवादाचे म्हणणे आहे. सत्याग्रही मनुष्याने आपली संपत्ती समाजाला दिली पाहिजे व स्वयंप्रेरणेने दारिद्र्याचा स्वीकार केला पाहिजे.

६. शरीरश्रम : प्रत्येक व्यक्तीने धनोत्पादनासाठी काहीतरी श्रम केलेच पाहिजेत, इतकेच नाही तर समाजात श्रमविभागणी झाल्यामुळे जी विषमता निर्माण होते, तिचे निवारण करण्यासाठी व श्रम करणारे लोक हीन आहेत. ही भावना अंत:करणात उद्‌भवू नये म्हणून प्रत्येकाने रोज काही उत्पादक शरीर श्रमही केले पाहिजे. उदा. सूत कातण्याचे नित्य कर्म हे गांधींनी यज्ञकर्म म्हणून ठरविले होते. त्यात स्वावलंबनाचे ही तत्त्व निर्माण झाले होते. त्याचप्रमाणे या व्रतात शरीरश्रम सामाजिक समता ही तत्त्वे अंतर्भूत झाली आहेत.

७. आस्वाद : या व्रतात प्रामुख्याने जिव्हेचा संयम अंतर्भाव होतो. एकूण संयमी व साध्या जीवनात जिव्हा संयमाला महत्त्व देण्यात आले आहे. तसेच मनुष्यांची अभिरुची शास्त्रीय संमत असल्याने त्याला जीवनातील खरा रस येतो. असाही सिद्धांत त्याच्या बुडाशी आहे. साधी रहाणी उच्च विचारसरणी हे जीवनसूत्र अवलंबिण्याच्या दृष्टीने या व्रताचे महत्त्व आहे.

८. अभय : हे व्रत नसून ते एक सत्यनिष्ठ मनुष्याला आवश्यक असणारी व सत्यनिष्ठ मनुष्यांच्या सत्यनिष्ठेबरोबर वाढणारी श्रेष्ठ मनोवृत्ती आहे. सत्याग्रही मनुष्याने लोकभय, राजभय, मृत्यूभय किंबहुना धर्मभयही उल्लंघून सत्यनिष्ठ राहिले पाहिजे. सत्याच्या उपासनेसाठी वाटेल ते क्लेश सहन करण्यास तयार राहणे हेच अभय होय.

भ्याड मनुष्य सत्यनिष्ठ राहूच शकत नाही भ्याडपणापेक्षा हिंसाही श्रेष्ठ आहे. इतके अभय वृत्तीचे महत्त्व गांधीजी मानतात.

९. स्वदेशी, सर्वधर्म समभाव, अस्पृश्यतानिवारण : स्वदेशीमुळे साम्राज्यवादी आर्थिक घटना नष्ट होते. सर्वधर्म समभावाने धर्मभेद बुद्धीतून होणारी हिंसा नष्ट होते आणि अस्पृश्यता निवारण्याने जातिश्रेष्ठत्वाचा, वंशश्रेष्ठत्वाचा अहंकार गळून पडतो. एका जातीचे, धर्माचे, दुसऱ्या जातीवर, धर्मावर, वंशावर आक्रमण होऊ नये. या सर्वांच्या सहकार्याने उद्धार व्हावा या दृष्टिकोनातून या व्रताची योजना करण्यात आली आहे. भेद यासारख्या विकृत मताच्या निरसनार्थ स्वदेशी, सर्व धर्म समभाव आणि अस्पृश्यता निवारण ही प्रतिक रूपांमध्ये अंत:शुद्धीसाठी स्वीकारावयाची आहेत. अहिंसात्मक नव मानव संस्कृती निर्माण करणे हे या व्रतधाऱ्यांचे ध्येय आहे.

आचार्य जावडेकरांच्या मते यापूर्वीच्या क्रांतिकारांनी केवळ बाह्य समाजरचना आर्थिक संस्था, राजकीय संस्था परिवर्तन करण्याचे प्रयत्न केले; पण म. गांधींनी मात्र अंत:करण परिवर्तनावर जास्त भर दिला; कारण सत्यनिष्ठा व भावना जर व्यक्तीच्या अंत:करणात प्रज्वलित झाल्या नाहीत तर नवा मानव व नवे जग निर्माण करणे आपल्याला शक्य नाही[१०] असे म. गांधींचे मत होते.

म. गांधींच्या सत्याग्रहाचे तत्त्वज्ञान आचार्य जावडेकरांनी अशा प्रकारे मोठ्या समर्थपणे मांडले आहे. सत्याग्रहासाठी आग्रह, आत्मानुभव प्रामाण्य, साध्य साधनशुचिता, अहिंसा आणि सत्याग्रह्याने पाळावयाचे अकरा नियम यांची त्यांनी सूक्ष्म चिकित्सा केली.

सत्याग्रह या साधनाचा राजकीय वापर करण्याची म. गांधींची इच्छा होती. त्यांनी आजीवन वेगवेगळे सत्याग्रह केले व त्यातून आपला राजकीय प्रतिकार सिद्धांत सिद्ध केला.

सत्याग्रह आणि राजकीय प्रतिकार : म. गांधींनी सत्याग्रह राजकीय प्रतिकाराचे साधन म्हणून वापर केला कारण समाजातील अन्यायाचे निमूर्लन करणे हा सत्याग्रही चळवळीचा हेतू असतो. सरकार अत्याचार करते त्यावेळी त्याचा प्रतिकार म्हणून चळवळ करावी लागते. न्याय प्रस्थापना हा या चळवळीचा हेतू असून सरकार व लोक यांना अत्याचारी बनविणे हे तिचे साध्य आहे.

सत्याग्रह आणि साध्य साधन विवेक

सत्याग्रहामध्ये जनतेला अनत्याचारी आणि सत्यनिष्ठ बनविणे हे सत्याग्रहाचे उद्दिष्ट असते. हे उद्दिष्ट साध्य करण्यासाठी शुद्ध साधनांचा उपयोग करणे आवश्यक असते. म. गांधींच्या मते, हीन साधनांनी मिळालेले साध्य योग्य असू शकत नाही.

आचार्य जावडेकरांच्या मते, नीतिशास्त्र हे कर्मशास्त्र आहे आणि साधनशुचितेवर नीतिशास्त्राचा भर आहे, त्यामुळे सत्य, अहिंसा, प्रेम यांच्या साहाय्याने शुद्ध झालेल्या राजकीय साधनांचे महत्त्व अनन्यसाधारण असे आहे.[११]

साधनशुद्धीमुळे आत्मबलाचे सामर्थ्य वाढते, कारण साध्ये जितकी श्रेष्ठ तितकी साधनेही श्रेष्ठ असली पाहिजेत असा म. गांधींचा सिद्धांत आहे, शस्त्रबळाने मिळणारा न्याय, आत्मबळाने मिळणारा न्याय व अत्याचारी क्रांतीने मिळणारा न्याय यांत मूलत:च भेद आहे; कारण सशस्त्र पक्ष कालांतराने तत्त्वभ्रष्ट व सत्य पराङ्मुख बनतो.

यासाठी समाजात जी क्रांती निष्ठेने करावयाची असेल ती करीत असताना, अत्याचाराशी संघर्ष असहकाराने, न्याय निषेधाने आत्मक्लेश भोगण्याची वृत्ती जागृत ठेवूनच केला पाहिजे; समाजात या वृत्ती एकदा बाणल्या म्हणजे त्यांच्यावर कोणाचाही जुलूम चालू शकत नाही आणि सत्ताधारी असले तरी त्यांना संघटित आत्मबलापुढे नमावे लागते. आचार्य जावडेकरांच्या मते, ही आत्मबलाची क्रांती केव्हाही न संपणारी अशी क्रांती आहे. (Permanant Revolution) आणि तिचे नेतृत्व करण्यास सत्याची अहिंसेने प्रस्थापना करण्याची दीक्षा घेतलेले सत्याग्रही क्रांतिकारक प्रत्येक समाजात व राष्ट्रात निर्माण झाले होते.[१२]

साध्याच्या विचार करत असताना अचार्य जावडेकरांनी शुद्ध साधनांवर जास्त भर दिला. अहिंसा आणि आत्मबळ ही शुद्ध साधने समाजात वापरली पाहिजेत व त्यासाठी नीतिमत्ता व आत्मबळाचे शुद्ध साधन समाजातील प्रत्येक व्यक्तीत निर्माण झाले पाहिजे, असा त्यांनी आग्रह धरला; कारण गांधींच्या मते साधनांची शुद्धता महत्त्वाची असते.

आंतरिक सुधारणेतून बाह्यक्रियेची सुधारणा होत असते. म्हणून साध्य आणि साधने यांचा अनन्यसाधारण संबंध असून साधन शुद्धीचा सिद्धांत जितका अंतरंग क्रांतीला महत्त्वाचा आहे, तितकाच साध्याच्या बाबतीत बाह्य क्रांतीला सुद्धा महत्वाचा आहे.[१३]

राजकीय क्रांती हेच आपले ध्येय किंवा साध्य म. गांधींनी कधीच मानले नाही, फ्रेंच क्रांतीचे ध्येय व साध्य लोकशाही हे होते आणि रशियातील बोल्शेव्हिक क्रांतीचे ध्येय समाजसत्ता हे होते. परंतु, दोन्ही क्रांतीत सशस्त्र व हिंसक साधनांचा उपयोग करण्यात आल्याने खरी लोकशाही व खरा समाजवाद प्राप्त झाला नाही असे म. गांधींना वाटे. आपण जर सत्याग्रही क्रांतीने नि:शस्त्र क्रांती यशस्वी केली तर देशांत खरी लोकशाही व खरा समाजवाद निर्माण होईल; अशी गांधींजीची श्रद्धा होती. या बुद्धीने सर्वांगीण अहिंसक क्रांतीचे प्रयत्न ते करत होते.

आपल्या सामाजिक आणि वैयक्तिक जीवनामध्ये आपणांस अनेक उद्दिष्टे प्राप्त

करून घ्यावयाची आहेत, ती साध्य करण्यासाठी न्याय्य मार्गाचा वापर करावा असे म. गांधी सांगत असत. स्वत: म. गांधींचे अंतिम साधन आत्मराज्य निर्माण करणे हे होते. हे आत्मराज्य स्थापन करण्याचे साधन सत्याग्रहातूनच मिळेल, म्हणून सत्याग्रहातूनच सत्याग्रह हेच सर्व धर्मांचे रहस्य आहे, असा संदेश म. गांधीजींनी समाजाला दिला आहे. समाजवाद, लोकशाही, या समाजघटना आचार्य जावडेकरांच्या मते काळानुसार उदयास येतात व अस्त पावतात. निर्भय स्वरूपाची प्रेमभावना आणि सत्यनिष्ठेला सर्व इंद्रिय व्यापार वाहून घेण्याची तपश्चर्या हाच मानवाचा सनातन धर्म आहे, हे तत्त्व म. गांधींनी दाखवून दिले आहे व ते चिरकाल टिकणारे आहे असे आचार्य जावडेकरांचे मत होते.[१४]

सत्याग्रहाच्या आचरणामध्ये म. गांधींनी साध्य-साधन विवेकांस महत्त्वाचे स्थान दिले. साधने शुद्ध असली की साध्यसुद्धा शुद्ध राहते असे त्यांचे मत होते. आचार्य जावडेकरांनी त्यास नैतिक नियमांवर आधारित सनातन धर्माचे स्थान दिले आहे.

सत्याग्रह अहिंसात्मक युद्धाचा

म. गांधीजींच्या मते, सत्याग्रह हा राजकीय प्रतिकाराचा अहिंसात्मक पर्याय आहे; कारण राजधर्मातील हिंसा ही प्रजाधर्मातील विकृतीचे प्रतिबिंब आहे आणि म्हणून प्रजाजनातील हिंसा नष्ट करून राजकीय हिंसेशी असहकार करण्याचे व तिला आत्मबलाने प्रतिकार करण्याचे शिक्षण देत राहणे. हा उद्धार करण्याचा आणि राजकीय, आर्थिक, सामाजिक जुलूमांतून मुक्त करण्याचा एकमेव मार्ग आहे, असे म. गांधी समजतात. राजकीय जुलमांतून समाजाला मुक्त करण्याचे आजपर्यंत दोन मार्ग अनुसरण्यात आले. १) सुधारणावाद २) सशस्त्र क्रांती हे दोन मार्ग होत. ते अयशस्वी झाल्याने अनत्याचारी असहकार व कायदेभंग यांचा आग्रही मार्ग आपण जनतेपुढे ठेवत आहे, असे म. गांधी म्हणाले, ‘‘मनुष्य जन्मत: स्वतंत्र जन्मतो पण आज तो सर्वत्र बंधनात आहे’’ असा आक्रोश रूसो करीत होता. आज कोणाकडेही दृष्टी वळवली तर हेच करुण दृश्य आपल्या प्रत्ययास येते. सर्व सामाजिक आपत्तीवर रामबाण उपाय ठरेल अशी आशा लोकशाहीसंबंधी एकेकाळी वाटत होती, ती लोकशाहीमधून सरंजामशाहीच्या बेकायदा आमदानीसारखीच हीन आहे. डोंगरी किल्ल्यामधून होणाऱ्या मध्ययुगीन सरदारीच्या लुटारू धाडीऐवजी आधुनिक भांडवलशाहीची विश्वव्यापक लुटारू पद्धती तिने निर्माण केली आहे. जळूप्रमाणे जनतेचे रक्तशोषण करीत असता लोकांना आपल्या शाश्वतीचा भ्रम निर्माण करीत असल्याने ती अधिकच भयंकर आहे. डोंगरी किल्ल्यात राहणारे पूर्वीचे सरदार केवळ शरीरालाच गुलाम करीत. आजचे सरदार आपल्या

जालीम विषाचा प्रयोग आत्म्यावरही करून त्याचा नाश करीत असल्याने ही अवस्था मारक आहे.

या आपत्तीचे निवारण करण्यास १) सुधारणावाद – तत्त्वावर आधारलेला सुधारणावाद २) हिंसेवर आधारलेली सशस्त्र क्रांती – हे दोन्हीही मार्ग अयशस्वी होतात. कारण ते बाह्य लक्षणावर उपचार करतात. पण या लक्षणाचे मूळ कारण आहे जो रोग त्याला स्पर्श करत नाहीत. यांच्या पुरस्कर्त्यांना वाटते की, राज्यसंस्थेत अंतर्भूत होणाऱ्या निरनिराळ्या संस्था अंशत: सुधारणा करून सामाजिक आपत्तीचा अंत आपल्याला करता येईल. सामाजिक आपत्तीचे मूळ कारण राज्यात नसून सामाजिक असते. वादळाचे कारण समुद्रातील लाटा नसून वादळ हे त्यांचे मूळ कारण आहे. सामाजिक दोष नष्ट करणे हे राजकीय सत्तेचे मुख्य कार्य असते. या रोगाचे निवारण करण्याचा मार्ग म्हणजे समाजातील लोकांनी आत्मशुद्धी करावी आणि राजकीय अन्यायाशी प्रत्यक्ष सहकार्य करण्याचे बंद करावे म्हणजे ते आपोआप नष्ट होतील म्हणून आत्मशुद्धी हाच खरा उपाय. अत्याचार किंवा सुधारणावाद हा तो उपाय नव्हे. सरकारशी सहकार्य बंद करून आत्मशुद्धी करणे, हे असहकाराचे तत्त्व होय. 'असहकार ही एक क्रमविकासी क्रिया आहे आणि 'क्रमविकासी क्रांती' हेच तिचे वर्णन यथार्थ आहे.'

प्रस्थापित राजसत्तेचा उपयोग करून थोड्या थोड्या सुधारणा करीत जाण्याचा सुधारणावादी मार्ग आणि प्रस्थापित राजसत्तेला उलथून पाडून शस्त्रबळाने नवे राज्ययंत्र उभारण्याचा रक्तपाती मार्ग. या दोहोंतही राजकीय हिंसेशी सहकार्य करूनच अन्यायाचे निवारण करण्याचा प्रयत्न होत असतो; पण ते प्रयत्न विफल होत असतात असे आचार्य जावडेकरांचे मत होते; म्हणून यापेक्षा अहिंसात्मक क्रांती मार्ग हा भिन्न असून राजकीय हिंसेशी असहकार करून व समाजातील लोकांना अहिंसाबळ संघटित करण्याचे शिक्षण देऊन सामाजिक आपत्तीचे निवारण करण्याचा प्रयत्न सत्याग्रहात केला जातो. समाजातील आत्मशुद्धीबरोबर वाढत जाणारी ही अहिंसा आपल्या वाढीबरोबर समाजाच्या बाह्यांगात सुधारणा घडवून आणते. त्यामुळे भ्याड मनुष्यही वीर पुरुष बनू शकतो आणि जुलमी मनुष्य अन्यायापासून परावृत्त होऊ शकतो, यावर सत्याग्रही नेत्यांची श्रद्धा असावी लागते. ही अंतरंग क्रांती किंवा हृदय परिवर्तन घडून येण्यास आत्मशुद्धी हे साधन असून न्यायनिष्ठादी भोगलेले क्लेश स्वत:ची शुद्धी करून प्रतिपक्षाचीही शुद्धी करतात. हा मनुष्य स्वभावासंबंधीचा सिद्धांत सत्याग्रही क्रांतीत गृहित धरला आहे.[१५]

राज्यसत्तेशी सत्याग्रही व्यक्तीचे संबंध कसे असले पाहिजेत. साध्य, साधनेशी, शुचिता व त्याचा राजकारणाचा संबंध कसा आहे, हे सांगताना आचार्य जावडेकर

लिहितात, ‘‘दुष्टांची हिंसा करून न्यायाची संस्थापना करतो म्हणणाऱ्या राजकारणी मुत्सद्द्यांचे धोरण अथवा त्यांची निष्ठा, म. गांधींच्या सत्याग्रही निष्ठेत बसत नाही. राजदंड धारण करणाऱ्या व्यक्तीचे साध्य न्याय प्रस्थापित करणे हे असले तरी त्यांचे साधनशुचित सिद्धांत हा आधारभूत असल्याने राजदंड हातात घेऊन सत्याग्रही व्यक्तीला राजकारण करता येणार नाही. सत्याग्रहाचे ध्येय राजदंडाचा आश्रय करणारी राज्यसंस्था विशिष्ट प्रभावाबाहेर तत्त्वभ्रष्ट झाली असता तिचा प्रतिकार करून तिला योग्य मार्गावर ठेवणे असा होतो. सत्याग्रही व्यक्तीने स्वत:च्या संरक्षणासाठीसुद्धा हिंसेचा आश्रय घेऊ नये. स्वत:च्या जीवित, वित्त मोहातून मुक्त होण्याचा प्रयत्न तिने केला पाहिजे व समाजातील दुष्ट प्रवृत्तींशी झटत राहिले पाहिजे.’’[१६]

सत्याग्रह म्हणजे सशस्त्र क्रांती व अत्याचारी बंडखोरी नव्हे, ते एक क्रांतिशास्त्र आहे. त्याचा परिचय राज्यकर्ते व समाज या दोघांनाही करून देण्याची म. गांधींना गरज भासली, म्हणून १३ एप्रिल १९१९ रोजी अखिल भारतीय स्वरूपाचा पहिलाच असा सत्याग्रह संग्राम म. गांधींनी तहकूब केल. तथापि, जालियनवाला बाग हत्येच्या चौकशीसाठी हंटर कमिशन नेमण्यात आले होते. गांधीजींनी सत्याग्रह क्रांतितंत्र आणि सत्याग्रही क्रांतिशास्त्र या संबंधी आपले मत पुढीलप्रमाणे मांडले आहे. ‘हिंसेचे मार्ग नाहीसे करण्याच्या हेतूने सत्याग्रही चळवळ पूर्णपणे सत्यावर अधिष्ठित झाली आहे कौटुंबिक व्यवहारातील तत्त्व राजकीय व्यवहारात लागू करण्याचा हा प्रयत्न आहे. मात्र आलेल्या अनुभवावरून माझे मत बनले आहे की हिंदुस्थानातील अन्याय निवारणासाठी होणारा अत्याचाराचा प्रसार थांबविण्याचे सामर्थ्य सत्याग्रही चळवळीत आहे.’

आचार्य जावडेकरांनी वरील उताऱ्याचा अर्थ पुढीलप्रमाणे लावला आहे, ‘‘यात सत्याग्रहातील सविनय कायदेभंगाच्या अंगासंबंधीचे महत्त्वाचे मुद्दे आले आहेत. समाजातील अन्यायाचे निर्मूलन करणे हा सत्याग्रही चळवळीचा हेतू असतो, सरकार अत्याचार करते तेव्हा त्यांच्या प्रतिकारार्थ ही चळवळ करावी लागते. अशी चळवळ न केल्यास लोकही अत्याचारी बनण्याचा संभव असतो. न्याय प्रस्थापना हा चळवळीचा हेतू असून सरकार व लोकांना न्याय-अन्यायाची तत्त्वे आकलन करता येतात व त्यासाठी आत्मक्लेश सहन करण्याइतके शील जनतेत असते, यासाठी असामान्य बुद्धिमत्ता किंवा असामान्य शील असणारेच सत्याग्रही असावे लागतात असे नाही. सत्याचे नवे संशोधन करण्यास असामान्य बुद्धिमत्ता लागत असली तरी सामान्य जनता सत्याचे आचरण करू शकते. सरकारची अडवणूक करणे हा या चळवळीचा हेतू नसतो. अनत्याचारी राज्यसंस्था सत्याग्रहामुळे बंद पडली, तरी सत्याग्रहाचा तो दोष नव्हे, राजकीय किंवा लोकशाही सरकार असले तरीही काही प्रसंगी सत्याग्रही प्रजेला

अथवा त्यांच्या नेत्यांना सविनय कायदेभंग करणे भाग पडेल, ही सविनय कायदेभंग संबंधीची सत्याग्रही भूमिका आहे, हा सत्याग्रही कायदेभंग संपूर्ण अनत्याचारी वृत्तीने चालणारा असल्याने अत्याचारी सरकारची त्यामुळे अडवणूक झाली तरी समाजात अनावस्था माजणार नाही.''[१७]

तसेच अन्यायाविरुद्ध सत्याग्रह केला तर त्याच्यापुढे न नमता तो अन्याय आत्मबलाने दूर करता येतो, असा प्रत्यक्ष अनुभव जनतेला आला पाहिजे. राज्यसुधारणा व राज्य संस्थापना या दोहोंचा तोच एक मार्ग आहे. अशा अन्याय निवारण्याच्या सत्याग्रहाने आपली अडवणूक होते असे सरकारने मानू नये. आपद्ग्रस्त सरकारला जनतेने अडवू नये असा सत्याग्रह नीतीचा अर्थ आहे. सरकारने केलेला अन्याय सहन करू नये ही खरी राजनिष्ठा नव्हे.' असे आचार्य जावडेकर म्हणतात व तसे केल्याने राजा व प्रजा या दोघांचाही अंती घात होतो.[१८]

'सत्याग्रह' ही राज्यमीमांसा हेगेल व मार्क्स या दोन्ही तत्त्ववेत्त्यांच्या राज्यमीमांसेहून भिन्न आहे असे सांगून सत्याग्रही तत्त्वज्ञानाविषयी लिहिताना आचार्य जावडेकर म्हणतात, 'सत्याग्रह, ध्येयवाद व वास्तववाद यांचा समन्वय करण्यात आला आहे. राजसत्तेविरुद्ध बंड करण्याचा अथवा क्रांति करण्याचा हा मार्ग सत्याग्रही तत्त्वज्ञानाने मान्य केला आहे, यावर आचार्य जावडेकर भर देतात. सामाजिक रूढी, आर्थिक आचार व राजकीय बंधने ही समाजधारणेसाठी निर्माण होतात. तरी त्यात अन्यायाची बीजे रुजतात व कालांतराने त्यांच्या पालनामुळे समाजावर अनर्थ ओढवतात हे सत्याग्रही राज्यमीमांसा मान्य करते, म्हणून सामाजिक रूढी, परंपरागत धार्मिक आचार व राजकीय बंधने यांचे बिनशर्त पालन करणे हे व्यक्तीचे कर्तव्य आहे असे सत्याग्रही तत्त्वज्ञान मानत नाही.' आचार्य जावडेकरांच्या मते, 'समाजधर्म व राजधर्म या संस्थांच्या ध्येयाशी सत्याग्रही व्यक्तीने एकनिष्ठ रहावे परंतु या संस्था ज्या ज्या वेळी आपल्या ध्येयापासून च्युत होतील त्यावेळी या संस्थांविरुद्ध बंड पुकारून त्यांना शुद्ध स्वरूप द्यावे असे सत्याग्रही तत्त्वज्ञानाचे ध्येय आहे.'

सत्याग्रहात सत्याशी म्हणजेच न्यायाशी एकनिष्ठ राहणे हेच मनुष्याचे श्रेष्ठ कर्तव्य आहे. सत्यनिष्ठेच्या आड येणारी सामाजिक, आर्थिक, बंधने तोडणे सत्याग्रहींचे ध्येय आहे. असे करताना समाजात अराजक माजू नये याची काळजी घ्यावी तसेच सत्याग्रही क्रांती अत्याचाराची मर्यादा ओलांडणार नाही याची काळजी घ्यावी नाहीतर अराजक माजून त्यातून समाजघटना प्रस्थापित करणारे न्यायाच्या नावाखाली पुन्हा अन्यायाची प्रस्थापना करतात. अन्यायाविरुद्ध मान वाकविण्यापेक्षा सशस्त्र क्रांती समर्थनीय होऊ शकते; असे केल्याने अन्यायाविरुद्ध बंड करण्याची परंपरा तर टिकते तथापि अशस्त्र क्रांती हाच खरा न्याय संस्थापनेचा सर्वश्रेष्ठ मार्ग आहे. आणि या

मार्गाचे अनुकरण करणे व सामान्य जनतेला या मार्गाने कसे जावे या संबंधी सत्याग्रही लोकनायकांनी जनतेला शिक्षण देणे हेच त्यांचे कर्तव्य आहे.[११]

सत्याग्रही युद्ध

म. गांधींच्या मते, सत्याग्रहाद्वारा आपण जो राजकीय प्रतिकार करतो त्यासाठी निर्भयता, आत्मनिग्रह, स्वार्थत्याग आध्यात्मिक धैर्य आणि दृढ निश्चय यांची गरज असते. सत्याग्रहाने समत्व बुद्धीचा स्वीकार करून सुख-दु:ख, लाभ-अलाभ, जय-पराजय यांचा विचार न करता अनासक्त बुद्धीने कर्म केले पाहिजे. आचार्य जावडेकरांच्या मते, शस्त्रबळाचा त्याग करून आत्मबळाच्या मदतीने द्वेष भावना नष्ट करणे हे सत्याग्रहाचे मुख्य कर्तव्य आहे.

जगातील अन्यायाचा प्रतिकार सशस्त्र युद्धाने करणे म्हणजे अन्यायी लोकांना ठार मारणे होय. परंतु सत्याग्रही योजना करणे म्हणजे अन्यायी लोकांना न्यायी बनविण्याचा प्रयत्न करणे होय. आचार्य जावडेकरांच्या मते, दुसरा मार्ग महत्त्वाचा आहे, कारण जगातील अन्यायाच्या प्रतिकारांत निरहंकार व निष्काम बुद्धीने केलेले सशस्त्र युद्ध हे कर्त्याला बंधनकारक होते. त्या दृष्टीने सशस्त्र कर्मयोगी व नि:शस्त्र या दोघांची योग्यता सारखीच आहे. मात्र आचार्य जावडेकरांच्या मते, पहिल्याच्या कर्मांच्या परिणामाहून दुसऱ्याच्या कर्माचा परिणाम अधिक हितावह आहे. सशस्त्र उपायांनी एकाच पक्षाची आध्यात्मिक उन्नती होईल.

कोणत्याही कर्माची इष्टानिष्टता कर्त्याच्या बुद्धीवरून आणि त्याच्या परिणामावरून दिसत असते. कर्त्याच्या मनाला मिळणाऱ्या शांतीच्या दृष्टीने निष्काम व साम्य बुद्धी आणि लोकसंग्रह या अर्थाने सत्याग्रही युद्ध महत्त्वाचे आहे.

वीरवृत्तीची आवश्यकता

सत्याग्रहात जरी सत्याग्रही पक्ष शस्त्रसंन्यास करीत असला तरी ते त्याचे कृत्य गीतेत वर्णिलेल्या कर्मयोगाशी विसंगत नाही. 'मामनुस्मर युद्ध च' हा उपदेश सत्याग्रहाला पूर्णपणे मान्य आहे यासंबंधी आचार्य जावडेकर लिहितात, आपल्यापुढे उभे राहिलेले प्रतिस्पर्धी आपले बांधव आहेत हे सत्याग्रही जाणतो, कारण तो कोणालाच आपले कायमचे शत्रू मानत नाही तथापि बांधव 'आपले' म्हणून त्यांच्या जुलमाचा प्रतिकार करू नये असला भ्रम त्याला उत्पन्न होत नाही. फक्त त्याच्या प्रतिकाराचा मार्ग भिन्न आहे.'

'जगातील अन्यायाचा प्रतिकार करणे, दुर्बल लोकांत आत्मविश्वास निर्माण करणे व त्यास सत्याग्रहास प्रवृत्त करणे अशा गोष्टी सत्याग्रही करत असतो. त्यात त्याचा स्वत:चा स्वार्थ नसतो. आत्मबलाची वृद्धी करण्यास व सत्यासाठी ध्येय त्याग

करण्यास तो समाजाला सांगत असतो. दुसऱ्यास अन्याय करण्याची संधी देणे हे अन्यायाचे कारण आहे, हे तो जाणतो.'[२०]

शस्त्रधारणा व वीरवृत्ती यांचे सामान्यत: नित्य सहकार्य असले पाहिजे. अशी समजूत आहे, परंतु आचार्य जावडेकरांच्या मते, ती खरी नाही. दुसऱ्याला मारणे यात वीरवृत्ती नसून स्वत:चा जीव धोक्यात घालणे यात वीरवृत्ती आहे. ज्याचा जीव धोक्यात येण्याचा संभव नाही त्याने कितीदा हत्या केली तरी त्यात वीरवृत्ती आहे असे आपण समजत नाही. उलट नि:शस्त्र वीरालाही वीरवृत्ती प्रकट करता येते असे आचार्य जावडेकरांचे मत होते. युद्धास उद्युक्त झालेल्या वीराचे विपक्षाकडून शस्त्रसामर्थ्य जितके कमी, तितकी त्यांच्या अंगची वीरवृत्ती अधिक होय, असे आपण समजतो. त्याचप्रमाणे शौर्य व क्रौर्य यांतील भेदही ध्यानात ठेवला पाहिजे. क्षमा हा वीराचा अलंकार आहे. सूड घेण्याची इच्छा असणे हे क्रौर्याचे लक्षण आहे.

वीरवृत्तीच्या दृष्टीने नि:शस्त्र वीराची योग्यता सशस्त्र वीरांच्या योग्यतेपेक्षा जास्त असते. काही व्यक्तींत असलेली वीरवृत्ती लुप्त होऊ नये, तिच्या वीरवृत्तीने इतरांच्या अंत:करणात तीच ज्योत प्रज्वलित व्हावी आणि असे होत असताना शांततेचा भंग होऊ नये, अशी इच्छा असल्यास त्याचा सत्याग्रह हाच एकमेव मार्ग होय. त्याचा स्वीकार केला नाही तर काही लोक गुप्तकटाचा मार्ग स्वीकारतील व इतर लोकांतील भ्याडपणा अधिकच वाढेल.[२१]

सविनय कायदेभंगाने वीरवृत्ती निर्माण होते, असहकारितेने आत्मशुद्धीने होते असे आचार्य जावडेकरांचे मत होते. भारतीय जनतेने चाणक्यनीतीचा अवलंब करण्यापेक्षा गांधींच्या साधुनीतीचा अवलंब करणे योग्य होय. श्रीकृष्णाचे राजकारण लोकसत्तेच्या काळांत साध्य होणे शक्य नाही. लोकसत्तेचे भावी राजकारण धर्माच्या, सत्याच्या व न्यायाच्या पायावरच उभे राहिले पाहिजे यावर आचार्य जावडेकर भर देतात.[२२]

सत्याग्रही सेनापती

ज्याप्रमाणे सशस्त्र युद्धात सेनापतीच्या अंगी कौशल्य लागते, त्याचप्रमाणे सत्याग्रही सेनापतीच्या अंगी समयसूचकता, व्यवहारनैपुण्य आणि स्व-पर बलाबलांची जाणीव असावी लागते. युद्ध केव्हा सुरू करावे, शत्रूंवर कोठे हल्ला चढवावा, तह केव्हा करावेत आणि अखेरच्या तहाच्या प्रसंगी कोणत्या अटींबद्दल आग्रह धरावा व कोणत्या अटींबद्दल तडजोड करावी, या सर्व गोष्टी ठरविण्यात इतर सेनापतींप्रमाणे सत्याग्रही सेनापतीतही व्यवहारनैपुण्य लागत असते, असे आचार्य जावडेकरांचे मत होते.[२३]

मुत्सद्देगिरी म्हणजे लबाडी असा काही लोक अर्थ करतात. त्याला उत्तर देताना आचार्य जावडेकर लिहितात, 'शौर्य व क्रौर्य यात जो भेद आहे तोच मुत्सद्दीपणा व

लबाडी यात आहे. आपण बुद्धिबळाचा खेळ मांडला म्हणजे प्रतिपक्षाची नजर चुकवून एका ठिकाणाचे मोहरे दुसरीकडे ठेवून त्याच्यावर मात करतो यात खरे क्रीडाकौशल्य नाही. दुसऱ्यांच्या पुढचे चार डाव ध्यानात ठेऊन आपण खेळणे व अखेरीस प्रति पक्षावर डाव करणे यात खरे कौशल्य आहे. आचार्य जावडेकरांच्या मते सत्याग्रहीची मुत्सद्देगिरी ही दुसऱ्या प्रकाराची असते. लबाडीची नसते. शस्त्रबळ नसल्यामुळे वीराची मुत्सद्देगिरी व वीरवृत्ती ही असामान्य असली पाहिजे. यावर आचार्य जावडेकरांचा भर होता.'[२४] सत्याग्रही सेनापती आणि सत्याग्रही सैनिक यांचे परस्परसंबंध व कर्तव्य स्पष्ट करताना आचार्य जावडेकर लिहितात, 'सार्वत्रिक सत्याग्रहाच्या प्रसंगी कायदेभंग करणाऱ्यांना त्या तत्त्वाने व्यवहारापुरते ज्ञान असले पाहिजे. कोणत्याही सैन्यातील सर्व सैनिक निष्काम बुद्धीने प्रेरित झालेले नसतात. तथापि त्यातील सेनापतीच्या अंगी निष्काम बुद्धी असली पाहिजे. ते युद्ध स्वार्थासाठी उभारलेले नसेल आणि सेनापतीची शिस्त न मोडता धैर्याने लढणारे सैनिक असले म्हणजे धर्मयुद्धाची तयारी होते.साम्राज्यासाठी व संपत्तीचा अपहार करण्यासाठी धर्मयुद्ध नसतात.' याकडे आचार्य जावडेकर लक्ष वेधू इच्छितात, म्हणून सत्याग्रही सैनिक व सेनापती आपल्या सर्व सामर्थ्याने लढत असतात.

जी युद्धे जगातील अन्यायाचा प्रतिकार करण्यासाठी उभारलेली असतात त्यातील सेनानायक परोपकार बुद्धीने प्रेरित झालेला असतो आणि त्यातील सामान्य सैनिकांचीही स्वार्थ बुद्धीहून परमार्थ बुद्धी जास्त वृद्धिंगत होऊन ते लढत असतात, असे आचार्य जावडेकरांचे मत होते.

राष्ट्रीय स्वातंत्र्य, लोकसत्ता किंवा आर्थिक समता असल्या उच्च ध्येयाच्या प्रस्थापनेसाठी जी युद्धे उभारलेली असतात अशा युद्धातही सर्व सैनिक निष्काम कर्म-योगाच्या योग्यतेचे नसतात, असे आचार्य जावडेकरांचे मत होते.तथापि असल्या युद्धातील सैनिकांपुढे कर्मयोगाचे ध्येय असावे लागते. त्यातील मुख्य सेनापतीच्या अंगी निष्काम कर्मयोगाचे गुण असावे लागतात. त्यातील इतर सेनानीही तशाच तोडीचे असावे लागतात असे आचार्य जावडेकरांचे मत होते.सेनापतीने घालून दिलेली शांततेची बाह्यशिस्त सत्याग्रही सैनिकांनी मोडू नये अशा अनेक लोकांचा समावेश सत्याग्रह युद्धात होऊ शकेल असे आचार्य जावडेकरांना वाटते. परतंत्र भारतापुढे नि:शस्त्र, निष्काम कर्मयोग्याचे ध्येय होते.[२५]

साम, दाम, दंड, भेद यांचा सत्याग्रही अर्थ

सशस्त्र युद्धाला जो न्याय तोच सत्याग्रहीला लागू असला पाहिजे. सत्याग्रही युद्धातील साधनांबाबत आचार्य जावडेकरांनी मनुस्मृतीतील तीन श्लोक दिले आहेत.

सामा दानेन भेदेन सयस्तैरथवा पृथक्।

विजेतुं पृयतेतारिन् न युद्धेन कदाचन ।।
अनित्यो विजयो यस्यात् दृश्यते युद्धआनयोः।
पराजयश्च संग्रामे तस्माद्युद्धं विवर्जयेत्।
त्रयाणामत्युपानां पूर्वोक्तानां असंभवे।
तथा युद्धेत संपन्नो विजयेत रिपुन्यया।।

याचा अर्थ साम,दाम, भेद या उपायांनी शक्य तितका फायदा मिळवण्याचा प्रयत्न करावा, कारण युद्धात विजयाची निश्चिती नसल्यामुळे युद्धाचा प्रसंग टाळावा परंतु वरील तिन्हीही उपाय थकल्यावर जय मिळेल अशा तऱ्हेने युद्ध करावे.

महात्मा गांधींनी ज्या ज्या वेळेस सत्याग्रह युद्ध सुरू केले त्या त्या वेळी त्यांनी या तत्त्वाचे पूर्णपणे पालन केले होते, असे आचार्य जावडेकरांचे मत होते. 'एशियाटिक लॉ अमेंडमेंड ॲक्ट'काढून टाकल्याबद्दल त्यांनी जे सत्याग्रह युद्ध चालविले होते त्यावेळी त्यांनी प्रतिपक्षाला शक्य त्या सवलती दिल्या होत्या. ज्या ज्या वेळी प्रतिपक्षाने तहाचे बोलणे केले, तात्पुरत्या युद्ध तहकुबीला मान्यता देऊन तो वाद सोडविण्यास आपली तयारी आहे असे मत गांधींनी व्यक्त केले होते. तसेच खेड जिल्ह्यातील सत्याग्रह युद्धाच्या प्रसंगी व रोलेट ॲक्ट चळवळीच्या संबंधित पुढे सुरू झालेल्या असहकारितेच्या चळवळी व कायदेभंगाप्रमाणे संग्राम सुरू करताना गांधीजींनी सावधगिरी बाळगली होती. ज्यावेळी सरकारने तडजोडीची अनुकूलता दर्शविली त्यावेळी त्यांनी तडजोडीस आपली अनुकूलता व्यक्त केली होती. अगदी निरुपाय म्हणून आपण कायदेभंगाचे शस्त्र उपसतो असे ते नेहमीच म्हणत असत.त्यांनी ज्या ज्या वेळी कायदेभंग केला त्या वेळी आपण तसे न केल्यास सशस्त्र प्रतिकाराची बुद्धी फैलावेल असे त्यांनी सरकारला दाखवून दिले आहे. यावरून आचार्य जावडेकरांना असे वाटते की, ज्या परिस्थितीत सशस्त्र युद्ध युक्त ठरेल त्याच परिस्थितीत नि:शस्त्र युद्ध युक्त ठरेल असे म्हणावे लागेल.

सशस्त्र युद्धात तडजोडीच्या अपयशाचा ठपका दोन्ही पक्ष एकमेकांवर ठेवत असतात, तसे सत्याग्रही युद्धात चालत नाही, कारण सत्याग्रहाला प्रतिपक्षाच्या संकटाचा फायदा घेणे योग्य वाटत नाही व त्याला लबाडी करण्याचे कारण नाही. ज्यावेळी खरोखरच प्रतिपक्षी कोणत्याही तडजोडीस अनुकूल नसतो त्याचवेळी सत्याग्रह युद्ध करणे युक्त आहे, हे आचार्य जावडेकर निदर्शनास आणून देतात.[२६]

साम, दाम, दंड, भेद या चार उपायांचा आचार्य जावडेकरांच्या मते सत्याग्रहाला अनुसरून पुढील अर्थ आहे.

१. **दंड :** याचा अर्थ सत्याग्रही आत्मक्लेश सहन करणे होय.

२. **साम :** याचा अर्थ कोणत्याही प्रश्नासंबंधी प्रतिपक्षाशी चर्चा करून दोन्ही

पक्षांतील लोकांचे गैरसमज दूर करणे.आणि आपल्या पक्षाची बाजू युक्तिवादाने दुसऱ्याला पटविण्याचा प्रयत्न करणे या अर्थाने सत्याग्रहीला सामाची फारच गरज आहे.महात्मा गांधींनी असहकारिता पुकारली असता ते व्हाईसरायची गाठ का घेतात ड्यूक ऑफ कॅनॉट किंवा प्रिन्स ऑफ वेल्स यांना पत्रे का पाठवतात याचे रहस्य या सामाच्या उपायात आहे. कोणताही प्रश्न सामाने सुटणार असेल तर तो प्रथम सोडविला पाहिजे.

३. **दाम :** यात आपल्या न्याय्य हक्कातील काही भाग सोडून तडजोडीस तयार होणे असा होतो. सत्याग्रह्याला हाही उपाय योजावा लागतो. उदा. स्वातंत्र्याचे ध्येय प्राप्त झाले नाही, तरी काही काळ वसाहतीच्या स्वराज्यावर तृप्त राहणे हा एक दमाचाच प्रकार होता.

४. **भेद :** हा उघडपणे योजणे याचा अर्थ असहकारिता होय. हा उपाय योजताना कोणत्याही नीतिबाह्य कृत्यांचा अवलंब करायचा नाही हे सत्याग्रहीचे ब्रीद आहे. अशा प्रकारे नेहमीच्या व्यवहारातील साम, दाम, भेद, दंड यांना आचार्य जावडेकरांनी नवीन सत्याग्रही अर्थ दिला आहे. 'राज्ये प्रति राज्य' हा भाग वगळून सत्याग्रहींसाठी 'शठे प्रतिसत्यम्' 'शठ्ये प्रति शाठ्यं' हा अर्थ लावला आहे.[२७]

खरे सत्याग्रही युद्ध हे नेहमी शुद्ध किंवा निर्मळ सत्याकरिताच उभारलेले असते. यावर आचार्य जावडेकर भर देऊन म्हणतात, 'खरे धर्मयोद्धे जर कोणी असतील तर ते सत्याग्रहीच होत. शौर्य, स्वाभिमान, तत्त्वनिष्ठा इ.' मनोवृत्तींना चालना देऊन क्रौर्य, अहंकार आणि दंभ इ. हीन मनोवृत्तीपासून अलिप्त राहण्याचा प्रयत्न सत्याग्रहीने केला पाहिजे.'

सत्याग्रही युद्धाचे हत्यार जाणीवपूर्वक वापरले पाहिजे. प्रतिपक्षाच्या तडजोडीस अग्रक्रम दिला पाहिजे. यासंबंधी विवेचन करताना आचार्य जावडेकर लिहितात 'नैतिक कायदेभंगाच्या कक्षेत राहूनच शांततेची मर्यादा न ओलांडता सत्याग्रह युद्ध केले पाहिजे. कोणत्याही युद्धाप्रमाणे सत्याग्रही युद्धाचा शेवट तडजोडीने होतो. सत्याग्रही लोकांनी आपल्या मागण्या फारच विचारपूर्वक ठरविल्या पाहिजेत आणि अगदी शेवटचा उपाय म्हणून सत्याग्रहाचे अवलंबन केले पाहिजे. मागण्या किती जास्त यावर सत्याग्रही मित्रांचे कौतुक होत नाही, तर प्रतिपक्षास आपली मागणी मान्य करावयास लावणे यात त्यांचे कौशल्य दिसते.अगदी शेवटचा उपाय म्हणून प्रतिपक्षाशी तडजोड करण्याची उत्सुकता किती दाखविली होती याकडे लक्ष दिले असता सत्याग्रही युद्धाचे नियम फार चांगल्या रितीने समजणार आहेत. ज्यावेळी प्रतिपक्षाकडे मागणी करावयाची

असून ते देतील ते घेऊन स्वस्थ बसावयाचे असते, त्यावेळी पुष्कळ मोठी मागणी करण्यात मुत्सद्‌देगिरी असेल पण मागणी फार विचाराने ठरवावी लागते.'[२८]

सत्याग्रही मुद्‌द्यांचे प्रकार

म. गांधींनी दक्षिण आफ्रिकेत व भारतात १९१९च्या 'रोलेट ॲक्ट'पासून आपल्या राजकीय जीवनात सामूहिक चळवळी राबविल्या. त्यातून सत्याग्रहीची चळवळ दाखवत व विकसित करत नेली. त्या चळवळी मुख्यतः पुढीलप्रमाणे

१. १९२०-१९२१ ची असहकार चळवळ

२. १९३०-१९३१ ची सविनय कायदेभंगाची चळवळ

म.गांधींच्या राजकीय जीवनातील अत्यंत महत्त्वाची तिसरी चळवळ म्हणजे १९४२चे 'भारत छोडो आंदोलन' या तीन मोठ्या चळवळीव्यतिरिक्त म. गांधींनी अनेक लहान मोठे सत्याग्रह सुरू केले. सत्याग्रहाचे वैयक्तिक सत्याग्रह, गटांचा सत्याग्रह, समूहांचा सत्याग्रह असे तीन प्रकार आहेत. म. गांधींनी प्रथमच समूहांचा सत्याग्रह मोठ्या प्रमाणात घडवून आणला. असहकार व सविनय कायदेभंग या दोन्ही सत्याग्रह शस्त्रावर भारतीय स्वातंत्र्य चळवळीत गांधींनी भर दिला.

१. असहकार : महात्मा गांधींच्या मते, असहकार हे प्रजेच्या हातातील प्रभावी शस्त्र आहे. असहकाराबाबत म. गांधी लिहितात. 'सरकार नियंत्रित शिक्षण संस्था, सरकारी कोर्टे आणि कायदे मंडळ या त्रिविध मायेतून जर आम्ही मुक्त होऊ आणि आपल्या शिक्षणाचे खरे नियंत्रण आपण करू लागू, आमचे तंटे आम्ही मिटवू आणि सरकारने केलेल्या कायद्यांसंबंधी उदासीन राहू शकू तर आम्ही आपले राज्य चालविण्यास पात्र बनू आणि त्यानंतरच मुलकी किंवा लष्करी खात्यातील नोकरांनी राजीनामे द्यावेत व कर भरणाऱ्यांनी करबंदी करावी, असे सांगण्याची आमची तयारी होईल.'

यातील अखेरच्या, पण अत्यंत महत्त्वाच्या भागाचा अद्यापि विचार केलेला नाही. स्वदेशी हीच ती बाब होय. आपण जर स्वदेशीचा त्याग केला नसता तर आजच्या अवनत स्थितीत आपण पोहोचलो नसतो. जर आर्थिक दास्याचा अंत करण्याची आपली इच्छा असेल तर आपले कपडे आपण बनवले पाहिजेत.

या सर्वांचा अर्थ शिस्त, संयम, स्वार्थत्याग, संघटनाकौशल्य, आत्मविश्वास व धैर्य असा आहे. आपण जर एका वर्षाच्या आत देशातील प्रमुख वर्गात हे गुण निर्माण करू शकू आणि लोकमत आपणास अनुकूल बनवू तर आपणास एका वर्षाच्या आत खात्रीने स्वराज्य मिळेल.'[२९]

म. गांधीजींनी अनत्याचारी असहकारितेसंबंधी पुढील विचार व्यक्त केले

आहेत, ''हिंसायुक्त असहकारितेची इतिहासांत जेवढी यशस्वी उदाहरणे आहेत. तितकी अयशस्वी उदाहरणेही आहेत, हे मी प्रांजलपणे कबूल करतो म्हणूनच मी असहकारितेचा कार्यक्रम देशापुढे मांडला आहे. तो जर समाधानकारकपणे पार पडला तर त्यात यश निश्चित आहे; पण लोकांनी आपणांस हवा तसा पाठिंबा दिला नाही तरी त्यामुळे काही इजा होणार नाही, कारण जरी एका व्यक्तीने आपली नोकरी सोडून असहकारिता केली तर त्यांत तिचे राजकीय फळ मिळावयास साहजिकच अनेकांचा पाठिंबा मिळावयास हवा!'' (Freedom's Battle P.274)

'जे सरकार अवनत झालेले आहे असे असहकारितावाद्यांस वाटेल त्याच्याशी होणारे सहकार्य बंद करणे याचे नांव असहकारिता' असहकारितेचे आचरण सामान्य जनतेलासुद्धा करता येईल असहकारिता हेसुद्धा कायदेभंगाप्रमाणेच सत्याग्रहाचे एक अंग आहे. सत्याग्रहात सत्याप्रीत्यर्थ केलेल्या सर्व शांततेच्या प्रतिकाराचा समावेश होतो. (गांधींची भाषणे पृ. ४८)

गुजरातचे सरदार वल्लभभाई पटेल यांनी खेडा जिल्ह्यातील साराबंदीची चळवळ ही हिंदुस्थानातील ब्रिटिश सरकारविरुद्ध शेतकऱ्यांनी केलेल्या सत्याग्रहाची पहिली चळवळ होय.[३०]

अन्यायी सरकारशी अनत्याचारी असहकार हे प्रजेच्या हातातील एक प्रभावी शस्त्र आहे. 'रौलेट ॲक्ट' कायद्याविरुद्ध सुरू केलेली कायदेभंगाची चळवळ १३ एप्रिल १९१९ रोजी तहकूब करण्यात आली. त्यानंतर १९२० च्या सप्टेंबरमध्ये कलकत्त्यात भरलेल्या आणि नंतर राष्ट्रसभेचे ज्यादा अधिवेशन डिसेंबर १९२० ला नागपूरमध्ये भरले होते त्यात अनत्याचारी असहकाराचा ठराव प्रचंड बहुमताने मंजूर झाला. या वेळेपासून स्वराज्याची प्राप्ती असहकाराने करून घेण्याचा लढा राष्ट्रसभेने चालविला होता; आणि यांची जर योग्य अंमलबजावणी झाली तर एका वर्षात स्वराज्य मिळू शकेल असे गांधीजी म्हणत होते.

केवळ आत्मशुद्धीने, आत्मयज्ञाने आपले भवितव्य आपण प्राप्त करू शकतो हे दाखवून देण्याचे सामर्थ्य हिंदुस्थानजवळ आहे. हे केवळ असहकारानेच दाखविता येईल आणि ज्यांनी सहकार्य करण्यास प्रथम सुरुवात केली, ते जेव्हा असहकार करू लागतील तेव्हा असहकार शक्य होईल.

आचार्य जावडेकरांच्या मते, असहकारितेच्या कार्यक्रमात विधायक व विध्वंसक अशी दोन स्पष्ट अंगे दिसून येतात आणि आपल्या असहकाराने प्रस्थापित राज्ययंत्र बंद पाडण्याचा आणि स्वतंत्र राज्ययंत्र स्वार्थत्याग, संघटनेने आणि सहकार्याने निर्माण केले पाहिजे व जनतेवर राष्ट्रसभेचे नैतिक प्रभुत्व प्रस्थापित केले पाहिजे अशी म. गांधींची स्पष्ट कल्पना दिसून येते. राजकीय व आर्थिक दास्य नष्ट करून आत्मबलाने स्वावलंबी

राज्ययंत्र निर्माण करण्याचा व अखेरीस सरकारी नोकरांना नोकऱ्या सोडण्यास व शेतकऱ्याना करबंदी करण्यास सांगण्याचा हा कार्यक्रम आहे. कायदेभंग व करबंदी हे कार्यक्रमाच्या अखेरीस असून त्यांचा प्रारंभ, शाळा, कोर्ट व कायदेमंडळ यांच्यावरील बहिष्काराने करावयाचा आहे. कायदेमंडळातील सभासद, कोर्टातील वकील हे त्यावेळी जनतेचे राजकीय पुढारी होते. शिक्षणसंस्थांतील विद्यार्थी, सरकारी शाळातील विद्येच्या मोहिनीने भारलेले होते. कायदेमंडळातील कामाने स्वराज्य मिळते व जनतेची गाऱ्हाणी दूर करता येतात. कोर्टात गेल्याने न्याय मिळतो आणि शिक्षणसंस्थांत गेल्याने ज्ञानामृत मिळते अशी आशा सुशिक्षित वर्गात नांदत होती. व त्या वर्गाकडेच जनतेचे नेतृत्व होते. ही माया नष्ट केल्यावाचून कायदेभंग व करबंदी हा प्रत्यक्ष प्रतिकाराचा मार्ग आक्रमण्यास जनता तयार नाही म्हणून कायदेमंडळावर, कोर्टावर, शिक्षणसंस्थांवर बहिष्कार घालून समाजातील प्रतिष्ठित व सुशिक्षित वर्गाने जनतेला असहकाराचे प्रत्यक्ष उदाहरण घालून द्यावे, म्हणजे जनता जागृत होऊन नि:शस्त्र प्रतिकार करण्यास पुढे येईल. असा हा कार्यक्रम होता. आचार्य जावडेकरांच्या मते, प्रजेने राज्यसरकारशी कोणतेही सहकार्य केले नाही व कायदेभंग व करबंदी यांचा आश्रय घेतला तर कोणतेही राज्य चालू शकणार नाही आणि अशी अवस्था प्राप्त झाल्यास ब्रिटिश लोक हिंदी राष्ट्राचे स्वातंत्र्य मान्य करतील असा विश्वास या कार्यक्रमात आहे.[३१]

युद्धात असहकार करताना राज्ययंत्रणा आपणाला टिकवता आली पाहिजे ही गांधीजींची भूमिका स्पष्ट करताना आचार्य जावडेकर लिहितात, 'युद्धकाळात राज्यांचे सर्व व्यवहार त्याच कार्यात सहकार्य मिळविण्याच्या रोखाने चालू असतात. तेव्हा हा सहकार सार्वत्रिक बनणे अपरिहार्य असते शिवाय जोपर्यंत सत्याग्रहाने राष्ट्ररक्षण करण्याचा अधिकार राष्ट्रात आलेला नाही, तोपर्यंत अहिंसेच्या दृष्टीनेही, राष्ट्राला युद्धाशी असहकार करण्याचा उपदेश करणे बरोबर होणार नाही, कारण ज्यांना अहिंसेने राष्ट्ररक्षण करता येत नाही, त्यांनी हिंसेने रक्षण करणे त्यांचे कर्तव्य आहे. हे म. गांधींचे तत्त्व आहे. सत्याग्रहीने एकावेळी एकच ध्येय डोळ्यासमोर ठेवावे. उदा. हिंदुस्थानात साम्राज्यांतर्गत स्वराज्य हे ध्येय डोळ्यासमोर ठेवल्यानंतर अगोदर सत्याग्रहीने लहान लहान प्रश्न सत्याग्रही मार्गाने सोडवून दाखवावे व लोकांचा सत्याग्रही मार्गावरील विश्वास वाढवत न्यावा.' असे गांधीजींचे विचार होते.[३२]

२. कायदेभंग

सत्याग्रही कायदेभंग हा नैतिक कायदा कधीही मोडत नाही. त्याचे कार्य हे सविनय असते. कर्तव्य म्हणून असते. सविनय कायदेभंग करणारा नैतिक कायदा अभंग मानतो. कर्तव्यनिष्ठा म्हणून, न्यायनिष्ठा म्हणून तो कायदा मोडतो. स्वार्थासाठी नाही.

नैतिक कायदा आणि सरकारी कायदा

नैतिक कायदा व राजसत्तेचा कायदा यात भेद आहे. नैतिक कायद्याचे पालन करून राजसत्तेचा कायदा मोडायचा असतो. हे करण्याचा हक्क आहे म्हणून नव्हे, तर ते कर्तव्य आहे व ते कर्तव्य पार पाडण्यासाठी कर्तव्य बुद्धीने कायदेभंग करावयाचा असतो. समाजातील शासनसंस्थेचा कायदेभंग करणारा सत्याग्रही समाजात अराजक होऊ नये म्हणून काळजी घेत असतो.

आचार्य जावडेकरांच्या मते, म. गांधींच्या क्रांतिशास्त्रात महत्त्वाच्या दोन गोष्टी आहेत. असहकार व कायदेभंग दोन्ही मिळून त्यांचे क्रांतिशास्त्र पूर्ण होते. आचार्य जावडेकर असहकार आणि कायदेभंग यांची तुलना करतात व कायदेभंगापेक्षा असहकार कसा प्रभावी आहे यासंबंधी लिहितात, 'क्रांति यशस्वी होण्याच्या दृष्टीने असहकार व कायदेभंग या दोन्ही गोष्टी हव्यात. राजसत्ता उलथून पडण्याच्या दृष्टीने असहकार अधिक प्रभावी आहे. सविनय कायदेभंग करण्यास देहदंड व क्लेश भोगणे आवश्यक असते, त्यापेक्षा असहकारात त्रास कमी असून परिणाम अधिक आहे. आपल्याला असे दिसून येईल की सविनय कायदेभंग करणारे, सरकारविरुद्ध कायदेभंग करून तुरुंगात जातात, तर तिकडे शेतसारा, प्राप्तीवरील कर भरतात. इकडे तुरुंगात येतील तर तिकडे कारखान्यापासून सरकाराला माल पुरवीत असतील. म्हणून जोपर्यंत परकीय सरकारशी असहकार करीत नाहीत तोपर्यंत क्रांती नाही, असहकार हा कायदेभंगापेक्षा अधिक निरुपद्रवी असून अधिक प्रभावी आहे. असहकारातून परकीय सरकारला खरा धोका असतो. असहकारात अपार शक्ती आहे. तर सविनय कायदेभंग करून आपण आत्मक्लेशाने शत्रूचे हृदयपरिवर्तन करू पाहतो. असहकारात आपण कायदा मोडत नसलो तरी राज्ययंत्रच बंद पाडत असतो. कायदे पाळणे म्हणजे सहकार, कायदा मोडणे म्हणजे असहकार असे तार्किक निष्कर्ष असले तरी कायदे न मोडता होणारा असहकार हा कायदा मोडण्यातच एका अर्थी परिणत होतो.'[३३]

तसेच असहकारिता आणि कायदेभंग यांतील फरक आचार्य जावडेकरांनी आणखी एका मुद्द्याद्वारे स्पष्ट केला आहे. असहकारिता ही युद्धाची पूर्ण तयारी असते तर कायदेभंग हा प्रत्यक्ष संग्राम असतो असे म्हणावयास हरकत नाही. कायदेभंगामध्ये रोजच्यारोज आपले सैनिक तुरुंगात जातात, याकरिता कायदेभंग सुरू करताना सावधगिरी ठेवावी लागते. तसेच कायदेभंगाची मोहीम फार दिवस चालू शकत नाही शिवाय ती चालू असताना आपण शत्रूपक्षाला आव्हान केलेले असते व तो शस्त्राचा उपयोग करण्याची शक्यता असते, यामुळे स्वपक्षीयात द्वेष भावना जागृत होऊन शांततेची शिस्त मोडण्याची फार शक्यता असते. सत्याग्रही युद्ध सुरू झाल्यापासून ते संपेपर्यंत सत्याग्रही सेनापती लोकांना असहकारतेचा एकसारखा उपदेश करू शकतो. पण

कायदेभंगाचा प्रत्यक्ष संग्राम नेहमी चालत नसतो; हे आचार्य जावडेकरांनी निदर्शनास आणून दिले आहे.[३४]

३. सार्वत्रिक सत्याग्रह व प्रातिनिधिक सत्याग्रह

प्रातिनिधिक प्रतिकार कायदेमंडळातील विरोध अथवा अडवणूक यास प्रातिनिधिक सत्याग्रह म्हणतात व असहकार व कायदेभंग हे धोरण अवलंबिताना कायदेमंडळातील सभासदत्व कायम ठेवून तो अवलंबिला जातो.म्हणूनच त्यास प्रातिनिधिक सत्याग्रह असे नाव मिळाले.मात्र आचार्य जावडेकरांच्या मते, वैयक्तिक सत्याग्रह हा युद्ध काळापुरता मर्यादित असून युद्धानंतर पुन्हा सार्वत्रिक सत्याग्रह सुरू होतो वैयक्तिक आणि सार्वत्रिक सत्याग्रहाची तुलना करताना आचार्य जावडेकर लिहितात, 'आता व्यवहार्यतेच्या दृष्टीने पाहिल्यास दोन्ही कर्मयोग तितकेच कठीण व तितकेच व्यवहार्य आहेत. जे युद्ध वैयक्तिक असेल ते खऱ्या कर्मयोग्याला धरून असू शकेल, परंतु ज्या युद्धात अनेक व्यक्तींचा समावेश होतो, ते असू शकणार नाही. त्यात भाग घेणाऱ्या पुष्कळ व्यक्ती स्वयंप्रेरित असू शकतील. हा नियम दोन्ही प्रकारच्या म्हणजेच सशस्त्र व नि:शस्त्र युद्धांना सारखाच लागू आहे.' सार्वत्रिक सत्याग्रहासंबंधी महात्मा गांधी म्हणतात, 'वैयक्तिक कायदेभंग नि:स्वार्थी असू शकतो व पुष्कळ वेळा तो तसाच असतो. सार्वत्रिक कायदेभंग हा स्वार्थी असू शकतो.'[३५]

सत्याग्रही युद्धनीतीत 'किमान प्रतिकाराचे धोरण' Policy of list resistanceअसे एक धोरण असते. त्याचाही अवलंब सत्याग्रहीला करावा लागतो. यासंबंधी आपले मत मांडताना आचार्य जावडेकर म्हणतात, 'प्रत्यक्ष युद्धाला उभ्या राहणाऱ्या सेनापतीला त्याचा स्वीकार करावा लागतो. ज्या ठिकाणी शत्रूच्या प्रतिकाराचा संभव कमी त्या ठिकाणी आपले बळ एकवटले व ते ठिकाण आधी काबीज करून शत्रूची फळी मोडणे असा या धोरणाचा मूळचा शब्दश: अर्थ आहे. प्रतिपक्षाचा सर्वात मोठा जो अन्याय असेल ज्याचे समर्थन करणे त्यांना शक्य नाही त्यावर आपले लक्ष वेधणे व तो अन्याय दूर करण्याचा प्रयत्न करणे हे धोरण वरील धोरणाचे अंग आहे. याचे दुसरे अंग म्हणजे तो अन्याय दूर करण्यासाठी आपली शक्ती सर्वस्वी एकवटणे होय. महात्मा गांधींच्या नेहमीच्या धोरणांचे स्वरूप खरोखरच किमान प्रतिकाराचे होते. अन्याय निवारण्याकरिता कायदेभंगाचे युद्ध सुरू करावयाचे असे ते ठरवीत. या हक्काची पायमल्ली करणे विरोधकास अशक्य असते. कायदेभंगाचे युद्ध पुकारण्यापूर्वी ते ज्या किमान मागण्या करतात, त्या खरोखरच नेमस्त अशा असतात. शत्रूला ज्या ठिकाणी हल्ला परतविणे अत्यंत दुष्कर आहे असे ठिकाण शोधून तेथे हल्ला चढवायचा हे त्यांचे नित्याचे धोरण होते. तो हल्ला यशस्वी करण्याचा प्रयत्न सर्व सामर्थ्याने करावा लागतो. किमान

मागण्या आणि त्या प्राप्त करण्यासाठी कमालीचे प्रयत्न यांची योग्य जोड देणे हेच खरे किमान प्रतिकाराचे धोरण होय.'[३६] असे आचार्य जावडेकरांचे मत होते.

किमान मागण्या याचा अर्थ जो अन्याय अगदी असमर्थनीय असेल तेवढाच दूर करावयाचा प्रयत्न करणे. बार्डोलीच्या सत्याग्रहावेळी स्वराज्य, खिलाफत किंवा पंजाब या प्रकरणाचा विचार करावयास सर्वपक्षीय परिषद बोलवा अशी सुद्धा मागणी त्यांनी केली नव्हती. फक्त आमचे राजकीय कैदी सोडून द्या, भाषण स्वातंत्र्य, लेखनस्वातंत्र्यावर हल्ला करत नाही ही हमी द्या, म्हणजे सत्याग्रह बंद करतो असे त्यांनी व्हाईसरॉय यांना जाहीर आश्वासन दिले होते. याचा अर्थ असहकारिता बंद करतो असा नाही. फक्त प्रत्यक्ष कायदेभंग करावयाचा नाही, असा होता.

आचार्य जावडेकरांच्या मते, स्वराज्याकरिता कायदेभंगाचे युद्ध मोडणे त्यांना त्यावेळी व्यवहार्य वाटत नव्हते. त्यासंदर्भात व्हाईसरॉयच्या निवेदनाला म. गांधींनी दिलेल्या उत्तराचा संदर्भ आचार्य जावडेकर देतात. त्यात गांधीजी म्हणतात. 'मी माझ्या जाहीरनाम्यात केलेल्या मागण्या वर्कींग कमिटीच्या मागण्यांपेक्षा फारच कमी आहेत, असे माझे म्हणणे आहे कारण चढाईचा कायदेभंग ठेवण्याबाबत मी आता पुढील मागण्या करीत आहे. दडपशाही बंद करावी. राजकीय कैद्यांना बंधमुक्त करावे आणि सरकारने आपले धोरण जाहीर करावे. वर्कींग कमिटीच्या मागण्यांबाबत सर्वपक्षीय परिषदेची मागणी होती. मी सर्वपक्षीय परिषदेची मागणी मुळीच केली नाही. हिंदुस्थानाला अनत्याचारी वृत्ती पूर्णपणे बाणल्याखेरीज आणि शिस्तीमुळे प्राप्त होणारे सामर्थ्य लोकांच्या अंगी आणल्याखेरीज लोकांना आपल्या मागण्या प्राप्त करून घेता येणार नाहीत हे मी प्रांजलपणे कबूल करतो, म्हणून मला असे वाटते की, सध्याची माथेफिरूपणाची दडपशाही थांबविणे आणि नंतर अधिक संघटनात्मक आणि अधिक विधायक कार्यक्रमावर प्रयत्न एकवटणे हे राष्ट्राचे आद्य कर्तव्य आहे.'[३७]

सत्याग्रहात मिळालेला विजय हा नैतिक असावा. कोणाच्या दडपणामुळे मिळू नये, कारण तो खरा विजय नव्हे, यासंदर्भात म. गांधीजींचे एक उदाहरण आचार्य जावडेकर देतात. '३ मार्च १९३६ साली त्यांनी उपोषण सुरू केले, त्यातून एक अखिल भारतीय पेचप्रसंग निर्माण होणार संभव दिसू लागला. व्हाईसरॉयने राजावर दडपण आणून आपले वचन पार पाडण्यास भाग पाडण्याचे आश्वासन दिल्यामुळे म.गांधीजींनी आपले उपोषण सोडले, परंतु अखेरीस त्यांना असे दिसून आले की आपण पदरात पाडून घेतलेला हा विजय व्हाईसरॉयच्या सहकार्यामुळे मिळालेला असून केवळ शुद्ध सत्याग्रहाच्या दृष्टीने त्याचा फायदा घेणे नैतिक दृष्ट्या समर्थनीय नाही म्हणून त्यांनी अखेरीस तो प्रश्न तसाच अर्धवट सोडून दिला आणि विधायक कार्य करून आपले नैतिक बळ वाढवा, मगच आपले स्वराज्य तुम्हाला मिळू शकेल. असे सांगून या प्रश्नातून माघार घेतली.'[३८]

म.गांधीजींच्या सत्याग्रहाच्या विचाराचे सार सांगताना आचार्य जावडेकर लिहितात, 'समाजातील अत्याचाराचे निर्मूलन करणे हा सत्याग्रही चळवळीचा हेतू असतो, सरकार अत्याचार करते तेव्हा त्यांच्या प्रतिकारार्थही चळवळ करावी लागते. अशी चळवळ न केल्यास लोकही अत्याचारी बनण्याचा संभव असतो. न्यायप्रस्थापना हा या चळवळीचा हेतू असतो. सरकार व लोक यांना अनत्याचारी बनविणे हे तिचे साध्य आहे, सामान्य लोकांना न्याय-अन्यायाची तत्त्वे आकलन करता येतात व त्यासाठी आत्मक्लेश सहन करण्याइतके शील जनतेत असते, यासाठी असामान्य बुद्धिमत्ता किंवा असामान्य शील असणारे सर्व सत्याग्रही असावे लागतात असे नाही, सत्याचे नवे संशोधन करण्यास असामान्य बुद्धिमत्ता किंवा असामान्य शील लागत असले तरी सामान्य जनता संशोधित सत्याचे आकलन व आचरण करू शकते, सरकारची अडवणूक करणे हा या चळवळीचा हेतू नसतो, तथापि एखादे सरकार वेडेपणाने असहकाराचा दुराग्रह धरून बसले तर अनत्याचारी मार्गाने ते बंद पडले तर तो सत्याग्रहीचा किंवा सत्याग्रहाचा दोष नव्हे, स्वकीय किंवा लोकशाही सरकार असले तरीही काही प्रसंगी सत्याग्रही प्रजेला अथवा तिच्या नेत्यांना सविनय कायदेभंग करणे भाग पडेल, ही सविनय कायदेभंगासंबंधी सत्याग्रही भूमिका आहे. हा सत्याग्रही कायदेभंग संपूर्ण अनत्याचारी वृत्तीने चालणारा असल्याने अत्याचारी सरकारची त्यामुळे अडवणूक झाली तरी समाजात अनवस्था माजणार नाही.'[३९]

सत्याग्रह आणि रचनात्मक कार्यक्रम

म. गांधी सत्याग्रह आणि आपला रचनात्मक कार्यक्रम या एका नाण्याच्या दोन बाजू आहेत असे मानीत असत. कारण या दोन्ही कार्यक्रमांची एकसाथ अंमलबजावणी केल्याशिवाय नवा समाज निर्माण करता येणार नाही असे त्यांचे मत होते. 'हिंदुस्थान स्वतंत्र झाल्यानंतर आपण कोणता प्रश्न हाती घ्याल' अशा अर्थाचा एक प्रश्न विचारला असता 'अहिंसात्मक राष्ट्ररचना कशी करावी हे दाखवून देण्याचे कार्य मी करीन' असे म. गांधी म्हणाले होते. गांधीवादात रचनात्मक विधायक कार्यक्रमाला महत्त्वाचे स्थान होते.[४०]

'स्वदेशी, राष्ट्रीय शिक्षण, बहिष्कार ही राष्ट्रसभेची स्वराज्य प्राप्तीची तीन साधने म्हणून पुढे करण्यात आली आणि तेव्हापासून राष्ट्रसभेला एक विधायक कार्यक्रम असावा ही कल्पना पुढे आली, पण ही विधायक कार्यक्रमाची कल्पना गांधी युगापूर्वी आली नव्हती. तिला गांधीयुगात विधायक कार्याचे अंग जोडण्यात आले. हिंदु मुसलमान ऐक्य, अस्पृश्यता निवारण, खादी ग्रामोद्योग इ. विधायक लोकसेवेचे कार्य राष्ट्रसेवेच्या कार्याचे एक अंग बनले पाहिजे असा गांधीजींचा आग्रह होता. १९२०

पासून गांधीजींनी नवे युग सुरू केले. त्या नव्या युगात हे विधायक लोकसभेचे अंग आणि सत्याग्रह या द्विविध कार्यक्रमांना गांधीजींनी जोरात चालना दिली.'[४१]

रायगड अधिवेशनानंतर म.गांधीजींनी विधायक कार्यक्रमांवर जोर देण्यास सुरुवात केली आणि सर्व काँग्रेस कमिट्या विधायक लोकसेवेची केंद्रे बनली पाहिजेत असे जाहीर केले. यावेळी त्यांनी विधायक लोकसेवेची तेरा अंगे मांडली.

१) हिंदु मुसलमान ऐक्य	७) मूलोद्योगी शिक्षण
२) अस्पृश्यता निवारण	८) प्रौढ शिक्षण
३) मद्यपान बंदी	९) स्त्रियांचा उद्धार
४) खादी	१०) आरोग्य आणि शरीरस्वास्थ्य यांचे शिक्षण
५) इतर ग्रामोद्योग	११) राष्ट्रभाषा प्रचार
६) खेड्यांचे आरोग्य	१२) मातृभाषेची भक्ती
	१३) आर्थिक विषमतेचे निवारण

या सर्व विधायक कार्याचा आधार आर्थिक समता असला पाहिजे. या आर्थिक समतेच्या खंबीर पायाच्या अभावी आपल्या ग्रामीण संघटनेची इमारत ठिसूळ पायावर उभारल्यासारखी होईल. प्रत्येकास राहण्यास घर, खाण्यास पुरेसे व पौष्टीक अन्न, वस्त्र हे तरी मिळाले पाहिजे. आज समाजात निष्ठुर आर्थिक विषमता आहे, ती युद्ध अहिंसेच्या मार्गाने नष्ट झाली पाहिजे. तसेच गांधीजींनी आर्थिक समतेच्या विषयावर 'हरिजन'च्या अंकात एक स्वतंत्र अग्रलेख प्रसिद्ध केला. त्यात त्यांनी लिहिले की, श्रीमंतांनी आपल्या शेजाऱ्यापेक्षा अधिक संपत्तीचा उपभोग घेऊ नये. आणि आपल्या आवश्यकता भागविण्यास किमान संपत्ती वगळून इतर संपत्तीचे आपण मालक नसून तिच्यावर समाजाची मालकी आहे व आपण केवळ समाजाने नेमलेले निधीधारक आहोत अशा वृत्तीने श्रीमंतांनी वागावे. या लेखाच्या अखेरीस ते लिहितात, 'काही श्रीमंत लोक जर हे तत्त्व आचरणात आणत नसतील तर त्यांच्याशी गरिबांनी अनत्याचारी व असहकाराने झगडावे. गरिबांशी सहकार्य केले नाही तर धनिकांना धनसंग्रह करणे मुळीच शक्य नाही.'[४२]

आरोग्यरक्षण व मद्यबंदी याविषयी म. गांधींचा दृष्टिकोन आचार्य जावडेकर पुढीलप्रमाणे स्पष्ट करतात, 'गांधीजींच्या विधायक कार्यक्रमात ग्रामसफाई व मद्यबंदी यांना महत्त्वाचे स्थान आहे.सार्वजनिक आरोग्याच्या दृष्टीने, ग्रामसफाईस महत्त्व आहे.हिंदी समाजातील सामाजिक विषमता नष्ट करण्याच्या दृष्टीने भंगी काम करण्यात आनंद मानला पाहिजे. निरनिराळ्या जातींतील निरनिराळी कामे वाटून देण्याच्या पद्धतीमुळे समाजाचे हित झालेले असले तरी काही जाती आपणांस श्रेष्ठ मानू लागल्या आणि सार्वजनिक आरोग्य, अस्वच्छ कामे करणाऱ्या जातींना हीन लेखू लागल्या. समाजाला

आवश्यक असणारी सर्व कामे सारख्याच दर्जाची असून त्यातील अस्वच्छ वाटणारी कामे करण्यात मनुष्याला मोठेपणा वाटला पाहिजे. स्वतःची कामे स्वतः करणे प्रत्येकाने आपले कर्तव्य समजले पाहिजे. सार्वजनिक स्थळे स्वच्छ ठेवण्याचे शिक्षण समाजाला दिल्यावाचून राष्ट्रबुद्धीचा विकास होणार नाही. सार्वजनिक आरोग्य शास्त्राची वाढ झाली पाहिजे. समाजात डॉक्टर व रुग्णालयांची आवश्यकता पडू नये. ही आवश्यकता जितकी अधिक तितके सामाजिक जीवन आरोग्यदृष्ट्या अशास्त्रीय चालले आहे असे समजले जाईल.'[४३]

आंग्ल अर्थशास्त्रज्ञ जी.डी.एच. कोल म्हणतात, 'म.गांधींचा खादी ग्रामोद्योग या विषयीचा आग्रह ही काही मध्ययुगाकडे मागे वळून पाहण्याची एखाद्या विक्षिप्त माणासाची विचित्र लहर नव्हती. भारताच्या असंख्य उपाशी जनतेच्या मुखात दोन घास कसे जातील याची विवंचना त्याच्यामागे होती.'[४४]

म. गांधींच्या विधायक संघटना

म.गांधींनी देशभर विधायक कार्य करण्याच्या दृष्टिकोनातून ऑक्टोबर १९३५ मध्ये राष्ट्रसभेतून निवृत्ती घेतल्यानंतर अखिल भारतीय ग्रामोद्योग संघ या नावाची संस्था स्थापन केली. त्याच्या पूर्वी 'हरिजन सेवक संघ' स्थापन केला होता. तसेच 'अखिल भारतीय चरखा संघ' स्थापन झालेला होता. म.गांधींनी चरखा संघाच्या खादी धंद्यांची कल्पना लढवून सर्व प्रकारच्या ग्रामोद्धाराचा आकार आणि त्याची सुधारणा ही गोष्ट आपल्या विधायक कार्यक्रमांत गोवून घेतली. आचार्य जावडेकरांच्या मते, 'म.गांधीजींची 'भारतीय संस्कृती' संबंधीची सर्व कल्पना ग्रामोद्योगाच्या आधारावर रचली आहे. भारतीय संस्कृती ही ग्रामप्रधान संस्कृति असली पाहिजे आणि त्यामुळे हिंदुस्थानातील खेडी उद्योगाने समृद्ध आणि शिक्षणाने सुसंस्कृत अशी बनली पाहिजेत. प्रचंड औद्योगिक राष्ट्रे आणि मोठ मोठे कारखाने निर्माण न करता सर्व देशभर विखुरलेली स्वयंपूर्ण स्वावलंबी खेडी हा भारतीय संस्कृतीचा आदर्श त्यांच्यापुढे होता. गांधीजींची खादीची योजना प्रथमतः अर्धबेकार शेतकऱ्यांना जोडधंदा मिळावा या कल्पनेतूनच निघाली होती. प्रत्यक्ष खेड्यात पसरलेल्या ८० टक्के लोकांना वर्षातून चार सहा महिने बेकार राहावे लागते. त्यांना उद्योग देण्यासाठी 'अखिल भारतीय चरखा संघा'चीस्थापना केली. सत्याग्रही कार्यकर्त्यांनी एक एक खेडी निवडून तेथे ग्रामसेवा, हरिजन सेवा, ग्रामोद्योग संघटन इ. ग्रामोद्योगी विविध कामे करत राहावे व त्यावरच उपजीविका करून स्वावलंबी व्हावे. अशा रीतीने सत्याग्रहीचे ग्रामसेवक हजारो बनले पाहिजे होते. गांधीजींच्या ग्रामसेवेने जागृत आणि संघटित झालेली जनता आपल्या असहकाराच्या प्रभावाने कोणत्याही प्रबळ राजसत्तेला आपल्यापुढे वाकवू शकेल असा म.गांधीजींना

विश्वास वाटत होता. म. गांधींनी विधायक कार्यक्रम व संघटना स्थापन करण्यावर अधिक भर दिला असेच आचार्य जावडेकरांचे मत आहे.'[४५]

स्वातंत्र्यसंग्राम व विधायक कार्य–परस्परसंबंध

स्वातंत्र्यचळवळीला विधायक कार्यक्रमाची जोड कशी आवश्यक आहे या विषयी आचार्य जावडेकरांनी राष्ट्रसभेचे अध्यक्ष अजमल खान यांना म.गांधीनी पाठविलेल्या पत्राचा पुढीलप्रमाणे उल्लेख केला आहे. 'आता माझ्या मागून कोणीही कायदेभंग करून मग तो बचावाचा असो की चढाईचा, तुरुंगात जाऊ नये. लोकांनी आता हिंदू-मुसलमान ऐक्य, अस्पृश्यतानिवारण आणि खादी या विधायक कार्यांवर सर्व शक्ती केंद्रित करावी. देशातील असहकारवादी पक्षाविषयी विरोधी भावना टाकून प्रेमाने त्यांना जिंकण्याचा प्रयत्न करावा. हिंदू-मुसलमान इत्यादी सर्व धर्मांच्या लोकांनी धर्मबुद्धीने, कर्तव्यभावनेने नित्य सूत कातावे. सूत कातणे हा हिंदू-मुसलमान, धनिक-निर्धन, स्पृश्य-अस्पृश्य या सर्वांना प्रेमाने एकत्र बांधणारा धागा आहे. हा धागा विणीत गेल्यानेच राष्ट्र निर्माण होईल ही विधायक राष्ट्रसेवा करण्यानेच सर्व बहिष्कार मार्ग अमलात आणावे लागतील. अशा प्रेमाच्या शक्तीने आपणास राज्ययंत्र स्थगिती करता येईल, मात्र त्यासाठी विध्वसंक वृत्ती वाढविण्याची म्हणजेच कोणत्याच प्रकारचा कायदेभंग करण्याची गरज आता नाही. हे विधायक लोकसेवा करणारे व खादीच्या रूपाने स्वदेशीचा, अस्पृश्यता निवारण्याचा, हिंदु मुसलमान ऐक्याचा संदेश खेडोपाडी पोहोचवणारे असहकारवादी सरकारने तुरुंगात घातले तर मात्र त्यांनी मागे पाहू नये हा खादीचा सेवाधर्म केव्हाही कोणतीही आपत्ती आली तरी सोडू नये व सर्वस्व पणाला लावून त्याचा नित्य प्रचार करावा.'[४६]

प्रत्यक्ष स्वातंत्र्यचळवळीत प्रतिकाराच्या वेळी विधायक कार्यक्रमांचा कसा उपयोग होतो हे आचार्य जावडेकरांनी पुढीलप्रमाणे सांगितले आहे. 'राष्ट्रसभेच्या सेवकांनी खेड्यातील जनतेची सेवा विधायक वृत्तीने करत राहावे अशी त्यांची वृत्ती होती. प्रत्यक्ष सेवेतूनच जनतेची ओळख होते, तिचा विश्वास संपादन करता य़ेतो, इतर पक्षांशी स्पर्धा व चुरस वाढत नाही. जनतेचे व सेवकाचे आत्मबळ वाढीस लागते.असे प्रत्यक्ष सेवेचे कार्य सतत करीत राहिले पाहिजे. म्हणजे केव्हातरी प्रत्यक्ष प्रतिकाराची वेळ चालून येते व त्यावेळी जनतेला अनत्याचारी प्रतिकार करण्यास शिकवावे ही वृत्ती राष्ट्रसेवेने स्वीकारावी अशी म. गांधीजींची वृत्ती होती.' आचार्य जावडेकरांच्या मते, प्रत्यक्ष सेवा आणि प्रत्यक्ष प्रतिकार हेच गांधीजींचे राजकारण. आणि ज्यांनी सत्याग्रहाची दीक्षा घेतली असेल त्यांनी एवढेच करत राहावे.[४७]

जनतेला विधायक कार्याची गरज कशी असावी हे गांधीजींनी प्रत्यक्ष नेतृत्वाने दाखवून दिले. ७ एप्रिल १९३४ रोजी गांधीजींनी एक पत्रक काढले होते. वैयक्तिक

सत्याग्रह बंद करण्यात आला. त्यात ते म्हणतात, कार्यकर्त्यात सत्याग्रहाची वृत्ती अजून रुजली नाही हे लक्षात घेऊन सत्याग्रह केव्हा व कसा करावयचा हा हक्क माझ्यापुरता मर्यादित ठेवतो. जोपर्यंत सत्याग्रहाचे ज्ञान आपणास जास्त आहे असे म्हणणारा दुसरा इसम निघाला नाही व त्याच्यावर जनतेचा विश्वास नाही तोपर्यंत मी जिवंत असेपर्यंत सत्याग्रहाचा अधिकार राष्ट्राने म्हणजेच राष्ट्रसभेने माझ्याकडे सोपवावा.राष्ट्रसभेच्या कार्यकर्त्यांनी खादी ग्रामोद्योग, हरिजन सेवा, हिंदु-मुसलमान ऐक्य या विधायक कार्यक्रमावर लक्ष केंद्रित करावे. या विधायक लोकसेवेनेच सत्याग्रह ही कृती जनतेत बाणेल व पुन्हा गरज पडल्यास स्वातंत्र्यासाठी सत्याग्रह करण्याचे सामर्थ्य राष्ट्रात येईल.[४८]

विधायक कार्याचे महत्त्व

सत्याग्रही क्रांती यशस्वी करण्यास विधायक कार्याची कशी आवश्यकता आहे हे स्पष्ट करताना आचार्य जावडेकर लिहितात, 'जनतेतील वाटेल त्या भावना जागृत करून राज्यकारभाराला आपला अडथळा करणे हे आपले ध्येय न समजता अन्यायाशी व असत्याशी असहकार केल्याने सरकारची अडवणूक झाली आणि अन्यायी राज्यकारभार बंद पडल्यानंतर समाजात दंगाधोपा माजू नये अशी व्यवस्था सत्याग्रहीनी केली पाहिजे. यासाठी खेड्यापाड्यातील ग्रामोद्योग संघटना, हिंदु-मुसलमान ऐक्य, आणि अस्पृश्यतानिवारण या विधायक कार्यक्रमास म. गांधी नेहमीच महत्त्व देत असत. देशात अत्याचारी वातावरण माजल्यास राज्यकर्ते व प्रजाजन या दोघांचेही डोके ठिकाणावर राहात नाही व सत्याग्रही क्रांती यशस्वी होत नाही. म्हणून करबंदी व कायदेभंग या चळवळी फार दक्षतेने केल्या पाहिजेत व त्या करण्यापूर्वी सभोवार अनत्याचारी वातावरण निर्माण केले पाहिजे.'[४९]

विधायक कार्यांची महत्त्वाची बाब आचार्य जावडेकर पुढीलप्रमाणे सांगतात. 'आपल्या राष्ट्रातील व इतर राष्ट्रांतील सामान्य जनतेला आपल्यावरील राजकीय, आर्थिक जुलुमाविरुद्ध शांततेने संघटित प्रतिकार करण्याचे शिक्षण देण्याचे जुलुमी कायदे मोडून अन्यायाचे निवारण करण्यास प्रजेला प्रवृत्त करणे, आर्थिक स्वावलंबन व स्वदेशी तत्त्वावर समाजाची आर्थिक घटना तयार करणे, प्रत्येक राष्ट्र, राष्ट्रविभाग, शांत व शक्य तितके औद्योगिकदृष्ट्या स्वयंपूर्ण बनविणे, आर्थिक व्यवहारात मोहाला व लोभाला वश न होता न्यायदृष्टीने वागण्याचे व अन्यायाचा प्रतिकार करण्याचे शिक्षण लोकांना देणे इत्यादी अनेक मार्गांनी जनतेची लढाऊ संघटना करणे, खेड्यापाड्यातील लोकांची स्वावलंबन व स्वयंपूर्णता या तत्त्वावर आर्थिक संघटना करणे हा सत्याग्रहाचा पाया आहे.' असे म.गांधी मानतात व आचार्य जावडेकरांच्या मते त्या दृष्टीने ग्रामोद्योग खादी आणि सूत कातणे या कार्यक्रमाला म. गांधींनी

सत्याग्रहात योग्य व महत्त्वाचे स्थान दिले आहे. प्रांत, भाषा व मातृभाषा यांचा योग्य अभिमान प्रत्येक राष्ट्रीकाच्या अंगात बाणविणे हा विधायक कार्यक्रमाचा भाग होता.

१९४२ पासून दोन वर्षे चालू असलेले स्वातंत्र्ययुद्ध त्या वेळी यशस्वी झाले नव्हते. लोकसंघटनेपेक्षा तिला दडपून टाकणारी साम्राज्य संघटना अधिक प्रबळ ठरली. हा तिच्या शस्त्रबळाचा विजय नसून तो आमचा कमकुवतपणा आहे. हा कमकुवतपणा नाहीसा करण्यास विधायक संघटना करणे हाच एक मार्ग उपलब्ध असतो.आचार्य जावडेकरांच्या मते, 'म.गांधींनी विधायक संघटनेचे क्षेत्र आता विस्तृत आणि व्यापक बनविले होते. या संघटनेत शेतकरी, कामकरी यांच्या संघटनेला स्थान देण्यात आले होते.'[५०]

शारीरिक कष्टावाचून अन्नग्रहण न करण्याचा निर्धार, ग्रामोद्योग म्हणजेच सर्व भारतीयांची बेकारी, दारिद्र्यनिवारण, वर्धाशिक्षण म्हणजे नव्या मानव संस्कृतीची निर्मिती आणि ग्रामसंघटन म्हणजे अनियंत्रित, जुलमी, असत्याच्या प्रतिकाराचा मोर्चा याच वृत्तीने विधायक कार्यक्रमाला लागले पाहिजे यावर म. गांधींनी अधिक भर दिला होता तसेच सविनय कायदेभंगाची चळवळ विधायक कार्यक्रमाशिवाय एकाकी बनते व ती अधू होते असे म.गांधीजींचे मत होते.

रचनात्मक कार्यक्रम, असहकार आणि प्रतिकार ही तिन्ही गांधीजींच्या एकाच कार्यक्रमाची एकमेकांस पूरक अंगे होत. गांधीजी म्हणतात, 'रचनात्मक कार्यक्रमाचे ध्येय एक अहिंसात्मक समाज निर्माण करणे हे आहे.' या रचनात्मक कार्यक्रमातून लोकांचा आळस काढायचा असतो, त्यांची बौद्धिक व संशोधनात्मक शक्ती जागृत करावयाची असते, आर्थिक समानता आणायची व ती प्रस्थापित होईतोपर्यंत समाजात आपल्यापेक्षा कमी साधने वापरणाऱ्यांना सर्व लोकांनी साहाय्य करावयाचे असते. परस्परात ऐक्य स्थापून उच्चनीच, कल्पनांचा उच्छेद करावयाचा असतो. सर्वच धर्मात समभाव बाळगून वंश, पंथ, लिंग, सर्वांचा दर्जा समान मानावयाची वृत्ती जोपासावयाची असते. आणि समाजाचे स्वास्थ्य कायम ठेवून समाज स्वार्थापासून मुक्त करावयाचा असतो. अशी म.गांधीजींची विधायक कार्यक्रमाविषयी भूमिका होती. असे आचार्य जावडेकरांचे मत होते.

ब) म.गांधींचे राजकीय विचार

म.गांधींच्या तत्त्वज्ञानात सत्याग्रह आणि रचनात्मक कार्यक्रमास महत्त्वाचे स्थान होते. नव्या भारताची उभारणी करण्यासाठी या दोन्हीही गोष्टी आवश्यक आहेत असे त्यांचे मत होते. सत्याग्रहामध्ये ज्याप्रमाणे म.गांधींनी साधनशुचितेवर भर दिला आहे, त्याचप्रमाणे त्यांनी राजकारणात नैतिकतेवर भर दिला आहे. न्यायमूर्ती रानडे, दादाभाई नौरोजी, गोपाळ कृष्ण गोखले यांनी राजकारणाचे आध्यात्मिकरण करण्यावर

भर दिला. म. गांधींच्या राजकारणातही नैतिकतेला आणि त्या मागच्या आध्यात्मिक अधिष्ठानाला महत्त्वाचे स्थान होते.

म. गांधी आणि राजकारणाचे आध्यात्मिकरण

'सार्वजनिक जीवनात आध्यात्मिक अधिष्ठान निर्माण करा' या गोखल्यांच्या वाक्याचा अर्थ लक्षात घेऊन गांधीजी कार्य करीत होते.[५१] म्हणून त्यासाठी आपण आपला व्यवहार जास्तीतजास्त उच्च पातळीवर नेण्याचा प्रयत्न केला पाहिजे. जुन्या काळात गीतेने राजकारण व व्यवहार यांच्यावर अनासक्त हिंसेच्या मर्यादा घातल्या, पण आता अनासक्त अहिंसेचा मार्ग स्वीकारला पाहिजे. असे म. गांधींचे मत होते.

आचार्य जावडेकरांच्या मते, 'बुद्ध, ख्रिस्त यांनी अहिंसा मार्ग दाखविला पण अहिंसा व्यवहारात कशी आणता येईल हे सांगितले नाही. म. गांधी हे स्वतः कृतीने दाखवीत होते आणि जीवनाच्या सर्व क्षेत्रांत समाज, राजकारण, धर्म या सर्व ठिकाणी सनातन तत्त्वे अमलात आणण्यासाठी म.गांधीजी झटत होते. यामुळेच म.गांधीजी नवीन दर्शन देत आहेत असे आचार्य जावडेकरांना वाटत होते. म.गांधीजी म्हणतात की, सत्यनिष्ठ ज्याला राहावयाचे असेल त्याने राजकारणात झगडले पाहिजे. अन्यायी सरकारशी जोपर्यंत आपण झगडत नाही तोपर्यंत आपण सत्यनिष्ठ आहोत, अहिंसक आहोत असा दावा करणे खोटे आहे. महात्माजी राजकारणात शिरले ते जगाची सुधारणा व्हावी म्हणून नाही. स्वतःची सुधारणा करण्यास ते राजकारणात आले होते. स्वतःची कामे करत असताना स्वतःची सुधारणा व जगाची सुधारणा भिन्न नाही, एकच आहे.'[५२] हे गांधीजींना दिसून आले होते. गांधीजींचे आध्यात्मिक शास्त्र स्पष्ट करताना आचार्य जावडेकर लिहितात, 'मानवी अंतःकरणातील सत्य प्रेरणा हीच त्यांची आत्मप्रेरणा होती. जे आपल्या खऱ्या आत्म्याशी तादात्म्य पावतात ते सर्व प्रकारच्या आपल्या भाषांतून, ममत्वातून आणि असहकारातून मुक्त होऊन विश्वात्म्याशी अथवा विश्वचैतन्याशी एकरूप होऊन वर्तन करीत असतात.'

म. गांधींच्या जीवनाचे ध्येय आत्मदर्शन म्हणजेच मोक्ष हे होते. या आत्मदर्शनासाठी ते आपल्या जीवनातील सर्व व्यवहार करीत असत. आणि हिंदी जनतेला स्वातंत्र्य प्राप्त करून देण्यासाठी त्यांनी जे राजकारण केले तेही स्वतःच्या मोक्षासाठी केले अशी त्यांची दृष्टी होती. परंतु आचार्य जावडेकरांच्या मते, 'म. गांधीजींनी अध्यात्म दृष्टीने विचार करून आत्मोद्धार, जगदोद्धार,यातील भेद भ्रामक आहेत असे सांगितले म्हणून गांधीजींनी आत्मोद्धार केल्याखेरीज जगदोद्धार होणार नाही आणि जगदोद्धार केल्याखेरीज आत्मोद्धार होणार नाही असा महत्त्वाचा विचार मांडला.'[५३]

खरा कर्मयोग हा जनसेवा करण्यात सामावला आहे, खरा ज्ञानी हा कर्मयोगी

असतो आणि ज्ञानाची वाढ सत्याचे प्रयोग करीत राहिल्यामुळेच होते. जे ज्ञान अंतःकरणात मुरले आहे त्यातूनच अंतः प्रवृत्ती जागृत होईल आणि कर्मप्रेरणेला महत्त्व प्राप्त होईल.

म. गांधींच्या आत्मप्रामाण्यात बुद्धीस्वातंत्र्य, अंतःकरण शुद्धी व आत्मप्रेरणा या सर्व तत्त्वांना स्थान दिलेले असून ही आत्मनिष्ठा म्हणजे सत्यप्रेरणा, अहिंसाबुद्धी व सेवाबुद्धी होय असे मानण्यात येते. सत्यनिष्ठेला म.गांधींनी अग्रस्थान दिल्यामुळे आचार्य जावडेकरांच्या मते, गांधी तत्त्वज्ञानात अंधश्रद्धेला स्थान राहात नाही. सर्व धर्म अपूर्ण आहेत, सर्व धर्मपुरुष अपूर्ण आहेत आणि म्हणून धर्मग्रंथातील ज्ञानही अपूर्ण आहे हे ओळखून स्वतःच्या बुद्धीला न पटणारे असे कोणतेही तत्त्व मान्य करण्याची सक्ती कोणावरही करू नये. असे म. गांधींचे मत होते. आत्मप्रामाण्य हेच अखेरचे प्रामाण्य होय. आणि स्वतःचा उद्धार करणारी शक्ती हीच आपला अंतरात्मा होय अशी म.गांधीजींची निष्ठा होती.[५४]

म.गांधींचे ध्येय विशद करताना आचार्य जावडेकर म्हणतात की, 'धार्मिक व सामाजिक सुधारकांच्या अंगी दिसून येणारी आध्यात्मिक वृत्ती व प्रखर सत्यनिष्ठा यांच्यातून राजकारणात प्रवेश करणे व समाजाच्या सर्वांगीण व्यवहारास आध्यात्मिक स्वरूप देणे हेच म. गांधी आपले जीवित कार्य मानत होते. म.गांधींच्या सर्व व्यवहारातील मूळ प्रेरणा अन्यायरूपी अधर्माचा उच्छेद करून न्यायाची व धर्माची संस्थापना करणे ही होती. धार्मिक व सामाजिक सुधारकांप्रमाणे त्यांची वृत्ती अंतर्मुख असून आपल्या पारतंत्र्यास परकीयांपेक्षा आपणच कारण आहोत व त्यासाठी आत्मोन्नती व आत्मशुद्धी हाच आपल्या स्वातंत्र्यप्राप्तीचा खरा मार्ग आहे.' असा उपदेश ते करीत होते.[५५]

सार्वजनिक जीवनाला आध्यात्मिक अधिष्ठान

स्वार्थ,अहंकार, व ममत्व यातून मुक्त झाल्यावाचून बुद्धीला समत्व प्राप्त होत नाही. या समत्वाला योग असे म्हणतात. बुद्धी सम, शुद्ध, सत्यनिष्ठ बनून मनुष्य व्यवहार करू लागला म्हणजे जे साधन, जे सुख व जी शांती व आनंद प्राप्त होतो, तोच त्याचा आत्मानंद होय असे जावडेकरांचे मत होते.[५६]

सत्याग्रहीस बुद्धी प्रामाण्यवादी म्हणण्यापेक्षा त्याला आत्मप्रामाण्यवादी असे म्हणणे योग्य ठरेल. मनुष्याला होणारे ज्ञान त्याच्या बुद्धीनेच होत असते हे जरी खरे असले, तरीही बुद्धी शुद्ध करण्यासाठी त्याने इंद्रिय व मन यांच्यावर विजय प्राप्त करून घ्यावा असे सत्याग्रही निष्ठेचे व्रत आहे. म.गांधीजी प्रत्येकास पूर्ण बुद्धीस्वातंत्र्य द्यावे अशा मताचे होते. बुद्धीपेक्षा अंतःकरणाला अधिक मान द्यावा असे गांधीजी म्हणत असत. यावरून ते बुद्धीप्रामाण्यवादी नाहीत असे वाटू लागते पण आचार्य जावडेकरांच्या मते ते तितकेसे खरे नाही.

युरोपीय तत्त्वज्ञानाच्या इतिहासात व्हॉलटेअर बुद्धीप्रामाण्यावादी व रुसो हा अंतःकरण प्रामाण्यावादी गणला जातो. रुसोला भाववादीही म्हणता येईल व रुसोचा भाववाद व गांधींचा अंतःकरणवाद यातील फरक स्पष्ट करताना आचार्य जावडेकर लिहितात, 'निर्भय व निरहंकार अंतःकरणावर अधिष्ठित झालेली बुद्धी हीच आपली मार्गदर्शक होऊ शकते असे म.गांधीजींचे मत आहे. त्यासाठी बुद्धीचा निर्णय शुद्ध रहावा म्हणून अंतःकरणाच्या शुद्धतेचे महत्त्व गांधीजी मानत असत. अशा शुद्ध अंतःकरणात आत्मप्रेरणा जागृत होते व तिच्यामुळे बुद्धी तेजस्वी बनते.' आचार्य जावडेकरांच्या मते, रुसोच्या भाववादात बुद्धीला विवश अथवा विकारवश बनविण्याचा धोका दिसतो. तसा म.गांधींच्या अंतःकरणवादात नव्हता. म्हणूनच म.गांधी आत्मप्रामाण्यवादी होते असे आचार्य जावडेकरांचे मत होते.[५७]

मनुष्याच्या प्रत्येक व्यवहारावर आपल्या अंतःकरणातील धर्मप्रवृत्तीचे प्रभुत्व नित्य चालले पाहिजे असा गांधीजींचा आग्रह होता. मनुष्याच्या अंतःकरणातील ही धर्मप्रवृत्ती न्यायाची अथवा नीतीची प्रवृत्ती होय, यालाच ते सत्यनिष्ठा म्हणतात. म.गांधी आत्मकथेच्या प्रस्तावनेत लिहितात, 'सत्यरूपी ईश्वराच्या विभूतीचा मी उपासक आहे. सत्यनिष्ठेस साक्षी ठेवून आपण जीवनातील सर्व व्यवहार करीत आहोत.' तसेच म.गांधीजींनी आपल्या आत्मकथेस 'सत्याचे प्रयोग' असे नाव दिले आहे. त्याचा अर्थ विशद करताना म.गांधीजी लिहितात, 'माझ्या प्रयोगामध्ये तरी आध्यात्मिक म्हणजे नैतिकधर्म म्हणजे आत्म्याच्या दृष्टीने पाळावयाची नीती तो धर्म'आचार्य जावडेकरांच्या मते, गांधीजी नीती धर्म आणि आध्यात्मिक प्रवृत्ती समान अर्थाने वापरतात आणि आपल्या जीवनाला अध्यात्माचे अधिष्ठान पाहिजे आपल्या जीवनातील सर्व व्यवहार नीतीस धरून म्हणजे न्याय बुद्धीस अनुसरून चालू असले पाहिजेत. समाजाला 'आध्यात्मिक अधिष्ठान पाहिजे' असा अर्थ गांधीजी घेत होते. समाजात घडणाऱ्या सर्व व्यवहारावर, न्यायावर व सर्वहितावर अधिष्ठित झाले पाहिजे.[५८]

म. गांधीजींची मूळ प्रेरणा ही धर्मपुरुषाची आहे. मोक्षप्राप्ती हे त्यांचे ध्येय असल्यामुळे त्यांचे राजकारण, अर्थकारण, समाजकारण, धर्मकारण यात ते भाग घेत होते. त्यांच्या या सर्व उद्योगांच्या मुळाशी मोक्षप्राप्तीची तळमळ होती.गांधीजी म्हणतात, 'मोक्षासाठी संपूर्ण सत्य दर्शविण्यासाठी मी अधीर झालो आहे.' आचार्य जावडेकरांच्या मते, म.गांधींना धर्मकारण व राजकारण या दोन भिन्न वस्तू वाटत नाहीत. धर्मासाठी व मोक्षासाठी त्यांचे राजकारण आहे. राजकारणात आल्याशिवाय सत्तेकडे जाता येत नाही. मोक्षप्राप्ती म्हणजे, 'संपूर्ण सत्याचे दर्शन' असे ते म्हणतात. सत्याचे हे दर्शन प्रेम व अहिंसा यांच्या आधारे होऊ शकते, अशी गांधीजींची श्रद्धा होती.या सत्यदर्शनाच्या ध्येयप्राप्तीसाठी म.गांधींना राजकारणात भाग घेणे आवश्यक वाटू लागले.'

आचार्य जावडेकरांच्या मते, म. गांधींना असे दिसून आले की, 'प्रत्येक मनुष्यांच्या जीवनात राजकारण आहे सत्ताधाऱ्यांच्या पापपुण्यात प्रजा भागीदार असते म्हणून राज्यसंस्था अन्याय करीत असेल तर तिच्याशी असहकार केला पाहिजे. हे प्रत्येक मोक्षप्राप्ती सत्यार्थी व्यक्तीचे कर्तव्य आहे.' जितक्या लवकर अन्याय दूर होईल तितक्या लवकर सत्याग्रहाचा मोक्षदर्शनाचा मार्ग मोकळा होईल व त्यासाठी सर्व जनतेने सत्याग्रही बनले पाहिजे, अशी म.गांधींची राजकारणाकडे पाहण्याची दृष्टी होती असे आचार्य जावडेकर म्हणतात.[५९]

राजकारणात केवळ राजधर्म येत नाही, तर राजकारणात राज्याचा धर्म येतो तसेच राजधर्मापेक्षाही प्रजाधर्माच्या राजकारणाची व्याप्ती अधिक खोल आहे. कारण प्रजाधर्मात इतर व्यवहार येत असतात, म्हणून म.गांधींनी राजकारणाचा प्रश्न आपल्या मोक्षमार्गात समाविष्ट केला व राजकारणाला आध्यात्मिक अधिष्ठान दिले.[६०]

मानव संस्कृतीला आध्यात्मिक अधिष्ठान देऊन तिच्या सर्व अंगोपांगांचे व्यवहार आध्यात्मिक वृत्तीने चालू राहिले पाहिजेत, अथवा संसारशास्त्राचा अध्यात्मिकशास्त्राशी मेळ घातला पाहिजे हे भगवद्गीतेचे वैशिष्ट्य स्पष्ट करताना आचार्य जावडेकर म्हणतात, 'सांसारिक कर्म न सोडता धर्माची व मोक्षाची प्राप्ती कशी करावी याचे दिग्दर्शन भगवद्गीतेत केले आहे.' आधुनिक युरोपियन संस्कृती ही अर्थकाम प्रधान बनली आहे. तिचा लवकरच अंत होणार आहे हे जाणून मानव संस्कृतीला अध्यात्मिक स्वरूप देण्याचा प्रयत्न आपण केला पाहिजे असे म. गांधींचे मत होते. तसेच मानव संस्कृतीचे, आध्यात्मिकीकरण भारतखंडात होऊ शकेल. म्हणून युरोपीय तत्त्वज्ञान, नीतिशास्त्र, समाजशास्त्र, अर्थशास्त्र, राज्यशास्त्र इ. सर्व शास्त्रांना अध्यात्माचा आधार दिला पाहिजे.[६१]

अध्यात्मासंबंधीच्या रूढ कल्पनेपेक्षा आचार्य जावडेकरांना अभिप्रेत असलेला आध्यात्मवाद भिन्न आहे. त्याला त्यांनी 'कर्मयोगी अध्यात्म' अशी संज्ञा दिली आहे. व्यक्तीने स्वतःच्या सुखात मग्न न राहता समाजविकासाच्या कार्यात आपले व्यक्तित्व सामावून टाकले पाहिजे.आणि त्यातूनच आपले व्यापक असे वेगळे व्यक्तित्व निर्माण केले पाहिजे. ही कर्मयोगी अध्यात्मवादाची मुख्य शिकवण आहे. अध्यात्म बुद्धी-प्रामाण्याच्या विरोधी नाही मात्र बुद्धीचा विकास केवळ तर्कशक्तीने होत नाही. त्यासाठी भावशुद्धीची आवश्यकता असते एवढेच या अध्यात्माचे म्हणणे आहे.[६२] सामाजिक समतेचा सर्वांगीण परिपोष हे या 'कर्मयोगी'अध्यात्माचे एकमेव साध्य आहे असे मानले जाते. आणि या साध्यासाठी समाजाने अधिकाधिक शुद्ध साधनांचा स्वीकार केला पाहिजे, यावर आचार्य जावडेकरांचा कटाक्ष होता. संशोधनाचा कसा प्रभाव पडला हे दाखवून देताना नलिनी पंडित म्हणतात, 'गांधीजींचा स्वतःचा कल

अराज्यवादाकडे होता, म्हणून स्वायत्त व स्वावलंबी संस्था आणि विक्रेंद्रित समाजव्यवस्था यांचा म.गांधी व्यक्तिशः पाठपुरावा करीत राहिले.'[६३]

म. गांधींनी आधुनिक संघटनेऐवजी ग्रामसंस्थेच्या पुनर्जीवनावर भर दिला. भारतातील मध्ययुगीन ग्रामसंस्था समताधिष्ठित व लोकसत्ताक होती. आधुनिक काळात त्याचा ऱ्हास झाला आहे. तिच्यात शिरलेले दोष काढून टाकल्यास ती पुन्हा नव्या आदर्शवादी समाजव्यवस्थेला पायाभूत होऊ शकेल अशी म.गांधीजींची धारणा होती. भारतीय स्वातंत्र्यचळवळीत ब्रिटिशांच्याकडून भारतीयांच्यावर असे आरोप केले जात की भारतीय जनता लोकशाहीला लायक नाही. या टीकेला उत्तर म्हणून भारतीय संशोधकांनी भारतीय लोक इंग्रजांच्यापेक्षा कमी नव्हते हे सिद्ध करण्यासाठी भारतात लोकशाही परंपरा अस्तित्त्वात होत्या हे दाखविण्याचा प्रयत्न केला व ग्रामपंचायत लोकशाहीनुसार ग्रामाचा कारभार पाहात होती असा निष्कर्ष काढला. म. गांधींच्या विचारांवर या राष्ट्रवादी इतिहासकाराचा प्रभाव पडलेला दिसतो.[६४]

स्वतः म. गांधींनी आपल्या कल्पनेप्रमाणे भारतीय ग्रामव्यवस्था कशी असेल त्याचे चित्र पुढीलप्रमाणे स्पष्ट केले आहे 'माझ्या कल्पनेतील राज्य ते गाव पूर्णपणे लोकसत्ताक असेल, आपल्या गरजांच्या बाबतीत स्वयंपूर्ण असेल; जेथे परावलंबन आवश्यक आहे, अशा कित्येक बाबतीत त्या गावांचा इतर गावांशी परस्परावलंबी संबंध राहावा अशा रीतीने आपल्यापुरते अन्नधान्य व कापूस पिकविणे हे प्रत्येक गावाचे आद्य कर्तव्य राहील. दुभत्या व शेतीच्या गुरांसाठी पुरेशी चराऊ जमीन राखून ठेवली जाईल. तसेच तरुणांना व मुलांना खेळासाठी व त्यांच्या मनोरंजनासाठी, कार्यक्रमासाठी पुरेशी जागा ठेवली जाईल. इतके झाल्यावर जमीन शिल्लक राहिली तर तिथे रोखीची पिके (अर्थात गांजा, अफू, तंबाखू यासारखी वगळून) काढली जातील. प्रत्येक गावात नृत्यगृह, शाळा, सभागृह असेल. नागरिकांना स्वच्छ व निर्जंतुक पाणी पुरवण्यासाठी एक पाणीपुरवठा केंद्र असेल. विहीर, तळी यावर घाण केली जाणार नाही. यादृष्टीने योग्य नियंत्रण ठेवून ही गोष्ट साधता येईल. एक किमान दर्जा इतके भक्कम शिक्षण सक्तीचे असेल. शक्यतो, प्रत्येकास सहकारी तत्त्वावर संघटित केले जाईल. माणसांमध्ये उच्चनीच व स्पृश्य-अस्पृश्य अशी प्रतवारी पाडून एक उतरंड रचणारे जातिभेद समाजात नसतील. अहिंसा व तज्जन्य सत्याग्रह आणि असहकार हीच ग्रामसमाजाच्या अखत्यारीतील दंडसत्ता असेल, ग्रामरक्षक दलात काम करणे सक्तीचे असेल, ग्रामरक्षकांची आळीपाळीने निवड करण्याकरिता प्रत्येक गाव नागरिकांची नोंद करेल. ग्रामशासनाचे कार्य पंचायतीमार्फत होईल,पंचायतीत पाच व्यक्ती असतील त्यांची निवड गावातील प्रौढ व पूर्वनिश्चित अशी किमान पात्रता असणारे स्त्री-पुरुष करतील. या पंचायतीला सर्व क्षेत्रांत पूर्ण अधिकार राहतील. कोणतेही गाव आजसुद्धा

असे लोकसत्ताक ग्रामराज्य होऊ शकते. त्यात फारसा विरोध राहात नाही, कारण सरकारचा गावाशी एकमेव संबंध केवळ महसूल गोळा करण्यापुरता असतो. तर हे संबंध कसे असावे याचा ऊहापोह मी इथे सविस्तर केला नाही. ग्रामशासनाचा केवळ एक ढोबळ आराखडा मांडावा हाच माझा हेतू आहे. माझ्या कल्पनेतील ग्रामराज्यात व्यक्तीस्वातंत्र्यावर आधारलेली संपूर्ण लोकशाही असेल. प्रत्येक व्यक्ती आपल्या शासनाची शिल्पकार असेल. व्यक्ती व सरकार दोघेही अहिंसेचे नियम पाळतील. अशी व्यक्ती व तिचा गाव जगातील कोणत्याही सामर्थ्यास तोंड देऊ शकतील. प्रत्येक ग्रामस्थांवर एकाच नियमाचे अधिराज्य असेल. 'स्वतःच्या व गावाच्या सन्मानासाठी व्यक्ती मृत्युला आलिंगन देईल' हाच तो नियम.[६५]

ग्रामीण भागातील लोकशाही कशी होती, तिचा विसर कसा पडला व तिची आवश्यकता स्पष्ट करताना आचार्य जावडेकर लिहितात, 'राजा परमेश्वराने निर्माण केला किंवा ब्रह्माने निर्माण केला, याचा अर्थ काय होता? प्रजेच्या अंतःकरणात जी न्यायबुद्धी असते, तोच परमेश्वर होय. ही न्यायबुद्धी समाजाला सांगत असते की,आपण एकमेकांशी न्यायाने वागावे. दुष्टांचा बंदोबस्त करण्यासाठी ग्रामपंचायत नेमत. लोकांच्याकडून त्यात पंचांची निवड होत असे. त्यांच्या मताने म्हणजेच गावपंचायतीच्या रूपाने लोकशाही जिवंत होते. कालांतराने पंचलोक वतनदार झाले, राजे झाले व प्रजा आपले प्रभुत्व विसरली व प्रजा त्यांनाच प्रभू समजू लागली. प्रजेच्या अज्ञानामुळे राजे झाले. आचार्य जावडेकरांच्या मते, कालांतराने प्रजा जागृत झाली व पुन्हा लोकसत्ताक गाव, राज्य, समाजसत्ता या ध्येयाचा विचार होऊ लागला. त्यांच्याही पुढे जाऊन म.गांधीजींनी शासनकर्ते आपले प्रभू नसून आपला अंतरात्मा हाच प्रभू याची जाणीव जनतेला करून दिली.'[६६]

मध्ययुगीन काळातील ग्रामराज्ये, गांधीजींच्या विचाराप्रमाणे अहिंसेवर अधिष्ठित नव्हती याची जाणीव त्यांना होती. या अनुषंगाने म.गांधीजी १३/१/१९४० च्या 'हरिजन' साप्ताहिकात लिहितात, 'स्वाश्रयी व ऐच्छिक सहकार्यातून स्वाभिमानी व शांततापूर्ण विश्व जिथे साकार होत आहे, अशा खेड्यातून राहणाऱ्या समूहांचा मिळूनच अहिंसात्मक समाज होऊ शकतो. हिंसेला तोंड देण्याची अपेक्षा ठेवून त्यासाठी तयारी करणाऱ्या समाजाचे जीवन अधिक सुखकर असेल.'

प्राचीन समाजातील ग्राम, गणराज्य ही त्या अहिंसाधिष्ठित संस्कृतीच्या जवळ जाऊन पोहोचली होती. अर्थात या गणराज्यांचे उदाहरण ढोबळ व दोषपूर्ण आहे असे म.गांधीजी मानत होते. तसेच हे ही त्यांना मान्य होते, की त्यांच्या कल्पनेनुसार अहिंसेचे पालन त्या गणराज्यात होत नव्हते, पण अहिंसक संस्कृतीचे बीज त्या गणराज्यात होते यात शंका नाही.[६७]

अशा प्रकारे गांधीजींनी प्राचीन ग्रामराज्याचा पुरस्कार करून त्याला अहिंसात्मक ग्रामरचनेचा आशय दिला.

म. गांधी आणि सत्तेचे विकेंद्रीकरण

समाजाच्या सर्वांगीण व्यवस्थेत लोकांना भाग घेता यावा म्हणून राजकीय व औद्योगिक लहान गट असावेत असे म.गांधींचे मत होते. मोठ्या मोठ्या औद्योगिक व्यवसायात, व्यावसायिक स्वराज्याहून मजूर आणि मालक मिळून उत्पादन, विभाजन आणि विनिमय समाजाच्या मदतीने करतील. असे लहान घटक स्वायत्त आणि स्वावलंबी व स्वयंपूर्ण असले पाहिजे. १९४१ साली म.गांधीजींनी असे सांगितले होते की, 'केंद्रीकरण हे अहिंसात्मक समाजरचनेशी विसंगत आहे' भारताला अनेक बाबतीत विकेंद्रित व्यवस्था करावी लागेल, तरच लोकशाही टिकेल. अहिंसक संस्कृती स्वावलंबी स्वाश्रयी खेड्यांवरच उभी राहते असे म.गांधीजींचे मत होते.[६८]

म.गांधीजींच्या सत्तेच्या विकेंद्रीकरणाला स्वदेशीचा आधार होता, कारण गांधीजींच्या राज्याविषयक विचारांचा उलगडा स्वदेशी संकल्पनेच्या आधारेच योग्य प्रकारे होऊ शकतो. स्वदेशी तत्त्व जसे आर्थिक आहे तसेच ते फार व्यापक आहे.म.गांधीजींनी आपल्या विचारात जीवन सलग व एकात्म आहे, हे गृहीत धरले आहे. स्वदेशी साधना करणारी व्यक्ती आपल्या शेजाऱ्यांच्या सेवेमध्ये स्वतःला समर्पित करेल. शेजाऱ्यांच्या सेवेतून दूरवर राहणाराचे अहित होत नाही.उलट दूरच्या जगाची सेवा करण्याच्या इराद्याने जो शेजाऱ्यांची कर्तव्ये पार पाडत नाही, तो त्या दूरच्या जीवनातही उत्पातच घडवून आणतो.म्हणून त्याने शेजाऱ्यांच्या सेवेत स्वतःला समर्पित करावे, असे म.गांधीजींचे मत होते. म.गांधींनी 'सेवा' व 'कर्तव्य' या शब्दाचा वापर केला आहे. स्वतःच्या कृतीमधून भूतमात्राचे ऐक्य वाढवून आत्मकेंद्रित व्यवहाराचा लोप करावयाचा व समुदाय, कुटुंब, शेजारी व गावकरी यांनी समाजसंघटनेचे कर्तव्यभावनेने काम करून राजकीय, आर्थिक, सामाजिक संस्कृतीची उभारणी करावयाची आहे.[६९]

या स्वाश्रयी व स्वयंशासित खेड्यांचा आपापसात सुसंवाद कसा असावा याबाबत म.गांधीजींनी आपली कल्पना पुढीलप्रमाणे मांडली होती. 'असंख्य खेड्यांनी संयुक्त अशा रचनेत निरंतर प्रसरण पावणारी वर्तुळे असतील. ती एकावर एक रचलेली नसतील. जीवन पिरॅमिडसारखे शिखराचा भाग पायावर असल्यासारखे नसेल. ते एक समुद्री वर्तुळाप्रमाणे असेल. त्याचा केंद्रबिंदू व्यक्ती असेल. ज्याप्रमाणे सरोवरात दगड मारल्याने खळगा पडतो, मग क्रमशः एकानंतर एक वर्तुळाकार लाटा उमटतात आणि शेवटी सरोवर सारखे तरंगित होते, त्याप्रमाणे व्यक्ती ही गावात नेहमी विलीन व्हायला

तयार असेल आणि गाव दुसऱ्या ग्राममंडळात जोवर व्यक्तीने निर्मिलेल्या जीवनात सर्व सृष्टी भरून चालत नाही, तोवर चालणार या व्यक्ती आक्रमणकारी नसतील, उलट ज्या गावच्या त्या अविभाज्य घटक आहेत, आणि जी असंख्य गावे समुद्री वर्तुळाप्रमाणे फैलावली असतील त्यांच्या समृद्धीचा आणि गौरवाचा अत्यंत नम्रतेने परस्पर मिळून त्या लाभ देतील.' राजकीय सत्तेच्या विकेंद्रीकरणाची खालपासून वरपर्यंत म.गांधींची अशी कल्पना होती.[७०]

आचार्य जावडेकरांच्या मते, सर्व सत्ता एकच मध्यवर्ती सरकारात केंद्रीत न करता ती प्रत्येक विभागात आणि व्यवसायसंघात विभागून देण्यात यावी. हे सत्तेचे विकेंद्रीकरण स्थानिक राज्य व व्यावसायिक स्वराज्य Local & Functional Self Government स्थापून करण्यात यावे. सत्तेच्या विकेंद्रीकरणाबरोबर आर्थिक विकेंद्रीकरणही करण्यात येईल. असे केल्याने समाजयंत्र अधिक संकीर्ण न होता त्यातील प्रत्येक विभाग स्वावलंबी व स्वयंशासित आणि शक्यतो स्वयंपूर्ण बनेल आणि आपला सर्वांगीण विकास करण्याची संधी सर्व समाज घटकास व व्यक्तिस समानतेने मिळत जाईल. अशा समाजात सर्वांना खरे स्वातंत्र्य उपभोगता येईल. आपल्या व्यक्ती स्वातंत्र्याचा उपयोग इतरांना लुबाडण्यासाठी केला जाणार नाही.[७१]

आचार्य जावडेकरांच्या मते, राज्यातील सत्ता त्यांचे निरनिराळे प्रादेशिक व स्थानिक विभाग पाडून त्या त्या प्रदेशातील लोकसत्ता प्रातिनिधिक संस्थांकडे शक्य तितकी सोपविली पाहिजे. सत्तेचे केंद्रीकरण हे लोकशाहीला मारक असते आणि खरी प्रेरणाकारक लोकसत्ता लहान प्रदेशावरच नांदू शकते. या दृष्टीने लोकसत्तेचे विकेंद्रीकरण होणे लोकसत्तेच्या दृष्टीने आवश्यक आहे. त्याचप्रमाणे राजसंस्थेची हिंसावृत्ती कमी व्हावी आणि केवळ संरक्षक खात्यातील ही प्रवृत्ती शिक्षण, धनोत्पादन, इ.राष्ट्रसंवर्धक अंगात शिरू नये या दृष्टीने आचार्य जावडेकरांच्या मते, सत्तेचे विकेंद्रीकरण आवश्यक आहे.[७२]

राष्ट्र, राज्य व प्रातिनिधिक लोकशाही यांना गांधीजींच्या राज्यविषयक विचारात स्थान नाही हे स्पष्ट दिसून येते. भारतात प्राचीन काळापासून चालत आलेल्या क्षीण व अजून विघटित स्वरूपात पण जिवंत असलेल्या परंपरा, संस्कृती यांची काही गुणी तत्त्वे यांचे संवर्धन म.गांधींना करावयाचे होते. राज्यसंस्था विकेंद्रात्मक बनविणे ग्रामसंस्थेतून पंचायतीतून व प्रत्यक्ष जनतेकडून या सत्तेचे नियंत्रण झाले पाहिजे. नियंत्रित राज्यसंस्था व आत्मसंयमशील समाजव्यवस्था निर्माण झाली पाहिजे असे म. गांधीजींचे मत होते.

गांधीजींचे कर्तव्याविषयीचे विचार : समाजधर्म, राजधर्म व प्रजाधर्म : सामान्य व्यवहारी मनुष्य 'आपला वृत्तीच्छेद होणार नाही तोपर्यंत मी सत्य पाळीन' अशा रितीने वागत असतो. वृत्तीच्छेद होऊ न देणे हे त्यांचे पहिले सत्य व दुसरे साध्य

असते. परंतु असे झाले म्हणजे समाजात अन्याय माजतो आणि या अन्यायाचे निवारण करून न्यायाची प्रस्थापना करण्यासाठी राजधर्माचा उदय झाला आहे. परंतु राजधर्मानेही न्यायाची खरी स्थापना होऊ शकत नाही.

राजधर्म हा दंडप्रधान आहे. राजनीती ही दंडनीती आहे. समाजाची धारणा ही राजाच्या केवळ दंडशक्तीने होत नाही, असे आचार्य जावडेकर म्हणतात. राजधर्म हा वैद्यकीय शास्त्रातील शस्त्रक्रियेसारखा आहे. ज्याप्रमाणे शरीरावर गळवे आधी दिसतात, ती कापून काढावी लागतात, त्याप्रमाणे समाजात दंगे, दरोडे, खून यावर दंडनीतीचा उपयोग करण्यात येतो. परंतु या दंडनीतीने व अत्याचाराने खरे निवारण होत नाही.[७३]

तसेच राजा हा समाजाचा सेवक व संरक्षक आहे आणि राजा जर प्रजेचे सरंक्षण करत नसेल, तर त्याला काढून टाकण्याचा प्रजाधर्म प्राचीन ग्रंथात सांगितला आहे.

अहंवोरक्षिते लघुकत्वा
धोत्र रक्षति भूमिजः।
ससंहत्य निंहतव्यः
श्वेव सोव्यांद आतुर॥

हिंसावादी क्रांतिशास्त्राचा हा उगम आहे. हे प्राथमिक अवस्थेतील क्रांतिशास्त्र आहे. वैदिक वाङ्मयात राजाला राज्याभिषेक करण्याचा जसा विधि आहे तसाच 'सौत्रामणि' नावाचा विधी वाईट राजाला काढून दुसऱ्या राजाला बसविण्याचा आहे. आचार्य जावडेकरांनी प्राचीन भारतीय राज्यनीतीशास्त्राची तत्त्वे ब्रिटनच्या लोकशाही तत्त्वाशी पडताळून पाहात असताना त्याचा उगम प्राचीन भारतीय राजनीतिशास्त्रात कसा आहे ते दाखवून प्राचीन भारतात राजा व समाज (जनता)यांचे व्यवहार कसे चालत होते याचा विचार केला. राज्यघटनेच्या दृष्टीने आधुनिक काळात ब्रिटिश लोकांनी एक राज्यपद्धती निर्माण केली. तिला जबाबदार मंत्रिमंडळाची राज्यपद्धती असे म्हणतात. १) राजाने आपला सर्व राज्यकारभार मंत्रिमंडळाच्या हाती देऊन वागावे.२) हे मंत्रिमंडळ लोकांच्या विश्वासातील असावे.

कोणत्याही मंत्रीमंडळावरील प्रजेचा विश्वास उडाला म्हणजे त्याने राजीनामे द्यावेत. ज्या पक्षावर प्रजेचा विश्वास असेल त्या पक्षाने नवीन मंत्रिमंडळ बनवावे. आचार्य जावडेकर म्हणतात की ही दोन्ही तत्त्वे आपणाकडे बीजरूपाने सांगितलेली आढळतात. 'शुक्रनीती'त पुढील श्लोक आहे.

सर्वविश्वासू कुशलो नृपोह्यपिसुमंत्रलित्।
मंत्रिभिस्तु विना मंत्र नैकोऽर्थ चिंतयेत् कचित्॥
साध्याधिकादि प्रकृति सभासत्सु मते स्थितः।
सर्वदा स्थान्मृपः प्राज्ञः स्वमते न कृदापन॥

यात राजाने आपल्या मताप्रमाणे कधीही न वागता मंत्र्यांच्या विचाराप्रमाणे वागावे असे म्हटले आहे.हे मंत्री कोण नेमावे याचा विचार करताना 'शांतिपर्वा'त पुढील श्लोक आहे.

यस्यि मंत्रः प्रयोकतव्यो देऽमाधित्सत्ता नृप।
पौर ज्ञानपद सन्विश्वासं धर्मतोगतः ।।"

ज्यांच्यावर शहरातील व खेड्यातील लोकांचा विश्वास आहे त्यांनाच राजाने मंत्री नेमावे, असे स्पष्ट सांगितले आहे. आचार्य जावडेकरांच्या मते, तेव्हा जबाबदार मंत्रिमंडळाच्या पद्धती प्राचीन राजधर्मात उल्लेखलेल्या आहेत, असे म्हणावयास हरकत नाही, परंतु हा राजधर्म न पाळणाऱ्या राजाचे पारिपत्य करणाऱ्या 'सौत्रामणि' यज्ञाची परंपरा आम्ही व्यवहारात आणली नाही आणि प्रजाधर्मातील क्रांतिशास्त्राचा हा विधी विसरून गेलो; किंबहुना राष्ट्र संघटनेची कल्पना विकृत व नष्ट केली असा खेद आचार्य जावडेकर व्यक्त करतात.[७४]

राजसत्तेशी संबंध कसे असावेत

राजकारण आणि राजधर्म हे दोन शब्द वेगळे आहेत. राजधर्म राजापुरता, पण राजकारणाची व्याप्ती फार मोठी आहे. राजकारणातील हिंसा यती धर्मातूनच कमी करता येईल, राजधर्मातून करता येणार नाही. कारण राजधर्माला असे वाटते, की हिंसा करण्याचा आपला हक्क आहे. सत्य युगात राजधर्म नव्हता, तिथे राजसत्ता नव्हती, कारण सारेच स्वयंभू सत्ताप्रेरणेने वागत होते. आपोआप धर्मपालन होत होते. यति धर्माच्याप्रमाणे सारे वागत होते असे महाभारतात वर्णन आहे, परंतु जेव्हा संग्रह वाढला तेव्हा शस्त्रबळावर आधारलेली ही शासनसंस्था निर्माण करण्यात आली, परंतु शस्त्रे इतकी वाढली आहेत, की यामुळे समाजाचे धारण होण्याऐवजी संग्रह होणार आहे, असे दिसू लागले आहे. खऱ्या न्यायाची स्थापना राज्यसत्तेच्या द्वारे होणे अशक्य आहे असे म.गांधींचे निश्चित मत आहे. त्याचा अर्थ दुर्बल भेकडपणा असा नव्हे. म. गांधींना दुर्बलतेपेक्षा सामर्थ्याची अहिंसा पाहिजे. म.गांधींना समाजात अहिंसा वृत्तीचे खरे वीरपुरुष पाहिजे आहेत. गांधीजींच्या मते, असे लोक समाजात हवेत की जे राज्यसत्तेच्या भीतीमुळे कायदे पाळत नसून न्यायबुद्धीला प्रमाण मानून कायदे पाळतात.

नैतिक कायदा व सरकारी कायदा

गुन्हेगार कायदा मोडतो. त्यांच्याजवळ नैतिक कायदा नसतो. सत्याग्रही कायदेभंग करतो, पण नैतिक कायदा कधीही मोडत नाही. त्याचे कार्य हे सविनय असते. कर्तव्य म्हणून असते. सविनय कायदेभंग करणारा नैतिक कायदा अभंग मानतो. कर्तव्यनिष्ठ म्हणून न्यायनिष्ठा म्हणून तो कायदा मोडतो, स्वार्थासाठी नाही.

नैतिक कायदा व राजसत्तेचा कायदा यात भेद आहेत. नैतिक कायद्याचे पालन करून राजसत्तेचा कायदा मोडावयाचा हे जनतेचे कर्तव्य आहे. हे कर्तव्य पार पाडण्यासाठी समत्व बुद्धिने व कर्तव्य बुद्धिने कायदेभंग करावयाचे, मात्र सत्याग्रही समाजात दंगल होऊ नये म्हणून सत्याग्रही काळजी घेतो.[७५]

राजकीय दृष्टिकोन

राज्यसंस्था न्यायांकित आहे, तोपर्यंत तिचे कायदे पाळणे सत्याग्रह्यांचे कर्तव्य आहे, पण जेव्हा राज्यसंस्था अन्याय करत असेल तेव्हा असहकार हा सत्याग्रहीचा धर्म होतो. म्हणूनच शासनाशी अन्य प्रकारे सहकार करून आपण धर्म पाळतो, कारण शासनसंस्था आपले रक्षण करते व राज्यसंस्था व जनता यांचे अन्योन्य संबंध आहेत. परिणामतः प्रत्येक नागरिकाच्या जीवनात कमी-अधिक प्रमाणात राजकारणाचा अंश आहे. असा राजकारणाचा व्यापक अर्थ म.गांधीजी घेतात. ज्याला पापातून मुक्त व्हायचे असेल त्याने राजकारणात पडले पाहिजे. कारण अन्यायी राज्यात असाल तर मोक्ष मिळविण्यासाठी कायदेभंग करणे हा सत्याग्रहीचा धर्म आहे व जनतेला बरोबर घेऊन त्यांची नैतिक, आत्मिक शक्ती वाढवून त्याला अन्यायी सत्तेविरुद्ध असहकार करण्यास उद्युक्त केले पाहिजे.जितक्या लवकर अन्याय दूर होईल तितक्या लवकर सत्य दर्शनाचा मार्ग मोकळा होईल. म. गांधीजींची राजकारणाकडे पाहण्याची अशी दृष्टी आहे असे आचार्य जावडेकर म्हणतात. म्हणूनच म. गांधींनी राजकारणाचा प्रश्न मोक्ष मार्गात समाविष्ट केला.

आर्थिक दृष्टिकोन

राजकीय प्रश्नाप्रमाणे आर्थिक प्रश्नही महत्त्वाचा आहे समाजाची आर्थिक घडी नीट नसेल तर मोक्षार्थी माणसाचे मोक्षाकडे कसे लक्ष लागेल. 'जोपर्यंत सर्वांना पोटभर अन्न देता येत नाही तोपर्यंत त्यांना देवाचे नाव मी कोणत्या तोंडाने घ्यावयास सांगू?' असे म. गांधीजी म्हणतात. संपूर्ण मानवी जीवनाचा पाया जोपर्यंत आर्थिक समतेवर सुदृढपणे उभा नाही तोपर्यंत आत्मोन्नतीची आशा नाही. राजकारणातील अन्याय दूर करण्यासाठी मोक्षार्थी पुरुषांनी उठले पाहिजे. त्याचप्रमाणे आर्थिक विषमता दूर करण्यासाठी त्यांनी लढले पाहिजे. 'मी आर्थिक समतेला जर अहिंसेचा पाया न देईन तर मला संपूर्ण सत्याचे दर्शन होणे शक्य नाही.' असे म.गांधीजींना वाटते, कारण सत्यदर्शन अहिंसेच्या प्रकाशात होऊ शकते.

सामाजिक दृष्टिकोन

अहिंसेचे नैतिक व सामाजिक असे द्विविध स्वरूप आहे. समाज नीट राहावा यासाठी समाजातील संबंध सलोख्याचे हवेत. राजकारणापेक्षाही सामाजिक व्यवहार

अधिक व्यापक असतात. राजसत्तेलाही जनतेचा सहकार लागतो; त्यापेक्षाही समाज नीट चालावा म्हणून अधिकच अन्योन्य सहकार्य हवे. समाजाचा परिणाम आपल्यावर फार होत असतो. समाजात जी ध्येये असतात, जे विचार असतात, ज्या अटी असतात त्या सर्वांचा आपापल्या विचारसृष्टीवर परिणाम होत असतो. आपल्या मनावर या गोष्टींचे संस्कार होत असतात. आपले मन समाजरचनेशी एकरूप असते. आपले जीवन सभोवतालच्या समाजघटनेपासून अलग होत नाही. सामाजिक सुधारणा झाल्याशिवाय, समाजाची नीती सुधारल्याशिवाय संपूर्ण सत्तेचे दर्शन होऊ शकत नाही. समाजाच्या दोषात मी भागीदार आहे, त्याचा परिणाम माझ्याही जीवनावर होणार आहे, म्हणून माझा मोक्ष समाजाच्या सुस्थितीवर अवलंबून आहे. ज्या मानाने राजकीय गोष्टी, आर्थिक गोष्टी, सामाजिक गोष्टी सुधारतील तितक्या लवकर समाज सुधारेल. ज्या समाजात हे सारे असेल त्यास म.गांधीजी रामराज्य म्हणतात. ज्या अर्थाने आपण लोकशाही समजतो, ती म. गांधींना अभिप्रेत नव्हती, असा अर्थ आचार्य जावडेकरांनी काढला आहे.[७६]

जो सत्याग्रही अहिंसक आहे तो इतर धर्म सोडून, सत्याग्रह धर्म म्हणून उभा राहतो. 'सर्व धर्मा परित्यज्यमामेकं शरणं व्रज' यातील हाच भावार्थ की हिंसेनी सत्याची स्थापना होत नाही. म्हणून म.गांधीजी अहिंसक शक्ती प्रतिकार रूपाने बंडाच्या स्वरूपात उभी करू इच्छितात कारण हिंसक क्रांतीतून निराळ्या स्वरूपात हिंसा निर्माण होते. मतपरिवर्तन करून कायदे बदल करणे यात लोकशाहीचा प्राण आहे.

'मी अहिंसक रीतीने अन्यायी कायद्यांना विरोध करेन. मला न्यायालयात खेचतील, बंडखोर म्हणतील, परंतु जोपर्यंत मनुष्य अहिंसेचा प्रचारक आहे तोपर्यंत त्याच्या नागरी हक्कांवर गदा येऊ नये.' असे गांधीजी म्हणतात, 'मी क्रांतिकारक आहे. सरकारविरुद्ध अहिंसक रीतीने अप्रीती उत्पन्न करण्याचा माझा जन्मसिद्ध हक्क आहे. हिंसक क्रांती नको असेल तर अहिंसक क्रांतीस मुभा देण्यात हवी. समाजव्यवस्था, राज्यव्यवस्था कायम स्वरूपाच्या कधीच नसतात. परिस्थितीनुरूप त्यांच्यात फेरफार करावे लागतात. विधिनिषेध, संकेत बदलावे लागतात. मग म.गांधीजी स्वतःला सनातनी समजतात. आचार्य जावडेकर या सनातन तत्त्वाचा अर्थ लावताना म्हणतात 'सनातनो नित्यनूतन' असा आहे, जे लोक बुद्धिप्रमाणे वागतात, काळाची गती ओळखून वागतात त्यास सनातनी म्हणतात.[७७] याचा अर्थ इतर कर्मकांडांना महत्त्व नाही. सत्यनिष्ठेला महत्त्व आहे आणि म्हणून राज्यसत्तेत निर्माण झालेली हिंसा नष्ट करण्यास सत्य प्रस्थापित करण्यास समाजाने झटले पाहिजे, म्हणजे आपोआप समाज आपल्या नैतिक व कायदेशीर हक्काविषयी जागृत राहू शकतो म्हणून राज्यसंस्था आणि समाज यांचा संबंध पाहात असताना समाजव्यवस्थेतील प्रत्येक व्यक्ती सत्यनिष्ठ निर्माण

होण्याला म.गांधी अधिक महत्त्व देत होते. सामाजिक, आर्थिक, राजकीय संबंध यामध्ये सुद्धा ते सत्यनिष्ठा निर्माण करण्याचा प्रयत्न करीत असत. शासनसंस्था व प्रजा यांना वळण लावणारा व समाजात सत्यसंशोधन करून सत्य संस्थापणारा वर्ग म्हणूनच अत्यंत महत्त्वाचा आहे. यासंबंधी आचार्य जावडेकर सांगतात, 'समाजातील इतर सर्व धर्म सत्यधर्माहून गौण आहेत, म्हणून आपल्या स्वपक्षाच्या सत्याला प्राधान्य देऊन त्याप्रमाणे बोलणारा व वागणारा एक वर्ग समाजात असावा, त्यास यति वर्ग म्हणतात. सत्यसंशोधनाचे व सत्यस्थापनेचे कार्य यति वर्ग हिंसेने न करता अहिंसेने करत असतो. मात्र प्रेमाने सत्याची प्रस्थापना करण्यास अपरिग्रहाचे व्रत घ्यावे लागते. कारण सत्यसंस्थापनेमध्ये मोह उत्पन्न होतो. आणि या मोहामुळे सत्याला गौणत्व प्राप्त होते असे आचार्य जावडेकरांचे मत होते.'[७८] यति वर्ग हा अहिंसावादी असल्यामुळे 'निस्त्रैय भुवने पंथी विचाराता विधिःको निषेधः' यानुसार यति वर्ग विधिनिषेधाच्या पलीकडे जाऊ शकतो, कारण सर्व विधिनिषेध व्यवहारात सत्याची व न्यायाची संस्थापना करण्यासाठी असतात.यति वर्ग हा समाजात समाजधारणेचे खरे अधिष्ठान आपल्या अहिंसत्मक उपासनेने निर्माण करीत असतो. सर्व जनता या यतिवर्गाच्या मागून जाईल तेव्हा तिला राज्यसंस्थेची आवश्यकता उरणार नाही, असे आचार्य जावडेकरांचे मत आहे. पण जोपर्यंत धर्माने समाजात सत्यनिष्ठा निर्माण होऊ शकत नाही तोपर्यंत राज्यसंस्थेचे अस्तित्त्व आचार्य जावडेकर मान्य करतात. आणि अहिंसात्मक क्रांतीचे महत्त्व सांगताना आचार्य जावडेकर लिहितात, 'हिंसेच्या वातावरणात केलेली क्रांती खरी न्यायसंस्थापना करू शकत नाही, असा अनुभव येतो म्हणून अहिंसात्मक क्रांतिशास्त्राचा उगम होतो व तिचे अध्वर्युत्व यतिवर्गाकडे जाते.'[७९]

सत्याग्रही क्रांतिकारक वर्ग म्हणजे प्राचीन काळात प्रतिष्ठा पावलेला यति वर्गच होय. त्याचे वेगळेपण सांगताना आचार्य जावडेकर लिहितात, 'तो त्या यति वर्गाप्रमाणे सामाजिक घडामोडींपासून अलिप्त राहणारा आणि समाजाच्या दानबुद्धीवर जगणारा अलग यति वर्ग नव्हे. समाजातील सर्व व्यवहारातील न्यायाचे न्यायसंस्थापनाचे मार्ग शोधून काढण्यात नित्य गढून गेलेला स्वतःच्या चरितार्थाचा भार स्वतःच उचलणारा आणि सामाजिक क्रांतीचे नेतृत्व स्वीकारणारा, प्रस्थापित न्यायासाठी झगणारा असा हा वर्ग असला पाहिजे, तसेच समाजाशी अनासक्त बुद्धीने हर एक प्रकारे सेवा करून त्याची शुद्धि करणाराही वर्ग असला पाहिजे. सत्ता व संपत्तीचा लोभ त्याने सोडला पाहिजे. सामान्य जनतेच्या अंत:करणातील सार्वत्रिक समभावना जागृत करणे शक्य आहे व तसे केले तर जगात न्यायप्रस्थापना होऊ शकेल. हे सिद्धांत केवळ बुद्धीने ग्रहण करून न थांबता त्या कार्यात वाहून घेण्याचा निर्धार त्यांनी केला पाहिजे.' अशी आशा यतिवर्गाकडे व्यक्त करून आचार्य जावडेकर म्हणतात, 'असे तंत्र समाजात

आमूलाग्र क्रांती घडवून आणून स्वातंत्र्याचे व समतेचे व बंधुभावनेचे नवे जग निर्माण करू शकेल.'[८०]

आचार्य जावडेकरांनी प्राचीन काळातील यतिवर्गाची कल्पना सत्याग्रही वर्ग म्हणून आधुनिक काळास अनुरूप अशी केली आहे. राज्यसंस्था व समाज यांना जोडणारा हा दुवा म्हणून आचार्य जावडेकर यतिवर्गाकडे पाहतात. समाजामध्ये एका स्वतंत्र वर्गाची संस्थापना करूनच समाजामध्ये नैतिक बळ वाढविण्याचे कार्य हा यतिवर्ग करीत असतो, मात्र आचार्य जावडेकरांच्या मते, यतिवर्ग समाजापासून स्वतंत्र असला तरी तो समाजाचा एक घटक आहे, हे विसरता कामा नये. समाजातील हिंसा कमी करण्यासाठी व समाजातील आत्मिक बळ वाढविण्यास यतिवर्गाचा निश्चित उपयोग होईल. म. गांधींना अभिप्रेत असणारे दंडहीन समाजाचे स्वप्न साकार होऊ शकेल.

प्रजाधर्म व राजधर्म यांचे अंतिम ध्येय

आधुनिक क्रांतिकारकांनी समाजाची राजकीय, आर्थिक परिस्थिती पालटून जगातील आपत्तीचे निवारण करण्याचे प्रयत्न चालविले पाहिजेत. आचार्य जावडेकरांच्या मते,म.गांधीजींनी या दोन्ही गोष्टींचा समन्वय घडवून सत्याग्रहाचा संदेश दिला आहे. यात समाजाची अंतरंग क्रांती व बाह्यांग क्रांती यावर सारखेच लक्ष दिले आहे. व्यक्ती आणि व्यक्तीधर्माचा समाजधर्माशी समन्वय साधला आहे. सत्य, अहिंसा व संयम यांच्या आधारे विश्वकुटुंब वृत्ती व्यक्तीच्या अंतःकरणात बाणते व त्यांचा सामाजिक आविष्कार झाल्याने समाजाला विश्वकुटुंबाची अवस्था प्राप्त होऊ शकेल.

अयं निजः परो नेति गणना लघुचेतसाम्।
उदारचरितानां सुवसुधैव कुटुंबकम्॥

ही वृत्ती स्वतःच्या अंतःकरणात बाणवावी आणि तीच वृत्ती समाजात बाणविण्यासाठी सामाजिक, राजकीय व धार्मिक अन्यायाविरुद्ध अहिंसेने झगडत राहावे. स्वतः झगडावे व इतरांस झगडण्याचे शिक्षण द्यावे म्हणजे समाजसंस्था व राज्यसंस्था यांच्यातील हिंसक प्रवृत्ती कमी होईल.[८१]

रामराज्याची कल्पना सांगताना आचार्य जावडेकर म्हणतात, सत्ययुगाचे ध्येय दूर आहे, हे गांधींना मान्य आहे. मात्र, त्यांना अशी आशा वाटत होती की, आज भारत खंडात आत्मबलाचे क्रांतिशास्त्र निर्माण होत आहे आणि म.गांधी यतिधर्मातील सत्याची व अहिंसेची स्थापना सर्व समाजात कशी करता येईल, याचा विचार करीत आहेत. याचवेळी भारत खंडात अहिंसावाद फैलावत आहे. या सत्याची प्रस्थापना करण्याचा व अहिंसेने अन्यायाचा प्रतिकार करण्यास लोकांना शिकविणाऱ्या भारतीय

तत्त्वज्ञानातून आधुनिक आत्म्याचा जन्म होत आहे. हा आधुनिक भारत म्हणजे प्राचीन भारताचे सारच होय. राजधर्म व प्रजाधर्म या दोघांच्याही पलीकडे जाऊन दोघांचाही विकास सत्याच्या व अहिंसेच्या दिशेने झाला पाहिजे. आणि सत्य व अहिंसा हेच दोन्ही धर्मांतील अंतिम साध्य आहे. हाच प्राचीन व आधुनिक भारताचा जगाला संदेश आहे, असे आचार्य जावडेकरांचे मत आहे.

म. गांधींचे वर्ण व्यवस्था व श्रमविभागणीविषयक विचार

हिंदु धर्मातील अधिकार भेद, अस्पृश्यता आणि रोटी बेटी व्यवहारावरील निर्बंध यांचा म. गांधींनी जरी स्पष्टपणे निषेध केला असला तरी वर्णव्यवस्थेचा मात्र त्यांनी उदोउदो केला आहे. आनुवंशिक व्यवसायाचे हे तत्त्व समाजात मान्यता पावले की माणसामाणसांची जीवघेणी स्पर्धा आपोआपच लुप्त होईल व सहकार्याच्या तत्त्वावर समाजव्यवस्थेची पुनर्रचना करण्यात येईल, अशी म.गांधीजींची कल्पना होती. माणसाने आपल्या गरजा कमीतकमी ठेवून त्या भागविण्यासाठी त्याला काही तास श्रम करावे लागतील. वर्णधर्माची स्थापना ही माणसाच्या भौतिक सुखासाठी नव्हे, तर त्याच्या आध्यात्मिक कल्याणासाठी झालेली आहे.म्हणून पिढीजात व्यवसाय हा पैसा मिळविण्याचा अधिकार नसून ते एक सामाजिक कर्तव्य आहे, अशीच प्रत्येकाची भावना असली पाहिजे, असा म.गांधीजींच्या विचारसरणीचा अर्थ आहे.[८२]

आचार्य जावडेकरांच्या मते, जातिसंस्थेचा मूळ उद्देश जातीय विषमता व सामाजिक दास्य निर्माण करण्याचा नसून औद्योगिक श्रमविभाग व परंपरागत संस्कृती रक्षण हा होता. पण या भेदामुळे समाजात आज सामाजिक विषमता व दास्य यांचा उद्भव झाला आहे आणि मूळचा उद्देश विकृत व विपर्यस्त झाला.

आचार्य जावडेकरांना वाटते की, म.गांधींच्या मते, ही जन्मजात अस्पृश्यता हा हिंदु धर्मावरील कलंक आहे. तो धुवून टाकल्यावाचून अहिंसात्मक राष्ट्ररचना करता येणार नाही.अस्पृश्यतेचा अंत होणार आहे. अस्पृश्य गणलेल्या हरिजनांना समानतेने वागविण्याची बुद्धी सर्वत्र फैलावल्यावाचून खरे स्वराज्य निर्माण झाले असे म्हणता येणार नाही. म.गांधींना समबुद्धी, अस्पृश्यता निवारण ही व्रते म्हणून कधी घ्यावी लागली नाहीत कारण म. गांधीजींचा तो स्वभावच होता व सहजपणाने त्यांच्या वर्तनातून ते व्यक्त होत होते.[८३]

सत्याग्रहाचे प्रणेते म. गांधी स्वत:ला वर्णाश्रम धर्माचे पुरस्कर्ता मानतात.चातुर्वर्ण्य हा वर्णाश्रम संस्थेचा आधार असल्यामुळे काही लोकांना एकवर्गी समाजाचे ध्येय सत्याग्रही तत्त्वज्ञानाशी विसंगत वाटते. पण हा केवळ शाब्दिक वाद आहे किंवा या वादात बराच गैरसमज असल्याचा संभव आहे, असे आचार्य जावडेकरांना वाटते. या

अनुषंगाने चातुर्वण्याचे सामाजिक तत्त्वज्ञान म्हणजे काय? आचार्य जावडेकरांनी ते पुढीलप्रमाणे व्यक्त केले आहे.

"स्वे स्वे कर्मण्यभिस्तः संसिद्धि लभते नरः
स्वकर्मणा तमभ्यर्च्य सिद्धिं विन्दंति मानवः"

हा चातुर्वर्णीय संस्थेचा आध्यात्मिक आधार मानला जातो आणि प्रस्तुत तत्त्वांच्या आधारे समाजरचना करावयाची म्हणजे प्रत्येक मनुष्याने आपल्या गुणानुसार समाजाची कोणतीही सेवा केली तरी निरंकारी व निःस्वार्थी बुद्धीने केली असता त्याला श्रेष्ठत्व प्राप्त होते. समाजसेवा ही परमेश्वराची सेवा असून तीतच व्यक्तीचे आध्यात्मिक हित आहे. समाजातील उपयुक्त व्यवसायाची योग्यता सामाजिकदृष्ट्या सारखीच असल्याने निरनिराळे व्यवसाय करणाऱ्या लोकांत सामाजिक, आर्थिक किंवा राजकीयदृष्ट्या उच्चनीच भाव कल्पिणे व विषमता रूढ करणे हा अधर्म होय, असा अर्थ होता. हा अर्थ लोकसत्तेच्या किंवा समाजसत्तेच्या ध्येयाशी विसंगत नसून सांप्रतच्या यांत्रिक धनोत्पादनाच्या युगात समाजवादी लोकसत्तेत प्रस्थापित होईल; तेव्हा समाजातील कोणताही व्यवसाय करणे ही लोकसेवा म्हणजे लोकसंग्रह किंवा ईश्वरसेवा असे म्हणता येईल. धनोत्पादनाची साधने जोपर्यंत व्यक्तिगत स्वामित्वाची आहेत, तोपर्यंत कष्टाळू जनतेला आपली श्रमशक्ती धनिक वर्गाची लक्ष्मी वाढविण्यासाठी वेचावी लागणार आहे हे स्पष्ट करून आचार्य जावडेकर म्हणतात, जनतेला भोगाव्या लागणाऱ्या या कष्टांना परमेश्वरी सेवा म्हणजे 'लक्ष्मीवंत ते परमेश्वर' असा अर्थ करावा लागतो. परंतु, लक्ष्मीवंत नारायण कष्टजीवी जनतेची कधीच दाद घेत नाहीत, कारण एका कवीने म्हटले आहे-

"लक्ष्मीवंतो न जानन्ति प्रायेण प्रवेदनाम् ।
शेषे घराभरा क्रांते शेजे नारायणः सुखम् ।।"

तथापि सत्याग्रही तत्त्वज्ञानातील नारायण हा लक्ष्मीवंत नसून तो दरिद्री आहे यास्तव या दरिद्री नारायणाची सेवा सत्याग्रही व्यक्तीने केली पाहिजे आणि कष्टजीवी वर्गाला संघटित करून त्यांनी धनिक वर्गाला समाजाचे सेवक बनविले पाहिजे.

समाजातील निरनिराळ्या शक्ती ह्याच देवता आहेत. प्रस्तुत देवतांच्या प्रसन्नतेतून संपत्ती उत्पन्न होते. ही संपत्ती हे एक हवन द्रव्य समजून ती पुन्हा त्या देवतांकडे गेली पाहिजे. हा एक सामाजिक यज्ञ आहे आणि या यज्ञाची उत्पत्ती कर्मातून होत असते. हे यज्ञ चक्र चालविण्यासाठी कोणतेही श्रम न करता जे वर्ग सामाजिक उत्पन्नाचा उपभोग घेतात ते परपीडनाचे पाप करीत असतात आणि दुसऱ्यांच्या श्रमाचे फळ उपभोगून स्वतः श्रम करीत नाहीत, म्हणून चोर ठरत असतात. त्यांच्यावर सामाजिक श्रमशक्तीरूप देवतांचा कोप होऊन त्यांचा कालांतराने नाश होणे हीच धर्म संस्थापना

म्हणता येईल. या दृष्टीने विचार केला तरी भोगप्रधान धनसत्ताक संस्कृतीपेक्षा कर्मप्रधान समाजवादी संस्कृती वर्णाश्रम धर्माच्या मूलतत्त्वास अनुसरून आहे, हे मान्य करावे लागते, असे आचार्य जावडेकरांना वाटते. भारतीय पारतंत्र्याविषयी विवेचन करताना आचार्य जावडेकर लिहितात, 'वर्णाश्रम धर्म, समाजसेवा व समता यावर समाज अधिष्ठित असेल तर त्यापासून लोकसंग्रह किंवा समाजधारणा होईल. यात ज्याप्रमाणे परोपजीवन चालू होते तितक्या प्रमाणात त्यातून वर्गविग्रही समाज निर्माण झालेला आहे. आणि या वर्गविग्रहामुळे भारत खंड पारतंत्र होऊन पारतंत्र्यच राहिला आहे.'[८४]

चातुर्वर्ण्य व्यवस्थेत शूद्र वर्ग हा संपत्ती व संस्कृती यापासून दूर ठेवण्यात आला होता त्यामुळे वर्णाश्रम संस्कृती ही केवळ त्रैवार्णिक संस्कृतीच बनली आणि तिने शूद्र, अतिशूद्र वर्गास दास बनविले. यातून सामाजिक विषमता, जन्मसिद्ध उच्चनीच भाव, जातीय स्वार्थ हा अद्यापि भारतखंडाच्या राष्ट्रीयीकरणाच्या आड येत आहे आणि तो त्याच्या पारतंत्र्यास कारणीभूत होत आहे. तसेच राष्ट्रबुद्धीचा अभाव हे एक प्रमुख कारण आहे आणि ही राष्ट्रबुद्धी न वाढविण्यास सामाजिक जातिभेद व जन्मसिद्ध उच्चनीच भाव म्हणजेच सामाजिक विषमता कारण झाली आहे. ही विषमता ज्या काळी धनोत्पादनाची शक्ती वाढली नव्हती त्याकाळी अपरिहार्य असेल असे आचार्य जावडेकरांना वाटते, पण ती आज अपरिहार्य नाही. अशी परिहार्य विषमता चालू देणे ही हिंसा आहे. असे आचार्य जावडेकरांचे मत होते.

वर्णाचा लोप कसा होत जाणार आहे? सत्याग्रह व समाजवाद याचेही ध्येय समाज एकवर्ग बनणे असा आहे. याचे विश्लेषण आचार्य जावडेकर पुढीलप्रमाणे करतात, ''चातुर्वर्ण्याची अवस्था अनादी व शाश्वत नसून सत्ययुगात एकवर्णी समाज होता असे पुराणादी ग्रंथात केलेले वर्णन मान्य आहे. एकवर्णी समाजव्यवस्था हीच आदर्श समाजरचना होय, असा याचा स्पष्ट अर्थ होतो. चातुर्वर्ण्यातील शूद्र वर्ग हा केवळ सेवा करणारा वर्ग असून तो संपत्ती आणि संस्कृती यापासून दुरावलेला ठेवणे हे समाजाचे ध्येय असूच शकत नाही आणि सांपत्तिक व सांस्कृतिकदृष्ट्या शूद्रांना समतेचे हक्क देण्याचे तत्त्व गृहीत धरल्यानंतर केवळ त्रैवर्गिकच समाज उरतो. जोपर्यंत राज्यसंस्था आहे, तोपर्यंतच क्षत्रिय वर्गाची आवश्यकता आहे. राज्यसंस्था नष्ट झाली म्हणजे क्षत्रियवर्ग आपोआप नष्ट होतो. सत्याग्रह व समाजवाद हे दोन्ही तत्त्वज्ञाने दंडहीन समाजाला आदर्शभूत समाज मानीत असल्यामुळे त्यांच्या आदर्शभूत समाजाला क्षत्रिय वर्गाची आवश्यकताच नाही. आचार्य जावडेकरांच्या मते, अशा प्रकारे शूद्र व क्षत्रिय हे दोन वर्ग नष्ट करणे हे ध्येय समाजवाद व सत्याग्रह दोन्ही तत्त्वज्ञानांस मान्य आहे.नंतर समाजात ब्राह्मण, वैश्य हे दोन वर्गच राहतात.'

यापैकी ब्राह्मण हे संन्यस्त व वैराग्यशील आणि वैश्य हे कार्यशील व भोगशील असा अर्थ आहे या दृष्टीने सत्याग्रहाचे ध्येय सर्वास ब्राह्मण बनवावे असे असून समाजवादाचे ध्येय सर्वांना वैश्य बनवावे म्हणजे कर्मशील व भोगशील बनवावे असे आहे. समाज एकवर्गीय व्हावा हे ध्येय दोघांसही समान असेल, तरीही सत्याग्रही समाज अद्यापही अपरिग्रही व अध्यात्मप्रवण व निवृत्तीपर बनेल तर, समाजवादी समाज परिग्रही, भौतिक सुखप्रवण व प्रकृतिपर बनेल.[८५]

म. गांधी हे वर्णश्रम धर्माचे अभिमानी होते, या म्हणण्याचा अर्थ काय? आचार्य जावडेकरांच्या मते, त्याचा अर्थ म. गांधींचे असे मत होते की, 'प्रत्येक व्यक्तीने आपल्या गुणकर्मास अनुसरून समाजास उपयुक्त कोणतेही कार्य कर्तव्यबुद्धीने करावे. हे कार्य करीत असता, व्यक्तीने स्वार्थबुद्धी धारण न करता समाजसेवेची बुद्धी स्वीकारावी आणि याच सेवेला समाजाने जेवढे फळ ठरविले असेल ते फळ मिळविल्यानंतर आपल्या जीवनास आवश्यक तेवढाच भाग घेऊन उरलेला भाग समाजास अर्पण करावा. तसेच आपल्या गुणकर्मास अनुसरून कोणतेही काम केले तरी ते जर समाजाला उपयोगी असेल तर त्याचा सामाजिक दर्जा इतर कोणत्याही समाजा- इतकाच मानण्यात यावा. समाजाला उपयुक्त अशी जी कामे असतील, त्यात श्रमतत्त्वाच्या विभागानुसार कितीही प्रकार असले तरी त्या कामामुळे ते करणाऱ्यांचा सामाजिक दर्जा उच्च असावा, तो कमी मानला जाऊ नये. म.गांधींच्या मताप्रमाणे जाती-जातींतील उच्च-नीच भावना हे वर्णाश्रम धर्माचे रहस्य नव्हे. त्यांच्या वर्णाश्रम धर्माच्या कल्पनेत सामाजिक विषमतेला स्थान नाही. समाजात रूढ असलेल्या श्रमविभागणीनुसार जी कामे अस्तित्वात असतील त्यांपैकी आपण कोणते काम गुणानुसार स्वीकारावे तरी त्यांची सामाजिक योग्यता सारखीच आहे. हे काम आपण व्यक्तीस्वार्थाच्या दृष्टीने न करता समाजसेवेच्या कर्तव्यबुद्धीने करीत राहिलो आणि फळाविषयी पूर्ण अनासक्ती धारण केली, तर आपण लोकसंग्रह आणि आत्मप्राप्ती ही ध्येयं एकाच वेळी प्राप्त करू शकतो. हीच निष्ठा समाजात निर्माण होते. हा वर्णाश्रम धर्माचा मुळचा उद्देश अथवा आदर्श स्वरूप म. गांधीजी मानत होते. या आदर्शात अंतर्भूत होणारी तत्त्वे निष्काम समाजसेवा आणि सामाजिक जाणीव अशी होती.'[८६] आजची भांडवलशाही संस्कृती लोभावर व स्वार्थावर उभी आहे. हा आदर्श अनर्थावह असून निष्काम सेवा आणि सामाजिक समता हा आदर्श सतत आपल्याकडे असला पाहिजे असे म. गांधींचे मत होते. म्हणूनच ते स्वतःस वर्णाश्रम धर्माचे अभिमानी म्हणत होते. परंतु आचार्य जावडेकर म्हणतात, त्याचा अर्थ पुन्हा आपण अशा प्रकारचे चार वर्ण स्थापन करावे असा होत नाही. आपल्या मताचा असा विपर्यास होऊ नये म्हणून म.गांधीजींनी अनेक

वेळा खुलासे केले आहे. आणि सर्व प्रकारचे जातिभेद,वर्णभेद नाहीसे करून आज आपण एकवर्ग समाज स्थापन केला पाहिजे असे त्यांनी जाहीर केले आहे. सत्य व अहिंसा यांना मूर्त आकार द्यावयाचा तर समाजवाद स्थापन झाला पाहिजे असे म.गांधीजी म्हणतात. वर्णाश्रम धर्मातील सामाजिक व्यवहारांवर नैतिक बंधने ठेवण्याची आवश्यकता आणि समाजधारणेला आध्यात्मिक अधिष्ठान निर्माण करण्याची गरज लक्षात घेऊनच म.गांधींनी आजच्या परिस्थितीस अनुसरून असा लोकशाही समाजवादाचा पुरस्कार समाजधारणेच्या दृष्टीने करून समाजवाद हाच आजचा युगधर्म होय, असा निर्णय घेतला होता. या उदाहरणावरूनच वर्णाश्रम धर्माचा अभिमानी हा आज लोकशाही समाजवादाचा एक वर्ग समाजरचनेचा पुरस्कर्ता बनू शकतो असे आचार्य जावडेकरांचे मत होते.

आदर्श वर्णव्यवस्थेची स्थापना हे म. गांधींचे अंतिम ध्येय होते. प्रत्यक्षात वर्णही नव्हते व वर्णाश्रम स्थापनेचा कार्यक्रमही नव्हता, म्हणून म.गांधीजींच्या विचार प्रतिपादनातील अनैतिहासिकता आणि विसंगती मान्य करूनही त्यांच्या कार्यक्रमातून शूद्रांची परंपरागत बेड्यांतून मुक्त होण्याची पार्श्वभूमी तयार झाली.[८७]

म. गांधींचा राज्यसिद्धांत

राज्यसंस्था ही शस्त्रबलाधिष्ठित आहे. राजनीती ही दंडनीती आहे आणि राजधर्म हा हिंसात्मक आहे अशा कल्पना पूर्वीपासून रूढ आहेत. राज्यसंस्थेला अहिंसेचे अधिष्ठान दिले पाहिजे, हे मत अनेकांना पटत नाही, म्हणून आचार्य जावडेकर म्हणतात, 'ज्या संस्थेला शस्त्रबळाचा आश्रय करणे निदान पक्षी आज जरी आवश्यक असले तरी ते अधिष्ठान शस्त्रबळ नसून आत्मबळ हेच असले पाहिजे, कारण समाजाची खरी धारणा त्यातील न्यायबुद्धीने होत असते आणि राज्यसंस्था शस्त्रबळाचा उपयोग करीत असली तरी हे शस्त्रबळ न्याय प्रस्थापनेसाठी उपयोगी आहे अशी समाजाची समजूत असते. केवळ दंडधारी संस्था म्हणजे राज्यसंस्था अशी राज्यसंस्थेची व्याख्या न करता न्यायप्रस्थापनेसाठी दंडधारण करणारी संस्था म्हणजे न्यायसंस्था' अशी तिची व्याख्या केली पाहिजे.

कोणत्याही राज्यसंस्थेचा- त्यांच्या सुधारणेचा- विचार करीत असता वरील राज्यसंस्थेच्या व्याख्येच्या आधारेच विचार करावा लागतो. राज्यसंस्था ही दंडधारी असते आणि तिने शस्त्रबळाचा उपयोग केला तरी न्याय हे तिचे अधिष्ठान आहे आणि लोकांच्या न्यायबुद्धीला संतुष्ट करणे हे तिचे ध्येय असले पाहिजे या मुद्याकडे दुर्लक्ष करून राज्यसंस्थेचे समर्थन करता येत नाही, यावर आचार्य जावडेकर भर देतात.[८८] सामाजिक पापातून राज्यसंस्थेचे पाप जन्मते. समाजातील पापाचे प्रतिबिंब शासनसंस्थेत

पडत असते. समाजातील आर्थिक घटनेच्या रक्षणार्थ राज्यसंस्था असते.

१९०८ साली म. गांधींनी 'हिंद स्वराज्य' नावाचे पुस्तक लिहिले. या पुस्तकात त्यांनी राज्यसंस्थेविषयी असणारा दृष्टिकोन मांडला. 'म.गांधीजींनी राज्यसंस्थेला गौण स्थान देऊन समाजसुधारणेवर जास्त भर दिला आहे, कारण समाजाच्या नैतिक आत्मशुद्धीद्वारे सत्याग्रही मार्गाने अन्यायी राज्यसंस्थेला नियंत्रित करता येईल असा त्यांना विश्वास वाटत होता.'[८९] असहकाराने व सविनय कायदेभंगाने म्हणजेच सत्याग्रहाने आपल्यापुढील राजसत्तेला नमविणारे आत्मबळ जागृत, संघटित व प्रभावी बनविणे हाच राजकीय जुलमाचा अंत करून खरी लोकशाही निर्माण करण्याचा मार्ग असून हिंदुस्थानात हा प्रयोग यशस्वी होईल अशी म.गांधीजींना आशा वाटते.[९०] म.गांधीजींनी समाजव्यवस्थेतील व्यक्तीच्या आत्मशुद्धीला व नैतिक आत्मबलाला जास्त महत्त्व दिलेले होते. आणि राज्यसंस्थेपेक्षा समाजव्यवस्थेतून राज्याच्या भ्रष्टपणाला शह मिळेल असा विश्वास म.गांधींनी व्यक्त केला होता.

राज्यसंस्थेची निर्मिती

म. गांधी हे पाश्चिमात्यांच्या राष्ट्रकल्पनेचे व राज्यकल्पनेचे पुरस्कर्ते नव्हते. त्यातील हिंसा, अन्याय आणि पाशवी बळ यांना त्यांचा विरोध होता. आचार्य जावडेकरांनी गांधींच्या राज्यविषयक विचारांची मांडणी राज्यशास्त्राच्या स्वरूपाच्या संदर्भात केली आहे.

राज्यसंस्थेची निर्मिती कशी झाली, तिचे धोरण काय असते याबाबत म. गांधींचा दृष्टिकोन सांगताना आचार्य जावडेकर लिहितात, 'राज्यसंस्था ही न्यायप्रस्थापना करणारी व समाजरक्षण करणारी संस्था असून या कामी समाजाचे शस्त्रबळ उपयोगात आणू शकते, परंतु न्यायप्रस्थापना व संरक्षण हे तिचे आद्य कर्तव्य आहे. समाजातील प्रत्येक व्यक्तीने आपल्या हक्कांचे संरक्षण बाहुबल अथवा शस्त्रबळाने करावयाचे ठरविले तर समाजात जे हिंसेचे वातावरण निर्माण होईल, ते मानवाला आपली कोणतीही उन्नती करू देणार नाही.मानव संस्कृतीच्या संरक्षणास सत्य व अहिंसेचे सर्वहित बुद्धीचे व प्रेमाचे अधिष्ठान निर्माण करण्यासाठी राजधर्माची उत्पत्ती झाली आहे.'[९१]

आचार्य जावडेकरांच्या मते, इंग्लंड, फ्रान्स, अमेरिका, या देशांत खरी लोकसत्ता उरली नाही. तिला धनसत्तेने, साम्राज्यसत्तेने ग्रासून विकृत व नामधारी बनविले आहे. या धनसत्तेतून व साम्राज्यातून मुक्त होण्यास, तिचे व्यक्तिवादी स्वरूप पालटून तिला समाजवादी स्वरूप प्राप्त झाले पाहिजे. ते होण्यासाठी एक सर्वांगीण सामाजिक क्रांती झाली पाहिजे. ही सर्वांगीण क्रांती केवळ शुद्ध बुद्धिबळाच्या सनदशीर राजकारणाने होऊ शकणार नाही. आणि रक्तपाताने घडवून आणली तर लोकसत्ता व व्यक्तिस्वातंत्र्य

यांचा पूर्ण लोप होऊन नोकरशाहीचे दास्य निर्माण होते. म्हणून ही सर्वांगीण सामाजिक क्रांती आत्मबळाच्या सत्याग्रही मार्गाने घडवून आणावी, म्हणजे लोकसत्तेला धक्का न लागता व्यक्तिवादी आर्थिक घटनेला समाजवादी स्वरूप देता येईल आणि बौद्धिक व आर्थिक क्षेत्रात व्यक्तिस्वातंत्र्य सुरक्षित राहील, असे आचार्य जावडेकरांनी प्रतिपादन केले आहे. मात्र समाजवादी लोकसत्तेचे स्वरूप प्राप्त होण्यासाठी समाजात आत्मबलाची प्रचंड संघटना निर्माण करावी लागते.त्यासाठी व्यक्तिस्वातंत्र्य व लोकसत्ता यांनाही आत्मबळाचे अधिष्ठान दिले पाहिजे. म.गांधीजींच्या विचारात राज्यसंस्थेबद्दल असणारी जी काही मते आहेत, त्यामधून त्यांनी राज्यसंस्थेला गौण स्थान देऊन अराज्यवादी विचारास स्थान दिले आहे. यात आदर्श समाजवादाची बीजे दिसतात, मात्र ही समाजव्यवस्था निर्माण करण्यासाठी राज्यसंस्थेची आवश्यकता असते. या विचारांकडे म. गांधीजींनी दुर्लक्ष केलेले दिसते, मात्र आचार्य जावडेकरांनी समाजसत्ताक लोकशाहीची संकल्पना सांगत असताना राज्यसंस्थेला गौण स्थान न देता तिच्यामध्ये मूलगामी नैतिक सुधारणा करून तिला सत्याग्रही समाजवादाशी आणि लोकशाहीशी निकट आणता येईल या दृष्टिकोनातून पाहिले आहे. पाश्चिमात्य राज्यसंस्थेतून खरा समाजवाद निर्माण होणार नाही यासाठी लोकसत्ता राज्यसंस्थेची नवी मांडणी करणे आज आवश्यक आहे. ती आचार्य जावडेकरांनी सत्याग्रही समाजवादात केली आहे.[१२]

म. गांधींचा राज्यसंस्थेविषयीचा दृष्टिकोन

सामाजिक जीवनाचे नियमन करण्यासाठी जनतेने सरकारवर कमीतकमी अवलंबून राहावे असे म.गांधीजींचे मत होते. कारण अंतिम हिंसेचे बळ हेच कोणत्याही शासनाच्या अधिसत्तेचे अधिष्ठान असते.प्रत्यक्षात गांधीजींनी भारतात लोकशाही राज्यसत्ता प्रस्थापित करण्यासाठी स्वातंत्र्यलढ्याचे नेतृत्व केले होते, तरी त्यांच्या संपूर्ण विचारांचा कल अराज्यवादाकडेच होता. १९३१ मध्ये म. गांधीजी म्हणतात, 'माझ्या मते राजकीय सत्ता हे साध्य असू शकत नाही. जीवनाच्या प्रत्येक क्षेत्रात उत्थान घडवून आणणे लोकांना शक्य करणारे ते एक साधन आहे. राजकीय सत्ता म्हणजे लोकप्रतिनिधीच्या मार्फत राजकीय जीवन नियमित करणारी शक्ती. राष्ट्रीय जीवन स्वयंशासित होण्यापुरते परिपूर्ण झाले तर प्रतिनिधी राज्यसत्तेची आवश्यकता उरणार नाही; म्हणजे एक प्रकारे प्रभुत्व अराज्यवाद निर्माण होईल. या अवस्थेत प्रत्येक जण स्वतःच शास्ता असेल; दुसऱ्याला त्याचा उपसर्ग कधीच होणार नाही अशा रितीने तो स्वतःचे शासन स्वतः करील. या आदर्श स्थितीत राजकीय सत्ताच उरणार नाही. थोरांच्या मते श्रेष्ठतम सरकार ते कि जेथे शासन लघुत्तम असते.' (Young India 2-7-1993-P.162) शासन संस्थेच्या सौख्याऐवजी लोकच सरळ सरळ शासनसंस्थेचे

कार्य पार पाडतील. तसेच अहिंसात्मक मार्गाचा स्वीकार केल्या क्षणापासून शक्य तितक्या लवकर ऐच्छिक, लोकाश्रयी आणि लोकशाही संघटनेच्या साहाय्याने लोक आपले आर्थिक, राजकीय जीवन नियमित स्वरूपाचे सुरू करतील. म.गांधी प्रणित मार्गात शासनसंस्थेस शह देण्याची प्रक्रिया वर्तमान काळात अगदी प्रथमपासून सुरू होते.[१३] म. गांधींच्या मते, या प्रक्रियेत दंडसंस्था हळूहळू नष्ट होत जाईल, त्यासाठी समाजात नैतिकता व साधुत्व यांची वाढ झाली पाहिजे. 'शस्त्रबळ नकारात्मक आहे, भावनात्मक आहे, ते संहारक आहे' म्हणून समाजधारणेस शस्त्रापेक्षाही साधुत्वशक्ती अधिक उपकारक आहे. समाजात साधुत्व वाढत राहिले पाहिजे. शस्त्रास्त्राने साधुत्व वाढत नसून ते ऱ्हास पावते. असाधुत्वाला साधुत्वाने जिंका. गांधीजींच्या सर्व तत्त्वज्ञानाचा आरंभ याच विचारापासून आहे. त्यांचे सारे जीवनच या मूलभूत विचारातून विकसित झाले आहे. शस्त्रबळ खाजगी असो वा राज्यांचे ते शेवटी अपुरे पडते. म्हणून साधुवृत्ती वाढविण्याचा समाजात जसा अधिक प्रभाव पडेल तसतसा राज्यसंस्थेचा आपोआप संकोच होत जाईल, तिची जरुरी वाटेनाशी होईल.[१४]

प्रजाधर्मात ज्या ठिकाणी राज्यसंस्था संरक्षण करू शकत नाही, त्याठिकाणी स्वसंरक्षणाचा अपरिहार्य हिंसा म्हणून अंतर्भाव होत असतो. आणि राजधर्मात समाजधारणे प्रीत्यर्थ करावी लागणारी हिंसा अंतर्भूत होत असते. यावरून प्रजाधर्म व राजधर्मात हिंसा हे ध्येय किंवा धर्म बनते, असे म्हणणे हा मोह ठरतो. हे स्पष्ट करून आचार्य जावडेकर म्हणतात, 'अहिंसा हाच खरा धर्म आहे. आणि राजधर्म व प्रजाधर्म या दोघांतील अपरिहार्य असणारी हिंसा नष्ट करणे हे समाजधर्माचे ध्येय आहे. प्रजेमध्ये आत्मबळ निर्माण करून त्याच्याआधारे सामाजिक, आर्थिक, राजकीय प्रतिकार करण्याचे शिक्षण जनतेला देत राहावे म्हणजे प्रजाधर्मातील हिंसा नाहीशी होते आणि त्याचबरोबर राजधर्मातील हिंसाही नष्ट होत जाते.' असे म. गांधीजींचे मत होते.[१५]

सामाजिक व्यवहाराने आत्मबळ प्रभावी होईल, तर समाजावर राज्यसत्तेची आवश्यकता उरणार नाही परंतु हे आत्मबल लुप्त असल्यामुळे राज्यसत्तेची आवश्यकता निर्माण झाली आहे. भूमितीतील व्याख्येत आढळणारे बिंदू, सरळरेषा, वर्तुळे या वस्तू जशा बुद्धिगोचर पण अव्यक्तच असतात, तसेच केवळ आत्मबळावर चालणाऱ्या व राजदंडाचा मुळीच उपयोग न करणाऱ्या सत्याग्रही समाजाचे ध्येय अव्यक्तच राहणार आहे. तथापि ते अव्यक्त ध्येय प्रत्येक माणसाच्या अंतःकरणात आजही वसत आहे व त्याच्या प्रकाशात आपले नित्य वर्तन घडत राहावे हीच मानवाच्या धर्मबुद्धीची आकांक्षा आहे. पण या आकांक्षानुसार चालणारा समाज जसा आज आढळत नाही तसा आदर्शपूर्ण माणूसही दुर्मीळच असतो, ही वास्तवता स्पष्ट करून आचार्य जावडेकर म्हणतात, 'गांधीजी एक आदर्श डोळ्यापुढे ठेवून नित्य वर्तन करणारे पुरुष होते आणि

म.गांधीजींनी आत्मराज्याचे ध्येय जगापुढे ठेवले आहे. म.गांधीजींच्या राज्याच्या मागे जी मानवी अंतःकरणातील अमूर्त, अव्यक्त धर्मभावना तत्कालीन मानवाला प्रेरणा देणारी होती, त्या सनातन, शाश्वत, नित्य, नूतन आणि स्वयम् विकासी धर्मभावनेने प्रेरित असे धर्मराज्य म. गांधीजींना अभिप्रेत होते.'

नैवं राज्य न राजासीन्नच दंड न दांडिकः।
धर्मणैव व प्रजा सर्वा रक्षन्ति स्म परस्परम्।।

अशी आदर्श अवस्था महाभारतात वर्णिल्याप्रमाणे प्राप्त होईल. म.गांधीजींच्या दृष्टिकोनातून समाजात राज्यसंस्थेच्या पलीकडे जावयाचे आहे. अहिंसेच्या दृष्टीने राजधर्म, प्रजाधर्म यातील जो भेद भासमान होत आहे या गोष्टींकडे तात्त्विक दृष्टीने म. गांधीजी पाहात असत.[९६]

आचार्य जावडेकरांचा राजसत्तेकडे पाहण्याचा दृष्टिकोन : आचार्य जावडेकर राज्यसंस्थेविषयी आपला दृष्टिकोन स्पष्ट करताना न्यायांकित शस्त्रबळाचे समर्थन पुढीलप्रमाणे करतात, 'लोकसत्ताक राज्यसत्तेत राज्यसूत्र धारण करणाऱ्यांनी जी न्यायबुद्धी प्रमाण मानावयाची आहे, याचा अर्थ कोणीही स्वतःच्या न्यायबुद्धीशी प्रतारणा करावी असा मुळीच होत नसून ज्याची न्यायबुद्धी समाजाच्या बुद्धीहून भिन्न आज्ञा करत असेल, त्यांनी समाजावर आपली मते बलाने त्रिवार राज्यसत्तेच्या बळाने लादण्याचा प्रयत्न करू नये. आपल्या न्यायबुद्धीला पटणारी आपली तत्त्वे राजसत्तेचा आश्रय न घेता बुद्धिबळाने व आत्मबळाने समाजाच्या न्यायबुद्धीला पटवून द्यावी आणि तसे झाल्यानंतर समाजाच्या न्यायबुद्धीची आज्ञा म्हणून समाजाने त्याची अंमलबजावणी कायदे करून अथवा अन्य मार्गाने करावी. जे या बंधनाचे उल्लंघन करतील त्यांना शासन करावे.' आचार्य जावडेकरांच्या मते, एवढ्यापुरते राज्यसंस्थेच्या शस्त्रबळाचे समर्थन केले पाहिजे आणि हा राजधर्म आहे. आणि आजच्या परिस्थितीतही कायदेशीर हिंसा राजधर्मात अपरिहार्य आहे असे समर्थन आचार्य जावडेकर करतात, मात्र यासंबंधी महत्त्वपूर्ण इशारा देताना आचार्य जावडेकर लिहितात, 'ही हिंसा समाजाच्या न्यायबुद्धीस अनुसरून केलेल्या कायद्याने नियंत्रित केली पाहिजे आणि ती तशी आहे असे निःपक्षपाती स्वतंत्र न्यायसत्तेपुढे सिद्ध झाले पाहिजे. अशी समाजधारणेला अपरिहार्य भासणारी हिंसा वाढत जाणे ही समाजाची अवनती व कमी होत जाणे ही उन्नती समजले पाहिजे.''[९७]

समाजात राज्यसंस्थेविरुद्ध आत्मनिष्ठ लोकांनी जुलमी कायदेविरुद्ध जनजागरण करणे आवश्यक आहे, या संबंधी आचार्य जावडेकर लिहितात, 'समाजाच्या न्यायबुद्धीस अनुसरून केलेले कायदे जर खरोखरच न्यायी असतील आणि त्यामुळे काही लोकांवर अन्याय होत आहे असे जर वाटले तर त्यांनी आपल्या न्यायबुद्धीच्या प्रेरणेस अनुसरून

इतर सर्व बुद्धिवादाचे मार्ग संपल्यानंतर अन्यायाच्या प्रतिकारार्थ कायद्याचे उल्लंघन करावे आणि सत्ताधाऱ्यांनी दिलेली शिक्षा सहन करून समाजाची बुद्धी जागृत करावी.' आचार्य जावडेकरांच्या मते, इतर कोणत्याही राज्यापेक्षा लोकसत्ताक राज्यात हा सत्याग्रही मार्ग यशस्वी होण्याचा आणि सामाजिक अन्यायाचे निवारण होण्याचा संभव अधिक आहे. कारण लोकशाही राज्यात सत्ताधिष्ठांना भोगावे लागणारे क्लेश अत्यल्प असतात.[९८]

आदर्श समाजव्यवस्था स्थापन होण्यास वेळ असून वास्तवादी दृष्टिकोनातून राज्यसंस्थेचे महत्त्व आचार्य जावडेकर मान्य करतात, 'केवळ आत्मबळाने समाजधारणा व समाजरक्षण होण्याइतकी आत्मबळाची वाढ अद्यापि कोणत्याही समाजात झालेली नाही, हे लक्षात घेऊन सत्याग्रही पंथाच्या लोकांना राज्यसंस्थेची सापेक्ष उपयुक्तता व आवश्यकता मान्य करावी लागते. ही राज्यसंस्था चालविण्यासाठी राजर्षींचा धर्म आचरणारा पंथ समाजात आवश्यक आहे हे मान्य करूनच व्यावहारिक राजकारण करावे लागते. राजधर्माचे व क्षात्रधर्माचे पालन करणारे लोक न्यायाच्या नावाने अन्यायाचे रक्षण करू लागले, तरी ती राज्यसंस्था सुधारण्याचा किंवा तिच्यात क्रांती करण्याचा हे प्रत्येक धर्मनिष्ठेने कर्तव्य बनते. अशाप्रकारे धर्माला क्रांतिकारक स्वरूप प्राप्त झाले असता या क्रांतीधर्मातही ब्रह्मर्षी व राजर्षी असे भेद निर्माण होतात. म.गांधींचा सत्याग्रह हा ब्रह्मर्षींच्या धर्मातून उगम पावलेला सत्याग्रह आहे.''[९९]

आचार्य जावडेकरांच्या मते, सत्याग्रही साधन आत्मबलाच्या रूपाने जगापुढे येत आहे आणि जगात व्यक्तीस्वातंत्र्य, राष्ट्रस्वातंत्र्य, लोकसत्ता, समाजसत्ता, या सर्वांच्या योग्य संरक्षणाचे कार्य त्याला करावे लागते. त्यासाठी राजसत्ता सुधारणा व तिच्या द्वारे समाजरचना बदलून देण्याचेही कार्य त्याला करावे लागेल. कारण हिंसाप्रधान धनसत्ताक समाजरचना बदलविणे एका राष्ट्राचे दुसऱ्या राष्ट्रावरील व एका वर्गाचे दुसऱ्या वर्गावरील प्रभुत्व मान्य केल्याशिवाय आजच्या युगातील युद्धे नष्ट होणार नाहीत. हे घडवून आणण्यास शस्त्रधाऱ्यांच्या बलात्कारांचा प्रतिकार करण्याचे साधन निःशस्त्र जनतेला हवे आहे.सत्याग्रह हे असे साधन बनू शकेल, असे आचार्य जावडेकरांना वाटते मात्र जनतेने सत्याग्रहाचा आश्रय केला तरी शांतता रक्षणासाठी दंडशक्तीचा मुळीच उपयोग न करता समाजधारणेइतके आत्मबळ म्हणजे इतकी सत्यनिष्ठा सामान्य जनतेत अजून निर्माण झाली नाही, म्हणून अजून दंडधारी समाजरचना नष्ट करण्याचा काळ आलेला नाही. असा काळ येण्यापूर्वी मानव समाजातील शस्त्रबळ न्यायबुद्धीने बनलेल्या कायद्याच्या अंकित कसे राहील हे पाहिले पाहिजे. हे करण्यासाठी एक राष्ट्रीय राजसत्ता निर्माण करून निरनिराळ्या राष्ट्रांना शस्त्रसंन्यास करायला भाग पाडले पाहिजे. या सर्व राष्ट्रीय राज्यांची घटना सर्वसत्ताक स्वरूपाची करावी लागेल. या समाजवादी

लोकसत्तेचे राज्ययंत्र प्रबळ बनू नये म्हणून जनतेचे सत्याग्रही आत्मबळ सज्ज व प्रबळ असे ठेवावे लागेल. जनतेला आत्मबळाचे शिक्षण देताना समाजाची आत्मबळाची बुद्धी होत राहील व न्यायांकित शस्त्रबलाचा उपयोग करण्याचा प्रसंग कायदेशीर सत्ताधाऱ्यांवर येणार नाही. याच मार्गाने जात असता समाजाला सत्ययुगाची दंडहीन अवस्था प्राप्त होईल तोपर्यंत न्यायांकित राज्यव्यवस्था व सत्याग्रही आत्मबल या दोघांच्या सहकार्याची समाजाला आवश्यकता राहते, यावर आचार्य जावडेकर भर देतात.[१००]

म. गांधींचा अराज्यवाद

अराज्यवाद म्हणजे काय? म.गांधी स्वतःला अराज्यवादी (Anarchist) मानीत. अराज्यवादाचा उदय समाजवादाप्रमाणेच युरोपातील भांडवलशाहीच्या विकासानंतर तिच्यातील वैगुण्याविरुद्ध उठलेली एक प्रतिक्रिया म्हणून झाला. १८ व्या शतकाच्या उत्तरार्धातील इंग्रज तत्त्वचिंतक गॉडविन हे अराज्यवादाचे जनक मानले जातात. 'राजकीय न्याय'(Political Justice) या त्यांच्या ग्रंथात त्यांनी शासनमुक्त समाजाची रचना मांडली आहे. त्यानंतर १९ व्या शतकातील फ्रेंच विचारवंत प्रूधाँ यांनी अराज्यवादाला लोकप्रियता मिळवून दिली. प्रूधाँ यांच्यानंतर बाकुनिन व कोपोटोकीन या तत्त्वचिंतकांनी अराज्यवादी तत्त्वज्ञानाचा विकास केला. १९ व्या शतकाच्या उत्तरार्धात निरनिराळ्या देशांत समाजवादाप्रमाणे अराज्यवादाचाही प्रसार झाला. १८८१ साली त्यांनी आपली आंतरराष्ट्रीय संघटना उभारली. टॉलस्टॉय यांनाही अराज्यवादापासून शासनमुक्तीची ध्येयवादाची प्रेरणा मिळाली. टॉलस्टॉयच्या काळात रशियामध्ये भांडवलशाहीचा पुरेसा विकास झाला नव्हता. नागरिकांच्या स्वयंस्फूर्त सहकार्यावर आधारलेल्या संस्था तिथे अस्तित्त्वात नव्हत्या. त्यामुळे कामगारसंघटनेच्या संघटित शक्तीच्या बळावर सामाजिक परिवर्तन घडवून आणण्याची कल्पना टॉलस्टॉयने स्वीकारली नाही. त्याचा अराज्यवाद व्यक्तिप्रधानच राहिला. युरोपातील अराज्यवादप्रमाणे उदारमतवाद्यांच्या कल्पना टॉलस्टॉयच्या ध्यानात आल्या होत्या, पण त्यांना अनुसरून व्यक्तिवादाला समाजवादी मूल्यांची जोड देण्याऐवजी त्यांनी त्याची धर्मनिष्ठेशी सांगड घातली; मग म.गांधीजींनी टॉलस्टॉयचा धर्माधिष्ठित अराज्यवाद पत्करला. आणि त्यांचा भारतीय परंपरेशी मेळ घातला, इतकेच नव्हे, तर अराज्यवादाच्या प्रस्थापनेसाठी त्यांच्या मूळ तत्त्वाशी सुसंगत असे समाजपरिवर्तनाचे सत्याग्रही तंत्र विकसित केले.[१०१]

राज्यसंस्था नष्ट होईल तर गरिबांच्या संपत्तीचा अपहर करणारे धनिक जगू शकणार नाहीत व त्यांचा धनसंग्रहही टिकणार नाही.समाजात सर्व स्तरांत क्रांती घडवून आणायची तर ती आध्यात्मिक क्रांती जागृत अराजक अवस्थेत जाण्याचे प्रयत्न करीत

राहिल्यानेच होऊ शकेल. असा म. गांधींच्या बुद्धीचा ठाम निर्णय झाला.[१०२]

प्रादेशिक आणि व्यावसायिक संघटनांचे विक्रेंतीकरण केले., वैयक्तिक आणि स्थानिक पातळीवर लोकांच्या उपक्रमशीलतेला उत्तेजन दिले, आणि लहान लहान स्वायत्त संस्था स्थापन करून त्यांचे संघ महासंघ बनविले तर आर्थिक व्यवस्थेचे स्वरूप बदलेल आणि शासनाची आवश्यकता राहणार नाही; असा अराज्यवादाचा सिद्धात होता.[१०३] प्रत्येक व्यक्तीने बाह्यबंधनापासून मुक्त असे स्वयंशासन, न्यायनीती, सहकार्य आणि बंधुभाव यावर आधारलेली समाजव्यवस्था आणि शासनसंस्थेला विरोध या कल्पना म.गांधीजींनी अराज्यवादापासून मिळविल्या आहेत.[१०४] भारतातील जुनी ग्रामसंस्था स्वायत्त व स्वयंपूर्ण असून शेतकरी आणि कारागीर यांच्यातील श्रमविभागणी व सहकार्य यावरती अधिष्ठित आहे. आधुनिक काळात तिच्यात शिरलेले दोष काढून तिची नव्याने पुनर्बांधणी केल्यास ती नव्या शासनमुक्त समाजव्यवस्थेला पायाभूत होऊ शकेल असे म. गांधींचे मत होते.

म.गांधीजींचे रामराज्य

म.गांधीजींना असे वाटत होते की लोकशाहीचा शेवट अराज्य अवस्थेत व्हावा, यासाठी समाजाने सहकार्याने व प्रेमाने वागावे, दंडहीन समाजाचा आदर्श डोळ्यासमोर ठेवून वागले पाहिजे यावर म.गांधीजींचा जास्त भर होता. आपणास हे एकदम साध्य होणार नाही. राज्यसंस्था हे आपले ध्येय नाही. अराज्य स्थितीचा अत्यंत जवळचा मार्ग म्हणजे अहिंसेवर आधारलेली लोकशाही होय. Democracy based on non-violence is the nearest approach to the purest form anarchy असे म.गांधीजींचे मत होते.[१०५]

म. गांधीजींनी आपले सत्याग्रहाचे शस्त्र आत्म्याच्या शुद्धतेतून निर्मिलेले आहे. नैतिक पायावर सत्याच्या दृढ आधारावर उभारलेली लोकशाही म.गांधीजींना हवी होती. रामराज्य म्हणजे काय? यासंदर्भात आचार्य जावडेकर म.गांधीजींच्या विचारांचा आशय पुढीलप्रमाणे व्यक्त करतात, 'म.गांधीजींना राम म्हणजे आत्मारामाचे राज्य हवे होते. तो इतिहासकालीन दाशरथी राम नव्हे, रामराज्य म्हणजे हृदयातील आध्यात्मिक दिव्यतेचे राज्य हे त्यांना हवे होते आणि सर्वांना हे आत्मदर्शन झाले, तरच सारे जग एकमेकावर प्रेम करेल. बाहेर कोणतीही शाही असो त्यांना त्याच्याशी कर्तव्य राहणार नाही. लोक खरा मानवधर्म हाच आचरतील व शासनसंस्था गळून पडेल असे उच्च ध्येय गांधीजींच्या समोर होते.'[१०६]

राज्यसंस्थेचे कार्य व ती नष्ट होणे या बाबी समाजव्यवस्थेवरती अवलंबून आहेत. म. गांधी प्रथमपासून राज्यसंस्थेचे महत्त्व अमान्य करतात, परंतु आत्मबळाने

समाजात नैतिक बळ वाढवून राज्यसंस्था नष्ट करणे आवश्यक आहे. आचार्य जावडेकर लिहितात, 'राज्यसंस्थेची उत्पत्ती, स्थिती व अंत हा अन्यायातूनच होत असतो, पण प्रजेत अन्यायाशी असहकार करण्याचे व न्यायसंस्थापनेसाठी आत्मक्लेश भोगण्याचे सामर्थ्य जितके वाढेल, तितक्या प्रमाणात अन्यायी राज्यांच्या अन्यायी राज्यसंस्था कोसळून पडतील व तिच्या आधारावर चालणारी समाजघटनाही मोडून जाईल, हे उघड आहे. ही क्रांती जर सामान्य जनतेच्या संघटित, शुद्ध आत्मबलाने होईल तर अन्यायी राजसंस्था नष्ट केल्यानंतर नवी दंडधारी राज्यसंस्था निर्माण करावी लागणार नाही. असे सत्याग्रही क्रांतिशास्त्र आहे. समाजघटनेतील अन्याय, असहकाराने नष्ट झाल्यानंतर जी संघटना नष्ट होईल तिला अहिंसक राजधर्माची आवश्यकता उरणार नाही. हे म. गांधीजींचे रामराज्य होय व स्वराज्याचे अंतिम स्वरूपही तेच आहे.'' असे आचार्य जावडेकर स्पष्ट करतात.

४ पाश्चात्य समाजवाद आणि मार्क्सवाद

आचार्य जावडेकर व समाजवाद

आचार्य जावडेकर जसे गांधीवादाचे भाष्यकार होते तसेच ते मार्क्स आणि समाजवाद यांचेही श्रेष्ठ भाष्यकार होते. महाराष्ट्रातील तरुणांच्या मनात समाजवादाचे बीजारोपण करण्यात त्यांनी महत्त्वाची भूमिका बजावली. गांधीवादाचा त्यांनी खोलवर अभ्यास केला. तो करीत असताना गांधीवादाच्या मर्यादा व अपुरेपणा त्यांना दिसू लागला. गांधीवादाचा विकास समाजवादाच्या दिशेने केला असता त्यातील अपुरेपणा दूर होईल असे त्यांना वाटले, म्हणून त्यांनी दोन्ही विचारांचा समन्वय करणारा 'सत्याग्रही समाजवाद' लोकांसमोर मांडला.

समाजवाद आणि लोकशाही हे आधुनिक काळातील महत्त्वाचे तत्त्वप्रवाह आहेत. लोकशाही सनदशीर व्यक्तिवादावर आणि आध्यात्मिक राष्ट्रवादावर उभी राहील, परंतु या लोकशाहीने भांडवलशाही समाजव्यवस्थेला पाठिंबा दिला, त्यामुळे त्या समाजातील वर्गविग्रह दूर होऊ शकला नाही. राष्ट्रीय जीवनातील हे अंतर्विरोध दूर होऊ शकले नाहीत, त्यामुळे लोकशाही समतावादी स्वरूप धारण करू शकली नाही. समाजवादाशिवाय खऱ्या अर्थाने हे अंतर्विरोध दूर होऊ शकणार नाहीत, हे आचार्य जावडेकरांच्या लक्षात आले होते. त्यामुळे समाजवादाच्या वेगवेगळ्या विचारप्रवाहांचे त्यांनी सूक्ष्म विश्लेषण केले. या प्रकरणाचे मुख्यत: दोन भाग. पहिल्या भागात त्यांनी समाजवादाच्या काही विचारप्रवाहांचा अभ्यास केला. त्यामध्ये भावनामय समाजवाद (Utopian Socialism), अराज्यक क्रांतिवादी विचार व सनदशीर समाजवाद (Democratic Socialism), संघनिष्ठ समाजवाद (Guild Socialism) या विचारप्रवाहांचा त्यांनी अभ्यास केला. प्रातिनिधिक लोकशाहीचे दोषही त्यांनी दाखवून दिले. दुसऱ्या भागात त्यांनी राष्ट्रीय समाजवाद किंवा मार्क्सवादी समाजवादाचे सूक्ष्म आणि विस्तृत विश्लेषण केले.

समाजवादाचा विकास

आधुनिक युरोपातील व्यक्तिवाद हे तेथील सरंजामशाहीविरुद्ध व्यापारी कारखानदार वर्गाने केलेल्या झगड्यातून निर्माण झालेले एक सामाजिक तत्त्वज्ञान आहे. या सामाजिक तत्त्वज्ञानात मानव संस्कृतीच्या प्रगतीची काही महत्त्वाची तत्त्वे अंतर्भूत झालेली होती. ती आत्मसात केल्याशिवाय मानव संस्कृतीचे कार्य पुढे चालणार नव्हते. तथापि, सामाजिक तत्त्वज्ञानाची उत्पत्ती व वाढ ज्या परिस्थितीत झाली, ज्या वर्गातील लोकांनी केली, त्या परिस्थितीमुळे व त्या वर्गातील लोकांच्या सामाजिक जीवनांतील विशिष्ट अनुभवामुळे या व्यक्तिवादास एकांगी स्वरूप प्राप्त झाले ही गोष्ट नाकारता येत नाही. ह्या एकांगीपणामुळे त्यांची प्रगती खुंटणे साहजिक होते.

आधुनिक युरोपातील भांडवलशाहीबरोबर उदयास आलेल्या निर्धन कामगार वर्गाच्या अनुभवातून, गाऱ्हाण्यातून व वाढीतून समाजवादी तत्त्वे उदयास येऊ लागली.

भावनात्मक समाजवाद

मार्क्स व एंजल्स यांनी समाजवादी तत्त्वज्ञानास शास्त्रीय व क्रांतिकारक स्वरूप दिले. त्यांच्यापूर्वी फ्रान्स, इंग्लंड या देशांत भावनामय समाजवादी या नावाने संबोधले जाणारे काही समाजवादी तत्त्ववेत्ते निर्माण झाले होते. या तत्त्ववेत्यांत सेंट सायमन (१७६० ते १८२५) व त्यांचे अनुयायी चार्ल्स फेरियर (१७७२ ते १८३०) आणि रॉबर्ट ओवेन (१७७८ ते १८५८) हे विशेष प्रसिद्ध आहेत. कार्ल मार्क्स व एंजल्स यांनी या समाजवाद्यांना 'भावनामय समाजवादी' (Utopian Socialists) असे नाव दिले आहे. कारण जमीन व कारखाने इ. साधने खाजगी मालकांची न ठेवता तेथे सामाजिक मालकी प्रस्थापित करावी या तत्त्वांचा पुरस्कार त्यांनी केलेला आहे. पण या तत्त्वांची प्रस्थापना करणारी सामाजिक क्रांति कशी करावी यासंबंधीचे त्यांचे विचार भावनामय, अशास्त्रीय व अव्यवहार्य होते. म्हणून त्यांना ''भावनात्मक समाजवादी'' असे नाव देण्यात आले.

समाजसत्ताक अवस्था ही शाश्वत, सत्य व सनातन न्याय यावर अधिष्ठित झालेली होती. ही सामाजिक घडामोडींकडे पाहण्याची त्यांची दृष्टी मार्क्स प्रभृतींना अशास्त्रीय वाटते, कारण समाजरचना केवळ सत्यास व न्यायास धरून आहे, एवढ्या युक्तिवादाने अथवा एखाद्या लहानशा आश्रमरूप संस्थेत केलेल्या प्रयोगांनी सिद्ध केल्याने जुनी समाजरचना मोडून नवी समाजरचना स्थापन करण्यास लोक तयार होत नाहीत, म्हणून त्यांच्या कल्पना मार्क्स प्रभृती शास्त्रीय समाजवाद्यांस भावनामय वाटत होत्या.

सामाजिक जीवनात क्रांति घडवून आणण्याचा हा मार्ग नव्हे. प्रचलित सामाजिक जीवनात कोणत्या वर्गावर अन्याय होत आहे ते शोधून काढून त्या वर्गाला अन्याय

निवारणार्थ संघटित करणे, रूढ सामाजिक अन्यायांतून त्यांच्या जीवनात अंतर्विरोध कसे निर्माण होत आहेत ते शोधून काढणे आणि या अंतर्विरोधामुळे समाजाचे चालू यंत्र मोडून पडले असता भावी समाजरचना ज्या वर्गाच्या नेतृत्वाखाली व्हावयाची त्या वर्गाला संघटित करून नवीन समाजयंत्र स्थापन करणे हा सामाजिक क्रांति करण्याचा शास्त्रीय मार्ग आहे. हा मार्ग अवलंबिणाऱ्यांनी निरनिराळ्या सामाजिक अवस्थांचे व त्यातील क्रांतीचे शास्त्र शोधून काढले पाहिजे.

सामाजिक क्रांति केवळ युक्तिवादाने, समाजाची न्यायबुद्धी जागृत करून अथवा मतपरिवर्तन करून घडू शकत नाही. शास्त्रीय समाजवाद्यांनी भाववाद्यांवर केलेली टीका बहुतांशी योग्य आहे असे आचार्य जावडेकरांचे मत होते. समाजात आमूलाग्र क्रांति करू इच्छिणाऱ्यांनी बुद्धिबलाने समाजाची न्यायबुद्धी जागृत करण्याचे प्रयत्न मुळीच करू नयेत आणि तिचे स्वरूप व्यवहारात आणणे कसे शक्य आहे हे दाखवून देण्यासाठी काही प्रयोग करू नयेत असा जर मार्क्सच्या टीकेचा अर्थ लावला जात असेल तर तो योग्य नव्हे, असे आचार्य जावडेकरांचे मत होते. कारण केवळ युक्तिवादाने समाजाची न्यायबुद्धी जागृत होत नाही आणि जागृत झाली तरी ती सामाजिक क्रांतीच्या कार्यास पुरेशी पडत नाही असे आचार्य जावडेकर म्हणतात. सामाजिक क्रांतीत बुद्धिबलाचे किंवा नैतिक बळाचे मुळीच प्रयोजन नाही असे म्हणणे बरोबर नाही.

भावनात्मक समाजवाद्यांच्या कार्याची दखल घेताना आचार्य जावडेकर म्हणतात, 'समाजवादाची प्रस्थापना करण्यास क्रांतिकारक उपायांचा अवलंब करावा आणि ही क्रांति यशस्वी करण्यासाठी प्रचलित समाजयंत्रात पिडल्या जाणाऱ्या कामगारवर्गाची संघटना करावी, हा मार्ग त्यांना अभिप्रेत नव्हता. कामगारवर्ग आपल्या संघशक्तीने आपला उद्धार करून नव्या समाजरचनेची संस्थापना करावी अशी वरिष्ठ वर्गाकडे मागणी करेल आणि आपण प्रतिपादित असलेली तत्त्वे सफल होतात हे प्रत्यक्ष प्रयोगाने दाखवून देण्याचे प्रयत्न करील, त्यांची अशी मनोराज्ये यशस्वी झाली नाहीत तरी त्यामुळे त्यांनी सामाजिक विचारांना दिलेली चालना व समाजवादी विचारांच्या प्रचारासाठी केलेले कार्य कमी महत्त्वाचे ठरत नाही'[१] असे जावडेकरांचे मत होते.

अराज्यक क्रांतिवाद

समाजवादाला थोडे निराळे स्वरूप देऊन क्रांतिवादाची परंपरा सार्वत्रिक संपाच्या रूपाने टिकवून ठेवण्याचे कार्य रशियातील बाकुनीन याने केले. तो सर्वांगीण क्रांतिवादी होता आणि खाजगी मालमत्ता, राज्यसंस्था व धर्मसत्ता यांचा विनाश झाल्याशिवाय समाजात शांतता, समता नांदणार नाही असे त्याचे मत होते. राज्यसंस्था धनिक वर्गाचे एक अपत्य आहे असे तो मानी. हा सिद्धान्त मार्क्ससारखा असला तरी बाकुनीनचा

निष्कर्ष मार्क्सच्या निष्कर्षाहून भिन्न आहे असे आचार्य जावडेकरांचे मत होते, कारण मार्क्सने कामगारशाही हुकूमशाहीची आवश्यकता काही काळ प्रतिपादली. बाकुनीन व क्रोपोटकीन यांचे मत असे होते की, प्रथमत: राज्यसंस्था नष्ट केली म्हणजे खाजगी मालमत्ता नष्ट होईल व तिच्यापासून उद्‌भवणारे वर्गभेद आपोआप नष्ट होतील व यातून अराज्यकवाद निर्माण झाला आणि त्याचे ध्येय आजचे राज्ययंत्र मोडून टाकून त्याऐवजी कोणतीही नवी राज्यसंस्था निर्माण होऊ न देणे हे होते. आचार्य जावडेकरांच्या मते, अराज्यकवादाचे स्वरूप पुढीलप्रमाणे होते. मार्क्सच्या वर्गयुद्धाचे तत्त्व या संघवादाने आत्मसात केले आणि कामगारसंस्थांना क्रांतिकारक स्वरूप देऊन समाजातील राज्ययंत्र उलथून पाडावयाचे आणि या संघाच्याद्वारे समाजातील धनोत्पादनाचे व धनिक विभाजनाचे कार्य चालू ठेवायचे असे क्रांतितंत्र या अराजक संघवाल्यांनी बनवले. औद्योगिक क्षेत्रात कामगार-कारखानदारांचा जो नित्य कलह चालू असतो त्याला सार्वत्रिक संपाचे स्वरूप देऊन राज्य क्रांति घडवून आणावयाची आणि राज्यसंस्थेचा अत्यंत विनाश करून समाजाचे धारणपोषणाचे सर्व कार्य कामगारसंघाच्याद्वारे चालवायचे असे अराजक संघवादाचे स्वरूप होते. अराजकवादाच्या अपयशाची कारणे आचार्य जावडेकर पुढीलप्रमाणे देतात.

१. राष्ट्रातील राजकारण व राजकीय संस्था यांच्याकडे पूर्ण दुर्लक्ष करून केवळ सार्वत्रिक संपाच्या आश्रयाने सामाजिक क्रांति घडवून आणण्याचे आणि क्रांति घडवून आणताच समाजातील राज्यसंस्था एकदम नाहीशा करण्याचे अराजक संघवाद्यांचे धोरण अव्यवहार्य होते, कारण १९१४ साली युरोपीय महायुद्ध चालू होताच या राजकीय परिस्थितीला कसे तोंड द्यावे हे या अराजकवाद्यांना मुळीच न समजल्यामुळे ते गोंधळून गेले.
२. महायुद्धाचा वणवा पेटला असता आपल्या देशातील राष्ट्रीय राज्यसंस्था नष्ट करण्याचा प्रयत्न म्हणजे आपल्या विनाशास कारण होईल असे त्यांना वाटू लागले.
३. देशातील प्रस्थापित राज्ययंत्र मोडून त्या ठिकाणी दुसरे समाजसत्ताक अथवा कामगारशाही राज्ययंत्र निर्माण करण्याचे शास्त्र वा तंत्र त्यांनी कधीच शोधले नव्हते.
४. राष्ट्रीय व सार्वराष्ट्रीय राजकारणाकडे दुर्लक्ष केल्यामुळे महायुद्ध हे अचानक उद्भवलेली आपत्ती आहे असे त्यांना वाटते. आपत्तीने गोंधळून जाऊन त्यांनी आपल्या देशातील राष्ट्रीय सरकारांना बिनशर्त साहाय्य केले.[२]

२० व्या शतकाच्या प्रारंभापासून ते महायुद्धाच्या प्रारंभापर्यंत फ्रान्स, स्पेन, इटली इ. युरोपीय देशांत व अमेरिकेत या अराजक संघवादाचा कामगार वर्गात बराच प्रसार

झाला. अराजकवाद्यांच्या कामगिरीची दखल घेताना आचार्य जावडेकर लिहितात, समाजसत्तेच्या प्रस्थापनेसारखी सामाजिक क्रांति प्रातिनिधिक संस्थांतील कार्याने, निवडणुकीतील मतदानाने अथवा पांडित्य प्रचार यंत्रलेखनाने घडून येऊ शकत नाही. त्यासाठी समाजयंत्र बंद पाडण्यास काहीतरी प्रत्यक्ष प्रतिकाराचा मार्ग अवलंबिला पाहिजे. हे कार्य कामगारवर्गानेच केले पाहिजे. या दोन गोष्टींबाबत सामान्य जनतेस जागृत ठेवण्याचे कार्य अराजकवाद्यांनी केले; यानंतर हा पक्ष नामशेष झाला.[३]

सनदशीर समाजवादाचा उदय

१९ व्या शतकाच्या प्रारंभी परोपकारी व्यक्तिवादी व सनदशीर समाजवाद ही दोन तत्त्वज्ञाने उदयास येऊन एकमेकांत मिसळून त्यातील भेद नष्ट झाले. व्यक्तिवादाचे पूर्वीचे स्वावलंबी स्वरूप जाऊन परोपकारी स्वरूप येऊ लागले आणि समाजवादाचे क्रांतिकारक स्वरूप नष्ट होऊन त्यास सनदशीर स्वरूप प्राप्त झाले. निर्धन वर्गाच्या उद्धारास सधन वर्गाने कर लावून परोपकारी बुद्धीने तयार झाले पाहिजे. देशातील सरकारने दरिद्री वर्गाचे दारिद्रय कमी होण्यास तशा स्वरूपाची आर्थिक धोरणे आखावीत. यामुळे कनिष्ठ वर्गात क्रांतिकारी वृत्ती फैलावत नाही, अशी विचारसरणी पुढे आली. परिणामत: सरकारला निर्धन वर्गाविषयी जाणीव होऊ लागली हे पाहून राष्ट्रवाद व व्यक्तिवाद यांच्याशी उघड विरोध करून परंपरागत राष्ट्रीय जीवनात आमूलाग्र क्रांतिकारकाचे धोरण न अवलंबिता सनदशीर मार्गाने समाजवादाची प्रस्थापना करता येईल अशी आशा समाजवादी विचारांच्या बुद्धिजीवी वर्गास वाटू लागली. देशातील राज्यसूत्रे साम्राज्यशाही धोरण स्वीकारून राष्ट्रवादी पक्षाने स्वत: बळकाविली हे पाहून राष्ट्रीय जीवनाची पुनर्घटना करण्यासाठी निर्माण झालेल्या व्यक्तिवादी व समाजवादी विचारांच्या लोकांस आपले मतभेद काही काळ दूर ठेवून एकमेकांशी शक्य तितके सहकार्याचे धोरण अवलंबावेसे वाटले.'[४]

वस्तुत: परोपकारी व्यक्तिवाद व सनदशीर समाजवाद या दोहोंच्या ऐक्याचे खरे श्रेय इंग्लंड, फ्रान्स व जर्मनी या राष्ट्रांच्या साम्राज्यविस्तारास होते आणि या साम्राज्य विस्ताराच्या आधारावर त्या राष्ट्रांना आपल्या निर्धन वर्गातील क्रांति काही काळ थोपवून धरता आली. सनदशीर साम्राज्यवादासंबंधी आचार्य जावडेकर म्हणतात, 'इतकेच नाही, तर साम्राज्यविस्तारामुळे वरील राष्ट्रांतील कामगारवर्ग कायमचा तत्त्वभ्रष्ट व दुबळा बनून त्यांच्या या मनोवृत्तीस अनुरूप असे तत्त्वज्ञान सनदशीर समाजवादाच्या रूपाने १९व्या शतकाच्या अंती तयार झाले. इंग्लंड, जर्मनी, फ्रान्स या देशांत साम्राज्यशाहीच्या आधारावर व्यक्तिवाद व समाजवाद यांचा समन्वय होऊन एक कामचलाऊ राष्ट्रीय तत्त्वज्ञान सनदशीर समाजवादामुळे निर्माण झाले.[५]

बर्नस्टाइलने केलेली राष्ट्रीय समाजवादाची नवी मांडणी

सनदशीर सुधारणावादी धोरणास समाजवादाची अनुरूप अशी 'शास्त्रीय समाजवादाची नवी मांडणी' जर्मनीत बर्नस्टाइलने केली. कार्ल मार्क्सचे तत्त्वज्ञान हे एकांगी असल्याने शास्त्रीय समाजवादाची नवी मांडणी केली पाहिजे असे त्याचे मत होते. आचार्य जावडेकर बर्नस्टाइलच्या सनदशीर समाजवादासंबंधी म्हणतात, ''प्रतिनिधिक लोकसत्ताक लोकशाहीमध्ये राज्यसंस्था ही देशातील वरिष्ठ वर्गाची हितरक्षक संस्था आहे. हे मार्क्सचे मत बर्नस्टाइल यास पसंत नाही. प्रातिनिधिक लोकसत्तेच्या आश्रयाने कामगारवर्गास आपणास वाटतील त्या सुधारणा केवळ सनदशीर मार्गाने घडवून आणता येतील अशी त्यास आशा होती. कामगारांना समाज यंत्र चालविण्याची पात्रता अजून आली नाही. त्यांनी क्रांतिकारी मार्गाचा अवलंब न करता सहकारी संस्था व कामगार संघटना अशा संस्थांचा आश्रय करून कारखानदार वर्गाच्या नेतृत्वाखाली हळू हळू कारखान्यांची व्यवस्था करण्याचे शिक्षण मिळवावे आणि आपली पात्रता वाढवून समाजसत्तेचे ध्येय साध्य करावे. समाजातील एक एक धंदा हळू हळू सार्वजनिक मालकीचा बनवावा आणि या धंद्यातील पूर्वीच्या कारखानदार वर्गाची पूर्ण नुकसानभरपाई देऊन त्यांचे क्लेश निवारण करावे. कामगार वर्गाने आपले राष्ट्र, राज्य, धर्म इ. संस्थांकडे केवळ विरोधी बुद्धीने न पाहता त्यांचे मूळचे स्वरूप हितकारक आहे असे गृहीत धरून त्यांना भांडवलशाहीमुळे जे विकृत स्वरूप प्राप्त झाले आहे त्यांची सुधारणा करणे हे आपले ध्येय बनवावे. सामाजिक सत्ता व लोकसत्ता या तत्त्वांचा पुरस्कार करणारे व्यक्तिवादी तत्त्वज्ञान हा समाजसत्ताक तत्त्वज्ञानाचा शत्रू आहे असे न मानता, सामाजिक समता व लोकसत्ता यांचा विकास करून समाजसत्ताक तत्त्वज्ञानाचा प्रसार करावा अशी बर्नस्टाइलने सनदशीर विचारांची मांडणी केली.''[६]

ब्रिटन हेच सनदशीर सुधारणावादाचे माहेरघर

जर्मनीत समाजवादी तत्त्वज्ञानास सनदशीर स्वरूप देण्याचा प्रयत्न बर्नस्टाइल याने केला असला, तरी सनदशीर सुधारणावादाचे खरे माहेरघर म्हणजे इंग्लंड होय. १९व्या शतकात परंपरागत जमीनदारवर्ग व नवोदित व्यापारी कारखानदारवर्ग यांच्यातील हितसंबंधात विरोध उत्पन्न होणारे सेरी व व्हीग अथवा कॉँझरव्हेटीव्ह व लिबरल असे राजकीय पक्षभेद अस्तित्त्वात आले. तथापि या पक्षभेदातूनच वर्गयुद्ध न होता सनदशीर सुधारणावादाच्या धोरणाने ब्रिटिश राज्यघटनेचा पुढील विकास होत गेला, यामुळे वर्गयुद्धांचे क्रांतिकारी तत्त्वज्ञान ब्रिटनमध्ये केव्हाच फैलावले नाही.[७]

ब्रिटनमध्ये मार्क्सच्या क्रांतीचे तत्त्व न फैलावता सनदशीर समाजवादाचे तत्त्व रुजण्यास ब्रिटनमधील नेते मंडळी कशी कारणीभूत आहेत हे सांगताना आचार्य जावडेकर लिहितात, '१९ व्या शतकाच्या शेवटी कामगार पक्ष अस्तित्त्वात येऊन

समाजवादी तत्त्वज्ञान पुढे आले. त्याने मार्क्सच्या क्रांतिकारक तत्त्वज्ञानाचा अवलंब न करता त्याच विचारसरणीतून निर्माण झालेला सामाजिक समतेच्या व लोकसत्तेच्या तत्त्वाचा धागा वाढवून समाजवादी विचारांचा पुरस्कार केला. इंग्लंडमध्ये समाजवादी तत्त्वज्ञानाचा पुरस्कार करण्याचे श्रेय मुख्यत: मि. सिडने वेबू व मिसेस बेटिस वेबू या पति-पत्नीस देण्यात येते, तर समाजवादी कामगारवर्गाची संघटना करून त्यांचे नेतृत्व करण्याचा मान रॅम्से मॅकडोनल्ड व फिलिप्स स्नोडन या पुढाऱ्यांस देण्यात येतो. सुप्रसिद्ध नाटककार बर्नार्ड शॉ यानेही समाजवादी विचार प्रवर्तकाचे कार्य बऱ्याच मोठ्या प्रमाणावर केलेले आहे आणि कलात्मक साहित्याचा उपयोग विशिष्ट प्रकारचे सामाजिक तत्त्वज्ञान लोकप्रिय करण्याच्या कामी कसा होऊ शकतो याचे एक उत्कृष्ट उदाहरण म्हणून त्याचे वाङ्मय पुढे करता येईल.[८]

किमान वेतन, उद्योगधंद्यांचे राष्ट्रीयीकरण करणे, श्रीमंतांवर कर बसविणे असा सनदशीर समाजवाद्यांचा क्रमाक्रमाने समाजसत्तेची प्रस्थापना करण्याचा कार्यक्रम होता. कोणतीही अनवस्था निर्माण न होता सामाजिक क्रांती घडून येईल अशी समाजवाद्यांना आशा होती. परंतु आचार्य जावडेकरांच्या मते ही आशा ब्रिटनमध्येही सफळ झाली नाही. या पक्षाचे प्रमुख नेते मॅकडोनल्ड व फिलीप स्नोडन यांनी 'सनदशीर समाजवाद स्थापन होणे या पिढीत तरी शक्य नाही' असे उद्‌गार काढले व आपल्या प्रतिपक्षास जाऊन मिळाले.

संघनिष्ठ समाजवाद

केवळ बौद्धिक युक्तिवाद व प्रातिनिधिक संस्थांतील चर्चात्मक राजकारण एवढ्यावरच विसंबून राहणारा इंग्लंडमधील सनदशीर समाजवाद आणि प्रातिनिधिक राजकारणाकडे दुर्लक्ष करून केवळ कामगार संघाच्या वर्गविग्रहाच्या आश्रयाने समाजातील राज्यसंस्थेचा विनाश करू इच्छिणारा अराजक संघवाद या दोहोंचा समन्वय करून ब्रिटनमध्ये जी.डी.एच.कोल, प्रा. लास्की व काही विचारवंतांनी पहिल्या महायुद्धाच्या सुमारास 'संघनिष्ठ समाजवाद' किंवा Guild Socialism या नावाचा विचारसंप्रदाय निर्माण केला. राज्यसंस्थेचे अस्तित्व त्यांना मान्य होते.

देशातील मध्यवर्ती राज्यसंस्था नष्ट न करता तिच्या कार्याचा व्याप कमी करावा आणि समाजातील आर्थिक व राजकीय सत्ता केंद्रीभूत होऊ नये, या मुद्यांवर संघनिष्ठ समाजवाद्यांनी भर दिला होता. कामगारसंघाची पुनर्घटना या संघात एकाच धंद्यातील सर्व कार्यकर्त्यांचा समावेश, धनोत्पादकांच्या वर्गावर उत्पादकांचे नियंत्रण आणि समाजसत्ताक क्रांतीच्या कार्यात प्रत्यक्ष प्रतिकाराच्या साधनाचे महत्त्व या गोष्टींना प्राधान्य दिले.

पहिल्या महायुद्धाच्या सुमारास इंग्लंडमध्ये हा संप्रदाय बराच वाढला. परंतु महायुद्धानंतर व रशियातील 'बोल्शेविक क्रांति'नंतर मार्क्सवादाचे पुनरुज्जीवन सुरू झाले व त्याचा प्रसार सुरू झाला. या समाजसत्ताक क्रांतिवादाचा प्रतिकार करण्यासाठी इटलीत फॅसिझमची स्थापना झाली व भांडवलप्रधान लोकशाही सर्व युरोप खंडात प्रभावी झाली व हा संप्रदाय पुढे नष्ट झाला.

आचार्य जावडेकरांच्या मते, जी. डी. एच्. कोल, प्रा. लास्की यांच्या लिखाणावरून सनदशीर राजकारण हे आजच्या जगापुढील प्रश्न सोडविण्यास पूर्णपणे असमर्थ ठरले. अपयश म्हणजे व्यक्तिवादातील बुद्धिवादी तत्त्वाचेच अपयश होय. कारण राजकीय घडामोडीत केवळ बुद्धिबलाच्या कार्याला मर्यादा आहेत. हे इंग्लंडमधील सनदशीर समाजवादाच्या आधारे दिसून येते. बुद्धिबळाचे तत्त्व या समाजवाद्यांनी व्यक्तिवादी सामाजिक तत्त्वज्ञानातूनच घेतले होते. हे निदर्शनास आणून आचार्य जावडेकर म्हणतात, 'कोणतीही सामाजिक क्रांती घडवून आणण्यास केवळ बौद्धिक युक्तीवादाव्यतिरिक्त कोणत्याही इतर बलाची आवश्यकता उरलेली नाही, असे प्रतिपादण्यास व्यक्तिवाद्यांनी आरंभ केला होता.'[९] परिणामत: सनदशीर राजकारणाला अपयश येत गेले.

प्रातिनिधिक लोकशाही व तिच्यातील दोष

सनदशीर समाजवादाचा सर्व भर प्रातिनिधिक लोकशाहीवर होता. पण हा समाजवाद भांडवलशाही व्यवस्था आणि साम्राज्यवाद यांच्या दोषापासून मुक्त होऊ शकला नाही. त्यामुळे सर्वांना विकासाची समान संधी मिळाली नाही. खाजगी मालमत्तेच्या जोरावर लोक अकष्टार्जित धनार्जन करू लागले. या विषमतेमुळे समाजातील बहुसंख्य लोकांस उपासमारीची भीती वाटू लागली. आजच्या समाजातील व्यवसाय स्वातंत्र्य व करारस्वातंत्र्य भोगणाऱ्या स्वतंत्र कामगारांचे जिणे कष्टप्रद, अशाश्वत व भीतिग्रस्त झाले. या समाजात लोकशाहीचे तत्त्व आर्थिक व्यवहारात लागू करण्यात आले नाही. औद्योगिक व्यवहार मालकवर्गाच्या अनियंत्रित सत्तेच्या तत्त्वानुसार चालले. त्यामुळे औद्योगिक क्षेत्रात अनियंत्रित सत्ता व राजकीय क्षेत्रांत लोकसत्ता अशी विसंवादी परिस्थिती निर्माण झाली. सनदशीर समाजवाद्यांनी समाजवाद अमलात आणण्यासाठी खालील चार तत्त्वांचा पुरस्कार केला. १) समाजातील प्रत्येक व्यक्तीस चरितार्थास आवश्यक अशी किमान राहणी मिळवून देण्याची हमी देशातील सरकारने घ्यावी. उदा. बेकारी निवारण, बेकार-भत्ता, किमान वेतन व सुसंस्कृत राष्ट्रांतील नागरिकांच्या जीवनास योग्य अशा कामाच्या अटी, कामाचे तास इ. बाबींचा त्यात अंतर्भाव होतो. २) सरकारी करांचा भार वरिष्ठ वर्गावर वाढवून कनिष्ठ वर्गावरील भार कमी करणे ३) वरिष्ठ वर्गावर करांचा भार लादून किंवा त्यांच्या भांडवलातील काही

अंश काढून घेऊन त्या भांडवलाचा विनियोग कनिष्ठ वर्गाची सुधारणा करण्यावर खर्च करणे. ४) औद्योगिक क्षेत्रात क्रमाक्रमाने लोकसत्तेचे तत्त्व लागू करणे म्हणजे आगगाड्या, खाणी, वीजपुरवठा, कालवे, विमा कंपन्या या क्रमशः राष्ट्रीय मालकीच्या बनविणे आणि ही कामे खाजगी व्यक्ती किंवा मंडळी यांच्याकडून काढून घेणे[१०]

पण हे कार्यक्रम त्यांना अमलात आणता आले नाहीत. त्यांच्या ही गोष्ट लक्षात आली, की समाजवादाच्या प्रस्थापनेस केवळ सनदशीर राजकारण पुरे पडणे अशक्य आहे. समाजवादाच्या प्रस्थापनेशिवाय भांडवलशाही संस्कृतीतील अंतर्विरोध नष्ट होऊ शकत नाही, ही गोष्ट त्यांना मान्य होती. पण भांडवलदारी कशी नष्ट करावयाची याचे उत्तर त्यांच्याजवळ नाही.

सनदशीर समाजवादाच्या अपयशाचे महत्त्वाचे कारण म्हणजे त्यांनी सामाजिक क्रांतिच्या कार्यास केवळ बुद्धिबळाचा आधार घेतला. आचार्य जावडेकरांच्या मते बुद्धिबळाचे तत्त्व या समाजवाद्यांनी व्यक्तिवादी सामाजिक तत्त्वज्ञानातून घेतले. १९ व्या शतकात ब्रिटनमध्ये व्यक्तिवादाचा प्रभाव वाढला. त्यामुळे कोणतीही सामाजिक क्रांती घडवून आणण्यास इतर कोणत्याही बळाची आवश्यकता नाही असे सांगण्यास त्यांनी सुरुवात केली. व्यक्तिवादाचा उगम प्युरिटन पंथातून झाला आहे, पण या प्युरिटन पंथाने आपल्या तत्त्वज्ञानात बुद्धिबळाबरोबर आत्मबळ व शस्त्रबल या दोन बलांची जोड दिली होती. प्युरिटन लोकांनी ज्यावेळी राज्यक्रांती केली त्यावेळी इंग्लंडात लोकसत्ताक राज्यपध्दती नव्हती. पण १९ व्या शतकात ती स्थापन झाली. त्यामुळे आपणास अभिप्रेत असणारी समाजक्रांति केवळ बुद्धिबळाच्याद्वारे होईल असे तेथील समाजवाद्यांना वाटले. प्रस्थापित समाजयंत्राचा पाया कायम ठेवून अल्प-स्वल्प सुधारणा घडवून आणण्यास बुद्धिबळाचे सनदशीर राजकारण उपयुक्त ठरते. पण तो पाया समूळ बदलून समाजाची सर्व रचना नव्या पायावर करण्याच्या कामास केवळ बुद्धिबळ पुरेसे पडत नाही.[११]

आचार्य जावडेकरांचे असे मत होते की, बुद्धी ही अनुभवाच्या आश्रयाने काम करत असते. ज्या गोष्टींचा तिला अनुभव नाही, अशा गोष्टींचा निर्णय तिला बरोबर करता येत नाही. प्रातिनिधिक लोकसभेमध्ये सर्व वर्गांना चर्चा करण्याची संधी मिळाली तरी हे सर्व प्रतिनिधी काही विशिष्ट वर्गाचे व स्वार्थाचे प्रतिनिधी असतात. सर्व प्रतिनिधींचे विचार ऐकून त्यातील सत्यांशाचे ग्रहण करून निःस्वार्थी न्याय बुद्धीने ते विचार देतीलच असे सांगता येत नाही. अशा परिस्थितीत प्रातिनिधिक लोकसभांतील निर्णय हे न्यायबुद्धीचे निर्णय म्हणता येत नाही. अशा निर्णयामुळे आपणावर सतत अन्याय होत आहे ही जाणीव निर्धन कामगारवर्गाच्या मनात येते याचे कारण देखील या समाजाच्या आर्थिक घटनेतील मूलभूत अन्याय हेच आहे. त्यातून जोपर्यंत भांडवलशाही

राष्ट्रांची भरभराट होत होती, तोपर्यंत अशा क्रांतीची आवश्यकता त्यांना पटणे शक्य नव्हते. या क्रांतीला हात घालून समाजात भांडवलदार व कामगार यांच्यात वर्गयुद्ध माजविण्यापेक्षा साम्राज्यातून येणाऱ्या लुटीचा अंश दोघांनी वाटून घेणे हेच अधिक व्यवहार्य राजकारण आहे, असे फ्रेंच व ब्रिटिश मुत्सद्यांना वाटले तर त्यात नवल नाही. याच आधारावर व्यक्तिवादाला परोपकारी स्वरूप प्राप्त झाले आणि त्यामुळेच समाजवादी कामगार पुढाऱ्यांस सनदशीर मार्गाने समाजसत्ताक क्रांति घडविण्याची आशा उत्पन्न झाली. पण वस्तुत: यावेळी या भांडवलप्रधान राष्ट्रांतील न्यायबुद्धी साम्राज्यशाहीने भ्रष्ट व लुप्त होऊ लागली होती.[१२]

अशा परिस्थितीत सनदशीर समाजवादामध्ये व्यक्तीच्या व्यावहारिक उत्कर्षामध्ये सत्य व नि:स्वार्थी बुद्धी यांचा ऱ्हास होतो. त्यांची बुद्धि स्वार्थाने व असत्याने मलीन होते. भांडवलशाही समाजातील अशा व्यवहारमग्न व्यक्तीच्यामध्ये सद्‌गुण संपत्ती अल्पांशानेही राहात नाही. त्यामुळे अशा समाजात बुद्धिबळाने आमूलाग्र क्रांती घडवून आणण्याचे कार्य होत नाही. आचार्य जावडेकरांच्या मते, समाजवादाचे हे जे वेगवेगळे विचारप्रवाह आहेत ते सामाजिक क्रांति घडवून आणण्यात अपयशी ठरले आहेत. त्यांच्या विचारांचे तात्त्विक अधिष्ठान हे फार वरवरचे आहे. कार्ल मार्क्सने शास्त्रीय समाजवादाचा पुरस्कार केला आणि क्रांतीने एक नवे तत्त्वज्ञान मांडले.

आचार्य जावडेकरांच्या विचारांवर म. गांधींप्रमाणे मार्क्सच्या विचारांचा खोल प्रभाव होता. मार्क्सने शास्त्रीय समाजवादाची जी बैठक उपलब्ध करून दिली, तिचे आकर्षण त्यांना होते. मार्क्सच्या तत्त्वज्ञानाचा पुरस्कार करून लेनिनने रशियामध्ये समाजवादी क्रांति घडवून आणली आणि रशिया हे जगातील पहिले समाजसत्ताक राष्ट्र निर्माण केले. समाजवादाची ही जी प्रगती झाली तिच्याबद्दल आचार्य जावडेकरांच्या मनात मोठे कुतूहल होते. हा प्रयोग यशस्वी व्हावा अशी त्यांची इच्छा होती, म्हणून त्यांनी शास्त्रीय समाजवादाचे विस्तृत आणि सूक्ष्म विवेचन केले.

कार्ल मार्क्स

ऐतिहासिक भौतिकवाद

मानवी इतिहासातील परिवर्तनाचा अभ्यास करून ऐतिहासिक विकासाचा एकसंध सिध्दांत मार्क्सने मांडला आहे. इतिहासाचे भौतिक निरूपण 'The Materialistic interpretation of history' किंवा ऐतिहासिक भौतिकवाद या नावाने प्रसिद्ध आहे. ऐतिहासिक भौतिकवादाची पहिली मांडणी १८४७ साली मार्क्सने 'The Germany Ideology'मध्ये केली.

मार्क्सने ऐतिहासिक घडामोडीची मीमांसा करताना नवी ध्येयं निर्माण करणारी

आणि त्या ध्येयांना एकनिष्ठ राहून त्यांच्या प्रस्थापनेसाठी भोगावे लागणारे क्लेश सहन करण्यात आनंद मानणारी मानवाची आत्मप्रेरणा कशी निर्माण होते हे सांगितले. केवळ आत्मचिंतनातून नवी ध्येये निर्माण होतात असे म्हणणारा हेगेलचा अध्यात्मवाद आणि नवी ध्येये बुद्धिवादाने जगाला पटवून देऊन समाज क्रांति करता येईल अशी अपेक्षा करणारा भावनावश समाजवाद 'Utopian Socialism' यांतून आत्मप्रेरणा निर्माण होत नाहीत, तर ती विरोध विकासी भौतिकवादातून निर्माण होते असे मत त्याने मांडले.[१३]

आचार्य जावडेकरांच्या मते, विरोधी विकासी भौतिकवाद हा एक भौतिकवादाचा विशिष्ट प्रकार आहे हे लक्षात घेतल्यावाचून मार्क्सच्या विशिष्ट तत्त्वज्ञानाचा व इतिहास मीमांसेचा स्पष्ट उलगडा व आकलन होत नाही व सांस्कृतिक प्रगतीवर त्यांच्या भौगोलिक परिस्थितीचा कसा परिणाम झाला आहे याचे विवेचन करणारी अथवा भौगोलिक परिस्थितीचे निरनिराळ्या समाजांतील संस्कृतीवर जे सतत परिणाम घडत असतात ते उलगडून दाखविणारी मीमांसा म्हणजे ऐतिहासिक भौतिकवाद होय.[१४]

हेगेलच्या आध्यात्मिक विरोधी विकासास मार्क्सचे भौतिक अधिष्ठान

मार्क्सवादी इतिहासमीमांसेचा विचार करीत असता त्यांचे प्रतिस्पर्धी कोण होते व कोणत्या विचार संप्रदायांना उद्देशून त्याने आपली मीमांसा प्रतिपादली आहे हे स्पष्ट करताना आचार्य जावडेकर लिहितात, 'विरोधी विकासाचे तत्त्व मार्क्स हेगेल पासून शिकला व ते आत्मसात केल्यानंतर त्याने या तत्त्वांस भौतिक स्वरूप दिले. तसेच सेंट सायमन प्रभृति फ्रेंच समाजवाद्यांपासून तो समाजवाद शिकला आणि त्यांच्या विचारातील अशास्त्रीय भावनावशता काढून टाकून त्याने आपल्या भौतिक विरोधी विकासी दृष्टीने समाजवादाला शास्त्रीय स्वरूप दिले. सेंट सायमनचा भावनावश समाजवाद आणि हेगेलचा आध्यात्मिक विरोध विकासवाद यांना खोडून काढून त्याने आपला ऐतिहासिक भौतिकवादाचा विचार मांडला.''

हेगेल हा अध्यात्मवादी होता आणि समाजाचा विकास विरोधातून होतो असे तो मानीत असे, पण हा विरोध म्हणजे मतविरोध असे तो मानीत नव्हता. पण मानव समाजाची नैसर्गिक प्रवृत्ती एका विशिष्ट दिशेने होत आहे. ही दिशा म्हणजे 'सर्व मानवांचा मोक्ष, आत्मप्राप्ती अथवा आत्मिक स्वातंत्र्य होय' असे हेगेल म्हणत असे. मानव समाजाला आत्मोन्नती करता यावी व आत्मोन्नतीचा मोक्ष सर्वांस लाभावा यासाठीच राज्यसंस्थेचा उद्‌भव झालेला आहे. या राज्यसंस्थेची स्वरूपे व घटना यासंबंधी निरनिराळी मते निर्माण होऊन त्याबद्दल वाद होतात व त्यातून आदर्श राज्यघटना निर्माण होत असते. हेगेलच्या मते, अन्यायी राज्यपद्धती मागे पडून न्यायी राज्यपद्धती यशस्वी होते. आणि या ऐतिहासिक घडामोडींतून न्यायाचा, सत्याचा व स्वातंत्र्याचा विजय होत असतो.

या ऐतिहासिक घडामोडी म्हणजे मानवी समाजाच्या अंतरात्म्याची, आत्मस्वरूप प्राप्तीची धडपड होय, असे म्हणण्यास प्रत्यवाय नाही. या धडपडीतून जी नवनवी सामाजिक ध्येये अथवा विचार निर्माण होतात, त्याला मानवी बुद्धी सिद्धान्ताचे स्वरूप देत असते. पण कोणत्याही सिद्धान्ताच्या उद्‌भवाबरोबर त्याचा विरोध करणारा प्रतिसिद्धान्त यांच्यात द्वंद्व निर्माण होते व ते एकमेकांस नष्ट करण्याचा प्रयत्न करतात. अखेरीस या दोहोंतून भिन्न पण दोहोंतील सत्यांचा समावेश करून घेणारा समन्वय सिद्धान्त निर्माण होतो व हे द्वंद्व, हा विरोध अथवा हा लढा काही काळ स्थगित होतो पण हा नवा समन्वयरूप सिद्धान्तही पूर्ण सत्य, पूर्ण न्याय्य किंवा पूर्ण स्वातंत्र्ययुक्त असू शकत नाही. पुन्हा तो अपूर्ण आहे याची जाणीव होऊन तो विरोधी प्रतिसिद्धान्त निर्माण होतो. यातून पुन्हा सिद्धान्त (Thesis) प्रतिसिद्धान्त (Antithesis) आणि समन्वय सिद्धान्त (Synthesis) ही विचारांची आंदोलने सुरू होतात. या विचारांच्या आंदोलनातून किंवा हेलकाव्यातून मानवसमाजाची प्रगती होत असते. मानव समाज संघटनेसंबंधीच्या या विचार हेलकाव्यांमुळे निरनिराळ्या क्रांत्या व ऐतिहासिक घडामोडी होत असतात आणि या घडामोडीतून मानवाचा किंबहुना विश्वाचा अंतरात्मा आपले नित्य, शुद्ध, बुद्ध किंवा मुक्त स्वरूप प्राप्त करून घेत असतो. मानव समाजाचा विकास हा तात्त्विकदृष्ट्या विश्वाचा विकास आहे. या सर्व विश्वघटनांचा व सामाजिक घटनांच्या विकासामागे विश्वात्म्याचा एक आदिसंकल्प 'आयडिया' आणि या आदि- संकल्पाची पूर्णता करणे हेच या घडामोडीचे अंतिम उद्दिष्ट आहे. विश्वात्म्याचे शुद्ध, बुद्ध, मुक्त स्वरूप प्राप्ती हे त्या आदिसंकल्पाचे उद्दिष्ट आहे आणि मानवी इतिहासाची मीमांसा करीत असतानाही त्याच्या बुडाशी असणाऱ्या या विश्वात्म्याच्या प्रेरणेचा व तिच्यातून जन्मास येणाऱ्या विचारसरणीचा विचार आपण केला पाहिजे. मानवाच्या अंतरात्म्याची आत्मस्वरूप प्राप्तीची जी धडपड ती विचारसृष्टीच्या उत्पत्ति-वृद्धी-विनाशाच्या रूपाने प्रगट होत असते, हीच हेगेलची आध्यात्मिक विरोधी विकासी इतिहास मीमांसा आहे.[१५]

कार्ल मार्क्सने हेगेलचा विरोधी विकासी सिद्धान्त स्वीकारला, पण त्याने त्याचे आध्यात्मिक अधिष्ठान बदलून त्याला भौतिक अधिष्ठान दिले. विश्वात्मा आदि संकल्प, मानवाचा अंतरात्मा, त्याचे अंतिम उद्दिष्ट आणि त्याची अंतिम आत्मस्वरूप प्राप्ती हे सर्व शब्दजंजाळ असून या गूढ अरण्यात शिरणे म्हणजे ब्रह्मघोटाळ्यात सापडणे होय असे मार्क्स व त्याचे अनुयायी मानतात, हे आचार्य जावडेकर स्पष्ट करतात.

विरोधातून विकास आणि विकासातून विरोध : मार्क्स

समाजाच्या आर्थिक घटनेत विरोध का व कसे होतात व त्या विरोधातूनही समाजाचा विकास होणे कसे शक्य आहे यासंबंधी मार्क्सची मते स्पष्ट करताना आचार्य

जावडेकर लिहितात, 'मनुष्याचे सर्व जीवन समाजजीवनात गुरफटलेले असते आणि हे समाजजीवन धनोत्पादन कार्यावर आधारलेले असते. या उत्पादन कार्यासाठी समाजात निरनिराळ्या व्यक्तींत व वर्गांत उत्पादनसंबंध (Productive Relations) निर्माण होत असतात. या उत्पादनसंबंधांना योग्य वळण लाऊन समाजाच्या उत्पादन शक्तीचा विकास व्हावा अशी व्यवस्था करण्यासाठी जे नियम, रूढी, कायदे, नीती अथवा धर्म अस्तित्त्वात येतात, ती सर्व त्या समाजाची आर्थिक घटनाच होय. सामाजिक रूढी, राजकीय कायदे, धार्मिक बंधने या सर्वांना समाज जीवनास आधारभूत असणारी ही आर्थिक घटना इष्ट वाटत असते आणि तिच्या रचनेसाठी सर्व सामाजिक संस्था आपल्या प्रयत्नांची शिकस्त करत असतात. यासाठीच कोणकोणती कामे करावीत, त्या कामाबद्दल किती मोबदला मिळावा, कोणत्या वस्तूंना किती वेळ अथवा किंमत द्यावी, कोणत्या वस्तू व्यक्तीच्या मालकीच्या असाव्यात, कोणत्या समाजाच्या मालकीच्या असाव्यात, व्याज, खंड, नफा, वेतन यासंबंधी कोणते नियम लोकांनी पाळावेत, अशासारखे अनेक नियम धनोत्पादनाच्या कार्याची वाढ व गुंतागुंत होत जाईल, त्यामानाने समाजात संबंध निर्माण होत जातात; संपत्ति मिळवणे, तिचा संग्रह करणे, तिचा विनिमय करणे आणि तिचा उपभोग घेणे इ.व्यवहारातून मालमत्तेचा कायदा अस्तित्त्वात येतो. आणि तिचे रक्षण, नियमन व नियंत्रण समाज, राज्य, धर्म या संस्था करत असतात. ज्या वेळी समाजाच्या भौतिक ज्ञानात भर पडून नवी उत्पादनशक्ती स्थापन होते तेव्हा नवे आर्थिक धोरण अस्तित्त्वात येते. अशा प्रकारे आर्थिक व्यवहारांचा प्रकार बदलावा, म्हणजे आर्थिक उत्पादनसंबंध बदलू लागतात. जे व्यवहार पूर्वी न्यायाचे वाटत असत, त्याच्यापासून कोणावर तरी अन्याय होत आहे असा अनुभव येऊ लागतो. अशा वेळी समाजाच्या आर्थिक घटनेत काही तरी फरक झालेले आहेत असे अनुमान करून ते खरे आहेत किंवा नाहीत त्यांचे निरीक्षण, परीक्षण करावे लागते. हे फरक मनुष्याच्या उत्पादनशक्तीत मोठ्या प्रमाणात होऊन उत्पादनाचे नवे प्रकार अस्तित्त्वात येऊन नवे आर्थिक व्यवहार व आर्थिक संबंध निर्माण होतात. आणि त्यांची वाढ होऊन जुनी आर्थिक घटना विकृत बनते आणि पूर्वीचा न्याय अन्याय वाटू लागतो. आर्थिक घटनेत हा नवा प्रकार अस्तित्त्वात आल्याचा हा परिणाम असून आर्थिक घटना मोडून अधिक न्याय्य घटना निर्माण करण्याचा क्रांतिकाळ यावेळी प्राप्त झालेला असतो.'[१६]

आचार्य जावडेकर पुढे लिहितात, 'पण ही आर्थिक घटनेतील अभिप्रेत क्रांति समाजातील सर्वच वर्गांना सारखीच प्रिय किंवा लाभदायक नसते. काहींना जुनी आर्थिक घटना व व्यवहार चालू रहावेत असे वाटते. काहींना ते बंद करावेत असे वाटते. अशा वेळी क्रांतिवादी – प्रतिक्रांतिवादी अशा दोन विचारसरणी पुढे येतात.

ज्यांना ते संबंध अन्यायी व विध्वंसनीय वाटतात, ते प्रगतिवादी किंवा क्रांतिवादी असतात व ज्यांना ते संबंध तसेच असावे असे वाटतात ते प्रतिक्रांतीवादी असतात. या मत विरोधाच्या रूपाने समाजातील निरनिराळ्या वर्गांचे हितविरोध अथवा स्वार्थविरोध प्रकट होत असतात. यांचा उगम उत्पादन कार्यात जो फरक पडलेला असतो त्या फरकांतून झालेला असतो. समाजाच्या उत्पादनशक्तीच्या फरकातूनच हा विरोध अथवा संघर्ष निर्माण होतो. याप्रमाणे समाजातील उत्पादनशक्तीच्या विरोधातून सामाजिक वर्गविरोध जन्मास येतात.

वर्गविरोधातून समाजाच्या उत्पादनशक्तीचा व एकंदर जीवनाचा विकास कसा होतो, हे स्पष्ट करताना आचार्य जावडेकर लिहितात, 'उत्पादन शक्तीचा' (Productive Force) विकास होऊन त्या विकासास अनुरूप व पोषक असे 'उत्पादन संबंध' निर्माण झाले नाहीत म्हणजे एक संघर्ष निर्माण होतो, याच संघर्षास वर्ग संघर्षाचा झगडा असे मार्क्स नाव देतो.

जुन्या आर्थिक घटनेच्या आवरणाखाली नव्या प्रबळ शक्तींचा विकास होत नाही म्हणून जुन्या आर्थिक घटनेचे आवरण तोडून टाकले पाहिजे असे क्रांतिवाद्यांना वाटते हा पेच सुटला नाही म्हणजे समाजाची आर्थिक घटना कोसळून पडते. ती कोसळून पडू लागली म्हणजे राज्य व धर्म या संस्था तिला सावरून धरण्याचा प्रयत्न करत असतात आणि तिच्याबरोबर त्या राज्यधर्मसंस्थाही कोसळून पडू लागतात. समाजात सर्वांगीण क्रांति यशस्वी होते, हा मार्क्सच्या विवेचनाचा मथितार्थ आहे.[१७]

मार्क्सच्या मते, गुलामगिरीच्या अवस्थेतून संरजामशाहीचा उदय होतो आणि सरंजामशाहीच्या विघटनातून भांडवलशाही उदय पावते. सरंजामशाही समाजघटना कोसळून पडली तेव्हा उत्पादनशक्ती वाढीस लागली होती आणि सरंजामशाहीमधील उत्पादनसंबंध म्हणजे मालमत्तेचे व आर्थिक व्यवहारांचे नियंत्रण करणारे जुने कायदे या वाढीस अडथळा करत होते, म्हणून ती सरंजामशाही समाजघटना मोडून पडते तेव्हा समाजात सर्वांगीण क्रांती घडून आली असे मार्क्सला दिसून आले होते.

सरंजामशाहीचा अंत होऊन भांडवलशाहीचा उदय झाला, ही क्रांती पश्चिम युरोपात घडून आली, ती भांडवलशाही क्रांती १९ व्या शतकाच्या मध्याच्या सुमारास सर्व युरोप व युरोपेतर जगात पसरू लागली होती. भांडवलशाही, साम्राज्यशाही आणि भांडवलदार लोकशाही हे एक मानव संस्कृतीतील नवे युग असून त्या युगात जी संस्कृती निर्माण झाली, जी समाजसंस्था अस्तित्त्वात आली, तिचा उगम नवीन उत्पादन शक्तीत असून तिची पुढील वाढ होण्यासही भांडवलशाही संस्कृति आता अडथळा करत असल्याने तिचा अंतकाल नजीक आला आहे असे भविष्य, मार्क्स व एंजल्स यांनी १९ व्या शतकाच्या मध्यास वर्तविले. भांडवलशाहीची वाढ आणि उदय होताना

सरंजामदार हा प्रतिगामी व भांडवलदार हा पुरोगामी वर्ग होता. पुढे पुरोगामी भांडवलदार वर्गाचा विजय होताच विनाश सुरू झाला. भांडवलदार वर्गाबरोबर कामगारवर्गाचा उदय झाला व तो कामगारवर्ग संघटित होऊन भांडवलदार वर्गाच्याविरुद्ध भांडू लागला आहे.

भांडवलशाही युगात जी सामाजिक ध्येये निर्माण झाली, ती ध्येये आपल्या उन्नतीस उपयोगी पडत नाहीत असे पाहून कामगारवर्ग समाजवादी संस्कृतीचे ध्येय पुकारू लागला आहे. भांडवलदार एक होत आहेत. भांडवलदार विरुद्ध कामगार असा कलह आज निर्माण झाला असून कामगारवर्गाला विरोध करण्यासाठी जमीनदार व भांडवलदार एक होत आहेत. या नव्या वर्ग कलहातून समाजसत्ताक क्रांति होणार असून ती यशस्वी होण्यासाठी जगातील कामगार एक होतील व भांडवलशाही संस्कृतीची बंधने तोडून टाकतील असे एंजल्स यांनी १८४७ साली जे भविष्य वर्तविले त्या शतकातील मानव संस्कृतीचा इतिहास पाहिल्यास त्यांचे भविष्य स्थूलमानाने तरी बरोबर असल्याचे प्रत्येक नि:पक्षपाती विद्वानास मान्य करावे लागते, असे आचार्य जावडेकरांचे मत होते. मार्क्सने विरोधी विकासी भौतिक मीमांसा मांडली. तिच्याकडे इतिहासशास्त्रज्ञ व समाजशास्त्रज्ञांचे लक्ष वेधून घेतले व १९१७ साली रशियात समाजसत्ताक क्रांति मार्क्सवाद्यांनी यशस्वी केल्यानंतर या मीमांसेचा अधिक खोल अभ्यास झाला हे आचार्य जावडेकर निदर्शनास आणून देतात.[१८]

मार्क्सवादाने इतिहासमीमांसेला आर्थिक घटनेत महत्त्वाचे स्थान दिले आहे. समाजाची जीवित यात्रा त्याच्या आर्थिक घटनेवर अवलंबून असते. व्यक्तीच्या जीवनात शरीरधारणेला जे महत्त्व असते तेच महत्त्वाचे स्थान समाजजीवनात त्याच्या आर्थिक घटनेला आहे. समाजातील भौतिक संपत्तीत एकसारखी वाढती भर पडत राहणे हा त्यांच्या सर्वांगीण विकासाचा भौतिक आधार आहे असे म्हणण्यास प्रत्यवाय नाही. समाजजीवनास आवश्यक अशा भौतिक धनोत्पादनातील प्रगतीवर त्यांच्या संस्कृतीच्या इतर अंगांचा विकासही अवलंबून राहतो. हे भौतिक धनोत्पादनाचे कार्य चालू राहून त्याची योग्य प्रकारे वाढ व्हावी हे समाजाच्या आर्थिक घटनेचे उद्दीष्ट आहे. धनोत्पादन करीत असता त्या कार्यात निरनिराळ्या व्यक्तींचे व वर्गांचे आर्थिक व्यवहार हे आर्थिक संबंध निश्चित करत असतात आणि ते संबंध योग्य प्रकारे चालू राहिले तरच त्या समाजातील आर्थिक व्यवहार सुरळीतपणे चालू राहतील व समाजाच्या धनोत्पादन कार्याची वाढ होत राहील.

या उलट हे आर्थिक संबंध योग्य नसतील, तर समाजातील आर्थिक व्यवहारात अडथळे निर्माण होतात व यातून नवे आर्थिक संबंध प्रस्थापित होतात. समाजात सर्वांगीण क्रांती व्हावी लागते. अशा सर्वांगीण क्रांतीसच 'समाजवाद' असे नाव

मार्क्सवादी देत असतात. ही एक जागतिक क्रांती असून सर्व जगात समाजवादी क्रांती स्थापन होईपर्यंत आजच्या मानव संस्कृतीवर क्रांत्या व युद्धे यांची जी अनर्थ परंपरा ओढवत आहे तिला खंड पडणार नाही, असे मार्क्सवादाचे म्हणणे होते.[११]

मार्क्सला विरोधी विकासी भौतिक मीमांसा जगाच्या इतिहासाच्या अभ्यासावरूनच सुचली. त्याच्या आधारेच त्यानी समाजवादाला शास्त्रीय स्वरूप देण्याचा प्रयत्न केला. यासंबंधी आचार्य जावडेकर म्हणतात, 'सामाजिक घटना, शास्त्र आणि सामाजिक क्रांतिशास्त्र या दोहोंतही या मीमांसेने महत्त्वाची भर घातली असून इतिहास मीमांसकांना एक नवी शास्त्रीय दृष्टी प्राप्त करून दिली आहे. त्यामुळे इतिहास मीमांसाशास्त्रांतही महत्त्वाची भर पडली आहे.'

आचार्य जावडेकरकृत मार्क्सच्या भौतिक मीमांसेचे मूल्यमापन

मनुष्याचे समाजघटनेसंबंधीचे, न्याय-अन्यायासंबंधीचे व सामाजिक ध्येयासंबंधीचे विचार पालटतात. त्यात क्रांति घडते हे सर्व खरे आहे. या संघर्षातून मानवी प्रगती होते. ही प्रगती होत असताना सिद्धान्त, प्रतिसिद्धान्त यांचे द्वंद्व निर्माण होते व शेवटी समन्वय सिद्धान्त होऊन हे संघर्ष व विरोध शांत होतात. सर्व समाजघटनेच्या घडामोडीच्या बुडाशी विश्वात्म्याचा आदि संकल्प आहे व त्याच्या या आत्म प्राप्तीच्या प्रयत्नातूनच हे संघर्ष निर्माण होत असतात अशी उत्पत्ति मांडण्याचे कारण नाही असे आचार्य जावडेकरांचे मत होते. त्यांच्या मते, मानवी जीवन हे भौतिक अंग आहे. या अंगांतील विकासाचा सूक्ष्म अभ्यास, निरीक्षण व परीक्षण केल्यानेच सामाजिक ऐतिहासिक घडामोडीची खरी उपपत्ती लागून तिची मीमांसा करता येते.

मानव समाजाला जीवनाच्या सर्वांगीण विकासासाठी भौतिक सृष्टीशी झगडा करावा लागतो. हा झगडा त्यांच्या भौतिक ज्ञानावर, उत्पादन साधनावर, उत्पादन पद्धतीच्या शोधावर, त्या पद्धतीतून निर्माण होणाऱ्या सामाजिक संबंधांच्या नियंत्रणावर, हे नियंत्रण करण्यासाठी निर्माण झालेल्या समाजघटनांवर आणि त्या समाजघटनांतील विकासावर अवलंबून असतो.

उत्पादन पद्धतीतील बदल, त्या बदलामुळे प्रस्थापित सामाजिक संघटनेत माजणारे घोटाळे, या घोटाळ्यांतून निर्माण होणारी नव्या संघटनेची जाणीव व या जाणिवेमुळे निर्माण होणारी नवी मते आणि त्यातून निर्माण होणारे विचार कलह यांचा उलगडा समाजाच्या भौतिक घडामोडींवरच केला पाहिजे, अशा मतविरोधाच्या मागे हितविरोधही लपलेले असतात. आचार्य जावडेकरांच्या मते, जुनी मते व नवी मते, यांचा लढा सुरू झाला असता कोणते वर्ग कोणता पक्ष घेतील याचा कयास बांधण्यास वर्ग विरोधाच्या सिद्धान्ताचा उपयोग इतिहास मीमांसकांना होतो व तो उपयोग कसा करावा हे मार्क्सने दाखवून दिले आहे. तसेच आजच्या समाजघटनेस तो सिद्धान्त लागू करून त्यात सुरू

असणाऱ्या क्रांतीनंतर प्राप्त होणाऱ्या समाजवादी संस्कृतीतील अपरिहार्य सिद्धान्त मार्क्सने सिद्ध करून दाखविला. अशा प्रकारे हेगेलच्या गूढ अध्यात्मवादी विरोध विकासी इतिहास मीमांसेस मार्क्सने बुद्धिग्राह्य भौतिक विरोधविकासी इतिहास मीमांसेचे स्वरूप दिले आहे, असे आचार्य जावडेकरांना वाटत होते.[२०]

कोणती सामाजिक ध्येये कोणत्या भौतिक परिस्थितीत फैलावू शकतात, कोणते वर्ग त्यांना पाठिंबा देतात व कोणते वर्ग त्यांना विरोध करतात, कोणत्या वर्गाचा, कोणत्या परिस्थितीत विजय होतो व कोणत्या ध्येयाची कोणत्या वर्गाच्या संघटित शक्तीने कोणत्या परिस्थितीत स्थापना होऊ शकते या प्रश्नांची उत्तरे मार्क्सने आपल्य विरोध विकासी भौतिक मीमांसेच्या आधारे दिली.[२१]

मार्क्स हेगेलला परात्पर गुरू मानत असला तरी मार्क्सने त्याच्या आध्यात्मिक सिद्धान्तातील दोष काढले. हे हेगेलचे अनुयायी आपल्या गूढ आध्यात्मिक इतिहास मीमांसेचा उपयोग करून प्रचलित कायद्यांना व प्रस्थापित राज्यसंस्थांना विश्वात्म्यांच्या आदिसंकल्पनेचा आविष्कार मानून त्याची व तिची बंधने मानण्यानेच व्यक्तीची आत्मोन्नती होईल असा भ्रम उत्पन्न करीत होते व त्या बंधनाविरुद्ध बंड करणाऱ्या क्रांतिकारकांस अध्यात्म्याच्या व धर्माच्या नावाने विरोध करीत होते. सेंट सायमनचे भावनावश अनुयायी ध्येयवादाच्या उपदेशाने व प्रार्थनेने समाजवादाचा स्वर्ग भूमीवर अवतरेल अशी आशा करून भावी समाजघटनेची काव्यात्मक, रमणीय चित्रे रेखाटण्यात व त्यांच्या चिंतनात मग्न झाले होते. पहिले प्रस्थापित समाजघटनेस आदर्श समजत तर दुसरे आदर्श समाजघटना आपल्या चिंतनाने व प्रचाराने खाली अवतरेल अशी आशा करत होते. पहिले क्रांतीचे उघड शत्रू, तर दुसरे क्रांतिकार्यापासून निवृत्त होऊन प्रतिभाजन्य स्वप्न सृष्टीतच रममाण होत होते. दोघेही आपल्या परीने समाजहिताचा घात करत होते.

हेगेलचे तत्त्वज्ञान व भावनात्मक समाजवाद यांना शास्त्रीय स्वरूप व समाजवादाला क्रांतीची दीक्षा देण्याचे कार्य मार्क्सने कसे केले याचे विवेचन करताना आचार्य जावडेकर लिहितात, ‘हेगेलने समाजातील विचार कलहाचा उगम आत्मचिंतनात विश्वात्मांच्या पूर्ण संकल्पित आत्मा अविष्काराच्या व आत्मप्राप्तीच्या प्रयत्नात कल्पिला होता. ही गूढवादी अध्यात्मदृष्टी बदलणे मार्क्सला आवश्यक वाटले. याचे कारण तसे केले नाही तर गूढ घटना व समाज घटना यांनाच विश्वात्म्यांचा पूर्व संकल्पित असा अविष्कार मानून त्यांच्यापुढे लोटांगण घालणे हेच आपले कर्तव्य आहे असे लोक समजू लागतात व समजू लागले होते. यामुळेच हेगेलचे विरोध विकासी इतिहास मीमांसेचे क्रांतिकारक स्वरूप या वृत्तीमुळे पूर्णपणे प्रतिक्रांतिकारक बनले होते. याच्या उलट सेंट सायमन प्रभृति समाजवादाच्या अनुयायांना क्रांती घडण्यांस व आपल्या ध्येयाच्या

प्रस्थापनेस अनुकूल परिस्थिती केव्हा व कशी प्राप्त करता येईल यांचे मुळीच ज्ञान नव्हते म्हणून ध्येय चिंतनात, मत प्रचारात व आदर्श समाजरचनेचे लहान-मोठे प्रयोग दाखविण्यात ते धन्यता मानत होते. पण समाजवादी क्रांति घडण्याचा हा मार्ग नसून समाजातील शोषित वर्गाची संघशक्ती वाढवत जाणे त्याला शास्त्रीय दृष्टी देऊन त्याचा आत्मविश्वास जागृत करणे आणि आर्थिक, राजकीय अरिष्टांमुळे जुनी समाजघटना कोसळून पडली असता तिच्या जागी नवीन समाजघटना स्थापन करणारी राज्यसंस्था उभी करणे हाच मार्ग आहे, असे मार्क्सने दाखवून दिले तसेच हेगेल व सेंट सायमन या दोघांच्याही अनुयायांना समाज जीवनाच्या भौतिक अंगात आर्थिक हित विरोधात मत विरोधांची बीजे असतात, त्या हित विरोधांच्या वाढीबरोबरच हे मत विरोध वाढत जातात याचा बरोबर बोध झालेला नव्हता. आपणास आज प्रबळ व सुस्थिर दिसणारी भांडवलशाही आपल्याच आंतर्विरोधाने विनाश पावत आहे आणि तिचा विकासकाल आता संपलेला आहे याचीही जाणीव झालेली नव्हती. ही जाणीव करून देण्यासाठी मार्क्सने विरोधी विकासी इतिहास मीमांसेला भौतिक शास्त्रीय स्वरूप दिले आणि भांडवलशाही अर्थघटनेची उत्पत्ति, विकास आणि विनाश यांचा अर्थशास्त्रीय कायदा दाखवून दिला.[२२] मार्क्सला भांडवलशाहीची उत्पत्ति, विकास, विनाश यासंबंधीचे विवेचन करण्यासाठी अर्थशास्त्रात शिरावे लागले. अर्थशास्त्राची वाढ ब्रिटनमध्ये झाली होती व रिकॉर्डोचा सिद्धान्त अर्थशास्त्रात त्यावेळी प्रतिष्ठा पावलेला होता. याच सिद्धान्तात नवी भर घालून मार्क्सने त्याला क्रांतिकारक स्वरूप दिले. रिकॉर्डा व ॲडॅम स्मिथ यांच्या श्रममूल्य सिद्धान्ताच्या आधारे भांडवलशाहीतील कायदेशिर व्यवहारांतच श्रमिक गर्वाचे रक्तशोषण कसे अंतर्भूत झालेले आहे ते मार्क्सने प्रथम स्पष्ट करून दाखविले. तसेच ही भांडवलशाही अर्थघटना कामगारवर्गाच्या अर्थशोषणावर अधिष्ठित झाली असल्याने तिच्याबरोबर रक्तशोषणही एकसारखे वाढत जाईल आणि त्यामुळे भांडवलशाही आर्थिक व्यवहारांवर एकसारखी अनर्थ परंपरा ओढवेल असे मार्क्सने औपपत्तिक दृष्टीने सिद्ध केले. अशाप्रकारे हेगेलची इतिहास मीमांसा, ब्रिटिशांचे अर्थशास्त्र आणि फ्रेंचांचा समाजवाद या तिहींना मार्क्सने शास्त्रीय व क्रांतिकारक स्वरूप दिले व तसे करीत असता समाजशास्त्रात व इतिहासशास्त्रात विरोध विकासी भौतिक मीमांसेस प्रतिष्ठित स्थान प्राप्त करून दिले, असे आचार्य जावडेकरांचे मत होते.[२३]

मार्क्सची विरोध विकासी भौतिक मीमांसा समजून घेताना विशेष दक्षता घेतली पाहिजे असे आचार्य जावडेकरांचे मत आहे. ती म्हणजे भौतिक मीमांसा मनुष्य स्वभाव, मानवी मते व बुद्धी यांच्या संबंधीच्या भौतिक नियती वादावर (Materialistic Determinism) किंवा भौतिक सुखवादावर (Materialistic Hedonism) आधारलेली नाही. मार्क्सच्या मतानुसार, सर्व जगाचे आदिकरण हे भौतिक असून या भौतिक

तत्त्वातूनच मानवाची व इतर प्राण्यांची उत्पत्ति झाली आहे. तथापि या भौतिक तत्त्वांचा विकास होत असल्याने जडजगत्, जीवजगत् आणि मानवी जगत् असे तीन विभाग व्यावहारिकदृष्ट्या आवश्यक आहेत. मानवी जीवनाला एक जड अंग आहे व ते आधारभूत आहे हे विसरता कामा नये असा मार्क्सवादी आग्रह धरतात आणि त्याचबरोबर हे केवळ जड पदार्थांचे जीवन नव्हे, हे त्यांनी आग्रहपूर्वक प्रतिपादन केलेले आहे. आचार्य जावडेकरांच्या मते, जड पदार्थांचे व्यापार, मानवेतर जीवकोटीचे व्यापार आणि मानवांचे व्यापार यांत प्रकारभेद आहेत. केवळ जड सृष्टीच्या व्यापाराचे नियमन, जीवसृष्टीच्या व्यवहारांचा व व्यापारांचा उलगडा करण्यास पुरे पडतील असा भ्रम मार्क्सवाद्यांना झालेला नाही हे आचार्य जावडेकरांनी दाखवून दिले होते.

जड पदार्थांपासून बनवलेले घड्याळ जसे यंत्राप्रमाणे चालते, ते स्वयंप्रेरणेने आपली क्रिया बदलू शकत नाही. त्याला मन, बुद्धी, इंद्रिय, प्रेरणा, विकार किंवा वासना नाहीत. तशी स्थिती जीवकोटीची नाही. जीवकोटीत इंद्रिय, मन व बुद्धी यांचा विकास झालेला आहे आणि इंद्रिय, मन, बुद्धी या शक्तींच्या योगाने जिवाचे व्यापार जडपदार्थांच्या व्यापाराहून भिन्न आहेत असे मार्क्सवादी मानतात. त्यामुळे जे लोक जीवसृष्टीचा उदय जडसृष्टीतून झालेला आहे, एवढ्यावरूनच जीवसृष्टीचे व्यापार केवळ जडसृष्टीच्या नियमावरूनच उलगडून दाखविण्याचा प्रयत्न करतात, त्यांना मार्क्सवादी लोक यांत्रिक भौतिकवादी Mechanical Materialistic म्हणतात.[२४]

माझी इच्छाशक्ती, बुद्धी या स्वतंत्र आहेत, हा मानवाचा अनुभव हा केवळ भ्रम आहे, असे म्हणून मानवाच्या वर्तनाची मीमांसा केवळ यांत्रिक पद्धतीने करणारा एक भौतिकवाद इंग्लंड, अमेरिका, फ्रान्स इ. देशांत आहे व यालाच शास्त्रीय भौतिकवाद (Scientific Materialism) असे नाव दिले आहे. इंग्रजी साहित्यिक तत्त्वज्ञान्यांना परिचित असणाऱ्या या भौतिकवादाहून मार्क्सचा भौतिकवाद भिन्न आहे असे आचार्य जावडेकरांचे मत होते. मनुष्याचे स्वतंत्र कर्तव्य, विचार स्वातंत्र्य आणि विवेक स्वातंत्र्य याला मार्क्सने अवसर दिला असून इतर जीवकोटींहून मनुष्यांचे मन, बुद्धी ही अधिक विकसित असल्याने त्याच्या व्यवहाराचा उलगडा करण्यासाठी पुरे पडणाऱ्या मानवेतर नियमावरून होऊ शकत नाही असे मार्क्सवादी मानतात. मानवाच्या अंगी मानसिक व बौद्धिक गुणांचा विकास झालेला आहे व या गुणांच्या वैशिष्ट्यामुळे जड पदार्थाच्या व जीव कोटींच्या व्यापाराहून मानव समाजाचे व्यापार विशिष्ट, विभिन्न आणि उन्नत झालेले आहेत. हे न ओळखणाऱ्या यांत्रिक भौतिकवादाला मार्क्सवादी अशास्त्रीय मानतात. याच्या उलट भौतिक तत्त्वांच्या स्वयंविकासाचे महत्त्व ओळखणारा आपला विरोधी विकासी भौतिकवाद हाच खरा शास्त्रीय भौतिकवाद आहे असे ते मानतात. हे मार्क्सवादाचे वैशिष्ट्य समजून न घेता मार्क्सवादावर भौतिक नियतवादाचा आरोप

करणे आणि मार्क्सची मीमांसा भौतिकवादी आहे. तीत मानवी कर्तव्य, विवेक, विचारस्वातंत्र्य आणि ध्येयनिष्ठा यांना महत्त्व देण्यात आलेले नाही अशी टीका करणे अथवा जडवादाचा आरोप करणे हे अज्ञान आहे असे आचार्य जावडेकरांचे मत होते.

उलट मनुष्याच्या बुद्धीच्या अंगी बाह्य परिस्थितीचे गुणदोष विवेचन करण्याचे, तिचे मूल्यमापन करण्याचे आणि तिच्यावर आपला प्रभाव पाडून आपणास अनुकूल स्वरूप प्राप्त करून देण्याचेही सामर्थ्य आहे हे मार्क्सवाद मान्य करतो असे आचार्य जावडेकरांचे म्हणणे होते.[२५]

मानवी बुद्धीच्या कर्तृत्वाच्या व पौरुषाच्या भौतिक मर्यादा ओळखल्यावाचून ती मीमांसा शास्त्रीय ठरणार नाही, असे मार्क्सचे म्हणणे आहे. मानवी बुद्धीत समाजघटनेसंबंधी जी ध्येये निर्माण होतात ती भौतिक परिस्थितीसापेक्ष असतील म्हणून त्या ध्येयांची स्थापना होण्यासही अनुकूल आर्थिक, राजकीय परिस्थिती निर्माण व्हावी लागते हे ओळखून ध्येयनिष्ठ क्रांतिवाद्यांनी आपले धोरण आखले पाहिजे ही वास्तववादी दृष्टी मार्क्सने समाजवाद्यांना दिली, तर ध्येयनिष्ठेसाठी जीवन अर्पण करू इच्छिणाऱ्या क्रांतिकारकांना यशप्राप्तीच्या दृष्टीने मार्क्सला वास्तववाद शिकवायचा होता. व्यावहारिक वास्तविक मर्यादा विशद करावयाच्या होत्या, यासाठी त्याला मानव समाजाच्या घटनेत ऐतिहासिक मीमांसेमार्फत सर्वांगीण क्रांत्या केव्हा होतात व का होतात यांची मीमांसा करावी लागली.

क्रांतिसंबंधीची भाकिते मार्क्सला मान्य नाहीत, कारण ती पूर्वनियत व निश्चितकाळी घडणारी नसतात व ती पौरुषनिरपेक्ष नसतात. मार्क्सचे समाजसत्ताक जगत् क्रांतिचे भाकीत अशा प्रकारच्या भौतिक नियतीवादावर आधारलेले नाही असे आचार्य जावडेकरांचे मत होते. त्याने मानवी प्रयत्न व पौरुष यांना महत्त्व दिले आहे, फक्त या प्रयत्नांच्या व पौरुषाच्या परिस्थितीनिरपेक्ष घटित मर्यादा मार्क्सने दिग्दर्शित केल्या आहेत.[२६]

मार्क्सची भौतिक इतिहासमीमांसा ही जशी भौतिक नियतीवादावर आधारलेली नाही, तसेच मार्क्सचा भौतिकवाद हा जडसुखवादही नाही, कारण भौतिकवादी म्हटले की, तो केवळ इंद्रियसुखनिष्ठ, स्वार्थी व ध्येयशून्य जीवनाचा पुरस्कर्ता असला पाहिजे असे अनेक लोक मानतात, पण मार्क्सच्या भौतिकवादाचा इंद्रिय सुखवादाशी काही संबंध नाही हे स्पष्ट करून आचार्य जावडेकर म्हणतात, 'सर्व मनुष्य केवळ इंद्रिय सुखासक्तच असतात किंवा त्यांनी तसे बनावे असे मार्क्सवादाचे म्हणणे नाही. तसेच अर्थप्रेरणा हीच मानव स्वभावातील एकत्रित प्रेरणा आहे, ती सर्वश्रेष्ठ आहे अथवा ती नेहमीच प्रभावी असते व राहावी असे मार्क्सवाद मानत नाही' हे निदर्शनास आणून आचार्य जावडेकर म्हणतात, 'त्यांचे एवढेच म्हणणे आहे की, समाजघटनेला जे भांडवलशाही स्वरूप प्राप्त झाले आहे, त्या समाजघटनेतच मनुष्य स्वभावातील आर्थिक

प्रेरणा अधिक प्रबळ बनलेली आहे. भांडवलशाही समाजघटनेची आदि प्रेरक शक्तीच अर्थप्रेरणा बनली असल्याने समाजात स्वार्थ, स्पर्धा आणि इंद्रियसुखासक्ती यांनाच अधिक महत्त्व मिळाले. जोपर्यंत ही घटना मांडली नाही तोपर्यंत ही अर्थप्रेरणा सामान्य मनुष्याच्या व्यवहारात प्रभावी राहील. पण ही घटना मांडून स्पर्धेऐवजी सहकार्य आणि स्वार्थाऐवजी समाजसेवा या भावनांवर आधारलेली आर्थिक घटना निर्माण झाली, म्हणजे ही प्रेरणा सहकार्य व सेवावृत्ती यांच्या अधीन राहील.

अशा प्रकारे मनुष्य हा ध्येयनिष्ठ असणे अथवा स्वार्थनिष्ठ असणे हे तो ज्या समाजात नांदत असेल त्या समाजाच्या आर्थिक घटनेवर अवलंबून असते. मनुष्य समाजात ज्या निरनिराळ्या कृती व प्रेरणा आहेत त्यापैकी कोणत्या कृती व प्रेरणा त्यांच्या वर्तनावर प्रभाव पाडतील आणि विशिष्ट समाजातील सामान्य मनुष्याचे वर्तन कसे होईल हे त्या घटनेतील त्या व्यक्तीच्या स्थानावर किंवा वर्गावर अवलंबून असते. म्हणून मानवी व्यवहार समाजघटनेचे प्रकार, त्या प्रकारामुळे मनुष्यस्वभावाला मिळणारा आकार एकच समजतात. एकाच वेळी नांदणाऱ्या निरनिराळ्या वर्गांच्या मनावर घडणारे त्या समाजघटनेचे परिणाम यांचा विचार करावा लागतो असे आचार्य जावडेकरांचे मत होते.

मनुष्यस्वभावात ध्येयनिष्ठा व कर्तव्यनिष्ठा या कृती आहेत. या कृतींना वश होऊन आपल्या सर्वस्वाचा त्याग करण्यासही अनेक लोक तयार असतात व त्यातून समाजाचा इतिहास घडतो. हे मार्क्सच्या भौतिकवादाला मान्य आहे असे आचार्य जावडेकर म्हणतात. मनुष्याची कर्तव्यनिष्ठा, ध्येयनिष्ठा समाजातील भौतिक घटनेतील फरकाबरोबर बदलत जाते व त्यांचे आकार भिन्नभिन्न बनतात हे इतिहास मीमांसकांनी ध्यानात घेतले पाहिजे, हे आचार्य जावडेकर निदर्शनास आणून देतात. सामाजिक नीतिमत्ता ही एकंदर सामाजिक घटनेवर आणि एकंदर सामाजिक घटना त्यांच्या आर्थिक घटनेवर अवलंबून असते असे म्हटल्याने, नैतिक ध्येयवादाच्या व्यावहारिक मर्यादेचा उलगडा होतो. पण नैतिक ध्येयवादाला गौणत्व येते हे खरे नाही. म्हणून नैतिक ध्येयवादाच्या व्यावहारिक मर्यादा दाखवून देणाऱ्या मार्क्सच्या भौतिकवादाला ध्येयशून्य इंद्रिय सुखवाद म्हणणे समर्थनीय ठरत नाही असे आचार्य जावडेकरांचे म्हणणे होते.[२७]

मार्क्सने आपल्या मीमांसेत भौगोलिक परिस्थितीपेक्षा आर्थिक परिस्थितीला जास्त महत्त्व दिले. मनुष्य समाज हा केवळ भौगोलिक परिस्थितीवर आपले प्रभुत्व प्रस्थापित करण्याचा प्रयत्न करीत असतो. मानवाच्या या प्रयत्नांतूनच त्याचा विकास होत असतो. या मार्क्सच्या विचारावर आचार्य जावडेकरांचे मत असे आहे की, केवळ औद्योगिक परिस्थितीवरून मानवाचे भवितव्य ठरत असेल, तर मानवी प्रयत्नास व

कर्तृत्वास मुळीच अवसर मिळणार नाही. तसेच एकाच भौगोलिक परिस्थितीत हजारो वर्षं नांदणाऱ्या समाजात जे मूलभूत फेरबदल घडून येतात व क्रांत्या घडतात त्यांचा उलगडा होण्याच्या दृष्टीने ही आर्थिक मीमांसा उपयोगी पडू शकत नाही. उदा. हिंदुस्थानात जे आर्य लोक हजारो वर्षे राहिले आहेत, त्यांच्या संस्कृतीत व समाज घटनेत या काळात ज्या घडामोडी झाल्या, त्यांची काही कारणमीमांसा या काळात कार्यस्थिर असणाऱ्या भौगोलिक परिस्थितीच्याच आधाराने करता येणार नाही, हा ऐतिहासिक मीमांसेतील दोष आचार्य जावडेकर दाखवून देतात.[२८]

धर्म व मोक्ष या दृष्टिकोनातून ऐतिहासिक भौतिकवादातील साम्यस्थळे

धर्मप्रेरणा ही सामाजिक कर्तव्यनिष्ठेला जागरूक व प्रबळ करत असते आणि मुख्य प्रेरणा कर्तव्यनिष्ठेसाठी भोगाव्या लागणाऱ्या क्लेशांना न जुमानता आत्माहुती देण्यास मानवाला प्रवृत्त करित असते. धर्मनिष्ठेचा उगम प्रेम किंवा अहिंसा हा असून मोक्षनिष्ठेचे खरे स्वरूप सत्यनिष्ठा व न्यायनिष्ठा हे आहे. सत्यासाठी, न्यायासाठी व निरपेक्ष कर्तव्यनिष्ठ प्रेमासाठी आपल्या सर्व इंद्रियशक्ती समर्पण करण्यातील आनंद हेच आपल्या आत्म्याचे खरे स्वरूप आहे हे ओळखून त्याच्या प्राप्तीसाठी सतत प्रयत्न करत राहणे हे मोक्षनिष्ठेचे स्वरूप मार्क्सवाद्यांनी ओळखले नाही, असे आचार्य जावडेकरांचे मत होते. तसेच यामुळे धर्मप्रेरणा व मोक्षप्रेरणा या जीवनातील प्रेरणांना ते नेहमीच प्रतिगामी व प्रतिक्रांतिकारक समजतात. धर्म ही अफूची गोळी आहे किंवा धर्म साक्षात्कार हा केवळ भ्रम आहे हे त्यांचे मत खरे शास्त्रीय आहे असे वाटत नाही. या अनुषंगाने आचार्य जावडेकर म. गांधींचे उदाहरण देऊन म्हणतात, 'म.गांधी हे सत्याग्रहाच्या रूपाने सत्य, प्रेम आणि तप ही जीवनाची सनातन मूल्ये जगापुढे पुन्हा उपदेशाने व आचरणाने मांडत आहेत, त्यामुळे धर्मनिष्ठा व मोक्षनिष्ठा यांचे आधुनिक, बुद्धीला पटणारे पुरोगामी क्रांतिकारक स्वरूप जगापुढे येत आहे.[२९]

मात्र सामाजिक रूढी, आर्थिक बंधने आणि राजकीय कायदे यांचे एकनिष्ठेने पालन करणे एवढाच आपला धर्म आहे असा उपदेश करणाऱ्या धर्मसंस्था प्रतिगामी व प्रतिकारक ठरत असतात हे आचार्य जावडेकर मान्य करतात. सत्याग्रहावाचून ऐतिहासिक भौतिक मीमांसा पूर्ण होणार नाहीत हे सांगताना आचार्य जावडेकर लिहितात, 'सामाजिक समतेसाठी, सामाजिक रूढींचे उल्लंघन करावे, सत्यनिष्ठेसाठी धार्मिक बंधनाचे उल्लंघन करावे आणि न्यायनिष्ठेसाठी राजकीय कायद्यांचे उल्लंघन करून अन्यायी राज्यसंस्थेत क्रांति घडवून आणावी असा उपदेश करणाऱ्या सत्याग्रही तत्त्वज्ञानाला मानवी इतिहासात धर्मप्रेरणेचा व मोक्ष प्रेरणेचा उपयोग करावा लागणार आहे. मार्क्सच्या विरोध विकासी भौतिक मीमांसेत या प्रेरणांचा व त्यांच्या क्रांतिकारक स्वरूपांचा यथायोग्य अभ्यास न झाल्याने हा या मीमांसेतील दोष राहिला आहे. हा दोष काढून टाकल्याशिवाय ही

विरोधविकासी भौतिक इतिहास मीमांसा शास्त्रीय बनणार नाही, असे आचार्य जावडेकरांचे मत होते.

आचार्य जावडेकरांनी ऐतिहासिक भौतिक मीमांसांचे विश्लेषण करत असताना यांत्रिक, भौतिक वादाहून मार्क्सची ऐतिहासिक भौगोलिक मीमांसा कशी वेगळी आहे हे दाखवून दिले. तसेच मार्क्सवादामध्ये सुद्धा आत्मप्रेरणा, मोक्षप्राप्ती या कल्पना सत्याग्रही तत्त्वज्ञानाच्या आधारे बसू शकतात हे दाखवून दिले. मार्क्सच्या ऐतिहासिक भौतिक वादामध्ये धर्म या संकल्पनेचा सत्याग्रहनिष्ठ दृष्टिकोनातून त्यांनी विचार केला.[३०]

ऐतिहासिक भौतिकवादाची जावडेकरांनी केलेली वाढ : मानस प्रेरणा आणि भौतिक वस्तुस्थिती

विरोधी विकासी भौतिकवाद हा यांत्रिक भौतिक वादाहून भिन्न आहे आणि यात मानवी बुद्धीचे स्वातंत्र्य व ध्येयनिष्ठ जीवनाचे महत्त्व यांना मान्यता दिली आहे. पण या अंत:प्रेरणेचे पृथ:करण करून त्याचे स्वरूप विशद करणाऱ्या सामाजिक मानसशास्त्राचा अभ्यास संप्रदायाने केलेला नाही, असे आचार्य जावडेकरांचे मत होते.

मार्क्सने ध्येयनिष्ठा व धर्मप्रेरणा गृहीत धरलेली होती, हे स्पष्ट करताना आचार्य जावडेकर लिहितात, ‘ मार्क्सवादाने सामाजिक घडामोडींची मीमांसा करताना समाजाच्या भौतिक अंगावर जो भर दिला तो या दृष्टीने योग्य व समर्थनीय होता. पण त्यांच्या भौतिक मीमांसेत मानवी मनातील ध्येयनिष्ठेची व ध्येयनिर्मितीची अंत:प्रेरणा गृहीत धरलेली आहे. तिथेच एक स्वरूप धर्मप्रेरणा, मोक्षप्रेरणा हे आहे हे लक्षात घेतल्यास या प्रेरणेचे शुद्ध स्वरूप लक्षात येते व त्यामुळे अनेक ऐतिहासिक घडामोडींची अधिक शास्त्रीय मीमांसा करणे शक्य होईल.’ धर्मप्रेरणा ही एक अफूची गोळी आहे. एवढे म्हटल्याने सामाजिक व्यवहारातील त्या अंगाची शास्त्रीय मीमांसा होत नाही. मार्क्सची भौतिक मीमांसा या दृष्टीने वाढवली पाहिजे व तसे करणे हे मूळ सिद्धान्ताशी मुळीच विसंगत नाही, असे आचार्य जावडेकरांचे मत होते. सामाजिक क्रांतीच्या काळात धर्मप्रेरणेचा व मोक्षप्रेरणेचा उपयोग होऊ शकतो हे म. गांधींच्या राजकीय नेतृत्वामुळे सिद्ध झाले आहे.[३१]

मानवी बुद्धी ही स्वतंत्र बुद्धी आहे. ती ध्येय सृष्टी निर्माण करू शकते आणि त्या ध्येयाच्या प्राप्तीसाठी स्वार्थत्यागपूर्वक प्रयत्न करणे हीच मानवी मनाची उन्नतावस्था आहे वगैरे मानसशास्त्रातील व नीतिशास्त्रातील सिद्धान्त या ऐतिहासिक भौतिकवादात मान्य आहेत. आचार्य जावडेकरांना अभिप्रेत असणारा आत्मानुभव भौतिक सृष्टीच्या अनुभवाहून कोणत्या दृष्टीने वेगळा आहे तसेच तो विरोध विकासी भौतिकवाद त्यांच्या बुद्धीला का पटतो याचे विश्लेषण आचार्य जावडेकरांनी पुढीलप्रमाणे केले आहे –

बुद्धीचे कार्य बाह्य परिस्थितीचे आकलन करणे, तिचे प्रतिबिंब आपल्या मनात पाडणे एवढेच नाही, तर नव्या परिस्थितीची कल्पनाचित्रे मनापुढे उभी करणे हे ही एक आहे. विरोधी विकासी भौतिकवादात बुद्धीच्या या निर्णयक्षमतेवर भर दिलेला नाही. तो भर दिला म्हणजे बाह्य परिस्थितीवर मात करू इच्छिणाऱ्या अंत:प्रेरणेला स्थान प्राप्त होऊ शकते. बुद्धीला बाह्य परिस्थितीप्रमाणे वागावयास लावणाऱ्या प्रेरणा यांना इंद्रियप्रेरणा म्हटले, तर बाह्य परिस्थितीवर मात करण्यास प्रवृत्त करणाऱ्या प्रेरणा या अंत:प्रेरणा म्हणता येतील. या अंत:प्रेरणेत अहंकार व ममत्व यांचा त्याग करूनच सर्वात्मभाव जागृत करणारी व सर्वहित बुद्धी प्रज्वलित करणारी प्रेरणा हीच आत्मप्रेरणा आहे असे आचार्य जावडेकरांना वाटते. इंद्रिय प्रेरणा व कामक्रोधादि मनोविकार यांच्यावर ताबा ठेवणे आणि बुद्धीला स्वार्थ, अहंकार व ममत्व यातून मुक्त करून सर्वांना भावनावश आणि सर्वहितदक्ष बनविणे हेच सर्व अध्यात्मशास्त्राचे व मोक्षाचे साध्य आहे. मानवी आत्म्याचा हा आदर्श आहे आणि त्या आदर्शाकडे खेचणारी प्रेरणा मानवी अंत:करणात आहे. ही प्रेरणा म्हणजे सर्व विश्वात सर्वत्र प्रगट होणाऱ्या शक्तीचेच एक परिणत फल आहे. ही शक्ती प्रथम जड स्वरूपात होती व तिचा विकास मानवात वरीलप्रमाणे झाला आहे. या शक्तीलाच आचार्य जावडेकर 'ब्रह्म' नाव देतात. या विश्वव्यापक शक्तीला 'आत्मा' हे नाव देणे आचार्य जावडेकरांना बरोबर वाटत नाही, कारण असे म्हटले म्हणजे ईश्वरवाद सिद्ध होतो, पण हा ईश्वरवाद आचार्य जावडेकर मानत नाहीत. चैतन्य किंवा ज्ञान असे नाव योग्य आहे असे आचार्य जावडेकरांना वाटते. कारण ज्ञात, क्षेत्र व ज्ञान या तिन्हींच्या पलीकडे तिचे स्वरूप आहे. विरोधविकासी भौतिक शक्ती किंवा तत्त्व म्हटल्याने तो आशय व्यक्त होऊ शकेल, पण विरोधी विकासी भौतिकवाद्यांनी आचार्य जावडेकरांच्या मते, आत्मस्वातंत्र्य आणि आत्मनिष्ठ बुद्धीचे जे स्वरूप आहे तिकडे द्यावे तितके लक्ष दिलेले नाही, पण विरोधी विकासी भौतिकवादामुळे त्यांचे स्वरूप जाणून घेण्याचा मार्ग मोकळा झाला आहे असे आचार्य जावडेकरांचे मत होते, म्हणून तो त्यांना जवळचा वाटत होता. कारण विरोधी विकासी भौतिकवादालाही ते ब्रह्मविद्येतील एक सिद्धान्त मानत होते. ब्रह्म हे आत्मस्वरूप एवढाच सिद्धान्त ब्रह्मविद्येत ग्राह्य मानावा असे नाही, तर ब्रह्म हे अन्नमय आहे, प्राणमय आहे, मनोमय आहे, बुद्धीमय आहे, आत्ममय आहे असे सिद्धान्त ब्रह्मविद्येत निरनिराळ्या लोकांनी प्रतिपादिले आहेत.[३२]

मार्क्सच्या ऐतिहासिक भौतिकवादामध्ये समाजाच्या विकासामध्ये उत्पादन शक्तीची भूमिका स्पष्ट करण्यात आली आहे. मार्क्सच्या मते गुलामगिरी, सरंजामशाही, भांडवलशाही या मानवी विकासाच्या तीन अवस्था आहेत. भांडवलशाहीत कामगार आणि भांडवलदार यांच्यातील संघर्ष तीव्र होतो. हा संघर्ष तीव्र होण्याचे कारण भांडवलदार कामगारांचे

शोषण करून त्यांच्या श्रमातील अतिरिक्त मूल्य काढून येतो. मार्क्सच्या सर्व तत्त्वज्ञानात त्याचा अतिरिक्त मूल्याचा सिद्धान्त महत्त्वाचा आहे. आचार्य जावडेकर अतिरिक्त मूल्याच्या सिद्धान्तास 'अवशिष्टमूल्य' असे नाव देतात.

अतिरिक्त मूल्यांचा सिद्धान्त

व्यक्तिवादी अर्थशास्त्रात 'उत्पादक संपत्ती' आणि 'उपभोग्य संपत्ती' असे संपत्तीचे दोन वर्ग असतात. त्यातील 'उत्पादक संपत्ती'स भांडवल असे म्हणतात. कार्ल मार्क्सने भांडवलदारांची व्याख्या पुढीलप्रमाणे केली आहे. 'केवळ उत्पादक शक्ती म्हणजे भांडवल अशी व्याख्या न करता जी उत्पादक संपत्ती मालक स्वत: न काम करता दुसऱ्यांच्या श्रमाने उपयोगात आणतो तिलाच भांडवल म्हणावे.' त्याचप्रमाणे कामगार म्हणजे 'ज्याच्याजवळ स्वत:ची उत्पादक साधने नाहीत व जे दुसऱ्यांच्या मालकीच्या साधनांच्या साहाय्याने कष्ट करून संपत्ती निर्माण करतात त्यांनाच कामगार म्हणावे.'[३३]

कामगार व भांडवलदार असे दोन वर्ग ज्या समाजात असतील तो भांडवलशाही समाज व त्याची संस्कृती ही भांडवलशाही संस्कृती असते. 'दास कॅपीटल' नावाच्या ग्रंथात व्यक्तिवाद्यांच्यात भांडवलशाही समाजाबद्दल असणारा भ्रम कसा चुकीचा आहे व ऐतिहासिक भौतिकवादाच्या अभ्यासातून भांडवलशाहीची उत्पत्ति, अभिवृद्धी, विनाश कसा होतो याची कारणेही मार्क्सने या पुस्तकात दाखवली आहेत यासंबंधी मार्क्सची मते आचार्य जावडेकर पुढीलप्रमाणे सांगतात, 'मार्क्सने अर्थशास्त्राच्या विचारांच्या आधारे भांडवलशाही आर्थिक घटनेचा अभ्यास केल्यानंतर त्यास व्यक्तिवादी अर्थशास्त्राच्या विचारातील अपुरेपणाही दृष्टीस पडला. आपल्या भौतिक इतिहास मीमांसेच्या दृष्टीने भांडवलशाही घटनेकडे पाहू लागल्यानंतर त्यास असे आढळले की, भांडवलशाही आर्थिक घटना ही पूर्वीपासून चालत आली आहे आणि ती तशीच पुढे चालत राहणार आहे. व्यक्तिवादी अर्थशास्त्रातील हा फार मोठा भ्रम आहे. मार्क्सच्या मते दीड दोनशे वर्षांपूर्वी भांडवलशाही व्यवस्था विशिष्ट परिस्थितीत निर्माण झाली व वाढत आली आहे. ही भांडवलशाही पद्धति, तिच्यावर उद्‌भवणारी आर्थिक घटना यांना इतर सामाजिक संस्थांप्रमाणेच उत्पत्ति, अभिवृद्धी, ऱ्हास व विनाश या अवस्था आहेत आणि त्यांच्या ऱ्हासाची व विनाशाची बीजे वाढत आलेली आहेत. भांडवलशाही समाजरचनेचे विशिष्ट स्वरूप पूर्वीच्या समाजरचनेहून कसे भिन्न आहे, तिची धनोत्पादन पद्धती पूर्वीच्या धनोत्पादन पद्धतीहून कशी वेगळी आहे आणि तिच्या उत्पत्तीबरोबर उत्पन्न झालेली व अभिवृद्धी व ऐष वाढणारी तिची विनाश बीजे कोणती आहेत हे दाखवून देऊन या समाजरचनेचा अंत कसा होईल व तिच्या अंतानंतर नवी समाजरचना कोणत्या आर्थिक घटनेच्या पायावर उभारली जाईल हे मार्क्सने दाखवून दिले.'[३४]

कारखानदार व कामगारवर्गाचा उदय

भांडवल, भांडवलदार व कामगारवर्ग, भांडवलशाही समाज आणि भांडवलशाही संस्कृति या सनातन नसून त्या गेल्या २००-२५० वर्षांत वाढलेल्या आहेत असे दिसून येते. या भांडवलदार वर्गाचे जमीनदार, कारखानदार व सावकार असे तीन पोटवर्ग पडतात. ते अनुक्रमे जमिनीचा खंड, नफा आणि व्याज या तीन अकष्टार्जित उत्पन्नाचे धनी होऊन बहुसंख्य सामान्य जनतेला या अल्पसंख्याक भांडवलदारवर्गाचे नोकर बनून ते देतील तेवढे वेतन घेऊन कष्ट करण्यास भाग पाडावे अशी भांडवलशाही संस्कृतीची नैसर्गिक प्रवृत्ती आहे.[३५] औद्योगिक क्रांतीमुळे यंत्रकला व भौतिक विद्या भांडवलदार वर्गाच्या स्वार्थासाठी उपयोगात येत आहे. यामुळे जमीनदार व शेतकरी, कारखानदार व कामकरी आणि सावकार-ऋणकरी वर्ग निर्माण झाले. बहुसंख्य जनता कष्टकरी बनली व जीवित साधने एका भांडवलदारवर्गाच्या हाती केंद्रित झाली. घरगुती धंदे, छोटी शेते आणि छोटे सावकार हे सर्व नष्ट होऊन यांत्रिक कारखाने, यांत्रिक शेती आणि बँका यांचे जाळे सर्वत्र पसरले आहे. यात सर्व समाज अडकला आहे. १०% लोक देशातील संपत्तीचे व भांडवलाचे मालक बनले आहेत व ९०% कष्टजीवी वर्गाचे कायदेशीर धनहरण कसे होते ते मार्क्सने सिद्ध केले आहे. या कायदेशीर धनहरणातच भांडवलशाही संस्कृतीच्या विनाशाची बीजे दडली आहेत. भांडवलदार वर्गाला केवळ मालकी हक्क करून खंड, नफा, व्याज कसे मिळते याची उपपत्ती प्रथम मार्क्सने दाखवली. या उपपत्तीलाच धनोत्पादनातील वाढाव्याचा सिद्धान्त किंवा ज्यादा मूल्य सिद्धान्त (Surplus Value Theory) म्हणतात.[३६]

अवशिष्ट मूल्यांचा सिद्धान्त

भांडवलशाही समाजात कामगारवर्गाच्या श्रमातून निर्माण होणाऱ्या संपत्तीचा कायदेशीर अपहार कसा होत असतो हे दाखवून देणे हा कार्ल मार्क्सच्या ग्रंथातील महत्त्वाचा अर्थशास्त्रीय शोध होता. भांडवलशाही समाजात निरनिराळ्या वर्गांत शोषण कसे चालू आहे हे मार्क्सने उत्कृष्टपणे सिद्ध केले आहे असे आचार्य जावडेकरांचे मत होते. व्यक्तिवादी अर्थशास्त्रानेसुध्दा भांडवलशाहीत अवशिष्ट मूल्य निर्माण होते असा सिद्धान्त मांडला होता. भांडवलशाहीच्या विकासास अतिरिक्त मूल्य आवश्यकच आहे असे त्यांचे मत होते.

भांडवलशाही समाजात जमीन व कारखाने ही धनोत्पादनाची साधने भांडवलदार वर्गाच्या मालकीची होऊन समाजातील बहुसंख्य वर्गास आपल्या श्रमशक्तीचा उपयोग करून स्वतंत्रपणे धनोत्पादन करता येत नाही, कारण त्यांच्यापाशी धनोत्पादनाची साधने नसतात. अर्थात अशा बहुसंख्य वर्गाला आपल्या श्रमशक्तीचा विक्रय करावा लागतो. कामगारवर्गाने आपली श्रमशक्ती विकावयास मांडली असता त्याला त्याच्या

उपजीविकेस लागणाऱ्या किमान साधनांहून अधिक मोल मिळू शकत नाही. बाजारात मांडलेल्या वस्तूला, तिच्या निर्मितीस जितके श्रम करावे लागत असतील तितक्या श्रमाने निर्माण होणाऱ्या संपत्तीइतकेच मोल कामगाराला मिळते असा सिद्धान्त व्यक्तिवादी अर्थशास्त्रज्ञांनी मांडला होता, हे आचार्य जावडेकर निदर्शनास आणतात.

मार्क्सचा अवशिष्ट मूल्यांचा सिद्धान्त

या व्यक्तिवादी सिद्धान्ताचा आधार श्रमशक्तीच्या क्रयविक्रयास लागू करून मार्क्सने असे सिद्ध केले की, 'कामगाराच्या परस्पर स्पर्धेमुळे त्याच्या श्रमशक्तीस त्याच्या जीवितास लागणाऱ्या किमान साधनांहून अधिक मोल मिळत नाही. कारखानदार वर्ग कामगारवर्गाची श्रमशक्ती विकत घेतो. ही विकत घेतलेली श्रमशक्ती उपयोगात आणून जी संपत्ती निर्माण होते ती त्या श्रमशक्तीस दिलेल्या मोलाहून अधिक मोलाची असते आणि कामगारवर्गास वेतनरूपाने मिळणारी संपत्ती व त्यांच्या श्रमशक्तीतून निर्माण होणारी एकूण संपत्ति या दोहोंच्या मोलातील जे अंतर अथवा वाढावा तोच मालक वर्गास नफ्याच्या व्याजाच्या किंवा खंडाच्या रूपात मिळत असतो.

अशा प्रकारे समाजातील भांडवलदार व कामगार या वर्गात सतत विनिमय होऊन समाजातील धनोत्पादनाचे कार्य भांडवलशाही समाजात चालू असते. ते कामगाराची श्रमशक्ती विकत घेतात. या श्रमशक्तीचा उपयोग करून धनोत्पादन करतात आणि या धनोत्पादनापैकी काही भाग कामगारांना वेतनरूपाने परत देऊन उरलेला भाग व्याज, खंड, नफा या रूपाने आपल्या वर्गात वाटून घेतात. एकंदर समाजातील धनोत्पादन किती मोलाचे आहे आणि त्यातील कामगारवर्गाला वेतन रूपाने मिळणाऱ्या संपत्तीचे मोल किती आहे हे पाहूनच त्याच समाजात चालू असलेल्या कष्टजीवी वर्गाच्या धनापहाराचे प्रमाण ठरविणे आवश्यक आहे.[३७]

समाजात निर्माण होणाऱ्या एकंदर संपत्तीचे मोल तिला निर्माण करण्यास लागलेल्या श्रमाच्या काळाने मापावे, त्यानंतर त्या संपत्तीपैकी जेवढा भाग वेतनरूपाने कामगारांना मिळतो त्या संपत्तीचेही मोजमाप तिच्या उत्पत्तीस लागेल त्या श्रमाच्या काळानेच करावे आणि अशा रितीने दोन्ही संपत्तींच्या मोलातील अंतर काढून कामगारवर्गाच्या श्रमांतून निर्माण होणाऱ्या एकूण संपत्तीपैकी मालक वर्गाकडे जाणाऱ्या संपत्तीचे श्रममूल्य निश्चित करावे. असे केले असता त्या समाजात कामगारवर्गाच्या श्रमाच्या फलातील किती अंश लुबाडला जातो याचा बरोबर हिशेब करता येतो. हा हिशोब केला असता असे दिसून येईल की, ज्या मानाने समाजातील धनोत्पादनाची साधने अधिक अधिक मोठी होत जातील आणि समाजाचे धनोत्पादन सामर्थ्य वाढत जाईल, त्या मानाने कामगारास मिळणारा सामाजिक संपत्तीचा अंश व भांडवलदारास मिळणाऱ्या त्या

संपत्तीचा अंश दूर होत जाईल. तसेच समाजातील भांडवल थोड्या व्यक्तींच्या हाती संकलित होत गेल्याने त्या व्यक्तीची श्रीमंती वाढू लागेल आणि कामगारवर्गाच्या दारिद्र्यात अधिक वाढ होईल.

अशा प्रकारे भांडवलशाही पद्धतीमुळे समाजातील श्रीमंती व गरिबी यांच्यातील सापेक्ष अंतर नित्य वाढत जाऊन त्यामानाने गरिबाचे दुःख व असंतोष यात भर पडेल. तसेच या गरिबांचे सर्व जीवन भांडवलदार वर्गाच्या हाती जाऊन त्यांचे आर्थिक स्वातंत्र्य नष्ट होईल. मानव समाजाची धनोत्पादनाची शक्ती अत्यंत वाढली असता त्या समाजात बहुतेकांस दारिद्र्यात व दास्यात रखडावे लागेल आणि अल्पसंख्यांक वर्गासच स्वातंत्र्य सत्ता व संपत्ती यांचा उपभोग घेता येईल. हा या समाजरचनेतील एक भीषण अंतर्विरोध आहे आणि त्यातच तिचा मृत्यू दडला आहे.[३८]

मार्क्सचा वरील सिद्धान्त वेगळ्या शब्दांत आचार्य जावडेकरांनी पुढीलप्रमाणे सांगितला आहे, 'भांडवलशाही समाजातील कामगार वर्ग दिवसाकाठी जितके तास काम करित असतो त्यापैकी काही काळच काम केलेल्या श्रमाचे फळ भांडवलदार वर्गाच्या पदरात व्याज, खंड, नफा या वेगवेगळ्या रूपाने पडत असते व कामगार वर्ग दरिद्री बनतो.

भांडवलशाही समाजात पूर्वीपेक्षाही भीषण स्वरूपात गुलामगिरी नांदत आहे. कामगार वर्गास विनावेतन श्रम करावे लागत आहेत. या विनावेतन श्रमातून निर्माण झालेली अवशिष्ट संपत्ति अकष्टार्जित मार्गांनी भांडवलदारास उपभोगता येते, या समाजातील कामगार वर्गाचा दर्जा बैलाच्या किंवा गुलामाच्या दर्जाहून भिन्न नाही आणि पूर्वीच्या समाजाप्रमाणे या समाजात श्रमजीवी व परजीवी असे वर्ग आहेत हे दाखवून देऊन ते अर्थशास्त्रदृष्ट्या सिद्ध करण्याचे श्रेय कार्ल मार्क्स यासच आहे. या दृष्टीने त्याच्या ऐतिहासिक भौतिक मीमांसेप्रमाणे त्याच अवशिष्ट संपत्तीचा सिद्धान्त अर्थशास्त्रात महत्त्वाचा मानला जातो.[३९]

नफा ही भांडवलदारांची मुख्य प्रेरक शक्ती व ते कामगारांचे कसे शोषण करतात, सामाजिक संपत्तीच्या विषम विभागणीमुळे समाजव्यवस्था कशी मोडकळीस येते व खाजगी मालकीऐवजी सार्वजनिक मालकी व समाजवादी ध्येय कसे पुढे येते या मार्क्सच्या मताचे विवेचन करताना आचार्य जावडेकर लिहितात, 'भांडवलशाही समाजात धनोत्पादनाचे नेतृत्व भांडवलदार वर्गाकडे असल्यामुळे आपणास मिळणारी अवशिष्ट संपत्ती अधिक कशी मिळेल याकडे लक्ष देऊनच कार्य चालते. आणि ज्यावेळी ही प्रेरक शक्ती लुप्त होते तेव्हा भांडवलशाही समाजातील धनोत्पादन मंदावते व समाजातील सधन व निर्धन यांचे अंतर वाढत जाते. धनोत्पादनाचा वेग प्रमाणाबाहेर वाढत जाऊन कष्टजीवी वर्गास चरितार्थासाठी लागणाऱ्या किमान वेतनाहून अधिक

संपत्ती मिळत नाही आणि समाजात आर्थिक अरिष्टे ओढवतात, याचे कारण बहुसंख्य कष्टजीवी वर्गाची क्रयशक्ती संकुचित बनलेली असते. त्याला समाजात उत्पन्न होणारी संपत्ती घेण्याचे सामर्थ्य राहात नाही. या भांडवलदारांनी केलेल्या मालाची उठावणी होत नाही. ही उठावणी न झाल्याने नफा मिळत नाही आणि नफा मिळेनासा झाल्याने भांडवलदार धनोत्पादन करत नाहीत. त्यांनी धनोत्पादन बंद पाडले म्हणजे समाजात बेकारी व दारिद्र्य वाढते आणि यामुळे कष्टजीवी वर्गाची क्रयशक्ती अधिकच क्षीण होते. ती क्षीण झाल्यामुळे आणखी इतर धनोत्पादन बंद पडते पण यावेळी समाजात भांडवलदारांच्याकडे भरपूर संपत्ती साठवलेली असते. कष्ट करून नवी संपत्ती निर्माण करणारे कामगार भरपूर असतात. पण या आर्थिक अरिष्टाच्या वैफल्यातून समाजातील कष्टजीवी वर्गास उपासमार सोसावी लागते. धनोत्पादनाचे कार्य करण्यास भांडवलदार वर्ग असमर्थ होतो. परिणामत: समाजाचा चरितार्थ चालू शकत नाही अशा अरिष्टाचा परिणाम समाजावर होऊ लागतो. हे दृश्य पाहून धनोत्पादनाच्या साधनांवर खाजगी मालकी न ठेवता त्यांच्यावर सार्वजनिक मालकी प्रस्थापित करण्याचा काळ आला असे लोकांस वाटून समाजवादी ध्येय पुढे येऊ लागते.'[४०]

अर्थशास्त्रीय दृष्टीने मार्क्सने ही जी एक नवी दृष्टी लावून दिली आहे, त्याने या दृष्टीचा अवलंब करून भांडवलशाही समाजरचनेच्या ऱ्हासाचे व विनाशाचे जे भविष्य वर्तविले आहे तेही तितकेच महत्त्वाचे आहे परंतु हे सर्व करण्यात त्याचा हेतू क्रांतिकारक होता आणि भांडवलशाही समाजातून समाजसत्ताक अवस्थेत नेणारी क्रांति कोणत्या वर्गाकडून घडून येईल आणि ती घडून येणे कसे अपरिहार्य आहे हे दाखवून देणे हेच त्याच्या सर्व अर्थशास्त्रीय लेखनाचे अंतिम प्रयोजन या दृष्टीने मार्क्सवादाचा अभ्यास केला पाहिजे असे याबाबतचे आचार्य जावडेकरांचे मत होते.[४१]

अवशिष्ट मूल्य – समज गैरसमज

शुद्ध अर्थशास्त्रीय सिद्धान्ताच्या दृष्टीने मार्क्सचा श्रममूल्यांचा सिद्धान्त अशास्त्रीय आहे असा एक आरोप करण्यात येतो, पण हा आरोप गैरसमजावर उभारलेला आहे असे आचार्य जावडेकरांचे मत होते कारण, 'श्रममूल्यांचा सिद्धान्त मार्क्सने शोधून काढला नाही. त्यावेळच्या व्यक्तिवादी अर्थशास्त्रांत रूढ असलेला तो सिद्धान्त त्याने घेतला आणि त्याचा उपयोग भांडवलशाही समाजात कामगारवर्गाची लुबाडणूक कशी होत आहे हे दाखवून देण्याच्या कामी त्याने केला.'

कामगारवर्गाच्या श्रमशक्तीतून एकंदर किती संपत्ती निर्माण होते आणि त्यापैकी वेतनरूपाने त्याच्या पदरात किती पडते यांचे मोजमाप करण्यास श्रममूल्यांचा सिद्धान्त उपयोगात आणणे अशास्त्रीय आहे असे वाटत नाही, कारण आचार्य जावडेकरांच्या

मते, या सिद्धान्ताच्या साहाय्याने भांडवलशाही समाजात कामगारवर्गाची किती लुबाडणूक होत आहे याची कल्पना येऊ शकते. बाजारात येणाऱ्या प्रत्येक वस्तूचा बाजारभाव अंदाजण्यास श्रममूल्यांचा सिद्धान्त अपुरा पडतो. हे स्वत: मार्क्सनेही मान्य केलेले आहे. व्यक्तिवादी अर्थशास्त्राप्रमाणे मार्क्सला निरनिराळ्या वस्तूंच्या बाजारभावाचा अंदाज करणारे अर्थशास्त्र बनवायचे नव्हते. त्याला समग्र कामगारवर्गाची समग्र भांडवलदार वर्गाकडून कशी व किती लुबाडणूक होते आहे हे दाखवून देऊन भांडवलशाही समाजातील अंतर्विरोध स्पष्ट करावयाचे होते आणि त्या कार्यात त्याने श्रममूल्यांच्या सिद्धान्ताचा उपयोग केला, हे आचार्य जावडेकरांनी निदर्शनास आणून दिले.

व्यक्तिवादी अर्थशास्त्रज्ञांनी अद्यापि या विषयाकडे द्यावे तितके लक्ष दिलेले नाही. त्यांनी बाजारात येणाऱ्या वस्तूच्या बाजारभावाचे शास्त्र भांडवलशाही समाजरचना गृहीत धरून बनविलेले आहे. याविषयी त्यांनी पुष्कळ सूक्ष्म विवेचन केले आहे. आणि या कार्यास उपयुक्त असे अनेक नवे सिद्धान्त बनवले आहेत, परंतु भांडवलशाही समाजरचनेचे जीवितच आता संपुष्टात येत असल्यामुळे त्यांच्या या सूक्ष्म विवेचनाचे शास्त्र लवकरच निरुपयोगी होण्याचा संभव आहे असे आचार्य जावडेकरांचे मत होते. तर याच्या उलट मार्क्सच्या अवशिष्ट मूल्याच्या सिद्धान्ताचे महत्त्व सांगताना आचार्य जावडेकर लिहितात, 'ज्या मानाने भांडवलशाही समाजरचना कोसळून पडू लागली आहे त्या मानाने तिच्या अंतर्विरोधाचे मर्मग्राही विवेचन करणारे मार्क्सचे अर्थशास्त्र अथवा त्यांचा अवशिष्ट मूल्यांचा सिद्धान्त याला अर्थशास्त्रात मान्यता मिळू लागली आहे. वस्तूचे बाजारभाव अंदाजण्यास श्रम मूल्यांचा सिद्धान्त उपयोगी पडत नाही, म्हणून तो अमान्य करणारे लोकही मार्क्सच्या अवशिष्ट मूल्यांचा सिद्धान्त मान्य करतात आणि त्याच्या आधारे भांडवलशाही समाजरचनेतील अंतर्विरोधाचे विवेचन करतात.''[४२]

अवशिष्ट मूल्याच्या सिद्धान्ताच्या आधारावर मार्क्सने त्यांच्या समाजवादी क्रांतीचा सिद्धान्त मांडला. आजच्या समाजात भांडवलदार आणि कामगार असे दोन वर्ग निर्माण होतात आणि कामगारांची लुबाडणूक बंद करण्यासाठी त्यांच्यात वर्गयुद्ध सुरू होते.

आचार्य जावडेकरांच्या मते, विरोध विकास वादाच्या तत्त्वज्ञानाच्या साहाय्याने वर्गयुध्दांचे स्वरूप जाणता येते.

मार्क्स आणि वर्गयुद्ध

समाजधारणेची तत्त्वे वारंवार बदलतात आणि परस्परविरोधी तत्त्वांचा आश्रय करण्याची बुद्धी समाजाला होत असते, याचे कारण काय ? या कारणांची मीमांसा हेगेलने आध्यात्मिक दृष्टिकोनातून केली आहे. आचार्य जावडेकरांनी ती पुढीलप्रमाणे

दिली आहे, 'मनुष्याचे मन नेहमी सत्याचा, न्यायाचा व स्वातंत्र्याचा शोध करीत असते. या प्रेरणा त्याला परमात्म्यांपासून मिळत असतात पण सत्याचे, स्वातंत्र्याचे अथवा न्यायाचे आकलन मनुष्यबुद्धीला एकदम होत नाही. मानवी मनाची सत्याकडे होणारी प्रगति परस्परविरोधी तत्त्वांच्या अवलंबनातून होत असते व म्हणून त्याच्या बुद्धीला नेहमी आंदोलने बसत असतात. सिद्धान्त, प्रतिसिद्धान्त आणि समन्वय सिद्धान्त (Thesis, Antithesis & Synthesis) अशा क्रमाने मनुष्याच्या बुद्धीला सत्याचे ज्ञान होत असते.[४३]

अशी आंदोलने मानवी बुद्धीला का प्राप्त होतात याची भौतिक उत्पत्ति मार्क्सने लावली हे स्पष्ट करताना आचार्य जावडेकर लिहितात, '१) समाजात नित्य बदल होत असतो. २) या बदलामुळे त्याच्या आर्थिक घटनेत प्रमाणभेदातून प्रकारभेदाच्या न्यायाने नवी आर्थिक घटना अस्तित्त्वात येते. ३) या आर्थिक अथवा भौतिक घटनांतरामुळे समाज धारणेला नव्या तत्त्वाचा आधार घेतला पाहिजे अशी बुद्धी निर्माण होते. अशा प्रकारे सामाजिक बुद्धीला बसणारी आंदोलने ही समाजाच्या आर्थिक घटनेतील आंदोलनांची प्रतिबिंबे असतात. ४) या आंदोलनांतून जुन्या व नव्या तत्त्वांत विरोध निर्माण होतो व या विरोधातून समाजाची प्रगती होते. ५) नव्या, जुन्या सामाजिक तत्त्वांच्या विरोधाआड समाजातील निरनिराळ्या वर्गांच्या हितातील विरोध लपलेला असतो व म्हणून या तात्त्विक मतांतील विरोधांना वर्गविरोधांचे स्वरूप प्राप्त होते अशी कार्ल मार्क्सची ऐतिहासिक घडामोडीची भौतिक मीमांसा आहे. हेगेलच्या विरोध विकासाच्या आध्यात्मिक सिद्धान्ताला मार्क्सने असे भौतिक रूप दिले.'

या सिद्धान्तानुसार त्याने मानवी इतिहासाचे समालोचन केले. तेव्हा त्यास सर्व इतिहासात वर्गविग्रहाचे तत्त्व दिसू लागले. जेव्हा एका तत्त्वावर समाजाची रचना होते तेव्हा जो वर्ग वरिष्ठ असतो, त्याचे या तत्त्वापासून सर्वात अधिक हित होत असते. या वर्गाचे हित तेच समाजाचे हित असे त्यावेळी समजले जाते. पण हा सिद्धान्त सर्वस्वी खरा नसतो, यात विरोधही असतो. प्रथम हा विरोध इतका वाढतो की, वरिष्ठ वर्गाचे हित ते सामान्य जनतेचे अनहित आणि सामान्य जनतेचे हित ते वरिष्ठ वर्गाचे अनहित अशी परिस्थिती प्राप्त होते. यावेळी एका वर्गाचे श्रेष्ठत्व नष्ट करून दुसऱ्या वर्गाचे श्रेष्ठत्व प्रस्थापित होण्याचा काल प्राप्त होतो. पहिला वरिष्ठ वर्ग नष्ट करून दुसरा वर्ग वरिष्ठ बनण्याचे प्रयत्न करू लागतो, तेव्हा या दोन वर्गांत विरोध उत्पन्न होतो व त्याला वर्गयुद्धाचे स्वरूप प्राप्त होते. दुसरा वर्ग पहिल्या वर्गाच्या आश्रयाने वाढलेला असतो. पण आता तो बाहेर येण्याचा प्रयत्न करू लागतो; याच वेळी सामाजिक क्रांत्या होतात.[४४]

वर्गयुद्धाचा त्रोटक इतिहास

मानवी इतिहासात वर्गयुद्धावाचून दुसरे काहीच घडले नाही असे मार्क्स व एंजल्स यांचे मत होते, असा अर्थ करणे हा त्यांच्या विचारांचा सर्वस्वी विपर्यास आहे असे आचार्य जावडेकरांचे मत होते कारण अगदी प्राथमिक अशा फिरत्या टोळ्यांचा इतिहास वगळल्यास आजपर्यंत मानव समाजात शोषण (Economic Exploitation) कोणत्या ना कोणत्या तरी स्वरूपात चालू असून कष्टजीवी जनतेच्या श्रमांतून निर्माण झालेल्या संपत्तीचा उपभोग सत्ताधारी वर्ग घेत असतो. अशी वर्ग समाजरचना प्राचीन काळापासून आत्तापर्यंत दिसून येते.

प्राचीन युरोपातील गुलाम, मध्ययुगातील भूदास आणि अर्वाचीन युगातील कामगार हे सर्व युरोपीय संस्कृतीच्या द्वीवर्ग संघटनेची साक्ष देत असून हिंदू, मुसलमान, बौद्ध इ. धर्मांतून निर्माण झालेल्या प्राचीन मध्ययुगीन संस्कृतीचा अभ्यास केला तरी त्यात एक शोषण करणारे व एक शोषित असे दोन वर्ग असल्याचे दिसून येते, असे आचार्य जावडेकरांचे मत होते.

हिंदुस्थानच्या इतिहासातील आर्य अनार्यांचे झगडे नंतर त्रैवर्णिक व शूद्र-अतिशूद्र यांच्यातील झगडे, हिंदु संस्कृतीच्या अंतकाळात दृढतर बनलेली व अद्यापि हिंदु समाजाला गुलाम बनविणारी हिंदूंची जातिसंस्था... आचार्य जावडेकरांच्या मते, यांचा जर सूक्ष्म अभ्यास केला तर हिंदु संस्कृतीचा इतिहास हा वर्गयुद्धांचा इतिहास आहे हे मार्क्सचे मत भारतीय इतिहासाला लागू पडते.

वर्गविग्रहांसंबंधी १६व्या शतकाच्या अगोदरच्या परिस्थितीचे वर्णन आचार्य जावडेकर पुढीलप्रमाणे करतात, 'या बाबतीत आधुनिक युरोपच्या इतिहासात व युरोपेतर खंडाच्या इतिहासात एक मोठे अंतर पडलेले आपणास दिसून येईल. इ.स. १६ व्या शतकाच्या अखेरीपर्यंत युरोप, आशिया खंडात मध्ययुगीन राज्यांत एक प्रकारची चातुर्वर्ण्य समाजसंघटना नांदत होती. धर्माधिकारी, सरंजामदार, व्यापारी, सावकार आणि शेतकरी-कामकरी इ... ब्राह्मण, क्षत्रिय, शूद्र अशी नावे या वर्गाला हिंदु संस्कृतीने दिली आहेत. त्यापैकी हिंदूंचे चातुर्वर्ण्य हे जन्मसिद्ध व जातिनिबद्ध पद्धतीने दृढ होते. या चातुर्वर्ण्य व्यवस्थेमुळे व्यक्तिस्वातंत्र्य व सामाजिक समता यांचा सर्वत्र अभाव होता. राजकीय जुलूमाचा प्रतिकार करण्याचे सामर्थ्य, प्रजेच्या अंगी जितके प्राथमिक अवस्थेत होते तितकेही मध्ययुगात नव्हते. अशा अवस्थेत सर्व जग असताना[४५] १७ व्या शतकात आधुनिक युरोपात एक नवी व्यापारी संस्कृती निर्माण झाली. मध्ययुगात धर्माधिकारी व सरंजामदार या वर्गांना समाजात जे श्रेष्ठ स्थान होते ते नष्ट झाले आणि त्याजागी व्यापारी, सावकार, कारखानदार यांचा भांडवलदार वर्ग आरूढ झाला. हीच आधुनिक युरोपची भांडवलशाही संस्कृति होय.

वर्गयुद्ध हे भांडवलशाही संस्कृतीचे नित्य लक्षण आहे. प्रत्येक भांडवलशाही देशात भांडवलदार देशांना १) आपला माल विकण्यासाठी आणि कच्चा माल विकत घेण्यासाठी मागासलेले देश लागतात. २) या देशात भांडवलदार देशातील भांडवलदार आपले भांडवल गुंतवतात आणि ३) जे मागासलेले देश रिकामे असतील तेथे आपल्या देशातील जादा लोक पाठवून वसाहती करतात. या तीन कारणांसाठी भांडवलदार देश साम्राज्ये निर्माण करतात. या साम्राज्याविना भांडवलशाही टिकू शकत नाही.[४६]

या भांडवलशाही संस्कृतिपासून आपला फायदा काय झाला यासंबंधी आचार्य जावडेकर सांगतात, 'व्यक्तिस्वातंत्र्य, सामाजिक क्षमता आणि लोकसत्ता ही सामाजिक ध्येये निर्माण झाली. भांडवलदार वर्गाने सरंजामशाही यांच्या संघर्षातून आधुनिक युरोप निर्माण होऊन भौतिक विद्येची वाढ साली. आर्थिक उत्पादनशक्तीचा विकास यातून झाला असून या शक्तीच्या विकासास सरंजामशाहीचा विरोध होता, म्हणूनच भांडवलदार वर्गाची ही क्रांति यशस्वी झाली. आणि मध्ययुगीन संस्कृतिहून अधिक पुरोगामी संस्कृति निर्माण झाली. यामुळे मानव संस्कृतीत व संपत्तीत फार मोठी भर पडली, पण भांडवलशाही संस्कृति लवकर ऱ्हास पावू लागली. तिच्यातील अंतर्विरोधानी ती कोसळणार आहे, असे मार्क्सने १८४७ साली वर्तविले व त्याचा अंत कामकरी शेतकरी वर्ग करणार असून सर्व जगात समाजसत्ताक कामगार संस्कृति स्थापन होईल. कारण आता जो कामगारवर्ग सत्ताधारी बनेल तो सर्वात खालचा असल्याने त्रिवर्ग संस्कृति कायमची नष्ट होईल व मानव संस्कृतीच्या भावी इतिहासात वर्गयुद्धाला स्थान उरणार नाही.[४७] हे मार्क्सने दाखवून दिले, असे आचार्य जावडेकरांचे मत होते.

प्राचीन, मध्ययुगीन, अर्वाचीन या तिन्ही काळांतील मानव संस्कृती कोणत्यातरी स्वरूपातील गुलामगिरीवरच उभारलेली होती. आधुनिक युरोपात कामगारवर्ग हा स्वतंत्र नागरिक वर्ग बनला. त्यांपैकी कोणाला भांडवल मिळविण्याचे स्वातंत्र्य कायद्याने दिलेले असले म्हणून भांडवलशाही समाजात गुलामगिरी नाहीच हे म्हणणे खोटे आहे; आणि आपल्या समाजातील निर्धन कामगारवर्गाला करारस्वातंत्र्य उपभोगता येते हा भांडवलदारांचा दावा केवळ भ्रम आहे असे मार्क्सने सिद्ध केले आहे, असे आचार्य जावडेकरांचे मत होते.[४८]

भारतातील वर्गयुद्ध

प्राचीन भारतीय संस्कृतीशी वर्गविग्रह पूर्णपणे विसंगत आहे असे आचार्य जावडेकरांना वाटत नाही. भारतखंडात आर्य लोक येऊन राहिल्यानंतर त्यांनी वर्णाश्रम धर्माच्या स्वरूपात आपली संस्कृति निर्माण केली. त्यापैकी शूद्र वर्ग आणि अतिशूद्र वर्ग हे दासकार्य करणारे वर्ण होते. वर्णाश्रम धर्माची संस्कृति ही ब्राह्मण, क्षत्रिय व वैश्य

या त्रैवर्णिकांचीच संस्कृति नसून शूद्र व अतिशूद्र हे त्यांचे दास होते. तत्कालीन सर्व समाजात दास प्रथा होती. युरोपीय समाजातही मध्ययुगाच्या अखेरीपर्यंत इकडील चातुर्वर्ण्यासारखे चार वर्ग होते. त्या काळात सामाजिक समता याचा अर्थ समाजात चार वर्ग मांडणे असा नसून ते वर्ग कायम ठेवूनही प्रत्येक वर्गात जन्मलेल्या कोणत्याही व्यक्तीला आपल्या गुण कार्यानुसार वाटेल त्या वर्गात प्रवेश मिळावा असा होता. सर्वात खालच्या शूद्रवर्णासही सर्वात वरचा ब्राह्मण वर्गापर्यंतचा दर्जा प्राप्त करून घेण्याचा मार्ग मोकळा असावा, एवढीच सामाजिक सुधारणेची व्यापक कल्पना त्यावेळी होती. ज्यावेळी समाजातील धनोत्पादन फार अल्प प्रमाणातच होऊ शकते, त्यावेळी समाजातील बहुजन समाज हा संस्कृति व संपत्ति यांच्यापासून पारखाच असतो. सर्वांना सुसंस्कृत व सुसंपन्न करण्याचे ध्येय अशा काळी बहुधा कोणास सुचत नाही व सुचले तरी त्याचा व्यवहारात उपयोग होऊ शकत नाही. आपल्या इकडेही शूद्र वर्गाचे दास्य कमी करावे, त्यांना भौतिक उन्नतीचे आणि ज्ञानप्राप्तीचे मार्ग मोकळे करावेत, अशाबद्दल प्रयत्न करणारे जैन, बौद्धांच्या काळापासून किंवा त्यांच्या पूर्वीच्या काळापासूनही निर्माण झाले होते, हे स्पष्ट करताना आचार्य जावडेकर म्हणतात, " हे अशाच प्रकारचे एक मत असावे असा पुष्कळांचा अंदाज आहे. वसिष्ठ, विश्वामित्रांच्या काळापासून वाटेल त्या वर्णात जन्मलेल्या व्यक्तीस ब्राह्मण व ब्राह्मणाचा दर्जा प्राप्त करून घेण्याची कल्पना निघालेली असून या कल्पनेच्या प्रकाशातून एक विचार आणि या विचार कलहातून एक प्रकारचा वर्गकलहही निर्माण झालेला होता."[४१]

यानंतरच्या काळात वैदिक संस्कृति मागे पडून बौद्ध संस्कृति व भागवत संस्कृति पुढे आली; हा एक वर्गकलहाचाच भाग होता. बौद्ध काळी जी क्रांती झाली आहे, ती एक प्रकारची सर्वांगीण सामाजिक क्रांति होती आणि त्यामागे विचार कलह, वर्गकलह असावा असे वाटते. नंतरच्या काळात शूद्रांना वैदिक धर्माचा अधिकार देण्यात आला नाही, हे खरे असले तरी वैदिक संस्कृतीच मागे पडून बौद्ध संस्कृति व भागवत संस्कृति पुढे आली असे म्हणण्यास हरकत नाही. बौद्ध संस्कृतीने हा उघड बंडाचा स्वीकार केला नाही, तरी एका परीने भगवद्गीतेला वेदापेक्षा अधिक श्रेष्ठ स्थान देऊन वैदिक संस्कृतीला गौणत्व दिले. ज्ञानेश्वर वेदांबाबत असे म्हणतात की वेद कृपण आहे, त्याने स्त्री शूद्रांकडे दुर्लक्ष केले, म्हणूनच मी गीतेवर टीका लिहिण्याचा प्रयत्न करत आहे. अशाच प्रकारे एकनाथ, तुकाराम वगैरे साधुसंतांनी स्त्री, शूद्रादिकांना वेदांचा अधिकार नाही म्हणून वेदालाच गौण ठरविले आहे. उपनिषदातील आत्मोद्धाराचे सर्व तत्त्वज्ञान भगवद्गीतेत आहे आणि भक्तीमार्गातील इतर प्राकृत भाषांतील ग्रंथांतही ते भरपूर आहे. मग आम्हास तुमच्या वैदिक ज्ञानाचे तरी काय महत्त्व आहे? असे भागवतधर्मी संत उघडपणे बोलू लागले. 'वेदांचा तो अर्थ आम्हासचि ठावा ।

इतरांनी वाहावा भार माथा ।।' असे तुकाराम छातीठोकपणे सांगतात. शूद्र कितीही मोठा झाला तरी आम्ही त्याला ब्राह्मण म्हणणार नाही असा दुराग्रह वैदिक म्हणणारे ब्राह्मण अद्यापि धरतात. पण व्यास-वाल्मिकी ऋषी कोर्टात गेले आणि शूद्र-अतिशूद्र जातीतील साधू संत हजारो ब्राह्मणांचे आध्यात्मिक गुरू बनले. शूद्रांनी वैदिक पद्धतीने राज्याभिषेक केला नाही, तरी त्यांनी राजसत्ता व साम्राज्यसत्ता उपभोगली आणि त्यांची सेवा करून ब्राह्मणांनी त्यांची स्तुतीस्तोत्रे गायली. जो शूद्र केवळ परिचर्चात्मक कर्म करण्यास लायक आहे असे मानण्यात येत होते, तो कृषिगोरक्ष वाणिज्य कर्म तर करू लागलाच पण मंत्री, राजा, इतकेच नव्हे तर साधूसंत, ऋषी, आध्यात्मिक गुरूही बनला. भारतीय संस्कृतीत ही घडून आलेली प्रचंड विचारक्रांति होती.' या अनुषंगाने आचार्य जावडेकर राजवाड्यांच्या विवेचनास आधार मानून लिहितात, 'उत्तर कुरूत जो अर्धरानटी शूद्र केवळ दास्य कार्य करून समाज संपादनाच्या अगदी खालच्या पायरीवर लाथडला जातो तो आता वेदाच्या व मौर्याच्या शूद्र व प्रबळ राजवटीत अध्यात्म, नीती, एकवर्गता, सर्वसमता व साम्राज्य यांचा विजयी चालक झाला. बुद्ध व जैन यांनी - विशेषत: गौतम बुद्ध याने - केलेली ही क्रांती केवळ सामान्य धर्मक्रांती नव्हे किंवा राज्यक्रांती नव्हे किंवा यज्ञक्रांती नव्हे. ही सर्वव्यापी अशी भयंकर क्रांती आहे. त्या प्रचंड क्रांतीने वैदिक समाजाचा पाया उखडून टाकून चातुर्वर्णिक समाज उलटा सुलटा होऊन गेला.' ही प्रचंड क्रांति वर्गविग्रहाखेरीज झाली नाही असे आचार्य जावडेकरांचे मत होते.[५०]

बुद्धानंतर मूर्तीपूजा आली. भागवतधर्मीय संतांनी वेदांताचे व सत्याचे अधिष्ठान जनतेस दिले; अशा सुधारणा वर्गकलहातून जरी झाल्या, तरी मध्ययुगीन भारत आधुनिक युगात जाऊ शकला नाही. हे स्पष्ट करताना आचार्य जावडेकर लिहितात, 'बुद्धाने वैदिक देवता, यज्ञ यागादि कर्मकांड आणि सामाजिक विषमता यांच्याविरुद्ध पुढे बौद्ध धर्म जाऊन मूर्तीपूजा उदयास आली. काही काळ पौराणिक देवताकांड, व्रत आणि उद्यापने, पूजा विधाने आणि कुमारील भट्टादींच्या कर्मठ मीमांसा धर्म यांचे स्तोम माजले. तथापि, शंकराचार्यांनी अद्वैत वेदांताचे ज्ञानकांड पुढे आणून देवताकांडास व कर्मठपणास गौणत्व दिले आणि भागवतधर्मीय संतांनी अद्वैत वेदांताचे शुद्ध तत्त्वज्ञान भक्तिमार्गात आणून सामान्य जनतेला निष्काम भक्तीने आत्मोद्धाराचा व मोक्षाचा मार्ग दाखवून दिला. या सर्व गोष्टी घडत असताना कर्मठ मीमांसकांनी ज्ञानमार्गीयांचा व भक्तीमार्गीयांचा पिच्छा पुरविला. प्रत्येक साधुसंताच्या प्रस्थापनेच्या कार्यास त्यांनी विरोध केला; पण साधुसंतांनी सत्याग्रही वृत्ती धारण करून आपले धर्मसुधारणेचे कार्य पुढे चालू ठेवले. जो गौतमबुद्ध नास्तिक व वेदनिंदक मानला जात होता, त्यास हिंदू जनतेने ईश्वरी अवतार बनविले! अशा संस्कृतिसुधारणेचे कार्य जरी झाले तरी मध्ययुगीन

भारत आधुनिक युगात येऊ शकला नाही.[५१]

युरोपमध्ये आध्यात्मिक बाबींकडे दुर्लक्ष केले गेले व आर्थिक बाबीला अधिक महत्त्व दिले गेले, हा दोष सांगून आचार्य जावडेकर लिहितात, 'आधुनिक युरोपातील व्यापारी मध्यवर्गाने धर्माधिकारी व सरंजामदार या वर्गाविरुद्ध शेतकरी वर्गाच्या साहाय्याने यशस्वी बंडे उभारली, युरोपीय जनतेला निदान मध्यमवर्गाला, मध्ययुगातून बुद्धियुगात आणून सोडले. नागरी स्वातंत्र्याची बंधने राजसत्तेला घालून तिला लोक नियंत्रित बनवले. सरंजामदार वर्ग नष्ट करून सामाजिक समतेचे व लोकसत्तेचे ध्येय पुरस्कारिले आणि मानव संस्कृतीतील समाजसत्ताक युगाचे ध्येय वर्तविले. हे सर्व करीत असता त्याने अध्यात्मविद्येकडे पूर्ण दुर्लक्ष केले, सर्व विद्यांना व कलांना केवळ धनोत्पादनाच्या दासी बनवल्या, आत्मबलाची उपेक्षा केली आणि केवळ शब्दबलावरच सर्व भर दिला.'[५२]

आधुनिक युरोपच्या या चुका फार मोठ्या असल्या तरी त्यांच्या संस्कृतीवर पडदा टाकून आपणास भावी संस्कृति निर्माण करता येणार नाही, असे आचार्य जावडेकरांचे मत होते. समाजातील कनिष्ठ वर्गाला वरिष्ठ वर्गाविरुद्ध कलह करून आपले हक्क प्राप्त करून घेण्याची कला प्राचीन भारतीय संस्कृतीत होती, असे आचार्य जावडेकरांचे मत होते. उदा. प्राचीन भारतात ब्राह्मण, क्षत्रियांमधील वर्गकलह, ब्राह्मण-क्षत्रियांनी, वैश्य-शूद्राविरुद्ध केलेला कलह यांची वर्णने आहेत. द्विजांनी शूद्रांना व अतिशूद्रांना दास्यात ठेवण्यासाठी अनेक प्रयत्न केले. या सर्व ऐतिहासिक घडामोडी वर्गकलहाखेरीज झाल्या नाहीत. परंतु भारतातील वैश्यांनी प्रखर वर्गकलह केला नाही. तथापि आधुनिक युरोपीय वैश्यांनी सामाजिक समतेची व लोकसत्तेची द्वाही पुकारून शेतकरी वर्गाच्या साहाय्याने सरंजामदाराविरुद्ध वर्गकलह करून एक- राष्ट्रीयत्वाची लोकसत्तेची स्थापना केली आणि नागरिकत्वाचे हक्क सर्वांना देऊन समाजात कोणताही शूद्र वर्ग राहू नये म्हणून ध्येय पुकारले. तशी गोष्ट भारतात झाली नाही. हे कबूल करून आचार्य जावडेकर म्हणतात, 'हा भारतीय संस्कृतीचा मोठेपणा म्हणता येणार नाही. भारतीय वैश्यांनी युरोपीय वैश्यांसारखा पराक्रम व कर्तृत्व दाखविले नाही आणि राष्ट्रीयत्व, लोकसत्ता यांचीही निर्मिती केली नाही. ब्राह्मणापासून शूद्रापर्यंत जे सर्व वर्ग राष्ट्रीयत्वाला व लोकसत्तेला पारखे राहिले आणि ईस्ट इंडिया कंपनीला साहाय्य करून आपला सर्व देश त्यांनी पारतंत्र्यात लोटला याबाबत आचार्य जावडेकर खेद व्यक्त करतात.[५३]

शोषित वर्गाकडून परकीय सत्तेला विग्रहातून कशी मदत केली जाते, हे सांगताना आचार्य जावडेकर लिहितात, 'वरिष्ठ वर्गाच्या दडपणाखाली चिरडून गेलेले वैश्य, शूद्र व अतिशूद्र हे वर्ग कर्तृत्वहीन बनले व त्यांनी आपल्या बलावर वर्गविग्रह केला नाही;

हे खरे असले तरी परकीयांना साहाय्य करून त्यांनी एक प्रकारे आपल्यावर वरिष्ठ वर्गानी केलेल्या एकतर्फी वर्गविग्रहाचा सूडच घेतला असेही म्हणता येईल, मात्र शोषित वर्गाचा दोष सांगताना आचार्य जावडेकर लिहितात, 'यापेक्षा युरोपीय मध्यमवर्गीय व्यापाऱ्यांनी जो वर्गविग्रह केला आणि आधुनिक युरोपीय संस्कृतीची निर्मिती केली, तो वर्गकलह अथवा आज तेथील कामगार स्वातंत्र्य भावनेने प्रेरित होऊन भांडवलशाहीविरुद्ध जो वर्गकलह करीत आहेत तो; आमच्यातील वैश्यांनी शूद्रांनी व अतिशूद्रांनी अन्याय सहन करण्याचे जे व्रत पाळले व अखेरीस परकीयांस मिळून आपले राष्ट्र पारतंत्र्यात लोटले त्याहून हीन आहे असे कोणासही म्हणता येणार नाही.'[५४]

आधुनिक युरोपने वर्गकलह करताना हिंसक मार्गाचा अवलंब केला तरी अन्यायाविरुद्ध झगडण्याचे एक तत्त्व जागृत ठेवले, भारतीय संस्कृतीने ते ठेवले नाही. ब्रिटिश आमदानीत म. गांधींच्या नेतृत्वाखाली भागवतधर्मीय साधुसंतांच्या सत्याग्रही वृत्तीतून एक नि:शस्त्र राज्य क्रांतिशास्त्र निर्माण झाले आहे, असे आचार्य जावडेकरांचे मत होते.

कार्ल मार्क्सने वर्गविग्रहातून सामाजिक क्रांतिचा विचार मांडला. आचार्य जावडेकरांच्या मते, मार्क्सचा दृष्टिकोन सर्वांगीण क्रांतिवादी होता.

भांडवलशाहीतील वर्गविग्रह

भांडवलशाही समाजात धनोत्पादनाची साधने धनिक वर्गाच्या हाती असतात. परिणामत: निर्धन वर्गास श्रमशक्तीचा विक्रय करून भांडवलवाला वर्ग जे देईल ते वेतन घ्यावे लागते, कामगाराच्या शक्तीतून निर्माण झालेली अवशिष्ट संपत्ती भांडवलवाल्या वर्गास मिळते. अशा भांडवलशाही समाजात कामगारांचा दर्जा गुलामासारखा असतो याकरिता मालक वर्गाच्या हाती संकलित झालेली धनोत्पादनाची सर्व साधने, म्हणजेच एक प्रकारे समाजातील जीवित साधने, स्वत:च्या मालकीची बनवून समाजसत्ताक लोकशाही स्थापन झाल्याखेरीज मनुष्य समाजातील गुलामगिरीचा अंत होणार नाही, हा मार्क्सचा मुख्य सिद्धान्त होता, हे आचार्य जावडेकर दाखवून देतात. समाजाला समाजसत्ताक अवस्था प्राप्त होण्यास वर्गविग्रहातून निर्माण होणारी अनियंत्रित कामगारशाही हा एक सर्वसामान्य मार्ग होय, हे ही मार्क्सने दाखवून दिले आहे, असे आचार्य जावडेकरांचे मत होते.

आजपर्यंत समाजात श्रमोपजीवी व परोपजीवी हे दोन वर्ग होते. त्यापैकी दुसऱ्या वर्गाच्या हाती राजसत्ता असल्याने समाजातील सर्व कायदे, रूढी, धर्म यावर परोपजीवी वर्गाची छाप असते, यामुळे आजपर्यंतची मानव संस्कृती ही वर्गविग्रहाने विकृत बनली आहे व समाजातील रूढी, धर्माचार, सामाजिक ध्येये आणि शास्त्रे व कला, कायदे

या सर्वांचा उपयोग वरिष्ठ वर्ग स्वत:च्या स्वार्थासाठी व कनिष्ठ वर्गाचे दास्य समर्थनीय व निरंतर करण्यासाठी करत असतो. राजकारण, समाजकारण, अर्थकारण या सर्वात मानव संस्कृतीतील हा मूलभूत वर्गविग्रह प्रतिबिंबित झालेला आहे. आजपर्यंतचा मानव संस्कृतीचा इतिहास हा वर्गविग्रहाचा इतिहास बनला आहे असे मार्क्स मानतो. या त्याच्या सिद्धान्तास अनुसरून समाजसत्ताक क्रांति ही वर्गविग्रहातूनच निर्माण होईल व ती प्राय: सशस्त्रच असेल, असेही त्याचे म्हणणे होते, हे आचार्य जावडेकर स्पष्ट करतात.[५५]

अनियंत्रित कामगारशाहीचे अंतिम ध्येय

भांडवलशाहीतून वर्गविग्रह निर्माण होतो. वर्गविग्रहातून क्रांती होते व अखेरीस कामगारशाही स्थापन होते. मार्क्सच्या या समाजसत्ताक क्रांतीचे स्वरूप आचार्य जावडेकरांनी पुढीलप्रमाणे विशद केले आहे. 'समाजसत्ताक क्रांति ही सामान्यत: लोकसत्तेखाली घडून येणारी नसून ती सशस्त्र क्रांतिच्या मार्गाने यशस्वी होईल' असा मार्क्सचा सिद्धान्त होता. ही समाजसत्ताक क्रांति सशस्त्र मार्गांनी झाल्यानंतर काही काळ अनियंत्रित कामगारशाही (Dictatorship of the proletariate) स्थापन होईल व एकदा भांडवलशाहीचा मोड झाल्यानंतर समाजात कामगार एवढाच वर्ग राहील. या एक वर्ग समाजात धनोत्पादनाची सर्व साधने सामाजिक मालकीची असल्याने सामुदायिक धनोत्पादनाचे सर्व फायदे सर्वांना सारखे मिळतील. सर्वांच्या सुखाची समानता वाढून सर्वांच्या गरजा यांत्रिक उत्पादनाच्या साहाय्याने फारच कमी कष्टात भागू लागतील. स्पर्धेऐवजी सेवा हा कामगाराचा उद्देश राहील. परिणामत: कष्ट केल्याशिवाय धन उपभोगणे योग्य नाही असे लोकमत बनेल.

अनेक वर्षे झाल्यानंतर व समाजाच्या भौतिक गरजा भागविण्यासाठी लागणारे श्रम कमी होऊन एकवर्ग समाजात बंधुभाव निर्माण होईल व कामगार संस्कृतीची स्थापना होईल. म्हणजे आपोआपच समाजात कोणत्याही प्रकारचे दंडधारी राज्ययंत्र असण्याची गरज उरणार नाही. सामाजिक विषमतेतून निर्माण होणारे गुन्हे, अत्याचार व अशांतता यांचे निर्मूलन होऊन कामगारशाहीचे राज्ययंत्र निरुपयोगी होऊन आपोआप गळून पडेल. यानंतर खऱ्या वर्गविरहित मानव संस्कृतीचा उदय होऊन मानवी इतिहासातील वर्गविग्रहाचे रानटी युग नष्ट होईल.'[५६]

साम्राज्यशाही, वर्गविग्रह आणि मार्क्स

युरोपीय इतिहासात गेल्या तीन शतकांत भांडवलदार वर्गाने सरंजामशाहीविरुद्ध जे युद्ध केले, ज्यातून भांडवलशाही संस्कृति निर्माण झाली तसे युद्ध आशियातील जो सावकारी वर्ग होता त्याने केले नाही, असे आचार्य जावडेकरांचे मत होते. याचा

परिणाम असा झाला की व्यापारी संस्कृतीची भरभराट ज्या ब्रिटिश, फ्रेंच, डच राष्ट्रांत झाली त्या राष्ट्रांनी आशियातील राष्ट्रांना गुलामगिरीत लोटले. आशियातील राष्ट्रांना जिंकताना या खंडातील सरंजामशाही अंतर्विरोधाचा व वर्गविरोधांचा उपयोग युरोपीय वर्गाने करून घेतला आणि आशियातील मागासलेले व्यापारी व सावकारी वर्ग आपल्या समाजाच्या विकासास विरोध करणारी सामाजिक बंधने तोडून नवी संस्कृती निर्माण करण्यास दुर्बल व असमर्थ ठरला होता, असे आचार्य जावडेकरांचे मत होते. तसेच या खंडातील दलित मागासलेल्या वर्गाने परकीय आक्रमणास साहाय्य केले व आपल्या वरिष्ठ व सत्ताधारी वर्गावर सूड घेतला. वर्गयुद्धाच्या भावनेची ही एक विकृती आहे व जेथे दलित वर्ग वरिष्ठ वर्गाचे प्रभुत्व झुगारून देण्यास असमर्थ ठरतो तेथे तो परकीयांना साहाय्य करून वरिष्ठ वर्गावर सूड घेतो. त्या समाजातील वरिष्ठ–कनिष्ठ असे दोन्ही वर्ग परकीयांचे अंकित बनतात. समाजातील वर्गयुद्धाचे हे एक विकृत स्वरूप असून राष्ट्रीय पारतंत्र्य आणि साम्राज्यशाही यांचा उदय विकृतीतून झाला आहे असे आचार्य जावडेकर निदर्शनास आणून देतात. वरील मुद्यांचा विचार मार्क्सने आपल्या लिखाणात केला नाही असे आचार्य जावडेकरांचे मत होते.'

साम्राज्यशाही व राजकीय पारतंत्र्य यांच्यातून राष्ट्रांराष्ट्रांतील युद्धे व आंतरराजकीय युद्धे यांचा उगम होत असतो. अशा युद्धांत व व्यवहारांत वर्गयुद्धांची तत्त्वे मागे पडून वर्ग समन्वयावे तत्त्व, वर्गसहकार्याने वागण्याची वृत्ती समाजात वाढत असते हे लक्षात घेतले पाहिजे, असे आचार्य जावडेकरांचे मत होते. अनेक सामाजिक, राजकीय व्यवहारांची मीमांसा करताना वर्गयुद्धांचे तत्त्व अपुरे पडते व वर्गसहकार्याचे तत्त्व स्वीकारून तीत राहिलेला अपुरेपणा स्वातंत्र्याच्या मुद्यातून निदर्शनास येतो, असे आचार्य जावडेकरांचे मत होते.[५७]

राष्ट्रवादी दृष्टिकोनातून विचार करणारे लोक वर्गयुद्धाची दृष्टी सोडून वर्ग समन्वय, वर्गविग्रह कोणत्या परिस्थितीत योग्य आहे वा अयोग्य आहे हे ठरविताना असे करणे मार्क्सच्या शास्त्रीय निकषास धरून आहे हे सांगताना आचार्य जावडेकर लिहितात, 'सर्वच समाजात वर्गविरोध सदैव चालू आहे हे खरे असले तरी कनिष्ठ श्रमजीवी वर्गाने केव्हाही वर्गयुद्धाचे धोरण स्वीकारावें असे मार्क्सवादी मानत नाहीत अथवा वर्गसमन्वयाचे वा वर्ग सहकार्याचे धोरण सर्वच परिस्थितींत चुकीचे अथवा त्याज्य आहे असेही त्यांचे म्हणणे नाही. वर्गविरोध व वर्गसहकार्य ही दोन्ही परस्परविरोधी तत्त्वे प्रत्येक समाजात थोड्याफार प्रमाणात चालू असतात. विशिष्ट परिस्थितीत पहिले अधिक प्रभावी होते, तर विशिष्ट भिन्न परिस्थितीत दुसरे प्रभावी ठरते. हे सर्व परिस्थितीसापेक्ष आहे व कोणते धोरण केव्हा इष्ट वा अनिष्ट समजावे याचा निर्णयही परिस्थितीसापेक्ष दृष्टीनेच केला पाहिजे, असा मार्क्सवादाचा खरा शास्त्रीय निष्कर्ष आहे.'[५८]

राष्ट्रभावनेला प्रतिगामी समजणे अथवा तिच्या प्रेरणेने सर्व ऐतिहासिक घडामोडींनी केवळ वर्गविरोधाच्या तत्त्वाने तपासून पाहणे सदोष आहे, असे आचार्य जावडेकरांचे मत होते, कारण ‘परकीय आक्रमण झाले असता पराजित राष्ट्रातील कामगार व भांडवलदार वर्ग एक होत असतात व जिथे वर्ग समन्वयाचे तत्त्व अस्तित्त्वात येते तिथे वर्गविग्रह दोन्हीही वर्ग विसरतात. अशावेळी पराजित राष्ट्रांत राष्ट्रवाद निर्माण होतो. तो पुरोगामी समजला पाहिजे व त्यांच्याशी समाजवादी पक्षानेही सहकार्य केले पाहिजे व सर्वच वर्गाचे शोषण करणाऱ्या साम्राज्यभावनेला विरोध केला पाहिजे, असे आचार्य जावडेकरांचे मत होते. राष्ट्रभावना व वर्गसहकारी वृत्ती या नेहमीच प्रतिगामी असतात असे मानणे अथवा त्यांनी प्रेरित होऊन घडणाऱ्या सर्व वर्तनाचा उलगडा केवळ वर्गविरोधाच्या तत्त्वाने करू पाहणे हे चुकीचे व अशास्त्रीय आहे. ती अशास्त्रीय चूक मार्क्सवाद्यांकडून होण्याचा फार संभव असतो. मार्क्सवादाचे यथार्थ आकलन न झाल्यामुळेच ही चूक होत असते.[५९]

वर्गविग्रह आणि अध्यात्मवाद

मार्क्सचे वर्गसंघर्षाचे तत्त्व जगाच्या सध्याच्या नैतिक उन्नतीच्या दृष्टीने महत्त्वाचे आहे, असे आचार्य जावडेकरांचे मत होते. ते अध्यात्मवादाशी विसंगत नाही, कारण मार्क्सचे वर्गयुद्धाचे तत्त्व मान्य करूनही अध्यात्मवाद स्वीकारता येतो असे आचार्य जावडेकरांचे मत होते. मार्क्सच्या ‘कॅपिटल’ वर पुस्तक लिहिलेले लिंडसे यांनी हे उत्तम प्रकारे दाखवून दिले आहे. या संदर्भात त्यांनी पुढील मत दिले आहे. 'Marx's doctrine of the class conflict was not, when properly understood, incompatible with idealism.'

अर्थ : योग्य तऱ्हेने समजून घेतल्यास कार्ल मार्क्सचे वर्गयुद्धाचे तत्त्व अध्यात्मवादाशी विसंगत नाही.[६०]

भांडवलशाहीत ९०% कष्टजीवी वर्गाचे कायदेशीर धनहरणातच भांडवलशाही संस्कृतीच्या विनाशाची बीजे असतात हे वर्गविग्रहाच्या तत्त्वातून जे विशद केले आहे ते आचार्य जावडेकरांना फार महत्त्वाचे वाटत होते. याच भांडवलशाहीचा विनाश ती अनीतिमान आहे, म्हणून होणार असून समाजधारणेचे तिचे सामर्थ्य नष्ट होणार असल्यामुळे तो होणार आहे हे ध्यानात घ्यावयास हवे. आचार्य जावडेकरांच्या मते, भांडवलशाहीला मूठमाती देणाऱ्या सर्वांगीण क्रांतिचे महत्कार्य केवळ कामगारवर्गच करू शकेल, हे मार्क्सचे प्रतिपादन योग्यच आहे. भांडवलशाही समाजपद्धतीत भांडवलदार विरुद्ध कामगार असा वर्गीय कलह, भांडवलदार प्रभुराष्ट्रे विरुद्ध अंकित राष्ट्रे यांच्यातील राष्ट्रीय स्वरूपाचा संघर्ष आणि एका भांडवलशाही राष्ट्राचे आपले साम्राज्य टिकविण्यासाठी व

वाढविण्यासाठी दुसऱ्या भांडवलशाही राष्ट्राबरोबरचे वितुष्ट असे विविध स्वरूपाचे संघर्ष निर्माण होतात व त्याची परिणती आंतरराष्ट्रीय युद्धात होते.[६१] अशा युद्धाच्या वेळी साम्राज्यशाही देशातील जनतेला आपआपल्या देशातील भांडवलशाही सरकार- विरुद्ध क्रांति करण्यास उद्युक्त करण्याची जबाबदारी तेथील समाजवाद्यांनी उचलली पाहिजे हे लेनिनचे मत आचार्य जावडेकर उचलून धरतात.

मार्क्सचे क्रांतिविषयक विचार

वर्ग संघर्षामधून सामाजिक आणि राजकीय क्रांति घडवून आणणे हे कम्युनिस्टांचे कार्य आहे, असे मार्क्सचे मत आहे. ही सामाजिक क्रांति कशी घडवून आणावी हा एक प्रश्न आधुनिक युरोपमध्ये उभा होता. या प्रश्नाला जे उत्तर मार्क्सने दिले, त्यातूनच शास्त्रीय समाजवाद अथवा कम्युनिझम आणि त्यांचे वर्गयुद्धाचे क्रांतिशास्त्र यांचा जन्म झाला आहे.[६२] यासाठी युरोपातील त्याच्या पूर्वीच्या तीन शतकांच्या इतिहासाचे अवलोकन करून कार्ल मार्क्सने आपल्या शास्त्रीय समाजसत्ताक क्रांतिवादाचे स्वरूप ठरविले. सरंजामशाहीतून लोकशाहीत जाण्याची क्रांति जशी व्यापारी वर्गाच्या नेतृत्वाने केली तशी भांडवलशाही लोकशाहीतून समाजसत्ताक अवस्थेत जाण्याची क्रांति कामगारवर्ग घडवून आणील असे मार्क्सने दाखवून दिले.

ही क्रांति एकवर्ग समाजाची स्थापना करून मानवी समाजाची नैतिक व सांस्कृतिक उन्नती घडवून आणील असे मार्क्सचे मत होते. एखादी समाजरचना तिच्यातील अंतर्गत विरोधांनी जेव्हा मोडकळीस येते, सुरळीतपणे चालू शकत नाही अथवा मोडून पडते आणि तिच्यापासून आपली जीवित यात्रा चालणे शक्य होत नाही असे सर्व लोकांना दिसून येते, तेव्हाच त्या समाजरचनेत क्रांति घडून येते. प्रत्येक समाजरचनेत असे अंतर्गत विरोध असतात. हे विरोध वृद्धींगत होतात व ती समाजरचना मोडून पडते, तेव्हा नवी समाजरचना स्थापन करणारी क्रांति घडून येते. अशाप्रकारचे अंतर्गत विरोध भांडवलशाही समाजरचनेत आहेत व तिच्या वाढीबरोबर विरोधांचीही वाढ होत असते.

प्रत्येक समाजरचनेचा विनाश तिच्यातील या आंतरविरोधाच्या प्रक्रियेतून होत असतो. भांडवलशाहीच्या वाढीबरोबर तिच्या विनाशबीजांची अशीच वाढ होत आहे व भांडवलशाहीचा विनाश करणारा शत्रू म्हणजे कामगार वर्गही तिच्या वाढीबरोबर वाढत व संघटित होतो अशी मार्क्सची क्रांतीची मीमांसा आहे.[६३]

भांडवलशाहीचे अंगभूत आंतर्विरोध कोणते व त्यातूनच या संस्कृतीचा विनाश होणे कसे अपरिहार्य आहे हे मार्क्सने अर्थशास्त्राच्या अभ्यासातून शोधून काढले. 'या समाजयंत्राची सर्व प्रेरक शक्ती वैयक्तिक नफेबाजी व स्पर्धा यातच आहे. या नफेबाजीसाठी कामगारवर्गाचे वेतन कमी करणे आणि मालाच्या किमती वाढविणे ही दोन साधने

भांडवलवाला वर्ग उपयोगात आणतो व आपआपसांतील स्पर्धेमुळे कामगार वर्गाची पिळवणूक करण्याचे धोरण आखत असतो. वेतनाचे दर कमी करून कामगार वर्गाची पिळवणूक करणे आणि आपल्या मालाचा खप वाढविणे या दोन गोष्टी परस्परांशी विसंगत आहेत. सामान्य जनतेची पिळवणूक झाल्याने क्रयशक्ती कमी होते व कारखानदारांच्या मालास गिऱ्हाईक न मिळाल्याने मालाचा खप होत नाही. खप बंद झाला म्हणजे लोक बेकार होतात व ते बेकार झाले म्हणजे जनतेची क्रयशक्ती अधिकच कमी होते यातूनच औद्योगिक अरिष्टे निर्माण होतात.

लक्ष्मीवंतो न जानन्ति प्रायेण परवेदनाम् ।
शेषे धराभराक्रांते शेते नारायण: सुखम् ।।

असे एक मार्मिक सुभाषित आहे. लक्ष्मीवंत नारायण शेषाच्या डोक्यावर पृथ्वीचा भार ठेवून त्यांच्या अंगावर सुखाने पहुडला आहे व त्यास शेषाचे कष्ट समजत नाहीत. भांडवलशाही संस्कृतीमधील शेष म्हणजेच कामगारवर्ग आहे. त्याच्या फणेवर पृथ्वीचा भार टाकून त्याच्या अंगावर भांडवलदार वर्ग सुखात लोळत आहे. पण जर का या शेषाने पृथ्वीच्या खालचा आपला फणा काढून घेतला, तर हे सर्व भांडवलशाही जग कोसळून पडेल व त्याखाली भांडवलदारवर्गाचा चुराडा होईल.

कार्ल मार्क्सने कामगार वर्गाला आपल्या सामर्थ्याची जी जाणीव करून दिली आणि आजच्या जगातील आर्थिक अन्यायावर व जुलमावर विदारक प्रकाश टाकला, इतकेच नव्हे, तर या संस्कृतीचा नाश करून नवी सामाजिक संस्कृति कशी निर्माण करावी याचे क्रांतिशास्त्र निर्माण केले. हे क्रांतिशास्त्र समाजवादी क्रांतिशास्त्र नावाने पुढे आले, असे आचार्य जावडेकरांचे मत होते.[६४].

एकवर्ग समाज स्थापन करणे हे समाजवाद्यांचे ध्येय आहे. हा एकवर्ग समाज निर्माण होण्यास आता फक्त भांडवलदार वर्गाचाच विरोध आहे व तो मालकी हक्कांच्या नावाने होत असतो. तरी ही मालकी हक्कांची मोह निद्रा समाजास पछाडीत आहे. शेतकरी वर्ग मालकी हक्काच्या मोहाने अंध बनून सावकारी पाशात अडकतो, पण त्याला मोह सोडवत नाही. मध्यमवर्ग हा असाच मोहांध बनून भांडवलदार वर्गाचा गुलाम बनतो व कष्टजीवी सामान्य जनतेला पिळून काढण्यास भांडवलदारास साहाय्य करतो. समाजवादी मतांप्रमाणे ही भांडवलशाहीची मोहिनी नष्ट करण्यास कामगारांना सशस्त्र क्रांति करावी लागणार आहे आणि क्रांतिनंतर भांडवलदार वर्गाचा पूर्ण पाडाव होईपर्यंत अनियंत्रित कामगारशाही स्थापन झाल्याखेरीज गत्यंतर नाही, हे मार्क्सने दाखवून दिले, असे आचार्य जावडेकरांचे मत होते.[६५]

सामाजिक क्रांति वर्गयुद्धातून निर्माण होते आणि प्रत्येक वर्गयुक्त समाजात वर्गयुद्ध चालू असते असा मार्क्सचा सिद्धान्त आहे. वर्गयुक्त समाजात वरिष्ठ वर्गाचे हित

हे प्रधान असते आणि त्या समाजातील न्याय नीतीच्या कल्पनाही या वरिष्ठ वर्गाच्या हितासाठी असतात. या वस्तुस्थितीमुळेच सामाजिक क्रांतीची आवश्यकता निर्माण होते.[६६]

थोडक्यात, वर्गयुद्ध, वर्गयुद्धात्मक क्रांतीनंतर अनियंत्रित कामगार सत्तेची आवश्यकता आणि अंतिम समाजसत्ताक अवस्थेनंतर राज्यसंस्थेचा आत्यंत्यिक लोप ही मार्क्सप्रणित क्रांतीची खरी उद्दिष्टे आहेत. अशा प्रकारे भांडवलशाही समाजरचना व संस्कृति आपल्या आंतर्विरोधाने नष्ट होणार हे कार्ल मार्क्सचे भविष्य युरोपखंडात बहुतांशी खरे झाले आहे व होण्याच्या बेतात आहे, असे आचार्य जावडेकरांचे मत होते. भांडवलशाही संस्कृति नष्ट झाल्यानंतर त्यातून समाजसत्ताक नवी संस्कृती निर्माण होईल हे मार्क्सचे भविष्य निदान युरोप खंडात खरे ठरेल असे निश्चितपणे कोणीही सांगू शकणार नाही, तसा संभव फारच थोडा दिसतो. तथापि मानव संस्कृतीस यापुढे समाजसत्ताक स्वरूप येणार याबद्दल आचार्य जावडेकरांना शंका वाटत नाही.[६७] जागतिक क्रांति घडवून आणून वर्गहीन समाजाची स्थापना करणे हे मार्क्सवादाचे ध्येय असून त्यासाठी भांडवलशाही संस्कृती नष्ट करून त्या जागी समाजवादी संस्कृति स्थापन झाली पाहिजे, असे मार्क्सवादाचे प्रतिपादन आहे. त्यामागे समाजशास्त्रीय आधार मार्क्सने उभा केला आहे. या आधारावरच हेगेलप्रणित आत्मप्रेरणा किंवा भावविवश स्वप्नदर्शी समाजवाद हे क्रांतीचे ध्येय गाठण्यास पुरा पडणार नाही हे मार्क्सने स्पष्ट केले होते. भांडवलशाहीचा संपूर्ण बीमोड करून नवी समाजवादी समाजरचना उभारण्याचा व संक्रमण काळापुरती कामगार वर्गाची हुकूमशाही प्रस्थापित करण्याचा मार्ग त्याने दाखवून दिला.

मार्क्सची राजनीती हिंसाप्रधान, रानटी स्वरूपाची आणि मानव संस्कृतीची पीछेहाट करणारी आहे.' अशी टीका सनदशीर सुधारणावादी करत असतात. या आक्षेपांचे खंडन करत असताना आचार्य जावडेकर सांगतात, की हिंसात्मक क्रांतीला रानटी म्हणून संबोधले तरी लोक तिच्यापासून परावृत्त होऊ शकत नाहीत. अर्थात, हिंसेचा मार्ग प्रशंसनीय आहे असे मुळीच नाही. अगदी अपरिहार्य आपद्धर्म एवढ्याच अर्थाने तो समर्थनीय मानायचा. आमूलाग्र क्रांति करण्याचे अहिंसात्मक शास्त्र जोवर मनुष्य समाजास प्राप्त झालेले नाही, तोपर्यंत खरे क्रांतिशास्त्र आपणास अवगत झाले आहे असे म्हणता येत नाही.[६८]

मार्क्स, एंजल्स यांनी समाजसत्ताक क्रांति व अनियंत्रित कामगारशाही यांची तात्त्विक उपपत्ती मांडली. १८७१ साली पॅरिसमध्ये कामगार राज्य प्रस्थापित करण्याचा अयशस्वी प्रयत्न करून पाहिला गेला. पण समाजसत्ताक क्रांति करून कामगारशाहीची प्रत्यक्ष प्रस्थापना करण्याचे श्रेय रशियन क्रांतिकारक लेनिन व ट्रॉटस्की या दोघांनाच

मिळवता आले. आचार्य जावडेकरांच्या मते, तेथील अनियंत्रित झारशाहीमुळे रशियात क्रांति होणे अपरिहार्य होते. पण ती लेनिनच्या प्रयत्नामुळे व्यक्तिवादी लोकसत्ताक न होता क्रांतिकारी समाजसत्ताक झाली.

रशिया व समाजवादी क्रांतीचा प्रयोग

मानवी संस्कृतीच्या विकासाच्या दृष्टीने रशियन क्रांती ही एक नवयुगप्रवर्तक गोष्ट घडली.

प्रजापीडन संतापात्सयुद्‌भूतो हुताशनः ।
राजः कुल श्रिय पापाश्चादग्ध्वा ज विवर्तने ।।

अर्थ : प्रजेला पीडा दिल्यामुळे, तिच्या अंत:करणात जो संतापाचा वणवा पेटतो, त्यात राजाचे कुल, त्याची संपत्ती व त्याचे प्राण यांची आहुति पडल्याखेरीज तो विझत नाही.

असा राजनैतिक सिद्धान्त याज्ञवल्क्य स्मृतीत ग्रंथित झालेला आहे. आचार्य जावडेकरांच्या मते, त्याच्या उदाहरणाचा इतिहास म्हणजेच रशियाचा इतिहास होय. तिसरा अलेक्झांडर (१८८१ ते १८९४) व दुसरा निकोलस (१८९४ ते १९१७) या दोन झारांचा काळ 'पोबीडो नीस्ट झेब' नावाच्या धर्माधिकाऱ्याच्या तंत्राने राज्यकारभार करण्याकडे होता. या दोन्ही झारांवर त्याचे वजन होते. समाजसत्तावाद, अराजकवाद, नास्तिकवाद हे नष्ट करण्यास राष्ट्रीय भावना, राजसत्तावाद, पुराणमतवाद यांचा लोकांत प्रसार झाला पाहिजे असे या अधिकाऱ्यांचे मत होते. लोकपक्ष व राजपक्ष यांच्यातील हा संघर्ष १९०५ साली - जपानी युद्धाच्या वेळी - चालू होता. १९०५ साली 'ड्यूमा' नावाची लोकसभा व्यापून लोकसत्तेचे नियंत्रण स्वीकारण्यास झार दुसरा निकोलस तयार झाला.

परंतु सुधारणांचा उपभोग घ्यावा किंवा नाही याबद्दल लोकपक्षांत दुमत झाले. समाजसत्ताक पक्षातील लेनिन प्रभृति पुढाऱ्यांचे मत या सुधारणांवर कडकडीत बहिष्कार घालून राज्यक्रांति करावी असे होते. या सुधारणा दिल्यापासून झारशाहीने राजनिष्ठ लोकांचा एक पक्ष देशात निर्माण करून समाजसत्ताक लोकांचा छळ सुरू केला व आपले लोक 'ड्यूमा' सभेवर निवडून आणून व कायदेशीर बंधने लावून तिला निष्क्रिय व निरुपद्रवी बनवावयाची असे डाव झार खेळू लागला. समाजसत्ता पक्षांत सुधारणांचा उपयोग करावा व त्यावर बहिष्कार घालावा असे प्रतिपादन करणारे दोन पक्ष पडले होते. यातील पहिल्या पक्षास 'मेन्शेव्हिक' व दुसऱ्या पक्षास 'बोल्शेव्हिक' अशी नावे पडली.

'ड्यूमा' सभेवर कडकडीत बहिष्कार घालावा असे बोल्शेव्हिक पक्षाचे धोरण

होते. याच्या उलट 'ड्यूमा' सभा आपल्या ताब्यात घ्यावी, इतर वर्गांशी सहकार्य करून राज्यक्रांतीवर भर द्यावा, समाजसत्ताक मतांची स्थापना हळू हळू करावी असे मेन्शेविक पक्षाचे मत होते. १९१० नंतर देशात विद्यार्थी-कामगार यांनी संपास सुरुवात केली; त्यांचे नेतृत्व करण्यास समाजसत्तावादी पुढारी पुढे आले. १९११ ते १९१३ या वर्षात रशियात क्रांतिकारी वातावरण तयार झाले. १९१४ ला पहिले महायुद्ध सुरू झाले.

झारशाहीचा पाडाव, केरेन्स्कीची राजवट

१९१६ पर्यंत रशियन सैन्याने पहिल्या महायुद्धात कसा तरी टिकाव धरला. युद्धामुळे आर्थिक, लष्करीदृष्ट्या रशिया कमकुवत झाला. अर्धमेल्या रशियन सैन्यावर ऑस्टॉजर्मन सैन्याने बरेच प्रहार केले. ७ मार्च १९१७ पासून पुन्हा विद्यार्थी - कामगार यांचे आंदोलन सुरू झाले; त्यात समाजवादी नेते सक्रिय सहभागी झाले. शासनाने कौझक लोकांचे सैन्य पाठविले, पण या तुकड्या लोकांच्या क्रांतीत सामील झाल्या.

१५ मार्च १९१७ रोजी 'ड्यूमा' सभेने एक तात्पुरते सरकार नेमले व झारला पदच्युत केल्याचे जाहीर केले! यावेळेपासून बोल्शेव्हिक लोकांच्या हाती राज्यसूत्रे येईपर्यंत रशियात तात्पुरती सरकारे झाली. पहिले सरकार १६ मार्चपासून १८ मे १९१७ पर्यंत दुसरे १८ मे १९१७ पासून ४ ऑगस्ट १९१७ पर्यंत, तिसरे ५ ऑगस्ट १९१७ पासून २८ सप्टेंबर १९१७ पर्यंत, चौथे २८ सप्टेंबर १९१७ पासून ७ नोव्हेंबर १९१७ पर्यंत. या काळात रशियात राज्य करण्याचा हक्क दोन संस्था सांगत होत्या. एक पेट्रोग्राड मधील कामकरी व सैनिक प्रतिनिधींचे मंडळ व दुसरे म्हणजे 'ड्यूमा' सभेने नेमलेले तात्पुरते सरकार. ते पेट्रोग्रॅडमधील कामकरी व सैनिक प्रतिनिधि मंडळासच 'पेट्रोग्राड सोव्हिएट' असे म्हणत. खरे पाहिले असता रशियातील झारशाहीला उचलून पाडण्याचे काम 'पेट्रोग्राड सोव्हिएट'ने केले होते. ड्यूमा सभेच्या मंडळाने, तात्पुरत्या सरकारात ड्यूमा सभेतील धनिक वर्गाचे बरेच प्रतिनिधी घेतले होते. सोव्हिएट तर्फे फक्त केरेन्स्की यास घेण्यात आले होते.

'पेट्रोग्राड सोव्हिएट'ने सरकारशी सहकार्य करण्याचे ठरविले होते. पण सोव्हिएटमधील बोल्सेव्हिक पक्षाला ते पसंत नव्हते. मेन्शेव्हिक पक्षाचे धोरण धनिक वर्गाशी सहकार्य करण्याचे होते. रशियात कामगारशाही एकदम स्थापण्यास ते तयार नव्हते. एप्रिल मे १९१७ च्या दरम्यान लेनिन टॉटस्की हे परदेशातून आले. यावेळेपासून त्यांनी ताबडतोब युद्ध बंद करून समाजसत्तावादाच्या प्रस्थापनेच्या अंतर्गत विधायक कार्यास रशियाने लागावे असा उपदेश केला; नंतर केरेन्स्कीने पुन: तडजोडीने संयुक्त पक्षाचे तात्पुरते सरकार बनविले.

केरेन्स्कीचा पाडाव – कामगारशाहीची स्थापना

सोव्हिएट संस्थांनी केरेन्स्कीला जो पाठिंबा दिला होता, तो दोस्त राष्ट्रांकडून युद्धाचे हेतू जाहीर करावेत यासाठी दिला होता. स्टॉकहोम येथे सर्व राष्ट्रीय समाजसत्तापक्ष परिषद भरविण्यास दोस्तांनी अडथळा करू नये व तिच्या मार्फत कोणी कोणाचा प्रदेश जिंकावयाचा नाही, या तत्त्वावर तह घडवून आणावा अशा अटीवर दिला होता. केरेन्स्कीला या अटी अमलात आणता आल्या नाहीत, तरीही जर्मनी विरुद्ध लढण्याचे अभिवचन त्याने दोस्त राष्ट्रांना दिले व जुलै महिन्यात युद्धाची मोहीम सुरू करण्याचे ठरविले.

रशियातील धनिक व जमीनदार वर्ग इंग्लिश व फ्रेंच भांडवलवाल्यांच्या कह्यात गेला होता. वाढत्या भावांमुळे त्यास नफा होत होता. त्यामुळे आपले हेतू जाहीर करण्यास व स्टॉकहोम परिषद भरवू देण्यास तो तयार नव्हता. दोस्त राष्ट्रांनी एकमेकांशी तह करून तो अमलात आणण्यासाठी युद्ध चालू ठेवले. अर्थात केरेन्स्कीने त्यांचा व रशियातील धनिक वर्गाचा नाद सोडून बोल्शेव्हिक पक्षास येऊन मिळावयास हवे होते. पण त्याने तसे न करता युद्धाच्या मोहिमेची तयारी सुरू केली. अर्थात त्यांचे लोकांवरील वजन नाहीसे झाले. युद्धाची मोहीम सुरू होताच सैनिक हत्यारे घेऊन परत येऊ लागले.

बोल्शेव्हिक पक्षाकडे निश्चित कार्यक्रम होता. शेतकरी व कामकरी यांना काम देण्यास व वाटेल तो त्याग करण्यास बोल्शेव्हिक तयार होते. झारशाहीनंतर स्थिर शासन देण्याची त्यांची कुवत होती. शेतकरी व कामगार यांना स्थानिक राष्ट्रीय संस्थांच्या सूत्रात गोवून त्यांचे राज्ययंत्र तयार होते. हे गुण केरेन्स्कीत नव्हते.[६९] केरेन्स्की व बोल्शेव्हिक यांच्यात उघड लढा सुरू झाला. बोल्शेव्हिकांचे बंड मोडण्याचा प्रयत्न केरेन्स्कीने केला. पण केरेस्न्कीच्या सैन्यात फूट पडली व त्यांचे सैनिक बोल्शेव्हिकांना मिळाले. जमीनदारांनी दगा दिला. ७ नोव्हेंबर १९१७ रोजी रशियाच्या सोव्हिएट काँग्रेसने ‘कामगारशाही’ची स्थापना केली. ७० वर्षांपूर्वीचे मार्क्सचे भविष्य खरे ठरले.[७०]

एकत्र कुटुंबाच्या तत्त्वावर सर्व समाजाची आर्थिक संघटना करावयाची हे विश्वकुटुंबाचे ध्येय आहे. म्हणजेच ‘कम्युनिझम’ होय. हे गाठण्याचा मार्ग आर्थिक, सामाजिक, राजकीय क्रांतीतून व कामगारशाहीतून प्राप्त होईल. डिसेंबर १८४७ मध्ये मार्क्सने ‘कम्युनिस्ट मॅनिफेस्टो’ जाहीरनामा काढून हा विचार कामगारांपुढे ठेवला व त्या वेळेपासून १८६४ ‘फर्स्ट इंटरनॅशनल’ स्थापन केली. नंतर १८७१ ‘फ्लॅको जर्मन’ युद्धानंतर फ्रान्समध्ये जी क्रांती झाली तिचा फायदा घेऊन ‘पॅरिस कम्युन’ संस्था स्थापन केली. पण मार्क्सचे कामगारशाही स्थापण्याचे प्रयत्न अयशस्वी झाले. मात्र त्याने दोन महत्त्वाची तत्त्वे समाजसत्तावादयांपुढे मांडली.

१. सुखवस्तू भांडवलाच्या वर्गातील किंवा राजघराण्यातील द्वैतामुळे उत्पन्न होणाऱ्या राष्ट्राराष्ट्रांमधील युद्धात कामगारवर्गाने कोणत्याच पक्षात सामील न होता ती संधी साधून कामगारशाही स्थापन करण्याचा प्रयत्न करण्यास हरकत नाही.

२. कामगारशाही स्थापन करू इच्छिणाऱ्याने सुखवस्तू वर्गाने निर्माण केलेले राज्ययंत्र काबीज करून ते आपल्या उपयोगास आणण्याचा प्रयत्न न करता पूर्वीचे राज्ययंत्र अजिबात मोडून टाकून आपले नवे राज्ययंत्र उभे केले पाहिजे. कार्ल मार्क्सची ही शिकवण लेनिन प्रभृति रशियन क्रांतिकारक नेत्यांनी अमलात आणून यशस्वी केली असे आचार्य जावडेकराचे मत होते.[७१]

रशिया व लेनिन

बोल्शेव्हिक क्रांती व लेनिन

मेन्शेव्हिक व बोल्शेव्हिक हे दोन्ही पक्ष स्वत:स समाजवादी व मार्क्सचे अनुयायी म्हणत होते. परंतु इतर शास्त्रांप्रमाणे क्रांतिशास्त्रातही वाढ होत असते. त्यात नवे नवे शोध करून भर घालावी लागते आणि ती भर घालण्यास यश प्रामाण्यापेक्षा अनुभव प्रामाण्यास, संशोधक बुद्धीस अधिक महत्त्व द्यावे लागते, याची जाणीव मेन्शेव्हिक पक्षास कमी होती. लेनिन हा मार्क्सचा अनुयायी होता. पण तो केवळ पढीक अनुयायी नव्हता. मार्क्सचा समाजवाद त्याने आपल्या अंत:करणात मुरवून घेतला होता. त्या तत्त्वाशी त्यांचे अंत:करण समरस झाले होते. क्रांतीसाठी लागणारे असामान्य नेतृत्वाचे गुण त्याच्या अंगी होते. त्या आत्मविश्वासाच्या बळावर रशियातील क्रांती आपल्या मताप्रमाणे घडून येत आहे व येणार आहे असे लेनिनला वाटत होते. मार्क्सच्या शास्त्रीय समाजवादाचा खरा अर्थ आपणास समजला आहे असे त्याने प्रयोगाने सिद्ध केले.[७२]

लेनिनच्या पक्षशिस्त व पक्षसंघटना याविषयी काय कल्पना होत्या हे सांगताना आचार्य जावडेकर लिहितात, 'कामगारवर्गाने राजकारणात भाग घेतला पाहिजे. इतर वर्गांवर जे राजकीय अन्याय होतील त्या अन्यायांच्या निवारणासाठी होणाऱ्या क्रांतिकारक चळवळींना कामगारवर्गाने पाठिंबा दिला पाहिजे आणि जे लोक प्रस्थापित राज्ययंत्र उलथून पाडण्याचा प्रयत्न करतील, त्या सर्वांशी सहकार्य केले पाहिजे. तसेच कामगार संघटनेत समाजवाद्यांचे क्रांतिशास्त्र जाणणारे आणि हे क्रांतिशास्त्र कामगार वर्गाला शिकवणारे बुद्धिमान लोक क्रांतीची दीक्षा घेऊन बाहेर पडले पाहिजेत. त्याशिवाय दैनंदिन संघर्षात गढून गेलेल्या कामगारांना समाजवादी क्रांती आपोआप समजणार नाही, असे लेनिनचे मत होते. आणि तदनुसार त्याने समाजवादाची दीक्षा घेतलेले सुशिक्षित, आजन्म क्रांतिकारक आणि कामगार वर्गातील बुद्धिमान व धाडसी कामगार यांच्या सहकार्याने व कठोर शिस्तीने वागणारा एक क्रांतिकारी पक्ष रशियात निर्माण

केला. कामगार पक्ष व क्रांतिकाऱ्यांचा संबंध अत्यंत जिव्हाळ्याचा व निकटचा असला पाहिजे. पण कामगारांची वर्गसंघटना व क्रांतिकारी संघटना या समव्याप्त असण्याची आवश्यकता नाही, असे त्याचे म्हणणे होते. पक्ष सभासदांवर शिस्तीची कडक बंधने पाहिजेत आणि त्यांनी क्रांतिकार्यात सक्रिय असले पाहिजे, असे त्याचे मत होते. पक्षाच्या सभासदांची संख्या वाढविण्यापेक्षा त्यांच्या गुणांच्या वाढीवर अधिक भर दिला पाहिजे.[७३] तसेच लेनिनच्या मते कम्युनिस्ट पक्षाची खरी कसोटी तो पक्ष कामगारवर्गाचे लढे लढवितो की नाही, त्याच्या कार्यास कामगारांचा पाठिंबा मिळतो की नाही आणि सामान्यत: कामगारवर्गाच्या विश्वासास पात्र होतो की नाही यावर ठरते.[७४]

भांडवलशाहीचे तीन अंतर्विरोध

कार्ल मार्क्सनंतर युरोपातील राष्ट्रांत बहुतेक समाजवादी लोक सनदशीर मार्गास लागले होते. त्यांच्या या तत्त्वभ्रष्टतेचे भौतिक कारण युरोपीय राष्ट्रांतील साम्राज्यशाही आणि तेथील कामगार वर्गालाही प्राप्त होणारे स्वास्थ्य व संपत्ति हे होते. परंतु, साम्राज्याच्या आधारे सुस्थिर बनलेली भांडवलशाही संस्कृति ही लवकरच कोसळणार आहे, तिच्यात तीन भयंकर अंतर्विरोध आहेत असे लेनिनने दाखवून दिले– १) निरनिराळ्या साम्राज्यवादी राष्ट्रांचे परस्परांशी हित विरोध. २) प्रत्येक साम्राज्यातील प्रभुराष्ट्रे व जित राष्ट्रे यांच्यातील हित विरोध. ३) प्रत्येक साम्राज्यवादी राष्ट्रांत भांडवलशाहीमुळे वाढत जाणारा कामगार व कारखानदार यांच्यातील वर्गविरोध. जेव्हा ही साम्राज्यशाही राष्ट्रे एकमेकांवर धावून जातील, तेव्हा हे तीनही हित विरोध पराकोटीला पोहोचतील आणि युद्धाच्या खाईत भांडवलशाही संस्कृति भस्मसात होईल. तेव्हा या संधीचा फायदा युरोपातील निरनिराळ्या राष्ट्रांतील समाजवादी पक्षाने घ्यावा, असे लेनिनचे मत होते.

साम्राज्यातील राष्ट्रे साम्राज्याविरुद्ध राष्ट्रीय स्वातंत्र्याच्या क्रांत्या करतील त्यावेळी राष्ट्रीय स्वातंत्र्याच्या क्रांत्यांचाही उपयोग समाजसत्ताक क्रांतिकारकांनी करून घ्यावा कारण पराजित राष्ट्रांतील क्रांतिकारक स्वातंत्र्ययुद्धे समाजवादी ध्येयांनी प्रेरित झालेली बाहयत: दिसत नसली, तरी ती खरी क्रांतिकारक असल्यास त्याची परिणती समाजवादात झाल्याशिवाय राहणार नाही असे लेनिनचे मत होते. तसेच साम्राज्यवाद हाच भांडवलशाही संस्कृतीचा मुख्य आधारस्तंभ असून तो पडला म्हणजे भांडवलशाही संस्कृति कोसळून पडल्याशिवाय राहणार नाही, मात्र या स्वातंत्र्याच्या चळवळी खऱ्या क्रांतिकारक असल्या पाहिजेत. म्हणून समाजसत्ताक क्रांतिकारकांनी खऱ्या क्रांतिकारक चळवळीशी साहाय्य करावे असे लेनिनचे मत होते.[७५]

लेनिनचे भविष्य का व कोठे चुकले ?

पूर्वी युरोपातील समाजवादी पक्ष सनदशीर मार्गाने आपणास समाजवाद निर्माण करता येईल अशी सुखस्वप्ने पाहात होता त्यावेळी इकडे रशियन क्रांतिकारक लेनिन हा 'भांडवलशाही संस्कृति लवकरच कोसळून पडणार आहे,' त्या संधीचा फायदा घेऊन समाजसत्ताक क्रांति करण्यास सज्ज राहा' असा उपदेश पाश्चिमात्य समाजवाद्यांस व आशियातील क्रांतिकारक राष्ट्रवाद्यांस करीत होता. हा प्रयत्न कोणत्या दिशेने करावा हे आपल्या देशातील नेत्यांनी ठरवावे असे आचार्य जावडेकरांचे मत होते. लेनिनचे हे विचार ग्रहण करून व आपआपल्या देशांत महायुद्धाच्या संधीचा योग्य तो उपयोग करून घेऊन क्रांतिचा ध्वज जर युरोपीय समाजवाद्यांनी व आशियातील क्रांतिराष्ट्रवाद्यांनी उचलला असता तर जगाची भांडवलशाहीतून मुक्तता करणे शक्य होते. परंतु या समयी युरोपीय समाजवादी व आशियातील राष्ट्रवादी आपआपल्या राष्ट्रात क्रांति घडवून आणण्याइतके प्रबळ व संघटित नव्हते, असे आचार्य जावडेकरांचे मत होते.

पाश्चिमात्य देशाच्या बाबतीत लेनिनने केलेले हे भाकीत आशिया खंडात यशस्वी झाले नाही. समाजसत्तावादी समाज स्थापण्याचा प्रयोग दोन पिढ्या मागे गेला, त्याची भौतिक व आध्यात्मिक कारणे सांगताना आचार्य जावडेकर लिहितात, 'आशियातील राष्ट्रवाद्यांना समाजवाद कशाशी खातात याचे ज्ञान नव्हते, इतकी त्यांची बुद्धी मागासलेली होती आणि युरोपीय समाजवाद्यांनी बुद्धी स्वास्थ्य व सुख यांनी तत्त्वभ्रष्ट व मोहित झालेली होती. अर्थात या दोघांनीही साम्राज्यशाही सरकारला साहाय्य केले. भांडवलशाही संस्कृतीला जीवदान दिले. भौतिक दृष्ट्या युरोपीय भांडवलशाहीवर एक प्राणांतिक गंडांतर आले होते, परंतु ही संधी साधून नव्या संस्कृतीची स्थापना करण्याची निरनिराळ्या राष्ट्रांतील लोकनायकांची बौद्धिक व आत्मिक तयारी नव्हती, असे इतिहासावरून सिद्ध झाले. सामाजिक, सांस्कृतिक क्रांति घडून येण्यास जशी भौतिक कारणे अनुकूल असावी लागतात, त्याचप्रमाणे बौद्धिक व आत्मिक कारणेही अनुकूल असावी लागतात. भौतिक कारणांनी अधिष्ठान निर्माण होते, परंतु क्रांतीची सिद्धता होण्यास योग्य अधिष्ठानाप्रमाणेच योग्य कारण व योग्य प्रयत्न किंवा क्रिया यांचेही साहाय्य घ्यावे लागते. रशियांत ही सिध्दता लेनिनने करून ठेवली होती. म्हणून त्याला तेथे क्रांति यशस्वी करता आली. इतर ठिकाणी ही सामुग्री नव्हती, म्हणून तेथे क्रांतिकार्याची सिद्धता झाली नाही.'[७६]

मेन्शेविक व बोल्शेविक पक्ष व लेनिनचे वेगळेपण

रशियातील मेन्शेविक (अल्पसंख्याक) व बोल्शेविक (बहुसंख्यांक) हे समाजवादातील दोन पक्ष आपणास मार्क्सवादी म्हणवत असत. पण रशियात प्रथम लोकसत्ताक क्रांति होऊन नंतर युरोपप्रमाणे भांडवलशाहीची वाढ होईल, आणि नंतर

समाजसत्ताक क्रांति होईल, असे मेन्शेविकांचे मत होते.

त्याच्या उलट लोकसत्ताक क्रांती होताच तिचे समाजसत्ताक क्रांतीत रूपांतर होईल, असे बोल्शेविकांचे म्हणणे होते. आचार्य जावडेकरांच्या मते, लेनिनचे हे मत प्रथमपासून निश्चित असल्यामुळे त्याने आपल्या पाठीमागे क्रांतिकारक समाजवादी पक्ष संघटित उभा केला. याच्या उलट, मेन्शेविक पक्षाला समाजसत्ताक क्रांति फार दूरची वाटत असल्याने पक्ष संघटनेसंबंधीही त्यांनी विशेष आस्था बाळगली नव्हती. लेनिन हा कडक लष्करी शिस्तीचा भोक्ता असून आपल्या पक्षात मूलभूत असा तात्त्विक मतभेद मुळीच सहन न करणारा होता. विश्वघटनेपासून पक्ष संघटनेपर्यंत सर्व बाबतीत शास्त्रीय समाजवादाची एक निश्चित तत्त्वप्रणाली आहे आणि या तत्त्वप्रणालीतील खरी तत्त्वे एकजीव व परस्पर निगडित आहेत, असे त्याचे प्रतिपादन असे. या एकंदर तत्त्वांचा आपल्या क्रांतिशास्त्राशी जिव्हाळ्याचा संबंध असून त्यात फिरवाफिरवी करण्याचा प्रयत्न करणे म्हणजे क्रांतिकार्यातील सैनिकांच्या शिस्तीत गोंधळ करणे होय. अशा रितीने तो मार्क्सवादामधील सर्व सिद्धान्तांचे विवेचन करी.

यावरून लेनिन हा शब्दप्रामाण्यवादी सांप्रदायिक होता, अशी टीका केली जाते. पण आचार्य जावडेकरांच्या मते, ती बरोबर नाही, कारण मार्क्सची तत्त्वे आपल्या परिस्थितीला कशी लागू करावीत याचा विचार लेनिनने केला. या त्याच्या स्वयंप्रेरणेमुळे त्याने मार्क्सच्या क्रांतिशास्त्रात वाढ केली. ती वाढ मार्क्सच्या मूळ सिद्धान्ताशी कशी सुसंगत आहे हे त्याने उत्कृष्टपणे सिद्ध करून दाखविले. संप्रदायाची शुद्धता कायम ठेवणे आणि त्यांची परिस्थितीनुरूप वाढ करणे हे त्यांच्या बुद्धीत होते आणि परस्पर विरोधी भासणारे गुण त्याच्या अंगी वसत होते. हाच त्याचा खरा मोठेपणा होता.[७७]

शेतकरी व कामकरी यांचे संबंध कसे असावेत व कामगारांच्याकडे सत्ता का असावी यासंबंधी लेनिनचे विचार स्पष्ट होते, 'रशियात केवळ कामगारशाही किंवा कामकरी राज्य स्थापन करावयाचे नसून शेतकरी, कामकरी राज्य स्थापन करावयाचे आहे हे लेनिनने गृहीत धरले होते, मात्र या राज्याचे नेतृत्व बहुसंख्याक शेतकरी वर्गाकडे न देता अल्पसंख्याक कामकरी वर्गाकडे रहावे, हेही लेनिन यास अभिप्रेत होते. असे न होईल तर सामुदायिक धनोत्पादनाचे व सामुदायिक स्वामित्वाचे तत्त्व मागे पडून शेतकऱ्यांस मोहित करणारे वैयक्तिक धनोत्पादन व खाजगी स्वामित्वाचे तत्त्व प्रस्थापित होऊन भांडवलशाही संस्कृति निर्माण होईल आणि पुन: शेतकरी कामकरी दोघेही गुलाम होतील, हे लेनिन जाणून होता. म्हणून देशात शेतकरी कामकरी राज्य स्थापन झाले, तरी कामकरी वर्गाकडे त्यांचे नेतृत्व पाहिजे आणि सर्व राष्ट्रीय कामकरी वर्गाशी सहकार्य ठेवून सार्वराष्ट्रीय क्रांतिचे प्रयत्न एकसारखे चालू ठेवले पाहिजेत'[७८] असे त्याचे धोरण होते.

भांडवलशाही संस्कृति अंतर्विरोधाने कोलमडून पडेल हे कार्ल मार्क्सचे भविष्य जसे खरे होत आहे, तसेच साम्राज्यशाहीच्या आधाराने हे अंतर्विरोध कायमचे नष्ट होत नाहीत, ते काही काळ अदृश्य झाले तरी कालांतराने अधिक भीषण व संघटित स्वरूपात पुढे येऊन उभे राहतात, हे लेनिनचे मतही खरे आहे, असे आचार्य जावडेकरांचे मत होते.

सोव्हिएट संघाची कामगिरी

१९१७च्या क्रांतीनंतर रशियात अनियंत्रित कामगारशाही प्रस्थापित झाली आणि तिथे नव्या समाजरचना स्थापन करण्याचे प्रयत्न सुरू झाले.

आर्थिक समतेवर राज्यनिर्मिती

जमिनी, खाणी, कारखाने वगैरे सर्व धनोत्पादक साधने सार्वजनिक मालकीची करावयाची, समाजाच्या खऱ्या गरजा भागवल्या जाव्यात म्हणून समाजातील सर्व धनउत्पादन सार्वजनिक नियंत्रणाखाली आणून ते शास्त्रीय पद्धतीने व शिस्तवाटीने चालवावयाचे, समाजातील स्वामी-सेवक भाव व आर्थिक दास्य नष्ट करून सर्वांनाच समाजसेवक बनवावयाचे, खंड, व्याज व नफा हे अकष्टार्जित उत्पन्नाचे मार्ग बंद करून समाजातील सर्व सुदृढ व्यक्तींना शारीरिक अगर मानसिक श्रमाची कामे करावयास भाग पाडावयाचे अशा समाजातील सर्व व्यक्तींना अन्न, वस्त्र, घरदार, औषधपाणी, शिक्षण, विश्रांती करमणुकीची व संस्कृती संवर्धनाची साधने मुबलक मिळतील अशी समाजामार्फत व्यवस्था करावयाची असे बोल्शेविकांचे सर्वसामान्य धोरण होते व ते साध्य करण्यासाठी ते आर्थिक दृष्टिकोनातून प्रयत्न करत होते.[७९]

आपल्या राष्ट्राची आर्थिक संघटना वैयक्तिक स्वार्थाच्या पायावर न करता तिची उभारणी समाजसेवेच्या शास्त्रशुद्ध पायावर करावी असा त्यांचा प्रयत्न होता. केवळ निष्काम सेवेचीच ते अपेक्षा करतात असे नाही. ज्याप्रमाणे व्यक्तीच्या सुखसोयी पाहणे हे समाजाचे कर्तव्य आहे, तसेच व्यक्तीने आपले सर्वस्व समाजाला अर्पण करावे व समाजानेही त्यांच्या हिताची काळजी घ्यावी असा परस्पर संभावनेचा हा मार्ग आहे.

कामगारांची स्थिती

रशियातील कामगाराचे आरोग्य, शिक्षण, करमणूक इतर सुखसोयींची काळजी कारखाना घेतो. त्यासाठी कारखानामंडळ स्थापन केले आहे. व्यवस्थापन व कामगार यांच्यात मध्यस्थीचे काम कारखानामंडळ करत असते. परिणामत: रशियात कामगारांची स्थिती चांगली होती, मात्र कामगारांना वेतन पाश्चिमात्य कामगारांपेक्षा कमी मिळते. कामगारांचे महत्त्वाचे प्रश्न सुटले नव्हते, पण सात वर्षांत ते सुटणे शक्य नाही, असे आचार्य जावडेकरांचे मत होते.[८०]

शेतकऱ्यांची स्थिती

शेतकऱ्यांची स्थिती पूर्वीच्या झारशाहीपेक्षा अनेक दृष्ट्या सुधारली आहे. जमीनदार वर्ग नष्ट होऊन प्रत्येकास जमीन मिळाली आहे. 'विशिष्ट मर्यादेखाली उत्पन्न असणाऱ्या कोणाही शेतकऱ्यांवर कर नाही' असा कायदा असल्यामुळे २५% शेतकऱ्यांना कर भरावा लागत नाही. शेतकऱ्यांची स्थिती सुधारत आहे.[८१]

मनुष्यांचे व्यवहार स्वार्थी भावनेने होणे कसे चुकीचे आहे व रशियातीलच आर्थिक व्यवहार कसे बरोबर आहेत हे स्पष्ट करताना आचार्य जावडेकर लिहितात, 'मनुष्याचे सुखस्वातंत्र्य व शाश्वती वाढल्याने तो निरुपयोगी होईल ही भीती निराधार आहे. सर्वांनाच काम करावे लागत आहे. अकष्टार्जित उत्पन्न कोणासही मिळत नाही. संपत्तीची विभागणी न्यायाने होत आहे अशी सर्वांची खात्री झाली, मनुष्यांच्या आवश्यक गरजा भागल्या गेल्या, उद्याची शाश्वती त्याला वाटू लागली व कामाचा भार आवाक्याबाहेर नसला म्हणजे सुखी व स्वतंत्र मनुष्य जितके काम करेल तितके आर्थिक दास्यात रखडणाऱ्यांकडून होणार नाही.'[८२]

बोल्शेविक क्रांतिकारक का बनले याचे उत्तर आचार्य जावडेकर पुढीलप्रमाणे देतात, 'अकष्टार्जित उत्पन्नावर जगणारा वर्ग कमी करण्यासाठी सर्व परिस्थिती आमूलाग्र सुधारल्याखेरीज समाजसत्तेच्या प्रस्थापनेस अनुकूल अशी मनोवृत्ती समाजात निर्माण होऊ शकत नाही, असे कम्युनिस्टांचे मत आहे व म्हणूनच ते क्रांतिवादी बनले आहेत.'[८३]

रशियाची सामाजिक उन्नत्ती

एकवर्ग समाज निर्माण करणे व समाजास विश्वकुटुंब अवस्थेत नेणे हे रशियाच्या समाजरचनेचे वैशिष्ट्य आहे. त्याबाबत आचार्य जावडेकर लिहितात की, 'तेथे वैयक्तिक स्वार्थबुद्धी कमी होऊन समाजहित बुद्धी वाढत जाईल. द्रव्यार्जनातील स्पर्धात्मक भावना नष्ट होऊन समाजसेवेची भावना वाढेल. आज रशियातील आर्थिक, सामाजिक, राजकीय परिस्थिती या परिवर्तनास अनुकूल आहे. शिक्षण सर्वांस खुले असल्यामुळे लोकांच्या नैसर्गिक बुद्धीचा विकास होईल. सर्व धनोत्पादन समाजामार्फत सहकार्याच्या तत्त्वावर होते. परिणामत: समाजातील क्रूर जीवनकलह नष्ट होतील. प्रत्येकाच्या योगक्षेमाची जबाबदारी समाजाने घेऊन आपत्कालच्या मदतीची, वृद्धावस्थेतील व्यवस्थेची व मुलांच्या शिक्षणाचीही सोय समाजाने केली आहे. मनुष्याची द्रव्यदृष्टी व लोभ यांना मर्यादा उत्पन्न झाली आहे. साध्या राहणीचे महत्त्व समाजातील सत्ताधारी व प्रजा दोघांना पटले असल्याने 'यथा राजा तथा प्रजा' या प्राचीन सिद्धान्तास अनुसरून लवकरच हे ध्येय राष्ट्राच्या मनोभूमीत रुजले. या कामी ज्या मानाने यश येत जाईल, त्या मानाने एकवर्ग समाजसंघटनेच्या ध्येयाची प्रस्थापना झपाट्याने होऊ लागेल.''[८४]

खरी मानवी संस्कृती सामाजिक क्रांतीनेच निर्माण करता येईल. भांडवलप्रधान संस्कृतीचे सामाजिक, आर्थिक दास्य अधिक वाढले असून याची कारणे नैसर्गिक नसून सामाजिक आहेत व सामाजिक क्रांतीने ती नष्ट होणे शक्य आहे. विश्व कुटुंबाचे ध्येय याच मार्गाने गाठता येईल.[८५]

आचार्य जावडेकरांच्या दृष्टिकोनातून रशिया आणि धर्म

आचार्य जावडेकरांच्या मते, बोल्शेविकांची आर्थिक व सामाजिक मते खऱ्या मानवधर्मास अनुकूल अशीच आहेत. धर्माचे ऐहिक ध्येय विश्वकुटुंबवाद हेच आहे. खऱ्या विश्वव्यापक सार्वत्रिक धर्मावर उभारलेल्या लोकसंग्रहशास्त्राचा पाया व्यक्तीच्या स्वहित-बुद्धीवर घातला न जाता व्यक्तीच्या स्वधर्म बुद्धीवरच घातला गेला पाहिजे. धनोत्पादन वैयक्तिक स्वार्थभावनेवर न मानता समाजसेवेच्या भावनेवर चालू राहिले पाहिजे. समाजात स्वार्थभावनापर नित्य क्रूर जीवनकलह चालू न राहता परस्पर सहकार्याची मंगल भावना प्रचलित झाली पाहिजे. व्यक्तिमात्राचे सर्व व्यवहार परस्पर स्नेहाच्या व सहकार्याच्या तत्त्वावर होऊन शरीरभेदाच्या पलीकडे गेले पाहिजेत तरच आध्यात्मिक अद्वैताचा अनुभव येऊ लागेल. समाजसत्तेच्या या उग्र तपश्चर्येतून पार पडल्यानंतर सर्वांचाच आत्मविश्वास पराकोटीस गेल्यानंतर जगातील पोलीस, तुरुंग, शस्त्रसामुग्री इ. अमंगल वस्तुंचा लोप होऊन सर्व विश्व एकात्म बनेल. भारतीय पुराणातील किंवा ख्रिस्तांचे परमेश्वरी रूप ते हेच. याच ध्येयाकडे मनुष्यमात्रास नेण्याचा प्रयत्न कम्युनिस्ट करत आहेत व या दृष्टीने ते आपणास धर्मद्वेष्टे म्हणवीत असले तरी आचार्य जावडेकर त्यांना धर्मनिष्ठच समजत होते.[८६]

मानवी संस्कृतीला उच्च पातळीवर नेण्याचा बोल्शेविक प्रयत्न करत आहेत. ती तत्त्वे धर्मसमतल असून मनुष्य समाजालाच ते परस्पर परमात्मा समजतात व ते त्याचेच सर्व उपासक बनले आहेत, म्हणून त्यांची गणना धर्मयुगाच्या प्रवर्तकांतच करावी, असे आचार्य जावडेकरांचे मत होते.[८७]

रशिया आणि स्त्री स्वातंत्र्य

स्त्रियांच्या दास्याचे निवारण रशियन जनतेने आपल्या सर्वसामान्य विचारसरणीस अनुसरूनच समाजाच्या आर्थिक संघटनेत शोधून काढले आहे. स्त्रियांना आर्थिक स्वातंत्र्य द्यावयाचे म्हणजे आज त्या जी कौटुंबिक कर्तव्ये करीत आहेत, त्याची समाजाने काही तरी वेगळी सोय केली पाहिजे. हा मुख्य प्रश्न आहे. याचे जितके समाधानकारक उत्तर समाजसत्तावादी देऊ शकतात, तितके व्यक्तिस्वातंत्र्यवादी देत नाहीत.

पहिली गोष्ट अशी, की व्यक्तिमात्रांस आर्थिकदृष्ट्या स्वावलंबी व स्वतंत्र बनविण्यास दिवसाकाठी चारपाच तासांहून अधिक काम करावे लागू नये असा समाज

सत्तावादाचा पहिला सिद्धान्त आहे. समाजातील धनोत्पादनाचे सर्व कार्य शास्त्रीय व सार्वजनिक हितदृष्टीने होऊ लागले असता हे ध्येय शक्य कोटीत येऊ शकेल असे बहुतेक लोकांस मान्य होण्यासारखे आहे. असे झाले, म्हणजे आजच्याप्रमाणे स्त्रियांना द्रव्यार्जनासाठी आठ, दहा तास घरदार सोडून जाण्याची गरज लागणार नाही. तसेच ज्यामानाने यांत्रिक शक्तीचा उपयोग समाजात वाढत जाईल, त्यामानाने कुटुंबातील गृहिणीस करावी लागणारी आजची कामे कमी होत जातील. स्त्रियांची बहुतेक कामे सार्वजनिक यंत्रावर करता येण्यासारखी आहेत.[८८]

यांत्रिक शक्तीचा उपयोग पुरुषवर्गाच्या सुखसोयी वाढविण्याच्या कामी जितका झाला नाही, तितका कौटुंबिक काबाडकष्ट कमी करण्याच्या कामी अद्यापि झालेला आहे, हे आचार्य जावडेकर निदर्शनास आणून देतात. सर्व धनोत्पादन सार्वजनिक रित्या होऊन, प्रत्येकाच्या योग्य गरजांचा विचार करून, सामाजिक संपत्तीची विभागणी व्हावी. समाजसत्ताक तत्त्व ज्या मानाने अंमलात येईल, त्या मानानेच स्त्रियांचे आर्थिक दास्य नष्ट होऊन, स्त्री स्वातंत्र्यामुळे कौटुंबिक सौख्यात भर पडणार आहे. याबाबतीत स्त्री स्वातंत्र्याच्या दृष्टिकोनातून बोल्शेविकांचे प्रयत्न चालले आहेत. तसेच स्त्रियांना वैद्यकीय स्वातंत्र्य देण्यात आले आहे. स्वयंवराचा अधिकार दिला आहे. परत घटस्फोट हवा असेल तर घटस्फोटासंबंधी दोघांचे एकमत झाल्यास रशियात घटस्फोट मिळतो. रशियातच मुदतस्वातंत्र्य उपभोगता येते.[८९]

बोल्शेविकांची राज्यसंस्था

बोल्शेविक हे अंतिमदृष्ट्या अराज्यकवादी असून भांडवलशाही राज्ययंत्र मोडून त्याठिकाणी समाजाला अराजक अवस्था प्राप्त होण्यापूर्वी त्याला राजसत्तेच्या शिस्तीतून बराच काळ गेले पाहिजे, असे त्यांचे मत होते. या अवस्थेस समाजसत्ताक (socialist) अवस्था असे म्हणतात. कारण कोणाच्या योग्य गरजा कोणत्या व त्या भागवण्यास कोणास किती धन द्यावे हे ठरविण्यास सरकार या शक्तिप्रधान संस्थेची या काळात समाजाला आवश्यकता असते आणि यासाठी कामगारांचे राज्ययंत्र प्रस्थापित झाल्याखेरीज ही अराजक अवस्था प्राप्त होणार नाही असे त्यांचे मत आहे, म्हणून कामगारांचे राज्य या दृष्टिकोनातून बोल्शेविक पाहात होते.

बोल्शेविकांचे समाजशास्त्र

आज रशियात विशिष्ट तत्त्वाचे राज्य आहे. बोल्शेविकांना विशिष्ट तत्त्वावर मानवी संस्कृतीची उभारणी करावयाची आहे. ही तत्त्वे ज्यास मान्य आहेत, अशाच लोकांचे राज्य राहणार. या तत्त्वांपैकी महत्त्वाचे तत्त्व म्हणजे 'कामकरी व शेतकरी वर्गाशी समरस बनणे. त्याच्या आत्म्यात आपला आत्मा मिसळवणे, त्याच्याशी सर्व

प्रकारे तादात्म्य पावणे' हे सरकारचे काम आहे.[१०]

रशियात कामगारशाही असली तरी प्लेटो, ॲरिस्टॉटलपासून कार्लाईल - रस्कीनपर्यंतच्या समाजशास्त्रज्ञांनी ज्या प्रकारे गुणाधिष्ठित सत्तेचे समर्थन केले, त्याप्रमाणे गुणाधिष्ठित महाजन सत्ता रशियात नाही. सामाजिक, आर्थिक समता आणि बहुजन समाजाचे हितसंवर्धन या पायावर तिची उभारणी केली आहे. शिक्षण, संपत्ति व समानता प्रस्थापित झाल्यामुळे सर्वांस आत्मोन्नती करण्यास समान संधी मिळावी हे लोकसत्तेचे आद्यतत्त्व येथे अनुभविता येते.[११]

बोल्शेविक वर्गाच्या या विचारसरणीचा व उदाहरणाचा राजनीतीशास्त्रावर बराच परिणाम होऊन लोकसत्तेबरोबरच गुणाधिष्ठित महाजनसत्तेला राज्ययंत्रात महत्त्वाचे स्थान असले पाहिजे असे लोकांना वाटू लागले आहे, असे आचार्य जावडेकरांचे मत होते. यासंबंधी ते पुढील उदाहरण देतात– ब्रिटनमधील कम्युनिस्ट पक्षाचे इडन सीडर – पॉल यांनी 'Creative Revolution' या नावाचे रशियावर एक पुस्तक लिहिले असून त्यात त्यांनी गुणाधिष्ठित महाजनशाहीचे समर्थन केले. ते म्हणतात, 'आमचा असा विश्वास आहे की, कम्युनिझमची राज्यसंघटना ही मूलत: लोकसत्ताक न होता महाजनसत्ताकच होईल, आणि या गुणाधिष्ठित महाजनसत्तेत हल्लीच्या भांडवलप्रधान लोकसत्तेवर उभारलेल्या महाजनसत्तेत धनिक सत्तेत दिसून येणारे दोष आढळणार नाहीत, असा आमचा विश्वास आहे.''[१२]

आज तरी पाश्चात्त्य देशांतील धनिक सत्तेपेक्षा रशियातील तत्त्वनिष्ठ कम्युनिस्टांचा अंमल रशियातील बहुजन समाजाला सुखावह वाटत असून जगातील बहुजन समाजासही लोकसत्तेच्या नावाने नांदणाऱ्या धनिक सत्तेचा पूर्ण तिटकारा आला आहे. यातच जगातील सार्वजनिक क्रांतीचे बीज आहे, असे कम्युनिस्ट लोक समजतात.[१३]

अशाप्रकारे रशियात स्त्रीस्वातंत्र्य, गुणाधिष्ठित कामगारशाही, सामाजिक संप्रदाय विरहित धर्मतत्त्वे, आर्थिक समता अशी क्रांतीतून जगास देणगी मिळाली, असे आचार्य जावडेकरांचे मत होते.

रशिया व स्टॅलीन

स्टॅलीनचा उदय

लेनिनचा मृत्यू १९२४मध्ये झाला. त्याच्या मृत्यूनंतर स्टॅलीन आणि ट्रॉटस्की यांच्यात संघर्ष झाला. एकाच राष्ट्रात प्रस्थापित झालेली समाजसत्ताक संस्कृती फार काळ टिकू शकणार नाही, ती विकृत होईल असे ट्रॉटस्कीचे मत होते. पण स्टॅलीनला राष्ट्रीय पुनर्घटनेसाठी एकाच समाजवादी राष्ट्रास मजबूत करावयाचे होते. त्यामुळे तो राष्ट्रसंघात सामील झाला आणि विविध भल्याबुऱ्या साधनांचा स्वीकार करून त्याने

रशियाची मोठ्या प्रमाणात प्रगती घडवून आणली.

लेनिनच्या मृत्यूच्या वेळी रशियन क्रांतीला व जागतिक राजकारणामध्ये तत्त्वज्ञानापेक्षा व्यवहारदक्षतेला आणि आंतरराष्ट्रीय कृतीपेक्षा राष्ट्रीय कृतीला अधिक महत्त्व देऊन वागणारा नेता रशियाला हवा होता. लेनिन स्वतः पुढे जगला असता, तरी त्याला याच कृतीने आपल्या राष्ट्राचा कारभार करावा लागला असता. रशियाला एकतर ट्रॉटस्कीच्या मागून जाणे भाग होते किंवा स्टॅलीनच्या मागे जाऊन आपला व्यवहार राष्ट्रीय दृष्टीने प्रगती करणे हा ठेवणे भाग होते. जगात समाजवादी क्रांतिकारी आंदोलने घडून येण्याचा काळ संपलेला असून रशियातील अंतर्गत पुनर्घटना करण्याच्या बाबतीतही केवळ मार्क्सवादी तत्त्वज्ञानाच्या आधारे प्रगति करणे शक्य नव्हते. लेनिनने हे ओळखूनच नवे आर्थिक धोरण स्वीकारले होते. आणि शेतकरीवर्गाला आणि मध्यम कामगारवर्गाला नफा मिळविण्यास काही अवसर देऊन उत्पादनाचे कार्य चालू ठेवण्याचे ठरवले. ही एक अंतर्गत व्यवहारात धनिकशाही वृत्तीशी केलेली तडजोडच होती, मात्र ही तडजोड करताना पुन्हा केव्हातरी आपणास हे व्यवहार बंद करून समाजवादी आर्थिक घटना पूर्णत्वाने अमलात आणावयाची आहे, हे ध्येय त्याने दृष्टीआड केले नव्हते.

१९२९ नंतर आर्थिक अरिष्टातून निर्माण होणारी बेकारी व औद्योगिक मंदी या दोन संकटांतून रशियाने आपल्या राष्ट्राचा बचाव करून फार मोठ्या प्रमाणावर औद्योगिक प्रगती करून दाखवली. वैयक्तिक शेतीतून सामुदायिक शेतीत प्रवेश केला आणि बेकारीचे संकट आपल्या देशात ओढवू दिले नाही. स्टॅलीनने या आर्थिक मंदीच्या आणि राष्ट्रीयत्वाच्या काळात संपादन केलेले यश इंग्लंडसारख्या लोकशाही राष्ट्रात वाढलेल्या व लोकशाहीवर निष्ठा असलेल्या सिडने वेब प्रभृति समाजवाद्यांना सुद्धा त्यावेळी आकर्षक वाटू लागले. आर्थिक मंदीच्या काळात रशियाने करून दाखविलेली ही स्वावलंबी औद्योगिक प्रगती, त्यांनी जगापुढे ठेवलेले शोषणरहित समाजाचे उच्च ध्येय इतर जगास आकर्षक वाटले असे स्टॅलिनच्या कारकिर्दीचे वर्णन आचार्य जावडेकर करतात व स्टॅलीनची दुसरी बाजू सांगताना आचार्य जावडेकर म्हणतात, 'रशियात स्टॅलीन हुकूमशाही पद्धतीने वागला हे विसरता कामा नये.'[१४]

१९३५ नंतरच्या युरोप खंडात मुसोलिनी व हिटलर यांची हुकूमशाही सुरू झाली होती. अशा परिस्थितीत रशियात स्टॅलीनने वाटेल त्या साधनांनी आपल्या देशातील अंतर्गत क्रांतीचा धोका नष्ट केला व भावी युद्धाला तोंड देण्यासही आपल्या राष्ट्राची तयारी करण्याच्या दृष्टीने एकपक्षीय हुकूमशाही कठोर बनवली, त्यात त्याचा दोष नाही असे आचार्य जावडेकरांना वाटते, कारण हुकूमशाही, अनियंत्रित एकपक्षीय सत्ता या साधनांचा उपयोग करून नवसमाजनिर्मितीचे साध्य हस्तगत करता येईल. अशा सिद्धान्ताचा हाच तर्कशुद्ध निष्कर्ष आहे, असे म्हटल्यास चूक ठरणार नाही. हा निष्कर्ष

व त्यांचे परिणाम लक्षात घेऊन त्या मूळ सिद्धान्ताचा फेरविचार केला पाहिजे आणि राज्यशास्त्रात साध्य, साधनांचा संबंध कसा असतो हे लक्षात घेऊन मार्क्सच्या क्रांतिशास्त्रात खरी उणीव व दोष कोणता आहे त्याचा शोध आपण लावला पाहिजे. त्याचबरोबर मार्क्सने जे क्रांतिशास्त्र म्हणून आज जगापुढे ठेवले आहे, त्याहून श्रेष्ठ प्रकारे क्रांतिशास्त्र आपणास कसे करता येईल, याचा विचार राज्यशास्त्रज्ञ व समाज नेत्यांनी केला पाहिजे.' असे आचार्य जावडेकरांचे मत होते.

स्टॅलीन यांच्याकडून अशा प्रकारे मार्क्सवादाचा फेरविचार करण्याची आणि मार्क्सवादी क्रांतिशास्त्राहून अधिक श्रेष्ठ प्रकारचे क्रांतिशास्त्र निर्माण करण्याची अपेक्षा धरणे चूक आहे. लेनिनने मार्क्सवादाच्या आधारावर जी क्रांती रशियात घडवून आणली त्या क्रांतीला व तिच्यातून निर्माण झालेल्या राष्ट्रांतर्गत शक्तींना सुव्यवस्थित आकार देण्याचे कार्य स्टॅलीनने केले, पण आंतरराष्ट्रीय जगात क्रांती घडवून आणण्यात तो अपयशी ठरला असे आचार्य जावडेकरांना वाटत होते.[९५]

जेव्हा लेनिनच्या मृत्यूनंतर रशियाचे नेतृत्व स्टॅलीनकडे आले, तेव्हा हे क्रांतिपूर्व काळातील कार्य संपले होते. बोल्शेविक पक्षाच्या हाती सत्ता आलेली होती. रशिया अंतर्गत व बहिर्गत धोक्यापासून मुक्त झालेले असून त्याला संघटित व प्रबळ बनविणे आणि विशिष्ट तत्त्वानुसार राष्ट्रांची पुनर्घटना करून नवसमाजाचे प्रतिस्वरूप आणि नव संस्कृतीचे आकर्षक ध्येय जगापुढे प्रगट करणे हेच कार्य स्टॅलीनने केले.[९६]

रशियात कम्युनिझमच्या तत्त्वांना जो विशिष्ट आकार प्राप्त झालेला आहे, तो त्या राष्ट्राच्या विशिष्ट परिस्थितीत जरी अपरिहार्य होता, तरी तो इतरांना आकर्षक वाटावा असा नाही. मानव संस्कृतीची श्रेष्ठ मूल्ये व्यक्तिस्वातंत्र्य आणि लोकशाही ही आहेत. म्हणून व्यक्तिस्वातंत्र्याला व लोकशाहीला अवसर न देणारी रशियातील राजवट आणि ती राजवट ज्या प्रकारच्या क्रांतिशास्त्रातून निर्माण झाली ते क्रांतिशास्त्रही विचारवंतांना योग्य वाटत नाही. त्यामुळे रशियन क्रांती झाल्यानंतर मानव संस्कृतीचे क्रांतिकारक नेतृत्व रशियाकडे जाणार असा फैलावू लागलेला विचार मागे पडू लागला, असे आचार्य जावडेकरांचे मत होते.[९७]

रशियातील बोल्शेविकांनी टॉलस्टॉय प्रभृति ख्रिस्ती भक्तांच्या आध्यात्मिक क्रांतीचा धागा तोडून टाकून केवळ भौतिकशास्त्रीय बुद्धीच्या आधारावर भांडवलशाही जगाचा अंत करून नवे जग निर्माण करण्याचा प्रयोग केला. त्यामुळे भांडवलदारी लोकशाही हीच मानवाची आदर्श संस्कृती होय, या श्रद्धेचा अंत केला हे रशियन क्रांतीचे मोठे यश आहे, असे आचार्य जावडेकरांना वाटत होते.[९८]

कम्युनिझममध्ये अध्यात्माला स्थान असावे, असे आचार्य जावडेकरांना वाटत होते, कारण समाजशास्त्र आणि सामाजिक क्रांतिशास्त्र यांची मानवी अंत:करणातील

न्याय, दया व प्रेम या वृत्तीशी ताटातूट करण्याचा विचार मानव संस्कृतीचा उद्धार करू शकणार नाही, या उलट न्यायनिष्ठा, भूतदया आणि प्रेमवृत्ती यांच्या अधिष्ठानावर उभारलेले समाजशास्त्र व सामाजिक क्रांतिशास्त्र मानवाला हवे आहे.

कम्युनिझमने धर्मविरोधी समाजशास्त्र व क्रांतिशास्त्र निर्माण करण्याचा जो प्रयोग जगात सुरू केला आहे त्या दृष्टिकोनातील हा मूलभूत दोष लक्षात घेतला पाहिजे. आधुनिक भारताच्या नेत्यांनी भूतदया, प्रेमभावना व न्यायनिष्ठा यांच्या अधिष्ठानावर क्रांतिकार्य करण्याची निष्ठा आपल्या राष्ट्रात निर्माण केली आहे. ही निष्ठा साकार करतांना तिने शास्त्रीय तत्त्वांची व शास्त्रीय बुद्धीची हेटाळणी करता कामा नये.

आधुनिक युरोपात जी शास्त्रीय बुद्धी जागृत झाली व वाढत गेली, ती धर्म व अध्यात्म यांच्या विरोधापासून जागृत होऊन वाढत गेली. मार्क्सवादात हा विरोध पराकोटीला गेला असून रशियातील बोल्शेविकांनी जी राजवट स्थापन केली आहे, तिच्यावरून यातील दोष स्पष्टपणे प्रतीत होत आहेत, याकडे आचार्य जावडेकर लक्ष वेधतात.[११]

आचार्य जावडेकर आणि शास्त्रीय समाजवादाची चिकित्सा

आचार्य जावडेकरांनी मार्क्सच्या शास्त्रीय समाजवादाचे सहानुभूतीपूर्वक विवेचन केले. लेनिनच्या समाजवादी समाजरचनेच्या प्रयोगाबाबत त्यांच्या मनात उत्सुकता होती. जगातील सर्व लोकांच्या मुक्तीचा प्रश्न पाश्चिमात्य देशातील व्यक्तिवादी लोकशाही आणि भांडवलशाही सोडवू शकत नाही यांची त्यांना जाणीव झाली होती. समाजवादाकडे हा प्रश्न सोडविण्याची कुवत आहे हे त्यांना उमगले होते; त्यामुळे लेनिनच्या प्रयोगामध्ये असणाऱ्या उज्ज्वल गोष्टी त्यांना मान्य होत्या. रशियामध्ये खाजगी मालमत्ता नष्ट झाली आहे, बेकारी दूर झाली आहे, वैयक्तिक स्वार्थावर आधारलेले राज्यांचे धोरण बंद झाले आहे, स्त्रिया व मागास जातीतील आणि विभागातील लोक यांच्यात प्रचंड मोठी सुधारणा झाली आहे. या गोष्टी त्यांना मान्य होत्या व म्हणून कम्युनिझम आणि फॅसिझम यांची तुलना करणे त्यांना योग्य वाटत नव्हते. युरोपीय राष्ट्रे साम्राज्य लोभाने युद्धोन्मत्त झाली असताना रशियाने साम्राज्यशाहीचा त्याग केला व समाजसत्ताक समाज संस्कृती स्थापण्याचा प्रयत्न सुरू केला. काही बाबतीत त्यांनी भांडवली लोकशाहीच्या पुढची अवस्था आणि मानव विकासाच्या दृष्टीने अनेक नवी पावले पुढे टाकली आहेत हे आचार्य जावडेकर मान्य करतात. परंतु लेनिननंतर स्टॅलीनच्या काळात एकाधिकार वृत्ती तत्त्वदृष्ट्या मोठ्या प्रमाणात वाढली आणि त्यामुळे समाजवादी राज्यव्यवस्था बदनाम झाली. युरोपातील भांडवलशाही लोकशाही राष्ट्रांना तोंड देत सर्व जगातील लोकांना एकत्र आणण्याचे रशियाचे प्रयत्न यशस्वी ठरलेले नाहीत. रशिया सर्व जगभर क्रांतीचे वातावरण पसरू शकला नाही याचे महत्त्वाचे कारण म्हणजे रशियाच्या क्रांतिशास्त्रामध्ये असणारे मूलभूत दोष होत.

आचार्य जावडेकरांच्या मते, सो. संघामध्ये शास्त्रीय समाजवादाचा जो प्रयोग झाला त्या प्रयोगामध्ये अनेक दोष आहेत. त्यांच्या मते, शास्त्रीय समाजवादाचा मुख्य दोष म्हणजे त्याचा सशस्त्र क्रांतीवर असणारा विश्वास हा होय. स्टॅलीनच्या तत्त्वभ्रष्टतेचे मूळ यात सापडते. सशस्त्र क्रांती करून देशातील राजसत्ता हस्तगत करत असताना शस्त्राच्या साहाय्याने तिला दडपून टाकणे वरिष्ठ वर्गाला जितके शक्य असते तितके कामगारवर्गाला नसते. त्यामुळे सशस्त्र क्रांतीचा फायदा अनेक वेळा सत्ताधारी वर्गाला होतो. दुसरी गोष्ट म्हणजे, सशस्त्र क्रांती काही मूठभर लोक करतात आणि त्यात लोकांचा हवा तितका सहभाग नसतो. आचार्य जावडेकरांच्या मते, युरोपामध्ये सशस्त्र क्रांतीचा फायदा फॅसिस्टांना होण्याची शक्यता आहे. कारण कुशल कामगार, मध्यम बुद्धिजीवी वर्ग व शेतकरी स्वार्थामुळे त्यांना पाठिंबा देण्याची शक्यता आहे. सशस्त्र क्रांती नैतिक दृष्ट्या असमर्थनीय आहे. त्यामुळे वर्ग युद्धात्मक क्रांतीच्या कम्युनिस्टांच्या प्रयत्नांना लोकमताचा पाठिंबा मिळत नाही. सशस्त्र क्रांती यशस्वी झाल्यानंतर अनियंत्रित कामगारशाही प्रस्थापित होते. कामगारशाही प्रस्थापित झाल्यानंतर तेथे अनियंत्रित नोकरशाही प्रस्थापित होणे, क्रांतिकारक पक्ष तत्त्वभ्रष्ट होणे, सत्ता विलासाने व अहंकाराने उन्मत्त बनून त्याने लोकांवर अत्याचार करणे या गोष्टी होतात.

अनियंत्रित कामगारशाहीचे दोष

अनियंत्रित कामगारशाहीची कल्पना मार्क्सने फार अल्पावधीसाठी मांडली होती. पण कम्युनिस्ट क्रांती पुढारलेल्या भांडवलशाही देशात न होता मागासलेल्या देशात झाल्यामुळे अनियंत्रित कामगारशाहीला अनेक गोष्टी कराव्या लागतात. कारण समाजवादी अर्थरचना उभारण्याचे कार्य त्यांना करावे लागते. आचार्य जावडेकरांच्या मते, अनियंत्रित कामगारशाही इतके दिवस टिकल्यानंतर ती तत्त्वभ्रष्ट होऊन विकृत होण्याचा धोका असतो. रशियाचा अनुभव तेच सांगतो. रशियात एकवर्गीय संस्कृती निर्माण होऊन राजकीय बलात्काराचा अंत झाला नाही. उलट देशातील आर्थिक व राजकीय सत्तेची केंद्र प्रत्यक्ष कामगारवर्गाच्या हाती न राहता ती अनियंत्रित बनू लागलेल्या अधिकारी वर्गाच्या हातात जाऊ लागली. त्या अधिकारी वर्गास बेजबाबदार नोकरशाहीचे स्वरूप प्राप्त झाले. बुद्धिजीवी कामगार व कष्टजीवी कामगार यांच्या राहणीत अंतर पडू लागले. देशातील सत्ता व संपत्ती यांचा योग्य प्रमाणाहून अधिक अंश बुद्धिजीवी अधिकारी वर्गाच्या हाती एकवटू लागला. सर्व अधिकार या अधिकारी वर्गाच्या हाती एकवटल्याने सर्वसामान्य कामगारांच्या सुखसोयींचा विचार न करता धोरण ठरवले जाते, त्यामुळे सर्वसाधारण कामगारास ते अन्याय्य वाटत आहे.[१००] या अनियंत्रित पक्षीय सत्तेचे रूपांतर शेवटी अभिजनांच्या सत्तेत होते. प्रथम वर्गसत्ता व नंतर पक्षसत्ता, त्या नंतर एका गटाची सत्ता असे हे रूपांतर होत जाऊन अनियंत्रित सत्ता उपभोगण्याची सवय

लागलेल्या क्रांतिकारक पुढाऱ्यांवर त्याचे दुष्ट संस्कार होतात. प्रथम क्रांतिकारक पक्षात अंतर्गत लोकशाही आहे आणि इतर पक्षांशी वागताना अनियंत्रित सत्ता उपभोगण्यात येते, असे सांगितले जाते. पण नंतर इतर पक्षांवर, वर्गांवर उपमंडळी जाणारी सत्ता आपल्या पक्षातील विरोधी गटांवर वापरली जाते, अशा प्रकारे अनियंत्रित पक्ष सत्तेचे अनियंत्रित गटसत्तेत रूपांतर होते.

लोकसत्ता व समाजसत्ता

शास्त्रीय समाजवादामध्ये लोकशाहीला कमी महत्त्वाचे स्थान देण्यात आले आहे. तसे पाहिले तर समाजवादामध्येच ही लोकशाहीच्या ध्येयाची परिणत रूपे आहेत. राजकीय व सामाजिक समता यांना आर्थिक समता व स्वातंत्र्य यांचा आधार दिला की समाजवादी ध्येये निर्माण होतात. म्हणून समाजवादी ही आर्थिक क्षेत्रातील लोकशाही आहे, पण ही ध्येये साध्य करण्याच्या कार्यास क्रांतिकारक सशस्त्र साधने वापरतात. त्यामुळे क्रांतीनंतर लोकशाहीऐवजी हुकूमशाही येते. म्हणून साध्य या दृष्टीने समाजवाद ही लोकशाहीची परिणती आहे, असे जरी म्हटले, तरी साधन या दृष्टीने विचार केल्यास समाजवादात लोकशाहीचा लोप अभिप्रेत आहे, हे मान्य करावे लागते. आचार्य जावडेकरांच्या मते, भांडवलशाही लोकशाहीमुळे हा प्रश्न सुटत नाही, कारण भांडवलशाहीमध्ये लोकशाही ही वरिष्ठ एकवर्गीय समाजातही आणता येते. असे जरी असले, तरी लोकशाहीचे खूप उपयोग आहेत. आचार्य जावडेकरांच्या मते, लोकशाही फेकून देण्याऐवजी तिच्यामध्ये क्रांतिकार्यास उपयोगी अशी सुधारणा घडवून आणणे हाच मानव संस्कृतीच्या प्रगतीचा खरा मार्ग आहे. लोकशाहीमध्ये लोक वैयक्तिक वर्गीय स्वार्थाने, ममत्वाने पछाडलेले असू शकतात. परंतु या तमोगुणांचा नाश आत्मबळ करू शकते.[१०१]

आत्मबलाचे महत्त्व

आचार्य जावडेकरांच्या मते, वैयक्तिक वर्गीय व राष्ट्रीय स्वार्थ ज्या वेळी कनिष्ठ किंवा वरिष्ठ वर्गांना पछाडतात, त्यावेळी खरी लोकशाही प्रस्थापित होऊ शकत नाही वरिष्ठ वर्गाच्या स्वार्थावर आणि अहंकारावर कनिष्ठ वर्गाच्या अहंकाराचे स्वार्थाचे संघटन करून मात करावी, असे मार्क्सवाद सांगतो. या धोरणामुळे कनिष्ठ वर्ग यशस्वी झाला, तरी त्या वर्गाचे पुढारी तत्त्वभ्रष्ट होऊन राज्य करू लागतात, कारण ते क्रांतिकारक असले, तरी त्यांची बुद्धी रजोगुणातून व अहंकारातून मुक्त झालेली नसते. यासाठी क्रांतिकारकांनी आपल्या क्रांतीला रजोगुणाचे अधिष्ठान न देता सत्त्वगुणाचे अधिष्ठान द्यावे, असे सत्याग्रही क्रांतिशास्त्र सांगते. हे अधिष्ठान देऊन कनिष्ठ वर्गाची संघटना केली आणि समाजातील न्यायबुद्धी त्या संघटनेच्या मागे उभी केली, तर

रक्तपाताचा अवलंब न करता एक अनत्याचारी क्रांती करता येईल अशी अनत्याचारी क्रांतिशास्त्राची भूमिका आहे. समाजात सत्यनिष्ठा अथवा न्याय प्रस्थापनेस स्वार्थत्याग करण्याचे सामर्थ्य म्हणजे आत्मबळ जागृत करणे होय. या आत्मबलाच्या आधाराशिवाय लोकशाहीतील अन्याय दूर होणार नाहीत.[१०२]

वर्ग आणि गट

आचार्य जावडेकरांच्या मते, शास्त्रीय समाजवादाने वर्गयुद्धाचा पुरस्कार केला. प्रत्येक वर्गमुक्त समाजात वर्गयुद्ध चालू आहे, असे त्यांचे मत होते. या वर्गयुद्धामुळे भांडवलदार आणि कामगार यांच्यात संघर्ष होता. परंतु वर्गयुद्ध पुकारणे हाच एक क्रांतिमार्ग आहे असे म्हणता येणार नाही. भांडवलशाही समाजातील अंतर्विरोध अंतिम टप्प्यात आल्यानंतर भांडवलशाही समाजातील नि:पक्षपाती व न्यायी व्यक्तींना तिचे दोष दिसून येतात. त्यामुळे समजावून सांगितले, तर त्यांचे हृदयपरिवर्तन होण्यासारखे आहे. समाजरचनेची नवी ध्येये जेव्हा निर्माण होतात, तेव्हा ती विशिष्ट वर्गाच्या सामाजिक अनुभवातून निर्माण होतात, ही गोष्ट खरी आहे. एकदा ती निर्माण झाल्यानंतर ती संपूर्ण समाजासाठी निर्माण होतात. आणि याची जाणीव विरोधकांना असते. भांडवलशाहीचा ऱ्हास निश्चित झाल्यानंतर समाजवादास तेवढा विरोध राहणार नाही. क्रांतीसाठी भांडवलदार वर्गातील अंत:कलहाचा व समाजातील सर्व लोकांच्या न्यायबुद्धीचा उपयोग क्रांतिकारकांनी आपल्या कामासाठी करून घेतला पाहिजे. समाजवाद हा केवळ कामगारांसाठी नसून समाजासाठी आहे. दलित वर्गाला संघटित करण्याचे कार्य त्यांनी करीत राहिले पाहिजे, पण या संघटनेमध्ये न्याय्य समाजरचना स्थापन करणे हे ध्येय आहे. केवळ वर्ग स्वार्थ साधणे हे नाही, हे लोकांना पटवले पाहिजे. अनत्याचारी मार्गाने क्रांती घडवण्याचा मुख्य फायदा म्हणजे लोकशाही कायम राहील व संघर्ष करण्याऐवजी शांततामय मार्गाने समाजवादाची स्थापना करता येईल.[१०३]

कम्युनिझम आणि आंतरराष्ट्रीय क्रांती

सर्व जगामध्ये क्रांती घडवून आणावी आणि भांडवलशाही नष्ट करावी अशी सर्व मार्क्सवाद्यांची इच्छा असते. लेनिनने साम्राज्यवादाची मीमांसा करून 'कम्युनिस्ट पक्षा'ला आंतरराष्ट्रीय किंवा सार्वराष्ट्रीय क्रांती करण्याचे सांगितले. क्रांतिनंतरच्या काळात तिसरी सार्वराष्ट्रीय कामगार संघटना स्थापन करण्यात आली. जागतिक क्रांतीला उत्तेजन देण्याचे कार्य या संस्थेला करावयाचे होते, परंतु ही संघटना फारसे महत्त्वाचे कार्य करू शकली नाही. युरोपीय देशातील कामगार आणि समाजवादी पुढारी साम्राज्यशाहीच्या लोभाने तत्त्वभ्रष्ट, क्रियाशून्य व सनदशीर वृत्तीचे बनले आहेत. त्यांच्या अंगी खरे क्रांतिकारी गुण व संघटनाकौशल्य येऊ शकले नाही, त्यामुळे या

संघटनेला युरोपमध्ये फारसे यश मिळाले नाही. उलट कामगारातील बुद्धिजीवी व कुशल कामगारवर्ग भांडवलशाही, साम्राज्यशाही, फॅसिझमचा पुरस्कर्ता झाला.

आशिया खंडात मध्यमवर्ग व शेतकरी कामकरी वर्ग या दोघांचीही साम्राज्यशाहीने व भांडवलशाहीने पिळवणूक केली आहे, त्यामुळे तिथे समाजसत्ताक क्रांतीस अनुकूल परिस्थिती आहे, पण बौद्धिक व आध्यात्मिक दृष्ट्या समाजसत्ताक व क्रांतिकारी पक्ष निर्माण होण्यास या देशात प्रतिकूल परिस्थिती आहे. निरनिराळ्या देशांतील भिन्न भिन्न परिस्थितीत व ऐतिहासिक परंपरेस अनुरूप अशा प्रकारची समाजवादी तत्त्वांची मांडणी कशी करावी, प्रत्येक राष्ट्राच्या विशिष्ट परिस्थितीत क्रांतिकारक पक्षांनी संघटना कोणत्या धोरणाने आखावी आणि त्या विशिष्ट परिस्थितीस अनुरूप असे क्रांतीचे कोणते तंत्र अवलंबावे या प्रश्नांची उत्तरे लेनिनने स्थापन केलेल्या तिसऱ्या कामगारसंघटनेस व कम्युनिस्ट पक्षास देता आली नाहीत, हे या अपयशाचे मुख्य कारण आहे. रशियात क्रांती झाल्यानंतर जगातील सर्व समाजवादी क्रांतिकारकांचे नेतृत्व रशियन पक्षाकडे आले. त्यांना रशियात क्रांति कशी करता येईल याचे तंत्र अवगत होते, पण इतर राष्ट्रांतील परिस्थितीची योग्य माहिती नव्हती, पण रशियात क्रांती झाल्यानंतर इतर देशांतील क्रांतिकारकांनी तेथील डावपेचांचे अंधानुकरण करण्यास सुरुवात केली. त्यात त्यांना यश लाभले नाही. लेनिननंतर या चळवळीला समर्थ नेतृत्व देऊ शकणारा क्रांतिकारक नेता उरला नाही. स्टॅलीनने आपले जास्त लक्ष राष्ट्रीय पुनर्घटनेकडे वळवले, त्यामुळे इतर देशांतील क्रांतिकारक चळवळीकडे दुर्लक्ष झाले. एका राष्ट्रातील लोकांच्या नेतृत्वाखाली एकाच केंद्रातून सर्व राष्ट्रांतील क्रांतिकार्याची सूत्रे हलवणे हे धोरण तत्त्वत: चुकीचे होते. त्यामुळे अनेक घोडचुका झाल्या. चीन व जर्मनीमधील कम्युनिस्ट पक्षांचे त्यामुळे नुकसान झाले, म्हणून आचार्य जावडेकरांचे असे मत होते, की प्रत्येक राष्ट्रातील समाजवादी पक्षाची मांडणी तेथील क्रांतिकारक पक्षाची संघटना व त्या पक्षाचे क्रांतितंत्र यांना लक्षात घेऊनच केली पाहिजे.[१०४]

तिसरा पर्याय आवश्यक आहे

भांडवलशाहीच्या आणि साम्राज्यशाहीच्या अन्यायी व्यवस्थेपासून सुटका करून घेण्याचा कम्युनिझमपेक्षा अधिक तत्त्वशुद्ध व सुसंस्कृत मार्ग सध्या उपलब्ध नाही. असाहाय्य बलात्कार, दारिद्र्य, उपासमार यातून स्वत:ची सुटका करून घेण्यासाठी त्यात अनेक दोष असूनही लोक कम्युनिझमचा उपयोग केल्याशिवाय राहणार नाहीत, असे आचार्य जावडेकरांचे मत होते. व्यक्तिवादी लोकशाहीचा मार्ग अयशस्वी ठरला. त्यामुळे आता नव्या मार्गाचा शोध आपणास घ्यावा लागणार आहे. आचार्य जावडेकरांच्या मते त्यांचा 'सत्याग्रही समाजवाद' हा असा पर्याय बनण्याची शक्यता आहे.

(५) आचार्य जावडेकर आणि सत्याग्रही समाजवाद

आचार्य जावडेकरांनी लोकशाही आणि समाजवाद या दोन राज्यमीमांसांचा खोल अभ्यास केला. आधुनिक लोकशाहीचा उदय इंग्लंडमध्ये १७व्या शतकात क्रांतिकारक व्यक्तिवादाच्या स्वरूपात झाला. १८व्या शतकात याच क्रांतिकारक व्यक्तिवादाच्या आश्रयाने अमेरिका व फ्रान्स या देशांत क्रांत्या घडून आल्या आणि त्यांनी व्यक्तिवादावर भर दिल्यामुळे तेथे भांडवलशाहीचा विकास झाला. त्याला प्रतिउत्तर म्हणून १९१७ साली रशियात बोल्शेविक क्रांति झाली. पण कम्युनिस्टांचा क्रांतिकारक समाजवाद लोकशाहीला मारक ठरला. लोकशाही विचारसरणी समाजाच्या विकासास आवश्यक आहे, ही गोष्ट आता सर्वमान्य झाली आहे, त्यामुळे लोकशाहीच्या तत्त्वांचा आचार्य जावडेकरांनी सूक्ष्म अभ्यास केला होता. शास्त्रीय समाजवादात ज्या प्रमाणे दोष आहेत, त्याप्रमाणे भांडवलशाही लोकशाहीमध्ये दोष आहेत असे आचार्य जावडेकरांचे मत होते. या दोहोंच्या पलीकडे जाणारा तिसरा पर्याय त्यांना शोधायचा होता.

प्रस्तुत प्रकरणात आचार्य जावडेकरांच्या सत्याग्रही समाजवादाच्या संकल्पनेचे विवेचन केले आहे. हे प्रकरण तीन विभागांत विभागले आहे.

अ) आधुनिक लोकसत्ता आणि तिच्या मर्यादा

ब) म.गांधी आणि कार्ल मार्क्स

क) सत्याग्रही राज्य मीमांसा

अ) आधुनिक लोकसत्ता आणि तिच्या मर्यादा

आधुनिक लोकसत्तेचा उदय इंग्लंडमध्ये झाला आणि त्यास प्युरिटन लोकांच्या क्रांतीची पार्श्वभूमी होती. परंतु नंतरच्या काळात ही क्रांती व्यक्तिवादावर अधिष्ठित झाली आणि त्यातून भांडवलशाहीचा विकास झाला. धनसत्तेने आणि साम्राज्यशाहीने

तिला विकृत आणि नामधारी बनवले आणि त्यामुळे खऱ्या सामाजिक परिवर्तनाची जबाबदारी ती व्यवस्थितपणे पार पाडू शकली नाही.

लोकशाहीमध्ये लोकशाही राज्यघटना आणि व्यक्ति स्वातंत्र्य यांचा जवळचा संबंध आहे. लोकशाहीचा कारभार याचा अर्थ लोकमतानुसार चालणारा कारभार असा आहे. हे लोकमत व्यक्तिस्वातंत्र्याशिवाय बनू शकत नाही. आपल्या मताचा प्रचार करून लोकमतात बदल करण्याचे स्वातंत्र्य प्रत्येक व्यक्तीस असते. लोकमत हे नित्य पाण्याच्या प्रवाहाप्रमाणे एकसारखे वाहात असल्याने त्याची शुद्धता टिकते. त्यातील दोष दाखवून त्याचे शुद्धीकरण करण्याचे स्वातंत्र्य समाजातील व्यक्तींना नसेल तर ते साचलेल्या पाण्याप्रमाणे गढूळ व रोगी बनण्याची शक्यता असते.[१] वेगवेगळी व्यक्तीस्वातंत्र्ये असल्याशिवाय व्यक्तीचा विकास होत नाही. त्यांना सत्याचा शोध घेण्याची संधी मिळत नाही, त्यामुळे मतस्वातंत्र्य व प्रचारस्वातंत्र्य सर्वांना मिळाले पाहिजे. बहुमताचे राज्य आणि व्यक्तिस्वातंत्र्य यांच्या साहाय्याने लोकशाहीची वाढ होते. व्यक्तीला आपल्या मताप्रमाणे आचरण करून आपले जीवन सफल करण्याचे स्वातंत्र्य दिल्यानेच त्या व्यक्तीच्या व समाजाच्या जीवनाचा विकास होऊ शकतो, या कल्पनेनुसार युरोपीय लोकसत्तेचा पाया घालण्यात आला होता. समाजातील राज्यसत्तेचे कर्तव्य केवळ एका व्यक्तीपासून दुसऱ्या व्यक्तीला पीडा होऊ देऊ नये, एवढे पाहण्याचे नसून व्यक्तीच्या उन्नतीला अनुकूल परिस्थिती व साधने उपलब्ध करून देणे हे आहे.

आचार्य जावडेकरांच्या मते, व्यक्तिस्वातंत्र्याच्या कल्पनेमध्ये संयम व सद्‌बुद्धीची कल्पना आवश्यक आहे. मनुष्याच्या स्वभावातील स्वार्थबुद्धीवर, न्यायबुद्धीचे नियंत्रण घालणे आवश्यक असते. स्वहित बुद्धिपेक्षा सर्वहित बुद्धी महत्त्वाची असते. पण आधुनिक युरोपमध्ये उपयुक्ततावादी नीतीशास्त्राने बराच गोंधळ निर्माण केला. व्यक्तीच्या स्वहित बुद्धिला विवेक म्हणण्याची तयारी काही लोक दाखवतात. त्यामुळे वर्ग हितालाच समाजहित मानण्याची प्रवृत्ती समाजातील परोपजीवी वर्गात वाढते. मार्क्सच्या इतिहासानुसार मनुष्य हा बुद्धिप्रधान प्राणी आहे. त्याची बुद्धी पुढे येणाऱ्या पुराव्यावरून निःपक्षपातीपणे विचार करू शकते, या सिद्धांताला बराच धक्का बसला आहे. बुद्धिवादाच्या मर्यादा आता स्पष्ट झाल्या आहेत.[२]

बुद्धिबलाप्रमाणे सुखवादाला या तत्त्वज्ञानात महत्त्वाचे स्थान होते. व्यक्ती जास्तीत जास्त सुख मिळवण्यासाठी स्वहित साधन करते असे हे विचारवंत सांगत. पण आचार्य जावडेकरांच्या मते, व्यक्तीला जे स्वातंत्र्य दिले आहे, ते स्वार्थ साधण्यासाठी नाही. सुखासक्त व्यक्तीने आपल्या सुखात भर घालून वाटेल ती सुखे प्राप्त करुन घेण्याचे स्वातंत्र्य दिले, तर ते समाजात अनर्थ माजवल्याशिवाय राहणार नाहीत. सुखासक्तीने

मनुष्याची बुद्धी इंद्रियवश व विचारवश बनते. अशा बुद्धीला स्वतंत्र बुद्धी म्हणता येत नाही, त्यामुळे व्यक्ती स्वातंत्र्याचे सुखासक्त विवेचन योग्य नव्हे, असे आचार्य जावडेकरांना वाटते. सुखासक्त व्यक्तिवादाला, सत्यनिष्ठ व्यक्तिवादापेक्षा जास्त महत्त्व दिल्याने आधुनिक युरोपीय संस्कृती विनाशाकडे वाटचाल करत आहे, कारण आज आधुनिक युरोपीय संस्कृतीचे नेतृत्व धर्मसुधारक व शास्त्रसुधारक यांच्याकडे नसून ते धनिक वर्गाकडे गेले आहे. आचार्य जावडेकरांच्या मते, आजची संस्कृती ही लोकसत्ताक संस्कृती नसून ती धनसत्ताक संस्कृती आहे. युरोपीय धनसत्तेने युरोपीय लोकसत्ता गिळून पचवून टाकली आहे. या धनसत्ताक संस्कृतीचा उदय आर्थिक व्यक्तिवादातून झाला आहे.[३]

आर्थिक क्षेत्रात व्यक्तिवादाला स्वैर सोडल्यामुळे अमर्याद स्वार्थ, अनिर्बंध स्पर्धा या वृत्ती बळावल्या. समाजाच्या आर्थिक जीवनावर स्वार्थनिपुण आणि साधन संपन्न लोकांचे वर्चस्व प्रस्थापित झाले. समाजात सधन-निर्धन, मालक-मजूर वर्ग निर्माण होऊन वर्गयुद्ध सुरू झाले. वर्गयुद्धाच्या अत्याचारी व अविवेकी वातावरणात लोकशाही नष्ट होते. लोकशाहीबरोबर आर्थिक व्यक्तिवाद म्हणजे सुखवादी व्यक्तिस्वातंत्र्य अबाधित ठेवू असे म्हटले तरी शक्य नाही, इष्ट नाही, कारण त्यामुळे व्यक्तिजीवनाची अशाश्वती, व्यक्ती-व्यक्तीतील स्पर्धा, तत्त्वनिष्ठतेचा अभाव, चारित्र्याची हानी समाजभावनेचा लोप, विषयासक्ती आणि बुद्धीमांद्य इ. दुर्गुण निर्माण होतात. स्वहित बुद्धि बळावणे व सर्वहित बुद्धी मंदावणे हा व्यक्तिवादी अर्थघटनेचा स्वाभाविक परिणाम आहे. अमर्याद स्वार्थसाधन, अनियंत्रित स्पर्धा या पायावर उभी राहिलेली अर्थशास्त्र व राज्यशास्त्र ही दोन्ही शास्त्रे आज अनर्थशास्त्रे ठरली आहेत.[४]

लोकसत्ता व वर्गसंस्था

आचार्य जावडेकरांच्या मते, भांडवलशाही समाजामध्ये सर्वहित बुद्धीला प्राधान्य देणारी सार्वजनिक बुद्धि निर्माण होत नाही. समाजातील सामान्य व्यक्तीची मते, स्वार्थबुद्धीने प्रेरित होतात. अशा समाजामध्ये खऱ्या लोकसत्ताक राज्याला आवश्यक असणारी सार्वजनिक बुद्धी निर्माण होत नाही. आज वर्ग समाजामध्ये अल्पसंख्याक मालकवर्गाच्या हाती बहुतेक सामाजिक धन जात आहे आणि सामान्य मजूरवर्गाला किमान साधनांहून अधिक वेतन मिळत नाही. आपल्या देशातील मजूर वर्गाचे शोषण करून हा मालक वर्ग बाजारपेठा ताब्यात ठेवतो. एवढेच नव्हे, तर आपला पक्का माल विकण्यास मागास देशातील बाजारपेठा तो धुंडाळतो. हा मालक वर्ग आपल्या देशातील राजसत्तेला प्रभावित करून परराष्ट्रीय बाजारपेठा हस्तगत करतो. औद्योगिक क्रांतिनंतर पुढारलेल्या देशात मागासलेल्या देशांतील बाजारपेठा हस्तगत करण्यासाठी स्पर्धा चालू आहेत. या स्पर्धेत सरंजामदार देश मागे पडले. पण ज्या देशात लोकशाही

राज्यपद्धती आहे, ते देश उदा. इंग्लंड, फ्रान्स, अमेरिका हे देश पुढे आले. अशा प्रकारे साम्राज्यशाहीचा उदय झाला.

लोकशाही राज्याचे एकवर्ग समाज स्थापन करणे हे ध्येय आहे. त्यात स्वातंत्र्य, समता, बंधुता यांचा पुरस्कार केला जातो. परंतु प्रत्यक्षात तिथे दोन वर्ग आहेत आणि सत्ताधारी भांडवलदारांच्या हाती सर्व सत्ता आहे. साम्राज्यशाहीने मागासलेल्या देशातील गरीब जनतेची मुस्कटदाबी केली. या साम्राज्यशाही लुटीचा काही अंश मजूरवर्गास देऊन त्यास क्रांतिविरोधी बनवले.[५] समाजात दोन वर्ग निर्माण झाल्यामुळे वर्गयुद्ध चालू आहे. या वर्गयुद्धामुळे लोकशाही व्यक्तिस्वातंत्र्य मतस्वातंत्र्याचा लोप होत आहे. एखाद्या राष्ट्रात निरनिराळ्या घटकांत तीव्र विरोध झाला म्हणजे तेथे लोकशाही राजवट चालत नाही. चालत असेल तर ती विकृत बनते.

लोकसत्ताक स्वातंत्र्य चालविण्यास मतभेद व पक्षभेद यांची आवश्यकता आहे. किंबहुना असे मतभेद व पक्षभेद सहन करणे हाच लोकसत्ताक राज्ययंत्राचा एक विशेष गुण समजला जातो. या गुणांमुळे समाजातील राज्ययंत्र न्याय प्रस्थापनेच्या कार्यापासून भ्रष्ट होण्याचा संभव अगदी कमी असतो. पण अशा मतभेदांना व पक्षभेदांना हितविरोधाचे स्वरूप प्राप्त होऊन समाजाचे तुकडे पडले आणि या तुकड्यांत समान विचार व भावना यांचे साधर्म्य मुळीच उरले नाही, तर लोकसत्ताक राज्ययंत्र अन्याय्य व जुलमी ठरल्यावाचून राहात नाही. अशा परिस्थितीत लोकसत्तेच्या आच्छादनाखाली होणारा अन्याय वा बलात्कार यांच्यापेक्षा अनियंत्रित पक्षसत्तेचा उघड बलात्कार पुरवला असेही लोकांना वाटू लागते. याच परिस्थितीत निरनिराळे पक्ष देशांतील राज्ययंत्र आपल्या हाती घेण्याचा प्रयत्न करू लागतात. आणि त्या काळी जो पक्ष बलिष्ठ असेल तो यशस्वी होतो.

लोकसत्ताक राज्ययंत्राची उभारणी राष्ट्रांतर्गत मतभेदांचा निर्णय बहुमताने लावून घेण्याच्या आणि सर्वांना आपल्या मतानुसार प्रचार करून बहुमत अनुकूल करून घेण्याच्या कल्पनेवर केलेली आहे. ही पद्धती यशस्वी होण्यास राष्ट्रातील निरनिराळ्या पक्षांत परमतसहिष्णुता व स्वमत संशोधनाची वृत्ती जागृत असावी लागते. म्हणजे पुढे येणारा पुरावा लक्षात घेऊन आपल्या मतात सुधारणा करण्याची तयारी, लोकांचे युक्तिवाद ऐकून घेऊन त्यांचा विचार करण्याचे सौजन्य, व्यक्तिहित व वर्गहित यांच्यापेक्षा सर्वजनहित प्रधान आहे, हे लक्षात घेऊन स्वहित व स्ववर्गीय हित सोडून सर्वजनहित साधण्याची तत्परता सर्ववत असावी लागते. या कृति समाजात जागृत करणे म्हणजेच 'सार्वजनिक बुद्धी' जागृत करणे होय. ही सार्वजनिक बुद्धि जागृत करण्यास केवळ बुद्धिबळ अपुरे पडते.[६]

लोकशाही आणि सत्याग्रह

आचार्य जावडेकरांच्या मते, लोकशाही ही जरी राष्ट्रांतर्गत मतभेदाचा निर्णय बहुमताने लावून घेणारी, परमतसहिष्णुता बाळगणारी व स्वातंत्र्य देणारी व्यवस्था असली, तरी तिचा भांडवलशाहीशी जवळचा संबंध असल्यामुळे तिच्यातील निर्मिती क्षमता कमी झाली आहे. लोकशाहीची परिणती समाजवादामध्ये झाली पाहिजे. एकवर्गीय समाज स्थापन करणे लोकसत्तेचे ध्येय असते. पण सम्राज्यसत्ता आणि धनसत्ता यांच्या लोभाने मोहित झालेल्या पाश्चात्त्य लोकसत्ताक राष्ट्रांकडे, समाजवादी लोकसत्ता स्थापन करण्याचे नैतिक धैर्य व कर्तव्यशक्ती उरली नाही. त्यामुळे समाजवादी देशाप्रमाणे जनतेच्या मुक्तीचे कार्य त्यांच्याकडून होणार नाही. आचार्य जावडेकरांच्या मते, लोकशाही आणि सत्याग्रहाचे अनत्याचारी क्रांतिशास्त्र यांचे जवळचे संबंध आहेत. लोकशाही राज्याला सुस्थितीत आणणारे सत्याग्रह हे एक साधन आहे. सत्याग्रह अन्यायाचा प्रतिकार करते. सत्यनिष्ठेसाठी सामाजिक रूढी, राजसत्तेचे कायदे, धार्मिक बंधने यांचे सत्याग्रही उल्लंघन करतो. ते जर जुलमी बनले असतील, तर त्यांना बदलण्यासाठी प्रयत्न करतो. सत्यनिष्ठा, न्यायनिष्ठा यांच्या आधारे सत्याग्रही कृती ही क्रांतिकारक असून ती केवळ कायदेशीर राजकारण मान्य करीत नाही. कायद्याची भीती बाळगून सनदशीर समाजवाद्यांनी भांडवलशाहीला जीवनदान दिले, म्हणून लोकशाहीसाठी व सत्यनिष्ठेसाठी गरज असेल तर कायद्याचे उल्लंघन केले पाहिजे. कारण अन्यायाची वाढ होऊ दिली, तरी त्यात लोकशाहीचा अंत होतो. मात्र सत्याग्रह करत असताना सात्त्विक वृत्ती पाहिजे. द्वेष भावना नको, अत्याचार व वैरबुद्धी यांना थारा नको. लोकसत्तेच्या शुद्धीसाठी आणि भवितव्यासाठी सत्याग्रह आवश्यक आहे, असे आचार्य जावडेकरांचे मत होते.[७]

अन्यायी समाजरचनेशी संघर्ष करत असताना असहकार, कायदेभंग, बहिष्कार इ. प्रत्यक्ष प्रतिकाराचे राजकारण आता मान्य केले पाहिजे. धनप्रधान समाजामधील लोकशाही फार काळ टिकणार नाही. युरोपमध्ये एकतर ती साम्राज्यशाहीवर आधारली आहे किंवा तिचा नाश झाल्यामुळे फॅसिझमचा उदय होत आहे. समाजातील अहिंसात्मक, सत्यनिष्ठेचे आत्मबळ जागृत, संघटित व प्रभावी बनवावयाचे, सामाजिक अन्यायाचा प्रतिकार करावयाचा – हे करीत असताना आवश्यक तेथे सामाजिक, धार्मिक व राजकीय बंधनांचे उल्लंघन करावयाचे. तथापि समाजात अत्याचारी वातावरण माजू द्यावयाचे नाही, असे क्रांतिशास्त्र आहे. वैयक्तिक स्वार्थ साधनावर अधिष्ठित झालेल्या लोकसत्तेत मूलभूत परिवर्तन घडवून आणून वैयक्तिक व सामुदायिक कर्तव्यनिष्ठेवर आधारलेली खरी लोकसत्ता व खरी समाजसत्ता यांची उभारणी करण्याचे कार्य या सत्याग्रही क्रांतिशास्त्राला करावयाचे असून असे करीत असता व्यक्तिस्वातंत्र्य व

राष्ट्रस्वातंत्र्य यांनाही कर्तव्याचरणासाठी अवकाश करून द्यावयाचा नाही. म्हणजेच व्यक्तिवाद, राष्ट्रवाद व समाजवाद यातील ध्येयांचा समन्वय करून त्यातील स्वार्थी व अत्याचारी वृत्ती काढून टाकावयाची आहे. वर्गयुद्धाचा अत्याचारी क्रांतिवाद आणि धनप्रधान राष्ट्रांची साम्राज्यवादी लष्करशाही यांच्या अंगी जुने जग भस्मसात् करण्याचे विनाशक सामर्थ्य आहे. पण नवे जग निर्माण करण्यास लागणारे विधायक बुद्धिबल व आत्मबल नाही. या नव्या जगाची बाह्य घटना समाजवादी लोकसत्तेचीच असली तरी तिचे अंतरंग सत्याग्रही असेल तरच त्यात मानवाच्या सर्व शक्तींचा योग्य विकास होईल. नाहीतर अनियंत्रित पक्षसत्तेच्या व लष्करशाहीच्या बलात्कारातून त्यांची मुक्तता होऊ शकणार नाही.[८]

आचार्य जावडेकरांच्या मते, आज मानव संस्कृतीच्या विकासासाठी सर्वांगीण क्रांतिची गरज निर्माण झाली आहे. हिंदुस्थानात निर्माण होणारी सत्याग्रही संस्कृती मानव संस्कृतीला चैतन्य देऊ शकेल. हे करावयाचे असेल तर केवळ गांधीवादी किंवा केवळ मार्क्सवादी होणे उपयोगाचे नाही. त्या दोघांच्या तत्त्वज्ञानातील सत्यांश ग्रहण करून नव्या तत्त्वज्ञानाची मांडणी केली पाहिजे. तसा प्रयत्न आचार्य जावडेकरांनी केला. हे करत असताना प्रथम त्यांनी गांधी आणि मार्क्स यांच्या विचारांची तुलना केली आणि नंतर स्वतःचे सत्याग्रही समाजवादाचे तत्त्वज्ञान लोकांच्या पुढे मांडले.

ब) म.गांधी आणि कार्ल मार्क्स

गांधी आणि मार्क्स यांचे विचार परस्परांना विरोधी नसून ते परस्परांना पूरक आहेत, असे आचार्य जावडेकरांचे मत होते. या संदर्भात श्री. किशोरीलाल मश्रुवाला यांनी एक पुस्तक लिहिले होते; त्या पुस्तकाला आचार्य विनोबा भावे यांनी प्रस्तावना लिहिली होती. या पुस्तकामध्ये गांधीवाद हे स्वयंपूर्ण तत्त्वज्ञान असून मार्क्सवाद हे भौतिकवादी आणि हिंसेवर आधारलेले तत्त्वज्ञान आहे असे मत व्यक्त केले होते. त्यानुसार मार्क्सवादी भौतिकवाद हा नियतीवाद असून त्यात मानवी बुद्धीच्या स्वातंत्र्याला व मानवी कर्तृत्वाला कुठलाही अवसर नसतो. आचार्य जावडेकरांनी 'नवभारता'मध्ये चार लेख लिहून या आणि अशा इतर काही मतांचे खंडन केले आहे.

आचार्य जावडेकरांच्या मते, मार्क्सवादाने मानवी बुद्धीचे व कर्तृत्वाचे स्वातंत्र्य मान्य केले आहे. लेनिनच्या मते, विश्वघटनेतील नियती समजावून घेणे, या नियतीचा उपयोग आपण निश्चित केलेल्या ध्येयासाठी करून घेणे एवढंच स्वातंत्र्य मनुष्याला असते. विश्वातील भौतिक घटनेस अनुसरून मानवी शरीराचे व मनोव्यापाराचे नियम उल्लंघून नव्हे, तर ते नियम पाळूनच मनुष्याला स्वतःवर आणि बाह्य निसर्गावर नियंत्रण चालवता येते, असे हेगेल व मार्क्सचे मत होते. मार्क्सवादाच्या विरोधी विकासी

तत्त्वज्ञानात मानवाच्या व्यवहारावर त्यांचे ज्ञान अवलंबून असून सत्याची वस्तुनिष्ठ कसोटी व्यवहार हीच आहे. आपणाला जोपर्यंत आपल्या मनावर अवलंबून नसणारा व स्वतंत्रपणे कार्य करणारा सृष्टीचा नियम समजलेला नसतो, तोपर्यंत आपण त्या अंधनियतीचे गुलाम असतो.[९] पण मार्क्सने म्हटल्याप्रमाणे हा सृष्टीचा नियम एकदा आपणास कळला, म्हणजे त्याच्या आधारे आपण सृष्टीचे प्रभू बनतो. सृष्टीवर असे व्यावहारिक प्रभुत्व संपादन करणे हा निसर्गातील घटनेचे यथार्थ प्रतिबिंब आपल्या बुद्धीत पडल्याचा परिणाम असतो. आणि म्हणून जे शाश्वत, बुद्धिनिरपेक्ष व वस्तुनिष्ठ सत्य आहे, ते व्यवहाराच्या मर्यादेत जितके प्रकट होईल तितके त्याचे आपल्या बुद्धीत पडलेले प्रतिबिंब यथार्थ आहे याचा पडताळा मिळतो. म्हणून मार्क्सवादात नियतीचे तत्त्व अंतर्भूत झाले असले तरी तो दैववाद नाही, असे आचार्य जावडेकरांचे मत होते.[१०]

वर्गहीन समाज

श्री. मश्रुवाला यांच्या मते, मार्क्स समाजातील वर्गभेद नाहीसे करून एक वर्ग समाज किंवा वर्गहीन समाज स्थापन करण्याचे तत्त्वज्ञान मांडतो. परंतु श्रमविभागणी शिवाय समाज चालू शकत नाही, असे गांधीवाद्यांचे मत होते. आचार्य जावडेकरांच्या मते, मार्क्स वर्गहीन समाजाचा पुरस्कार करतो, याचा अर्थ, तो सर्वच प्रकारच्या श्रमविभागणीला विरोध करतो असा होत नाही. समाजात व्यवसायपरत्वे भेद असले तरी प्रत्येकाने आपल्या गुणांनुसार समाजाची सेवा करावी. त्या सेवेचे फळ म्हणून समाजाने प्रत्येकाच्या गरजा भागवाव्यात (from each according to his capacity to each according to his needs) असे मार्क्सवादी वर्गहीन समाजाचे अंतिम ध्येय आहे. त्यात श्रमविभागजन्य वर्गीकरणास विरोध नाही. केवळ स्वामित्वावर आधारलेले द्रव्य संपादनाचे मार्ग बंद करावेत. मालक-मजूर असा उत्पन्न होणारा वर्गभेद नाहीसा व्हावा, एवढेच मार्क्सवादास अभिप्रेत आहे.

वर्गहीन समाज निर्माण करण्याचे ध्येय म.गांधींना मान्य नव्हते, असे म्हणणे योग्य नव्हे. म.गांधींनी अनेक ठिकाणी वर्गहीन समाजाची कल्पना मान्य केली आहे. व्यवसायपरत्वे प्रत्येकजण आपला धंदा करेल आणि लोकांची उत्पन्ने समान असावीत असे म्हटल्यानंतर वर्गहीन समाजाचे ध्येय प्राप्त होते. म.गांधींजी तर स्पष्ट म्हणतात की, वर्गहीन समाजाचे कम्युनिस्टांचे ध्येय मला मान्य आहे. फक्त त्याच्या प्रस्थापनेसाठी हिंसेचा उपयोग करणे मला मान्य नाही. एकदा आर्थिक समता हा अहिंसक समाजाचा पाया आहे हे मान्य केल्यानंतर वर्गहीन समाजाचे ध्येय अहिंसावाद्यांनी मान्य केले पाहिजे. गांधींचे वर्णव्यवस्था व विश्वस्त कृतीवरील विचार यालाच पुष्टी देतात. समाजाने आपल्या हातात जी संपत्ती आणि सत्ता दिली आहे, तिचा वापर स्वहितासाठी

न करता सर्व वर्गांच्या हिताला पोषक होईल अशारीतीने करावा, या विचारांना मार्क्सवादी विरोध करत नाहीत. मात्र गांधीवादी हे तत्त्व प्रत्यक्षांत आणण्यासाठी आवश्यक असणाऱ्या व्यूह नीतीचे चित्र रेखाटत नाहीत. प्रस्थापित कायदे कानून आणि धनसत्तेला अनुकूल मालमत्तेच्या अधिकारात बदल सुचवत नाहीत. समाजाला नव्या गांधीवादी आर्थिक रचनेचे व्यावहारिक प्रात्यक्षिक दाखवत नाहीत. फक्त म.गांधींच्या तत्त्वांचा पुरस्कार करत राहतात. आचार्य जावडेकरांच्या मते, हे फारसे बरोबर नाही.[११]

अध्यात्मशास्त्र आणि समाजशास्त्र

मार्क्सदर्शन व गांधीदर्शन यांचा समन्वय होणे गरजेचे आहे, कारण त्यातून खऱ्या अर्थाने मार्क्सवादाचा आणि गांधीवादाचा विकास होणार आहे. म.गांधींचा दृष्टिकोन मूलतः आध्यात्मिक व नैतिक असून मार्क्सचा दृष्टिकोन भौतिक आणि समाजशास्त्रीय होता. गांधीवाद हा मूलतः आध्यात्मिक असला, तरी त्याला सामाजिक क्रांति आवश्यक आहे, म्हणून त्याला आध्यात्मिक अधिष्ठानावर समाजाच्या भौतिक जीवनाची इमारत उठवायची आहे. समाजशास्त्राची दृष्टी वास्तववादी असते आणि अध्यात्मशास्त्राची दृष्टी आदर्शनिष्ठ असते, पण नीतिशास्त्राला या दोघांचा समन्वय नित्य ठेवावा लागतो. मार्क्सवादात नीतिशास्त्राचा केवळ वास्तववादी दृष्टीने विचार केला जातो. त्यांच्या नीतिशास्त्रात अध्यात्म नाही, पण आदर्शवादी नैतिक दृष्टीलाही त्यांनी स्थान ठेवले नाही. ते सामाजिक नीती नियमांची सापेक्षता दाखवून देतात. त्या सापेक्षतेचे कारणही उलगडून दाखवतात. पण सर्वसापेक्ष नीतिमत्तेच्या बुडाशी काही निरपेक्ष अशी शाश्वत नैतिक मूल्ये आहेत, हे त्यांना पटत नाही. त्यामुळे त्यांचे नीतिशास्त्र अपूर्ण आहे. म.गांधींनी त्यांच्या अध्यात्मशास्त्रात, नीतिशास्त्रात, समाजशास्त्रात सापेक्ष-निरपेक्ष, वास्तववादी व आदर्शवादी या दोन दृष्टींचा समन्वय साधून जीवन तत्त्वज्ञानाचे विवेचन केले, पण या सिद्धांताची व्यवस्थित मांडणी केली नाही. आणि मार्क्सवाद्यांनीही क्रांतिनंतरच्या नव्या सामाजिक शास्त्राची मांडणी केली नाही. आचार्य जावडेकरांच्या मते, मार्क्सवाद्यांना नैतिकतेचा प्रश्न जास्त समाधानकारक सोडवावा लागणार आहे.[१२]

इतिहास मीमांसा

गांधी आणि मार्क्स यांनी आजपर्यंतच्या मानव समाजाच्या चरित्रातील दीर्घकालीन घडामोडी व प्रगतीचे निरीक्षण करून इतिहासाची मीमांसा कशी बनवलेली आहे हे आचार्य जावडेकरांनी पुढीलप्रमाणे दाखवून दिले आहे. स्वातंत्र्याचे, समतेचे व बंधुभावनेचे ध्येय लोकशाहीच्या क्रांतिकारकांनी अनेक वर्षे पुकारले असताही अद्यापि ते मूर्त स्वरूपात का येत नाही याचा विचार करीत असता आचार्य जावडेकरांच्या मते,

मार्क्सला असे दिसून आले की, 'मानव समाजाची अगदी प्राथमिक अवस्था सोडून दिल्यास त्याच्या समाजघटनेत वर्गभेद बद्धमूल झालेला आहे. प्रत्येक मानव समाजात बहुसंख्य जनता कष्टजीवी असून या बहुसंख्य जनतेच्या कष्टांतून निर्माण होणाऱ्या संपत्तीचा काही अंश एक अल्पसंख्याक वर्ग परंपरागत मालकी हक्काने व बिनकष्टाने उपभोगीत असतो. या मालकवर्गाला बिनकष्टाने मिळणारी ही संपत्ती सुरक्षित ठेवून तिचे समर्थन करण्याचे कार्य राज्यसंस्था व धर्मसंस्था या करीत असतात.'

आजपर्यंतची मानव संस्कृती वर्गभेदाने दुभंगलेली असून ती आर्थिक विषमतेवर उभारली आहे. यालाच उद्देशून मार्क्सने असे म्हटले आहे की, आजपर्यंतचा मानव समाजाचा इतिहास हा वर्गयुद्धांचा इतिहास आहे. आजपर्यंतच्या क्रांत्यांनी एका वरिष्ठाच्या हातातील सत्ता काढून दुसऱ्या वरिष्ठाच्या हातात दिली आहे. लोकशाही क्रांतिनेसुद्धा सरंजामदार वर्गाच्या हातातील वरिष्ठत्व काढून भांडवलदारांच्या हातात दिले आहे. प्राचीन काळापासून चालत आलेला वर्गकलह भांडवलदारी लोकशाहीत तसाच चालू आहे. त्यांचे स्वरूप बदलले आहे. कामगार व भांडवलदार हा वर्गकलह वाढत जाऊन कामगाराने आपल्या हातात सत्ता घ्यावी हे समाजवादी क्रांतीचे उद्दिष्ट आहे. यामुळे वर्गभेद नष्ट होऊन वर्गहीन समाज अस्तित्वात येईल. वर्गसंस्था नष्ट झाल्यामुळे राज्यसंस्थासुद्धा नष्ट होईल. भांडवलदार वर्ग राज्यसंस्थेवर प्रभाव पाडून समाजवादी क्रांति दडपून टाकीत आहे, म्हणून जगातील कामगार एक होऊन क्रांती घडवून आणतील अशी मार्क्सने ऐतिहासिक मीमांसा मांडली.[१३]

म.गांधींची इतिहास मीमांसा

इतिहासमीमांसा आणि वर्गयुद्ध यासंबंधी मार्क्स, गांधी यांच्या विचारसरणीत जो विरोधाभास दिसतो, तो खरा नाही. या दोहोंच्या विचारांचा समन्वय आचार्य जावडेकर करतात. मार्क्सने इतिहासाची भौतिक मीमांसा केली असली तरी म.गांधींना भौतिकवादच पसंत नसल्यामुळे त्यांचा इतिहासाकडे पाहण्याचा दृष्टिकोन त्यांच्या जीवनविषयक तत्त्वज्ञानाशी म्हणजे अध्यात्माशी सुसंगत होता, असे आचार्य जावडेकरांचे मत होते. मानव समाजाची आजपर्यंतची प्रगती लक्षात घेऊन म.गांधीजी असे म्हणतात की, 'मानवी समाजाच्या व्यवहारात अहिंसेचा प्रभाव अधिक अधिक पडत आलेला आहे. आणि यापुढेही मानव समाजाची प्रगती अहिंसेतच होत राहील.' म.गांधी पुढे लिहितात, 'मनुष्य समाज एकेकाळी नरमांसभक्षक होता. नंतर त्याला नरभक्षणाची लाज वाटू लागून तो इष्ट प्राण्यांची शिकार करु लागला. यानंतर हिंसक कृतीसुद्धा सोडून देऊन तो शेतीवर आपला उदरनिर्वाह करू लागला आणि एके जागी स्थिर राहून गावे, शहरे वसवून कौटुंबिक, सामाजिक व राष्ट्रीय कर्तव्ये पार पाडून परस्परांशी प्रेमाने

व कर्तव्यनिष्ठेने वागू लागला. त्याची ही सर्व प्रगती दीर्घकालीन दृष्टी स्वीकारून पाहिल्यास अहिंसेच्या दिशेनेच होत आहे. या ऐतिहासिक दृष्टीने विचार करून म. गांधींनी असा निष्कर्ष काढला की, मानवाची अहिंसेकडे होणारी प्रगती कायम राहिली पाहिजे. जर याहून अधिक अहिंसेचे पालन करण्यात अपयश आले, तर मानवाची प्रगती थांबेल, त्याचा विनाशच होईल. आज केलेली प्रगती पाहिली तर मानव समाज अधिक अधिक अहिंसक बनेल, तर त्याच्या संस्कृतीचा विकास होईल आणि त्याने अहिंसेकडे प्रगति करण्याचे कार्य सोडून दिले, तर त्याच्या संस्कृतीचा व त्याचा विनाश होईल. मानव समाज सातत्याने आध्यात्मिक उद्दिष्टांकडे वाटचाल करीत आहे असे म. गांधींचे मत होते.' (Young India, 16-9-1920) आचार्य जावडेकरांच्या मते, 'मानव समाजाच्या संस्कृतीत आजपर्यंत घडून आलेली स्थित्यंतरे व रूपांतरे लक्षात घेऊन म.गांधीजींनी काढलेला हा निष्कर्ष हीच म.गांधींची इतिहास मीमांसा आहे.'[१४]

मार्क्स व गांधीजींच्या ऐतिहासिक मीमांसेचा आचार्य जावडेकरांनी केलेला समन्वय

यापैकी कोणतीही एक मीमांसा खरी व दुसरी खोटी ठरेल असे आचार्य जावडेकरांना वाटत नाही. मानवी जीवनाचा सर्वांगीण उलगडा करावयाचा तर त्याच्या जीवनातील भौतिक व आत्मिक अशा दोन्हीही प्रेरणांचा विचार करूनच तो केला पाहिजे. त्याचप्रमाणे एकंदर मानव समाजाच्या चरित्राचे वर्णन करून त्याचे रहस्य उलगडले पाहिजे, असे आचार्य जावडेकरांचे मत होते. मानव समाजाच्या संस्कृतीचा व प्रगतीचा प्रवाह अहिंसेच्या दिशेनेच झाला पाहिजे, हे गांधीजींचे मत मार्क्सवाद्यांनी मान्य केले पाहिजे. आणि आजपर्यंतची मानव समाजाची संस्कृति वर्गभेदांनी दुभंगलेली आणि आर्थिक व सामाजिक विषमतेवर उभारलेली अशी होती व आजही तशीच आहे हे मार्क्सवाद्यांचे मत गांधीवाद्यांनी मान्य करून मानवी समाजाच्या इतिहासाची मीमांसा शास्त्रीय व वास्तववादी दृष्टीने करण्यास शिकले पाहिजे. मार्क्सच्या इतिहासमीमांसेचे एकांगीपण आज सर्वमान्य झाले आहे, तरी सुद्धा वर्गसंस्थेची उत्पत्ति, अभिवृद्धी आणि विलय यासंबंधी त्याने केलेले विवेचन राज्यशास्त्र, अर्थशास्त्र आणि इतिहासशास्त्र यांना आत्मसात करावे लागत आहे हे दाखवून देऊन आचार्य जावडेकर म्हणतात की, गांधीवाद्यांना हा बोध मार्क्सवाद्यांपासून आत्मसात करण्याची आवश्यकता आहे.[१५]

वर्गसंस्था व आर्थिक विषमता यांनी एकेकाळी उत्पादन कार्यास व समाज धारणेस साहाय्य केलेले असले, तरी याचा अंत घडवून आणल्यावाचून यापुढे धनोत्पादन व समाजधारणा होणार नाही याची स्पष्ट जाणीव गांधीवाद्यांनी करून घेतली पाहिजे. आर्थिक विषमता आणि सामाजिक वर्गभेद या संस्था आम्हास आध्यात्मिक दृष्टीने

अमान्य आहेत असे गांधीवाद्यांनी म्हटले, तरी त्यांचे मानव समाजाच्या चरित्राचे विवेचन शास्त्रीय ठरणार नाही, कारण आध्यात्मिक दृष्टीने असमर्थनीय वाटणाऱ्या या गोष्टी एकेकाळी समर्थनीय होत्या. या प्रश्नाचे उत्तर मार्क्सवादाच्या ऐतिहासिक भौतिक मीमांसेचा आश्रय घेतल्यावाचून आपणास देता येणार नाही, अशी वास्तववादी भूमिका आचार्य जावडेकर घेतात.[१६]

आचार्य जावडेकरांच्या मते, एकंदर मानव समाजाचा आजपर्यंतचा वर्गविरोधाचा आणि वर्गकलहाचा धागा अगदी प्राथमिक अवस्था वगळली, तर सर्वत्र प्रकट वा अप्रकटपणे गुंफला गेला आहे. भारतामध्ये सुद्धा द्विज व शूद्र यांचे पीडित-पीडक संबंध खोलवर रुजले होते. भारताची संस्कृती आध्यात्मिक आहे, म्हणून आमच्या देशात वर्गभेद नव्हते, असे म्हणणे चूक असून द्विज आणि शूद्र यांच्यातील वर्गभेदाने भारतीयांची संस्कृती विकृत झाली होती. युरोपमधील वर्गलढ्यामागची प्रेरणा सत्य संशोधन व सत्य संस्थापनेची होती, त्यामुळे तिथे लोकशाही, समाजवाद या तत्त्वांचा उदय झाला. भारतामध्ये अशा प्रकारचा संघर्ष अहिंसक मार्गाने करून दाखवणे महत्त्वाचे आहे, असे आचार्य जावडेकरांचे मत होते.[१७]

आधुनिक युरोप वर्गकलहाचा आश्रय करून लोकशाहीच्या व समाजवादाच्या संस्थापनेसाठी हिंसेने प्रयत्न करत आहे व म्हणून त्यांना सत्याची संस्थापना करता येत नाही असे गांधीवादी म्हणू शकतात, मात्र त्यांचे हे म्हणणे साधार व सत्य ठरवावयाचे असेल, तर त्यांनी अहिंसक मार्गाने लोकशाहीची व समाजवादाची संस्थापना करण्याचे कार्य अंगीकारून ते यशस्वी करून दाखवले पाहिजे, असे आचार्य जावडेकरांचे मत होते.[१८]

वर्गविग्रह : मार्क्स, गांधी व सत्याग्रह

मानव समाजाच्या व्यवहारांची शास्त्रे बनविताना मानवाच्या आध्यात्मिक प्रेरणेचा विचार होत नाही. त्यामुळे ही सामाजिक शास्त्रे भौतिक शास्त्रांप्रमाणे नियतीवादी बनली आहेत. खरे पाहता त्यांना नियतीवादी व यांत्रिक स्वरूप देता येत नाही, याची जाणीव मार्क्सवाद्यांनी प्रथम ठेवली पाहिजे. कारण ही जाणीव झाल्यामुळेच मार्क्सने यांत्रिक भौतिकवाद सोडून विरोधी विकासी भौतिकवादाचा पुरस्कार केला, पण ही जाणीव मार्क्सवादी क्रांतिकारक आपल्या राजकीय व्यवहारांत व धोरणांत ठेवत नाहीत, अशी खंत व्यक्त करून आचार्य जावडेकर म्हणतात. 'मानवी अंतःकरणातील आत्मप्रेरणेकडे दुर्लक्ष करून बनवलेली सामाजिक शास्त्रे नियतीवादाच्या खोड्यात अडकल्यावाचून राहात नाहीत. हा नियम मार्क्सवाद्यांनाही लागू होतो. या मार्क्सवादासहित सर्वच आधुनिक युरोपीय सामाजिक शास्त्रांना या आत्मप्रेरणेचे स्वरूप व महत्त्व लक्षात घेऊन

आपल्या सिद्धांताची फेरमांडणी करावी लागणार आहे. राज्यसंस्थेमध्ये व समाजसंस्थेमध्ये क्रांतिकारकांनी धर्म व अध्यात्माला समाजद्रोही स्वरूप प्राप्त करून दिले, पण गांधींनी धर्मभावना व आत्मप्रेरणा यांचे क्रांतिकारक स्वरूप दाखवून दिले. त्यांच्या सत्याग्रही जीवनापासून मानवाला मानव धर्माचे व खऱ्या अध्यात्माचे जे क्रांतिकारक स्वरूप दिले आहे, ते प्रभावी ठरवायचे तर मानव समाजाच्या भौतिक गरजांचा व प्रेरणांचा प्रश्न सोडवून दाखवून ते प्रश्न सोडविताना आवश्यक वाटणारी हिंसा व सामाजिक विषमता किंवा वर्गभेद कसे नष्ट करावेत यांचे विवेचन केले पाहिजे.'

आज भांडवलदार व कामगार वर्ग हिंसेने लढू पाहात आहेत. यातील कोणता पक्ष न्यायाचा हे गांधीवाद्यांनी ठरवून त्याला अहिंसा बलाने न्यायाची संस्थापना करण्याचा मार्ग दाखवावा, असे आचार्य जावडेकरांचे मत होते. यासंबंधी म.गांधींचे विचार असे होते. 'Even when both parties believe in violence, there is often such a thing as justice on one side. A robbed man has justice on his side. Even though he may be preparing to regain the lost property by force and it would be accounted as a triumph of non-violence, if the injured party could be persuaded to regain his property by methods of Satyagraha i.e. love or soul force rather than a free fight.' (Young India, 1-6-1921)

भांडवलशाहीतील कायदेशीर हक्काने कामगारवर्ग लुबाडला जातो. त्यांच्यात कलह चालू असतो. या ठिकाणी सत्याग्रहींनी लुबाडल्या जाणाऱ्या पक्षाची बाजू घेऊन आवश्यक असणारी सामाजिक क्रांति म्हणजेच समाजवादी क्रांती करण्यास साहाय्य केले पाहिजे, असे आचार्य जावडेकरांचे मत होते.[१९] अहिंसेचा व सत्याग्रहाचा मार्ग दाखवून देऊन आपल्या राष्ट्रातील लोकशाहीला समाजवादाचे स्वरूप देण्याचेच धोरण स्वीकारले पाहिजे. समाजवाद व मार्क्सवाद यातील सत्याचा अंश आत्मसात केला पाहिजे आणि समाजवादी क्रांतीत अपरिहार्य भासणारी हिंसा परिहार्य होऊ शकते, हे सत्याग्रहींनी दाखवून दिले पाहिजे. अहिंसक लोकशाही व अहिंसक समाजवाद यांची संस्थापना करण्याच्या मार्गानेच मानव समाजाला अभिप्रेत असणाऱ्या आत्मराज्याकडे आपली प्रगती करता येईल, असे आचार्य जावडेकरांना वाटत होते.[२०]

अहिंसक लोकशाही समाजवाद, विकेंद्रित उत्पादन पद्धती आणि विकेंद्रित राज्यसत्ता यांच्या अधिष्ठानावर उभारता येईल हे तत्त्व गांधीवाद्यांपासून समाजवाद्यांनी शिकले पाहिजे. वर्गविग्रहाला सत्याग्रही स्वरूप देण्याचे धोरणही स्वीकारले पाहिजे. यातूनच सत्याग्रही समाजवादाची निर्मिती होणार आहे.[२१]

गांधी आणि मार्क्स : आर्थिक विचार

मार्क्सच्या मते वर्गकलहाच्या द्वारा समाजातील वर्गसंस्था नष्ट करणे गरजेचे

आहे, कारण वर्गामुळेच समाजात अन्याय आणि अत्याचार होतात. याबाबत मार्क्स हिंसक वा सशस्त्र क्रांतीचा पुरस्कार करीत होता. कारण जेव्हा वर्गसंस्था नष्ट होईल आणि समाजाचे सर्व धन सामाजिक स्वामित्वाचे होईल, तेव्हा खरी न्यायसंस्थापना होईल. त्यासाठी कामगार वर्गाने क्रांति करून कामगारसत्ता स्थापिली पाहिजे. आणि पुनः वर्गसंस्था निर्माण होऊ नये म्हणून ती नामशेष केली पाहिजे, असे मार्क्सचे सांगणे होते.

म. गांधी अन्यायाच्या व विषमतेच्या विरोधी होते. अहिंसक मार्गाने सत्याग्रह क्रांतिशास्त्राचा वापर करून समाजवादी समाज स्थापन करता येईल, असे त्यांना वाटत होते. कारखाने ही धनिक लोकांची मालमत्ता नव्हे. समाजातील धनोत्पादनांचे सार्वजनिक कार्य योग्य प्रकारे चालू ठेवण्याची जबाबदारी लादून धनिक वर्गाकडे सोपविलेला, कारखाने हा सार्वजनिक निधी आहे आणि ज्यांना आज धनी म्हणतात ते समाजाने नेमलेले निधिधारक आहेत, असे तत्त्व म.गांधींनी अनेकवार प्रतिपादले आहे. अर्थात या निधीची व्यवस्था कशी करावी हे नियमित करण्याची सत्ता समाजाकडे असली पाहिजे. तसेच कारखानदार वर्ग हा जसा समाजाचा निधिधारक म्हणजे एक प्रकारचा सेवक आहे, तसाच कामगारवर्गही समाजाचा सेवक असून कारखान्यात त्यासही भांडवलदारासारखेच हक्क समाजाने दिले पाहिजेत. कारखाने ही जशी भांडवलदारांची वैयक्तिक मालमत्ता नव्हे, तसेच कामगार हे भांडवलदाराचे व्यक्तिशः नोकर नव्हेत. ते दोघेही समाजाचे सेवक आहेत आणि दोघांच्याही योग्य हक्काचे व कर्तव्याचे नियमन करून त्यांचे संबंध न्यायावर अधिष्ठित करणे हे समाजाचे कर्तव्य आहे, असे म.गांधींचे सामुदायिक धनोत्पादनासंबंधी धोरण होते. पण हेच धोरण त्रिकालाबाधित आहे किंवा सत्याग्रही तत्त्वज्ञानाशी या विशिष्ट धोरणाचा नित्य संबंध आहे, असे आम्हास वाटत नाही. जर हे धोरण कारखानदार व कामगार यांच्यात न्याय प्रस्थापना करण्यास पुरे पडले नाही, तर कारखानदारांकडून कारखाने काढून घेऊन ते प्रत्यक्ष समाजाच्या ताब्यात द्यावेत, हे धोरणही सत्याग्रही तत्त्वज्ञानाशी विसंगत नाही.[२२]

गांधीवादाचे सामाजिक सिद्धांत – १) विश्वस्त कृती २) विकेंद्रीकरण

विश्वस्त सिद्धांत

श्रीमंत लोक हे समाजाच्या संपत्तीचे विश्वस्त (trustee) आहेत, असा गांधीवादाचा सिद्धांत आहे. आपल्या योग्य गरजेपेक्षा जी अधिक संपत्ती समाजव्यवस्थेप्रमाणे आपणापाशी असेल, ती आपल्या मालकीची न समजता तिचा मालक समाज आहे असे मानून श्रीमंतांनी त्या संपत्तीचा विनियोग स्वहित बुद्धीने करीत जावा अशी ही दृष्टी आहे. या सिद्धांताचा उगम ईशावास्योपनिषद् यातील पहिल्या श्लोकात आहे असे म.गांधी मानतात. तो श्लोक असा–

'ईशावास्यमिदं सर्व मत्किंच जगत्यांजगत् ।
त्येन व्यक्तेन भुंजीथाः मा गृधः कस्यस्विद् धनम् ।।'

या श्लोकाचा अर्थ गांधीवादात असा करण्यात येतो की, जगातील सर्व वस्तुजातीचा मालक ईश्वर आहे. सर्व वस्तु त्याला अर्पण करून (त्याच्या मालकीच्या आहेत असे समजून) संपत्तीचा उपभोग घ्या. कोणाच्याही (स्वतःच्यासुद्धा) धनाचा लोभ धरू नका. ही सर्व संपत्ती व्यक्तेन म्हणजे त्यागाने भोगावी असे म.गांधीजींचे मत होते. अध्यात्म दृष्टीने पूर्ण निष्कामत्व प्राप्त करून घेणाऱ्या मुमुक्षूने कोणत्या वृत्तीने वागावे यासाठी एवढे विवेचन पुरेसे आहे, असे आचार्य जावडेकरांचे मत होते.

पण समाजरचना, समाजाची आर्थिक घटना व तिच्यातील आज आवश्यक असलेली आर्थिक क्रांती यांचा विचार करताना एवढे विवेचन पुरेसे नाही, असे आचार्य जावडेकरांना वाटते. या प्रश्नांची उत्तरे द्यावयाची असतील, तर खाजगी मालमत्तेसंबंधीचा धनार्जनाचा कायदा कसा आहे व तो आज किती प्रमाणात बदलून घेणे शक्य व इष्ट आहे. यासंबंधीचे विवेचन वास्तववादी दृष्टीने केले पाहिजे. तसे केले म्हणजे आजच्या सामाजिक अवस्थेत कोणते प्रश्न विश्वस्त वृत्तीच्या सिद्धांताने सुटू शकतील आणि कोणते प्रश्न सोडविण्यासाठी मालमत्तेच्या कायद्यात सुधारणा करावयाची याचा विचार करणे उपयुक्त ठरणार आहे. त्याशिवाय सामाजिक व आर्थिक क्रांतीचे मूर्त स्वरूप आपल्या डोळ्यापुढे उभे राहणार नाही, असे आचार्य जावडेकरांचे मत होते.[२३]

विश्वस्त सिद्धांतातील दोष दाखवितांना आचार्य जावडेकर लिहितात, 'ज्या समाजपद्धतीमुळे व ज्या कायदेशीर व्यवहारामुळे आज आपण भांडवलदार बनलो, ती समाजपद्धती व कायदेशीर व्यवहार नैसर्गिक न्यायाचे आहेत, असा भ्रम भांडवलदारांना होतो. निदान या समाजपद्धतीतून व रूढ कायदेशीर व्यवहारांतून अधिक न्यायी कायदे करणे व्यवहार्य होऊ शकेल.' असे तरी त्यांना वाटत नाही. धन संपादन करण्याच्या कार्यात ज्यांची ही वृत्ती वाढत गेली, ते त्यांच्यापाशी जमलेल्या संपत्तीचे निधिधारक बनण्यास लायक होतील आणि समाजहिताच्या दृष्टीने ते आपल्या ताब्यातील संपत्तीचा विनियोग करू शकतील अशी अपेक्षा करणे हे साध्य साधनासंबंधीच्या गांधीवादी विचारांशी विसंगत वाटते.' असे आचार्य जावडेकरांचे मत होते.[२४]

विश्वस्त सिद्धांताप्रमाणे धनिकांनी विश्वस्त वृत्ती मनी बाळगावी आणि सर्व लोकांचे विश्वस्त म्हणून काम पाहावे असे म.गांधींचे मत होते, पण आचार्य जावडेकरांच्या मते, हा विचारही गांधीवादात बसत नाही. ते लिहितात, 'ज्या समाजात कष्ट आणि धनसंपादन यांच्या प्रमाणात कोणताही मेळ न्याय बुद्धीला घालता येत नाही आणि ज्या समाजात अकष्टार्जित धन संपादनाचे अनेक कायदेशीर मार्ग रूढ आहेत.' अशा समाजात संपन्न बनणाऱ्या व्यक्ती आपल्या संपत्तीचा विनियोग निःस्वार्थी बुद्धीने

समाजहितासाठी करण्यास आणि समाजाच्या संपत्तीचे निधिधारक बनण्यास लायक बनतात असे मानणे हे अशुद्ध साधनांशी आपले साध्य संपादन करणारा मनुष्य शुद्ध राहू शकेल असा विश्वास धारण करण्यासारखे नाही काय ? ही दृष्टी गांधीवादातील साधनशुद्धीच्या सिद्धांताशी विसंगत आहे.'[२५] आचार्य जावडेकरांच्या मते, अकष्टार्जित धनसंपादनाचा मार्ग बंद करण्यास विश्वस्त वृत्तीचा सिद्धांत अपुरा पडतो. त्यासाठी मालकी हक्काचे कायदे बदलणे आवश्यक आहे, तरच गांधीवादाची मार्क्सवादाशी तुलना करता येईल, हे सांगताना ते लिहितात, 'आजच्या समाजातील धनसंपादनाच्या कायदेशीर मार्गाची सुधारणा केल्यावाचून आणि अकष्टार्जित धनसंपादनाचे मार्ग बेकायदा ठरवून उत्पादक श्रम आणि तज्जन्य धनसंग्रह यांचे बऱ्याच अंशी समप्रमाण राहील अशी व्यवस्था केल्यावाचून 'विश्वस्त वृत्तीचा' किंवा 'निधिधारकत्वाचा सिद्धांत' समाजात लागू होणार नाही. वरील विवेचनाचा अर्थ इतकाच आहे की, हा उपदेश करण्यानेच केवळ समाजात न्यायाची प्रस्थापना होईल अशी अपेक्षा करता कामा नये. हा उपदेश करीत असतानाच समाजातील मालकी हक्काचे व धनसंपादनाचे कायदे बदलण्याची चळवळही न्यायसंस्थापना करू इच्छिणाऱ्यांनी सुरू ठेवली पाहिजे. तसेच न्यायसंस्थापनेच्या या कार्यास जे घटक अडथळा करतील त्या वर्गाविरुद्ध अनत्याचारी असहकार व सत्याग्रह करण्यास न्यायसंस्थापना करणाऱ्यांनी पुढे आले पाहिजे. असे ते करतील, तरच गांधीवाद हे मार्क्सवादाप्रमाणे सामाजिक क्रांति दर्शन आहे असे वाटेल; नाही तर मार्क्सवादाहून गांधीवादाचे श्रेष्ठत्व दाखवून देणे किंवा गांधीवादाने मार्क्सवादाशी मुकाबला करण्यास समर्थ होईल अशी अपेक्षा धरणे सयुक्तिक होणार नाही.''[२६]

सामाजिक क्रांति आणि विकेंद्रीकरण

विश्वस्त कृतीच्या सिद्धांताला स्वाभाविक मर्यादा आहेत आणि समाजरचनेला आधारभूत असणारा मालमत्तेचा कायदा व धनसंपादनाचे कायदेशीर मार्ग हे जेव्हा न्यायाधिष्ठित असतील, तेव्हाच समाजात विश्वस्त वृत्ती वाढू शकते, हे म.गांधींना मान्य होते, असे आचार्य जावडेकरांचे मत होते, म्हणून आचार्य जावडेकरांच्या मते, 'म.गांधींनी विश्वस्त कृतीच्या सिद्धांताचा नुसता उपदेश करुन न थांबता राष्ट्रीय स्वातंत्र्य, लोकशाही राज्य आणि सामाजिक स्वामित्वाचे समाजवादी तत्त्व यांच्या प्रस्थापनेसाठी क्रांतिकारक प्रयत्न करण्याची आवश्यकता प्रतिपादन केली व आचरून दाखविली. राज्यसंस्थेचे राजकीय प्रभुत्व प्रजेकडे असले पाहिजे आणि समाजातील सर्व संपत्तीचे स्वामित्व अंतिम दृष्टीने समाजाचे असले पाहिजे. हे दोन विचार लोकशाहीच्या व समाजवादाच्या बुडाशी आहेत; ते आधुनिक काळात युरोप खंडात पुढे आले असले

तरी भारतीय आध्यात्मिक संस्कृतीचे ते निष्कर्षच आहेत, म्हणून ते आत्मसात केले पाहिजेत असे म.गांधींचे मत होते.'

विश्वस्त सिद्धांताबरोबरच म.गांधीजींनी विकेंद्रीकरणाच्या तत्त्वासही महत्त्वाचे स्थान दिले, कारण सत्ता व संपत्ती यांचे विकेंद्रीकरण झाले नाही, तर लोकशाही व समाजवाद हे दोन्हीही विकृत बनतात आणि समाजातील विश्वस्त कृतीच्या वाढीसही अनुकूल परिस्थिती राहात नाही. म्हणून सत्तेच्या व संपत्तीच्या केंद्रीकरणास म.गांधींचा विरोध होता. कम्युनिस्ट तत्त्वज्ञानामध्ये क्रांतिकाळात अनियंत्रित कामगारशाही अटळ मानली जाते, त्यामुळे तिच्याकडे सत्ता आणि संपत्ती या दोन्हीही शक्ती काही काळ तरी एकवटतात; हाच म. गांधींचा कम्युनिस्ट तत्त्वज्ञानावर व त्यातील क्रांतिशास्त्रावर आक्षेप होता. म्हणून आचार्य जावडेकरांच्या मते, राजसत्ता आणि आर्थिक सत्ता यांचे एकीकरण होऊ नये असा म.गांधींच्या विकेंद्रीकरणाच्या सिद्धांताला एक अर्थ होता. धनोत्पादन संस्था राज्यसंस्थेकडून अलग असावी आणि अशा अलग धनोत्पादन संस्थेतही विकेंद्रीकरण झालेले असावे हा म. गांधींचा आग्रह होता.

विश्वस्त वृत्तीतील दोषांवर नेमके बोट ठेवून आचार्य जावडेकरांनी त्यातील कायदेशीर धनसंग्रह कोणता हे लोकशाही समाजवादाने दाखवून देता येईल, हे स्पष्ट केले आहे. तसेच म. गांधींचा विश्वस्त वृत्तीचा सिद्धांत सांगताना सत्ता व संपत्तीचे विकेंद्रीकरण यावर अधिक भर दिला व लोकशाही समाजवादाने ते शक्य होईल अशी म. गांधींजींना आशा वाटत होती.[२७]

क्रांति संकल्पना – मार्क्स व गांधी

मार्क्सच्या तत्त्वज्ञानाप्रमाणे जेथे क्रांती झाली, तेथे अनियंत्रित कामगारशाही स्थापन झाली. पण रशियात अनियंत्रित कामगारशाही नष्ट होईल व वर्गहीन समाज स्थापन होईल हे भविष्य खोटे ठरले आहे. आचार्य जावडेकरांच्या मते, राज्यसंस्था हिंसेच्या विळख्यात अधिक अधिक गुरफटली जाते हे रशियावरून खरे ठरले आहे. आपल्या क्रांतिनंतर लोकशाहीची पूर्ण परिणती करणारा वर्गहीन समाज निर्माण होईल, ही मार्क्सवादी आशा आज रशियाच्या अनुभवाने फोल ठरली आहे, यामुळे लेनिनच्या विचारांवर जो आक्षेप म. गांधींनी घेतला होता, तो प्रत्यक्ष अनुभवाने सिद्ध झाल्यासारखाच होता. समाजवादाच्या प्रस्थापनेस दुसरे मार्ग शोधून काढण्याची आवश्यकता निर्माण झाली आहे, असे आचार्य जावडेकरांचे मत होते.[२८] इंग्लंड, रशिया या दोन्ही राष्ट्रांतील मार्गाहून श्रेष्ठ व भिन्न असा लोकशाहीच्या समाजवादी विकासाचा मार्ग सत्याग्रह रूपाने म.गांधींनी आपणास दाखवून दिला आहे, म्हणून भारतीय लोकशाहीला रशियाचे किंवा ब्रिटनचे अंधानुकरण न करता समाजवादाच्या स्थापनेचा तिसरा अनत्याचारी

क्रांतीचा मार्ग चोखाळता येईल, असा विश्वास हिंदी समाजवादी धरून आहेत. गांधीजींनी अनत्याचारी क्रांतीची जी शक्ती भारतीय जनतेत निर्माण केली, त्या शक्तीचे ते मूर्त स्वरूप आहे.[२९]

अहिंसक क्रांतीच्या मार्गाने आर्थिक समता स्थापन करण्याचा अहिंसक पर्याय जनतेला दाखवून दिला पाहिजे, नाही तर लोक मार्क्स व लेनिन यांचे तर्कशास्त्र कितीही सदोष असले, तरी ते स्वीकारल्यावाचून राहणार नाहीत, असे आचार्य जावडेकरांचे मत होते. या मतातूनच सत्याग्रही समाजवादाचा विचार पुढे येतो. तिचे स्पष्टीकरण करताना मार्क्स, गांधी यांची इतिहासमीमांसा व क्रांतिसिद्धांत यांची फेरमांडणी करावी लागणार आहे, असे आचार्य जावडेकरांचे मत होते.[३०]

मार्क्सवादी क्रांतिशास्त्रात अनियंत्रित कामगारशाहीतून लोकशाहीचा समूळ लोप होऊन एकपक्षीय हुकूमशहा निर्माण होण्याचा जसा धोका आहे, त्याचप्रमाणे राजसत्तेने भांडवलदार व जमीनदार यांचे मालकी हक्क शाश्वत आणि शाबूत ठेवण्याचे अभिवचन दिले, तर ते वर्ग दलित जनतेचे जे शोषण करीत आहेत, त्या शोषणपद्धतीचे संरक्षण करण्याचा घोर अन्याय आपल्या दंडसामर्थ्याने चालू ठेवण्याचे पाप राज्यसंस्थेला करावे लागते. मग राज्यसंस्था ही न्यायसंस्थापनेसाठी नसून ती कष्टजीवी जनतेचे शोषण सुरक्षितपणे चालू ठेवण्यासाठी धनिकांनी स्थापन केलेली असुरी संस्था आहे ही राज्यमीमांसा मान्य करावी लागते, म्हणून वरिष्ठ धनिक वर्गाचे आजचे सर्व हक्क शाबूत ठेवण्याच्या शर्तीवर उभारलेली राज्यसंघटना आपणास मान्य होणार नाही, असे म.गांधींनी ब्रिटिशांना बजावले होते.[३१]

मार्क्सवादातही अखंड क्रांती (पर्मनंट रेव्होल्यूशन) असे शब्द आलेले आढळतात. पण त्यांचा अर्थ सत्याग्रही अखंड क्रांतीहून फार मर्यादित असा आहे. मार्क्सने आपले क्रांतिशास्त्र प्रतिपादन केले, तेव्हा त्याला असे दृश्य दिसले, की लोकशाहीची क्रांती सुरू झाली असता देशातील व्यापारी कारखानदार वर्ग ती अखेरपर्यंत पुरी होऊ देत नाहीत. ती मध्येच स्थगित करून देशातील लोकशाही राज्ययंत्र आपल्या हाती घेऊन आपल्या मालमत्तेच्या हक्कांना सुरक्षित करतो आणि आर्थिक समता प्रस्थापित करण्यासाठी लढणाऱ्या शेतकरी कामकरी वर्गाला राज्ययंत्रामार्फत दडपून टाकतो. ही लोकशाही क्रांतीची करुण कथा इंग्लंड, फ्रान्स या देशांत प्रत्यक्ष घडलेली त्यांनी पाहिली, तेव्हा हे लोकशाहीचे क्रांतिकार्य मध्येच स्थगित करू पाहणाऱ्या व्यापारी कारखानदार वर्गाविरुद्ध शेतकरी कामकरीवर्गाने लढा देऊन ती पुरी करावी आणि समाजवादी लोकशाही स्थापन होईपर्यंत म्हणजे शेतकरी कामकरीवर्गाच्या प्रतिनिधीच्या हाती सत्ता येईपर्यंत हे क्रांतिकार्य अखंड चालू ठेवावे, एवढाच त्यांचा अखंड क्रांतीचा अर्थ होता,[३२] असे आचार्य जावडेकर म्हणतात.

राज्यसंस्थेविषयी गांधीजींचा दृष्टिकोन

वास्तववादी भूमिकेतून गांधीवाद्यांनी राज्यसंस्थेची आवश्यकता प्रतिपादन केली आहे. यासंबंधी राज्यसंस्थेचे महत्त्व सांगताना आचार्य जावडेकर लिहितात, 'गांधीवाद हा आध्यात्मिक असल्याने त्यांचा कल आदर्शनिष्ठेकडे असतो. तो स्वतःस अभिप्रेत असणारी आत्मप्रेरणा जनतेत निर्माण करू इच्छितो. परिणामतः सर्वसामान्य मनुष्य भौतिक, राजकीय, आर्थिक व सामाजिक परिस्थितीत आपली सत्यनिष्ठा टिकवू शकतो किंवा टिकवू शकत नाही. याचा विचार करून गांधीवाद सामान्य मनुष्यास आत्मप्रेरणा टिकवता यावी, या दृष्टीने सामाजिक, आर्थिक व राजकीय सुधारणा व्हावी, म्हणून समाजात सर्वांगीण क्रांति करण्यास उद्युक्त होतो. परिणामतः सत्यनिष्ठेचा आग्रह धरणारा गांधीवाद सर्वसामान्य मनुष्याला परिस्थितीत सत्यनिष्ठा स्वीकारता येईल, त्यावेळी वास्तववादी बनतो. व भेकडपणापेक्षा हिंसा बरी अशी भूमिका घेतो व राज्यसंस्थेचे समर्थन करतो. कारण राज्यसंस्था नसेल तर मनुष्य हिंसात्मक मार्गाचा अवलंब करून वित्त व स्वतःचे रक्षण करतो. अशा अराजक अवस्थेत सर्वसामान्य मनुष्य भेकड, नीतिभ्रष्ट, शीलभ्रष्ट बनतो, म्हणून शस्त्रबळाचा वापर करणारी राज्यसंस्था जीवित वित्ताची शाश्वती लाभावी, म्हणून वास्तव दृष्टीने गांधीवादाला मान्य करावी लागते.''[३३]

पण ही त्यांची भूमिका आदर्शवादी नसून वास्तववादी आहे. सर्वसामान्य समाजाच्या दृष्टीने राज्यसंस्थेची उपयुक्तता मान्य केली तरी, तिच्यामुळे निर्माण होणारी हिंसावृत्ती याचा लोप कसा करावा व राज्यसंस्थेकडून होणाऱ्या अन्याय हिंसेचा प्रतिकार अहिंसा बळाने कसा करावा हे सामान्य जनतेला शिकविण्याचे कार्य गांधीवाद्यांनी सतत करत राहिले पाहिजे, असा सल्ला आचार्य जावडेकर देतात.[३४]

राज्यसंस्थेच्या बाबतीत गांधीवाद्यांची खरी भूमिका सांगताना आचार्य जावडेकर लिहितात, 'सर्वसामान्य मनुष्यास आदर्शनिष्ठ राहण्यास राजदंडाची आवश्यकता वास्तववादी दृष्टीने मान्य करुन प्रजेच्या न्याय्य हक्कावर आक्रमण झाले असता अहिंसात्मक, संरक्षणात्मक प्रतिकाराचा मार्ग जनतेला शिकवावा, हे गांधीवाद्यांचे राज्यसंस्थेसंबंधीचे मत आहे.' गांधीवादी राज्यसंस्थेच्या मागे लागला, तर तो तत्त्वभ्रष्ट बनेल आणि समाजोन्नतीचे व आत्मबल वाढविण्याचे कार्य सोडून देऊन हिंसक मार्गाने समाजधारणा करण्याच्या प्रयत्नात गुरफटेल व भ्रष्ट होईल, अशी भीती गांधींजींना वाटत होती. म्हणून गांधीवाद हे राज्य चालविण्याचे शास्त्र नसून ते राज्यसंस्थेचे शुद्धीकरण करण्याचे व अखेरीस राजदंडाचा लोप करण्याचे शास्त्र आहे, असे आचार्य जावडेकर मानत होते.[३५]

राजधर्माचे स्वरूप

'दुर्जनांच्या हृदयपरिवर्तनाचा प्रयत्न करणारे अथवा करू इच्छिणारे गांधीवादी

राज्यसत्तेवर आरूढ झाले तरी त्यांना आपला हृदयपरिवर्तनाचा सिद्धांत बाजूस ठेवून दुर्जनांना व परपीडकांना काही प्रसंगी शासन करावेच लागेल. हे कार्य ते करू लागतील तर त्यांना आत्मबलाने हृदयपरिवर्तन करण्याचे कार्य सोडून द्यावे लागेल. ही दोन कार्ये एकाच वेळी एकाच व्यक्तीस करता येणे शक्य नाही. आज समाजधारणेला ही दोनही कार्ये आवश्यक आहेत, हे जाणून त्यापैकी कोणते कार्य आपल्या प्रकृति गुणांस अनुरूप असे ठरवून घेतले पाहिजे' असा सल्ला आचार्य जावडेकर देतात. सत्ताधारी पक्षाशी विवेकपूर्वक सहकाराचे अथवा असहकाराचे धोरण स्वीकारून वेळप्रसंगी सर्वांनीच कायदेभंग व सार्वत्रिक अनत्याचारी असहकार यांचा स्वीकार करावा आणि आपल्या धोरणाच्या दृष्टीने कोणता राजकीय पक्ष क्रांतिकार्यास अनुकूल आहे याचा विचार करून सत्याग्रहीने आपले दैनंदिन राजकारण करीत राहिले पाहिजे.[३६] मात्र त्यांनी सत्ताधारी अथवा सत्ताकांक्षी अशा कोणत्याही पक्षाची बंधने स्वीकारू नयेत. तसेच दंडहीन समाज हे अंतिम राजकीय ध्येय असले, तरी आजचे आपले राजकीय उद्दिष्ट अहिंसाधिष्ठित लोकशाही (Democracy based on non-violence) हे आहे. याचा विसर त्यांनी केव्हाही पडून देता कामा नये, असा सल्ला देऊन याबाबतचे गांधीजींचे मत सांगताना आचार्य जावडेकर लिहितात, 'The nearest approach to purest anarchy would be a democracy based on non-violence. The Europian democracies are to my mind a negation of democracy.'

- Harijan. 21-7-1940

येथे दंडहीन समाज हा अंतिम आदर्श असला तरी वास्तववादी दृष्टीने अहिंसक लोकशाही हेच आपले आजचे उद्दिष्ट असले पाहिजे, असे स्पष्टीकरण गांधींजींनी केले आहे. आदर्शनिष्ठा आणि वास्तववाद या दोहोंचा समन्वय गांधीजींनी केला आहे. युरोपीय लोकशाही ही आपणास नको एवढेच त्यांनी स्पष्ट म्हटले आहे. पण आपणास इष्ट असणारी लोकशाही अहिंसाधिष्ठित असावी या त्यांच्या उद्गाराचे स्पष्टीकरण करण्याचा काळ आज आलेला आहे. हे स्पष्टीकरण करू लागलो म्हणजे अहिंसक लोकशाही ही समाजवादी लोकशाही असली पाहिजे, असे दिसू लागते, असे आचार्य जावडेकरांना वाटते. हे तत्त्व मान्य केल्यानंतर लोकशाही व समाजवादी यातील भेद व त्यातील परस्परसंबंध आचार्य जावडेकर स्पष्ट करतात.[३७]

गांधी आणि लोकशाही समाजवाद

म. गांधींजींनी लोकशाही व समाजवाद या ध्येयांना मान्यता दिली होती व त्यास 'अहिंसाधिष्ठित' असे विशेषण त्यांनी लावले होते. युरोपीय लोकशाही समाजवादापेक्षा म.गांधींच्या लोकशाही समाजवादाची वेगळी वैशिष्ट्ये आहेत. गांधी

प्रणित लोकशाही समाजवाद कसा आहे ? असा प्रश्न विचारला असता आचार्य जावडेकरांच्या मते, म. गांधींजींनी पुढील उत्तर दिले असते- 'अहिंसक लोकशाही व अहिंसक समाजवाद आम्ही सत्याग्रहाच्या सामर्थ्याने भारतात निर्माण करू, त्यानंतरच त्याचे मूर्त स्वरूप जगाच्या निदर्शनास येईल.'[३८]

आधुनिक युरोपमध्ये निर्माण झालेल्या लोकशाही व समाजवादी या तत्त्वाच्या बुडाशी सत्यसंशोधनाची तळमळ होती. ती गांधीजींना महत्त्वाची वाटली, म्हणून युरोप खंडात उदय पावलेली लोकशाही समाजवादाची अथवा कम्युनिझमची ध्येये शुद्ध स्वरूपात आपणास निर्माण करता येतील, मात्र त्यासाठी युरोपियनांच्या अंतःकरणात पेटलेली सत्यसंशोधनाची तळमळ आपल्या अंत:करणात निर्माण केली पाहिजे, असा गांधीजींचा आग्रह होता. यासंबंधी म.गांधींचे उद्गार विचारार्ह आहेत. ते म्हणतात, 'I have been sympathetic student of the western social order and I have discovered that underlying the fervour that fills the soul of west is a restless search for truth. I value that spirit. Let us study our Eastern institutions in that spirit of scientific inquiry and we shall evolve a truer socialism and a truer communism than the world has yet dreamed of. It is surely wrong to presume that western socialism or communism is the last word on question of mass poverty.'

(Selections from Gandhi by N.K. Bose, P.93)

युरोपातील प्रचलित लोकशाही ही खरी लोकशाही नाही व खरी लोकशाही आपणास निर्माण करावयाची आहे, हे म.गांधीजींचे मत होते आणि युरोपातील लोकशाही ही भांडवलदार लोकशाही आहे व म्हणून ती खरी नाही, हे मार्क्सचे मत होते. आचार्य जावडेकरांना दोन्ही मते बरोबर वाटतात. लोकशाहीची व अहिंसक समाजाची बाह्य कसोटी आर्थिक समता हीच आहे. या मुद्द्यांसंबंधी गांधीवाद्यांनी आपली भूमिका निःसंदिग्धपणे मांडली पाहिजे.

मार्क्स व समाजवादी लोकशाही

युरोपातील भांडवलदार लोकशाहीने खरी लोकशाही जन्मास येत नाही. यातून मार्क्सने असे दाखवले आहे की, भांडवलदार व कामगार यांच्यातील वर्गकलह वाढत जाऊन त्यातूनच अखेरीस समाजवादी क्रांती घडून येऊन कामगारवर्गाची सत्ता निर्माण होईल, तीही कायमची नसेल, तर एकवर्ग समाज स्थापन करणे हे समाजवादाचे उद्दिष्ट आहे. गांधीवादाप्रमाणे मार्क्सवादही लोकशाही समाजवाद ध्येय पुरोगामी मानीत असला, तरी दोघांचेही अंतिम ध्येय दंडहीन समाज स्थापन करणे अथवा अराज्यवाद हेच होते. व त्या दृष्टीनेही गांधीवाद व मार्क्सवाद यांचा समन्वय होतो, असे आचार्य जावडेकरांचे मते होते.[३९]

ही दंडहीन समाजाची अवस्था प्राप्त होण्यास आर्थिक समता व लोकशाही यांची प्रस्थापना प्रथम केली पाहिजे याबद्दल मार्क्सचे व गांधीजींचे एकमत होते, असे आचार्य जावडेकर निदर्शनास आणतात. पण राजकीय व आर्थिक समता यांची प्रस्थापना वर्ग कलहात्मक सशस्त्र क्रांतीनेच होईल, असा मार्क्सचा विश्वास होता, तर गांधीजींचा असा विश्वास होता की, 'अहिंसक अनत्याचारी' क्रांतीच्या मार्गानेच राजकीय लोकशाही व आर्थिक समता यांची स्थापना होईल. अहिंसक अनत्याचारी क्रांतीची कल्पना हीच गांधीजींनी राज्यशास्त्रात व क्रांतिशास्त्रात टाकलेली महत्त्वाची भर आहे. तिच्याच आधारावर मार्क्सवादाला जे साधले नाही ते साध्य करता येईल. या अहिंसक क्रांतीच्या आंदोलनाची प्रेरणा भारतीय अंतःकरणात गांधींनी निर्माण केली आहे.

मार्क्सवादाची मूळ प्रेरणा लोकशाहीच्या क्रांतीची पूर्तता करावी, हीच असली तरी त्याची सशस्त्र क्रांतीवरील निष्ठा ही लोकशाहीला मारक व हुकूमशाहीला पोषक अशी ठरली आहे. कामगारवर्गाच्या हुकूमशाहीतून समाजवादाची स्थापना होऊन एकवर्ग व दंडहीन समाज निर्माण होईल हे मत रशियाच्या अनुभवावरून अवास्तव व अशास्त्रीय ठरले आहे, असे आचार्य जावडेकरांचे मत होते.[४०]

समाजवादी, अहिंसात्मक क्रांति सत्याग्रहानेच कशी प्राप्त करता येईल, हे दाखवून देताना आचार्य जावडेकर लिहितात, 'लोकशाहीच्या क्रांतीची पूर्तता, समाजवादाची स्थापना आणि दंडहीन समाजाच्या ध्येयाकडे जाण्याचा मार्ग सत्याग्रह हाच आहे. हे मार्क्सवाद्यांना चर्चा व चिंतन करून पटत नसेल तर ते प्रत्यक्ष प्रयोगाने त्यांना पटवून देण्याचा आत्मविश्वास गांधीवाद्यांनी निर्माण केला पाहिजे.'[४१]

अराज्यवाद– मार्क्स व गांधी

पण गांधीवादाप्रमाणे मार्क्सवाद हाही अंतिम दृष्टीने अराज्यवादीच असून त्यालाही वर्गहीन समाजात राज्यसंस्था व राजदंड यांचा लोप झाला पाहिजे, हे तत्त्व मान्य आहे. समाजातील राज्यसंस्था आणि दंडसत्ता उत्तरोत्तर कमी करून अखेरीस नष्ट करता येतील, हे तत्त्व नीतिशास्त्र व धर्मशास्त्र यांना प्रतिपादन करावे लागते. या तत्त्वाला राज्यशास्त्रज्ञ यांच्याकडूनही मान्यता मिळवून घ्यावी लागते. अशी मान्यता गांधीवाद व मार्क्सवाद मान्य करणाऱ्या राज्यशास्त्रज्ञांना व अर्थशास्त्रज्ञांना घेण्यास मुळीच अडचण पडण्याचे कारण नाही. दोघांनाही राजसत्तेची विषमतामूलक वर्गसंस्थेची आवश्यकता भासत नाही. दंडहीन व वर्गहीन समाज हेच दोघांचेही अंतिम ध्येय आहे. अपरिहार्य दृष्टीने हिंसेची तात्त्विक मीमांसा व सापेक्ष समर्थन मार्क्सवादाला व गांधीवादालाही करावेच लागते, पण वर्गसंस्था ऐतिहासिक काळात अपरिहार्य होती व म्हणून तिचे

सापेक्ष समर्थन करणे आवश्यक आहे, ही गोष्ट मान्य करताना मार्क्सवाद्यांना जड जाते. त्याचप्रमाणे ऐतिहासिक व वास्तववादी दृष्टीने राजदंडामार्फत होणाऱ्या अपरिहार्य हिंसेचे समर्थन करताना गांधीवाद्यांना जड जाते. असे असले तरी उत्पादनाची साधने अविकसित असल्यामुळे ऐतिहासिक काळात वर्गसंस्था अपरिहार्य होती ही वस्तुस्थिती मार्क्सवाद्यांना तात्त्विक दृष्टीने मान्य करणे भाग असते. तसेच राज्यसंस्थेकडून होणाऱ्या रक्षणाच्या अभावी सामान्य जनता भयभीत होऊन शीलभ्रष्ट होते, म्हणून भेकडपणापेक्षा हिंसा बरी या न्यायाने राज्यसंस्थेमार्फत समाजरक्षण करून घेताना घडणाऱ्या अपरिहार्य हिंसेचे समर्थन गांधीवाद्याला करावे लागते. गांधीवाद व मार्क्सवाद या दोहोंतही आदर्शनिष्ठ वृत्ती आणि वस्तुनिष्ठ दृष्टी यांच्या समन्वयाची आवश्यकता आहे.[४२]

समाजवादी दृष्टिकोनातून राज्यसंस्थेकडे पाहण्याचा गांधी तत्त्वज्ञानाचा दृष्टिकोन कसा असला पाहिजे यासंबंधी आचार्य जावडेकर सांगतात, 'उत्पादनकार्याला प्रोत्साहन मिळावे म्हणूनच आर्थिक घटनेत वर्गसंस्थेला स्थान मिळावे व जीवित वित्ताची शाश्वती वाटावी, म्हणून राजदंडाला हिंसा करण्याचा अधिकार मिळावा अशा रितीने यो दोन्ही स्वरूपाची हिंसा सापेक्षतः समर्थनीय असली, तरी तिच्यातून समाजाची मुक्तता झाली पाहिजे व त्यासाठी समाजातील अहिंसा, बळ संघटित करून आर्थिक विषमतेचे आणि राजकीय हिंसेचे निर्मूलन गांधीवादाने केले पाहिजे. असे प्रयत्न करणारी असंग्रह व अहिंसा ही व्रते स्वीकारून उत्पादनाचे कार्य चालू ठेवले पाहिजे. आणि जीवित वित्ताच्या रक्षणासाठीही हिंसेचा आश्रय न करण्याची वृत्ती आपल्या अंगी बाणली पाहिजे. अन्यायी राज्यसंस्थेविरुद्ध असहकाराने प्रतिकार करण्याचे शिक्षण दलित जनतेला नित्य देत राहिले पाहिजे. ही अनत्याचाराची, असहकाराची वृत्ती समाजात जागृत राहिली, तर राज्यसंस्थेकडून होणारी अन्यायी हिंसा कमी होत होऊन अहिंसेने आत्मरक्षण करण्याचे बळ वाढेल. आणि असंग्रही वृत्तीची वाढ समाजात होत राहील. अशा रितीने समाजातील आर्थिक विषमता, वर्गसंस्था आणि राजदंड यांचा उत्तरोत्तर लोप होत जाईल. हे गांधीवादी क्रांतिशास्त्राचे राजकीय व आर्थिक क्षेत्रातील धोरण असले पाहिजे, पण आर्थिक विषमता, वर्गसंस्था आणि राजदंड या सर्व संस्था हिंसक आहेत आणि त्यांचे समर्थन केवळ वस्तुनिष्ठ दृष्टीनेच होऊ शकते, याचा स्पष्ट बोध घेतला पाहिजे.[४३]

याच्या उलट, मार्क्सवाद्यांनी हे मान्य केले पाहिजे, की वर्गसंस्था नष्ट करून वर्गहीन समाज स्थापन करण्याचा काळ उत्पादन साधनातील प्रगतीमुळे आज नजीक आलेला असला तरी त्याची संस्थापना करण्यापूर्वी समाजाच्या अंतःकरणात, सामाजिक भावनात आणि विचारसृष्टीत जी आमूलाग्र क्रांति घडून येणे आवश्यक आहे, ती केवळ

राजदंडाच्या जोरावर घडवून आणता येणार नाही. आणि त्यामुळे दंडहीन अवस्थाही प्राप्त होऊ शकत नाही. हे सर्व खरे असले, तरी आज वर्गसंस्था नष्ट करण्याचा प्रयत्न प्रामाणिकपणे व प्रभावी रूपात सुरू झाल्याचे दलित वर्गाला दिसू लागल्यावाचून समाजात पेटणारा वर्गकलह शांत होऊ शकत नाही आणि आर्थिक विषमता नष्ट करण्याचे प्रयत्न राजदंडधारी पक्षाकडून होत नसल्याने हे जनतेच्या अनुभवास येत नाहीत. त्यामुळे राज्यसंस्थेला जनतेची हार्दिक निष्ठा संपादन करता येणे शक्य नाही हा बोध गांधीवाद्यांनी घेतला पाहिजे. वर्गहीन समाज निर्माण करण्यासाठी आपण क्रांतिकारक प्रयत्न करीत आहोत, हे त्यांनी दलितांना दाखवून दिले पाहिजे.

कम्युनिस्टांना अपयश आल्यानंतर ते गांधीवादाकडेच येतील, असे म्हणून स्वतः गप्प बसणे हा वेदांत म्हणता येणार नाही. वर्गकलह व कामगारशाहीतून दंडहीन समाज निर्माण होईल, हा मार्क्सवाद अनुभवाने खोटा ठरला असला तरी भांडवलशाही आर्थिक घटनेत वर्गविग्रह वाढत जातो आणि त्यातून अराजक माजून समाजधारणेस आवश्यक असणारे उत्पादनकार्य बंद पाडून राज्यसंस्था कोसळते हे मार्क्सवादाचे मत खोटे ठरले नाही. उलट त्याचा अधिकच प्रत्यय जगाला येत आहे.[४४]

मार्क्सवाद्यांनी आध्यात्मिक आत्मसाक्षात्काराकडे केलेले दुर्लक्ष व गांधीवाद्यांनी विवेचक शास्त्रीय बुद्धीकडे केलेले दुर्लक्ष यांचा समन्वय करून गांधी व मार्क्स यांच्या दर्शनाचा समन्वय होईल व मानव संस्कृतीस पुढील समस्या सोडवता येतील असे आचार्य जावडेकरांचे मत होते.[४५]

मार्क्सवाद व गांधीवाद यांच्यातील साम्यभेद आचार्य जावडेकरांनी स्पष्टपणे निदर्शनास आणून दिले आणि त्यातूनच पुढे सत्याग्रही समाजवादाचा आपला सिद्धांत मांडला. १९३० सालच्या सत्याग्रहात भाग घेतल्याने झालेल्या शिक्षेमुळे कारावासात असताना आचार्य जावडेकरांनी गांधीवादाचे व मार्क्सवादाचे जे चिंतन केले, त्यावरून आचार्य जावडेकरांना समाजवादाच्या प्रस्थापनेसाठी अहिंसा मार्गाचा अवलंब करणे अपरिहार्य आहे, हे समजून चुकले, पण त्याचबरोबर ते मार्क्सचे वर्गविग्रहाचे तत्त्व मान्य करीत होते, पण वर्गहीन समाजाची प्रस्थापना करण्यासाठी मार्क्सवादी मानतात त्याप्रमाणे त्यांनी हिंसा अपरिहार्य मानली नाही, उलट अहिंसा मार्गाचा त्याग करून हिंसेने प्रस्थापित केलेल्या समाजवादाची परिणती अंती एकपक्षीय हुकुमशाहीत होण्याचा धोका आहे, असा गंभीर इशारा त्यांनी दिला होता. गांधीवाद आणि मार्क्सवाद यांच्या समन्वयावर आधारलेली सत्याग्रही समाजवादाची संकल्पना ही आचार्य जावडेकरांनी राज्यशास्त्रात टाकलेली महत्त्वाची भर आहे. शिवाय ती कल्पना हा त्यांच्या राजकीय विचारसरणीचा गाभा आहे. ती आपण पुढील भागात समजावून घेणार आहोत.

आचार्य जावडेकरांच्या मते, मार्क्सवाद व गांधीवाद हे मानवी समाजात क्रांति

करू पाहणारे दोन दृष्टिकोन आहेत. या दोन्ही दृष्टिकोनांचा समन्वय करून त्यांच्यातील उणिवा दूर करणे आवश्यक आहे. व्यक्तिनिष्ठ भांडवलशाहीला लोकशाही हा पर्याय आचार्य जावडेकरांनी अमान्य केला आहे. मार्क्सवाद, आर्थिक, राजकीय दृष्ट्या अपूर्ण आहे, कारण मार्क्सवादात हिंसेला स्थान देण्यात आले आहे. अनियंत्रित कामगारशाहीचा नाश झाल्यावर एकवर्ग समाज स्थापन होईल. याचेही त्यात सयुक्तिक विवेचन नाही. आचार्य जावडेकरांच्या मते, मार्क्सवादाच्या विरोधी विकासी सिद्धांताशी ते सुसंगत नाही, कारण कामगारशाहीच्या संस्थापनेनंतरचा समाजाचा विकास विरोधावाचून होईल असे गृहीत धरले आहे. गांधीवादात वास्तववाद आणि आर्थिक समतेचा आग्रह असणे गरजेचे आहे. समाजाच्या कल्याणासाठी लोकसंग्रह गरजेचा आहे. वर्गसंस्थेचा नाश करणे गरजेचे आहे, त्यामुळे मार्क्सवाद आणि गांधीवाद यांच्यातील सत्यांशाचे ग्रहण करून नव्या युगाला साजेसे असे व्यापक तत्त्वज्ञान मांडणे गरजेचे होते. त्यामध्ये मार्क्सवादाचाही अनेक अंगांनी विचार करण्यात आला. त्याचप्रमाणे गांधीवादाचाही विकास करण्यात आला. आचार्य जावडेकरांनी त्यांच्या सत्याग्रही समाजवादाच्या मीमांसेत हे करण्याचा प्रयत्न केला आहे.

क) सत्याग्रही राज्य मीमांसा

आचार्य जावडेकरांचे राजकीय विचार समजून घेण्यासाठी त्यांची सत्याग्रही समाजवादी संकल्पना समजून घ्यावी लागेल. या त्यांच्या सिद्धांताचे विवेचन आपण या भागात पाहणार आहोत.

या सिद्धांताचा सविस्तर ऊहापोह त्यांनी आधुनिक भारत, राज्यनीतीशास्त्र, लोकशाही, आधुनिक राज्य मीमांसा, वाल्मिकी आश्रमांतील प्रवचने, गांधीवाद, समाजवाद व सर्वोदय या ग्रंथांतून केला आहे. नियतकालिकांतील असंख्य लेखांतून सत्याग्रही समाजवाद या संकल्पनेची मांडणी केली. गांधीवाद, समाजवाद व मार्क्सवाद यामधील समन्वय हे तिचे मुख्य सूत्र आहे, म्हणून आचार्य जावडेकरांनी मांडलेल्या सत्याग्रही समाजवादाची संकल्पना ही समाजवादाच्या आजवरच्या राजकीय तत्त्वप्रणालीमध्ये पडलेली वैशिष्ट्यपूर्ण भर आहे.

राजकीय तत्त्वज्ञानाचा उगम राजकीय व्यवहारांतून व संघर्षातून होत असतो. भारतीय स्वातंत्र्याच्या संघर्षात सत्याग्रही तत्त्वज्ञानाचा उदय झाला आहे. यासंबंधी म.गांधीजींचे विचार आचार्य जावडेकर देतात. "Democracy and violence can ill go together. The states that are to be nominally democratic have either to become frankly totalitarian, or if they are to become truely democratic, they must become courageously non-violent. It is a blasphemy to say that non-violence can only be practised by individuals and never by nations which are composed of individuals."

(M.K. Gandhi - The Harijan) 12th Nov. 1934

"Western democracy is on its trail. If it has already proved a failure, may it be reserved to individual to evolve the true science of democracy by giving a visible demonstration of its buttress. I hog that democracy can not be evolved by forcible methods. The spirit of democracy can not be imposed from above. It has to come from within."

(M.K. Gandhi quoted by P. Sitaramayya in The History of the Congress. P. 942)

सत्याग्रही राज्यमीमांसा ही अद्यापि राज्यशास्त्राच्या दृष्टीने कोणीही सविस्तर मांडली नाही, असा आचार्य जावडेकरांचा दावा होता. राष्ट्रसभेने म.गांधींच्या नेतृत्वाखाली भारतीय स्वातंत्र्यचळवळीत सत्याग्रहाचा स्वीकार केला. त्या अनुषंगाने म.गांधींनी जे लेख लिहिले व सत्याग्रहाच्या तत्त्वज्ञानासंबंधी वारंवार जे विचार प्रकट केले, त्याच्या आधारे सत्याग्रही समाजवादाची संकल्पना आचार्य जावडेकरांनी मांडली.[४६]

सत्याग्रहाचे राजकीय स्वरूप अद्यापि बाल्यावस्थेत आहे आणि सत्याग्रही राज्यशास्त्र अद्यापि निर्माण व्हावयाचे आहे. तथापि, आधुनिक युरोप खंडात उत्पन्न झालेल्या व्यक्तिवाद, राष्ट्रवाद व समाजवाद या तीनही राज्यमीमांसांमधील तत्त्वांचा योग्य समन्वय करणारे एक नवे राज्यशास्त्र अथवा नवी राज्यमीमांसा सत्याग्रही तत्त्वज्ञानातून सांप्रत उत्पन्न होत आहे, असे आचार्य जावडेकरांचे मत होते. राजकीय तत्त्वज्ञानाचा उगम राजकीय संघर्षातून व व्यवहारातून होत असतो, या नियमानुसार आज भारत खंडात जो राष्ट्रीय स्वातंत्र्याचा संघर्ष सत्याग्रही तत्त्वज्ञानास अनुसरून चालू आहे, त्यातून एक नवे राजकीय तत्त्वज्ञान निर्माण झाले, तर त्यात आश्चर्य वाटण्याचे कारण नाही. उलट पक्षी, एवढ्या मोठ्या संघर्षातून व त्याच्या एवढ्या अपूर्व स्वरूपातून एखादे नवे राजकीय तत्त्वज्ञान निर्माण झाले नाही, तर तीच गोष्ट आश्चर्यकारक होऊ शकेल.[४७]

गांधी आणि मार्क्स

आचार्य जावडेकरांच्या मते, मार्क्सवाद व गांधीवाद हे मानवी समाजक्रांती करू पाहणारे दोन दृष्टिकोन आहेत. या दोन्ही दृष्टिकोनांचा समन्वय करून त्यांच्यातील उणिवा दूर करणे आवश्यक आहे. व्यक्तिनिष्ठ भांडवलशाही लोकशाही हा पर्याय आचार्य जावडेकरांना अमान्य आहे. मार्क्सवाद राजकीय, आर्थिक दृष्ट्या अपूर्ण आहे. कारण मार्क्सवादात हिंसेला स्थान देण्यात आले आहे. अनियंत्रित कामगारशाहीचा नारा झाल्यावर एकवर्ग समाज कसा स्थापन होईल, याचेही त्यात सयुक्तिक विवेचन

नाही. आचार्य जावडेकरांच्या मते, मार्क्सवादाच्या विरोधी विकासी सिद्धांताशी ते सुसंगत नाही, कारण कामगारशाहीच्या संस्थापनेनंतरचा समाजाचा विकास विरोधावाचून होईल असे गृहीत धरले आहे.[४८]

गांधीवादात वास्तववाद आणि आर्थिक समतेचा आग्रह असणे आवश्यक आहे. समाजाच्या कल्याणासाठी लोकसंग्रह हवा असतो. वर्गसंस्थेचा नाश करणे आवश्यक आहे, म्हणून मार्क्सवाद आणि गांधीवाद यांच्यातील सत्यांशाचे ग्रहण करून नव्या युगाला साजेसे असे व्यापक तत्त्वज्ञान मांडणे निकडीचे होते. त्यामध्ये मार्क्सवादाचाही अनेक अंगांनी विकास करण्यात आला.

सत्याग्रही समाजवाद म्हणजे काय?

म. गांधींनी आधुनिक भारताला प्राप्त करून दिलेली सत्याग्रही निष्ठा व दृष्टी आणि मार्क्सवादातून जगभर फैलावत असलेली शास्त्रीय समाजवादी दृष्टी या दोहोंचा योग्य समन्वय होऊन भारतात समाजवादाचा एक नवा नमुना निर्माण होत आहे, असे आचार्य जावडेकरांचे मत बनले होते. याच समन्वयास उद्देशून 'सत्याग्रही समाजवाद' असा शब्दप्रयोग आचार्य जावडेकर करत होते. सत्याग्रह आणि समाजवाद या परस्परविरोधी जीवननिष्ठा आहेत म्हणून यांचा समन्वय होणार नाही असे मत काही मार्क्सवादी व गांधीवादी मांडत असतात. या मतांतील सत्यांश शक्य तितका समजून घेतला पाहिजे. यासंबंधी आचार्य जावडेकर म्हणतात की, 'सत्याग्रह हा मानवाचा सनातन धर्म असून समाजवाद हा आधुनिक मानवाचा युगधर्म आहे. म्हणून आजच्या मानवाची सामुदायिक निष्ठा सत्याग्रही समाजवाद हीच बनणार आहे आणि सत्याग्रह व समाजवाद यांतील सैद्धांतिक निष्ठा हे सत्याग्रहाचे वास्तववादी स्वरूप आणि सत्याग्रह हे समाजवादाचे आदर्शनिष्ठ स्वरूप असा हा समन्वय आधुनिक भारतात घडून येणार आहे.'[४९]

हिंदुस्थानात लोकसत्तेचे स्वरूप शुद्ध राखण्याची आकांक्षा आज निर्माण झाली आहे. राष्ट्रीयत्व व लोकसत्ता यांचे स्वरूप शुद्ध ठेवण्यास अहिंसेचे व सत्याग्रहाचे अधिष्ठान त्यास द्यावे लागेल, असे गांधीजींचे मत होते आणि सत्याग्रहाचे अधिष्ठान राष्ट्रीय लोकसत्तेस मिळाले म्हणजे तिचे स्वरूप समाजवादी लोकसत्तेचे होईल. इतकेच नाही, तर सत्याग्रहाच्या आधारे समाजवादी लोकसत्तेतून दंडहीन समाजाची पूर्णावस्था समाजास प्राप्त करून देण्याचा मार्ग उपलब्ध होईल. सत्याशी व न्यायाशी एकनिष्ठ राहून आपले कर्तव्य करणे असे सत्याग्रही तत्त्वज्ञान सांगते. राज्यसंस्थेला सत्याचे व न्यायाचे वळण देत अंतिमतः तिचा लोप करावा, असे सत्याग्रही विचारांचे सांगणे आहे.[५०] याच दृष्टिकोनातून आचार्य जावडेकरांनी सत्याग्रही समाजवादाची संकल्पना मांडली.

सत्याग्रही राज्य मीमांसा

राज्यसंस्थेची मीमांसा करताना तिच्याकडे आदर्शवादी दृष्टीने व वास्तववादी दृष्टीने पाहणारे हेगेल आणि मार्क्स हे विचारवंत होते. हेगेलच्या मते, राज्यसंस्था म्हणजे समाजाची मूर्तिमंत न्यायबुद्धी आणि या न्यायबुद्धीची प्रस्थापना करणे हेच राज्य संस्थेचे ध्येय असते. मार्क्सच्या वास्तववादी दृष्टिकोनातून राज्यसंस्था हे समाजातील एक संघटित बळ आहे आणि समाजातील भांडवलदार वर्गाच्या संरक्षणार्थ आणि कामगार व मजूर वर्गास दडपण्यासाठी तिचा वापर होतो. सामाजिक क्रांति ही निरनिराळ्या वर्गांच्या स्वार्थातील संघर्ष असतो.

आचार्य जावडेकरांच्या मते, सत्याग्रही राज्यमीमांसा हेगेल व मार्क्सच्या तत्त्वमीमांसेपेक्षा वेगळी आहे, कारण त्यात आदर्शवाद व वास्तववाद यांचा समन्वय करण्यात आला आहे. न्यायप्रस्थापना हे राज्यसंस्थेचे कार्य आहे, हे ती मान्य करते मात्र त्याचबरोबर त्या ध्येयापासून जर राज्य दूर जात असेल, तर अनत्याचारी क्रांती करण्याचा हक्क ते मान्य करते.[५१]

आज पाश्चात्त्य देशांत सत्यनिष्ठेवर लोकशाही कशी निर्माण करावयाची असा प्रश्न उभा राहिला आहे. राष्ट्रवाद, क्रांतिकारी समाजवाद यांतून भावनात्मक उत्कटता व एकनिष्ठेचा जोम निर्माण होतो, पण हिंसात्मक साधनांमुळे बुद्धी भाववश व आंधळी बनते. अशा परिस्थितीत म.गांधींचा सत्याग्रहाचा मार्ग योग्य आहे. आचार्य जावडेकर लिहितात, 'मानवी बुद्धी निर्विकार बनून तिला शुद्ध सत्यनिष्ठेची दीक्षा द्यावी. इंद्रियवश व विकारवश बुद्धी ही जोमदार असली तरी ती सत्याशी व्यभिचारी बनते,' म्हणून तिला सत्यनिष्ठ बनवून इंद्रिये व मनोविकार यांच्यावर तिचे प्रभुत्व प्रस्थापित करावे. अशा इंद्रियविजयी व मनोनिग्रही बुद्धीला जे सत्य प्रतीत होईल, त्याचा प्रचार करणे आणि त्याची संस्थापना करणे हाच सर्वश्रेष्ठ मानवधर्म आहे, कारण सत्यनिष्ठेलाच यात अग्रस्थान दिलेले असते. स्वातंत्र्य दिले जाते. तसेच या स्वतंत्र बुद्धीत निष्ठाहीन बुद्धीची दुर्बलताही नसते. कारण 'सत्यापरता नाही धर्म, सत्य तेचि परब्रह्म' या सर्वश्रेष्ठ शुद्ध धर्मभावनेशी ती संलग्न झालेली असते. आपली सत्यनिष्ठा प्रस्थापित करण्यास शस्त्रबळाकडे अथवा हिंसेकडे वळू नये, म्हणून सत्याग्रहीनी अहिंसा व्रत घेतलेले असते, असे सत्याग्रही तत्त्वज्ञान आहे.'[५२]

सत्याग्रह हे शासनाला प्रतिकाराचे एक शुद्ध साधन कसे आहे, यासंबंधी आचार्य जावडेकर लिहितात, 'सामाजिक रूढी, परंपरागत धार्मिक आचार व राजकीय बंधने यांचे बिनशर्त पालन करणे हे व्यक्तीचे कर्तव्य आहे, असे सत्याग्रही तत्त्वज्ञान मानीत नाही. समाज, धर्म व राज्य या संस्थांच्या ध्येयाशी सत्याग्रहीनी एकनिष्ठ राहावे. परंतु या संस्था ज्या ज्या वेळी आपल्या ध्येयापासून च्युत होतील, त्यावेळी त्या

संस्थांविरुद्ध सत्याग्रहींनी बंड पुकारून त्यांना शुद्ध स्वरूप द्यावे, असा सत्याग्रही तत्त्वज्ञानाचा उपदेश आहे.''[५३]

समाजात न्यायवृत्ती कायम राहण्यास सशस्त्र क्रांतीची गरज सापेक्ष दृष्टिकोनातून आचार्य जावडेकर पुढीलप्रमाणे मांडतात, 'सामाजिक, राजकीय, धार्मिक अन्यायापुढे बिनशर्त मान वाकविण्यापेक्षा त्याविरुद्ध सशस्त्र क्रांतीचा प्रयत्न करणे हे समर्थनीय आहे, कारण तसे केल्याने अन्यायाविरुद्ध बंड करण्याची परंपरा टिकून राहते, परंतु अन्यायापुढे मान वाकविल्याने समाजाची न्यायबुद्धी तमोगुणाने व्याप्त होऊन अंध बनते आणि तिला अन्याय हा न्याय, व अधर्म हा धर्म वाटू लागतो.'[५४] मात्र सशस्त्र क्रांती हा खऱ्या न्यायप्रस्थापनेचा श्रेष्ठ मार्ग नव्हे. अनत्याचारी क्रांति हाच खऱ्या न्याय व सत्य प्रस्थापनेचा सर्वश्रेष्ठ मार्ग होय, असे मत आचार्य जावडेकर मांडतात. त्यांच्या मते, या मार्गाने सामान्य जनतेला शिक्षण देणे, हेच सत्याग्रही लोकनायकांचे खरे कर्तव्य आहे.

आचार्य जावडेकरांच्या मते, सत्याग्रही तत्त्वज्ञानात शास्त्रीय संशोधन बुद्धी व धार्मिक निष्ठावंत भाव या दोहोंचा योग्य समन्वय आहे. या समन्वयामुळेच स्वमत निष्ठा व परमत सहिष्णुता याचाही समन्वय होऊ शकतो. आणि स्वमत निष्ठेला अत्याचारी स्वरुप येत नाही. पाश्चात्त्य लोकसत्ताक संस्कृतीला सारण्यांचे सामर्थ्य सत्याग्रही समाजवादी लोकसत्तेत आहे असे आचार्य जावडेकरांचे मत होते.[५५]

व्यक्तिवाद, राष्ट्रवाद, समाजवाद यांचा समन्वय

सत्याग्रही तत्त्वज्ञान व व्यक्तिवाद

युरोपीय देशांत आधुनिक व्यक्तिवादाचा उदय प्रोटेस्टंट व प्युरिटन या धर्म सुधारकांच्या विचारसरणीतून झाला आहे. आचार्य जावडेकरांच्या मते, सत्याग्रही तत्त्वज्ञानाचे स्वरूप बऱ्याच अंशी प्युरिटन पंथाच्या तत्त्वासारखे आहे. या पंथापासून धर्मस्वातंत्र्य, मतस्वातंत्र्य आणि बुद्धिस्वातंत्र्य यांचा उदय झाला. राजाज्ञेपेक्षा अंतरात्म्याची आज्ञा त्यांनी श्रेष्ठ मानली. परंतु प्युरिटन पंथाने सशस्त्र क्रांतीचा उपयोग केला. लोकांच्यावर सक्तीची राजकीय बंधने लादली. परिणामतः प्युरिटन पंथाविरुद्ध जे लोकमत खवळले, ते एकदम दुसऱ्या टोकास गेले; पण सत्याग्रही तत्त्वज्ञान अहिंसेवर उभारलेले असल्यामुळे सशस्त्र क्रांतीच्या ते विरुद्ध आहे.

सत्याग्रही तत्त्वज्ञान हे केवळ आत्मबल व बुद्धिबल एवढ्यांचाच उपयोग करते. सशस्त्र बळाने केलेली सुधारणा टिकाऊ नसते. हे ओळखून सशस्त्र क्रांतीचा मार्ग सत्याग्रही स्वीकारत नाही. सत्याग्रही तत्त्वज्ञानात क्रांतिकारक व्यक्तिवाद आहे, पण ही क्रांति अनत्याचारी व अहिंसात्मक आहे.

राष्ट्रवाद व सत्याग्रह

आधुनिक युरोपात प्रथम व्यक्तिवाद व नंतर समाजवाद अशी दोन क्रांतिकारक सामाजिक तत्त्वज्ञाने निघाली. या दोन तत्त्वज्ञानांना विरोध करण्याच्या स्वरूपात युरोपीय राष्ट्रवादाची निर्मिती व वाढ झाली. आचार्य जावडेकरांच्या मते, युरोपीय राष्ट्रवाद प्रायः बहिर्मुख, आक्रमणशील व लष्करी वृत्तीचा आहे. राजनिष्ठा व राष्ट्रनिष्ठा यांची समव्याप्ती कल्पून राजनिष्ठेच्या पलीकडे कोणतेही ध्येय किंवा कर्तव्य हा राष्ट्रवाद जाणत नाही. या त्याच्या वृत्तीमुळेच त्याला साम्राज्यवादी स्वरूप प्राप्त झाले आहे, आणि या साम्राज्यवादाच्या अधिष्ठानावरच त्यांचे राजकीय व आर्थिक तत्त्वज्ञान उभारलेले आहे. परिणामतः युरोपची संस्कृति भांडवलशाही बनली.[५६]

सत्याग्रही राष्ट्रवाद याहून अगदी भिन्न स्वरूपाचा आहे. परतंत्र राष्ट्रांतील राजकीय स्वातंत्र्याच्या संघर्षातून त्यांची उपपत्ती झालेली आहे. हिंदुस्थानातील राष्ट्रवाद म.गांधींच्या पूर्वीच निर्माण झालेला होता. लो.टिळकांनी राष्ट्रसभानिष्ठ लोकसत्ताक पक्ष निर्माण केला. त्याचवेळी भारतीय राष्ट्रवाद हा सामाजिक समतेचा व राजकीय लोकसत्तेचा पुरस्कर्ता होणार, हे स्पष्ट झाले. आचार्य जावडेकरांच्या मते, तरीही त्यांची दृष्टी सामान्यतः बहिर्मुखच होती. म. गांधींच्या सत्याग्रही तत्त्वज्ञानाने त्याला अंतर्मुख दृष्टि प्राप्त करून दिली आणि लो.टिळकांनी व प्रभृतींनी पुरस्कारिलेल्या राष्ट्रवादाने आध्यात्मिक व धार्मिक अधिष्ठान त्यास केवळ बहिर्मुख बनू देणार नाही असे सिद्ध केले. म.गांधींच्या नेतृत्वाखाली राजकीय लोकसत्ता व सामाजिक समता यांच्यावर राष्ट्राने आपले लक्ष केंद्रित केले. अंतर्गत सुधारणा व अंतर्मुख दृष्टि यांच्याद्वारे प्राप्त होणारे नैतिक बल आपल्या राष्ट्रीय स्वातंत्र्याच्या लढ्याच्या पाठीशी उभे केल्याशिवाय निःशस्त्र हिंदुस्थानास स्वातंत्र्याचा मार्ग आक्रमिता येणार नाही, अशी राष्ट्रीय पुढाऱ्यांची खात्री म.गांधींच्या काळात अधिक झाली.[५७] आचार्य जावडेकरांच्या मते, यामुळेच सत्याग्रही तत्त्वज्ञान हे आध्यात्मिक वृत्तीवरच अधिष्ठित झाले असल्यामुळे सत्याग्रही राष्ट्रसभा केवळ बहिर्मुख बनणे शक्यच नव्हते. तसेच राष्ट्रीय राजकारणास सामान्य जनतेचा पाठिंबा मिळविण्याच्या दृष्टीने समतेच्या व लोकसत्तेच्या भावनांचा प्रसार करणे भारतीय राष्ट्रवादास आवश्यक होते. अशा प्रकारे सत्याग्रही तत्त्वज्ञानाच्या नेतृत्वाखाली भारतीय राष्ट्रवाद अंतर्मुख बनून त्याने सामाजिक व आर्थिक समतेचेही ध्येय स्वीकारले आहे. आचार्य जावडेकरांच्या मते, अशा प्रकारे भारतीय राष्ट्रवाद अंतर्मुख बनून म.गांधींच्या सत्याग्रही तत्त्वज्ञानाने हिंदुस्थानातील राष्ट्रवाद व व्यक्तिवाद यांचा समन्वय केला आहे. सामाजिक समता, लोकसत्ता व व्यक्तिस्वातंत्र्य ही तत्त्वे भारतीय राष्ट्रवादाचा आधार बनली आहेत. प्रागतिक व्यक्तिवाद्यांचे सनदशीर राजकारण व क्रांतिकारक राष्ट्रवाद्यांचे सशस्त्र राजकारण या दोहोंतील श्रेष्ठ अंशांचा अंतर्भाव सत्याग्रही निःशस्त्र क्रांतिवादात झाला आहे.

आचार्य जावडेकरांच्या मते, हिंदुस्थानात गांधींच्या पूर्वी रूढ असणाऱ्या व्यक्तिवादी व राष्ट्रवादी तत्त्वज्ञानाचा समन्वय सत्याग्रही तत्त्वज्ञानाने आज करून दाखविला आहे. यापुढे हिंदुस्थानात आज निर्माण होत असलेल्या समाजवादी तत्त्वज्ञानाचा राष्ट्रवादी तत्त्वज्ञानाशी समन्वय करण्याचे कार्य व्हावयाचे आहे आणि हे कार्य करण्यास सत्याग्रही तत्त्वज्ञान समर्थ आहे, असे आचार्य जावडेकरांचे मत होते.[५८] सत्याग्रह हे शास्त्र आपल्या न्याय्य हक्कांचे रक्षण करण्यास उपयोगी पडते. पण ते दुसऱ्यांच्या हक्कांवर आक्रमण करण्यास उपयोगी पडत नाही. हे त्याचे स्वरूप स्वभावसिद्धच आहे. सत्याग्रहाच्या आश्रयाने जे सामर्थ्य राष्ट्रात निर्माण होत आहे, ते आज जरी केवळ परकीय सत्तेविरुद्ध योजण्यात येत असले, तरी त्याचा उपयोग अंती परराष्ट्रीय आक्रमणाच्या कामी होणे शक्य नसून ही राष्ट्रीय शक्ति स्वतंत्र बनताच अंतर्गत सुधारणा व पुनर्घटना या कामीच ती खर्च होणे अपरिहार्य व स्वाभाविक होय. याच दृष्टीने सत्याग्रही राष्ट्रवादात लष्करशाहीची व भांडवलशाहीची बीजे नसून सामाजिक, राजकीय व आर्थिक समतेची बीजे आहेत आणि सत्याग्रही राष्ट्रवादाचा विकास फॅसिझमच्या दिशेने न होता समाजवादाच्या दिशेनेच होईल,[५९] असा आचार्य जावडेकरांना विश्वास वाटत होता.

समाजवाद व सत्याग्रह

सत्याग्रही तत्त्वज्ञान मार्क्सच्या शास्त्रीय भौतिक समाजवादाहून जरी भिन्न असले तरी मार्क्सशी अधिक जवळचे आहे, असे आचार्य जावडेकरांचे मत होते, कारण शास्त्रीय समाजवाद व सत्याग्रह ही दोन्ही तत्त्वे केवळ राष्ट्रीय नसून आंतरराष्ट्रीय आहेत आणि सर्व राष्ट्रातील लष्करशाहीला या दोहोंचाही सारखाच विरोध आहे. तसेच सत्याग्रही तत्त्वज्ञान हे समाजवादी तत्त्वज्ञानाप्रमाणेच राष्ट्रांतर्गत क्रांतिचेच तत्त्वज्ञान आहे. परतंत्र हिंदुस्थानात त्याचा आज उदय होत असल्याने त्याला राष्ट्रांतर्गत पुनर्घटनेच्या प्रश्नापेक्षा राष्ट्रीय स्वातंत्र्याच्या प्राप्तीवर आपली शक्ती खर्च करावी लागत आहे, हे मान्य करून आचार्य जावडेकर लिहितात, 'हा नियम केवळ सत्याग्रही तत्त्वज्ञानास लागू नसून परतंत्र देशातील व्यक्तिवादी व समाजवादी तत्त्वज्ञानासही आपली सर्व शक्ती प्रथम राष्ट्रीय स्वातंत्र्याच्या प्रश्नावरच केंद्रित करावी लागते. यामुळे आज भारतीय स्वातंत्र्याच्या संघर्षाला केवळ राष्ट्रवादाचेच स्वरूप आल्यासारखे बाह्यतः पाहणाऱ्यांना दिसत असले, तरी प्रस्तुत संघर्षात व्यक्तिवाद, राष्ट्रवाद व समाजवाद या तीनही तत्त्वज्ञानांचा समन्वय होत आहे.''[६०]

या संघर्षाला साम्राज्य सत्तेकडून विरोध होत आहे. त्या विरोधाच्या आचेने या तीनही तत्त्वज्ञानांतील भेद विरून जाईल व एका नव्या तत्त्वज्ञानाचे उत्कृष्ट रसायन तयार होईल, असा आशावाद आचार्य जावडेकरांना वाटत होता. भारतीय लढ्याचे नेतृत्व

सत्याग्रही तत्त्वज्ञानाकडे आलेले असून या तत्त्वज्ञानाच्या भूमिकेवर भारतात व्यक्तिवाद, राष्ट्रवाद व समाजवाद याचा सुंदर समन्वय घडून येत आहे; असे घडत असताना सत्याग्रही तत्त्वज्ञानाचा विकास या राष्ट्राकडून समाजवादाकडे होणार आहे असे आचार्य जावडेकर स्पष्ट करतात.[६१]

व्यक्तिवाद, राष्ट्रवाद यांचा समन्वय

राष्ट्रवाद आणि समाजवाद यातील मुख्य विरोध भांडवलशाहीमुळे निर्माण होणाऱ्या वर्गयुद्धातून जन्मास येत असतो. आर्थिक समतेविना जशी लोकशाही खोटी ठरते तसेच आर्थिक व सामाजिक विषमतेमुळे राष्ट्रीयत्व दुभंगते, हा अनुभव आज युरोपात येत आहे. हे राष्ट्रीयत्व साधण्यात हुकूमशाही स्थापन करणे हा मार्ग योग्य नाही. औद्योगिक क्रांतिनंतर निर्माण होणारी द्विवर्ग समाजरचना मोडून एकवर्ग समाज रचना स्थापन करणे हे लोकशाहीच्या तसेच राष्ट्रीय भावनेच्या परिणतीसही आवश्यक आहे. या दृष्टीने खरे राष्ट्रीयत्व हे लोकसत्ताकच असले पाहिजे आणि खरी लोकशाही समाजसत्ताकच असली पाहिजे, असे आचार्य जावडेकरांचे मत असून अशा समाजसत्ताक लोकशाहीतच सर्वांच्या व्यक्तिविकासास योग्य अवसर मिळेल व व्यक्तिस्वातंत्र्याचीही वृद्धिच होईल. या समाजसत्ताक लोकशाहीच्या संस्थापनेस सत्याग्रही वृत्तीची आवश्यकता आहे. तशीच तिच्या सुस्थितीस व भावी विकासासही सत्याग्रहाची आवश्यकता आहे, कारण सत्याग्रहाचे अंतिम ध्येय आत्मराज्य हे असून त्या दिशेने समाजसत्ताक लोकशाहीचा विकास होणे हाच तिचा खरा विकास होय व यातूनच राष्ट्रवाद, समाजवाद यांचा योग्य समन्वय करता येईल.[६२]

समाजवाद : एक युगधर्म

धर्म या शब्दाचे अनेक अर्थ आहेत. या अनेक अर्थांपैकी आत्मप्राप्तीचे साधन आणि त्यापैकी समाजधारणा करणारी सामाजिक घटना व नीती असा एक अर्थ आहे. आचार्य जावडेकरांच्या मते, या दोहोंपैकी आत्मप्राप्तीचे साधन या दृष्टीने म.गांधींनी धर्मास सत्य, अहिंसा व सेवा या तत्त्वांचे अधिष्ठान असले पाहिजे, हे निदर्शनास आणून दिले. जावडेकर म्हणतात, 'या दृष्टीने समाजाच्या आर्थिक घटनेच्या बुडाशी श्रम, अस्तेय आणि असंग्रह ही तीन तत्त्वे असावीत आणि आर्थिक समता हे समाजघटनेचे ध्येय असावे, असे गांधीजींनी दाखवून दिले. आज जी उत्पादनपद्धती निर्माण झाली आहे, ती उत्पादनपद्धती आणि उत्पादनाची भौतिक साधने यांचा विचार केल्यांस आजचे समाजधारणाशास्त्र असणारी लोकशाही हे आपले सामाजिक ध्येय असावे. समाजधारणेच्या दृष्टीने लोकशाही समाजवाद हा आजचा युगधर्म आहे. सत्य, अहिंसा व सेवा इ. साधनांनी आत्मप्राप्ती करून घेणे हे सनातन मानव धर्माचे रहस्य आहे.

सत्याग्रही निष्ठा हा मानवाचा सनातन धर्म आहे आणि लोकशाही समाजवाद हा त्यांचा आजचा युगधर्म आहे. हे ज्ञान म.गांधींच्या सत्याग्रही जीवनापासून जगाला प्राप्त झालेले आहे.' असे आचार्य जावडेकरांचे मत होते.[६३]

समाजवाद हाच आजचा युगधर्म आहे आणि त्याच्या संस्थापनेनेच सत्य व अहिंसा ही धर्माची सनातन तत्त्वे समाजघटनेत अधिक प्रकट होऊ शकतील. या दृष्टिकोनातून आचार्य जावडेकर म्हणतात, की श्रम, अस्तेय व असंग्रह या तीन तत्त्वांवर समाजाची उभारणी करण्यापूर्वी श्रमिकांचे स्तेय किंवा चौर्य थांबविले पाहिजे. या चोरीचा शास्त्रीय शोध मार्क्सने लावला म्हणून तो या नव्या युगधर्माचा द्रष्टा समजला जातो. हा नवा युगधर्म जी क्रांति करू पाहात आहे त्याचे खरे ध्येय, श्रम, अस्तेय, असंग्रह या तत्त्वांची स्थापना करावी, हेच आहे. आजच्या परिस्थितीत ही सनातन तत्त्वे समाजात प्रस्थापित करण्याचा समाजवाद हाच मार्ग आहे. म्हणूनच आचार्य जावडेकर समाजवादालाच युगधर्म असे नाव देतात.[६४]

समाजवाद हा युगधर्म आहे आणि सत्याग्रह हा मानवाचा सनातन धर्म आहे. यांचे स्पष्टीकरण आचार्य जावडेकर पुढीलप्रमाणे करतात, 'धर्माचे एक शाश्वत अंग असते व दुसरे अशाश्वत अथवा पालटणारे, नित्य नूतन असे अंग असते. मनुष्याने आपले आत्मस्वरूप शोधून काढावे आणि त्याची प्राप्ती करून घ्यावी हा मनुष्याचा सनातन धर्म आहे. त्याने आपली बुद्धी सत्यनिष्ठ बनविली पाहिजे. अंतःकरण प्रेममय बनवले पाहिजे आणि आचरण तपश्चर्येने पवित्र करीत राहिले पाहिजे. हाच त्याचा सनातन धर्म होय. या समाजघटनांच्या शास्त्रासच पूर्वी स्मृतिशास्त्र असे म्हणत असत व आत्मप्राप्तीच्या शास्त्रास श्रुती असे नाव होते. यांनाच धर्मशास्त्र व मोक्षशास्त्र असेही म्हणतात. धर्मशास्त्राचा उद्देश समाजधारणा हा असून मोक्षशास्त्राचा उद्देश आत्मप्राप्ती हा असतो. आत्मस्वरूपाचे ज्ञान व त्यासंबंधीचे सिद्धांत यांचे स्वरूप, सत्य, प्रेम व तप हेच होय व सर्व धर्मांचे रहस्यही तेच आहे. आज परमात्मा किंवा परमेश्वर यांस आत्मप्राप्तीचे साधन कोणी मानत नाही. समाजातील व्यक्तींचे परस्परांबद्दल प्रेम वाढवून त्यांचे सर्व व्यवहार अधिकाधिक सत्यनिष्ठ वा न्यायनिष्ठ बनले पाहिजेत, यासाठीच समाजवादी घटना आवश्यक झाली आहे, हे लक्षात घेऊनच समाजवाद हा आजचा युगधर्म आहे किंवा समाजवाद हेच आजचे स्मृतिशास्त्र बनले पाहिजे.' असे आचार्य जावडेकरांचे मत होते.

गांधीजींना अभिप्रेत असणारी लोकशाही रचना अहिंसक अथवा अहिंसाधिष्ठित असली पाहिजे म्हणजे काय? आचार्य जावडेकरांच्या मते, अहिंसक लोकशाही ही आर्थिक समतेवरच अधिष्ठित असली पाहिजे. आर्थिक समतेवर अधिष्ठित झालेल्या समाजात भांडवलदार आणि कामगार असा वर्गभेद असता कामा नये. मूठभर धनिक

वर्ग आणि कोट्यवधि अन्नवस्त्रहीन जनता यांच्यातील आर्थिक विषमता खऱ्या लोकशाही राज्यात एक दिवसभरही टिकणार नाही व टिकणेही इष्ट नाही, असे म.गांधींचे स्पष्ट मत होते. राष्ट्रीय स्वातंत्र्याच्या प्रस्थापनेनंतर आर्थिक समतेच्या प्रस्थापनेचा प्रश्न तीव्रतेने धसास लागला पाहिजे, असे गांधीजींचे मत होते, म्हणून अहिंसक स्वातंत्र्याची गुरुकिल्ली आर्थिक समता हीच आहे, असा म.गांधींचा सिद्धांत होता. 'विधायक कार्यक्रम' (Constructive programme) या नावाच्या पुस्तकात ते आर्थिक समतेसंबंधी लिहितात –

Economic equality :

This last is the master key to nonviolence Independence. Working for economic equality means abolishing the internal conflict between capital and labour. It means the levelling down of the few rich in whose hands is concentrated the bulk of nation's wealth on one hand and the levelling up of the semi-straved naked millions on the other. A non-violent system of government is clearly an impossibility so long as wide gulf between the rich and the hungry millions persist. The contrast between the places of New Delhi and the miserable novels of the poor labouring class nearby cannot last one day in a free India in which the poor will enjoy the same power as the richest in the land. A violent and bloody revolution is a certainly one day, unless there is a voluntary abdication of riches and the power that riches give and sharing them for the common good.

(Constructive programme, pages-20,21)

वरील अवतरणावरून आर्थिक समतेवाचून अहिंसक समाज किंवा खरी लोकशाही यांची निर्मिती होऊ शकत नाही हा म.गांधींचा सिद्धांत आपल्या लक्षात येतो. समाजवाद आमचा युगधर्म आहे, या म्हणण्याचा अर्थ समजून घेतला पाहिजे. ज्या शेतकरी कामकरी वर्गाला आजवर निरनिराळ्या धर्मांनी शूद्र-अतिशूद्र अशी नावे देऊन सत्तेपासून, संपत्तीपासून आणि संस्कृतीपासून दूर ठेवले, त्या शेतकरी, कामकरी वर्गाच्या हाती सत्ता व संपत्ती, संस्कृति देणे हे आजचे मानव समाजाचे कार्य आहे.

लोकसत्ताक राज्यपद्धती आणि समाजवादी आर्थिक घटना यांच्यात जे दोष निर्माण होण्याचा संभव असतो, त्याचेही सत्याग्रहाने ज्ञान होऊ शकते व सत्याग्रहाने तो दोष काढता येतो म्हणून 'सत्याग्रही समाजवाद' हा आजच्या मानवाचा धर्म आहे, असे जेव्हा आचार्य जावडेकर म्हणतात, तेव्हा त्यांतील समाजवाद हा युगधर्म असून सत्याग्रह हाच मानवाचा सनातन धर्म आहे असे सूचित करण्याचा आचार्य जावडेकरांचा हेतू होता.

सत्याग्रही समाजवाद हा विकेंद्रित व लोकसत्ताक स्वरूपाचा असला तरी त्याचे अंतरंग व्यक्त करण्यास केवळ विकेंद्रित लोकशाही समाजवाद हे शब्द पुरे पडणार नाहीत. त्याचे अंतरंग सत्याग्रही निष्ठा याच शब्दांनी व्यक्त होते. विकेंद्रित लोकशाही समाजवादाला, सत्याग्रही अंतरंग असेल तरच ती लोकशाही व तो समाजवाद समग्र जीवननिष्ठा व्यक्त करू शकेल.[६५]

क्रांती : सत्याग्रही संकल्पना

समाजवादी क्रांती निर्माण करण्यास युरोपमध्ये सशस्त्र क्रांतीचे विकृत वळण लागले; पण भारतात ही क्रांती निर्माण करण्यास आचार्य जावडेकरांच्या मते, पुढील मार्ग स्वीकारवा लागेल, 'समाजवादी क्रांती शस्त्रबलाने घडवून आणताना लोकशाही नष्ट होऊन हुकूमशाही स्थापन होते. ही हुकूमशाही समाजातील बुद्धिबळांच्या वृद्धीस मारक होते; म्हणून लोकशाही राज्यातील प्रजाजनांनी सशस्त्र क्रांतीच्या मार्गाचा अवलंब न करता लोकशाही राज्याच्या आधारानेच क्रांति घडवून आणली पाहिजे. या सामाजिक व आर्थिक क्रांतीसच समाजवादी क्रांती असे नाव असून आपणास आपल्या देशातील लोकशाहीला त्वरित समाजवादी स्वरूप देण्याचे कार्य करावयाचे आहे.'[६६]

आचार्य जावडेकरांच्या मते, मतपरिवर्तनाचे तीन मार्ग आहेत, ते म्हणजे १) बुद्धिबळाचा मार्ग २) शस्त्रबळाचा मार्ग व ३) आत्मबळाचा मार्ग. या तिन्ही मार्गांनी सामान्य जनतेचे मतपरिवर्तन होऊ शकते. त्यांपैकी बुद्धिबळाचा मार्ग म्हणजे केवळ युक्तिवादाने लोकांना आपले मत पटवून देणे होय. ज्या बाबतीत व्यक्तीच्या, वर्गाच्या किंवा राष्ट्राच्या स्वार्थाचा फारसा संबंध नसतो, अथवा जे प्रश्न बुद्धिने सहज आकलन करता येतात यावेळी हा मार्ग बराच यशस्वी होता. तात्त्विक विषयांतील मत परिवर्तनाला बुद्धिबळ पुरेसे पडत असले, तरी समाजात मूलभूत क्रांतीच्या वेळी हा मार्ग अयशस्वी ठरतो, असे आचार्य जावडेकरांचे मत होते. समाजवादी क्रांति करण्यास बुद्धिबळाचा मार्ग अपुरा पडतो आणि शस्त्रबळाचा मार्ग झेपत नाही अशी समाज सत्तावाद्यांची स्थिति झाली आहे. ती स्वीकारली तरी अंतिमतः आपणास हवे तसे परिवर्तन घडवून आणता येत नाही.

आचार्य जावडेकरांच्या मते, अशा परिस्थितीत सत्याग्रहाचा, असहकाराचा व आत्मबळाचा मार्ग लोकांना पटण्यास अनुकूल भूमिका निर्माण झाली आहे. म. गांधींनी लोकसत्ताक बुद्धिवादी राजकारणात आत्मबलाच्या निःशस्त्र क्रांतिवादाची भर घातली आहे. लोकसत्तेने ही भर आत्मसात केली, तर सत्ता आणि संपत्ती यांच्यापासून अलिप्त राहून लोकसेवेने समाजाची न्यायबुद्धी जागृत करणारा एक नवीन वर्ग निर्माण करता येईल. त्यांच्या चारित्र्याने व तपोबलाने समाजाची न्यायबुद्धी जागृत केली तर अन्यायग्रस्त

व पीडित जनतेला संघटित करून अनत्याचारी मार्गाने अन्यायी समाजयंत्राशी असहकार करून ते बंद कसे पाडावे हे शिकवता येईल. त्यामुळे सशस्त्र क्रांतिवाचूनही लोकसत्तेचे समाजसत्तेत रूपांतर होईल आणि समाजातील न्यायबुद्धीचे आत्मबल वाढत जाऊन समाज क्रांतिला सशस्त्र क्रांतीची आवश्यकता उरणार नाही. लोकसत्ता यशस्वी करण्याचा हाच एक मार्ग आहे, असे आचार्य जावडेकरांचे मत होते. हे मत अमलात येण्यास मार्क्सवाद व गांधीवाद यात समन्वय झाला पाहिजे, असे आचार्य जावडेकरांना वाटत होते. लोकसत्तेतून समाजसत्तेत संक्रमण झाल्यानंतरही सत्याग्रही वर्ग आवश्यक आहे, कारण समाजसत्ताक लोकशाही अन्याय करू लागली तर त्या विरुद्ध सत्याग्रह व असहकार केला पाहिजे. मनुष्य समाजाला सत्ययुगाची प्राप्ती होईपर्यंत सत्याग्रही मार्ग स्वीकारला पाहिजे. हे कम्युनिझमचे तत्त्व अनत्याचारी स्वरूप धारण करील तरच शांतता व खरा विकास यांचा लाभ मानव समाजाला मिळू शकेल, असे आचार्य जावडेकरांचे मत होते.[६७]

मार्क्सवादात दंडहीन समाज निर्माण करण्यास आवश्यक असणारी सामाजिक परिस्थिती कशी निर्माण करणार, याचा विचार केला नाही. हा विचार सत्याग्रहाने केला आहे. ज्यांना समाजात सर्वांगीण क्रांती करायची असेल, त्यांनी स्वतःच्या जीवनात प्रथमतः अंतरंग क्रांती घडवून आणली पाहिजे. आणि या अंतरंग क्रांतिचे बाह्य स्वरूप त्याच्या सर्व व्यवहारांतील व संस्थांतील क्रांतीच्या रूपाने प्रकट झाले पाहिजे. सत्याग्रही क्रांतिकारकांची मूलभूत दृष्टी अशी असल्याने सत्याग्रही क्रांतिचा उगम व्यक्तीच्या अंतरंगातून होत असून व्यक्तीचे आत्मबल ही त्या क्रांतीची मूल प्रेरक शक्ती आहे. समाजातील राज्यसंस्थेची उपयुक्तता सत्याग्रही तत्त्वज्ञानात व्यवहार दृष्टीने मान्य केली असली, तरी सामाजिक क्रांतिच्या कार्यात राज्यसंस्थेला आद्यप्रेरणेचे स्थान दिले नाही, हे निदर्शनास आणून आचार्य जावडेकर लिहितात, ती क्रांति घडवून आणणारी दलित वर्गाची आद्यप्रेरणा क्रांतिकारक व न्यायनिष्ठ असली पाहिजे. जनतेच्या अंतःकरणातील ही न्यायनिष्ठा समाजरचनेत प्रस्थापित करण्यास अनत्याचारी वृत्तीने असहकार करणे हा क्रांतीचा खरा मार्ग आहे. या मार्गाने क्रांति झाल्यानंतर नवी सत्ता हुकूमशाही गाजवू शकणार नाही. या क्रांतीचा भर आत्मबलावर असल्याने त्यात मानवी स्वातंत्र्याला सतत वाव मिळेल. ज्यांनी सत्याग्रहाची जीवन दीक्षा घेतली असेल ते व्यक्तिशः राज्यसंस्थेच्या गुलामगिरीतून सुरुवातीलाच मुक्त होतील. या संघटित आत्मबलाच्या आधारावर नवी समाजरचना उभारली जाऊन जुनी समाजरचना व तिला सावरून धरणारे प्रतिगामी राज्ययंत्र या दोन्ही गोष्टी कोलमडून पडतील आणि अनत्याचारी क्रांति यशस्वी होईल, असे आचार्य जावडेकरांचे मत होते.[६८]

सशस्त्र साधनांनी क्रांती केल्यास त्यात अपूर्णत्व व विकृती येतात. या अपूर्णतेतून व विकृतीतून नवे अन्याय निर्माण होतात. याचसाठी निःशस्त्र सत्याग्रही क्रांतिशास्त्र निर्माण झाले आहे. ते यशस्वी झाले तर भांडवलशाही लोकशाहीतून समाजसत्ताक लोकशाहीत जाण्याचा एक अहिंसात्मक मार्ग उपलब्ध होईल आणि भांडवलशाही लोकशाहीची विकृती नष्ट होऊन तिला शुद्ध स्वरूप प्राप्त होईल, असा आचार्य जावडेकरांचा दावा होता. गुलामगिरीत खितपत पडण्यांपेक्षा सशस्त्र क्रांतीही श्रेष्ठ असून ज्यांना सत्याग्रहाचा अवलंब करण्याचे नैतिक सामर्थ्य नसेल त्यांनी सशस्त्र क्रांतीचा आश्रय करणे, हा ही सापेक्षतः धर्मच ठरतो.[६९]

सत्याग्रह व समाजवाद : एकमेकांस पूरक

ता.२० जुलै १९४७ च्या 'हरिजन' मध्ये म.गांधींनी समाजवादासंबंधी एक लेख लिहिला होता. त्यातील मुख्य सूत्र असे होते की, ज्यांना सत्य आणि अहिंसा यांची खरी उपासना करायची असेल, त्यांनी समाजवादी बनले पाहिजे आणि ज्यांना खरा समाजवाद हवा असेल, त्यांनी सत्याग्रही बनले पाहिजे. सत्याग्रह हे एकच साधन असे आहे की, ज्याच्या योगाने समाजातील सर्व अन्यायाचे निवारण लोकांना करता येईल. मग तो अन्याय राजकीय असो, आर्थिक असो किंवा नैतिक असो.

म. गांधींच्या मते, ईश्वरनिष्ठा म्हणजेच सत्यनिष्ठा होय. स्वहित बुद्धी आणि सर्वहित बुद्धी अशा दोन कृती प्रत्येकाच्या अंतःकरणात वसत असतात. त्यापैकी जी सर्वहित बुद्धी तिला सत्यनिष्ठा असे गांधीजी म्हणतात. जेव्हा म.गांधी प्रत्येकाने सत्यनिष्ठ झाले पाहिजे असे म्हणतात, तेव्हा प्रत्येकाने स्वतःचे हित साधण्याची वृत्ती न धरता सर्वांचे हित होईल अशा बुद्धीने वागत राहिले पाहिजे व त्यासाठी आपल्या सर्वस्वाचा त्याग केला पाहिजे, एवढेच ते प्रतिपादित असतात. अर्थातच ही सर्वहित बुद्धी जर जागृत असेल तर, समाजघटना सर्वांना हितप्रद होईल. आज समाजवाद स्थापन झाल्याखेरीज सर्वांचे हित होऊ शकणार नाही, हे गांधीजींना पटल्यामुळे गांधींजी असे म्हणू लागले आहेत की, 'सत्याचे आणि अहिंसेचे मूर्त स्वरूप समाजवाद हेच असले पाहिजे. न्यायनिष्ठेचा व प्रेमाचा संदेश देणारा समाजवाद सत्याग्रहाच्याच साधनाने निर्माण करता येईल.'[७०] हे मा.गांधींचे मत सर्वांना पटेल असा आचार्य जावडेकरांना विश्वास वाटत होता. आपल्यावरील प्रत्येक अन्यायाशी असहकार करावयाचा ही वृत्ती सर्व जनतेला पटली आणि ती त्या वृत्तीने संघटीत होऊन भांडवलशाहीशी असहकार करू लागेल, तर तिला समाजवादाची स्थापना करण्यास कोणत्याही अत्याचाराची आवश्यकता उरणार नाही हे उघड आहे. या दृष्टिकोनातून समाजातील सर्व शेतकरी व कामकरी संघटित होऊन आम्ही नोकर नसून आम्हीच देशांतील सर्व

संपत्तीचे मालक आहोत, असे जाहीर करतील तर ते भांडवलशाही समाज आपल्या अनत्याचारी असहकाराने बंद पाडून शेतकरी कामगारांचे राज्य देशांत स्थापन करतील असा आत्मविश्वास शेतकरी व कामकरी वर्गात निर्माण करणे हेच प्रत्येक सत्याग्रही व्यक्तीचे या पुढील कार्य आहे. हिंदुस्थानातील सर्व सत्याग्रहींनी या आदेशाप्रमाणे समाजवादाची उपासना करण्यांचे ठरविल्यास या देशात कोणताही अत्याचार न करता सत्याग्रही समाजवादाची स्थापना करता येईल व अनत्याचारी क्रांतीने समाजवादाची स्थापना होऊ शकेल. असे आचार्य जावडेकरांना वाटत होते.[७१]

भौतिक सुख व आत्मिक सुख

समाजवाद केवळ भौतिक सुख हेच आपले ध्येय मानीत नाही आणि सत्याग्रह सुद्धा समाजातील कोणत्याही व्यक्तीने केवळ अध्यात्मात व ज्ञानात गढून जाऊन भौतिक धनोत्पादनाचे श्रम करु नयेत असे प्रतिपादीत नाही. प्रत्येक व्यक्तीने आपल्या जीवित यात्रेस लागणारे भौतिक धन निर्माण करण्यांसाठी श्रम केले पाहिजेत. हे शरीरश्रमाचे तत्त्व सत्याग्रहात अंतर्भूत झालेले आहे तेव्हा सत्याग्रही समाज केवळ ब्राह्मणांचा समाज असेल असे म्हणता येत नाही आणि समाजसत्ताक समाज हा केवळ वैश्यांचा समाज होईल असेही म्हणता येणार नाही. कारण त्यातील व्यक्ती जशा भौतिक धनोत्पादनाचे कार्य करीत असतील, त्याचप्रमाणे त्या बौद्धिक व आत्मिक सुखाचाही आस्वाद घेत असतील. सत्याग्रह व समाजवाद यांतील भेद सांगून सत्याग्रहातील उणिवा लोकशाही पद्धतीने कशा दूर करता येतील, हे आचार्य जावडेकर पुढीलप्रमाणे सांगतात, 'समाज एकवर्गी बनला पाहिजे. त्याला मध्ययुगीन समाजातील कोणत्याही एका वर्गाचे स्वरूप येईल असे मानणे चूक आहे. फार तर एवढेच म्हणता येईल की, समाजवाद्यांचे एकवर्गी समाजाचे ध्येय अधिक भोगप्रधान आहे आणि सत्याग्रही समाज अपरिग्रही होऊ इच्छितो, तर समाजवादी समाज भौतिक परिग्रह वाढवू इच्छितो. हा एक अंतिमदृष्ट्या वृत्तिभेद आहे यात शंका नाही; पण तो ही उभयपक्षी समन्वय होऊनच सोडवावा लागेल. समाजवादी ध्येय हे धनसत्ताक संस्कृतीच्या दृष्टीने अपरिग्रह आहे, कारण त्यात वैयक्तिक परिग्रह अगदी मर्यादित होणार आहे. सामुदायिक परिग्रह हा वैयक्तिक स्वार्थ, लोभ, स्पर्धा, असूया या हीन वृत्तींना चालना देऊ शकत नाही. आणि समाजभावना, सहकार्य, सेवावृत्ती व प्रेम यांची तो अभिवृद्धि करतो. या दृष्टीने धनप्रधान लोकसत्तेला समाजवादी लोकसत्तेचे स्वरूप देणे आपल्या अंतिम ध्येयाच्या दृष्टीनेही आपले आद्य कर्तव्य आहे, हे सत्याग्रही पक्षास मान्य केले पाहिजे. हे स्वरूप देत असता आजच्या धनप्रधान संस्कृतीतील निर्धन वर्गाची भौतिक राहणी अधिक उन्नत बनली पाहिजे. हे ही त्यास मान्य आहे; पण हे करीत असता सधन वर्गात अपरिग्रह वृत्ती रूजविण्याचा प्रयत्न होत राहिल्यास त्या वर्गाकडून

समाजवादी लोकसत्तेच्या प्रस्थापनेस अत्याचारी विरोध होणार नाही, हे उघड आहे. केवळ अपरिग्रही वृत्तीचा उपदेश करून सधन-निर्धन वर्गभेद नष्ट होणे अशक्य असल्याने लोकसत्तेला समाजवादी लोकसत्तेचे स्वरूप दिले पाहिजे. हेही सत्याग्रही तत्त्वज्ञानाने निःसंदिग्धपणे मान्य केले पाहिजे.'[७२]

सामुदायिक धनोत्पादन : गांधी व जावडेकरांचा दृष्टिकोन

म.गांधींनी विश्वस्तांची संकल्पना मांडली होती. कारखाने ही धनिक लोकांची मालमत्ता नव्हे. समाजातील धनोत्पादनाचे सार्वजनिक कार्य योग्य प्रकारे चालू ठेवण्याची जबाबदारी लादून धनिक वर्गाकडे सोपविलेला कारखाने हा एक सार्वजनिक निधी आहे आणि ज्यांना आज धनिक म्हणतात, ते समाजाने नेमलेले निधीधारक आहेत, असे तत्त्व म.गांधींनी प्रतिपादिले आहे. अर्थात, या निधीची व्यवस्था कशी करावी याचे नियमन करण्याची सत्ता समाजाकडे असली पाहिजे. तसेच कारखानदारवर्ग हाही समाजाचा सेवकच आहे. तसाच कामगार वर्गही समाजाचा सेवक असून कारखान्यात त्याला भांडवलदारासारखे हक्क समाजाने दिले पाहिजेत. कारखाना ही जशी भांडवलदाराची वैयक्तिक मालमत्ता नव्हे, तसेच कामगार हे भांडवलदाराचे व्यक्तिशः नोकर नव्हेत. ते दोघेही समाजाचे सेवक आहेत आणि दोघांच्याही योग्य हक्कांचे, कर्तव्यांचे नियमन करून त्यांचे संबंध न्यायावर अधिष्ठित करणे हे समाजाचे कर्तव्य आहे, असे सामुदायिक उत्पादनासंबंधी म.गांधींचे धोरण होते.[७३]

सत्याग्रही धोरणाचा या धोरणाशी नित्य संबंध नाही, कारण जर हे धोरण कारखानदार व कामगार यांच्यात न्याय प्रस्थापना करण्यास अपुरे पडले, तर कारखानदाराकडून कारखाने काढून घेऊन ते प्रत्यक्ष समाजाच्या ताब्यात द्यावेत, हे धोरणही सत्याग्रही तत्त्वज्ञानाशी विसंगत नाही असे आचार्य जावडेकरांचे मत होते.

कोणतेही स्वामित्वाचे हक्क केवळ परंपरागत म्हणून अबाधित ठेवले पाहिजेत. आणि ते अबाधित ठेवण्यापासून समाजाचे अहित होत असेल तरीही ते नष्ट करू नयेत, हे तत्त्वच सत्याग्रहाशी पूर्णपणे विसंगत आहे. वैयक्तिक मालमत्ता व स्वामित्वाचा हक्क या त्रिकालाधित सनातन संस्था नाहीत, समाजास लागणारे धनोत्पादन होत राहावे आणि त्यासाठी श्रम करण्यास लोकांना उत्साह वाटावा, म्हणून या संस्था निर्माण झालेल्या आहेत, असेच सत्याग्रही तत्त्वज्ञान म्हणते. जोपर्यंत हे कार्य या संस्थांकडून होत राहील तोपर्यंतच त्या संस्था समर्थनीय ठरतील. तथापि या संस्थांच्या आधारे कोणतेही श्रम न करता द्रव्य संपादन करणे योग्य नाही, असे आचार्य जावडेकरांचे मत होते. म्हणूनच वैयक्तिक कारखानदारीमुळे समाजात अकष्टार्जित धनसंपादनाचे जे मार्ग रूढ होतात त्याचे सत्याग्रही तत्त्वज्ञानात समर्थन करता येत नाही, असे आचार्य जावडेकरांचे मत दिसून येते.[७४]

अकष्टार्जित मार्ग सत्याग्रहाला मान्य नाही व सत्याग्रही तत्त्वज्ञान समाजवादाशी कसे जवळचे आहे हे सांगताना "कोणत्याही प्रकारचे श्रम न करता केवळ स्वामित्वाच्या हक्कावर जमिनीवर खंड, नफा व व्याज उपभोगणे हे सत्याग्रही तत्त्वज्ञानाच्या विरुद्ध आहे. हे मार्ग जमीनदारी, सावकारी व कारखानदारी अबाधित आहे तोपर्यंत नष्ट होऊ शकत नाहीत. खंड, व्याज व नफा या तिन्ही द्रव्यार्जनाच्या मार्गात दुसऱ्यांच्या श्रमाचे फळ विनाश्रय घेण्याचे तत्त्व अंतर्भूत झालेले आहे. सत्याग्रही समाजरचनेत आस्तेयास व हिंसेस मान्यता नाही. सत्याग्रही तत्त्वान्वये धनसत्ताक संस्कृतीचे समर्थन करता येत नाही. खाजगी जमीनदारी, सावकारी व कारखानादी यांच्यामुळे द्रव्यार्जनाचे जे मार्ग कायदेशीर म्हणून उपलब्ध आहेत, त्यांचेही समर्थन होऊ शकत नाही. या दृष्टीने समाजवादी आर्थिक विचारसरणी व्यक्तिवादी विचारसरणीहून सत्याग्रही तत्त्वज्ञानाला जवळची आहे, असे आचार्य जावडेकर म्हणतात.[७५] दुसऱ्याच्या श्रमाने उत्पन्न झालेल्या संपत्तीचा अंश स्वतः कोणतेही श्रम न करता उपभोगणे हे नैतिक दृष्ट्या चौर्य आहे."

हे चौर्य नष्ट करण्यास समाजवादी आर्थिक घटना स्वीकारणे व सामुदायिक धनोत्पादन करणे हे दोनच मार्ग आहेत. केवळ हस्तव्यवसाय व वैयक्तिक धनोत्पादन यामुळे समाजात जे भौतिक धन निर्माण होईल, तेवढ्यावरच संतुष्ट राहण्यास सर्व समाज स्वेच्छेने तयार झाला, तर समाजवादाचा प्रश्नच निर्माण होत नाही. परंतु असे होण्यास समाजाचे भौतिक राहणीमान साधे असावे लागेल, याकडे लक्ष वेधून आचार्य जावडेकर म्हणतात, 'म.गांधींची स्वाभाविक प्रवृत्ती या साध्या राहणीकडेच आहे आणि त्यांचा सामुदायिक यांत्रिक धनोत्पादनास तत्त्वतःच विरोध आहे.' 'साधी राहणी उच्च विचारसरणी' या आधारावर श्रेष्ठ मानव संस्कृती निर्माण करता येईल असा गांधींजींना आत्मविश्वास वाटतो आणि सत्याग्रहींनी याच तत्त्वाप्रमाणे वागले पाहिजे.[७६]

समाजातील सामुदायिक यांत्रिक उत्पादन समूळ बंद पडेल असे म.गांधीजींना वाटत नाही. समाजातील सामान्य लोकांची भौतिक संपत्तीची लालसा तीव्र आहे आणि ती तृप्त करण्यासाठी सामुदायिक यांत्रिक धनोत्पादन आज अपरिहार्य आहे असे गांधीजींना वाटत होते. अर्थात या सामुदायिक यांत्रिक धनोत्पादनाबरोबर येणारे सामाजिक प्रश्न सोडविताना समाजवादाचा आश्रय घेणे सत्याग्रही तत्त्वज्ञानास भाग पडणार आहे असे आचार्य जावडेकरांचे मत होते. याच दृष्टीने म.गांधी स्वतःस समाजवादीही म्हणवीत. मात्र त्यांना समाजवादाची स्थापना हिंसेच्या मार्गाने नको होती. कारण हिंसा मार्गाने सामाजिक क्रांती करून न्यायाची प्रस्थापना होऊ शकत नाही आणि तसा जे प्रयत्न करतात, ते स्वतःच तत्त्वभ्रष्ट होतात, म्हणून समाजवादाची प्रस्थापना करावयाची झाली तरी ती अनत्याचारी क्रांतीनेच म्हणजेच सत्याग्रहाने केली पाहिजे, असे आचार्य जावडेकरांचे मत होते.

सामुदायिक यांत्रिक उत्पादनाचा आश्रय केल्यामुळे व्यक्तिवादी आर्थिक घटनेतून समाजवादी आर्थिक घटनेत समाजाने प्रवेश करणे भाग असून परंपरागत धनार्जनाचे मार्ग व स्वामित्वाचे हक्क या संबंधीच्या कल्पनेमध्ये क्रांति होणे अपरिहार्य होणार आहे. याचे स्पष्टीकरण आचार्य जावडेकर पुढीलप्रमाणे करतात, 'सामाजिक रूढी, धार्मिक बंधने किंवा कायदे यासंबंधी सत्याग्रहाची जी वृत्ती आहे, तीच स्वामित्वाच्या हक्कांसंबंधीही असणार आहे. या विषयी पाश्चात्त्य राष्ट्रांत परंपरावाद, प्रगतिवाद व क्रांतिवाद असे तीन विचार संप्रदाय आहेत. परंपरावादाचे पुरस्कर्ते असे प्रतिपादितात की, परंपरागत स्वामित्व परिस्थितीमुळे समाजाला अहित होत असेल, तर ते नष्ट करण्यास प्रत्यवाय नाही. पण ते नष्ट करताना योग्य मोबदला दिला पाहिजे. क्रांतिवादी यांच्यापुढे जाऊन असा युक्तिवाद करतात की, परंपरागत स्वामित्व समाजहिताला विघातक व अन्यायकारक आहे, असे सिद्ध झाल्यानंतर ते नष्ट करताना कोणताही मोबदला देणे म्हणजे आजपर्यंत चालत आलेला अन्याय पुढेही चालू ठेवणे होय. सत्याग्रही तत्त्वज्ञानात या तिन्ही वृत्तींचा समन्वय होऊ शकतो. परंपरागत हक्क सामाजिक उपयुक्ततेतून निर्माण झालेले असतात. तसेच त्यापैकी काही वरील तीन प्रकारचे वर्तन करूनही मिळवलेले असतात. तेव्हा ते सर्व एकाच कोटीत घालता येणार नाहीत. ज्या हक्कांचा उद्भव सामाजिक उपयुक्ततेतून व कायदेशीर मार्गांनी झाला असेल त्यापैकी सुद्धा काही हक्क कालांतराने अपकारक ठरतात आणि म्हणून ते नष्ट करण्याचा हक्क समाजाला असला पाहिजे. असे हक्क नष्ट करताना परंपरागत धन्यांना नुकसानभरपाईसाठी काही द्यावे हे तत्त्व सामान्यतः उचित असले, तरी ती नुकसानभरपाई कोणाकडून वसूल करून कोणाला देण्यात येणार आहे याचाही विचार केला पाहिजे. ज्याच्यापाशी अधिक धन आहे, त्याच्यावर निर्धन वर्गाला न्याय मिळविण्यासाठी अधिक बंधने घालणे, त्यांचे हक्क मर्यादित करणे किंवा आवश्यक तर नष्ट करणे आणि प्रसंगी मुळीच मोबदला न देता नष्ट करणे. या सर्व गोष्टी लोकहित व लोकसंग्रह याकडे लक्ष देऊन समाजाने करण्यास प्रत्यवाय नाही. मात्र असे करीत असताना सूड भावनेने वागू नये. ज्यांचे हक्क नष्ट होणार आहेत, त्यांना नव्या सामाजिक परिस्थितीशी समरस बनण्यासाठी संधी व वेळ दिला पाहिजे. त्यांच्या योगक्षेमाची जबाबदारी समाजाने घेतली पाहिजे.'

आचार्य जावडेकरांच्या मते, भारतातील दारिद्र्याचा प्रश्न व्यक्तिवादी आणि भांडवलशाही अर्थव्यवस्थेने सुटणार नाही. शेतीमध्ये यंत्राचा उपयोग होणे गरजेचे आहे, पण वैयक्तिक स्वामित्वाच्या तत्त्वावर यांत्रिक शेती केली, तर जमीनदार व शेतकरी यांच्यात प्रचंड विषमता निर्माण होईल. त्यामुळे भारतात सहकारी किंवा सामुदायिक यांत्रिक शेती करणे गरजेचे आहे. भारतातील दारिद्र्य केवळ यांत्रिक कारखानदारी दूर करू शकणार नाही. त्यामुळे आचार्य जावडेकर लिहितात, 'आर्थिक दृष्ट्या प्रायः

स्वयंपूर्णतेचे धोरण स्वीकारून राष्ट्रांतर्गत व्यापारानेच आपला प्रश्न सोडवावा लागेल आणि असे करताना आर्थिक समता व औद्योगिक लोकसत्ता यांचा स्वीकार करावा लागेल.'[७७]

अहिंसात्मक क्रांतीत या सर्वांकडे लक्ष दिले जाईल आणि हिंसात्मक क्रांतीत ते दिले जात नाही, हाच खरा भेद सत्याग्रह व सशस्त्र क्रांतिवाद यांच्यामध्ये आहे. सत्याग्रही तत्त्वज्ञान हे स्वामित्वाच्या संबंधीही क्रांतिवादी आहे आणि केवळ दीर्घ परंपरेने कोणतेही हक्क अविनाशी अथवा शाश्वत नाहीत. जमिनी व कारखाने ही काही व्यक्तींच्या मालकीची असली, तरी तो राष्ट्राचा निधी आहे आणि जमीनदार व कारखानदार हे समाजाचे निधीधारक आहेत. या दृष्टीनेच सत्याग्रही तत्त्वज्ञान त्याकडे पाहात असते, म्हणून सर्व प्रकारच्या मालकी हक्कांना सापेक्षत्व प्राप्त होते. जमिनी व कारखाने सार्वजनिक बनविणे लोकहितास पोषकच आहे, पण या प्रश्नाचा निर्णय वर्गयुद्धाने न लावता समाजाची न्यायबुद्धी व्यक्त व जागृत करण्यास लोकसत्ताक राज्यपद्धतीचा आश्रय दोन्हीही पक्षांनी घ्यावा. हा व्यावहारिक मार्ग आहे, असे सत्याग्रही तत्त्वज्ञानाचे मत आहे.

तेव्हा लोकसत्ताक मार्गाने व आत्मबलाच्या आश्रयाने प्रस्थापित होणारी समाजवादी आर्थिक घटना हीच सत्याग्रही तत्त्वज्ञानास मान्य आहे. मात्र, सत्याग्रही राजकारण म्हणजे ब्रिटिश समाजवाद्यांचे केवळ बुद्धिबळावर विसंबून राहणारे सनदशीर राजकारण नव्हे, हे आचार्य जावडेकर स्पष्ट करतात. जो सत्याग्रहाचा मार्ग परकीय साम्राज्य सत्तेविरुद्ध आज अवलंबविण्यात येतो, तोच मार्ग स्वराज्यात स्वदेशी धनसत्तेविरुद्धही अवलंबविण्यात आला पाहिजे असे आचार्य जावडेकर सांगतात.[७८]

वर्गविग्रह : सत्याग्रही दृष्टिकोन

जगातील वर्गविग्रह न्यायासाठी झाला पाहिजे, असे आचार्य जावडेकर म्हणतात. देशातील सत्ता कामगारांच्या हाती जाणे न्यायाचे आहे. अन्यायाविरुद्ध सर्व बळ खर्ची करून लढणे हे प्रत्येक व्यक्तीचे कर्तव्य आहे. सत्याग्रही व्यक्तीने या लढ्याला अहिंसक स्वरूप देण्याचा प्रयत्न केला पाहिजे आणि समाजातील सर्व संघटित आत्मबल उभे केले पाहिजे. असे होईल तर शेतकरी, कामकरी यांचे राज्य निर्माण करता येईल. त्यासाठी क्रांतिकारी, हिंसक व अत्याचारी मार्गांचा अवलंब करावा लागणार नाही, हे दिसून येईल.

वर्गविग्रहाचा प्रश्न सोडविण्यास भांडवलदार वर्गास नफ्याचा त्याग करण्यास प्रवृत्त करणे आणि कनिष्ठ वर्गास आपले शोषण न करण्यास प्रवृत्त करणे असे द्विविध कार्य सत्याग्रहीने केले पाहिजे, असे आचार्य जावडेकरांचे मत होते. भांडवलदारांच्या

विरुद्ध अहिंसात्मक सत्याग्रही वर्गसंघर्ष कसा घडवून आणता येईल, हे आचार्य जावडेकर पुढीलप्रमाणे सांगतात की, हे द्विविध कार्य करीत असता दोन्ही वर्गांना आपआपल्या कर्तव्याची जाणीव करून देणे हे सत्याग्रहीचे कर्तव्य आहे. आणि वरिष्ठ वर्गाच्या स्वार्थाशी झगडत असता त्या वर्गातील व्यक्तिबाबत अद्वेषाची भावना वाढवीत नेऊन हा वर्गविग्रह संपवून रक्तपात न करता एकवर्ग समाजाची स्थापना केली पाहिजे. यासाठी सत्याग्रही नेते स्वतः न्यायनिष्ठ असले पाहिजेत. त्यांना वर्गशोषणाच्या अन्यायाची जाणीव असली पाहिजे आणि सर्व समाजाची न्यायबुद्धी जागृत करून तिला समाजवादी क्रांतीची न्याय्यता त्यांनी पटवून दिली पाहिजे. अनत्याचारी असहकाराच्या म्हणजे संपाच्या व सत्याग्रहाच्या साधनांनी समाजाच्या न्यायबुद्धीच्या जागृतीचे हे कार्य केले गेले तर, या क्रांतीस हिंसक स्वरूप येण्याचे कारण नाही, असे आचार्य जावडेकरांचे मत होते.[७९]

सत्याग्रहातील अनत्याचारी असहकार क्रांतीचे तत्त्व केवळ परकीय राजसत्तेसच लागू न करता स्वकीय राजसत्ता व स्वकीय धनिक वर्ग यांच्या विरुद्धही हे तत्त्व अमलात आणता येईल, असे आचार्य जावडेकरांचे मत होते. सत्याग्रहींनी वर्गविग्रहाचे धोरण स्वीकारले, तरी त्यामुळे राष्ट्रीय बंधुत्वाला बाधा येण्याचे कारण नाही. कारण मार्क्सने 'कॅपिटल' ग्रंथाच्या प्रस्तावनेत ही गोष्ट स्पष्टपणे मांडली आहे. आमचा झगडा भांडवलवाल्या व्यक्तिविरुद्ध नव्हे, तर तो भांडवलशाही व्यवस्थेविरुद्ध आहे. सत्याग्रही तत्त्वज्ञानाने समाजसत्ताक रचना स्थापन करण्यांचे ठरविले तर तोही हे तत्त्व अधिक जोमाने पुरस्कारील आणि अनत्याचारी वातावरण क्रांतिकाळातही कायम ठेवील,[८०] असा विश्वास आचार्य जावडेकरांना वाटत होता. त्याचप्रमाणे लोकसत्ता आणि सत्याग्रही प्रत्यक्ष प्रतिचार यांचा समन्वय करून निःशस्त्र क्रांति यशस्वी करण्याचे कार्यही सत्याग्रही तत्त्वज्ञानास करणे शक्य आहे. मात्र वर्गविग्रह व समाजसत्ताक क्रांति यांचा अवलंब केल्याखेरीज त्यास भावी भारतीय संस्कृती निर्माण करता येणार नाही असा इशारा आचार्य जावडेकरांनी दिला होता.

समाजवाद आणि सत्याग्रही लोकशाहीचे महत्त्व

लोकशाही राज्य हे इतर सर्व राज्यांप्रमाणे पूर्णपणे अहिंसामय होणार नाही, हे खरे पण त्याच्याखाली अहिंसेचा व सत्याचा अधिक विकास होऊ शकेल व लोकांत ज्या मानाने या कृती येत जातील त्या मानाने 'आत्मराज्य' हे सत्याग्रही ध्येय अधिक जवळ येईल अशी सत्याग्रही लोकांना आशा आहे. युरोपातील लोकशाही भ्रष्ट झाली आहे, पण यामुळे लोकशाहीचे ध्येयच झुगारून द्यावयाचे, की तिचे सत्यावर व अहिंसेवर आसन मांडून शुद्धीकरण करावयाचे हा प्रश्न असून आचार्य जावडेकरांच्या

मते सत्याग्रही लोकांनी दुसरा पर्याय स्वीकारला पाहिजे व तेच सत्याग्रही तत्त्वाशी सुसंगत आहे.

आपापसातील मतभेदाचे प्रश्न विचार विनिमयाने, युक्तिवादाने आणि मत परिवर्तनाने सोडवायचे ही लोकशाहीची पद्धत आहे. सत्यसंशोधन व अहिंसा पालन त्यासाठी आवश्यक आहे. सत्य म्हणजे सामाजिक न्याय याचा शोध एकसारखा होत राहणे. या सत्यसंशोधनाच्या कार्यात प्रत्येकाने आपणास जे सत्य म्हणजे न्याय वाटतो त्याचा प्रचार करणे व ते बहुमतास पटवून देणे गरजेचे आहे. आपल्या मतास बहुमतांचा पाठिंबा मिळविण्याचे कार्य शांततेने आणि तत्त्वनिष्ठेने करत राहावे याचे प्रत्येकाला स्वातंत्र्य पाहिजे. प्रत्येकाच्या मताची इतरांकडून छाननी होते आणि लोकमताचा प्रवाह अधिक शुद्ध व सत्यपूत बनतो, अशा लोक मतानुसार राज्य कारभार होत राहिल्याने तो न्यायानुसार होत असतो.

समाजातील न्यायसंशोधनाचे कार्य योग्य प्रकारे चालू राहावयाचे असेल, तर यात प्रत्येकाने सहभागी झाले पाहिजे. कायद्याचा प्रत्येकावर होणारा परिणाम हा भिन्न असतो. त्या परिणामानुसार प्रत्येकाच्या न्याय-अन्यायाच्या कल्पनाही भिन्न असतात. अशा भिन्न कल्पना लोकांच्या पुढे येत गेल्या, त्यातून अनुकूल प्रतिकूल चर्चा होत राहिली, म्हणजे जे बहुमत बनते, त्यात अन्यायाचा अंश कमी होतो. लोकांना वाटणाऱ्या न्यायानुसार कायदे होत राहणार म्हणून हे सत्यसंशोधन व न्याय कार्य अखंड चालू ठेवले पाहिजे, म्हणजे काळाच्या ओघात आपणावरील अन्यायाचे निवारण करून घेण्यांचा एक शांततेचा मार्ग समाजाला दिसेल. समाजात अत्याचारी क्रांति करण्याची आवश्यकता कोणास वाटणार नाही. बहुमताचे निर्णय मान्य करुनही त्यांची शिस्त पाळण्याच्या पद्धतीतील हेच रहस्य आहे.[८१]

पाश्चिमात्य लोकशाही मालमत्तेच्या अधिकारावर उभी आहे आणि ज्या वेळी या हक्कांस धक्का लावण्याचा प्रश्न निर्माण झाला, त्या वेळी क्रांती झाली. आचार्य जावडेकरांच्या मते, मताभिमानास पक्षाभिमानाचे, पक्षाभिमानाला वर्गाभिमानाचे आणि वर्गाभिमानाला स्वार्थाचे स्वरूप प्राप्त झाले की, समाजात मास्त्यन्याय निर्माण होतो. लोकांत हिंसक संघर्ष निर्माण होतो; त्यामुळेच समाजानेच समाजाच्या श्रमशक्तीतून निर्माण झालेल्या संपत्तीचे वाटप कसे करावयाचे हे शिकले पाहिजे. लोकशाहीचा यासाठी उपयोग होतो.

पण बहुमत हे न्यायानुसारी राहावयाचे तर त्यातील दोष दाखवून त्यांची सुधारणा करण्याचे कार्य नित्य चालू राहिले पाहिजे, अर्थात बहुमताची शिस्त पाळावी ही लोकशाहीची नीती असली तरी बहुमताची खुषमस्करी करावी ही मात्र लोकशाहीची नीती नव्हे, असे मत आचार्य जावडेकर व्यक्त करतात. तसेच, बहुमत हे नेहमी न्यायाचे

असते, असा दावा लोकशाही व्यवस्था करीत नाही. न्याय व अन्याय यांचे संशोधन नित्य चालत राहावे, म्हणून प्रत्येक व्यक्तीस बहुमताच्या निर्णयावर टीका करण्याचा व त्यांचे परिवर्तन करण्याचा हक्क देखिल लोकशाहीत दिलेला असतो. प्रत्येकाने आपल्या सदसद्विवेक बुद्धीचा उपयोग करून हक्क बजावला पाहिजे. बहुमताच्या हाती राज्यकारभार असताना आत्मबलाच्या साहाय्याने लोकमताचे परिवर्तन करून सामाजिक अन्यायाचे निवारण अधिक त्वरेने व अधिक निश्चितपणे करता येईल हे उघड आहे, असा आचार्य जावडेकरांचा दावा होता.[८२] बुद्धिबळ, सामाजिक परिवर्तनास अपुरे पडते, कारण सामान्य मनुष्याची बुद्धी स्वार्थाने व तमोगुणाने मलिन झालेली असते; ती शुद्ध बनविण्यास सत्याग्रही आत्मबल हाच उपाय आहे. बुद्धिबलावर अधिष्ठित झालेले राजकारण अपुरे पडल्यास आत्मबलाचे राजकारण करणे ही मानव संस्कृतीची उन्नती आहे. बाहुबलाचे राजकारण ही अधोगती आहे, असे सत्याग्रही तत्त्व सांगते. या तत्त्वाच्या दृष्टीने आज लोकशाहीला सत्याग्रहाचे अधिष्ठान निर्माण करणे आवश्यक आहे, असे आचार्य जावडेकर दाखवून देतात.[८३]

लोकशाही – किमान अहिंसक पद्धती

लोकशाहीच्या यशस्वितेस लोकांमध्ये आणि राजकर्त्यांमध्ये केवळ सत्यनिष्ठा असून चालत नाही, तर अहिंसावृत्तीही असावी लागते. आपल्या मनातील सत्यासंबंधीचा आग्रह असावा, परंतु ते मत इतरांवर सक्तीने लादण्याची वृत्ती नसावी. आणि इतरांच्या मनातील सत्यांशाचा स्वीकार करून स्वतःच्या मतातील असत्यांशाचे शुद्धीकरण करण्याची कृती असावी. या दोघांचाही आश्रय केल्याशिवाय सत्याची उपासना करता येत नाही. केवळ पहिल्या कृतीने स्वमताचा आग्रह धरला, तर बुद्धीने दुराग्रह वाढत जाईल. आणि केवळ दुसरीने निष्क्रिय बुद्धीचा अनिश्चय वाढत जाईल. धर्मनिष्ठ म्हणविणारे पुष्कळ लोक पहिल्या वृत्तीने दुराग्रही बनतात. व आपल्या मनाचे सत्य संशोधन करत नाहीत. सामाजिक न्याय-अन्यायाचे संशोधन नित्य चालू राहिले पाहिजे. हे लोकशाहीचे ध्येय आहे. सामाजिक सत्य कोणाही एकास पूर्णतः समजले नाही आणि तिचे स्वरूपही नित्य पालटणारे आहे. ही वृत्ती लोकशाहीच्या बुडाशी आहे. या कृतीमुळेच आपल्या मताचा दुराग्रह सुटतो आणि इतरांच्या मताबाबत सहिष्णुता वाढते. ही परमत सहिष्णुता म्हणजेच सत्यसंशोधनातील अहिंसावृत्ती असून प्रत्येक शास्त्राच्या वाढीस तिची आवश्यकता असते.[८४]

सत्याग्रही तत्त्वज्ञानास लोकशाही राज्ययंत्र हे इतर कोणत्याही राज्य पद्धती पेक्षा अधिक अहिंसक, अधिक न्यायप्रवण का वाटते याचे स्पष्टीकरण आचार्य जावडेकर पुढीलप्रमाणे करतात, 'भांडवलशाही लोकशाहीत बुद्धिबळाचे कायदेशीर राजकारण पुरेसे पडत नाही.' म्हणून आत्मबलाचे निःशस्त्र क्रांतीचे राजकारण हा एक अशस्त्र

क्रांतीचा पर्याय आहे. ही आत्मबलाची क्रांती लोकशाहीला तारक आहे आणि प्रस्थापित कायद्यांच्या राज्याच्या पलीकडे जाऊन न्यायाचा शोध व संस्थापना करण्याची सवय ती लोकांना लावू शकते. सत्याग्रही क्रांतिकारक हे कायद्याच्या मर्यादेचे उल्लंघन करून न्यायनिष्ठ राहण्याचा मार्ग लोकांना शिकवीत असतात आणि असे करीत प्रस्थापित राज्यसंस्थेने दिलेली शिक्षा सहन करून सत्यनिष्ठेची ज्योत तेवत ठेवतात. राज्यसंस्था आपले बळ अन्यायी पक्षाच्या मागे उभे करतील अशी सत्याग्रही क्रांतिकारकांची अपेक्षा असते. लोकशाहीत ही आकांक्षा अधिक सफल होईल म्हणून लोकशाही राज्ययंत्र आणि सत्याग्रही क्रांतिशास्त्र यांच्या आधाराने समाजात न्याय प्रस्थापना करण्यासाठी क्रांती घडवून आणता येईल, असे आचार्य जावडेकरांचे मत होते.'[८५]

स्वहित व स्वकीय हित सोडून सर्वजनहित साधण्याची तत्परता सर्वांच्या मनी असावी लागते. या वृत्ती समाजात जागृत करणे म्हणजेच 'सार्वजनिक बुद्धी' जागृत करणे होय. ही सार्वजनिक बुद्धी जागृत करण्यास केवळ बुद्धिबळ अपुरे पडते. त्याला आत्मबलाचा आश्रय घ्यावा लागतो. आत्मबलामुळेच समाजातील निरनिराळे पक्ष सत्यनिष्ठ राहू शकतात आणि जर त्यांच्यात सत्यनिष्ठा प्रखर असेल, तर प्रतिपक्षाच्या सत्तेसंबंधीची सहिष्णुता वृत्ती म्हणजेच अहिंसावृत्ती जागृत राहते. सत्यनिष्ठ मनुष्याने आपल्या मतांविषयी आग्रह धरून त्यासाठी भोगावे लागणारे क्लेश सहन केले पाहिजेत. सत्याचा आग्रह हा विशिष्ट मतांच्या आग्रहाहून श्रेष्ठ आहे. ही वृत्ती सत्यनिष्ठ व्यक्तीने धारण केली पाहिजे. या वृत्तीतूनच लोकसत्ताक राज्यांच्या सुस्थितीस लागणारे अनत्याचारी वातावरण निर्माण होऊ शकेल, असे आचार्य जावडेकरांचे मत होते.[८६]

या सत्याग्रही वृत्तीचे आणखी एक विशेषत्व आचार्य जावडेकर सांगतात, सत्याग्रही वृत्तीत अहिंसेला अग्रस्थान असले, तरी ती वृत्ती सामाजिक रूढी, राजसत्तेचे कायदे व धार्मिक बंधने या सर्वांचे उल्लंघन करून आपली अव्यभिचारी सत्यनिष्ठा जिवंत ठेवू इच्छिते हे होय.

लोकसत्ताक राज्यात सुद्धा कायदेशीर राजकारणाची मर्यादा उल्लंघन करण्याचे धोरण अन्यायाचा प्रतिकार करण्याकरता कित्येक वेळा स्वीकारणे भाग असते, हे तत्त्व मान्य केले पाहिजे, मात्र तसे करताना अत्याचारी वृत्ती फैलावून वर्गयुद्ध निर्माण होऊ नये, याची दक्षता लोकसत्तेच्या हितचिंतकांनी घ्यावयास पाहिजे. अशी दक्षता घेऊन सत्याग्रही कायदेभंग करण्याचे धोरण अवलंबीत गेल्यास लोकसत्ताक समाजात शिरलेल्या व शिरणाऱ्या अन्यायाचे उन्मूलन करणे शक्य होईल. निदान लोकसत्ताक समाजात क्रांती घडवून आणण्याचा हा एक प्रशस्त मार्ग आहे. सशस्त्र क्रांतीसाठी वर्गयुद्ध माजवून लोकसत्तेचा बळी घेण्यापेक्षा तो यशस्वी करता आल्यास मानव संस्कृतीची

प्रगती अधिक वेगाने होऊ शकेल हे निपःक्षपाती मनुष्याने मान्य करावे, असे आचार्य जावडेकरांना वाटते. मात्र सत्याग्रहींना अत्याचार व वैरबुद्धी यापासून अलिप्त राहून सामाजिक अन्यायाशी झगडत राहण्याचे शास्त्र अवगत झाल्याविना लोकसत्ताक राज्याची शुद्धी होणार नाही आणि ही शुद्धी झाली नाही, तर अंती लोकसत्ताक समाजाचे तुकडे पडून वर्गयुद्ध निर्माण होईल' असा इशारा आचार्य जावडेकर देतात.[८७]

सत्याग्रही तत्त्वज्ञान हे केवळ अवास्तव ध्येयवादी असून लोकसत्तावाद व समाजसत्तावाद ही वास्तववादी तत्त्वज्ञाने आहेत, असे समजले जाते. हा दृष्टिकोन चुकीचा आहे. यासंबंधी आचार्य जावडेकर लिहितात, 'सत्याग्रही तत्त्वज्ञान वास्तववादी आहे आणि म्हणून ते समाजाच्या अंतरंग शुद्धीबरोबर त्याच्या बहिरंग शुद्धीचा म्हणजे राजकीय, आर्थिक व सामाजिक सुधारणांचाही पुरस्कार करते. तसेच लोकसत्तावाद व समाजसत्तावाद ही केवळ वास्तववादी तत्त्वज्ञाने नसून तीही ध्येयवादी आहेत. प्रत्येक सामाजिक तत्त्वज्ञानात वास्तववाद व ध्येयवाद यांचा समन्वय व्हावा लागतो. तसा तो या तीनही तत्त्वज्ञानात झालेला आहे. एवढे खरे की, या तीन तत्त्वज्ञानांपैकी सत्याग्रही तत्त्वज्ञानांत ध्येयवाद अधिक प्रमाणात आहे आणि म्हणून सामान्य मनुष्यांच्या तत्त्वनिष्ठेवर व अनत्याचारी वृत्तीवर त्याची अधिक श्रद्धा आहे. तथापि, सत्याग्रहीला राजकीय व्यवहार आचरावयाचा असल्याने विशिष्ट परिस्थितीत समाजात किती आत्मबल निर्माण झाले आहे, हे पाहूनच त्याला आपले व्यवहार करावे लागतात. कोणत्याही विशिष्ट परिस्थितीत हे आत्मबल किती प्रमाणात जागृत झाले आहे, यासंबंधी सदैव मतभेद होऊ शकतील. म.गांधींच्यावर अनेक वेळा हिमालयप्रायं चुका केल्याचे मान्य करण्याचे प्रसंग आले ते यामुळेच! सत्ययुगाचे ध्येय सतत डोळ्यांपुढे ठेवून त्या दिशेने मानव संस्कृतीची प्रगती कशी होत राहील याची चिंता सत्याग्रहीने केली पाहिजे.'

धनप्रधान लोकसत्तेपेक्षा समाजवादी लोकसत्ता ही समाजाच्या धारणेस व आत्मबलाच्या अहिंसक सत्यनिष्ठेच्या वृद्धीस अधिक अनुकूल आहे, हे सत्याग्रही तत्त्वज्ञानास मान्य करणे भाग आहे. आज समाज दंडशक्तिशिवाय चालू शकत नाही, हे मान्य करूनसुद्धा दंडहीन समाजाचे ध्येय पुढे ठेवून सत्याग्रहींनी आपले व्यावहारिक धोरण वास्तववादी दृष्टीने आखून घेतले पाहिजे.[८८]

समाजवाद हा लोकशाही स्वरूपाचा आणि विकेंद्रित आर्थिक घटनेचा असला पाहिजे, असा गांधीजींचा आग्रह होता. हे घडण्यासाठी आर्थिक व सामाजिक क्रांतीचे साधन सत्याग्रह हेच असले पाहिजे, असे गांधीजींचे मत होते. समाजवाद म्हणजे असंग्रहाची संस्थापना असे न म्हणता अस्तेयाची संस्थापना असे का म्हणायचे याचे स्पष्टीकरण आचार्य जावडेकर पुढीलप्रमाणे करतात– 'असंग्रह आणि अस्तेय या दोहोंत एक फरक आहे. अस्तेय म्हणजे दुसऱ्याच्या श्रमाचे फळ लुबाडून न घेणे. आपला संग्रह

वाढविण्याचा स्तेय एक मार्ग आहे. परंतु, अशी संपत्ती स्वतःच्या श्रमाने वाढविली, तरीही तिचा संग्रह आवश्यक गरजांच्या पलीकडे करू नये, ही कृती असंग्रह वृत्तीच्या बुडाशी आहे. हा भेद लक्षात घेतल्यानंतर समाजवादाची प्रस्थापना करणे म्हणजे असंग्रहाचे तत्त्व समाजावर लादणे नव्हे. समाजवाद असंग्रहाचे तत्त्व कायद्याने लादू इच्छित नाही, तर केवळ स्तेयाचे तत्त्वच कायद्याने थांबवावे यावरच त्यांचा कटाक्ष आहे. दुसऱ्यांच्या श्रमाचा अपहर हा कायद्याने थांबविणे जितके शक्य आहे तितका स्वतःच्या श्रमांच्या फळाचा अपहर कायद्याने थांबविणे शक्य नाही. हे समाजवाद्यांनाही समजते. तसा प्रयत्न केल्यास श्रम करणाऱ्या फलाकांक्षी लोकांना श्रम करण्यास उत्तेजन मिळणार नाही. हे लक्षात घेऊन प्रत्येकास त्याच्या श्रमाच्या प्रमाणे व प्रकाराप्रमाणे कमी अधिक संग्रह करू देणे आज आवश्यक आहे. हे व्यवहार दृष्ट्या समाजवाद्यांनी मान्य केले आहे, म्हणून समाजवाद म्हणजे अस्तेयाची संस्थापना असेच म्हणावे लागेल.''[८९]

अर्थात, सत्याग्रहाची दृष्टी याच्याही पुढे गेली असून त्या दृष्टीने सर्वच संग्रह हे स्तेय आहे, असे काही लोक म्हणतात. पण आचार्य जावडेकरांच्या मते, तसे म्हटल्यास स्तेय आणि संग्रह यातील भेदच नष्ट होतो. कारण, 'अकष्टार्जित संग्रह ही चोरी आहे व ती कायद्याने बंद करता येणे शक्य आहे. अकष्टार्जित संग्रह यालासुद्धा चोरीच म्हणता येईल, कारण समाजाच्या सहकारावाचून कोणताही संग्रह आपणास करता येणार नाही. परंतु व्यवहार व कायद्याच्या दृष्टीने संग्रहाचे कष्टार्जित व अकष्टार्जित असे भाग करणे आज आवश्यक असून अकष्टार्जित संग्रहाचे जे कायदेशीर मार्ग आज उपलब्ध आहेत ते कायद्याने बंद करावेत आणि कष्टार्जित संग्रहाच्या बाबत हृदयपरिवर्तनाचा मार्ग स्वीकारावा, असे धोरण समाजवादात अभिप्रेत आहे. चोरीच्या बाबत चोराच्या हृदयपरिवर्तनावर कोणतीही राज्यसंस्था अवलंबून राहात नाही. त्याचप्रमाणे दुसऱ्याच्या श्रमाचे फळ लुबाडून जो धनसंग्रह भांडवलदारी पद्धतीत घडत आहे, तो कायद्याने बंद पाडण्याच्या कामी धनिक वर्गाचे हृदयपरिवर्तन करण्यासाठी, सत्ताधाऱ्यांनी विलंब लावणे म्हणजे सामाजिक स्तेयाचे संरक्षण करणे हेच होय, अशी समाजवादी दृष्टी आहे.'[९०] म.गांधी धनिकांचे हृदय परिवर्तन करावे असे म्हणत असले, तरी या धनिक वर्गाने आपला धनसंग्रह समाजाला अर्पण केला पाहिजे व तो त्याने न केल्यास त्या उत्पादनपद्धतीविरुद्ध अनत्याचारी असहकाराने व सत्याग्रही निष्ठेने शेतकरी, कामकरी वर्गाला मालक वर्गाशी झगडावे लागेल, असेही म.गांधींनी म्हटले आहे. हे आचार्य जावडेकर निदर्शनास आणून देतात. या मार्गाने समाजाची आर्थिक घटना जेव्हा श्रम, अस्तेय आणि असंग्रह या तत्त्वावर उभारली जाईल, तेव्हाच खरा अहिंसक समाज आणि खरी अहिंसक लोकशाही निर्माण होईल, असे म.गांधीजींचे मत होते. अहिंसाधिष्ठित

लोकशाही (Democracy based on non-violence) या म.गांधींच्या सत्याग्रह शब्दांचा अर्थ इतका व्यापक आहे की अहिंसक आर्थिक घटना निर्माण होईपर्यंत लोकशाही राज्यात खरी न्याय संस्थापना होणार नाही. आर्थिक घटनेतील ही अहिंसक क्रांती हे न्याय संस्थापनेचे खरे साधन असून ती क्रांती सत्याग्रही मार्गाने घडवून आणणे म्हणजेच अहिंसेच्या साधनाने सत्याची उपासना करणे होय. म.गांधींच्या व्यापक धर्मनिष्ठेत अथवा सत्याग्रही जीवननिष्ठेत अशी राष्ट्रीय लोकशाहीची राजकीय क्रांती अंतर्भूत झाली आहे, असे आचार्य जावडेकरांचे मत होते.[११]

लोकशाहीतही शिक्षेची यंत्रणा असते. सत्याग्रहींनी शिक्षेच्या भीतीने नव्हे, तर समाजहित दृष्टीने 'मी कायदे पाळीन' अशी भावना स्वतःच्या आचरणाने नागरिकांत निर्माण केली पाहिजे, असे आचार्य जावडेकरांना वाटत होते. तुरुंग, लष्करे नाहीसे करण्यासाठी अंतःकरणाची शक्ती वाढविणे जरुरीचे आहे. अशा तऱ्हेचे नागरिक निर्माण झाले, तरच समाजवादाचे स्वप्न पुरे होईल. हे घटनेने व कायद्याने होणार नाही. हे सत्याग्रहीच करू शकतील. असे युग म्हणजेच सत्ययुग ! अशा सत्याग्रहींनी सत्ता व संपत्ती यापासून अलिप्त राहून समाजसेवा केली पाहिजे. सत्याग्रही हा नेहमीच क्रांती प्रवण राहील. सत्याग्रही क्रांतिकारक निर्माण झाले तर समाजवाद येईल. पण समाजवाद निर्माण झाला तर सत्याग्रही निर्माण होईलच असे नाही. हे आचार्य जावडेकरांनी निदर्शनास आणून दिले.[१२]

सत्याग्रह हे अंतरंग व बाह्यरंग क्रांतीचे मूळचे शास्त्र असल्यामुळे त्याच्या आश्रयाने सामाजिक अन्यायाची मुळेच खणून काढण्याचा प्रयत्न करता येतो. या बाह्यांग क्रांतिच्या प्रयत्नातच भावी काळातील आत्मराज्यांचा पाया घातला जात आहे.[१३]

समाजाला आत्मसत्तेचे स्वरूप प्राप्त होणे हे सत्याग्रहाचे अंतिम ध्येय असले, तरी आज धनप्रधान लोकसत्तेतून समाजवादी लोकसत्तेत प्रवेश करणे हेच निकटवर्ती ध्येय आहे. हे सत्याग्रही तत्त्वज्ञानास मान्य आहे. समाजवादी लोकसत्तेचे राज्ययंत्रही गळून पडले पाहिजे आणि समाजाला सर्वांगीण मुक्तावस्था प्राप्त झाली पाहिजे. हे समाजवादाचे ध्येय आहे. ते या अवस्थेला 'अराज्यक' अवस्था असे नाव देतात, पण ही अराजक अवस्था नसून आत्मसत्ताक अवस्था असली पाहिजे, हे तत्त्व समाजवाद्यांनी ओळखले पाहिजे. आत्मसत्तेची आध्यात्मिक दृष्टी प्राप्त झाल्याशिवाय समाजवादी लोकसत्तेचे राज्ययंत्र गळून पडणार नाही. या आध्यात्मिक वृत्तीतच भौतिक सुखाचा त्याग करण्याची, बौद्धिक व आत्मिक सुखाच्या वृद्धीकडे लक्ष लावण्याची शक्ती आहे. समाजवादालाही भौतिक सुखाचा सामाजिक परिग्रह एकसारखा वाढवीत जाण्याचे ध्येय अभिप्रेत नसून समाजाला भौतिक गरजांच्या समस्यांतून मुक्त करण्यासाठीच तो

समाजसत्तेची प्रस्थापना करू इच्छित असतो. हा भौतिक सुखाचा परिग्रह किती असावा हे निरनिराळ्या समाजांच्या भौतिक बाह्य परिस्थितीवर व आत्मिक-बौद्धिक विकासावर अवलंबून राहील असे आचार्य जावडेकरांचे मत होते.[१४]

समाजवादी लोकसत्तेनंतर आत्मसत्तेच्या दिशेने होणारी प्रगती भारतात अधिक झपाट्याने होईल आणि भौतिक सुखाचा परिग्रह वाढविण्याच्या मोहातून मुक्त होऊन सत्यसंशोधनाच्या संवर्धनातही उच्च सुख अनुभवविण्यातच मानव संस्कृतीचे खरे रहस्य आहे हे जगाला दाखवून देण्याचे कार्य भारतीय समाजवाद सत्याग्रही नेतृत्वाखाली करू लागेल, असे आचार्य जावडेकरांचे मत होते. या सत्याग्रही समाजवादातून मानव संस्कृतीला आत्मसत्ताक राज्य दिसू लागेल आणि या आत्मसत्तेच्या दिग्दर्शनाचा आश्रय करून मानव संस्कृतीची प्रगती झपाट्याने सत्ययुगाकडे होऊ लागेल, असा आशावाद आचार्य जावडेकरांना वाटत होता.[१५] आचार्य जावडेकरांच्या मते, ''राज्यसंस्था नष्ट करण्यापूर्वी मानव समाजातील सर्व शस्त्रबल न्यायबुद्धीने बनविलेल्या कायद्यांच्या अंकित कसे राहिल हे पाहिले पाहिजे. हे करण्यास सार्वराष्ट्रीय राज्यसत्ता निर्माण करून निरनिराळ्या राष्ट्रांना शस्त्रसंन्यास घेण्यास भाग पाडले पाहिजे. मात्र याची घटना लोकसत्ताक समाजवादी करावी लागेल. समाजात सत्याग्रही मार्गाने न्यायाची स्थापना केली, म्हणजे न्यायांकित शस्त्रबलाचाही उपयोग करण्याचा प्रसंग राजसत्तेवर येणार नाही. याच मार्गाने जात असता न्यायांकित शस्त्रबल व सत्याग्रही आत्मबल या दोहोंच्या सहकार्याची समाजाला आवश्यकता राहील, मात्र न्यायांकित शस्त्रबळ बहुजन समाजाचा नैतिक पाठिंबा असणाऱ्या पक्षाच्या हाती असावे. समाजातील प्रत्येक व्यक्तीस इतर पक्ष संघटित करण्याचे स्वातंत्र्य असावे आणि सत्ताधारी पक्षाला जनतेने दिलेला पाठिंबा नष्ट होताच त्याच्या हातची सत्ता जाऊन ज्या पक्षास पाठिंबा मिळाला असेल, त्या पक्षाच्या हाती सत्ता द्यावी. ही राज्यपद्धती नष्ट व्हावयाची तर भांडवलशाहीचा अंत झाला पाहिजे. धनोत्पादनाची सर्व साधने समाजाच्या स्वामित्वाची बनली पाहिजेत. मानव समाजातील वर्गभेद नष्ट करून एकवर्गीय समाजरचना प्रस्थापित करण्यात आली पाहिजे.''[१६]

आचार्य जावडेकरांच्या मते, जोपर्यंत समाजात राज्यकर्ते आणि प्रजाजन असा भेदभाव आहे, तोपर्यंत राजधर्म, प्रजाधर्म आणि यतिधर्म हे धर्म शिल्लक राहणार आहेत. यतिधर्मात स्वसंरक्षणार्थ देखील हिंसेस स्थान नसते. प्रजाधर्मात जिथे राजा संरक्षण करू शकत नाही, तेथे स्वसंरक्षणाचा हक्क म्हणून अपरिहार्य हिंसा करावी लागते. पण हिंसा हे त्यांचे उद्दिष्ट नाही. आत्मबलाच्या साहाय्याने अहिंसा नष्ट करण्यास त्यांनी झटले पाहिजे. ते लिहितात, 'प्रजेमध्ये आत्मबल निर्माण करून त्याच्या आधारे सामाजिक व्यवहार करण्याचे शिक्षण जनतेला देत राहिले, म्हणजे प्रजाधर्मातील हिंसा नष्ट होते.

असे होता होता राजसत्तेच्या हातातील शस्त्रबळ निरुपयोगी बनून गंजून जाईल आणि अंती ज्याप्रमाणे सर्प आपली कात टाकून देतो, त्याप्रमाणे समाज राज्यसंस्थारूप आपले संघटित शस्त्रबळ निरुपयोगी म्हणून टाकून देईल.''[१७]

दंडहीन समाज लगेच स्थापन होणार नाही. अराज्यवादाचे ध्येय आपल्या जीवनात शक्य तितके मूर्त स्वरूपात आणण्याचा प्रयत्न करणारे सत्याग्रही लोकसेवक समाजांत आत्मबलाची जागृती व संघटना करून त्याचा प्रभाव प्रचलित राजकारणावर पाडू लागतील, तर अनियंत्रित राजसत्तेचे लोकसत्तेत रूपांतर करता येईल. सत्याग्रहाच्या प्रयोगावरून अराज्यवादाचे संपूर्ण ध्येय जरी मूर्त स्वरूपात आले नाही, तरी त्या ध्येयाच्या उपासकांस जनतेतील आत्मबल जागृत करून विकेंद्रित लोकशाही समाजवाद स्थापन करता येईल.[१८]

यतिवर्ग : सत्याग्रही समाजवादाच्या दृष्टिकोनातून त्याचे महत्त्व

सामाजिक दृष्ट्या परिवर्तनाचे कार्य करण्यास लोकशाही राज्यांतील मूलभूत राष्ट्रीय स्वातंत्र्य आणि बहुसंख्याक पक्षाच्या हाती राजदंड असावा ही व्यवस्था असली पाहिजे. या गोष्टी असतानाही वर्गविग्रहाने समाज दुभंगला असता दोन वर्गांचे दोन पक्ष निर्माण होऊन त्याच्या वृत्तीमध्ये अहंकार जागृत झाला, तर त्या अहंकाराला चेतावून अथवा दहशतीने दुसऱ्या वर्गाला दडपून टाकून राजदंड काबीज करण्याचे प्रयत्न सुरू झाले, तर या प्रयत्नांत समाजाच्या न्यायबुद्धीचे राज्य नष्ट होते. एकपक्षीय लष्करशाही निर्माण होण्याच्या नादी लागलेले वर्गनिष्ठ पक्ष साधन शुद्धीचा सिद्धांतही झुगारून देतात. यासाठी सत्तासंपादनाच्या स्पर्धेपासून अलिप्त असणारे, निरनिराळे पक्ष सत्ता संपादनाचे प्रयत्न करीत असताना कोणाकडूनही मूलभूत राष्ट्रीय स्वातंत्र्य व लोकशाही यांना धक्का लावण्यास त्या पक्षाला आपल्या आत्मबलाने विरोध करणारे आणि विधायक लोकसेवेने जनतेचे अंतःकरण तिच्यावरील उत्कट प्रेमाने वश करणारे, सत्याग्रही वर्ग अथवा लोकसंघ समाजात असावेत असे म.गांधींचे मत होते.[१९]

या अशा दोन किंवा अधिक पक्षांव्यतिरिक्त एक लोकसेवक संघ स्थापन होऊन त्याने जनतेमध्ये पक्षातीत राजकारण व लोकशाही राज्य शाबूत ठेवण्याची कृती निर्माण केली तर लोकशाही टिकून एकवर्ग समाज स्थापन करण्याचा मार्ग सापडू शकेल. अशा लोकशाही पद्धतीने समाजवादाची स्थापना करणारा पक्ष अधिकारावर येऊन तो भांडवलदार पद्धती मोडून एकवर्ग समाज स्थापन करील; त्याने असे केले नाही तरी तो आपली अनियंत्रित सत्ता जनतेवर लादू शकणार नाही, असे आचार्य जावडेकरांचे मत होते, कारण जनतेचे आत्मबल संघटित करणारी सत्याग्रही संस्था त्याला तसे करू देणार नाही.

अशा प्रकारे लोकशाही राज्यांत जर लोकसेवक सत्याग्रही संघाची संस्थापना झाली आणि तिने प्रजेचे प्रभुत्व कायम टिकवले, तर समाजवादी क्रांति करून लोकशाही पद्धती टिकवणे शक्य आहे, असे तात्त्विक दृष्टीने मान्य करावे लागेल, असे आचार्य जावडेकरांचे मत होते.[१००]

सत्याग्रही लोकसेवक संघ प्राचीन यतिवर्गाप्रमाणे अहिंसा व अपरिग्रहाचे व्रत आचरणारे असले पाहिजेत, तरच अहिंसेने सत्याची स्थापना होईल, मात्र सत्याग्रह हा समाजापासून अलिप्त राहण्याचा धर्म नाही. सत्याग्रही लोकसेवक संघाची कामे आचार्य जावडेकर पुढीलप्रमाणे सांगतात, 'समाजात जे अन्याय रूढ असतील, त्याचा प्रतिकार सत्यनिष्ठेने व अहिंसेने कसा करता येतो हे अन्यायपीडित लोकांस दाखवून देणे, त्यांना अन्यायाशी संघटित असहकार करण्याचे, स्वावलंबनाचे व प्रत्यक्ष प्रतिकार करण्याचे शिक्षण देणे, हे त्यांनी नित्य आपले कर्तव्य मानले पाहिजे. असे करीत असताना तो अन्याय ज्यांच्याकडून होत असेल, त्यांना तो बुद्धिबळाने व आत्मबलाने पटवून द्यावा. त्यांच्यातील आत्मबल किंवा न्यायबुद्धी जागृत करण्याचे शक्य ते प्रयत्न करीत राहावे आणि आपण चालू ठेवलेले संघर्ष हा वैयक्तिक वा वर्गीय स्वार्थाचा प्रश्न नसून तो न्याय प्रस्थापनेचा व समाजधारणेचा म्हणजे धर्म संस्थापनेचा प्रश्न आहे, हे सिद्ध करीत राहावे हा सत्याग्रही अर्थ आहे.'[१०१]

सत्याग्रहाच्या दृष्टिकोनातून अहिंसेच्या प्रचाराचा प्रारंभ यतिधर्मापासून होतो व नंतर प्रजाधर्मातून राजधर्मात त्याचा प्रवेश होतो हे ओळखून सत्याग्रहींनी वर्तन करीत राहिले पाहिजे. राज्यक्रांती हा प्रजाधर्मातील विषय आहे व ती राज्यक्रांती अहिंसेने कशी घडवून आणावी हे दाखवून देण्याची जबाबदारी सत्याग्रही यतींवर आहे. ही जबाबदारी त्याने पार पाडल्यास राज्यक्रांतीसाठी करावी लागणारी हिंसा प्रजाधर्मातून नष्ट होईल. अनियंत्रित राजसत्तेतून लोकशाहीत आणि भांडवलप्रधान लोकशाहीतून समाजसत्ताक लोकशाहीत समाजाला नेताना हिंसा टळेल आणि या बाह्यांगातील क्रांतीबरोबरच समाजाच्या अंतरंगातही क्रांति घडून येऊन आत्मराज्याची पूर्ती होऊ शकेल.

सत्ता व आर्थिक विकेंद्रीकरणाविषयी सत्याग्रही समाजवाद्यांची मते

समाजसत्ताक लोकशाही व सत्ता विकेंद्रीकरण

लोकशाहीत व्यक्तिस्वातंत्र्याचा लाभ प्रत्येकास मिळतो. या लोकशाही समाजसत्ताक अवस्थेतील समाजाच्या आर्थिक, राजकीय व सामाजिक जीवनाचे दिग्दर्शन आचार्य जावडेकरांनी पुढीलप्रमाणे केले आहे, 'कारखाने जमिनीस इ. धनोत्पादनाची साधने सार्वजनिक मालकीची झाल्या समाजात मालकी हक्कांवर बिन

कष्टाने जगण्याचा हक्क कोणासही मिळणार नाही. द्रव्यार्जन करण्यासाठी प्रत्येकास समाजाची प्रत्यक्ष सेवा करणे हा एकच मार्ग उपलब्ध राहून व्याज, खंड, नफा हे आजच्या समाजात कायदेशीर गणलेले अकष्टार्जित धनसंपादनाचे मार्ग बंद होतील. अर्थात, भांडवलदार व कामगार हा वर्गभेद नष्ट होऊन सर्वच समाजाचे सेवक बनतील आणि सामाजिक संपत्तीचे सर्वच मालक बनतील. बाल, रुग्ण आणि वृद्ध यांची देखभाल करण्यास लागणाऱ्या खर्चाचा भार समाजाच्या सामाजिक उत्पन्नातून वसूल केला जाईल. आणि शिक्षण, आरोग्य व नैतिक उन्नती यांची सर्वांस सारखी संधी मिळू लागेल. श्रमविश्रांती आणि उद्योग यांची विभागणी समाज आणि न्याय तत्त्वावर होऊन प्रत्येकाच्या श्रमाचा मोबदला किती असावा हे समाजामार्फत ठरवले जाईल. अर्थात हे धोरण ठरविताना राज्यपद्धती लोकशाहीची असल्याने प्रत्येकास आपले मत समाजापुढे मांडता येईल. तसेच प्रत्येक कारखान्यात काम करणाऱ्यांना व प्रत्येक धंद्यातील लोकांना आपल्या परिस्थितीचे नियंत्रण करण्याचे मर्यादित स्वातंत्र्यही देण्यात येईल. आणि सर्व सत्ता एकाच मध्यवर्ती सरकारात केंद्रीत न करता ती प्रत्येक विभागात आणि व्यवसाय संघात विभागून देण्यात येईल. हे सत्तेचे विकेंद्रीकरण स्थानिक स्वराज्य व व्यावसायिक स्वराज्य (Local and functional self-government) स्थापून करण्यात येईल. या सत्तेच्या विकेंद्रीकरणाप्रमाणे औद्योगिक विकेंद्रीकरणही शक्य तितके करण्यात येईल. असे केल्याने समाज यंत्र अधिक संकीर्ण न होता त्यातील प्रत्येक विभाग स्वावलंबी, स्वयंशासित आणि शक्यतो स्वयंपूर्ण बनेल आणि आपला सर्वांगीण विकास करण्याची संधी सर्व समाजधारकांस व व्यक्तींस समानतेने मिळत जाईल. अशा समाजात सर्वांना खरे व्यक्तिस्वातंत्र्य उपभोगता येईल आणि आपल्या व्यक्तिस्वातंत्र्याचा दुरुपयोग इतरांची लुबाडणूक करण्यासाठी कोणासही करता येणार नाही. तसेच योग्य श्रम करून प्रत्येकास आपल्या स्तेय गरजा श्रम करून भागविण्याची सोय समाजामार्फत होत राहिल्याने प्रत्येकाच्या जीवनास शाश्वती आणि निश्चिती येईल. आपल्या वृद्धावस्थेची, रुग्णावस्थेची व मुलाबाळांच्या शिक्षणाची व्यवस्था समाजामार्फत होणार आहे, अशी हमी मिळाल्यावर व्यक्तीची धनार्जनाची हाव कमी होईल. संचय करण्याची आवश्यकता राहणार नाही. विद्या, कला आणि संस्कृती यांच्या संवर्धनाकडे व निष्काम लोकसेवेकडे आपल्या शक्तीचा विनियोग करण्याची सामाजिक बुद्धी अधिक वाढेल आणि जीवनधारणार्थ इतरांशी स्पर्धा करण्याची पद्धत नष्ट झाल्याने समाजातील इतरांसंबंधी हेवा, असूया, द्वेष या भावना नष्ट होऊन सर्वांच्या अंतःकरणाचा खरा विकास होईल. सहकार्याने, सेवेने व सत्याने भौतिक सुखं प्राप्त होतात असा अनुभव सर्वांना येऊ लागला, म्हणजे अंतःकरणातील दुष्ट, स्वार्थी, संकुचित वृत्ती नाहीशा होतील. आणि परार्थातच स्वार्थ साधतो असा अनुभव बराच काळ आल्यानंतर मनुष्यस्वभाव आणखीन

नि:स्वार्थी बनू लागेल. या उच्च स्वभावाचा विकास झाल्याने परार्थी केवळ जड, भौतिक सुखांपेक्षा, मानसिक, बौद्धिक आणि आत्मिक सुखाची आवड वाढू लागेल आणि आपल्या हीन वृत्तीचा संयम करून कलोपासना, सत्यसंशोधन आणि साधुत्वसंवर्धन करण्यातील श्रेष्ठ प्रतीचा आनंद घेण्यांतच खरा व्यक्तिविकास व खरे व्यक्तिस्वातंत्र्य आहे असे लोकांना वाटू लागेल.''[१०२]

समाजवादी धोरणाच्या व ध्येयाच्या पोटपक्षाकडे जातील अशी खटपट सत्याग्रही वृत्तीच्या सर्व लोकांनी केली पाहिजे. केवळ चरखा, बैलाचे घाणे आणि लाकडी नांगर यांनी आजच्या जगात संपन्न, सुसंस्कृत आणि निरोगी ग्रामराज्ये स्थापन करता येणार नाहीत, हे ओळखून आधुनिक व भौतिक दृष्टिकोन डोळ्यांसमोर ठेवला पाहिजे. आचार्य जावडेकर म्हणतात, 'समाजाच्या विकासासाठी सहकारी पद्धतीने शेती व उद्योगधंदे, भौतिक विद्या आणि यंत्रकला यांचा भरपूर उपयोग करून घेतला पाहिजे. विजेची शक्ती प्रत्येक खेड्यापर्यंत पोहोचली पाहिजे. या शक्तीच्या जोरावर चालणारे लहान लहान कारखाने प्रत्येक खेड्यात स्थापन झाले पाहिजेत. पण त्या कारखान्यांची मालकी कोणाही एका किंवा अनेक भांडवलदारांची असता कामा नये. सर्व गावांची मालकी या गावांतील कारखान्यांवर व गावाच्या सर्व जमिनीवर झाली पाहिजे. जमीनदार, कारखानदार, सावकार आणि दुकानदार हे वर्ग आम्हास मुळीच नको आहेत. गावाची दुकानदारी, गावाची कारखानदारी, गावाची सावकारी आणि गावाची जमीनदारी गाव राज्यांकडे आली पाहिजे. शेतात किंवा कारखान्यांत काम केल्याशिवाय कोणाही सुदृढ अथवा प्रौढ व्यक्तीला पैसा मिळविण्याचा एकही मार्ग उरता कामा नये. जो माल बाहेर नेऊन विकावयाचा असेल व बाहेरचा जो माल गावात आणून विकावयाचा असेल त्याचा सर्व व्यवहार आणि ने आण सरकारी नोकरांमार्फत झाली पाहिजे. गावातील दुकाने सहकारी पद्धतीने चालू शकतील. बाहेर जाणारा व आत येणारा माल वाहून नेण्या आणण्याचे काम सहकारी संस्था करू शकणार नाहीत. हे काम प्रांतिक सरकारच्या मोटारींतून होऊ शकेल. म्हणून मोटारीचा सर्व धंदा प्रांतिक सरकारने आपल्या मालकीचा बनवला पाहिजे. आगगाड्या व आगबोटी हे धंदे राष्ट्रीय सरकारच्या मालकीचे झाले पाहिजेत. तसेच गावच्या गरजा भागविणारे कारखाने, आणि ठोकळ व्यापार यांच्यावर प्रांतिक सरकारची मालकी व नियंत्रण असले पाहिजे. प्रांताबाहेर, देशाबाहेर जाणाऱ्या व बाहेरून आत येणाऱ्या मालाची वाहतूक व व्यापार यावर राष्ट्रीय सरकारचे स्वामित्व व नियंत्रण राहिले पाहिजे. असे केल्यावाचून जनतेच्या गरजांप्रमाणे मालाची निपज व ने-आण होणार नाही. तसेच ऐतखाऊ मालक वर्ग नष्ट झाल्यावाचून जनतेचे रक्तशोषण थांबणार नाही. म्हणून कारखानदार, जमीनदार व सावकार, दुकानदार हे वर्ग नष्ट केले पाहिजेत. हे सत्याग्रहाच्या निःशस्त्र क्रांतिच्या

राजकारणाने निश्चित नष्ट होतील.'[१०३] यालाच आचार्य जावडेकर 'सत्याग्रही समाजवाद' असे म्हणतात.

प्रत्येक प्रांत, प्रत्येक प्रांत विभाग व शक्य तर प्रत्येक तालुक्याएवढा प्रदेश औद्योगिकदृष्ट्या स्वावलंबी बनवला पाहिजे. ज्या वस्तू ज्या ठिकाणी निपजणे अशक्य आहे आणि ज्यांची जागा तत्सम दुसऱ्या वस्तू भरून काढू शकत नाहीत, तेवढ्याच वस्तु इतर ठिकाणांहून आणण्याची सामुदायिक व्यवस्था झाली पाहिजे. तसेच राजसत्तेच्या दृष्टीनेही असे प्रत्येक राष्ट्रघटक शक्य तितके स्वावलंबी व स्वयंपूर्ण बनवले पाहिजेत. समाजाच्या स्वामित्वाचे जे धंदे बनले असतील त्या सर्व धंद्यांतील लोकांना व्यवसायस्वातंत्र्य देऊन त्यांच्यावर त्या धंद्यांची सुधारणा व वाढ करण्यांची जबाबदारी टाकण्यांत आली पाहिजे. स्थानिक व व्यावसायिक स्वराज्य, स्थानिक स्वावलंबन व स्वयंपूर्णता यांची शक्य तितकी वाढ झाली, तरच खरी लोकसत्ता व खरी समाजसत्ता यांचा विकास होऊन व्यक्तीचे व राष्ट्रांचे, स्वातंत्र्य व समता यांचे संरक्षण होऊ शकेल. तात्पर्य, लोकसत्ता व समाजसत्ता या तत्त्वांप्रमाणेच राजकीय व औद्योगिक सत्तेचे विकेंद्रीकरण, स्थानिक व व्यावसायिक स्वराज्याचा परिपोष ही तत्त्वे ही न्याय्य समाजरचनेसाठी आधारभूत गणली गेली पाहिजेत.

समाजाची आर्थिक घटना नियोजनबद्ध बनली पाहिजे आणि त्यांच्या गरजांप्रमाणे उत्पादनतंत्र चालू राहिले पाहिजे. हे तत्त्व समाजवादात अंतर्भूत झालेच आहे. पण हे तत्त्व योग्य प्रकारे व्यवहार्य होण्यास प्रत्येक स्थानिक प्रदेश आपआपल्या आर्थिक गरजा भागविण्याच्या दृष्टीने शक्य तितका स्वयंपूर्ण व स्वावलंबी बनला पाहिजे. आणि राजसत्तेप्रमाणे धनसत्तेचेही केंद्रीकरण होता कामा नये. या तत्त्वाला समाजवादाने द्यावे तितके महत्त्व अद्यापि दिलेले नाही, पण व्यक्तिस्वातंत्र्य व लोकसत्ता यांच्या संरक्षणास व संवर्धनास याची फार आवश्यकता आहे. सत्याग्रही अर्थशास्त्राने या मुद्याला विशेष महत्त्व दिले असून समाजातील हिंसामय राजसत्तेचा आत्यंतिक लोप करणाऱ्या त्यांच्या अंतिम ध्येयास अनुरूप असेच हे तत्त्व आहे, हे आचार्य जावडेकर निदर्शनास आणून देतात.

सत्याग्रही अर्थशास्त्राला आज हिंदुस्थानात केवळ हस्तव्यवसायी ग्रामोद्योगाच्या संघटनेचेच स्वरूप प्राप्त झाले आहे; पण त्यामुळे समाजाच्या अर्थेषणाचा विकास होण्यास योग्य तो अवसर मिळणार नाही. या दृष्टीने सत्याग्रही अर्थशास्त्रात यांत्रिक धनोत्पादनाला व भौतिक शक्तीच्या उत्पादक कार्याला महत्त्वाचे स्थान द्यावे लागणार आहे, असा आधुनिक दृष्टिकोन आचार्य जावडेकर स्वीकारतात.[१०४]

आत्मसत्तेचे अंतिम ध्येय गाठण्यास आर्थिक व राजकीय सत्तेचे शक्य तितके विकेंद्रीकरण केले पाहिजे आणि सामुदायिक यांत्रिक धनोत्पादनाचा आश्रय केला, तरी

प्रत्येक देश व विभाग औद्योगिक दृष्ट्या शक्यतितका स्वयंपूर्ण व स्वावलंबी बनविला पाहिजे. समाजवादी लोकसत्ता प्रस्थापित झाली, तरी प्रादेशिक स्वयंपूर्णतेचे आणि राजकीय आर्थिक विकेंद्रीकरणाचे ध्येय स्वीकारल्याशिवाय खरे स्वातंत्र्य, समता व बंधुभावना यांचे साम्राज्य निर्माण होणार नाही. आणि समाजातील सर्व घटकांचा व प्रदेशांचा सर्वांगीण विकास होणार नाही. सत्तेचे व संपत्तीचे केंद्रीकरण झाले असता समाजवादी लोकसत्तेखाली ही सत्तेची केंद्रे आपल्या हाती घेऊन एखाद्या पक्षास लोकहिताच्या मिषाने सर्व समाजावर बलात्कार करणे अगदी सहज शक्य आहे. ही आपत्ती टाळून समाजाची प्रगती आत्मसत्तेच्या दिशेने होत राहण्यास प्रादेशिक स्वयंपूर्णता व प्रादेशिक स्वावलंबन ही तत्त्वे औद्योगिक घटनेत अवलंबविली पाहिजेत. तसेच प्रादेशिक स्वयंपूर्णतेचा अवलंब केल्याने शेती व इतर उद्योगधंदे यांचाही योग्य प्रकारे समन्वय करता येऊन समाजातील सर्व लोकांना शेतात व कारखान्यांत दोन्हीकडे काम करण्याची संधी मिळेल. शेतावरील कामाप्रमाणेच बौद्धिक श्रम व शारीरिक श्रम यांचाही समन्वय समाजात दिसू लागला पाहिजे. हे होण्यास कारखाने खेड्यांत गेले पाहिजेत. ते वैयक्तिक स्वामित्वाचे न करता समाजाच्या स्वामित्वाचे बनले पाहिजेत. अशा प्रकारे शेती व कारखाने, शेतावरील काम व कारखान्यांतील काम, शारीरिक श्रम व बौद्धिक श्रम यांचा योग्य समन्वय सर्व प्रदेशात दिसू लागला म्हणजे श्रमविभाग व श्रमसंयोग, स्वावलंबन व सहकार्य, आरोग्य व संपत्ती, भौतिक सुख व आत्मिक समाधान या सर्वांचा लाभ सर्वांस होऊन मरणोत्तर स्वर्गसुखाची वांच्छा कोणासही उरणार नाही. प्रत्येकाच्या आत्मविश्वासास लागणारी भौतिक सुखे अनायासे मिळू लागतील. आणि त्यासाठी करावा लागणारा आजचा जीवनकलह करावा लागणार नाही, त्यामुळे मनुष्याची स्वाभाविक प्रकृति, सत्य संशोधन, सौंदर्योपासना व आत्मोन्नति यासाठीच होत राहील. या उच्च सुखांचा ध्यास लागला म्हणजे मानव समाज सर्वांगीण मुक्त अवस्थेचे ध्येय शिखर गाठू शकेल.[१०५]

आत्मसत्ताक (आदर्शराज्य) : सत्याग्रही समाजवाद्यांचे अंतिम ध्येय

ज्या सत्याग्रही तत्त्वज्ञानाच्या आश्रयाने लोकसत्तेची प्रस्थापना करता आली, त्याच्याच आश्रयाने समाजसत्तेचीही प्रस्थापना करावी लागेल. पण समाजसत्ता हा भारताचा अंतिम संदेश नव्हे. भारताचा अंतिम संदेश आत्मसत्ता हा आहे. या आत्मसत्तेची प्रस्थापना होऊन मानव समाजाला दंडधारी राजकीय सत्तेची मुळीच गरज उरली नाही; म्हणजेच खरी एकवर्ग समाजसत्ता स्थापन होणार आहे. आधुनिक काळांतील एकवर्ग समाजाचे ध्येय आणि प्राचीन ब्राह्मणांचे ध्येय यात फारसे अंतर नाही. सत्य युगात केवळ एकच ब्राह्मण वर्ग होता, त्याचप्रमाणे पुन्हा समाजाला अशी

एक वर्गी अवस्था प्राप्त व्हावी, हीच मानव समाजाची पूर्ण अवस्थेची कल्पना भारताच्या अंतःकरणात समाजवाद आत्मसात केल्यानंतर निर्माण होईल, असे आचार्य जावडेकरांचे मत होते.[१०६]

आत्मसात या शब्दाने इंद्रिय संयम आणि मनोविजय यांचा बोध होतो, तर आत्मराज्य या शब्दाने अशा इंद्रियसंयमी व मनोविजयी मानव समाजाची दंडहीन सामाजिक अवस्था सूचित होते, असे आचार्य जावडेकरांना वाटते. लोक राज्य अथवा लोकशाही समाजवाद या दोहोंनाही अंतिम दृष्टीने मानव समाजातील या आध्यात्मिक संपत्तीचा आधार असला पाहिजे, हे ओळखून म.गांधींनी लोकशाही व समाजवाद याला मान्यता दिली, परंतु हे त्यांचे अंतिम ध्येय नाही. 'आत्मराज्य' हे त्यांचे अंतिम ध्येय आहे. म.गांधींनी या ध्येयास अनुसरून जी प्रतिकारशक्ती निर्माण केली, यामुळे येथील क्रांतिकारकांचा प्रतिकारवाद हा नेहमी अहिंसक असाच राहिला.[१०७]

कोणत्याही शिक्षेच्या भीतीने किंवा बक्षिसाच्या लोभाने नव्हे, तर केवळ समाजावरील उत्कट प्रेमाने निष्काम, निर्लोभ व निर्भय वृत्तीने जे समाजसेवा करतात त्यांचा योगक्षेम चालविण्यास समाज नेहमीच तयार असतो व त्याला स्वतःच्या जीवित यात्रेचा प्रश्न फारसा नडवू शकत नाही. त्याच्या शारीरिक, मानसिक व बौद्धिक शक्तींचा योग्य विकास होण्यास लागणारा उपभोग त्याने घ्यावा, यातच त्यांचे व समाजाचे हित आहे, असे समाजाला वाटत असते आणि तोही तेवढाच उपभोग घेऊन आपल्या सर्व शक्ती समाजाला अर्पण करीत असल्याने त्याला संग्रह करण्याची दुष्ट बुद्धी कधीच होत नाही अथवा कधी झाली, तर तो त्या दृष्ट बुद्धीचा संयम करतो. समाजातील सर्वच लोक निष्काम, निर्लोभी, निर्भय बनून आपल्या सर्व शक्ती समाजाला अर्पण करतील व त्या शक्तीच्या विकासास अत्यंत आवश्यक तेवढाच धनाचा उपभोग घेतील, तर त्या समाजात व्यक्तीहित व समाजहित यात द्वैत मुळीच राहणार नाही. प्रत्येकास आपआपल्या गरजांप्रमाणे उपभोग घेता येईल आणि प्रत्येकाकडून त्यांच्या त्यांच्या शक्तीनुसार समाजाची सेवा घडत राहिल्याने सामाजिक संपत्तीत व संस्कृतीत एकसारखी भर पडत राहील. अशा समाजातील आर्थिक घटना चालू राहण्यास कायद्याचे, रूढीचे किंवा धर्माचे बाह्य बंधन असण्याची गरज असणार नाही.

स्वकर्मणा तमभ्यर्च्य सिद्धी विन्दती मानव

म्हणजे आपल्या कर्माने समाजरूपी ईश्वराची पूजा केली असता, आपणास सिद्धी मिळते, म्हणजे आपले सर्व पुरुषार्थ सफल होतात; असा अनुभव त्या त्या समाजातील सर्व व्यक्तीस अनायासे येत राहील. हा एक जीवनमुक्तांचा समाज बनेल व तो सर्व बाह्य बंधनातून मुक्त होईल, असे आचार्य जावडेकरांचे मत होते.[१०८]

सर्वबंधनातीत समाज

ज्या मानाने आत्मसत्तेचा विकास होत राहील, त्या मानाने बाह्य सामाजिक, आर्थिक व राजकीय बंधनांची आवश्यकता उरणार नाही. इतकेच नव्हे, तर धर्माच्या व परमेश्वराच्या बंधनातूनही मुक्त होऊन या समाजातील महात्मे आचार्य जावडेकरांच्या मते, पुढील उद्गार सहज स्फूर्तीने काढू लागतील.

नारायणोऽहं नरकान्तकोऽहम् ।
पुरान्तकोऽहं पुरुषोऽ हमीशः ।।
अखण्डबोधोऽ हमशेषसाक्षी ।
निरीश्वरोऽ हं निरहं च निर्मम ।।

या समाजात ईश्वरवाद व निरीश्वरवाद, जैनमत व बौद्धमत, अद्वैतवाद व द्वैतवाद, सांख्य व योग हे सर्वच तार्किकवाद अथवा कोटीक्रम मागे पडतील. सर्वच लोक विशुद्धात्मे होऊन विशिष्ट प्रकारची आत्मानुभूती अनुभवू लागतील आणि पूर्वीच्या अज्ञानयुगातील निरनिराळ्या कोटीक्रमासंबंधी तुच्छतेने पुढील उद्गार काढतील.

न सांख्यं न शैवं न तत्पाञ्चरात्रं ।
न जैनं न मीमांसकादिर्भतं वा ।।
विशिष्टानुभूत्या विशुद्धात्मकत्वात् ।
तदेकोऽ वशिष्टः शिवःकेवलोऽहम् ।।

तसेच जगत् हे असत्य आहे या भ्रमातूनही ते मुक्त होतील आणि जगन्मिथ्यावाद हा लोकांनी केवळ भौतिक सुखात मग्न होऊन राहू नये आणि त्यांनी जगताचे आध्यात्मिक स्वरूप ओळखावे, म्हणून विशिष्ट अवस्थेत करण्याचा एक उपदेश आहे, तो वेदान्ताचा अंतिम सिद्धांत नव्हे, याचीही त्यांना प्रचिती येईल. ते म्हणतील –

सत्य जगदिती भानं संसृतये स्यादपक्वचितानाम् ।
तस्मादसत्यमेतान्निखिलं प्रतिपाद्यन्ति निगमान्ता ।।
परिपक्वमानसानां पुरुषवराणां पुरातनैः सुकृतैः ।
ब्रह्मैवेदं सर्व जगदिती भूयः प्रबोधयत्येषः ।।

अशा प्रकारे एकच आत्मतत्त्व सर्वत्र भरलेले आहे आणि त्याच्यावरच आपल्या इंद्रियगुणांनी विविध जगचित्त दिसत आहे. मनोबुद्धीला अगम्य अशा आत्मतत्त्वाची ही एक अनिर्वचनीय लीला आहे, असे ते समजतील. हे जग कोणी, केव्हा, कशा करिता निर्माण केले असे प्रश्न विचारणाऱ्यांस ते पुढील उत्तर देतील.

किमिदं किमस्य रुपं कथमेतद्भूदमूष्य को हेतुः ।
इति न कदापि विचिन्त्यं चिन्त्यं मायेति धीमता विश्वम् ।।

मानव समाजाचे हे अंतिम स्वरूप त्यास प्राप्त होण्यास किती काळ लागेल हे

कोणासही सांगता येणे शक्य नाही, हे आचार्य जावडेकर मान्य करतात. तरी ते प्राप्त करून घेणे हेच आपले ध्येय आहे आणि त्याच्या प्राप्तीस सत्याग्रह हाच एक मार्ग उपलब्ध आहे, याविषयी मात्र फारसा मतभेद होण्याचे कारण नाही, असे आचार्य जावडेकरांना वाटते. हा मार्ग कोणत्या समाजास कितपत आचरता येईल याचे उत्तर त्या त्या समाजातील लोकांनाच द्यावे लागेल. परंतु हा मार्ग आज कोणासही आचरता आला नाही म्हणून त्याची योग्यता कमी होते, असे आचार्य जावडेकरांना वाटत नाही. तसेच आज ज्या समाजाला त्याचे अनुकरण करता येणार नाही, त्यांनाही कालांतराने याच मार्गाचा अवलंब केल्याविना आपले खरे कल्याण साधता येणार नाही, हे तात्त्विक व तार्किकदृष्ट्या मान्य करावे लागेल, असे आचार्य जावडेकरांचे मत आहे तेव्हा ज्यांना जितके या मार्गाने जाण्याचे सामर्थ्य असेल, त्यांनी तितके जावे आणि इतरांसही आपल्याबरोबर नेण्याचा शक्यतो प्रयत्न करावा कारण –

नहि कल्याणकृत्कश्चिद्दुर्गति तात गच्छति ।
स्वल्पमप्यस्य धर्मस्य त्रायते महतो भयात् ।।

असे या मार्गासंबंधीच म्हणता येते. परंतु जे स्वत्वाचरण करावयाचे ते खरे असले पाहिजे. ढोंग असता कामा नये, असे आचार्य जावडेकरांचे मत असून या ढोंगापेक्षा दुसरा कोणताही मार्ग बरा.[१०९] अशी आचार्य जावडेकरांनी प्रांजलपणे कबुली दिली आहे. सत्याग्रही समाजवादाचे त्यांनी केलेल्या विवेचनाचे खरोखरच प्रत्येकाने अंतरात्म्याला स्मरून आचरण केले, तर सत्याग्रही समाजवाद निर्माण होईल असे त्यांना वाटते.

आचार्य जावडेकरांनी भारतातील वेदांत तत्त्वज्ञान व म.गांधींचे तत्त्वज्ञान आणि मार्क्सचे समाजवादी तत्त्वज्ञान या तत्त्वप्रवाहांचे विस्तृत आलोचन करून सत्याग्रही समाजवादाचा सिद्धांत मांडला. आक्रमक फॅसिस्ट राष्ट्रवादाचे विरोधक होते. पाश्चिमात्य भांडवलशाही आणि व्यक्तिवादी लोकसत्ताक समाजामध्ये जनतेचे विकासाचे, समतेचे आणि संस्कृतीचे प्रश्न सुटणार नाहीत असे त्यांचे मत होते. समाजवाद हा आजचा युगधर्म आहे. परंतु, मार्क्सवादी समाजवादातील हिंसा आणि पक्षीय हुकूमशाही त्यांना मान्य नव्हती. जनतेचे समतेचे प्रश्न केवळ राज्यसंस्थेच्या व नीतिशून्य राजकारणाच्या मदतीने सुटणार नाहीत. त्यासाठी म. गांधींचे सत्याग्रहाचे तत्त्वज्ञान महत्त्वाचे आहे; कारण गांधीवाद हिंसेचा, अहंकाराचा, राज्यलोभाचा निरास करून राज्यविहीन समाज स्थापू इच्छितो. म.गांधींच्या सत्याग्रही क्रांतिशास्त्राला जावडेकरांनी समाजवादाची जोड दिली. त्याच्या सत्याग्रही समाजवादाचा अंतिम उद्देश लोकशाही समाजसत्ताक राज्य स्थापन करणे हा नसून आत्मराज्य स्थापन करणे हा आहे.

ते एक आदर्श राज्य असेल. आत्मसत्ताक राज्य हे अंतिम ध्येय आहे. आचार्य

जावडेकरांच्या मते, सत्याग्रही लोकशाहीनंतर वर्ग राहणार नाहीत. संपूर्ण समाजास एकवर्गीय अवस्था प्राप्त होईल. प्रत्येकजण समाजात आत्मसंयामाने वागेल. या समाजात राज्य, धर्म, कायदा यांचे बाह्य बंधन असणार नाही. प्रत्येकजण स्वकर्माने समाजाची सेवा करेल. अशा समाजात कोणत्याही व्यक्तिला आसक्ती राहणार नाही. अशा बंधमुक्त समाजाची कल्पना आचार्य जावडेकरांनी मांडली. तिलाच ते आत्मसत्ताक राज्य असे म्हणतात.

या कल्पनेला अनुसरून भारताला स्वातंत्र्य मिळाल्यानंतर जे समाजवादी पक्ष निर्माण झाले, त्यांना त्यांनी पाठिंबा दिला व त्या पक्षाकडून त्यांना बऱ्याच अपेक्षा होत्या. तसेच सर्वोदय भूदान आंदोलनातून त्याला मूर्त स्वरूप येईल असे त्यांना वाटत होते. आपण याचा विचार पुढील प्रकरणात करणार आहोत.

सत्याग्रही समाजवादाचे मूल्यमापन

वर्गविहीन समाजव्यवस्था हे समाजवादाचे व्यवच्छेदक लक्षण आहे. आणि उत्पादनसाधनावर सर्व समाजाची सामुदायिक मालकी आणि त्यासाठी खाजगी मालकीचे उच्चाटन अत्यावश्यक आहे. जावडेकरही हे मान्य करतात. परंतु खाजगी मालकी म्हणजे नेमके काय, याचा स्पष्ट खुलासा त्यांच्या लिखाणात सापडत नाही. खाजगी मालकीचे उच्चाटन म्हणजे व्यक्तीच्या दैनंदिन उपयोगाच्या कपडे, बूट, फाऊंटन पेन इत्यादी नित्याच्या गरजेच्या वस्तूही त्याच्याजवळ राहू द्यावयाच्या नाहीत, किंवा करमणुकीसाठी त्याला एखादा सिनेमा पाहावासा वाटला किंवा एखादे पुस्तक विकत घ्यावेसे वाटले तर त्यासाठीही त्याला सरकारातून आधी कूपन देण्याची व्यवस्था करावयाची असा त्याचा अर्थ नव्हे. समाजवादी समाजव्यवस्थेतही काही प्रमाणात 'खाजगी मालकी' राहणारच, पण ती किती ? तिच्या मर्यादा कोणत्या आणि त्या कोणी ठरवावयाच्या या प्रश्नांची उत्तरे दिल्याशिवाय सुटका नसते. रशियन क्रांतीनंतरच्या सामाजिक मालकीबाबत फाजील उत्साहाच्या भरात तेथील सत्ताधीश कम्युनिस्ट पक्षाने यच्चयावत सर्व जमिनीचे राष्ट्रीयीकरण करून टाकले. शेतकऱ्याच्या परसातील जमिनीतही स्वतःच्या इच्छेनुरूप एखादी भाजी घेण्याचे व तिची आपापसात खरेदी-विक्री करण्याचे किंवा घरी चार-सहा कोंबड्या पाळण्याचे स्वातंत्र्यही त्याला उरले नव्हते, कारण कोंबड्या म्हणजे देखील धनोत्पादनाचे साधनच की नाही ? मग ते खाजगी मालकीचे कसे राहू द्यावयाचे ? पण या आचरटपणाची परिणती अशी झाली की, शेतकरी मुळी शेतात नांगरच घालीनात. सारी जमीन ओसाड पडू लागली आणि सत्ताधाऱ्यांवर अभूतपूर्व अन्नटंचाईला तोंड देण्याची पाळी आली. तेव्हा मग लेनिनने आपले ते सुप्रसिद्ध आर्थिक धोरण (New Economic Policy) अमलात आणले.

त्यासाठी स्वतःच्या कष्टाने कसता येईल इतकी जमीन शेतकऱ्याच्या खाजगी मालकीची राहू शकेल व त्यावरील पिकांचा विक्रीव्यवहार त्याला खाजगीरित्या करता येईल, असे फर्मान त्याला काढावे लागले. यासंबंधातच समाजवादाची हेटाळणी करण्याकरिता मग तुम्ही स्त्रियांचेही समाजिकीकरण किंवा राष्ट्रीयीकरण करणार का ? असा कुत्सित प्रश्न विचारला जाई. लेनिनलाही एकदा तो विचारण्यात आला असता 'आम्ही स्त्रियांकडे प्रजोत्पादनाचे साधन म्हणून बघत नसल्याने हा प्रश्नच उद्भवत नाही.' असे त्याने उत्तर दिले होते. जावडेकरांनाही ३० एप्रिल १९४९ रोजी पुण्याच्या वसंत व्याख्यानमालेत त्यांनी दिलेल्या व्याख्यानानंतर हाच प्रश्न विचारण्यात आला होता. ही प्रश्नोत्तरे त्यांनी 'नवभारत' मासिकाच्या जून १९४९ च्या अंकात दिली आहेत. त्यातही त्यांनी प्रश्नकर्त्याला लेनिनप्रमाणेच उत्तर देऊन गप्प बसविले. हे ठीकच झाले. पण खाजगी मालकीची मर्यादा किती व कशी ठरवावयाची हा प्रश्न उरतोच. याचे एक उत्तर असे संभवते, की पिळवणुकीला अवसर उरणार नाही, इतपत धनसंचय किंवा खाजगी मालमत्ता व्यक्तीकडे राहू देण्यास प्रत्यवाय नसावा. पण यासंबंधीचा ऊहापोह जावडेकरांच्या लिखाणात आढळत नाही.

सत्याग्रही समाजवादासंबंधीचे विवेचन करताना आचार्य जावडेकरांनी ज्याप्रमाणे धनसंचयास वाव असणार नाही असे म्हटले आहे, याप्रमाणेच अध्यात्म आणि चिंतनशीलता यावरही भर दिला आहे. ते म्हणतात, 'ज्या प्रमाणात आत्म्याचा विकास होत जाईल, त्या प्रमाणात सामाजिक, आर्थिक आणि राजकीय अशा काही निर्बंधांची गरज समाजाला वाटणार नाही.'

यासंबंधात जावडेकरांनी असेही नमूद केले की, ''युरोपपेक्षा भारतात आध्यात्मिक प्रवृत्ती व चिंतनशीलता अधिक आहे. तर युरोप हा अधिक भौतिकवादी व सुखवादाकडे झुकणारा असल्यामुळे युरोपपेक्षा भारतात सत्याग्रही समाजवादाची प्रस्थापना लवकर होऊ शकेल.'' अर्थात त्यासाठी ते साध्या राहणीचा पुरस्कार करतात आणि समाज ऐषारामातून मुक्त केला पाहिजे, असे प्रतिपादन करतात. जावडेकरांचे हे सारेच विवेचन गूढ, अव्यवहार्य व अनिष्पाप वाटते.

मुख्य मुद्दा असा की, साधी राहणी किंवा तिच्या उलट ऐशआराम नेमके कशाला म्हणावयाचे? म.गांधींना व्यक्तिशः साधी राहणी प्रिय असली, तरी सर्व समाजाला ती भावणार नाही, याची त्यांना जाणीव होती व म्हणून सामुदायिक स्वरूपाचे औद्योगिक ते अपरिहार्य मानीत. सामाजिक पिळवणुकीला आळा घालण्यासाठी हस्तव्यवसाय आणि व्यक्तिगत उत्पादनालाच तेवढी परवानगी द्यावयाची म्हटले, तर संपत्तीचे सामुदायिक उत्पादन रद्दच करावे लागेल, पण ते तर प्रगतीच्या घड्याळाचे

काटे उलटे फिरवण्यासारखे होईल व समाजवादाचा प्रश्नच निर्माण होणार नाही, पण ही स्थिती जशी गांधींना मान्य नव्हती, तशीच ती जावडेकरांनाही मान्य नाही.

साध्या राहणीच्या अतिरेकी भूमिकेतून 'ऋषी' शेतीचे अगदी प्राथमिक अवस्थेतील, कुदळीने खणून स्वतः नांगर ओढून शेती करण्याचे प्रयोग, विनोबांच्या आश्रमात झालेले आहेत. ऐषारामाला फाटा द्यावयाचा म्हणून पादत्राणे न वापरण्याचे व्रत घेतलेलेही अनेक गांधीवादी आपण पाहिलेले आहेत. अतिरेकी भूमिकेची विक्षिप्त उदाहरणे म्हणून या गोष्टी सोडून दिल्या, तरी वैज्ञानिक व औद्योगिक क्रांतिबरोबर येणाऱ्या नानाविध सुविधा आपण स्वीकारणार की नाही ? आज जी गोष्ट ऐषारामाची वाटते तीच कालांतराने गरजेची होऊन बसते हे आजच्या मध्यमवर्गीय कुटुंबाच्या स्वयंपाकघरापासून तो दिवाणखान्यापर्यंत कोठेही नजर टाकली, तरी लक्षात येते. पण समाज ऐषारामातून मुक्त केला पाहिजे, असे जावडेकरांना वाटते आणि त्याचे निकष समाजाची त्यावेळची भौतिक परिस्थिती, बौद्धिक व आध्यात्मिक विकास यावर अवलंबून राहतील असे ते म्हणतात. याबाबत जावडेकर असे धरून चालतात की, समाजवादी लोकशाहीची प्रस्थापना आणि आध्यात्मिकतेच्या आधाराने एकूण समाजाची प्रगती या गोष्टी युरोपपेक्षा भारतात अधिक लवकर घडून येतील आणि सत्याग्रही कार्यकर्त्यांच्या नेतृत्वाखालील समाजवाद जगाला असे दाखवून देईल की, 'मानवी संस्कृतीचे रहस्य ऐहिक सुखाचा हव्यास सोडून देऊन सत्य आणि सुंदर यांचा शोध घेताना येत असलेल्या सुखाचा अनुभव घेण्यातच सामावलेले आहे.'

पण म.गांधींच्या विधानाबरोबरच खऱ्या सेवकांची किंवा जावडेकर ज्यांना यतिधर्माचे उपासक समजतात, त्यांची परंपरा खंडित झालेली आहे. आणि एक तर असे लोकसेवक आज अत्यल्प आहेत आणि जे आहेत त्यांचा सत्ताधाऱ्यांवर जराही प्रभाव राहिलेला नाही, असे आढळून येते.

मागासलेल्या देशात वर म्हटल्याप्रमाणे समाजवादी प्रस्थापना करावयाची असेल आणि त्यासाठी सामुदायिक प्रमाणावरील उत्पादनाची आवश्यकता असेल, तर त्याकरिता लागणाऱ्या प्रचंड भांडवलाची उभारणी कशी करावयाची या प्रश्नाचेही उत्तर शोधून काढावे लागेल, परंतु जावडेकरांनी भांडवल उभारणीच्या प्रश्नाकडे लक्ष पुरविलेले दिसत नाही.

एका प्रश्नकर्त्याने आचार्य जावडेकरांना विचारले की, 'आपल्या देशात लोकशाही निर्मितीसाठी चार वर्ण प्रथम नष्ट केले पाहिजेत.' की दोन वर्ग प्रथम नष्ट केले पाहिजेत? आणि चार वर्ण कोणत्या मार्गाने नष्ट होतील?

त्यावर आचार्यांचे उत्तर असे होते की, 'चार वर्ण आधीच नष्ट झाले आहेत. फक्त काहींना आपल्या वर्णासंबंधी अहंकार आहे. तो अहंकार नष्ट झाला म्हणजे संपले.

दोन वर्ग नष्ट करण्यास उत्पादनाची साधने सार्वजनिक मालकीची बनविणे हाच मार्ग आहे.'[६७]

आजच्या समाजात पिळवणूक करणारा व पिळला जाणारा असे दोन वर्ग अस्तित्वात आहेत. ते नष्ट केल्याखेरीज समाजवाद प्रस्थापित होणार नाही व त्यासाठी उत्पादनाची साधने सार्वजनिक मालकीची बनवणे हाच मार्ग आहे. हे आचार्यांचे प्रतिपादन अर्थातच अचूक आहे, परंतु वर्णासंबंधीचे त्यांचे प्रतिपादन तितकेसे समाधानकारक वाटत नाही. जावडेकर म्हणतात त्याप्रमाणे पूर्वीच्या अर्थाने वर्णव्यवस्था आज संदर्भहीन बनली असली, तरी वर्णावर आधारलेल्या जातिवर्चस्वाच्या भावनेतून भारतीय समाज अद्याप मुक्त झालेला नाही. 'जगातील सर्व श्रमजीविनो एक व्हा' असा संदेश मार्क्सने दिलेला असला तरी आज आपल्या देशातील श्रमजीवी समाज एकसंध बनलेला नाही. जातीपातीच्या कुंपणाबाहेर तो पडलेला नाही व ही जातिभावना हा समाजवादाच्या दिशेने झेप घेण्याच्या मार्गातील मोठाच अडसर होऊन बसला आहे. जावडेकरांच्या सत्याग्रही समाजवादात हा जातिवर्चस्वाचा प्रश्न कसा सोडवावयाचा त्याचा ऊहापोह आलेला दिसत नाही.

जनतेचे प्रबोधन करण्यासाठी जावडेकरांनी १९२० सालच्या सुमारास लेखणी हातात धरली, ती १९५५ साली त्यांचे देहावसान होईपर्यंत त्यांनी खाली ठेवली नाही. म्हणजे जवळ जवळ ३०-३५ वर्षे ते सतत लेखन करीत होते. त्या अवधीतील अनेक जागतिक व राष्ट्रीय घटनांचे ते साक्षीदारही होते. भारतीय स्वातंत्र्याची पहिली काही वर्षेही त्यांनी जवळून पाहिली आहेत. या घटनांवर त्यांनी लेखनही विपुल केले आहे, परंतु सुरुवातीपासून त्यांनी आपल्या मनाशी जे आडाखे बांधले होते, किंवा जे सिद्धांत लोकांसमोर मांडले होते, त्यांना या घटनांमुळे पुष्टी मिळते की नाही हे त्यांनी तपासून पाहिलेले दिसत नाही. सत्याग्रही समाजवादाच्या त्यांच्या संकल्पनेचाच दाखला द्यावयाचा तर किंवा राजधर्म, प्रजाधर्म आणि यतिधर्म यांची यथोचित कास धरली जाईल व लोकसेवकांच्या रूपांतील यतींचा राजदंडावर अंकुश राहील हा त्यांनी बांधलेला अंदाज बघितला तर, वस्तुस्थिती फार निराळी असल्याचे दिसून येते व तितक्यापुरती, जावडेकरांच्या लेखनातील तात्त्विक व आदर्शात्मक भाग आणि वास्तवता यांमधील तफावत किंवा विसंगती, जाणवल्यावाचून राहात नाही.

६ आचार्य जावडेकर आणि भारतीय समाजवाद

आचार्य जावडेकरांनी आधुनिक भारतीय राजकीय इतिहासाचे मर्मग्राही विश्लेषण केले आणि आधुनिक भारतात घडत असलेल्या घटनांचे महत्त्व जागतिक इतिहासाच्या संदर्भात मांडण्याचा प्रयत्न केला. तसेच भारतीय संस्कृतीचे अमृततत्त्व शोधण्याचा त्यांनी प्रयत्न केला, आणि त्यांच्या सत्याग्रही समाजवादाच्या मांडणीमध्ये त्या तत्त्वांना मध्यवर्ती स्थान दिले. आचार्य जावडेकरांच्या मते, भारतातील नववेदांताचे तत्त्वज्ञान, लो. टिळकांचा निष्काम कर्मयोग आणि म. गांधींचे सत्याग्रहाचे आणि अराज्यवादाचे विचार हे या अमृततत्त्वाचे आधारभूत घटक आहेत. आपल्या 'आधुनिक भारत' या प्रसिद्ध ग्रंथात त्यांनी या दृष्टिकोनाचा स्वीकार करून भारतीय इतिहासाचे सूक्ष्म असे विश्लेषण केले आहे.

आचार्य जावडेकर हे एक थोर विचारवंत होते. विचारवंत हा सातत्याने समाजाशी जोडलेला असतो. समाजाला नवी दिशा देण्याचे, समाजाचे प्रबोधन करण्याचे काम सामाजिक चळवळी आणि आंदोलने यांच्यापासून तो शिकत असतो. त्याचे समाजाशी जैव (Organic) संबंध असतात. त्यावर तो आपली मते मांडतो. समाजाला वळण देण्याचे काम करतो. आचार्य जावडेकर हे अशा प्रकारच्या विचारवंतांचे पत्रांत, मासिकात लिखाण करत राहिले. या लेखांमधून त्यांनी समाजाला दिशा देण्याचे, त्याचे प्रबोधन करण्याचे काम केले. नवभारताची जडणघडण कशा प्रकारे व्हावी हा त्यांच्या चिंतनाचा मुख्य विषय होता. भारताने मार्क्स आणि गांधी यांच्या विचारांचा समन्वय करून भारतीय संस्कृतीचे अमृततत्त्व असणाऱ्या विचारांच्या आधारावर नवा समाज उभारावा असे त्यांचे मत होते. भारतीय समाजवादी चळवळीकडून त्यांच्या या अपेक्षा होत्या. त्यामुळे स्वातंत्र्यानंतरच्या काळामध्ये आचार्य जावडेकरांनी भारतीय समाजवाद आणि त्याला जोडलेल्या इतर चळवळी यांच्यावर मोठ्या प्रमाणात लिखाण केले.

प्रस्तुत प्रकरणाची विभागणी मुख्यत: तीन भागांत करण्यात आली आहे.

पहिल्या भागात भारतातील राष्ट्रीय चळवळीतून निर्माण झालेले तत्त्वविचार कोणते होते, हे मांडले आहे. त्यातून निर्माण झालेल्या भारतीय संस्कृतीच्या अमृततत्त्वाच्या प्रमुख वैशिष्ट्यांचे थोडक्यात सार सांगितले आहे. दुसऱ्या भागात भारताचे स्वातंत्र्य व स्वतंत्र भारतापुढील प्रश्न समाजवादी चळवळीने कशा प्रकारे हाताळावेत, याची त्यांनी चर्चा केली आहे. काँग्रेस, कम्युनिस्ट, समाजवादी या भारतातील समाजवादाच्या तीन धारांचे त्यांनी विश्लेषण केले आहे.

भारतीय स्वातंत्र्य चळवळीचे महत्त्व

१८८५ पासून मे १९४७ पर्यंत स्वातंत्र्य चळवळ झाली. अनेक थोर नेत्यांनी तिचे नेतृत्व केले. त्यांच्या विचाराचा वारसा घेऊन भारताला स्वातंत्र्य प्राप्त झाले. भारतीय स्वातंत्र्यचळवळीचे एक वेगळेपण आहे ते म्हणजे, भारतीय स्वातंत्र्याची चळवळ नि:शस्त्र प्रतिकाराच्या मार्गाने चालवली गेली. ही चालवत असताना १९१७ ते १९४७ च्या कालखंडात सत्याग्रह संग्रामातून एका अभिनव मानव संस्कृतीचा उदय झाला. इतकेच नाही, तर मानव संस्कृतीच्या प्रगतीचे एक अभिनव क्रांतिशास्त्र निर्माण केले. आजपर्यंतच्या लढ्यांत सत्याग्रही क्रांतिशास्त्राची वाढ होऊन भारताला स्वातंत्र्य प्राप्त झाले. त्या लढ्यांच्या स्वरूपामुळे त्यांचे एक विशिष्ट स्वरूप लोकांस प्रतीत झाले आहे, पण हे त्याचे अखेरचे स्वरूप नाही. आचार्य जावडेकरांच्या मते, हिंदुस्थानात राष्ट्रीय स्वातंत्र्याची आणि लोकशाहीची संस्थापना झाल्यानंतरच त्याच्या मुख्य कार्याची म्हणजेच मानवी संस्कृतीत एक अप्रतिम क्रांति घडवून आणून तिला मंगल स्वरूप प्राप्त करून देण्याच्या कार्याची सुरुवात होणार आहे. राष्ट्रीय भावना आणि लोकशाही यांना सत्याग्रही दीक्षा दिल्याने त्याचे जे स्वरूप बनेल, ते इतर राष्ट्रांच्या लोकशाहीहून भिन्न असेल.

भारतीय स्वातंत्र्याचा सत्याग्रह संग्राम हे आधुनिक भारताच्या गेल्या १०० वर्षांतील इतिहासाचे एक परिपक्व फळ आहे. या सत्याग्रही तत्त्वाचे पालन केल्यास मानव संस्कृती सत्ययुगाच्या दिशेने प्रगती करण्याचे सामर्थ्य प्राप्त होईल इतकी त्याची योग्यता आहे, म्हणून भारतीय स्वातंत्र्यचळवळीतून सत्याग्रही तत्त्वज्ञान निघाले. हे तिचे महत्त्व आहे. जगाच्या दृष्टीने ते एक अभिनव तत्त्वज्ञान आहे. त्यात व्यक्तिवाद, राष्ट्रवाद, समाजवाद सामावून घेण्याची कुवत आहे व इतर देशांनासुद्धा या तत्त्वज्ञानाचा उपयोग नि:शस्त्र समाजसत्ता व लोकशाही स्थापन करण्याच्या कामी होऊ शकेल असा आशावाद जावडेकरांना वाटत होता.

आधुनिक भारतीय राष्ट्रीय चळवळ आणि तिचा वैचारिक आशय

भारतात जागतिक तत्त्वज्ञानाचा उगम बंगालमध्ये राजा राममोहन रॉय यांच्या सर्वांगीण सुधारणावादातून झाला. भारतीय संस्कृती ही आधुनिक ब्रिटिश संस्कृतीच्या

मानाने मागे राहिलेली आहे. तिची आधुनिक युरोपीय संस्कृतीबरोबर प्रगती झाल्याशिवाय आपले राष्ट्र इतर राष्ट्रांच्या बरोबरीने स्वातंत्र्यात नांदण्यास तयार होणार नाही, हे मान्य करून ब्रिटिशांच्या छायेत आपल्या संस्कृतीचा विकास करण्याचे कार्य राजा राममोहन रॉय यांनी केले. त्यांच्या सुधारणेचा भर धार्मिक, सामाजिक सुधारणेवर होता. त्यांनी आधुनिक युरोपातील व्यक्तिवादी, धार्मिक तत्त्वांचा पुरस्कार करून भारतीय संस्कृतीचे पुनरुज्जीवन करण्याचा प्रयत्न सुरू केला आणि नव्याने वेदांताच्या प्रकाशात धर्मचिकित्सा केली.

आपल्या देशातील राजसत्ता आपल्या हाती घेतल्याशिवाय तिचा विकास होणे शक्य नाही, याची जाणीव ज्यावेळी आधुनिक भारतास झाली, त्यावेळी राजा राममोहन रॉय प्रभृती सर्वांगीण सुधारकांच्या तत्त्वज्ञानातून प्रागतिक राजकारण इ.स.१८८५ च्या सुमारास दादाभाई नौरोजी व रानडे यांच्या प्रयत्नातून जन्मास आले. न्या. रानडे यांनी हिंदी अर्थशास्त्राला इंग्लंडमधील व्यक्तिवादी अर्थशास्त्राचा आधार होता कामा नये, त्यास समष्टिवादी आधार घेतला पाहिजे, असे प्रतिपादण्यास सुरुवात केली. आचार्य जावडेकरांच्या मते अशा प्रकारे आधुनिक भारताच्या निर्मात्यांची दृष्टी व्यक्तिवादातून राष्ट्रवादाकडे झुकू लागली. न्यायमूर्ती रानड्यांनी नेमस्त सनदशीर राजकारणाचे धोरण पुरस्कारिले. न्यायमूर्तींनी ज्या अर्थशास्त्राचा पुरस्कार केला, त्याचा आदर्श व्यक्तिवादी स्पर्धाप्रधान आर्थिक घटना हाच होता.

दादाभाई नौरोजींची विचारसरणी न्या. रानडे यांच्या विचारसरणीहून भिन्न होती. दादाभाईंच्या विचारसरणीत जहाल विचारसरणीची बीजे दिसतात. त्यावर टिळकांच्या राजकारणाचे विचार पोसले आहेत. म्हणून आधुनिक राष्ट्रीय पक्ष आपल्या संप्रदायाचे जनकत्व लोकमान्य टिळकांना देतो, तर प्रागतिक पक्ष रानडे यांना 'आधुनिक भारताचे जनक' अशी संज्ञा देतो. जहाल राजकारणाचा उदय होताच रानड्यांनी जागतिक पक्षाची तत्त्वे आखून घेऊन सार्वजनिक सभेहून भिन्न असे डेक्कन सभेचे स्वतंत्र अधिष्ठान निर्माण केले. अशा प्रकारे १९व्या शतकाच्या अखेरपर्यंतच्या काळात भारतात प्रागतिक व्यक्तिवादाच्या तत्त्वानुसार एक वैचारिक परिवर्तन घडून येऊन या वैचारिक परिवर्तनातून भारताचा मध्ययुगातून आधुनिक युगात प्रवेश झाला.[१]

१८९७ पासून पुढील २० वर्षांचा इतिहास म्हणजे नामदार गोखले आणि लोकमान्य टिळक या दोन महाराष्ट्रीय नेतृत्वाखाली कार्य करणाऱ्या दोन राजकीय पक्षांचा इतिहास होता. गोखल्यांच्या तत्त्वज्ञानातील धर्मबुद्धीने राजकारण करा. सार्वजनिक जीवनाला आध्यात्मिक अधिष्ठान निर्माण करा हा वारसा म. गांधीजींनी घेतला. लोकमान्यांपूर्वीचे राजकारण सनदशीर स्वरूपाचे असल्यामुळे सरकारकडे अर्ज, विनंत्या करण्याच्या पलीकडे गेले नाही. पण न्या. रानडे यांच्यासारख्या नेत्यांचे असे मत होते

की, आपण सरकारला अर्ज-विनंत्या करीत असता आपण एक अप्रत्यक्षपणे लोकमत जागृत करीत आहोत. सरकारी उत्तरापेक्षा जनजागृतीला अधिक महत्त्व आहे. हे राजकारण विशिष्ट मर्यादेपेक्षा वाढणार नाही, हे टिळकांनी ओळखून राष्ट्रशक्तीच्या विकासाला विरोध करणारे हे वलय फोडून टाकण्याचे कार्य केले. लोकमान्यांनी स्वत:च्या राजकारणाला कायद्याची मर्यादा घातली होती; पण ती ही कायम नाही, हे स्वत: टिळकही जाणून होते. त्यामुळे भारतीय स्वातंत्र्याच्या चळवळीतून राष्ट्रीय शक्ती वृद्धिंगत करणे आणि युक्तीने योजना करणे हेच टिळकांच्या राजकारणाचे अंतरंग होते.[२]

राष्ट्रवादी राजकारण हे अधिक बहिर्मुख व परराष्ट्रीय आक्रमणाच्या प्रतिकाराला प्राधान्य देणारे असल्याने त्यात राष्ट्रीय राजकारणाला अग्रस्थान व समाजकारणाला गौण स्थान प्राप्त होते आणि भारतीय सार्वजनिक जीवनात ही विचारक्रांती घडवून हिंदी राजकारणाला परिस्थितीनुरूप लढाऊ स्वरूप देण्याचे कार्य लोकमान्य टिळकांनी केले. लो. टिळकांनी म. गांधींच्या सत्याग्रहाचा आत्मबल म्हणून उल्लेख केला होता. स्वत: लो. टिळक १८९५ पासून ते १९०५ च्या कालात अनुरूप अशा स्वराज्य प्राप्तीच्या साधनेचा शोध करीत होते. १९०५ साली त्यांनी बहिष्कार योगाच्या रूपाने हा नवा स्वराज्य साधनाचा मंत्र राष्ट्रापुढे मांडला आणि आचार्य जावडेकरांच्या मते, या बहिष्कार योगाच्या शोधानंतर राष्ट्रीय पक्षाचे राजकारण नि:शस्त्र क्रांतिवादाच्या निश्चित स्वरूपात राष्ट्रापुढे आले आणि नि:शस्त्र राजकारणात लागणारे आत्मबल आपल्या तपश्चर्येने निर्माण करून म. गांधींनी तेच राष्ट्रीय राजकारण पुढे चालविले. सर्व धर्मांचे अंतिम ध्येय सत्य, अहिंसा हेच आहे. त्यामुळे सत्याग्रहाचा मार्ग जगाच्या ऐहिक मोक्षास कसा साधनीभूत होणार आहे, हे आपल्या स्वतंत्र प्रज्ञेने त्यांनी सिद्ध केले.

म. गांधींच्या पूर्वीचे राष्ट्रीय पुढारी सशस्त्र क्रांती अशक्य आहे, एवढ्याच दृष्टीने नि:शस्त्र क्रांतीचा मार्ग अनुसरण्याचा उपदेश करीत असत. याच्या उलट म.गांधी हे तो मार्ग इष्टफल प्राप्तीच्या दृष्टीने गौण आहे, असे प्रतिपादीत; तसेच पूर्वीच्या बहिष्कार योगाचे असहकार योगात रूपांतर करताना त्यांनी त्यास अहिंसा तत्त्वाचे आध्यात्मिक अधिष्ठान देऊन त्याला अभिनव क्रांतिशास्त्राचे स्वरूप प्राप्त करून दिले. आचार्य जावडेकरांच्या मते, गांधीजींचे सत्याग्रही राजकारण ही न्यायमूर्ती रानड्यांच्या प्रागतिक राजकारणाची व लोकमान्यांच्या जनतेत ब्रिटिश सत्तेविरुद्ध असंतोष निर्माण करण्याच्या राष्ट्रवादी राजकारणाची परिणत अवस्था आहे.[३]

राष्ट्रसभा ही १८८५ साली स्थापन झाली. १८९५ ते १९२० पर्यंत तिच्यात एक प्रागतिक व दुसरा राष्ट्रीय असे दोन राजकीय संप्रदाय एकमेकांशी झगडत होते. १८९५ ते १९१५ पर्यंत प्रागतिक पक्षाला अनुकूल काळ गेला. १९१५ ते १९२० राष्ट्रीय पक्षाने राष्ट्रसभा आपल्या हातात घेतली. १९१७ साली प्रागतिक पक्ष तिच्यातून बाहेर पडला.

१९२० साली राष्ट्रीय पक्षाच्या हातातील राष्ट्रसभा म. गांधींच्या नेतृत्वाखाली कार्य करू लागली. तिने १९४७ पर्यंत सत्याग्रहाचे लहान-मोठे लढे करून भारताला स्वातंत्र्य मिळवून दिले व नि:शस्त्र सत्याग्रही शास्त्राचा विकास केला. यापुढे हिंदुस्थानात राष्ट्रीय स्वातंत्र्य आणि संसदीय लोकशाही यांचा लढा चालविण्याचे कार्य उरले नाही. याच्यापुढील कार्य या लोकशाहीचे प्रभुत्व देशांतील व्यापारी, कारखानदार या वर्गाच्या हाती न जाता ते शेतकरी-कामकरी वर्गाच्या हाती जावे हेच त्यांच्यापुढील राजकारणाचे कार्य होते. हे त्यांच्या विचारांवरून स्पष्ट होते व त्यासाठी सत्याग्रह हे अत्यंत महत्त्वाचे साधन उपयोगात येणार आहे, असे आचार्य जावडेकरांचे मत होते.

म. गांधींनी जे प्रत्यक्ष राजकारण केले, ते दादाभाई व टिळक यांचा वारसा पुढे चालवून त्यांनी ब्रिटिश सत्तेविरुद्ध चालू केलेला लढा शेवटास नेण्याचे कार्य केले. त्यानंतर त्यांना अभिप्रेत असणाऱ्या सर्वांगीण क्रांतीचे व शेतकरी-कामकरी राज्य स्थापन करण्याचे कार्य सुरू व्हावयाचे होते. या प्रकारे भारतीय स्वातंत्र्याची चळवळ व्यक्तिवादातून राष्ट्रवादाकडे व राष्ट्रवादाकडून म. गांधींनी तिला सर्वांगीण सामाजिक, आर्थिक, राजकीय क्षमतेची सत्याग्रही दीक्षा दिली. या सत्याग्रही मार्गाने म. गांधींना समाजवादाची नि:शस्त्र क्रांती अभिप्रेत होती. भारताला स्वातंत्र्य प्राप्त झाल्यानंतर येथील राजकारणाचे स्वरूप समाजवादी दिशेने प्रगति करणारे आणि लोकशाहीनिष्ठ होणार असा आशावाद आचार्य जावडेकरांना वाटत होता.

भारतीय स्वातंत्र्यचळवळीमध्ये राजा राममोहन रॉय, न्या. रानडे, दादाभाई नौरोजी, लो. टिळक, इतिहासाचार्य राजवाडे, म. गांधी इ. थोर विचारवंतांनी खोल असे तत्त्वमंथन केले. भारत हा जगातील इतर देशांपेक्षा वेगळा देश आहे, या देशातील तत्त्व, विचार हा इतरांपेक्षा व सर्व जगाला वैचारिक नेतृत्व देण्याच्या योग्यतेचा आहे असे या विचारवंतांचे मत होते. त्यांच्या विचारांचे मंथन करून आचार्य जावडेकरांनी भारतीय संस्कृतीच्या अमृततत्त्वाच्या सिद्धांताची मांडणी केली.

भारतीय संस्कृतीचे अमृततत्त्व

भारतीय स्वातंत्र्यचळवळीच्या काळात नेतृत्वमंथन झाले. त्यातून भारतीय संस्कृतीचे अमृततत्त्व बाहेर आले. युद्ध, कलह आणि स्पर्धा यांनी ग्रासलेल्या जगाला नवजीवन देण्याचे सामर्थ्य या तत्त्वांमध्ये आहे आणि पुन: एकदा सगळ्या जगाचे गुरुपद भारताकडे येण्याची शक्यता आहे, असे आचार्य जावडेकरांचे मत होते.[४]

इंग्लंडमधील सरदारवर्गाचे वर्चस्व नामशेष झाल्यानंतर राजाचे दैवी अधिकार प्रतिपादन करणाऱ्या प्रभावशाली राजांचे राज्य अस्तित्वात आले. अनिर्बंध आणि अनियंत्रित राजांना बंधन व नियंत्रण घालण्याचे कार्य युरोपातील व्यापारी वर्गाने केले.

याच व्यापारी वर्गात केलिव्हनचा प्युरिटन पंथ निर्माण झाला आणि त्यांच्याच नेतृत्वाखाली आधुनिक युरोपात बुद्धिवाद, व्यक्तिवाद, लोकसत्ता आणि राष्ट्रवाद ही सामाजिक ध्येये निर्माण झाली. ज्या मध्यम व्यापारी वर्गात माध्यमांचा उदय झाला, त्या व्यापारी वर्गाचा वर्गस्वार्थ या क्षेत्रांशी संमिश्र झाला आणि जेव्हा या ध्येयांचे शुद्ध स्वरूप व धनिक वर्गाचा स्वार्थ यांच्यात विरोध उत्पन्न झाला, तेव्हा त्या ध्येयांना विकृत स्वरूप प्राप्त झाले. आजची युरोपीय संस्कृती म्हणजे वरील ध्येयांना धनिक वर्गाने जे विकृत स्वरूप दिले, त्यातून निर्माण झालेली विकृतीच होय. ही विकृती बुद्धिस्वातंत्र्य, व्यक्तिस्वातंत्र्य, लोकसत्ता व राष्ट्रवाद या ध्येयांना आज कसे विकृत स्वरूप देत आहे ते पाहिले असता युरोपीय संस्कृतीचा विनाश आज कसा जवळ येत आहे, याचा बरोबर उलगडा होतो.[५]

बर्ट्रांड रसेल यांनी युरोपीय संस्कृतीविषयी म्हटले आहे की, भौतिक विद्या, यंत्रकला, लोकसत्ता आणि कर्मशक्ती ही युरोपीय संस्कृतीची लक्षणे आहेत आणि युरोपीय संस्कृती आपल्या सामर्थ्याचा दुरुपयोग करून जगाला पीडा देत आहे. तर पौरस्त्य संस्कृती सामर्थ्यहीन बनली आहे. किंबहुना, ती आपल्यावरील जुलूम शतकेच्याशतके निमूटपणे सहन करत आहे. आचार्य जावडेकरांच्या मते, पौरत्स्य संस्कृतीची सहनशीलता व अकर्मण्यता कोणासही स्पृहणीय वाटणार नाही.[६]

तसेच युरोपीय संस्कृतीचे साम्राज्यवादी धोरणही बरोबर नाही. तो एक भांडवलशाहीचा आविष्कार आहे. याच काळात हिंदुस्थानात एक कम्युनिस्ट पक्ष निर्माण झाला होता. तसेच म.गांधींच्या नेतृत्वाखाली एक नि:शस्त्र क्रांतिशास्त्र व सत्याग्रही क्रांतिशास्त्र जन्मास आले होते. त्याने भावी मानव संस्कृतीच्या इतिहासात एक महत्त्वाची भर घातली. या भारतीय स्वातंत्र्यचळवळीतून निर्माण झालेल्या सत्याग्रही तत्त्वज्ञानाचा आज मानवी संस्कृतीपुढे उभे असलेले जे अनेक प्रश्न आहेत त्यांच्या सोडवणुकीसाठी उपयोग होणार आहे, असे आचार्य जावडेकरांचे मत होते.[७]

भारतीय संस्कृतीप्रमाणे युरोपीय संस्कृतीची परंपराही मोठी आहे. अशा परिस्थितीत भारतीय संस्कृती त्यापेक्षा श्रेष्ठ आहे असा अभिमान भारतीयांत का निर्माण झाला याचे उत्तर देताना आचार्य जावडेकर लिहितात की, 'मानव संस्कृतीच्या श्रेष्ठत्वासंबंधी भारतीयांचे मत अथवा भारतीयांचा आदर्श राजसत्तेला महत्त्व न देणे हा आहे.' रवींद्रनाथ टागोर म्हणतात, की 'प्राचीन भारतात राजे व सम्राट सद्गुणी व शहाणे लोक होऊन गेले पण यापैकी कोणत्याही वर्गाकडे मानवाचा आदर्श म्हणून लोक पाहात नव्हते, कारण त्यांचा आदर्श येथील 'ऋषीवर्ग' हा होता. हे ऋषित्व म्हणजे, ब्रह्मतेज व आत्मबल हा भारतीय संस्कृतीने आपल्यापुढे ठेवलेला मानवाचा आदर्श होय आणि म.गांधींनीही आज भारत खंडाच्या अंत:करणात प्राचीन काळापासून रुजलेला

ऋषीवर्गासंबंधीचा आदर्श पुन्हा जागृत केला आहे आणि प्राचीन भारतातील ब्रह्मतेज अथवा आत्मबल पुन्हा संघटित करून तेच सामान्य जनतेच्या सर्वांगीण स्वातंत्र्याचे अमोघ साधन आहे असा विश्वास जागृत केला.[८]

युरोपीय संस्कृतीत मात्र वर्गस्वार्थाने मलिन झालेले लोकनायक पुढे आले. समाजाच्या उन्नतीप्रीत्यर्थ व त्यात आवश्यक असणारी परिवर्तने कमीतकमी क्लेशाने घडवून आणण्यासाठी सामान्य लोकांची बुद्धी शक्य तितकी शुद्ध व स्वतंत्र ठेवण्याचा प्रयत्न करणे, हे लोकनायकांचे कर्तव्य असून सामान्य लोकांनीही शक्य तितकी अंत:शुद्धी करण्याचा प्रयत्न करीत राहणे हे त्यांचेही कर्तव्य आहे. बुद्धिस्वातंत्र्याच्या सिद्धान्तांचे हे शुद्ध आणि श्रेष्ठ स्वरूप आधुनिक युरोपने ओळखले नाही आणि आपले नेतृत्व शुद्ध बुद्धीच्या अथवा प्रतिभावान नि:स्वार्थी लोकनायकांच्या हाती न देता स्वार्थाने ज्यांची बुद्धी मलिन झाली आहे व ज्यांनी आपल्या बुद्धीचा विनियोग नित्य स्वार्थ संपादनासाठीच चालविलेला आहे; अशा धनिक वर्गाकडे ते नेतृत्व दिले. हे आधुनिक युरोपच्या आजच्या आपत्तीचे एक प्रमुख कारण आहे. तसेच आधुनिक युरोपातील विद्या व कला या सर्वस्वी धनिक वर्गाच्या दासी बनलेल्या आहेत. सामान्य जनतेची सांपत्तिक व सांस्कृतिक उन्नती करणे हेच सर्व विद्यांचे, कलांचे खरे ध्येय आहे, असे मानणारा व तदनुसार आचरण करणारा आणि आपल्या आत्मबलाने लोकांतील आत्मबल जागृत व संघटित करून समाजात आवश्यक असणारी क्रांती सद्सदविवेकबुद्धीस पटवून ती घडवून आणणारा वर्गही आज युरोप खंडात दिसत नाही. आधुनिक युरोपची आज आत्मबलावर श्रद्धाच उरली नाही आणि आपणास अभिप्रेत असणारी सर्वांगीण समाजक्रांती शस्त्रबलाने घडवून आणण्याचेही सामर्थ्य युरोपातील रशियाखेरीज कोणत्याही देशाने अद्यापि तरी व्यक्त केले नाही.[९]

याच कालखंडात मार्क्सने समाजरचनेसंबंधी नवी तत्त्वे अथवा समाजात न्याय प्रस्थापना करण्याची नवी सत्ये मानव बुद्धीस कशी व केव्हा आकलन होतात व क्रांत्या कशा घडून येतात, यासंबंधी इतिहासाची भौतिक मीमांसा शोधून काढली व तिच्या आधारे समाजसत्ताक क्रांतीचे भविष्य बनविले. आचार्य जावडेकरांच्या मते , त्याने तसे करताना यांत्रिक भौतिकवादाचाही स्वीकार केला नाही व मानव बुद्धीची स्वतंत्रता व मानवी कर्तव्यांची आवश्यकता याकडे दुर्लक्ष केले नाही. तसेच आत्तापर्यंत मानव बुद्धीची ध्येये निर्माण करण्याची शक्ती, ध्येयाच्या प्राप्तीसाठी स्वार्थत्यागी मानवी प्रयत्नांची आवश्यकता आणि आंतरबाह्य सृष्टीचे नियम समजावून घेऊन त्यांचा उपयोग आपल्या हेतूसाठी करून घेण्याचे मनुष्याचे स्वातंत्र्य या गोष्टींचे विवेचन विरोधी विकासी भौतिकवादाच्या आधारे केले.

या ऐतिहासिक भौतिकवादाचे अध्यात्माशी साम्य सांगताना आचार्य जावडेकर लिहितात, ‘बुद्धियोग आणि कर्मयोग यांचा लोप झाला, म्हणजे भौतिक विद्या व आत्मविद्या यांची प्रगती खुंटते व धर्माच्या नावाने अधर्माचरण चालू होऊन विद्या ही ज्ञानासाठी नसून विवादासाठीच आहे अशी अवस्था प्राप्त होते. यासाठी परमेश्वर म्हणजे जिवाचे व जगताचे अव्यक्त स्वरूपच होय. अपूर्णत्वातून पूर्णत्वाकडे व अज्ञानातून ज्ञानाकडे अथवा अंधकारातून प्रकाशाकडे जाण्याची मनुष्याची जी यत्नरूप अव्यक्त शक्ती आणि जगातील अनंत वस्तुजातात अखंड परिवर्तने घडवून आणणारी अशी जी अव्यक्त शक्ती, तिचे व्यक्त स्वरूप म्हणजेच हे दृश्य विश्व होय. ती म्हणजेच द्रष्ट्यांचे अव्यक्त स्वरूप म्हणजेच परमेश्वर होय. तूच परमेश्वर आहेस, परमेश्वरच जगत् आहे, त्यामुळेच जगातील परिवर्तने व तुझा उद्धार होत असतो. तूच आपला उद्धार करू शकशील, यत्न हाच परमेश्वर होय, आणि परमेश्वर आहे असे तुझी वाणी बोलत असली तरी तो निराळा नाही, असाच तू अनुभव घे व भौतिक विद्येच्या व अध्यात्मविद्येच्या सहाय्याने आपल्या प्रयत्नाने जगावर प्रभुत्व गाजविण्याचा आपला अधिकार तू प्राप्त करून घे असे त्यास सांगावे लागते. भारतीय तत्त्वज्ञानातील आजपर्यंतच्या सर्व ज्ञानाचे हे सार अथवा अमृत आहे. आत्मज्ञानातील हा सिद्धांत भौतिक ज्ञानाच्या वृद्धीस अथवा उपासनेस प्रतिकूल नसून अनुकूलच आहे. तो मानवी प्रयत्न, जिवाचे स्वातंत्र्य आणि बुद्धीची, ध्येयनिर्मितीची शक्ती यांच्याशी जसा विरोधी नाही, तसाच तो आत्मसृष्टीच्या व भौतिकसृष्टीच्या नियंत्रणाच्या विरोधी नाही. सृष्टीचे नियम आणि जीवस्वातंत्र्य यांचा त्यात समन्वय आहे व जीवात्म्यास परावलंबी न बनवता स्वावलंबी बनविणारा आत्मोद्धाराचा उपदेशच तो करीत असतो. भौतिक फलाच्या प्राप्तीस जसे प्रयत्न हेच एक साधन आहे, त्याचप्रमाणे आत्मज्ञानाच्या व मोक्षाच्या प्राप्तीसही तेच एक साधन आहे.

‘नाही देवापाशी मोक्षाचे गाठोडे ।
आणूनि निराळे द्यावे हाती ।।
इंद्रियाचा जय साधुनिया मन ।
निर्विषयकरण असे तेथे ।।’

हाच मोक्षप्राप्तीचा खरा मार्ग होय, असे या अद्वैत सिद्धांताचे मनुष्यास सांगणे आहे.[१०]

भांडवलशाहीमध्ये आचार्य जावडेकरांच्या मते, ‘लोकसत्ताक राज्यातील सर्व प्रातिनिधिक संस्था धनिक वर्गाच्या मालमत्तेचे रक्षण करण्यासाठीच करण्यात येतात आणि अशा प्रातिनिधिक सभांना जबाबदार असणारे मंत्रिमंडळ म्हणजे धनिकवर्गाच्या

मालमत्तेचे रक्षण करणारी एक दंडधारी संस्था बनते. लोकसत्ता म्हणजे लोकमतानुसार चालणारा राज्यकारभार होय; पण हे लोकमत बनविणारी वृत्तपत्रे आणि ग्रंथप्रकाशक मंडळी यांच्यावर इतकेच नव्हे, तर राष्ट्रातील ज्ञानदान करणारी विद्यापीठे व सार्वजनिक शिक्षणसंस्था यांच्यावरही देशातील धनिक वर्गाचे आक्रमण व प्रत्यक्ष नियंत्रण चालू लागते. अशा सत्तेखाली व्यक्तिस्वातंत्र्य म्हणजे धनिकांचे स्वातंत्र्य व निर्धनांचे दास्य आणि राष्ट्रहित म्हणजे धनिकांचे सुख व निर्धनांचे कष्ट असा अर्थ होतो. यामुळे लोकसत्तेला धनिक सभेचे व राष्ट्रवादाला साम्राज्यवादाचे विकृत स्वरूप प्राप्त होते, ही विकृती नष्ट करण्यास समाजातील धनोत्पादनाची साधने धनिक वर्गाच्या खाजगी मालकीतून काढून घेऊन सार्वजनिक मालकीची बनविणे, म्हणजेच समाजसत्ताक लोकशाहीची स्थापना करणे याहून दुसरा कोणताही मार्ग नाही, हे युरोपातील सामाजिक तत्त्वज्ञानास आज पटले आहे.'[११]

ही सामाजिक क्रांती घडवून कशी आणावी याला मार्क्सने जे उत्तर दिले, त्यातूनच शास्त्रीय समाजवाद आणि वर्गयुद्धांचे क्रांतिशास्त्र यांचा जन्म झाला. मार्क्सचा शस्त्रबलावर विश्वास होता. या शस्त्रबलाच्या झगड्याच्या वातावरणात आधुनिक युरोपात आत्मबलावर अधिष्ठित झालेले क्रांतिशास्त्र फैलावण्याचा अथवा त्यांचा मोठ्या प्रमाणावर अवलंब होण्याचा संभव आज दिसत नाही. आधुनिक भारतात निर्माण होत असलेले आत्मबलाचे नि:शस्त्र क्रांतिशास्त्र हे लोकसत्तेतून समाजसत्तेत जाण्यास निदान भारतखंडास तरी उपयोगी पडेल आणि त्याला आज केवळ राष्ट्रीय लोकसत्ताक क्रांतीचे जे स्वरूप प्राप्त झाले, त्याचा विकास होऊन त्यातूनच स्वतंत्र भारतातील सर्वांगीण सामाजिक क्रांती घडून येईल असे आचार्य जावडेकरांचे मत होते.[१२]

रक्तहीन क्रांती करण्याचे तंत्र म. गांधींनी कसे निर्माण केले, यासंबंधी आचार्य जावडेकर लिहितात, 'भारतातील प्रत्येकवेळी ब्रिटिश राज्यकर्त्यांनी ही आंदोलने दडपून टाकण्याचे व जुलमी दडपशाहीचे प्रयोग केले, तरीही ती आंदोलने थांबल्यानंतर पुन्हा राष्ट्रसभेशी व म. गांधींशी शिष्टाईचे व समेटाचे धोरण स्वीकारून अखेरीस भारतीय स्वातंत्र्याचा प्रश्न तडजोडीने शक्यतो रक्तपात टाळून सोडविला. या सर्व इतिहासातून नि:शस्त्र क्रांतीची कल्पना उदय पावली असून भारतीय जनतेच्या व तिच्या नेत्यांच्या अंत:करणात ती दृढमूल झाली आहे. भारतीय राजकारणाच्या इतिहासात क्रांतिकारक परिवर्तने रक्तपात टाळून घडवून आणण्याचे जे हे एक तंत्र विकास पावत आले आहे, ते मार्क्सवादात महत्त्वाची भर टाकू शकेल. हे सत्य हिंदुस्थानात ज्यांनी मार्क्सवादाचे प्रयोग केले, त्यापैकी केवळ हिंदी समाजवादी पुढाऱ्यांनी ओळखले आहे. त्यांनी हिंदी समाजवादाला सत्याग्रही अधिष्ठान देऊन त्याचे वैशिष्ट्य जगापुढे मांडले.'[१३]

आचार्य जावडेकरांच्या मते, समाजाच्या अंत:करणात नवचैतन्य निर्माण करण्याची आणि त्यांच्या विचारसृष्टीत क्रांति घडविण्याच्या कार्यात म. गांधींनी शोधून काढलेले सत्याग्रही क्रांतिशास्त्र अत्यंत प्रभावी ठरलेले आहे. या क्रांतिशास्त्राची महती म्हणजे समाजाच्या बाह्य परिस्थितीबरोबर त्याच्या विचारसृष्टीत आपोआप बदल होत जातो. गृहीत कृत्यावर उभारलेल्या कम्युनिस्ट क्रांतिकारकांना हे समजणे फार कठीण होते व ते त्यांना अद्यापही समजलेले नाही. युरोप खंडात मार्क्सचा शास्त्रीय समाजवाद निर्माण होण्यापूर्वी दोन-अडीच शतके तेथे धार्मिक व सामाजिक क्रांतिकारकांचे हे दिव्य बलिदान घडून आले, त्याच्यातून निर्माण झालेल्या आत्मतेजामुळे युरोपीय जनता क्रांतिकारक विचारांचा स्वीकार करण्यास पात्र बनली होती, पण तेथील जनतेला ही पात्रता येण्यास अशा प्रकारचे बलिदान तिच्यामध्ये क्रांतिची प्रेरणा जागृत करणाऱ्यांनी केले पाहिजे आणि हे करीत असता ही क्रांतीची शक्ती अविवेकाने व असंयमाने विकृत होऊन फुकट जाणार नाही, याबद्दल दक्षता घेतली पाहिजे. ही दोन्ही कार्ये एकाचवेळी साधावयाची तर सामाजिक व राजकीय कार्यकर्त्यांच्या अंगी स्थितप्रज्ञाचे व निष्काम कर्मयोग्याचे आध्यात्मिक गुण निर्माण झाले पाहिजेत, हा म. गांधी व लोकमान्य टिळक यांनी भारतीय क्रांतिकारकांपुढे ठेविलेला आदर्श भारत खंडात समाजवादी क्रांती करू इच्छिणाऱ्या समाजवाद्यांनी आत्मसात केला पाहिजे, पण सर्वच धर्मभावना व अध्यात्मशास्त्र यांना खणून काढू इच्छिणाऱ्या मार्क्सवाद्यांना तो आदर्श आत्मसात करणे केव्हाही शक्य नव्हते. तो आत्मसात करावयाचा तर, मानवी जीवनदर्शन केवळ भौतिकवादाच्या आधारावर उभारता येत नाही, याची जाणीव व्हावयास हवी.[१४]

भारतीय समाजसत्ताक क्रांती करण्याच्या दृष्टीने महत्त्वाची गोष्ट म्हणजे भारतीय समाजाच्या मन:स्थितीत व विचारसृष्टीत क्रांति घडवून आणून त्यांच्या अंत:करणातील अन्यायाविरुद्ध झगडण्याची वृत्ती किंवा प्रतिकार भावना जागृत करणे हीच असून ही मानसिक क्रांति घडून आल्यानंतर येथे राजकीय, सामाजिक क्रांती घडवून आणण्यासाठी सशस्त्र क्रांती करण्याची आवश्यकता नाही. आचार्य जावडेकरांच्या मते गेली ५०-६० वर्षे तरी राजकारण याच सिद्धांताच्या आधारे चालू असून या काळात त्या राजकारणाची ती प्रगती झाली आहे, जी प्रगती लक्षात घेऊन येथून पुढील राजकारणही त्याच सिद्धांतावर चालू राहिले पाहिजे.

त्याचप्रमाणे जनतेच्या अंत:करणातील ही क्रांती घडवून आणणाऱ्यांनी ती केवळ राजकीय, सामाजिक विचारांना चालना देण्याच्या रूपाने घडवून आणलेली नसून समाजाच्या अंत:करणातील शुद्ध धर्मभावना आणि क्रांतिकारक अध्यात्मवृत्ती यांचा उपयोग करून घडवून आणली, ही समाजसत्ताक क्रांतीसुद्धा याच मार्गाने घडवून आणली पाहिजे, असे आचार्य जावडेकरांचे मत होय.[१५]

कम्युनिस्ट तत्त्वज्ञानात धर्म ही अफूची गोळी आहे असे मानले जाते, पण आचार्य जावडेकरांच्या मते, आधुनिक भारतात निर्माण झालेल्या राजकीय नेत्यांनी येथील जनतेच्या अंत:करणात खोल रुजलेल्या धर्मभावनेस व अध्यात्मवृत्तीस जागृत करून तिला क्रांतिकारक स्वरूप देण्याचा प्रयत्न केला, त्यामुळे आता धर्माचे व अध्यात्माचे क्रांतिकारक स्वरूप लक्षात घेतल्यावाचून यापुढे कोणास सामाजिक घडामोडी व मानवी इतिहास यांच्यातील धर्मभावनेची व अध्यात्मवृत्तीची शास्त्रीय मीमांसा करता येणार नाही.

टॉलस्टॉय यांनी १८०१ साली 'The only Means' या निबंधाचा दाखला देऊन 'सत्याग्रह' हे स्वकियांच्या विरूद्ध लढण्यांचे कसे साधन आहे हे सांगितले होते. यासंबंधी आचार्य जावडेकर म्हणतात, 'काऊंट टॉलस्टॉय यांनी स्वावलंबनाच्या आणि संघटित आत्मबलाच्या जोरावर जगातील कष्टाळू सामान्य जनतेस आपल्या देशातील भांडवलशाहीच्या व लष्करशाहीच्या जुलूमांतून मुक्त कसे होता येईल, त्याचे योग्य प्रकारे स्पष्टीकरणे केले होते. सामान्य जनतेची या आत्मबलाच्या मार्गाने संघटना करून मुक्तता करण्याचे प्रत्यक्ष कार्य टॉलस्टॉय यांच्याकडून रशियांत घडले नाही, म्हणूनच तेथे लेनिन प्रकृतीच्या शस्त्रबलाचा क्रांतिवाद फैलावला. म. गांधींनी टॉलस्टॉय यांनी उपदेशिलेला वरील अनत्याचारी, असहकारीतेच्या मार्गाचा अवलंब करून हिंदुस्थानातील राष्ट्रीय स्वातंत्र्याचा झगडा कसा यशस्वी करावा, त्याचे शिक्षण तीस वर्षे हिंदी जनतेस दिले. म. गांधींच्या अंगी टॉलस्टॉय यांच्यापेक्षा व्यावहारिक मुत्सद्देगिरी व नेतृत्व कला अधिक असून येथील राजकर्त्यांनीही दूरदृष्टी स्वार्थाने का होईना, या नि:शस्त्र क्रांतिवादाची प्रचंड संघटना घडवून आणण्यास थोडाफार अवसर दिला. झारशाहीपेक्षा ब्रिटिश साम्राज्यशाहीखाली जागतिक स्वातंत्र्याचा अपभोग थोडा अधिक घेता येत असल्यामुळे म. गांधींना काऊंट टॉलस्टॉय यांचे नि:शस्त्र क्रांतिशास्त्र बऱ्याच परिणत अवस्थेत पोहचविता आले तथापि, आजपर्यंतचे त्यांचे कार्य केवळ परकीय सत्तेतून आपल्या जनतेस मुक्त करण्याचेच असल्याने त्याला स्वकीय राजे व धनिक वर्ग यांच्याविरूद्ध चाललेल्या लढ्याचे स्वरूप प्राप्त झाले नव्हते. स्वातंत्र्याचे कार्य यशस्वी केल्यानंतर त्यास याच क्रांतिशास्त्राचा उपयोग काऊंट टॉलस्टॉय यांनी दिग्दर्शित केल्याप्रमाणे त्या कार्यासाठी करावा लागेल. हे भावी कार्य अर्थातच म. गांधींच्या पुढील पिढीतील सत्याग्रही पुढाऱ्यांना करावे लागणार आहे.'[१६]

भावी भारतीय संस्कृती समाजसत्ताक बनावी व त्यासाठी उद्योगांचे विकेंद्रिकरण व्हावे याबाबतीत ते लिहितात, 'फ्रेडरिक लिस्ट याने जर्मन राष्ट्रवादाला साम्राज्यशाही दीक्षा देण्याच्या कल्पनेचा अर्थशास्त्रीय पाया १९ व्या शतकाच्या मध्याच्या सुमारास घातला. आपल्या इकडे न्या.रानडे यांच्या काळापासून याच राष्ट्रीय अर्थशास्त्राच्या

धर्तीवर भारतीय अर्थशास्त्र निर्माण करण्यात आले, परंतु हिंदुस्थानात साम्राज्यशाही अर्थशास्त्र निर्माण होणे शक्य नसल्याने हे भारतीय अर्थशास्त्र यापुढील भारतीय संस्कृतीचा पाया घालण्यास पुरे पडणे शक्य नाही. यानंतर जर्मनीत कार्ल मार्क्स याने जगप्रसिद्ध समाजवादी अर्थशास्त्र निर्माण केले. त्याचा मुख्य सिद्धांत देशातील कारखाने व जमिनी खाजगी मालकीच्या न ठेविता त्यावर समाजाची सामाईक मालकी स्थापन करावी हा आहे. हा सिद्धांत स्वीकारण्याखेरीज भारतीयांच्या पोटापाण्याचा प्रश्नही सुटत नाही, राष्ट्रीय भावना वर्गविग्रहाने दुभंगल्याखेरीज राहात नाही आणि लोकशाहीला सैनिकशाहीचे स्वरूप आल्याखेरीज राहात नाही. ही तत्त्वे आज भारतीय समाजवाद्यांनी मान्य केलेली आहेत. तथापि एवढ्याच तत्त्वांच्या आधारावर भावी भारतीय संस्कृतीचा आर्थिक पाया घालता येणार नाही तो घालण्यास औद्योगिक विकेंद्रीकरणाचे प्रिन्स क्रोपोटकीन याने प्रतिपादलेले तत्त्व हिंदुस्थानास स्वीकारावे लागेल. क्रोपोटकीन हा समाजवादी व अराज्यवादीही होता. हिंदुस्थानात जो समाजवाद प्रथम आला तो कार्ल मार्क्सच्या अनुयायांमार्फत आल्यामुळे, क्रोपोटकीनच्या या औद्योगिक विकेंद्रीकरणाच्या तत्त्वाकडे समाजवादी पक्षाचे जावे तितके लक्ष प्रथम गेले नाही. हे तत्त्व ग्रामोद्योगांची संघटना करणाऱ्या गांधी अनुयायांकडून अनेक वर्षे प्रतिपादण्यात येत आहे. पण ग्रामोद्योगाच्या संघटनेत नैसर्गिक शक्तींचा आणि यंत्रकलेचा उपयोग करून घेतला पाहिजे आणि धनोत्पादनाची सर्व साधने सामाजिक मालकीची बनवली पाहिजेत, या क्रोपटकीनच्या समाजवादी विचारांचा फारसा उल्लेख ते करीत नाहीत. वस्तुतः भारतखंडास औद्योगिक विकेंद्रीकरण आणि धनोत्पादनाच्या साधनांवरील सामुदायिक मालकी, या दोनही तत्त्वांचा अवलंब करावा लागणार आहे. असे होईल. तरच हिंदुस्थानात शेती आणि उद्योगधंदे या दोहोंची सांगड योग्यप्रकारे घालता येईल. औद्योगिक विकेंद्रीकरणाबरोबर राजसत्तेचेही विकेंद्रीकरण घडवून आणून लोकसत्तेचा अधिक परिपोष करता येईल आणि भारतखंडातील सर्व विभागांची सर्वांगीण उन्नती होऊन राजसत्तेच्या व धनोत्पादनाच्या केंद्रीकरणापासून उत्पन्न होणाऱ्या सर्व आपत्ती टाळता येतील.[१७]

आचार्य जावडेकरांच्या मते, हिंदुस्थानास लोकशाही राष्ट्रीय स्वातंत्र्याबरोबरच हे समाजसत्तेचे ध्येय स्वीकारावे लागणार आहे व जमिनी, कारखाने यांच्यावरील खाजगी मालकी नष्ट करून सार्वजनिक मालकी स्थापन करण्याचे तत्त्व नि:शस्त्र मार्गाने यशस्वी करून दाखवावयाचे आहे. ही क्रांति संघटित असहकाराच्या व सत्याग्रहाच्या तत्त्वानुसार घडवून आणणे शेतकरी व कामकरी वर्गाला शक्य आहे.

अशाप्रकारे भारतात सत्याग्रही मार्गाने सत्याग्रही लोकशाही निर्माण होईल. या लोकशाहीत कायदेशीर मार्गाने जी संपत्ती मिळणे शक्य आहे, ती ही मिळविण्याच्या मार्गास न लागता केवळ आपल्या किमान गरजा भागतील इतकी संपत्ती आपल्या

कष्टाने मिळवून अधिक संपत्तीची व सत्तेची अभिलाषा न धरणारे तसेच अधिकारी वर्गाने जनतेवर जुलूम केल्यास जनतेला त्याचा प्रतिकार कसा करावा हे दाखवून देणारे आणि असा जुलूम असह्य होईल तेव्हा समाजसत्ताक लोकशाही विरुद्ध अनत्याचारी असहकारितेचा प्रयोग करून प्रस्थापित राज्ययंत्र बंद पाडणारे सत्याग्रही लागतील. समाजसत्ताक लोकशाही अधिकारी प्रजा शास्ते व शासित असा भेद कायम आहे. तोपर्यंत एकवर्ग समाज रचना होऊच शकत नाही. समाजसत्ता ही लोकशाही मानवाची पूर्ण अवस्था नव्हे. समाजसत्ताक लोकशाहीतही अधिकारी वर्गास व बहुमतास न कळणारे किंवा अपरिहार्य आहेत हे ओळखणारे दूरदर्शी नि:स्वार्थी लोकसेवक लागतील. असा सत्याग्रही वर्ग समाजसत्ताक लोकशाहीच्या भावी विकासास अत्यंत आवश्यक आहे.[१८]

आज म.गांधींनी याच परंपरागत प्राचीन आत्मबलाची संघटना करून त्याला राजकीय व सामाजिक क्रांतिकारक स्वरूप दिले आहे. सत्याग्रही हा आता विशिष्ट मतांवर अधिष्ठित असलेला एखादा धर्मसंप्रदाय उरलेला नाही. केवळ व्यक्तिगत आध्यात्मिक मोक्ष हे सत्याग्रहीचे ध्येय नाही. लोकांच्या सर्वांगीण उन्नतीसाठी त्यांना सर्वांगीण क्रांतीचा मार्ग दाखवून देणारे ते एक सामाजिक अखंड क्रांतिशास्त्र आहे. लोकसत्ता व समाजसत्ता या रूपांनी उदित झालेली एक वर्ग समाजाची ध्येये आत्मसात करून मानव समाजाला पूर्णावस्था प्राप्त होईपर्यंत त्याचे नेतृत्व करण्याचे सामर्थ्य या सत्याग्रही तत्त्वज्ञानात आहे. भौतिक विद्या व यंत्रकला यांच्याशी त्यांचा विरोध नाही. बाह्य सृष्टीशी कसे व्यवहार करावे आणि तिची नियती आपणास अनुकूल आणि उन्नतीकारक कशी बनवून घ्यावी, हे ज्ञान मनुष्यास भौतिक विद्येनेच प्राप्त होणार आहे.[१९]

अनियंत्रित परकीय सत्तेतून स्वकीय लोकसत्तेत आधुनिक भारताचा प्रवेश झाला आहे. यापुढे थोड्याच काळात ज्या सत्याग्रही तत्त्वज्ञानाच्या आश्रयाने त्याला लोकसत्तेची प्रस्थापना करता आली, त्याच्याच आश्रयाने तो समाजसत्तेचीही प्रस्थापना करील. पण समाजसत्ता हा भारताचा संदेश नव्हे. भारताचा अंतिम संदेश आत्मसत्ता हा आहे. या आत्मसत्तेची प्रस्थापना होऊन मानव समाजाला दंडधारी राजकीय संस्थांची मुळीच गरज उरली नाही, म्हणजेच खरी एकवर्ग समाजरचना स्थापना होणार आहे. आधुनिक काळातील एकवर्ग समाजाचे ध्येय आणि प्राचीन ब्राह्मणांच्या ध्येयात फारसे अंतर नाही व सत्ययुगात केवळ एकच ब्राह्मण वर्ग होता, त्याचप्रमाणे पुन: समाजाला अशी एकवर्गी अवस्था प्राप्त व्हावी, हीच मानव समाजाची पूर्णावस्थेची कल्पना भारताच्या अंत:करणात समाजवाद आत्मसात केल्यानंतर निर्माण होईल.[२०]

आचार्य जावडेकरांच्या मते, अशाप्रकारे आधुनिक जगातील इतर राष्ट्रांच्या

वर्तमानकालीन इतिहासापासून आपल्या कार्यास स्फूर्ती घेणारे आधुनिक भारताचे नेते आणि प्राचीन भारताच्या आध्यात्मिक संस्कृतीचा अभिमान बाळगणारे म. गांधींसारखे सत्याग्रही जगद्वंद्य पुढारी, या दोघांच्याही दृष्टिपथात येणाऱ्या भावी भारतीय संस्कृतीच्या चित्रातील द्वैत नाहीसे होऊ शकते. ज्या मानाने स्वतंत्र भारतातील भावी संस्कृती मूर्त स्वरूप धारण करू लागेल, त्यामानाने हे द्वैत पूर्णपणे नाहीसे होऊन तिचे स्पृहणीय स्वरूप सर्व मानव जातीच्या भौतिक व आत्मिक आकांक्षांना संतुष्ट करण्यास समर्थ होईल आणि हीच भारतीय संस्कृती मानव संस्कृती म्हणून जगभर पसरेल,[२१] अशी आचार्य जावडेकरांची दृढ श्रद्धा होती.

नवभारताची मांडणी

अशा प्रकारे भारतीय स्वातंत्र्य चळवळीतील तत्त्वमंथनाचे आचार्य जावडेकरांनी विवेचन केले. १५ ऑगस्ट १९४७ रोजी भारत स्वतंत्र झाला. भारताची फाळणी झाली आणि मुस्लीम बहुसंख्याक असलेल्या भागाचे पाकिस्तान नावाचे नवे राष्ट्र निर्माण झाले. भारताच्या स्वातंत्र्याचे महत्त्व आचार्य जावडेकरांनी ओळखले होते. नवा भारत हा धर्मनिरपेक्ष राष्ट्रवाद, स्वातंत्र्य, समता आणि अहिंसा या तत्त्वांवर उभा केला पाहिजे असे त्यांचे मत होते.नवभारताला खरे आव्हान जातीयवादी शक्तींकडून होते. आचार्य जावडेकरांच्या मते, भारतामध्ये हिंदुत्व हे राष्ट्रीयत्व असू शकत नाही, कारण भारतीय स्वातंत्र्य चळवळीतील नेत्यांनी सर्वसमावेशक, सर्वधर्म सहिष्णू, धर्मनिरपेक्ष राष्ट्रवादाचा पुरस्कार केलेला आहे. भारतामध्ये प्रत्येक व्यक्तीला स्वायत्ततेचा अधिकार राहील आणि धर्माच्या आधारावर कुठल्याही प्रकारचे अन्याय व्यक्तीवर करता येणार नाहीत. भारतीय राज्यघटनेने या सर्व विचारांवर शिक्कामोर्तब केले आहे. हिंदुत्ववाद्यांच्यावर आचार्य जावडेकरांनी टीका केली आणि असे मत व्यक्त केले, की धर्माच्या आधारावर राष्ट्रनिर्मिती होऊ शकत नाही.

भारताने धर्मनिरपेक्ष राष्ट्रवादाबरोबरच लोकशाहीचा स्वीकार केला. या लोकशाहीमुळे लोकांच्या मतामध्ये स्वत:बद्दलचा आत्मविश्वास व पौरुष जागे झाले आहे. धर्मनिरपेक्ष राष्ट्रवाद, लोकशाही आणि समाजवाद ही तीन मूल्ये नवभारताच्या जडणघडणीत महत्त्वाची भूमिका बजावतील, असे आचार्य जावडेकरांचे मत होते. त्याचबरोबर म. गांधींनी दिलेला सत्याग्रहाचा जो विचार आहे, त्याचीही अंमलबजावणी करणे आवश्यक आहे. भारत स्वतंत्र झाल्यानंतर नवभारताची मांडामांड कशा प्रकारे करावयाची हा मुद्दा महत्त्वाचा होता. ही रचना भारतीय स्वातंत्र्यलढ्यातून निर्माण झालेल्या तत्त्वचिंतनाच्या आधारे झाली पाहिजे, असा आचार्य जावडेकरांचा आग्रह होता. धर्मनिष्ठ हिंदुत्ववादी पक्ष आणि व्यक्तिवादी भांडवलशाही गट यांच्याकडून नवभारताची योग्य अशी मांडणी होणार नाही किंबहुना त्यांचे राज्य हे बहुसंख्याकांसाठी

गुलामगिरी ठरणारे आहे, असे त्यांचे मत होते.

आचार्य जावडेकरांच्या मते, भारतातील समाजवादीच केवळ नवभारताची खऱ्या अर्थाने उभारणी करू शकतात. त्यांनी भारतातील समाजवादी चळवळ तीन प्रवाहांत विभागली आहे. त्यातील पहिला प्रवाह १) काँग्रेस पक्षातील पं. जवाहरलाल नेहरू व त्यांचे अनुयायी, २) भारतातील कम्युनिस्ट पक्ष, ३) भारतातील समाजवादी पक्ष या तिन्ही प्रवाहांचे आचार्य जावडेकरांनी सूक्ष्म विश्लेषण केले.

भारतातील समाजवादी चळवळीचे तीन प्रवाह

अ) काँग्रेस आणि भारतीय समाजवाद

भारतीय समाजवादात पाश्चिमात्य समाजवादाची तत्त्वे आत्मसात केली गेली असली तरी ती अंधपणाने आत्मसात केली नाहीत, असे आचार्य जावडेकरांचे मत होते. भारतीय स्वातंत्र्यलढ्याच्या संग्रामातून भारतीय संस्कृतीला अभिप्रेत असणारा असा भारतीय बनावटीचा समाजवाद येथे निर्माण होत आहे, हे या समाजवादाचे वैशिष्ट्य आहे. परिणामतः भारतीय समाजवादाकडे पाहात असताना समाजवाद व काँग्रेस यांचा भारतीय लढ्यांशी कसा संबध आला, हे पाहणे महत्त्वाचे आहे.

१८८५ ला काँग्रेसची स्थापना झाली असली, तरी राष्ट्रसभेच्या पहिल्या पिढीतील नेत्यांत दादाभाई नौरोजी यांनी १८७० साली भारतातील वाढत्या दारिद्र्यातून व ब्रिटिशांच्या आर्थिक शोषणातून मागे पुढे क्रांतिकारक आंदोलन होईल व हिंदी राष्ट्र किंवा ब्रिटिश राष्ट्र नामशेष होईल हे ओळखले होते. मार्क्स व दादाभाई हे समकालीन होते. मार्क्सने एक वर्ग दुसऱ्या वर्गाचे शोषण करतो व त्यातून क्रांति होणार हे ओळखले व ती क्रांति यशस्वी करण्याचा प्रयत्न त्याने जन्मभर केला. दादाभाईंनी एका राष्ट्राने दुसऱ्या राष्ट्राचे रक्तशोषण केले, तर त्यातून क्रांती होणार हे जाणले आणि क्रांति शांततेने घडून आणावी असे प्रयत्न दोन्ही राष्ट्रांतील विचारवंत व दूरदर्शी नेत्यांच्या साहाय्याने सुरू केले. पहिल्याच्या प्रयत्नातून कम्युनिस्ट क्रांतिमंत्र व हुकूमशाही याचा उद्‌भव झाला, तर दुसऱ्यांच्या प्रयत्नामुळे पुढे सत्याग्रही क्रांतितंत्र व समाजवादी लोकशाही यास अनुकूल भूमिका निर्माण झाली.

राष्ट्रसभेच्या दुसऱ्या पिढीत लो. टिळक व ना. गोखले हे दोन राजकीय नेते पुढे आले. त्यांनी आपल्या तत्त्वानुसार राष्ट्रीय व प्रागतिक असे दोन राजकीय पक्ष निर्माण केले. आणि हिंदी राजकारणावर आपला ठसा उमटविला. या दोघांनाही दादाभाईंच्या कार्याबद्दल अभिमान वाटत होता. त्यांचे कार्य आपण पुढे चालवत आहोत याचे भूषण वाटत होते, पण त्यापैकी कोणासही दादाभाईंच्याप्रमाणे सर्वपक्षीय मान्यता मिळाली नाही.[२२]

आधुनिक हिंदी राजकारणातील पहिली पिढी ही राष्ट्रवादापेक्षा लोकसत्ता, सामाजिक समता आणि व्यक्तिवाद या तत्त्वांवर विशेष भर देत असे. यामुळे ती सर्वांगीण धर्मसुधारक या नावाने प्रसिद्ध झाली होती. दुसरी पिढी ही राष्ट्रवादावर अधिक भर देऊ लागली आणि लोकसत्ता व सामाजिक समता किंवा व्यक्तिवाद यांना प्रथम तरी गौण लेखू लागली. राष्ट्रीय स्वातंत्र्य हेच तिने आपले ध्येय जाहीर केले आणि राष्ट्रीय स्वाभिमान, स्वावलंबन आणि पारतंत्र्य, द्वेष या भावना दुसऱ्या पिढीच्या म्हणजे राष्ट्रीय पक्षाच्या प्रेरक शक्ती बनल्या. हिंदुस्थान हे जित राष्ट्र आहे व ते स्वतंत्र बनले पाहिजे, या एकाच मुद्यावर या पक्षाने आपली सर्व शक्ती केंद्रित करण्याचे ठरविले. लोकमान्य टिळकांच्या पिढीने हिंदुस्थानात राष्ट्रवादाचा प्रसार केला. आचार्य जावडेकरांच्या मते, लोकमान्य टिळक सामाजिक समता व लोकसत्तेच्या विरोधी होते, हे म्हणणे बरोबर नाही. कारण पूर्वीच्या पिढीने सामाजिक समता व लोकसत्ता यांच्यावर भर देऊन राष्ट्रीय स्वातंत्र्याला गौणत्व दिले होते. तो लंबक त्यांनी दुसऱ्या दिशेस खेचला. त्यांनी राष्ट्रीय स्वातंत्र्याला अग्रस्थान देऊन सामाजिक समता व लोकसत्तावाद यांना दुय्यम स्थान दिले. आचार्य जावडेकरांच्या मते, यातच त्यांनी हिंदी राष्ट्राच्या राजकारणाचे वैशिष्ट्य जाणले, असेच म्हणणे प्राप्त आहे. जित राष्ट्रांच्या राजकारणात राष्ट्रवादालाच अग्रस्थान मिळाले पाहिजे व स्वातंत्र्यवादी सर्व शक्ती एकत्र आल्या पाहिजेत, हे मर्म त्यांनी जाणले. आणि राष्ट्राचे अंत:करण क्रांतिकारक बनवले.

राष्ट्रसभेच्या तिसऱ्या पिढीत म. गांधी व पं. नेहरूंचा समावेश होतो. गांधीजी व लेनिन हे समवयस्क असले, तरी लेनिनने मार्क्सचेच तत्त्वज्ञान प्रत्यक्षात आणले. त्याचे स्वत:चे ते जीवनदर्शन नव्हते. म. गांधींनी दिलेले जीवनदर्शन त्यांचे स्वत:चे असून ते मार्क्सने दिलेल्या जीवनदर्शनाहून श्रेष्ठ आहे.

आचार्य जावडेकरांच्या मते, यामुळेच भारतीय समाजवादाला म. गांधींनी दिलेल्या नव्या दृष्टीने लोकशाही व समाजवादी क्रांतीच्या तत्त्वज्ञानाची फेरमांडणी केली पाहिजे.[२३] परंतु भारतीय जनतेवर कम्युनिस्ट तत्त्वज्ञानाचा प्रभाव १९२२ ते १९२७ या काळात वाढत गेला होता, कारण भारतीय स्वातंत्र्याची चळवळ या काळात मंदावली होती. या वाढत्या कम्युनिस्टांच्या प्रभावाची दखल काँग्रेसला घेणे भाग होते.

गांधी तत्त्वज्ञान हा सुद्धा एक समाजवादाचा भाग आहे, कारण समाजातील जातिभेद – वर्गभेद मोडून टाकून एकवर्ग समाज निर्माण करणे हेच त्याचे ध्येय आहे. तथापि गांधीवाद हा सैध्दांतिक बुध्दिवादातून निर्माण झाला नाही. तो या सामान्य जनतेच्या जीवनाचे व तिच्या दैनंदिन गरजांचे निरीक्षण करून या देशातील परंपरागत आध्यात्मिक दृष्टिकोनातून निर्माण झालेला समाजवादच आहे. स्वत: गांधीसुद्धा मी एक समाजवादीच आहे' असे म्हणत होते. परिणामत: काँग्रेसमध्येसुद्धा एक गट

समाजवादी विचारांनी प्रभावित झाला होता, मात्र गांधीजींनी निर्माण केलेल्या अहिंसात्मक सत्याग्रही क्रांतिशास्त्रावर त्यांचा विश्वास होता. यातूनच १९३४-३५ साली काँग्रेस अंतर्गत समाजवादी पक्षाची स्थापना करण्यात आली, मात्र काँग्रेस अंतर्गत समाजवादी गटाचे धोरण स्वातंत्र्य प्राप्त करणे हेच होते. समाजवाद हे दुय्यम धोरण होते. आचार्य जावडेकरांच्या मते, या गटाचा असा विचार होता, की हळूहळू आपला प्रभाव वाढवून काँग्रेसला समाजवादी धोरण मान्य करावयास लावणे. परंतु पुढे १९४८ साली काँग्रेसमध्ये पोटपक्ष असू नयेत अशी भूमिका काँग्रेसने घेतली. त्यामुळे समाजवादी गटाला काँग्रेसमधून बाहेर पडण्याशिवाय पर्याय राहिला नाही. काँग्रेसमधून समाजवादी गट बाहेर पडून 'समाजवादी पक्षा'ची स्थापना केली. स्वातंत्र्यानंतरही पं. नेहरूंची समाजवादाला अनुकूल भूमिका होती व त्यांच्या हातूनच समाजवादाची स्थापना होईल असे आचार्य जावडेकर यांना वाटत होते, पण पुढे त्यांचा भ्रमनिरास झाला. पं. नेहरूंच्यासंबंधी जावडेकर म्हणतात, की नेहरू हे समाजवादी विचारांचे नेते म्हणून हिंदी जनतेसमोर आले. पण १९३४ साली राष्ट्रसभेमध्ये समाजवादी पक्ष स्थापन झाला; त्या पक्षाचे सभासदत्व पं. नेहरूंनी केव्हाही स्वीकारले नाही. राष्ट्रसभेने गांधींचे वारस म्हणून त्यांना मान्यता दिली. तथापि राष्ट्रसभेने त्यांच्या समाजवादी मतांना मान्यता दिली नाही. नेहरू सोडले, तर तो पक्ष उजव्यांच्या हाती होता. नेहरूही स्वत: आपणास समाजवादी म्हणवत असले, तरी आपल्या पक्षाचे ध्येय समाजवाद किंवा लोकशाही समाजवाद सांगत नव्हते, कारण काँग्रेस पक्षातील बहुसंख्य नेते व सभासद यांना समाजवादी ध्येये मान्य नाहीत व पक्षाची सूत्रे त्यांच्या हाती आहेत. म्हणून नेहरूंच्याकडून समाजवादाची स्थापना होणार नाही, असे स्पष्ट मत १९५१ साली आचार्य जावडेकरांचे झाले होते. काँग्रेस व नेहरूंच्या धोरणावर टीका करताना ते लिहितात, 'राष्ट्रसभा पक्षाचे अधिकृत नेतृत्व आणि भारताचे पंतप्रधानपद पं. नेहरू यांच्याकडे आल्यापासून ते सांगतात, की आज आपल्या राष्ट्रास कोणत्याही विशिष्ट वादाची आवश्यकता नाही. आजचा प्रमुख प्रश्न शासनसंस्था स्थिर करून शांतता निर्माण करणे हा आहे. अन्न, वस्त्र व धनोत्पादन या गरजा भागविणे हा महत्त्वाचा प्रश्न आहे व देशात राष्ट्रीय एकात्मता निर्माण करणे हा आहे. म्हणून राष्ट्रीयीकरण निदान १० वर्षे तरी नको, असे त्यांचे मत आहे. त्यांना अंतिम दृष्टीने समाजवादी आर्थिक घटना पसंत आहे किंवा नाही हा महत्त्वाचा प्रश्न नसून आज राष्ट्रसभेत समाजवादी धोरणे मान्य होत नाहीत, हे दिसून येते. न्याय्य समाजरचना स्थापन करण्यास उद्या परवा त्या दिशेने राष्ट्राची प्रगति होणे अटळ असेल, परंतु आपल्या देशापुढील आजचे व्यावहारिक प्रश्न सोडविताना समाजवादाच्या संस्थापनेचा विचार करण्याची आपणास आवश्यकता नाही, अशीच सर्वसामान्य राष्ट्रसभा पक्षाच्या सभासदांची भावना व विचारसरणी झाली आहे.[२४]

काँग्रेस व नेहरूंचे नेतृत्व समाजवादी दिशेने पाऊल टाकत नाही, कारण देशातील भांडवलदार-कारखानदार वर्गाच्या विरोधाला हा पक्ष भीत आहे. काँग्रेस पक्ष हा अशी रितीने सामाजिक व आर्थिक क्रांतिकारक पक्ष उरला नाही. त्या पक्षात काही समाजवादी विचारांचे लोक असले, तरी त्या पक्षाचे धोरण पं. नेहरू व सरदार पटेल यांच्या हाती असून त्या दोघांनाही आज आपल्या देशात सामाजिक व आर्थिक क्रांतिचे धोरण अवलंबिणे इष्ट वाटत नाही. नेहरूंच्या समाजवादी बुरख्यांचे धोरण सांगताना ब्रिटनमधील दाखला देत आचार्य जावडेकर म्हणतात, ''पं. नेहरू हे समाजवादी विचारांचे व मंत्रिमंडळाचे प्रमुख असल्याने काँग्रेस पक्ष सामाजिक, आर्थिक क्रांती करील असा भ्रम होत असतो; पण या भ्रमाचे निराकरण करण्यास ब्रिटनमधील उदाहरण पुरेसे आहे. रॅम्से मॅक्डोनाल्ड यांनी ब्रिटनमध्ये समाजवादी पक्ष संघटित केला हे खरे असले, तरी जेव्हा अमेरिकन भांडवलदारांच्या दडपणामुळे त्यांना समाजवादाची स्थापना करणे अव्यवहार्य आहे, असा भ्रम झाला, तेव्हा बाल्डविन यांच्याशी सख्य करून ते राष्ट्रीय पक्षाचे नेते बनले. या वेळेपासून समाजवादी पक्षाचे नेतृत्व मि. ॲटली यांच्याकडे आले व ब्रिटनमधील समाजवादी पक्ष दुभंगून कमकुवत बनला. यातून फॅसिझमचा प्रभाव जगावर वाढत गेला! हिंदुस्थानातील काँग्रेस संस्था संकुचित बनून काँग्रेस पक्ष राष्ट्रीय पक्ष बनला व पं. नेहरू हे या राष्ट्रीय पक्षाचे नेते बनले ही घटना काहीशी तशीच आहे. या घटनेमुळे हिंदुस्थानातील समाजवादी शक्ती क्षीण बनली असून सामाजिक व आर्थिक विकासाचे कार्य दुय्यम महत्त्वाचे होत चालले आहे; यातून जमातवादी शक्ती आपले डोके वर काढतील.''[२५]

अशा प्रकारे काँग्रेस व पं. नेहरू हे समाजवादापासून बाजूला पडत चालले होते. परंतु १९५२ - ५३ पासून आचार्य विनोबा भावे यांनी भूदान आंदोलन सुरू केले आचार्य जावडेकरांच्या मते देशात निर्माण होणारी क्रांतिवादी शक्ती काँग्रेसवर प्रभाव पाडते, हा इतिहास आहे. तसेच आजच्या काँग्रेसमध्ये क्रांतिकारी आंदोलन निर्माण करण्याचे बळ उरले नाही, मात्र भूदान आंदोलनातून निर्माण होणाऱ्या क्रांतिकारक शक्तीची दखल काँग्रेसला घेतल्याशिवाय गत्यंतर नाही, अशी स्थिती निर्माण झाली त्यावेळी समाजवादाचा स्वीकार करण्याशिवाय पर्याय राहिला नाही, म्हणूनच १९५५ च्या आवडी येथील अधिवेशनात काँग्रेसने समाजवादी नवसमाज निर्माण करण्याचे ध्येय अधिकृतपणे स्वीकारले. हा भूदान आंदोलनाचा परिणाम आहे, असे आचार्य जावडेकरांचे मत होते. या काँग्रेसच्या ठरावात समाजवादी ध्येयाचे स्वरूप व मार्ग यांचे स्पष्ट स्वरूप सांगितलेले नाही. यासंबंधी आचार्य जावडेकर म्हणतात, 'काँग्रेस पक्षाच्या इतिहासात ही घटना महत्त्वपूर्ण असली, तरी समाजवादी धोरणाला विरोध करणारा एक गट काँग्रेसमध्ये आहे. गांधीवाद व समाजवादाच्या सैद्धांतिक भूमिकेवरून समाजवादाला

विरोध करणारेही काही काँग्रेसवाले आहेत. जर असे नसते, तर भारत स्वतंत्र होताच समाजवादी अर्थरचनेचे ध्येय काँग्रेसने उद्घोषित केले असते.'[२६] म्हणूनच १९५५ च्या आवडी अधिवेशनात काँग्रेसने समाजवादाचा स्वीकार केला, तरी त्यापासून सावध असले पाहिजे, असे आचार्य जावडेकरांचे मत होते.

आचार्य जावडेकरांनी काँग्रेस व काँग्रेसचे नेतृत्व यांचा सूक्ष्म अभ्यास करून पं. नेहरूंच्या समाजवादी समाजरचना निर्माण करण्यास असणाऱ्या मर्यादा स्पष्ट केल्या. त्याचप्रमाणे भारतात १९२२ पासून कम्युनिस्ट पक्षाची सुरुवात झाली होती. त्यांना वर्ग संघर्ष व हिंसात्मक क्रांति अभिप्रेत होती. ही भूमिका भारताच्या ऐतिहासिक, सांस्कृतिक आणि वैचारिक आशयाशी विसंगत आहे, असे जावडेकरांचे मत होते.

ब) भारतातील कम्युनिस्ट पक्ष आणि त्याच्या मर्यादा

हिंदी राजकारणात पहिल्या महायुद्धानंतर थोड्याच वर्षांत मार्क्सवादी विचारांनी प्रवेश केला. म. गांधींनी १९२० साली जी अनत्याचारी असहकाराची पहिली मोहीम सुरू केली, तिची लाट ओसरू लागताच हिंदुस्थानात १९२२ सालापासून भाई डांगे प्रभृतींनी कम्युनिस्ट विचारांचे लोक संघटित करून कम्युनिस्ट पक्ष स्थापन केला. १९२८ सालापर्यंत मोठमोठ्या औद्योगिक शहरांतील कामगारवर्गात त्याचा बऱ्याच मोठ्या प्रमाणात प्रसार झाला, पण यानंतर थोड्याच दिवसांत सायमन कमिशनच्या बहिष्काराच्या रूपाने सुरू झालेली राष्ट्रीय आंदोलने अधिकाधिक उग्र स्वरूप धारण करू लागली आणि त्यांचे रूपांतर १९३० साली भारतीय स्वातंत्र्याच्या सत्याग्रह संभ्रमात झाले. यावेळी कम्युनिस्ट पक्षाने या राष्ट्रीय स्वातंत्र्याच्या चळवळीशी मुळीच सहकार्य केले नाही. यामुळे १९३० च्या सुमारास मार्क्सवादाच्या आधारावर, पण राष्ट्रीय स्वातंत्र्याच्या लढ्याशी आणि तो लढा चालविणाऱ्या राष्ट्रसभेशी अधिक समरस होणारा हिंदी समाजवादी पक्ष राष्ट्रसभेतच निर्माण झाला. यानंतर थोड्याच दिवसांत भाई मानवेंद्र रॉय यांनी मार्क्सवादाच्या आधारावर एक तिसरा पक्ष निर्माण केला; हा रॉयवादी पक्ष लवकरच ऱ्हास पावला. हिंदी समाजवादी पक्षाने व किसान प्रजापक्षाने १९५३ साली एक होऊन प्रजा समाजवादी पक्ष निर्माण केला. समाजवाद्यांनी गांधीवादाचे क्रांतिकारक स्वरूप ओळखून व तिच्यातील क्रांतिकारक अहिंसा तत्त्व आत्मसात करून मार्क्सवादाची पुनर्घटना केली पाहिजे, अशी भूमिका स्वीकारली. आचार्य जावडेकरांच्या मते, या पक्षांनी अंतर्मुख होऊन आपले कार्य सुरू केले, पण कम्युनिस्ट पक्ष मात्र मार्क्सवादाला गांधीवादापासून अथवा भारतात झालेल्या क्रांतिपासून काहीही बोध घेण्याची गरज नाही, असे समजून आपला मार्ग आक्रमीत होता, इतकेच काय पण त्याने १९३० साली झालेल्या सत्याग्रह मोहिमेत भाग घेतला नाही. त्याचप्रमाणे

१९४२ च्या आंदोलनातही त्या पक्षाने विरोधी भूमिका स्वीकारून हिंदी राजकरणातील आपले स्थान सर्वस्वी गमावले. यापुढेही या शुद्ध मार्क्सवादी व सनातनी वृत्तीच्या पक्षाला येथे फारसे महत्त्वाचे स्थान प्राप्त होईल, असा संभव दिसत नाही, असे भविष्य आचार्य जावडेकरांनी व्यक्त केले होते.[२७]

राष्ट्रसभेने ब्रिटिशांविरुद्ध १९३० साली दुसरा सत्याग्रहाचा लढा दिला. हा लढा १९३४ पर्यंत दोन मोहिमांच्या रूपाने चालू होता. या दोहोंपैकी कोणत्याही मोहिमेत कम्युनिस्ट पक्ष सामील झाला नाही. यानंतर तिसरा लढा १९४० साली सुरू होऊन निरनिराळ्या रूपांनी १९४४ मध्ये गांधी तुरुंगातून सुटून येईपर्यंत चालू होता. या तिसऱ्या सत्याग्रहाच्या लढ्याला भारतीय स्वातंत्र्याचा अखेरचा संग्राम असे म्हणता येईल. या लढ्यातही कम्युनिस्ट पक्षाने भाग घेतला नाही, उलट या वेळी दुसरे महायुद्ध चालू असता रशिया आणि ब्रिटन यांची दोस्ती होताच कम्युनिस्ट पक्षाने येथील सत्तेविरुद्ध लढा करणाऱ्यांना विरोध करण्यास सुरुवात केली. कम्युनिस्ट पक्षाच्या राजकारणाचा इतिहास पाहिला असता आचार्य जावडेकरांच्या मते, 'त्या पक्षाने भारतात ज्या ज्या वेळी राष्ट्रसभेच्या स्वातंत्र्यासाठी सत्याग्रहाचा लढा केला, त्या त्या वेळेपासून अलिप्त राहण्याचे वा विरोधाचे धोरण स्वीकारले होते, यामुळे अशा प्रत्येक लढ्याच्या वेळी येथील जनतेने कम्युनिस्ट पक्षाला दोषच दिला आणि ज्या कामगारवर्गात एकेकाळी कम्युनिस्ट पक्षाला बरेच महत्त्व प्राप्त झाले होते, त्या कामगार वर्गावरही या पक्षाचा आता प्रभाव उरला नाही.'[२८]

भारतातील कम्युनिस्ट पक्षाने राष्ट्रसभा परकीय सत्तेशी झगडत असता तिच्याशी सहकार्य केले नाही. तसेच स्वतंत्र भारतातही लोकशाहीविरुद्ध दहशतवादी कृत्य करण्यास प्रवृत्त झाला, हे त्यांचे धोरण समर्थनीय नाही. कम्युनिस्टांनी घोडचुका केल्या कारण, 'तो पक्ष आपले धोरण ठरविताना या देशातील जनतेची परिस्थिती आणि तिच्या अंतःकरणातील आकांक्षा यांचे ज्ञान करून घेऊन त्या आधारावर आपले धोरण ठरवीत नाही तर आपले धोरण तो रशियातून येणाऱ्या आदेशावरून ठरवत असतो.' अशा तऱ्हेने जो पक्ष आपले धोरण वास्तव परिस्थितीचे ज्ञान करून घेऊन त्यावर आधारित नाही, तो मार्क्सवादाच्या कसोटीनेही वस्तुतः क्रांतिकारक किंवा समाजवादी ठरणे शक्य नाही, असे आचार्य जावडेकरांचे मत होते. आपल्या देशात जी समाजवादी क्रांति घडवून आणणे आवश्यक आहे. ती क्रांति रशियाचे किंवा चीनचे अंधानुकरण करून घडवून आणता येणार नाही.' हे स्पष्ट करून आचार्य जावडेकर म्हणतात की, 'ती क्रांति घडवून आणावयाची तर प्रत्येक राष्ट्राने आपल्या जनतेच्या राजकीय, आर्थिक, सामाजिक परिस्थितीस अनुसरून आपले धोरण स्वतःच्या बुद्धीने स्वतंत्रपणे आखून घेतले पाहिजे.'[२९]

आचार्य जावडेकरांच्या मते, मार्क्सवादात काही तत्त्वांची उणीव असल्यामुळे कम्युनिस्टांचा प्रभाव हिंदुस्थानच्या राजकारणावर पडू शकला नाही. या उणीवा पुढीलप्रमाणे आहेत.

१) राष्ट्रीय भावना व वर्गविग्रह

२) अध्यात्माचे क्रांतिकारक स्वरूप

३) धर्मभावना व क्रांतिवृत्ती

१) राष्ट्रीय भावना व वर्गविग्रह

हिंदुस्थानात ज्यावेळी मार्क्सवाद प्रथम आला, त्यावेळी म्हणजे पहिले महायुद्ध संपून गेल्यानंतर हिंदी राष्ट्रसभेने सुमारे ३०-३५ वर्षे प्रयत्न करून हिंदी जनतेच्या अंतःकरणात जी आधुनिक राष्ट्रीय भावना निर्माण केली होती, ती परकीय साम्राज्यशाहीशी संपूर्ण स्वराज्याचा लढा करण्यास प्रवृत्त झाली होती. मार्क्सवादी क्रांतिशास्त्राची आद्यप्रेरणा वर्गविग्रह ही असून ज्या वेळी आपल्या राष्ट्रावरील परकीय राष्ट्राचे आक्रमण झुगारून देण्यासाठी त्यातील सर्व वर्ग आपआपसातील मतभेद विसरून सहकार्याने प्रवृत्त होतात, असा हा काळ होता. अशा अवस्थेतील राष्ट्रात ज्यांना क्रांति करावयाची असेल त्यांनी केवळ वर्गविग्रहाच्या तत्त्वावर आपल्या राजकारणाची उभारणी न करता वर्गसमन्वयाचे तत्त्व गृहीत धरूनच तेथील क्रांतिकार्यात भाग घेतला पाहिजे. पण मार्क्सवाद व त्यांचे तत्त्वज्ञान यात कोणतीही नवी भर घालण्याची आवश्यकता नाही किंवा ते एक पूर्णतेस पावलेले क्रांतिशास्त्र व तत्त्वज्ञान आहे असा अहंकार कम्युनिस्ट पक्षास झाला होता. राष्ट्रीय भावनेस प्राधान्य देऊन चालू असलेल्या राष्ट्रीय स्वातंत्र्याच्या संग्रामाशी समरस होणे त्यांना शक्य नव्हते आणि हिंदुस्थानातील कम्युनिस्ट पक्ष भारताच्या राष्ट्रीय लढ्यांशी व राष्ट्रीय वृत्तीशी केव्हा समरस होऊ शकला नाही. उलट १९४२ साली त्यांनी स्वातंत्र्यलढ्यास विरोध केला, तसेच भारत स्वतंत्र होऊन त्यात लोकशाही स्वरूपाचे पहिले राष्ट्रीय सरकार स्थापन झाल्यानंतर त्याच्या विरुद्ध मात्र वर्गविग्रहाच्या अधिष्ठानावर सशस्त्र क्रांतीचे हत्यार त्यांनी उपसले. निजामासारख्या सरंजामशाही संस्थानाचा आश्रय करून, भारतीय राष्ट्राचे तुकडे करू पाहणाऱ्या पाकिस्तानवाद्यांशी समेट करून भारतातील राष्ट्रीय सरकारविरुद्ध आपल्या राजकारणाची मोहीम चालू केली. हिंदी कम्युनिस्ट राजकारणाचा गेल्या ३०-३२ वर्षांतील हा इतिहास लक्षात घेतल्यास वेळी अवेळी वर्गयुद्धाचा पुकारा करणाऱ्या कम्युनिस्ट पक्षाचे धोरण किती अविवेकी झाले आहे हे दिसून येईल.

हिंदी कम्युनिस्ट पक्षाने वर्ग विग्रहाचे तत्त्व मार्क्सवादातून घेतले आणि त्याचा कोठे व कसा उपयोग करावा हे न जाणता व त्याच्या मर्यादा न ओळखता त्याचा

दुरुपयोग केला. हिंदी राष्ट्रीयत्वाच्या प्रगतीच्या कार्यात आपल्या अविवेकाने निष्कारण अडथळे निर्माण केले. वस्तुतः गेल्या ३०-३५ वर्षांत भारत खंडात चालू असलेल्या राष्ट्रीय क्रांतिकारक आंदोलनापासून अनेक प्रकारचा बोध घेऊन मार्क्सवाद्यांना आपल्या तत्त्वज्ञानाची वाढ करता आली असती, पण स्वतंत्र प्रज्ञेचा हा मार्ग न स्वीकारता त्यांनी हिंदी राजकारणातील आपले स्थान कायमचे गमावले.[३०]

२) अध्यात्माचे क्रांतिकारक स्वरूप

मार्क्सवाद्यांनी मानवी अंतःकरणातील धर्मभावना आणि अध्यात्मवृत्ती यांचा अधिक खोल अभ्यास केला पाहिजे, असे आचार्य जावडेकरांचे मत होते, कारण 'भारतीय क्रांतित महत्त्वाची गोष्ट म्हणजे भारतीय समाजाच्या मनःस्थितीत व विचार सृष्टीत क्रांति घडवून आणून त्यांच्या अंतःकरणातील अन्यायाविरुद्ध झगडण्याची वृत्ती आणि प्रतिकार भावना जागृत करणे हीच असून ही मानसिक क्रांति घडून आल्यानंतर येथे राजकीय व सामाजिक क्रांति घडवून आणण्यासाठी प्रत्यक्ष सशस्त्र क्रांति करण्याची आवश्यकता नाही, हे ज्ञान कम्युनिस्टांना केव्हाही झाले नाही. याच्या उलट भारतातील स्वातंत्र्यलढ्यांचे राजकारण गेली ५०-६० वर्षे तरी याच सिद्धांताच्या आधारे चालू असून या काळात त्या राजकारणाची जी प्रगती झाली आहे, ती प्रगती लक्षात घेता येथून पुढील राजकारणही त्याच सिद्धांताच्या अधिष्ठानावर चालत राहील असे दिसते. त्याचप्रमाणे जनतेच्या अंतःकरणातील ही क्रांती घडवून आणणाऱ्यांनी ती केवळ राजकीय व सामाजिक विचारांना चालना देण्याच्या रूपाने घडवून आणलेली नसून समाजाच्या अंतःकरणातील शुद्ध भावना आणि क्रांतिकारक अध्यात्मवृत्ती यांचा मिलाफ करून ही क्रांति घडवून आणलेली आहे व अशा रितीने भारतात आधुनिक काळात धर्माचे व अध्यात्माचे एक क्रांतिकारक स्वरूप प्रकट होत आलेले आहे. याचाही विचार कम्युनिस्ट तत्त्वज्ञानाने केला पाहिजे'[३१] असे आचार्य जावडेकरांचे मत होते.

३) धर्मभावना व क्रांतिवृत्ती

कार्ल मार्क्सला त्याच्या काळात युरोप खंडातील धर्मसंस्थेचे जे दर्शन झाले, ते केवळ सामाजिक क्रांतिच्या विरोधासाठी प्रस्थापित राज्यसंस्थेला जनतेचा नैतिक पाठिंबा मिळवून देणारी क्रांतिकारक शक्ती, याच स्वरूपात झाले. पण मार्क्सला त्याच्या काळात झालेले धर्मसंस्थेचे प्रतिक्रांतिकारक दर्शन हेच धर्माचे अध्यात्माचे खरे नित्य स्वरूप आहे. लो. टिळक व म. गांधी आणि आजचे आचार्य विनोबा भावे यांच्या जीवनांत धर्माला व अध्यात्माला जे क्रांतिकारक स्वरूप प्राप्त झालेले दिसते त्याचे दर्शन झाल्यानंतर तरी मार्क्सवादाने केलेली धर्माची व अध्यात्माची मीमांसा ही

अपुरी व एकांगी आहे, हे ज्ञान हिंदी कम्युनिस्टांना व्हावयास हवे होते, पण ते त्यांना झालेले नसून अद्यापि जयप्रकाश नारायण यांच्यासारख्या एखाद्या सामाजिक क्रांतिकारकाने अध्यात्माची भाषा वापरली, की तो प्रतिक्रांतिकारक बनू लागला अशी ओरड मार्क्सवादी करू लागतात हे पाहिले म्हणजे कोणतेही खरे ज्ञान ग्रंथाच्या वाचनापासून होत नसून परिस्थितीचे वाचन करण्यानेच ते प्राप्त होऊ शकते, याचीही विस्मृती या सांप्रदायिक विचारवंतांना झालेली आहे किंवा काय अशी शंका येऊ लागते.

तात्पर्य, गेल्या ५०-६० वर्षांतील भारतीय राजकारणाचा इतिहास, येथील सामाजिक, धार्मिक घडामोडी या सर्वांच्या मागे असणारे येथील नेत्यांचे तत्त्वज्ञान, यांच्याशी कम्युनिस्ट पक्ष व त्या विचारसरणीचे लोक समरस होऊ शकले नाहीत व त्यापासून त्यांनी कोणताही बोध घेतला नाही.[३२]

भारतीय स्वातंत्र्यचळवळीतून निर्माण झालेले गांधी तत्त्वज्ञान मार्क्सवादातही बसू शकते व ते समाजवाद्यांनी (कम्युनिस्टांनी) स्वीकारावयास पाहिजे होते. यासंबंधी आचार्य जावडेकर लिहितात, 'भारतीय स्वातंत्र्यचळवळीत गांधीवादाने जे राजकारण केले, त्याचे सहानुभूतिपूर्वक निरीक्षण कम्युनिस्टांनी केले असते, तर त्यांना असे दिसून आले असते, की मार्क्सवादात न आढळणारी अशी काही तत्त्वे गांधीवादात असून नेमक्या त्याच तत्त्वाची आवश्यकता हिंदी राजकारणाच्या लढ्यात भासत होती, म्हणूनच हिंदी राजकारणावर गांधीवादाचा व गांधी नेतृत्वाचा प्रभाव वाढत गेला व म. गांधीजींची पकड भारतीय राजकारणावर बसली; यावरून मार्क्सवादात कोणत्या तत्त्वांची उणीव आहे ते लक्षात घेऊन समाजवादी तत्त्वज्ञानाची व क्रांतिशास्त्राची मार्क्सवादाहून अधिक निर्दोष व खोल तत्त्वावर उभारणी करण्याची गरज हिंदी समाजवाद्यांस कळावयास हवी होती.[३३]

भारतीय राजकारणात १९२२ पासून कम्युनिस्ट पक्ष स्थापन होण्यास कारणीभूत परिस्थिती निर्माण होऊन हा पक्ष स्थापन झाला. कम्युनिस्ट तत्त्वज्ञान मार्क्सवादावर आधारित आहे, पण मार्क्सच्या तत्त्वज्ञानात भारतातील स्वातंत्र्यचळवळ व भारतातील सामाजिक, आर्थिक, सांस्कृतिक परिस्थिती यांच्यानुसार बदल करणे आवश्यक होते, परंतु तो न केल्यामुळे मार्क्सवादी तत्त्वज्ञानाचा प्रभाव भारतात पडला नाही व याला कारणीभूत भारतातील कम्युनिस्ट नेते आहेत, असे आचार्य जावडेकरांचे मत होते. भारतीय स्वातंत्र्यचळवळीत मार्क्सवादाचा वारसा घेऊन काँग्रेस अंतर्गत १९३४ साली काँग्रेस समाजवादी पक्ष स्थापन झाला होता व त्यातूनच १९४८ मध्ये समाजवादी पक्षाची स्थापना झाली व काँग्रेस व समाजवाद यांची फारकत होत गेली, म्हणून काँग्रेस अंतर्गत काँग्रेस समाजवादी पक्षाचे धोरण व कार्य समजावून घेणे आवश्यक आहे. स्वतः आचार्य जावडेकरांनी या पक्षास पाठिंबा दिला होता.

भारतातील लोकशाही समाजवादी चळवळ

भारतात कम्युनिस्टांपेक्षा वेगळी अशी लोकशाही समाजवादी चळवळ काँग्रेस अंतर्गत सुरू झाली. गांधी व मार्क्स यांच्या विचारांचा समन्वय करून हा समाजवादी पक्ष जनतेच्या समस्यांची सोडवणूक करील असे आचार्य जावडेकरांचे मत होते.

पण राष्ट्रीय स्वातंत्र्याची प्राप्ती होईपर्यंत असे विधान करणे शक्य नव्हते; जर हे राष्ट्रीय स्वातंत्र्य अनत्याचारी क्रांतीने प्राप्त होऊ शकले, तरच ही अनत्याचारी क्रांतीची वृत्ती राष्ट्रांत कायम टिकू शकेल आणि जर त्या स्वातंत्र्याची प्राप्ती करण्यात अनत्याचारी क्रांती यशस्वी होऊ शकली नाही, तर अहिंसक क्रांतिचे तात्त्विक ध्येय तत्त्वज्ञानाच्या दृष्टीने कितीही श्रेष्ठ असले, तरी त्यांचा अवतार या भूतलावर होण्याचा संभव नाही. हे ओळखून भारताला तो प्रयत्न सोडून द्यावा लागेल, असे आचार्य जावडेकरांचे मत होते. अशीच काहीशी संदिग्ध वृत्ती सर्वसामान्य राष्ट्रसभानिष्ठ कार्यकर्त्यांची व जनतेची म. गांधींच्या अहिंसक क्रांतीच्या प्रयोगासंबंधी होती; यातून आचार्य जावडेकर पुढील निष्कर्ष काढतात, 'समाजवादी पक्षात सामील होणाऱ्या सर्वसामान्य तरुणांची वृत्तीही यावेळी अहिंसक क्रांतिसंबंधी मुग्ध वा संदिग्ध असणे साहजिक होते.''[३४]

अ) काँग्रेस समाजवादी पक्षाचे कार्य

काँग्रेस समाजवादी पक्षाच्या कार्यासंबंधी आचार्य जावडेकर लिहितात, ''समाजवादी पक्षाची वाढ राष्ट्रसभेच्या पोटात होऊन, सुमारे १४ वर्षे त्याने राष्ट्रसभेच्या शिस्तीत राहून राष्ट्राला राजकीय स्वातंत्र्य मिळवून देण्याच्या लढ्यात महत्त्वाची कामगिरी केली आहे. राष्ट्रसभेकडून शेतकरी, कामकरी राज्याची घोषणा करवून घेण्यात आली. १९४८ साली राष्ट्रसभेवर ब्रिटिश सरकारने लष्करी मोहीम सुरू केली असता तिचे पुढारी १९४५ साली बंधमुक्त होऊन पुनःराष्ट्राचे नेतृत्व करू लागेपर्यंतच्या कालात या पक्षाच्या पुढाऱ्यांनी व कार्यकर्त्यांनी फार मोठे कार्य केले. त्यानंतर आतापर्यंत राष्ट्रसभेच्या नेत्यांच्या धोरणावर विधायक स्वरूपाची टीका करून त्यातील संभाव्य धोक्यांबाबत वेळोवेळी इशारे दिले आहेत. राष्ट्रसभेच्या कार्यकारिणीत व अखिल भारतीय समितीत सनदशीर पद्धतीने विरोधी अल्पसंख्याक पक्ष म्हणून त्याने केलेली कामगिरी म. गांधी व पं. नेहरू यांना महत्त्वाची वाटत होती.'[३५]

काँग्रेस समाजवादी पक्षाने राष्ट्रसभा खऱ्या अर्थाने क्रांतिवादी बनवली पाहिजे असा आग्रह धरला आणि ही क्रांति केवळ राजकीय न राहता सर्वांगीण सामाजिक क्रांती घडली पाहिजे, हा त्यांचा दुसरा सिद्धांत होता. म. गांधींनी तात्त्विक दृष्टीने हे दोन्हीही सिद्धांत मान्य केले आहेत, असे आचार्य जावडेकरांचे मत होते, पण त्यांच्या सर्वांगीण क्रांतिकल्पना समाजवाद्यांच्या क्रांतीच्या कल्पनेहून भिन्न आहेत, हे स्पष्ट

करून आचार्य जावडेकर म्हणतात, 'त्यांना सर्वांगीण क्रांती हवी आहे, पण समाजवाद्यांचे मत असे होते, की खरी क्रांती घडविण्यास राष्ट्राला काही काळ अराजक अवस्थेतून जावे लागेल हे ओळखून सर्वांनी वागले पाहिजे. या संक्रमणकालीन अराजक अवस्थेत राष्ट्ररक्षणाचे कार्य केवळ शुद्ध आत्मबलाने होणार नाही. अंतिम दृष्टीने राज्यसंस्था नष्ट होणार असली, तरी ती आजच नष्ट होणार नाही, म्हणून या क्रांतिकाळात शेतकरी कामकरी वर्गाच्या संघटित प्रयत्नांनी समाजवादी राज्यसंस्था स्थापन केली पाहिजे व तिचे प्रभुत्व कष्टजीवी जनतेच्या हाती राहावे म्हणून कामकरी व शेतकरी वर्गाची संघटना उभारण्याचे काम राष्ट्रसभेने आतापासून हाती घेतले पाहिजे, असे आचार्य जावडेकरांचे मत होते.[३६] सत्याग्रहाने क्रांती करावयाची असली तरी अशी कामकरी शेतकरी क्रांतिकारक संघटना करणे राष्ट्रसभेचे आद्य कर्तव्य आहे. असे करताना जमीनदार, कारखानदार व सावकार हे वर्ग दुरावले व त्यांनी वर्गकलहाची हाकाटी केली, तरी त्याने बिचकून जाऊ नये' असा इशारा आचार्य जावडेकरांनी राष्ट्रसभा व काँग्रेस समाजवादी पक्षांच्या नेत्यांना दिला होता.[३७]

सत्याग्रही समाजवादी पक्षाची राष्ट्रसभेत आवश्यकता होती, कारण सत्याग्रही व समाजवादी असे जे दोन पक्ष राष्ट्रसभेत निर्माण झाले आहेत; हे दोनही राष्ट्रसभेत आवश्यक असून, 'हिंदुस्थानातील समाजवादी क्रांती यशस्वी होण्यास व तिच्यातून नवे जग निर्माण होण्यास या दोनही पक्षांच्या संघटित बलिदानाचा उपयोग होणार आहे.'[३८] राष्ट्रीय सभा आज एकदम समाजवादी बनू शकत नाही, हे कम्युनिस्टांनी व नेहरूंनी ओळखले होते. तसेच रशियन क्रांतीची पुनरावृत्ती न होता समाजवाद हा निरनिराळ्या देशांत तेथील परिस्थितीस अनुसरून घडून येईल, वर्गयुद्धांचे कारण नाही. स्वातंत्र्याच्या लढ्यात अधिकृत ब्रिटिश सत्तेशी झगडणे हेच तत्त्व अग्रभागी राहणार यात शंका नाही. प्रथमपासून वर्गयुद्धांचे तत्त्व अग्रभागी ठेवून राज्यक्रांती झाल्याचे उदाहरण अद्यापि इतिहासात घडले नाही. रशियात सुद्धा वर्गयुद्धाने क्रांती झाली नाही. तेथे प्रथम लोकशाहीसाठी झालेल्या क्रांतीला तेथील कम्युनिस्ट पक्षाने अनेक देशांत प्रथमपासून वर्गयुद्धांच्या धोरणावर क्रांती घडवून आणण्याचे आणि आपल्या राजकारणात राष्ट्रीय भावना, वर्गभावना यांचा अडथळा किती येणार आहे, इकडे दुर्लक्ष करण्याचे धोरण आखले; याचा परिणाम सर्वत्र कम्युनिस्टविरोधी मध्यमवर्ग व वरिष्ठवर्ग यांची एकी झाली व त्यांनी शेतकरी वर्गाला राष्ट्रीय भावनेवर झुलवून आपल्या पक्षास फोडून घेतले, यामुळे केवळ औद्योगिक क्षेत्रातील गिरणी कामगार वर्गाखेरीज समाजातील वर्ग कम्युनिस्ट विरोधी बनून ते फॅसिस्ट किंवा नाझी झाले आणि नाझी फॅसिस्ट तत्त्वज्ञान विजयी होऊ लागले व लोकसत्ता व नागरिक यांचीही इतिश्री झाली. आचार्य जावडेकरांच्या मते, समाजवादी पक्षाने यापासून धडा घेतला पाहिजे आणि राष्ट्रीय भावना, धर्मभावना आणि

वर्गभावना यांची शक्ती ओळखली पाहिजे. तसेच प्रत्येक ठिकाणी वर्गयुद्धाचे धोरण पुढे करण्याचे सोडून दिले पाहिजे. समाजातील मध्यमवर्ग आणि शेतकरी वर्ग यांना आपली मते पटवून देण्यासाठी धोरण थोडे बदलले पाहिजे. केवळ शेतकरी – कामकरी वर्ग मोठा आहे. त्याच्या हाती सर्व धनोत्पादनाची साधने आहेत व तो ती खाजगी व्यक्तीपासून हिसकावून घेईल व त्यास विरोध करणाऱ्यास नामशेष करील अशा धमक्या देऊन समाजवादाचा फैलाव होणार नाही. हे तत्त्वज्ञान खरोखरच समाजाला तारक आणि न्यायाधिष्ठित आहे, असे लोकांना पटले पाहिजे. हे पटविण्यास ते अपरिहार्य आहे एवढे सांगून चालणार नाही, तर ते कसे न्याय्य आहे हे सिद्ध केले पाहिजे मात्र ही न्याय्यता सिद्ध करण्यास केवळ बुद्धिबळाचे बळ उपयोगी पडणार नाही. अगर केवळ दहशतवादही उपयोगी पडणार नाही तर या तत्त्वज्ञानासाठी त्याची दीक्षा घेतलेले लोक, लोकसेवेसाठी त्याग करण्यास तयार आहेत हे दृश्य लोकांना दिसले पाहिजे. थोडक्यात याचा फैलाव करणारी सत्याग्रही वृत्ती धारण केली पाहिजे असे माझे मत आहे.'[३९]

हिंदुस्थानात गांधीवाद आणि मार्क्सवाद यांच्यात वैचारिक संघर्ष चालू आहे. त्यात एकाचाच दुसऱ्यावर पूर्ण विजय होणार नाही, तर या दोन्ही तत्त्वज्ञानांचा समन्वय करणारे एक नवे तत्त्वज्ञान निघेल व त्याच्या जोरावर हिंदुस्थानात समाजवाद फैलावेल असे आचार्य जावडेकरांचे मत होते. गांधीवाद आणि मार्क्सवाद हे दोन्हीही अगदी निर्भेळ स्वरूपात हिंदुस्थानाचे अंतःकरण जिंकू शकत नाहीत, हे आता सिद्ध झाले आहे. आणि या दोन्ही गोष्टींची जाणीव ज्या मानाने दोन्ही पक्षांतील कार्यकर्त्यांना अधिक होत जाईल त्या मानाने हिंदी समाजवाद फोफावत जाईल आणि हिंदी स्वातंत्र्याच्या लढ्याला समाजवादी स्वरूप आणि समाजवादाला आध्यात्मिक स्वरूप येत जाईल. हे सर्व करण्यास पं. नेहरूच योग्य आहेत. अर्थात काँग्रेस सोशॅलिस्टांनी त्यांचे नेतृत्व निःशंकपणे मान्य करण्यास आणि राष्ट्रीय सभेची सूत्रे पं. नेहरूंच्याकडे जाण्यातच राष्ट्राचे हित आहे असे आचार्य जावडेकर यांचे मत होते.[४०] अशा प्रकारे भारताला स्वातंत्र्य मिळेपर्यंत काँग्रेस अंतर्गतच समाजवादी पक्षाची वाढ होत गेली. व तिचा लोकशाहीवर विश्वास दृढ होत गेला. स्वातंत्र्यानंतर समाजवादाची स्थापना करण्याच्या दृष्टिकोनातून पं. नेहरूंच्याकडे आचार्य जावडेकर आशावादी दृष्टिकोणांतून पाहात होते, मात्र भारत स्वतंत्र होताच नव्या आर्थिक समस्या, अनेक राजकीय प्रश्न, काँग्रेसमध्ये वाढत्या उजव्या गटाचा प्रभाव यातून समाजवादी पक्षाची मुस्कटदाबी होऊ लागली. परिणामतः काँग्रेसमधून समाजवादी गट बाहेर पडला.

ब) समाजवादी पक्षाच्या स्थापनेची कारणे

१९४८ साली समाजवादी पक्षाचे लोक काँग्रेसबाहेर पडले, कारण काँग्रेसवर उजव्या गटाचा प्रभाव वाढला होता. काँग्रेस एकदमच समाजवादी ध्येय आणि धोरण

स्वीकरणार नाही, पण तिच्यामध्येच राहून आपल्या मताच्या लोकांचा एक गट किंवा पोटपक्ष तयार करावा, त्या मताची छाप हळूहळू राष्ट्रीय सभेवर पाडावी, हे धोरण समाजवाद्यांनी अवलंबिले होते. राष्ट्रसभेत पोटपक्ष असू नयेत, असा नियम केला व काँग्रेसचे स्वरूप संकुचित राजकीय पक्षात करण्यात आले. काँग्रेसमधील काही गटांना समाजवाद्यांची भीती वाटत होती. त्यांना समाजवादी पक्ष काँग्रेसला आपल्या ताब्यात घेईल असे वाटत होते. म्हणून समाजवाद्यांना पक्षाबाहेर काढण्यात आले, तेव्हा आपले स्वत्व रक्षण करण्यासाठी समाजवादी पक्षाच्या नेत्यांनी काँग्रेस पक्षाचा त्याग केला आणि लोकशाही व अहिंसक क्रांति या तत्त्वांच्या अधिष्ठानावर प्रतिगामी पक्ष आणि कम्युनिस्ट पक्ष या दोहोंच्या दरम्यान आपला लोकशाही समाजवादी पक्ष खंबीर तत्त्वनिष्ठेवर उभा केला. आचार्य कृपलानी प्रभृती गांधीवाद्यांनी काँग्रेसमध्येच राहून पोटपक्ष स्थापन न करता आपल्या सामाजिक, आर्थिक क्रांतिकारक मतांचा प्रभाव काँग्रेसवर पाडता येतो किंवा नाही याचा प्रयोग करून पहिला. हा त्यांचा प्रयोग अनुभवानेच अयशस्वी ठरला आणि म्हणून त्यांनाही बाहेर पडून एक स्वतंत्र राजकीय पक्ष स्थापन करणे भाग पडले.[४१]

काँग्रेसच्या धरसोडीच्या आर्थिक धोरणाचा परिणाम असा झाला, की समाजवादी अर्थव्यवस्था मान्य केल्याशिवाय तरणोपाय नाही, अशी ज्यांची श्रद्धा होती त्यांना काँग्रेस संस्थेतून बाहेर पडून नवा समाजवादी पक्ष स्वतंत्रपणे स्थापन करावा लागला. पं. नेहरूंनी या वेळी दूरदर्शीपणा दाखवला असता व अधिक खंबीर धोरण स्वीकारले असते, तर काँग्रेसमधील तत्त्वनिष्ठ समाजवादी नेते काँग्रेसच्या बाहेर पडले नसते. काँग्रेसच्या काही नेत्यांचा समाजवादी ध्येयाला उघड विरोध होता, तर काही अधिकाराच्या जबाबदारीने इतके भयभीत झाले होते की, कोणताही आमूलाग्र फेरबदल करण्याचे त्यांना धैर्य होत नव्हते. यामुळेच काँग्रेसचे धोरण संधीसाधू राहिले व देशाची प्रगती संथ गतीने झाली, असे आचार्य जावडेकरांचे मत होते.[४२]

राष्ट्रात जो तरुण समाजवादी पक्ष निर्माण झाला होता, त्यांची अहिंसक क्रांतिवरील निष्ठाही त्या साधनाला राष्ट्रीय स्वातंत्र्याच्या लढ्यात येणाऱ्या यशावर अवलंबून राहणारी होती व या दृष्टिकोनातून समाजवादी पक्षाची अनत्याचारी क्रांतिवरील निष्ठा पक्की नव्हती. 'अद्यापि या पक्षाची निःशस्त्र क्रांतिशास्त्रावर अव्यभिचारी निष्ठा बसलेली नाही. तथापि, शिस्तीच्या व व्यावहारिक धोरणाच्या दृष्टीने त्यांनी क्रांतिशास्त्राचा अवलंब केला असून हिंदुस्थानात संपूर्ण स्वराज्याची स्थापना अनत्याचारी क्रांतीने झाली, हे पाहताच या पक्षाची या क्रांतिशास्त्रावरील निष्ठा अधिक दृढ होईल याबद्दल आम्हांस संशय नाही.' पुढे १९४२ च्या आंदोलनात भारतीय जनतेच्या अंतःकरणातील क्रांतिकारक अहिंसावृत्तीवरील निष्ठा डळमळीत होऊ लागली होती. तथापि त्याही

अवस्थेत तिचा प्रभाव त्या आंदोलनावर पडला होता. आणि त्यानंतर ब्रिटिश मुत्सद्यांनी त्या आंदोलनाचा प्रभाव पाहून म. गांधींशी व राष्ट्रसभेशी सन्मान्य समेट करून भारतीय स्वातंत्र्याचा प्रश्न सोडविला, हे दृष्य पाहून अनत्याचारी क्रांतीवरील भारतीय समाजवाद्यांची निष्ठा अधिक प्रमाणात वाढली तर, त्यात कोणतेच आश्चर्य वाटणार नाही असे[४३] आचार्य जावडेकरांचे मत होते.

अशा प्रकारे म. गांधींनी भारतीय स्वातंत्र्याचा लढा अनत्याचारी धोरणाने यशस्वी करून दाखवला आणि मार्क्सवादावर निष्ठा ठेवून ज्यांनी समाजवादी पक्षाची उभारणी केली होती, त्यांच्याही अंतःकरणांत अहिंसक क्रांतिवादाची प्रेरणा जागृत केली. अशा रितीने भारतीय जनतेत सुप्त असलेल्या अहिंसावृत्तीला जागृत करून तिला आधुनिक भारताच्या निर्मितीस क्रांतिकारक प्रतिष्ठा म. गांधींनी मिळवून दिली.[४४]

म. गांधींच्या वधानंतर राष्ट्रसभेने सत्ताधारी पक्ष बनण्याचा निर्णय घेतला आणि समाजवादी पक्षाने १९४८ साली नाशिक येथे जमून लोकशाही समाजवादाच्या स्थापनेसाठी एक स्वतंत्र व संघटित पक्ष म्हणून कार्य करण्याचे ठरवले. त्या पक्षाचे जनरल सेक्रेटरी साथी जयप्रकाश नारायण यांनी पक्षाने समाजवादाइतकेच निष्ठेने लोकशाही राज्यसंस्था टिकवण्याचे कार्य पार पाडले पाहिजे या मुद्यावर जोर दिला आणि म. गांधींच्या तत्त्वापासून आपणास जर कोणता एक संदेश आत्मसात करता येण्यासारखा असेल, तर तो साध्याप्रमाणे साधने ही शुद्ध आणि उन्नत ठेवण्याबद्दल सदैव मदत करत राहिले पाहिजे हा आहे, असे त्यांचे मत होते. म. गांधींचे थोर विभूतीमत्व, आपल्या राष्ट्राची प्राचीन व अर्वाचीन परंपरा आणि गेली २५-३० वर्षे ब्रिटिश सत्तेविरुद्ध लढताना मनावर झालेले अनत्याचारी असहकाराचे व सत्याग्रही तत्त्वज्ञानाचे संस्कार या सर्वास अनुरूप असाच हा सल्ला होता, असे आचार्य जावडेकरांचे मत होते. समाजवादी पक्षानेही आपली निष्ठा बनवली, तर हिंदी राष्ट्रात नव्यानेच जन्मास आलेल्या लोकशाहीच्या पायावर राज्य खंबीर आणि स्थिर बनेल याबद्दल कोणीही शंका बाळगण्याचे कारण नाही, असे आचार्य जावडेकरांचे मत होते.[४५]

आचार्य जावडेकरांनी सोशॅलिस्ट पार्टीस पाठिंबा देण्याचा जो निर्णय घेतला होता त्याच्या बुडाशी पुढील महत्त्वाचे मुद्दे होते. १) आजच्या काँग्रेस पक्षाची आर्थिक धोरणासंबंधीची मूलभूत दृष्टी तत्त्वतः व व्यवहारात चुकीची असून भांडवलशाहीला जीवदान देणारी आहे व तिच्या घटनेत मूलभूत स्वरूपाचे कोणतेही फेरबदल न करण्याचे आश्वासन देऊन तिचे नियंत्रण करावे आणि उत्पादनात वाढ घडवून आणावी असे धोरण काँग्रेसचे आहे. २) मूलभूत राष्ट्रीय धंदे सार्वजनिक मालकीचे करावेत, हे तत्त्व काँग्रेसने अनेक वर्षे पुरस्कारिलेले असून ते तत्त्व सोडून देऊन आजची योजना व धोरण आखण्यात आले आहे. यामुळे काँग्रेसने जनतेला दिलेल्या वचनांचा भंग तर

झालाच आहे, पण उत्पादनाच्या आणि व्यापाराच्या सर्व मोक्याच्या जागा खाजगी धनिक वर्गाच्या हाती देऊन आमच्या सरकारला आर्थिक व्यवहाराचे नियंत्रण करणे अशक्य झाले आहे, असा अनुभव गेल्या ५ वर्षांत भरपूर आला आहे. भाव नियंत्रण असो किंवा कारखानदार व मजूर यांच्यातील परस्परसंबंधाचे नियंत्रण असो किंवा धान्यवसुली असो कोणत्याही बाबतीत सरकारने घातलेली नियंत्रणे धाब्यावर बसवून सरकारची योजना निष्फळ करावयाची असे धोरण येथील व्यापारी कारखानदारांनी सतत अवलंबिले आहे. यामुळे सरकारची नैतिक प्रतिष्ठा नाहीशी होऊन राज्ययंत्र व अधिकारीवर्ग हेही भ्रष्ट बनू लागले आहेत. म्हणून सर्व मोक्याची ठाणी सरकारने हाती घेतल्यापासून कोणतीही आर्थिक योजना अमलात येऊ शकत नाही.''[४६]

वरील परिस्थिती लक्षात घेऊन समाजवादी पक्षाने पुढील पाच वर्षांची योजना आखली होती. आचार्य जावडेकरांनी ती पुढीलप्रमाणे दिली. 'मूलभूत धंद्यांचे राष्ट्रीयीकरण करावे, आंतरराष्ट्रीय व्यापार राष्ट्राने आपल्या मालकीचा करावा. दुय्यम धंदे व व्यापार खाजगी भंडवलदारांना राखून ठेवून त्याच्यावर योग्य ती नियंत्रणे लादून राष्ट्रीय योजना यशस्वी करावी असे समाजवादी पक्षाचे धोरण आहे.' या धोरणाच्या मार्गात जे अडथळे व अडचणी आहेत असे काँग्रेस पक्ष दाखवीत असतो, ते कसे दूर करावेत, पैसा कसा उभा करावा आणि सरकारने घेतलेल्या धंद्यांची कार्यक्षमता वाढविण्यासाठी कोणती योजना करावी ते सर्व त्या पक्षाच्या जाहीरनाम्यात तपशीलवार मांडले आहे आणि त्यांनी असे दाखवून दिले आहे की, या कार्याच्या आड येणाऱ्या अडचणी म्हणून ज्या दाखवल्या जातात, त्या निराधार आहेत. या दृष्टीने समाजवादी पक्षाचा कार्यक्रम व त्यांची विचारसरणी हीच व्यावहारिक दृष्टीने यश मिळविण्यास उपयुक्त आहे असे आचार्य जावडेकरांचे मत होते.[४७]

राष्ट्रसभेच्या पूर्वीच्या ध्येयवादाशी सुसंगत व गेल्या २५ वर्षांत राष्ट्रीय सभेने ज्या आकांक्षा निर्माण केल्या व जी अभिवचने जनतेला दिली, त्या आकांक्षा पुऱ्या करण्याच्या दृष्टीने समाजवादी पक्षाचे धोरण राष्ट्रसभेच्या पूर्वीच्या धोरणाशी सुसंगत आहे. आपल्या देशात जी लोकशाही स्थापन करण्यात आली आहे, ती नष्ट न होता तिचा विकास समाजवादी लोकशाहीत व्हावा असे या पक्षाचे धोरण आहे. हे धोरण यशस्वी झाले तर आपल्या देशात कम्युनिस्टांची व एकपक्षीय हुकूमशाहीची भीती उरणार नाही, असे आचार्य जावडेकरांचे मत होते.

आज आपल्या देशात सर्वांत प्रबळ असा फक्त काँग्रेस पक्ष असून तो तत्त्वच्युत व नीतिभ्रष्ट झाला आहे. या पक्षाचा कायापालट करण्यास पं. नेहरू यांना अपयश आले असून समाजवादी ध्येयांनी प्रेरित असा संघटित राजकीय पक्ष असे स्वरूप त्यांना आपल्या पक्षास देता आले नाही. त्यांच्या मते, काँग्रेसमध्ये सुधारणा होण्याची

बिलकूल आशा उरली नाही. असा पक्ष जर पुन्हा बहुमताने अधिकारावर आला, तर त्यापासून राष्ट्रांत गोंधळ माजेल. सरकारवर दबाव राहणार नाही आणि देशातील असंतोष कम्युनिस्टांना अनुकूल बनेल. देशात काँग्रेस पक्षाला तुल्यबळ असा दुसरा अखिल भारतीय व लोकशाहीनिष्ठ पक्ष असेल हाच संकट टाळण्याचा एकमेव मार्ग आहे,[४८] असे आचार्य जावडेकरांचे मत होते. त्याच दृष्टीने आचार्य जावडेकर समाजवादी पक्षास पाठिंबा देतात.

भारतातील समाजवादी पक्ष व त्यांचे राजकारण

ब्रिटन आणि अमेरिका तसेच साम्राज्यशाही व भांडवलशाही या दोनही असुरी शक्तींविरुद्ध लढण्याचा अत्याचारी मार्ग भारताला लाभलेला आहे. याच मार्गाने जनतेला नेण्याचा निर्धार समाजवादी पक्षाने केला होता. साथी जयप्रकाश नारायण प्रभृति दूरदर्शी, क्रांतिनिष्ठ आणि विवेकी नेत्यांच्या हाती त्या पक्षाची सूत्रे आहेत. गेल्या ३० वर्षांत आपल्या देशाने म. गांधींच्या नेतृत्वाखाली क्रांतिकारक लढा निःशस्त्र मार्गाने चालविण्याचे जे तंत्र शोधून काढले आहे, त्याच आधाराने येथील समाजवाद्यांनी आपल्या समाजवादी क्रांतीचे कार्य सुरू ठेवावे असे जयप्रकाश व समाजवाद्यांचे मत होते. याच मार्गाने गेल्यास समाजवादी क्रांतीचे कार्य आपणास यशस्वी करता येईल. भारतात समाजवाद हा लोकशाही पद्धतीने येणार व लोकशाही स्वरूपाचाच बनेल व त्यामुळे आपल्या देशास रशियाप्रमाणे हुकूमशाही जनतेस सहन करावी लागणार नाही असे समाजवादी पक्षाचे मत होते.[४९]

समाजवादी पक्षाविषयी काँग्रेसचे जे धोरण होते, त्यावर आचार्य जावडेकर पुढीलप्रमाणे टीका करतात, 'राष्ट्रीय स्वातंत्र्याच्या लढ्यात समाजवादी नेत्यांच्या नेतृत्वाखाली ज्यांनी भूमिगत राहून राष्ट्रसेवा केली, त्यांचे कौतुक करून काँग्रेस पक्षाने मते मिळवली. अशा रितीने सर्वांच्या साहाय्याने राष्ट्रातील सरकारे आपल्या हाती घेतल्यानंतर काँग्रेसने आपले दरवाजे बंद करून समाजवादी पक्षास बाहेर काढले आणि देशातील भांडवलदार वर्गाशी सख्य करून त्याच्या हितसंबंधास निदान ६० वर्षे तरी हात लावणार नाही, अशी आश्वासने दिली. आपले स्वरूप तिने संकुचित बनविले आणि तरीही आपणास विरोधी पक्ष असू नये आणि आपण एकटेच सर्व राष्ट्रांचे प्रतिनिधी आहोत असा दावा ती अद्यापही करीत आहे. आपल्या हाती सत्ता असताना इतरांनी आपला पक्ष संघटित करून लोकशाही पद्धतीने ती सत्ता स्वतःच्या हाती घेण्याचा प्रयत्न करू नये असे म्हणणे हीच हुकूमशाही वृत्ती होय. काँग्रेस पक्ष हा आज या वृत्तीने पूर्णपणे भारावला असून त्याने शुद्ध लोकशाही पद्धतीने आपल्या हाती सत्ता घेऊन शांततेच्या मार्गाने भांडवलशाहीचा अंत करून कामकरी राज्य स्थापन करू

पाहणाऱ्या समाजवादी पक्षावर हुकूमशाही वृत्तीचा व सत्ताभिलाषेचा आरोप करावा हे अत्यंत हास्यास्पद आहे. विशेषतः सत्ता आणि संपत्ती यांच्यापासून अलिप्त राहणाऱ्या म. गांधींच्या नावाने स्वतःच्या हाती सत्ता घेणाऱ्या व भांडवलदारांना आश्वासन देणाऱ्या पक्षाने अशा तऱ्हेचे आरोप प्रतिपक्षावर करणे लांच्छनास्पद समजले पाहिजे.[५०]

आज आपल्या राष्ट्रात हुकूमशाही वृत्ती बळावू नये असे ज्यांना वाटत असेल, त्यांनी देशातील सत्ताधारी प्रबळ राष्ट्रीय पक्षाला सनदशीर मार्गाने विरोध करणारा आणि शांततेच्या मार्गाने त्वरित समाजवादाची स्थापना करणारा पक्ष वाढीस लावणे, हेच कार्य करीत राहिले पाहिजे. याच योगाने आपल्या देशात लोकशाही राज्य चालू लागल्यास आवश्यक असणारे दोन तुल्यबळ पक्ष निर्माण होतील आपल्या देशातील लोकशाही शुद्ध बनेल.[५१]

भांडवलशाही देशात जे अराजक माजले आहे, ते शांत करण्यास जसे काँग्रेस निष्ठ असमर्थ आहेत, तसे कम्युनिस्टही आज जे मार्ग अवलंबीत आहेत व जी साधने वापरत आहेत ती जनतेचा उद्धार करण्यास असमर्थ आहेत, कम्युनिस्ट मोठे अराजक माजवून या देशात आपली हुकूमत स्थापन करू इच्छित आहेत. पण यापैकी कोणत्याही अराजकातून जनतेच्या आर्थिक समतेची प्राप्ती होणार नाही, हे समाजवादी पक्षाने ओळखले आहे. आज देशात अराजक असून खंबीर सरकारच हवे आहे, हे त्याला माहीत आहे. पण देशातील सरकार खंबीर असावयाचे तर त्याने प्रथम भांडवलदाराचे बंड मोडले पाहिजे आणि हे कार्य काँग्रेस पक्ष करीत नाही,[५२] असे आचार्य जावडेकर स्पष्ट करतात. सरकारला हे भांडवलदारविरोधी खंबीर धोरण स्वीकारण्यास भाग पाडावे हाच समाजवाद्यांचा सत्याग्रहांचा हेतू आहे. जनतेला हे मत पटत आहे, म्हणूनच ती समाजवाद्यांच्या सत्याग्रहाना पाठिंबा देत आहे. या सत्याग्रही मार्गावर व साधनावर निष्ठा ठेवून समाजवादी पक्ष आपले कार्य करीत राहील तर लवकरच जनता त्याच्यामागे जाईल व या देशात समाजवादी सरकार स्थापन होऊन ते कम्युनिस्टांचे व भांडवलदारांचे अराजक मोडून टाकील, असा विश्वास आचार्य जावडेकर व्यक्त करतात. या सत्याग्रहाच्या मार्गातून या देशातील समाजवादाच्या प्रस्थापनेचा मार्ग जनतेला सापडणार नाही. भांडवलदारापुढे नांगी टाकणारे काँग्रेसनिष्ठ किंवा हिंदुस्थानचा चीन करू पाहणारे कम्युनिस्ट यांच्यामागे जाऊन या देशात जनतेचे हित होणार नाही. जनतेची ही निष्ठा जागृत करण्यानेच समाजवादी पक्षाचा जन्म सफल होणार आहे व तिच्याच बलावर तो या देशातील भांडवलशाहीचे बंड मोडू शकेल.'[५३] असा आशावाद आचार्य जावडेकरांना वाटत होता.

आचार्य विनोबा भावे-गांधींचे वैचारिक वारस

वेदांताला सामाजिक क्रांतीची आधुनिक दृष्टी प्राप्त करून देण्याचा प्रारंभ १९ व्या शतकाच्या प्रारंभी राजा राममोहन रॉय यांनी ब्राम्हो समाजाची स्थापना केली; त्यातून प्रागतिक सुधारणावाद निर्माण झाला. १९ व्या शतकाच्या अखेरीस विवेकानंद आणि टिळक यांनी वेदांताला कर्मयोगी बनवून त्याच्याआधारे भारतात क्रांतिकारक राष्ट्रवाद निर्माण केला. पुढे २० व्या शतकात पहिल्या जागतिक महायुद्धानंतर म. गांधींनी त्याच वेदांताला सत्याग्रही दीक्षा देऊन भारतात व आधुनिक जगात सर्वांगीण क्रांति घडवून आणणारे अहिंसक क्रांतिशास्त्र निर्माण केले. या अहिंसक क्रांतिशास्त्राने आपले अंगीकृत कार्य भारतीय लोकशाहीला सत्याग्रही अधिष्ठान निर्माण करून द्यावे आणि भारतात वर्गहीन समाजाची स्थापना करून संपत्तीचे स्वामित्व व्यक्तीचे नसून समाजाचे आहे या तत्त्वाची अंमलबजावणी करावी, हे बनले. या नव्या समाजाची उभारणी ग्रामोद्योगप्रधान स्वावलंबी व स्वयंपूर्ण ग्रामराज्ये यांच्या पायावर व्हावयाची असून तशी ती झाली असता शासनमुक्त समाजाचे ध्येय दृष्टिगोचर होऊ लागेल, अशी भूदान यज्ञाचे प्रणेते आचार्य विनोबा भावे यांची दृष्टी आहे. सामाजिक व आर्थिक क्रांतीचे स्वरूप व्यक्तिवादी समाजरचना मोडून समाजवादी रचना स्थापन करणे हे असले, तरी ते मानवाची धर्मभावना आणि मोक्षवृत्ती यांना अनुरूप असेच आहे व त्यांना अनुरूप अशा साधनांनीच घडून येईल, याची जाणीव प्रथम म. गांधींना झाली. त्याच जाणिवेने प्रेरित होऊन आज आचार्य विनोबा भावे कार्य करीत आहेत आणि म्हणूनच ते म. गांधीजींचे वैचारिक वारस ठरतात, असे आचार्य जावडेकरांचे मत होते.[५४]

भूदान आंदोलन : अर्थ व हेतू

२० मार्च १९५४ रोजी सर्वोदयपुरी (बोधगया) येथे जमलेल्या सर्वोदयी लोकसेवकांनी एक क्रांतिकारक असा ठराव मंजूर केला. आचार्य विनोबा भावे यांनी भूदान आंदोलनाची सुरुवात केल्यापासून भारतीय जनतेत आर्थिक क्रांतीची प्रेरणा फार जोमाने फैलावू लागली होती. भूदान आंदोलनाचे ध्येय केवळ बेकारांना रोजगार देणे अथवा धनिकापाशी असलेल्या संपत्तीपैकी काही अंश जनतेला दान म्हणून देण्याची याचना करणे, अशासारखे क्षुद्र नाही, असे त्यांनी स्पष्ट केले. भूदान आंदोलनाचा शुद्ध हेतू स्पष्ट करताना आचार्य जावडेकर लिहितात, 'समाजात निर्माण होणारी संपत्ती ही सामाजिक मालकीची आहे. ती कोणाही व्यक्तिच्या मालकीची नाही. खाजगी व्यक्ति या आपणाजवळ असलेल्या संपत्तीच्या मालक नसून त्या सामाजिक संपत्तीच्या निधिधारक आहेत आणि म्हणून त्यांनी आपल्याजवळील जमिनीची मालकी सोडून देऊन ती समाजाकडे दिली पाहिजे, अशा वृत्तीने आचार्य विनोबा भावे यांनी आंदोलन सुरू केले. ज्यांच्याजवळ अधिक

जमीन आहे, त्यांनी त्यापैकी अधिक असलेली जमीन ज्याच्याजवळ मुळीच जमीन नाही त्यांना द्यावी, कारण तो त्यांचा हक्क आहे. ही भिक्षा नसून गरिबाच्या हक्कांची बजावणी आहे, अशी भूमिका आचार्य विनोबा भावे यांनी प्रथमपासून घेतली. तथापि 'भूदान यज्ञ' या शब्दापैकी 'दान' हा शब्द सामान्य व्यवहारात भिक्षेकऱ्याला घातलेल्या भिक्षेला वापरण्यात येत असल्यामुळे ही चळवळ सामाजिक क्रांतीची नसून ती केवळ धनिकांच्या औदार्याला आव्हान करणारी आहे, असा गैरसमज झाला होता. वस्तुतः भूदान हा यज्ञ आहे. म्हणजे ते आवश्यक सामाजिक कर्तव्य आहे, आणि त्या सामाजिक कर्तव्याची पूर्तता होण्यावर समाजाचे सर्व जीवन अवलंबून आहे.'[५५] इतका बोध भूदान याच्यापुढे 'यज्ञ' हा शब्द लावल्याने व्हावयास हवा, असे आचार्य जावडेकरांचे मत होते.

सत्याग्रह, लोकशाही समाजवाद आणि भूदान आंदोलन

भूदान आंदोलन आता भूदान यज्ञापुरते मर्यादित राहिले नसून ते सर्व प्रकारच्या खाजगी स्वामित्वाविरुद्ध सुरू झालेले आंदोलन बनले आहे. आता हाच विचार इतर प्रकारच्या मालमत्तेसही लागू करणार आहे, असे सेवापुरी येथील ठरावाने घोषित केले आहे. त्यातील सारांश आचार्य जावडेकर पुढीलप्रमाणे देतात. 'The Sevapuri resoluation created a new climate of Bhoodan. It has spread the idea that land does not belong to any particular individual and that it belongs to the society. We want to spread the same idea in respect of other properties. We want to change radically the prevailling social conception of individual ownership of property.'

यानंतर संपत्तीदान यज्ञाची कल्पना अधिक विशद करण्यात आली असून तिचे साध्य समाजातील उत्पादनाची साधने व्यक्तीच्या हातून निघून ती समाजाच्या हाती येतील तेव्हाच सफल होईल, असे स्पष्ट मांडले आहे, 'The objective of Sampatti Dan will be fulfilled if the means of production are handed over to the society and wealth is not allowed to accumulate in the hands of any individual - Donation of $^{1}/_{6}$ of property is the first stage of the movement.

या स्पष्टीकरणात दोन मुद्दे आहेत : १) उत्पादनाची साधने समाजाच्या मालकीची बनवायची २) कोणाही खाजगी व्यक्तीच्या हाती धनाचा संग्रह होऊ द्यावयाचा नाही. उत्पादनाची साधने खाजगी मालकीची असली, म्हणजे विनाकष्ट धनसंपादनाचे मार्ग कायदेशीर बनतात आणि खाजगी धनसंग्रह नष्ट करावयाचा, तर उत्पादनाची साधने सामाजिक मालकीची बनली पाहिजे, हाच समाजवादी क्रांतिमागचा मूलभूत विचार आहे, हे आचार्य जावडेकर स्पष्ट करतात.[५६]

हा मूलभूत विचार सर्वोदयवादी व सत्याग्रही तत्त्वज्ञानात अंतर्भूत झालेला आहे अशी निःसंदिग्ध घोषणा सर्वोदयपुरीतील या क्रांतिकारक ठरावाने केली, असे आचार्य जावडेकरांचे मत होते. गांधीवाद आणि समाजवाद यांचा पूर्ण समन्वय झाला असून श्री. जयप्रकाश यांच्यासारखे क्रांतिकारक समाजवादी सत्याग्रही दीक्षा घेऊन आचार्य विनोबांनी प्रवृत्त केलेल्या भूदान व संपत्तीदान यज्ञाचे अध्वर्यु बनले आहेत. आजच्या समाजात रूढ असलेले धनसंपादनाचे मार्ग अन्यायाचे असून आजची समाजव्यवस्था यापुढे चालू देणे हा अधर्म आहे आणि तिच्यात अहिंसेने क्रांति घडवून आणणे हाच आजचा युगधर्म आहे, असे आचार्य जावडेकरांचे मत होते.[५७]

आजच्या जगात धनिक व श्रमिक यांच्यामध्ये जो वर्गकलह माजला आहे, त्याचा अंत संपत्तीदान व श्रमदान यज्ञाने होऊ शकेल व संपत्तीचे सामाजिकीकरण व विकेंद्रीकरण हाच या भूदान आंदोलन यज्ञाचा अंतिम हेतू आहे. श्रमदानाने श्रमिकांनी सुद्धा समाजाच्या जीवनाला आपले जीवन समर्पण करण्यास तयार असले पाहिजे, असा संदेश ते देत आहेत. मार्क्सवादातही समन्वयाचे तत्त्व अंतर्भूत आहे. पण त्यात बुद्धीची प्रेरक शक्ती ही आत्म्यात नसून बाह्य परिस्थितीत आहे असा चुकीचा सिद्धांत गृहीत धरला आहे. यामुळे मार्क्सवाद समन्वयाकडे दुर्लक्ष करून द्वंद्वांनाच प्रेरणा देत असतो. ही चूक दुरुस्त करून बुद्धीला द्वंद्वातीत बनवून समन्वयाचा शोध करण्याचे सामर्थ्य प्राप्त करून देणे हे या भूदान यज्ञाचे साध्य समजले पाहिजे.[५८]

अनियंत्रित राजसत्तेविरुद्ध लोकसत्ताक क्रांति होत असता सत्याग्रहाच्या उपासकांनी लोकसत्तेच्या बाजूने लढा करण्यास पुढे यावे, हे म. गांधींनी नेतृत्वाने दाखवून दिले, हे स्पष्ट करून आचार्य जावडेकर विनोबाजींच्या कार्याविषयी लिहितात, 'भारतात स्थापन झालेली लोकसत्ता धनिकांच्या हाती जाऊ नये, म्हणून मालकी हक्काविरुद्ध सत्याग्रही क्रांति करून संपत्तीवरील व्यक्तीचे स्वामित्व नाहीसे करण्याचे आणि वर्गहीन समाज निर्माण करण्याचे कार्य त्यांच्या पुढील पिढीला करावे लागत आहे. याचे श्रेय आचार्य विनोबा भावे यांना आहे.'

लोकसत्तेची स्थापना आणि तिचे शुद्धीकरण ही दोनही कार्ये सत्याग्रहाने व्हावयाची, तर समाजाची उभारणी वैयक्तिक धनसंग्रहावर होता कामा नये, हे म. गांधींचे असंग्रहाचे तत्त्व भारतीय लोकसत्तेच्या आजच्या राज्यघटनेत अंतर्भूत झालेले नाही. ही राज्यघटना प्रचलित समाजातील द्विवर्ग आर्थिक घटना आणि वैयक्तिक धनसंग्रह यांच्या रक्षणाच्या धोरणावर उभारली आहे, हे स्पष्ट करून आचार्य जावडेकर म्हणतात, 'यामुळेच जमिनीवरील वैयक्तिक स्वामित्व नष्ट करण्याची सुधारणा करणारे कायदे ही राज्यघटना बदलल्यावाचून करता येत नाहीत, हाच समाजवादी विचारांच्या लोकांचा तिच्यावर मूलग्राही आक्षेप आहे आणि गांधीवादी म्हणविणाऱ्यांनाही त्या

राज्यघटनेत गांधीवादी तत्त्वांचा अंतर्भाव झाला आहे, असे म्हणता येत नाही.[५९]

अशा परिस्थितीत आजच्या सामाजिक व आर्थिक घटनेत बद्धमूल झालेले व राज्यघटनेत सुरक्षित बनवलेले खाजगी धनसंग्रहाचे तत्त्व बदलून घेऊन सामाजिक स्वामित्वाचे तत्त्व समाजाकडून व राज्यसंस्थेकडून मान्य करून घेण्याची क्रांति कशी घडवून आणावयाची, हाच मोठा प्रश्न आहे. प्रश्न सोडवून दाखविण्याची प्रतिज्ञा आचार्य विनोबा भावे यांनी केली. या कार्यास समाजवादी पक्षाप्रमाणे अधिकारूढ काँग्रेस पक्षानेही आपला नैतिक पाठिंबा दिला, याचवेळी खाजगी मालकी हक्कांच्या आधारावर उभारलेल्या आर्थिक घटनेचे व राज्यघटनेचे जीवित नैतिक दृष्टीने संपुष्टात आले, असे आचार्य जावडेकरांना वाटत होते. समाजवादी क्रांतिच्या तत्त्वाला सत्याग्रही तत्त्वज्ञानाच्या इतकेच नव्हे तर सत्याग्रही आंदोलनाचा पाठिंबा देऊन आजच्या भारतीय लोकशाहीच्या राज्यघटनेचा विधाता असा जो काँग्रेस पक्ष, त्याचाही नैतिक पाठिंबा मिळवून देण्याचे महान कार्य आचार्य विनोबा भावे यांनी प्रत्यक्ष करून दाखवले आहे' हे आचार्य जावडेकर निदर्शनास आणतात.

लोकशाही राज्य आणि समाजवादी क्रांति हे विचार अथवा ही ध्येये आधुनिक युरोपातून इकडे आली असल्यामुळे आणि आधुनिक युरोपीय संस्कृति ही केवळ भौतिकवादी असल्यामुळे त्याचा सत्याग्रहाच्या आध्यात्मिक मार्गाशी अथवा निष्ठेशी कसा मेळ बसवायचा याचा उलगडा अनेक विचारवंत समाजवाद्यांना व गांधीवाद्यांना झाला नव्हता, असे आचार्य जावडेकरांचे मत होते. भूदान आंदोलन सुरू झाल्यापासून समाजवादी व गांधीवादी म्हणविणारे बहुतेक सर्व विचारवंत या आंदोलनातून आपणास अभिप्रेत असणारी आर्थिक व सामाजिक क्रांति घडून येणार आहे, असे म्हणून त्या आंदोलनात सामील झाले आहेत. आचार्य विनोबा भावे यांनी या आंदोलनास सर्व पक्षांनी पाठिंबा दिल्यास सामाजिक, आर्थिक क्रांती घडून येऊन एकवर्ग समाज स्थापन होईल आणि दंडधारी राज्यसंस्थेची गरज न ठेवता सर्व समाज आपले नियमन व नियंत्रण स्वयंप्रेरित अनत्याचारी व सर्वोदयनिष्ठ सेवावृत्तीने करू लागेल, असे वारंवार घोषित केले आहे. त्याच्या या घोषणांतून समाजवादी क्रांतिचे सर्व रहस्य अंतर्भूत झालेले आहे, हे आचार्य जावडेकर निदर्शनास आणून देतात.[६०]

लोकशाही समाजवादाच्या ध्येयांना सत्याग्रही तत्त्वज्ञान मान्यता देते, कारण लोकशाही ध्येयात राज्यसंस्थेचे प्रभुत्व प्रजेकडे आहे आणि समाजवादी क्रांतिच्या ध्येयात संपत्तीचे स्वामित्व कोणाही व्यक्तीचे नसून ते सर्व मानव समाजाचे आहे अशी दोन तत्त्वे अंतर्भूत झालेली आहेत. सत्याग्रही तत्त्वज्ञानातही परमेश्वराचे राजकीय प्रभुत्व आणि सर्व संपत्तीवरील त्याचेच स्वामित्व ही तत्त्वे अंतर्भूत असल्यांने या तत्त्वाच्या अनुरोधानेच लोकशाही व समाजवादाच्या ध्येयांना सत्याग्रही तत्त्वज्ञान मान्यता देऊ

शकते. समाजातील सर्व सत्तेचे प्रभुत्व आणि सर्व संपत्तीवरील त्याचे स्वामित्व या तत्त्वांचा अंतर्भाव होतो.[६१]

स्वामित्व भावनेत क्रांती

समाजवादी क्रांतीचे खरे रहस्य अथवा अंतरंग संपत्तीच्या स्वामित्वासंबंधीची रूढ कल्पना बदलून घेणे हे आहे. जमिनी, कारखाने इ. उत्पादनसाधने वैयक्तिक अथवा खाजगी मालकीची न राहता त्यांचे स्वामित्व समाजाकडे आले पाहिजे. ही वैचारिक क्रांति घडवून आणून उत्पादनसाधनावर समाजाची सामुदायिक मालकी स्थापन करणे हे आपले साध्य आहे, असे विनोबांनी निःसंदिग्धपणे जाहीर केलेले आहे. २८ मे १९५३ च्या भूदान यज्ञ पत्रिकेत त्यांनी कम्युनिस्ट मित्रांना दिलेली उत्तरे प्रसिद्ध झालेली आहेत; त्यात आचार्य विनोबा भावे म्हणतात, 'जमिनीवर कोणाचाच स्वामित्वाचा हक्क राहाता कामा नये, ही गोष्ट मी समाजाला शिकवू इच्छितो. श्रीमंत जसे स्वतःला आपल्या जमिनीचे मालक समजतात, तसेच गरीबही आपल्या जमिनीचे आपण मालक आहोत' असे समजतात. या दोघांचीही स्वामित्वाच्या भावनेपासून मी मुक्तता करू पाहतो.' हा विचार व ही भावना खेड्यापाड्यांतील शेतकरी वर्गात व्यापकतेने फैलावल्यावाचून लोकशाही पद्धतीचा समाजवाद निर्माण होऊ शकणार नाही, असे आचार्य जावडेकरांचे मत होते.[६२]

रशियातील क्रांतीच्या वेळी मोठमोठ्या जमीनदारांच्या जमिनी छोट्या शेतकऱ्यांना वाटून दिल्यानंतर छोट्या शेतकऱ्यांचे स्वामित्व विसर्जन करण्याची क्रांती घडवून आणताना लेनिनला माघार घ्यावी लागली होती आणि स्टॅलीनला पक्षाची हुकूमशाही गाजवावी लागली. चीनमध्ये जमिनीच्या स्वामित्वासंबंधीच्या विचारांत क्रांति अर्धवटच घडून आली आहे. आचार्य जावडेकरांच्या मते, ही सर्व परिस्थिती लक्षात घेता मोठ मोठे जमीनमालक यांच्या विचारात, भावनांत स्वामित्वासंबंधी क्रांति घडवून आणण्याचे कार्य किती बिकट पण महत्त्वाचे आहे हे लक्षात येईल.

श्री. जयप्रकाश नारायण, पं. नेहरू यांच्यासारखे राजकीय नेते या आंदोलनाला तात्त्विक व नैतिक पाठिंबा देत आहेत, इतकेच नाही, तर त्यांनी आपआपल्या पक्षांची या कार्यास अधिकृत संमतीही मिळवली आहे. या सर्व शक्तीचे पाठबळ या आंदोलनामागे उभे राहिल्यास जमिनीच्या स्वामित्वासंबंधी वैचारिक क्रांति घडवून येण्यास फार काळ लागणार नाही. एकदा ही वैचारिक क्रांति सर्वसामान्य जनतेच्या अंतःकरणात व्यापकत्वाने घडून आली, तरी जमिनीवरील स्वामित्व समाजाकडे कायदेशीर पद्धतीने देण्यास जनतेची मान्यता मिळवणारा पक्ष अधिकाररूढ बनेल आणि समाजाचे स्वामित्व प्रस्थापित करण्यास लागणारे राज्यघटनेतील बदल व इतर कायद्यांतील सुधारणा तो सहज घडवून आणू शकेल, असे आचार्य जावडेकरांना वाटते. जमिनीच्या स्वामित्वासंबंधीचे

सामाजिक मालकीचे हे तत्त्व कारखान्यांच्या मालकीसही लागू केले पाहिजे, हे मतही आचार्य विनोबांनी मान्य केले असून भू-दान यज्ञाच्याप्रमाणे संपत्तीदान यज्ञाचा संकल्पही त्यांनी जाहीर केला आहे. अशा रितीने विचार केल्यास समाजवादी क्रांतीला आवश्यक असणारी वैचारिक क्रांति भूदान यज्ञाच्या रूपाने मोठ्या प्रमाणात घडून येत आहे, असे आचार्य जावडेकरांना वाटत होते.[६३]

ज्याप्रमाणे उत्पादन साधनाच्या स्वामित्वासंबंधी वैचारिक क्रांति घडवणे हे भूदान यज्ञाचे एक आवश्यक अंग आहे, त्याचप्रमाणे समाजातील आर्थिक वर्गभेद नष्ट करून मानवामानवांमधील बंधुभावनेला अडथळा करणारी वर्गसंस्था नाहीशी करणे व वर्गहीन समाज निर्माण करणे हे ही भूदान यज्ञाचे व संपत्तीदान यज्ञाचे एक ध्येय आहे. समाजवादी विचारांत या वर्गहीन समाजाच्या ध्येयाला प्रथम स्थान देण्यात येत असते. तात्पर्य, संपत्तीचे सामाजिक स्वामित्व आणि वर्गहीन समाजरचना ही जी दोन समाजवादी क्रांतीत अंतर्भूत होणारी सामाजिक ध्येये आहेत, त्यांना भूदान यज्ञाच्या आंदोलनाने धर्मभावनेचा आणि अध्यात्मवृत्तीचा आधार मिळवून दिलेला आहे.

भांडवलदारी समाजरचना ही केवळ मानवाच्या स्वामीनिष्ठेवर व लोभ वृत्तीवर आधारलेली असल्यामुळे ती अधार्मिक आहे आणि अध्यात्म दृष्टीने मानव संस्कृतीला अधोगतीस नेणारी आहे. अशा उच्च भूमिकेने हे भूदान यज्ञाचे आंदोलन भारतात निर्माण झाले असल्यामुळे त्या आंदोलनात मानवी अंतःकरणातील धर्मभावनेला आणि आत्मप्रेरणेला आव्हान देण्यात येत आहे, हे स्पष्ट करून आचार्य जावडेकर सत्याग्रह व भूदान आंदोलनाविषयी लिहितात, 'सत्याग्रह हे एक सामाजिक क्रांतिशास्त्र आहे; या सामाजिक क्रांतिशास्त्रात धर्माचे व अध्यात्माचे क्रांतिकारक स्वरूप प्रकट होत आहे, असे जे सांगण्यात येत असते त्याचा प्रत्यक्ष अनुभव या भूदान यज्ञाच्या आंदोलनास प्रारंभ झाल्यापासून भारतीयांना येऊ लागला आहे. आज जगात प्रचलित असलेल्या सर्व धर्मसंस्था सांप्रदायिक, दुराग्रही आणि प्रतिगामी बनलेल्या असल्या तरी मानवी अंतःकरणातील धर्मभावना व आत्मप्रेरणा या मूलतः प्रतिगामी नाहीत. उलट त्या खऱ्या अर्थाने पुरोगामी व क्रांतिकारक आहेत. हे मानव समाजाच्या प्रत्ययास आणून देणे आणि वर्गहीन समाजाच्या निर्मितीस व धारणेस आवश्यक असणारा नवा मानव धर्म जगाला दाखवून देणे हेच भारतात निर्माण झालेल्या सत्याग्रह दर्शनाचे ऐतिहासिक कार्य आहे.''[६४] असे आचार्य जावडेकरांचे मत होते.

आचार्य विनोबा आणि जयप्रकाश नारायण या दोघांनी भारतात सत्याग्रही क्रांतीला हे जे नवे वळण प्राप्त करून दिले, त्यामुळे भारतात निर्माण झालेल्या सत्याग्रही क्रांति शक्तीला समाजवादी आकार येईल अशी खात्री आचार्य जावडेकरांना वाटत होती.

आचार्य विनोबा भावे आणि भूदान आंदोलन

विनोबांचे क्रांतिकार्य

म. गांधींच्या हयातीत राष्ट्रसभेसारख्या क्रांतिकारक राजकारण करणाऱ्या संस्थेकडून सामाजिक सुधारणांना मान्यता मिळवून देण्याचे कार्य पूर्ण झाले होते, परंतु त्याच काळात समाजवादी विचारांच्या रूपाने जे आर्थिक क्रांतीचे नवविचार उदय पावले, त्यांनाही राष्ट्रसभेची अधिकृत मान्यता मिळवून देण्याचे प्रयत्न स्वतः गांधीजींनी केले असले, तरी ते कार्य पुरे झाले नव्हते.[६५] परिणामतः वर्गहीन समाज, आर्थिक समता, संपत्तीचे सामाजिक स्वामित्व इ. नवविचारांना राष्ट्रीय मान्यता मिळवून देण्याच्या कामी गांधीवाद आड येणार की काय, याबद्दल म. गांधींच्या निधनानंतर शंका निर्माण झाली होती. हा संशय दूर करून सत्याग्रही तत्त्वज्ञानात समाजवाद आत्मसात करणे शक्य व आवश्यक आहे याची जाणीव विनोबा आज करून देत आहेत. त्यांनी सर्वोदय विचारांत, समाजवादातील आर्थिक समतेचे व आर्थिक क्रांतीचे विचार समजावून घेतले आहेत, असे आचार्य जावडेकरांचे मत होते.

विनोबाजींच्या विचारात समाजवादाचे विचार समाविष्ट झाले आहेत असे आचार्य जावडेकर मानतात. भारताला समाजवाद हा नवीन विचार नसून तो भारतीय संस्कृतीला अधिष्ठानभूत अशा मानवी धर्मभावनेतून निर्माण झालेला आहे व आजच्या युगाला साजणारा मानव धर्म आहे, ही गोष्ट आचार्य विनोबा भावे यांनी भारतीय जनतेच्या अंतःकरणावर बिंबविण्याचे कार्य हाती घेतले आहे.[६६] सर्वसामान्य हिंदी नागरिक त्यावेळी राष्ट्रीय स्वातंत्र्याचा व राजकीय क्रांतीचाच विचार करित असे. त्यामुळेच आमच्या राष्ट्रसभेची क्रांतिकारकता ब्रिटिश व अमेरिकन लोकशाहीच्या पलीकडे जाऊ शकली नाही. समाजवादाची घोषणा करणारे बाबू राजेंद्र प्रसाद हे आमच्या घटना परिषदेचे सूत्रधार असतानाही, आमची राज्यघटना समाजवादी अथवा गांधीवादी न बनता ती धनिकशाहीला अथवा भांडवलशाहीला अनुकूल बनली. यामुळेच काही काळ भारतातील जमीनदार, भांडवलदार वर्ग खूश झाला, हे आचार्य जावडेकर निदर्शनास आणतात, 'हे त्यांचे स्वास्थ्य नष्ट करण्याचे कार्य आचार्य विनोबा यांनी भूदान यज्ञाचे कुंड पेटवून केले'[६७] असे आचार्य जावडेकरांचे मत होते.

काही काळ भांडवलशाहीला अशी आशा वाटत होती की, या भूदान यज्ञात जमिनीवरील स्वामित्वाची आहुति पडली तरी आपल्या कारखानदारीच्या स्वामित्वाची आहुती या यज्ञकुंडात पडणार नाही. जेव्हा आचार्य विनोबा भावे यांनी तीही आहुती टाकण्याचा मंत्र उच्चारला आणि श्री. जयप्रकाश नारायण यांनी त्या यज्ञकार्यास आपले जीवित समर्पण केल्याची घोषणा केली, त्या वेळी भारतीय धनिकशाहीचा सर्व आधार भस्मसात झाला. आता धनिकांच्या स्वामित्व हक्कास नैतिक व आध्यात्मिक अधिष्ठान

उरले नाही अशी भारतीय जनतेची खात्री झाली,[६८] असे आचार्य जावडेकरांना वाटत होते.

भारतीय राष्ट्रापुढील अत्यंत निकडीचा व महत्त्वाचा प्रश्न हा आर्थिक व सामाजिक क्रांतीचा आहे, याची स्पष्ट जाणीव तीव्र स्वरूपात ग्रामीण जनतेत निर्माण करण्याचे कार्य आचार्य विनोबा भावे यांनी प्रभावी स्वरूपात सुरू केले आहे. राष्ट्रातील अधिकारारूढ काँग्रेस पक्ष आणि लवकरच अधिकाररूढ होऊ पाहणारा समाजवादी पक्ष या दोघांनाही आचार्य विनोबा यांनी सुरू केलेल्या भूदान यज्ञाचे महत्त्व पटलेले आहे. इतकेच नाही, तर या भूदान यज्ञाची व्याप्ति एकसारखी वाढत जाऊन याला संपत्तीदान यज्ञाचे स्वरूप प्राप्त झाले आहे.

राष्ट्रातील सर्व उत्पादक संपत्ती अथवा साधनसंपत्ती समाजाच्या मालकीची झाली पाहिजे. एकंदर संपत्तीचे स्वामित्व अंतिम दृष्टीने परमेश्वराचे असून ते स्वामित्व व्यक्तीचे आहे हे समजणे पाप आहे. कष्ट केल्यावाचून कोणासही संपत्तीचा उपभोग घेण्याचा हक्क नाही. सर्वत्र कष्ट करणारे समाजाचे सेवक असून त्यांच्या कष्टातून निर्माण होणारी संपत्ती सर्वांच्या सामाजिक मालकीची समजून तिचा उपभोग प्रत्येकास त्याच्या कष्टातून निर्माण होणारी संपत्ती सर्वांच्या सामाजिक मालकीची समजून तिचा उपभोग प्रत्येकास त्याच्या गरजेप्रमाणे घेताना प्रत्येकाने आपल्या अंगच्या सर्व शक्ती समाजसेवेला अर्पण करून समाजाच्या संपत्तीत व सुखात आपआपल्या कुवतीप्रमाणे भर टाकीत राहिले पाहिजे. या तत्त्वावर आपल्या राष्ट्राची आर्थिक व सामाजिक घटना बनली पाहिजे अशी आकांक्षा सर्वांच्या अंतःकरणात निर्माण करण्यांचे श्रेय आचार्य विनोबांनी संपादन केले आहे,[६९] असे आचार्य जावडेकरांचे मत होते.

लोकराज्यातून आत्मराज्याकडे

आचार्य जावडेकरांच्या मते 'प्रातिनिधिक लोकशाहीत उदय पावून वाढीस लागलेली राजकीय पक्षपद्धती सामाजिक क्रांतीस एकतर पुरी पडत नाही, किंवा तिची एकपक्षीय हुकूमशाहीत विकृति होते आणि लोकशाहीचाच अंत होतो, असा अनुभव आल्यामुळे सामाजिक क्रांतिचे कार्य केवळ एका पक्षाचेच कार्य न बनविता ते पक्षातील कृतीने चालू राहणे आणि त्या कार्यामागील शक्ती जनतेच्या हाती नित्य राहावी अशी सत्याग्रही दृष्टी आहे. सत्याग्रह हा संपूर्णपणे अहिंसेचा मार्ग असल्यामुळे त्याचे अंतिम ध्येय दण्डहीन समाज हेच आहे, व त्याची प्राप्ती होण्यासाठी संपत्तीचे सामाजिकीकरण व वर्गसंस्थेचा अंत केला पाहिजे; या गोष्टी बऱ्याच कालानंतर आता विशद झाल्या आहेत. राज्यसंस्थाच नष्ट करावयाची हे ध्येय स्वीकारल्यानंतर तिचाच अवलंब करून सामाजिक क्रांति घडवायची ही मार्क्सवादातील विसंगती लक्षात

घेतल्यास सामाजिक क्रांतिचे कार्य जे सत्याग्रहाने करावयाचे ते पक्षातीत वृत्तीने केले पाहिजे. प्रातिनिधिक लोकशाहीत प्रबळ बनलेली पक्षसंस्था हळूहळू नष्ट केली पाहिजे, असा दृष्टीकोन आचार्य विनोबा भावे यांनी विशेष आग्रहाने आज भारतापुढे मांडला आहे. हा त्यांचा दृष्टीकोन सत्याग्रहाशी सुसंगत आहे. पक्षपद्धतीचे दोष सगळेच नेते मान्य करू लागले आहेत. तथापि पं. नेहरू व जयप्रकाश नारायण यांच्यासारख्या नेत्यांनाही अद्यापि पक्षपद्धती नष्ट करून लोकशाही राज्य कसे चालवावे याची वास्तववादी कल्पना येऊ शकत नाही, म्हणूनच आज प्रातिनिधिक लोकशाही ही सदोष असली, तरी ती वास्तववादी दृष्टीने अपरिहार्य समजली पाहिजे.'[७०] असे आचार्य जावडेकरांचे मत होते, म्हणून सामाजिक क्रांतीचे कार्य सत्याग्रहाने करावयाचे असले, तरी ते कार्य करण्यात कोणीही कोणत्याही पक्षाच्या समरूप असू नये, असे न ठरविता, सर्व पक्षांच्या सहकार्याने ते चालू राहावे, आणि त्या कार्यात सर्वांनी पक्षातीत वृत्तीनेच वागावे असे धोरण ठरवावे. राष्ट्रात राजकीय पक्ष असेल तरी सर्व पक्षांना समान असे जितके कार्यक्रम निघतील तितके शोधून काढावे आणि सर्व पक्षांच्या सहकार्याची क्षेत्रे वाढवीत जावे, हाच पक्ष संस्थांतील दोष नष्ट करण्याचा व अखेरीस पक्षसंस्था विलीन करण्याचा व्यावहारिक मार्ग आहे. सर्व पक्षांना मान्य अशा कार्यक्रमात जमिनी व उत्पादनाची इतर साधने यांचे सामाजिकीकरण आणि वर्गहीन समाजाची संस्थापना या ध्येयांचा प्रचार व त्यासाठी लागणाऱ्या जनशक्तीचा उठाव हा ही कार्यक्रम समाविष्ट करून घेण्याचे श्रेय आचार्य विनोबा भावे यांनी आता मिळवले आहे. यामुळे भारतातील सामाजिक, आर्थिक क्रांतीचे कार्य हा सर्व पक्षांना समान असा कार्यक्रम भूदान आंदोलनामुळे बनला आहे, असे आचार्य जावडेकरांचे मत होते. या क्रांतीच्या कार्यक्रमामागे सत्याग्रही जनशक्ती उभी करणे हेच कार्य आचार्य विनोबा भावे व जयप्रकाश नारायण करीत आहेत. सामाजिक व आर्थिक क्रांतीच्या ध्येयांचा प्रचार आणि जनशक्तीच्या अहिंसा बळावर त्यांची अंमलबजावणी हे कार्य सुरू करून आचार्य विनोबा यांनी भारतीय इतिहासाला व मानव संस्कृतीला आत्मराज्याकडे जाण्याचा मार्ग दाखवून दिला आहे,[७१] हे आचार्य जावडेकर स्पष्ट करतात.

प्रातिनिधिक लोकशाही आणि भांडवलदार आर्थिक घटना यांच्या पलीकडे गेल्यावाचून समाजात शांतता नांदू शकत नाही, हे स्पष्ट करून आचार्य जावडेकर म्हणतात, 'प्रातिनिधिक लोकराज्यातून आपणास आत्मराज्याकडे जावयाचे आहे. शासनमुक्त व वर्गहीन समाज ही आपली ध्येये आहेत, हे आता भूदान आंदोलनाने निःसंदिग्धपणे विशद केले आहे. आत्मराज्याच्या प्राप्तीचा मार्ग संपत्तीच्या सामाजिकीकरणातून व वर्गहीन समाजाच्या संस्थापनेतून जातो, म्हणून त्या दिशेने भारतीय क्रांतीचे सुकाणू आपण फिरवले पाहिजे. वर्गसंस्था आणि संपतीची वैयक्तिक

मालकी हेच आत्मराज्याच्या प्राप्तीतील आजचे मोठे अडथळे आहेत. ज्यांना शासनमुक्त समाज हवा असेल, त्यांनी आर्थिक क्रांती हेच आपले आद्य कर्तव्य समजले पाहिजे, पण या आर्थिक क्रांतीची साधने मार्क्सवादात अगदी भिन्न आहेत; ती म्हणजे 'मार्क्सवाद एकपक्षीय हुकूमशाही स्थापून आर्थिक क्रांती करू पाहतो, तर गांधीवाद किंवा सत्याग्रही क्रांतिशास्त्र क्रांतीचे कार्य पक्षातीत कृतीनेच व जनशक्तीने घडवून आणू इच्छितो.[७२] भारतात आचार्य विनोबा भावे असा प्रयत्न करीत आहेत, असे आचार्य जावडेकरांचे मत होते.

आत्मराज्याचे अंतिम ध्येय

बोधगयेला आचार्य विनोबा भावे व जयप्रकाश नारायण यांच्या उपस्थितीत समाजवादाचे व गांधीजींच्या आत्मराज्याचे ध्येय नमूद करण्यात आले. मार्क्सवादाचे सुद्धा अंतिम ध्येय हेच असून त्या ध्येयप्राप्तीचा त्यांचा मार्ग हिंसेतून जातो. हिंसा मार्क्सवादातील मोठीच विसंगती असून ती विसंगती दूर करण्याचे साधन सत्याग्रही क्रांतीच्या संशोधनामुळे आधुनिक भारताला झालेले आहे. याच संशोधनाच्या परिणामी आधुनिक भारतात मानवजातीचे मार्गदर्शन करण्याची योग्यता आलेली आहे आणि याच संशोधनाच्या अभावी आधुनिक युरोपात लोकशाही क्रांतीच्या रूपाने सुरू झालेल्या यज्ञाला भीषण स्वरूप प्राप्त होऊन त्या यज्ञातून कम्युनिस्ट हुकूमशाहीचा राक्षस जन्माला आला, हे आचार्य जावडेकर दाखवून देतात. या कम्युनिस्ट हुकूमशाहीच्या राक्षसाला नष्ट करण्याचे सामर्थ्य अमेरिकेच्या हायड्रोजन बॉम्बमध्ये नसून ते सत्याग्रही क्रांति यज्ञातून निर्माण होणाऱ्या आत्मबलात आहे. आत्मबलातून निर्माण होणारी सत्याग्रही क्रांति ही केवळ संपत्तीचे सामाजिक स्वामित्व स्थापन करून स्वस्थ बसणारी क्रांति नसून ती दंडहीन समाजाच्या ध्येयाकडे जाण्याचा मार्ग दाखवून देणारी[७३] क्रांति आहे, असे आचार्य जावडेकरांचे मत होते. या संदर्भात आचार्य जावडेकर लिहितात, 'संपत्तीने सामाजिक स्वामित्व स्थापन करूनही समाजातील प्रत्येक व्यक्तीचे स्वातंत्र्य व स्वावलंबन यांचे संरक्षण करण्याची पूर्ण दक्षता या सत्याग्रही क्रांतिकारकांना घ्यावयाची आहे. समाजातील प्रत्येक कुटुंब आणि प्रत्येक घटक अन्न, वस्त्रासारख्या वस्तूंच्या बाबतीत स्वयंपूर्ण व स्वावलंबी बनावा, अशी आर्थिक रचना या क्रांतितून निर्माण करावयाची आहे. हे करावयाचे तर विकेंद्रीकरणाचे तत्त्व सर्वसामान्य झाले पाहिजे. अन्न आणि वस्त्र यांच्या बाबतीत स्वयंपूर्ण व स्वावलंबी कुटुंबाचा समाज स्थापन करण्याच्या उद्देशाने अन्न, वस्त्रासारख्या आवश्यक गरजांच्या बाबतींत केंद्रीकृत कारखान्यात निपजणाऱ्या वस्तूंवर बहिष्कार घालावा, असा ठराव सेवापुरी येथील अधिवेशनात करण्यात आला होता. या ठरावाचा उल्लेख करून ग्रामोद्योगाला चालना

देण्याची सर्वोदय पुरीतील ठरावाने मिळवून दिली आहे.

ग्रामोद्योग, अन्नवस्त्र स्वावलंबन आणि आर्थिक स्वयंपूर्ण ग्रामराज्ये हा भावी समाजाचा आर्थिक आधार आहे. यालाच आर्थिक विकेंद्रीकरण असे नाव असून ते तत्त्व संपत्तीच्या सामाजिक स्वामित्वाच्या तत्त्वाशी निगडित करून गांधीवाद व समाजवाद यांचा सुंदर समन्वय साधण्यांत आला आहे.' भारतीय समाजवादी पक्षाने हे आर्थिक विकेंद्रीकरणाचे तत्त्व अधिकृत रितीने पूर्वीच मान्य केले आहे. अर्थशास्त्र व राज्यशास्त्र या दोन्हीही दृष्टींनी त्यांची मांडणी डॉ. लोहिया व अशोक मेहता यांनी अनेक वेळा केली आहे.[७४]

अमेरिकेत उदय पावलेल्या भांडवलशाही लोकशाहीचे भीषण स्वरूप पाहून ही खरी लोकशाही नव्हे, त्याचप्रमाणे भांडवलशाही लोकशाहीचा अंतकरण्याच्या मिषाने सर्व जगभर कम्युनिस्ट पक्षाचे व रशियाचे अधिराज्य स्थापन करणे हा मानव संस्कृतीच्या उद्धाराचा मार्ग नव्हे, हे स्पष्ट करून आचार्य जावडेकर म्हणतात, 'मानव संस्कृतीच्या उद्धाराचा मार्ग सत्याग्रही क्रांतिशास्त्रातून उपलब्ध होऊ शकेल. अशी निष्ठा भारतात म. गांधींनी निर्माण केली आहे.' पण त्या निष्ठेस अनुरूप अशी सत्याग्रही लोकशाही अद्यापि स्वतंत्र भारतात निर्माण झालेली नाही.' अशी खंत आचार्य जावडेकर व्यक्त करतात. 'सत्याग्रही लोकशाहीचे अधिष्ठान, खाजगी मालमत्तेचा हक्क हे होऊ शकत नाही. संपत्तीचे सामाजिक स्वामित्व मान्य होईल आणि जमिनी व इतर उत्पादनसाधने ही सामाजिक मालकीची बनतील, तेव्हाच सत्याग्रही लोकशाहीला अनुरूप असे वातावरण निर्माण होऊ शकेल. हे अनुरूप वातावरण अहिंसेने निर्माण करावयाचे आहे. या अहिंसक क्रांतीचे कार्य त्यागाची व समर्पणाची भावना जागृत केल्यानेच होऊ शकते. आचार्य विनोबा व जयप्रकाश नारायण यांनी या कार्याला सुरुवात केली आहे व त्यास आपले जीवन समर्पण केले आहे, यातूनच समाजवादी क्रांति घडून येणार आहे. आणि या सत्याग्रही समाजवादाच्या प्रकाशात मानवाला दंडहीन समाजाचे अथवा आत्मराज्याचे ध्येय मूर्त स्वरूपात दिसू लागणार आहे.[७५]

र) जयप्रकाश नारायण आणि विनोबा भावे व भूदान आंदोलन

आचार्य विनोबांसारखे तपस्वी व धर्मशास्त्रज्ञ गांधीजींचे जीवनदर्शन साकार करण्यास लाभले आहेत. पं. नेहरू, जयप्रकाश नारायण यांचे राजकीय नेतृत्व भारतास लाभले आहे. त्यांच्या हातून सामाजिक क्रांतीचे कार्य निश्चित घडून येईल व या सर्वांच्या विचारांचा समन्वय जितका त्वरित घडून येईल, तितके त्वरित फल भारतीयांच्या अंतःकरणातील आकांक्षेला लाभणार आहे, असे जावडेकरांचे मत होते. या ठिकाणी आचार्य जावडेकरांनी केवळ राजकीय दृष्टीने विचार केला नसून एकंदर मानव जीवन

व त्याच्यातील धर्म व अध्यात्म यांचे स्थान यांचा विचार केला आहे. म. गांधींनी धर्म व अध्यात्म यांचे क्रांतिकारक स्वरूप आपल्या जीवनात प्रकट करून आधुनिक मानवाला घडवलेले धर्माचे व अध्यात्माचे हे क्रांतिकारक स्वरूप प्रकट करणारे व त्यांतून सामाजिक क्रांतीचा यज्ञ पेटविणारे धर्मपुरुष आचार्य विनोबा भावे हे आहेत.

आज धर्म व अध्यात्म यांनी सामाजिक सर्वांगीण क्रांतीचे कार्य अंगीकारले पाहिजे, याची जाणीव आचार्य विनोबा भावे व जयप्रकाश नारायण हे भारतीयांना करून देत आहेत. म. गांधींनी हे कार्य आपल्या हयातीत केले होते व त्या दृष्टीने ते पहिले 'सत्याग्रही ब्रह्मर्षी' होते, पण म. गांधी हे ब्रह्मर्षी असले, तरी ते राजकीय कर्मयोगी असणारे ब्रह्मर्षी होते, हे स्पष्ट करून आचार्य जावडेकर म्हणतात तसे राजकीय कर्मयोग आचरण्याचे कार्य आचार्य विनोबा यांनी आजपर्यंत केले नाही. यापुढेही ते गांधीजींच्या राजकीय क्षेत्रात उतरून आपल्या आत्मबलाने जागृत केलेली सामाजिक क्रांतीची मूर्ती घडविण्यात कितपत व कसा भाग घेतील हे मला अद्यापि स्पष्टपणे दिसू शकत नाही.[७६]

भारतातील भांडवलशाही लोकशाहीचे रूपांतर समाजवादी किंवा गांधीवादी लोकशाहीत करण्याचे कार्य यापुढे आचार्य विनोबा भावे व जयप्रकाश यांच्या संयुक्त नेतृत्वाने भारतात घडून येणार आहे. आचार्य विनोबा भावे यांनी भारतीय संस्कृतीत आर्थिक क्रांतीचे तत्त्व मुरवून घेतले आणि जयप्रकाश यांनीही आर्थिक क्रांती अहिंसेने होऊ शकते आणि ती अहिंसेनेच घडवून आणली पाहिजे, अशी आपली दृढ निष्ठा प्रकट केली.[७७]

देशातील सत्ताधारी काँग्रेस पक्षानेसुद्धा भूदान आंदोलनास आपला नैतिक पाठिंबा दिला असून संपत्तीचे स्वामित्व व्यक्तीचे नसून समाजाचे आहे, अशा विचारांची सामाजिक क्रांती घडून येण्याची आवश्यकता काँग्रेस पक्षानेही मान्य केली आहे. काँग्रेस पक्ष व समाजवादी पक्ष या दोन राजकीय पक्षांप्रमाणेच जो कोणत्याही पक्षात सामील न होता जनतेची विधायक सेवा करणारा लोकसेवक वर्ग आहे. तो तर आचार्य विनोबा भावे यांच्या कार्यात प्रथमपासून सामील झाला आहे, हे स्पष्ट करून आचार्य जावडेकर लिहितात, 'भारतीय स्वातंत्र्याच्या सत्याग्रह संग्रामात या तीन शक्ती सहभाग घेत होत्या. त्याचप्रमाणे या शक्ती आज भूदान मताला पाठिंबा देण्याच्या निमित्ताने सामाजिक क्रांतीच्या कार्यात एकत्र गोवल्या जात आहेत. आणि त्यापैकी प्रत्येक शक्ती हे कार्य आपले आहे, असे म्हणून त्याचा प्रभाव वाढविण्याचा प्रयत्न करत आहे.[७८]

ब) भूदान आंदोलनाचे महत्त्व

'अहिंसेची क्रांती म्हणजे दमाने होणारी क्रांति नव्हे. अहिंसक क्रांती त्वरित घडली पाहिजे. सावकाशी करणे ही हिंसावृत्ती आहे आणि या वृत्तीने वागल्यास हिंसक

क्रांति ओढवून घ्याल.' असा इशारा आचार्य विनोबा भावे यांनी दिला. अशा रितीने मानवी अंतःकरणांतील आत्मप्रेरणेला व धर्मभावनेला त्यांनी अंतर्बाह्य व सर्वांगीण सामाजिक क्रांतीचे स्वरूप दिले आहे. गांधीवादाचे शुद्ध स्वरूप त्यांनी जगापुढे मांडले आहे. आचार्य जावडेकरांच्या मते, हे कार्य इतके सर्वस्पर्शी व सर्वव्यापक आहे की ते केवळ राजकीय किंवा पक्षीय दृष्टीने विचार करणाऱ्यांच्या आवाक्याबाहेरचे आहे. 'समाजवादी समाजरचना' अथवा 'सर्वोदयवाद' ही केवळ राजकीय ध्येये नाहीत. सर्वांगिण समाजरचनेची आणि अंतर्बाह्य जीवननिष्ठेची ती ध्येये आहेत. आजची समाजरचना त्यांना विघातक अशी बनली आहे. या समाजात आमूलाग्र क्रांती घडवून आणल्यावाचून समाजधारणा होणार नाही. या स्फोटक परिस्थितीची जाणीव केवळ आदर्शनिष्ठ साधू-संतांना किंवा वेदांत्यांनाच झाली आहे, असे नसून ती वास्तववादी व्यवहारदक्ष मुत्सद्द्यांनाही झाली आहे. यामुळेच सामाजिक क्रांती व आर्थिक क्रांती हा युगधर्म बनला आहे. या सामाजिक व आर्थिक क्रांतीचे स्वरूप व्यक्तिवादी समाजरचना मांडून समाजवादी समाजरचना स्थापन करणे अशा स्वरूपाचे असले, तरी ते मानवाची धर्मभावना व मोक्षवृत्ती यांना अनुरूप असेच आहे. त्यांना अनुरूप अशा साधनांनीच ते खऱ्या अर्थाने घडू शकेल याची जाणीव प्रथम म. गांधींना झाली, त्याच जाणिवेने प्रेरित होऊन आज आचार्य विनोबा ते कार्य पुढे चालवीत आहेत.[७९]

भारतातील यतिवर्गाची न्यूनता आचार्य विनोबा भावे कशी भरून काढत आहेत यासंबंधी आचार्य जावडेकर लिहितात, 'मानवी अंतःकरणातील धर्मभावनेला व आत्मप्रेरणेला जागृत करून सामाजिक क्रांति घडवून आणण्यास केवळ मुत्सद्दी किंवा समाजाच्या भौतिक दृष्टीनेच विचार करणारा क्रांतिकारक पुरा पडणारा नव्हता. ते कार्य करण्यास एका क्रांतिकारक स्थितप्रज्ञ यतीची आवश्यकता होती. असा यति आचार्य विनोबांच्या रूपाने आज भारतात संचार करीत आहे. त्यांनी भारतीय जनतेची खात्री करून दिली आहे, की आज समाजात सर्वांगीण क्रांती घडवून आणल्यावाचून मानवाची धर्मभावना व मोक्षवृत्ती या जिवंत राहू शकत नाहीत.[८०]

आचार्य विनोबांना गांधीजीच्या पुढचे ब्रह्मर्षीचे राजकारण करावयाचे आहे. राज्यसंस्थेच्या शासनातून समाजाला मुक्त कसे होता येईल, हे दाखवून देऊन समाजाला सहकारी व स्वावलंबी बनविण्याचे सामर्थ्य प्राप्त करून देणे हे विनोबांचे राजकारण आहे. त्यांनी सामाजिक व आर्थिक क्रांतिकार्याला धर्मसंस्थापनेची प्रतिष्ठा प्राप्त करून दिली असून मोक्षप्राप्तीच्या मागे लागलेल्यांना अथवा लागू इच्छिणाऱ्यांना क्रांती कार्याची दीक्षा दिली आहे.[८१]

आचार्य विनोबा यांचे इतिहास नियोजित कार्य, मानव संस्कृतीच्या दृष्टीने फार मोठे आहे. बुद्ध गया येथे समन्वयाश्रमाची स्थापना करून वेदांत दर्शन व भारतातील

अहिंसा दर्शने यांचा समन्वय करण्याचा संकल्प त्यांनी सोडलेला आहे. त्याचप्रमाणे सर्व धर्मांचा समन्वय करण्याचे कार्यही ते करीत असून आधुनिक भारतात युरोपातून आलेला व्यक्तिवाद, राष्ट्रवाद, समाजवाद या तिहींचा समन्वय करण्याचे कार्य त्यांनी भूदान यज्ञाच्या रूपाने सुरू केले आहे. व्यक्तिनिष्ठ सुधारणावाद आणि राष्ट्रनिष्ठ अध्यात्मवाद या दोहोंचा समन्वय म. गांधींनी आपल्या हयातीत केलेला असून त्या दोहोंचाही समन्वय समाजवादात होऊ शकेल व झाला पाहिजे. ही गोष्ट गांधीजींनीच दिग्दर्शित केली होती. पण त्यांच्या हयातीत हा समन्वय पूर्ण झाला नव्हता. असे आचार्य जावडेकर यांचे मत आहे. हे अपुरे राहिलेले कार्य आचार्य विनोबा भावे यांनी पूर्ण केलेले असून भारतीय राष्ट्रवादाने आता लोकशाहीप्रमाणे समाजवादही आत्मसात केला पाहिजे, असा सल्ला आचार्य जावडेकर देतात.[८२]

१७ व्या शतकातील ब्रिटनमधील प्युरिटन क्रांति व १८ व्या शतकाच्या अखेरीस फ्रान्समधील फ्रेंच क्रांति यापैकी कोणत्या क्रांतीच्या वेळी खाजगी मालकी हक्काच्या तत्त्वाला एवढा जबरदस्त नैतिक आघात पोहोचला नव्हता. भूदान आंदोलनातून जनतेमध्ये जी स्वार्थत्यागाची व तत्त्वनिष्ठेची क्रांतिकारक प्रेरणा जागृत होत आहे ही विचारक्रांति अखेरीस या राष्ट्रात सामाजिक, आर्थिक, राजकीय क्रांति घडवून आणल्यावाचून राहणार नाही, असे आचार्य जावडेकरांना वाटत होते.[८३]

भारतात राष्ट्रीय स्वातंत्र्याचा लढा चालू असताना त्याला आध्यात्मिक अधिष्ठान देण्याचा प्रकार १९ व्या शतकाच्या अखेरीस स्वामी विवेकानंद यांच्या काळापासून पुढे आला. म. गांधींनी या आध्यात्मिक अधिष्ठानाचे स्वरूप अधिक विशद केले आणि त्याचे रूपांतर अहिंसक लढ्यात केले. यामुळे भारतीय राष्ट्रवाद हा आध्यात्मिक व अहिंसावृत्तीचा झाला व तो अंतर्मुख बनला. भारतीय राष्ट्रवादाला असे अंतर्मुख स्वरूप प्राप्त होताच राष्ट्रीय क्रांतीच्या लढ्याचे रूपांतर सामाजिक व आर्थिक क्रांतीत होण्याची प्रवृत्ती त्यांत स्पष्टपणे दिसू लागली. ही प्रवृत्ती वाढवून तिचे सामाजिक, आर्थिक क्रांतीत विकसन व संवर्धन करण्यांचे कार्य आज आचार्य विनोबा करीत आहेत, असे आचार्य जावडेकरांना वाटत होते. भारतीय राष्ट्रवादानेच असे अंतर्मुख बनून सामाजिक व आर्थिक क्रांतीचे कार्य सुरू केले असल्यामुळे या राष्ट्रवादाला युरोप खंडातील राष्ट्रवादाप्रमाणे प्रतिगामी स्वरूप प्राप्त झाले नाही, हे आचार्य जावडेकर निदर्शनास आणून देतात.[८४]

आधुनिक युरोपात भौतिक व आध्यात्मिक उन्नतीकडे अद्वैत भावनेने पाहण्याची दृष्टी नष्ट झाल्यामुळेच आणि अध्यात्मनिष्ठ आणि अहिंसावृत्ती यांचा लोप झाल्यामुळेच मानव संस्कृतीवर आज आपत्तीची परंपरा ओढवली आहे. या आपत्तीच्या परंपरेतून मुक्त

होण्याचा मार्ग सत्याग्रही तंत्राने समाजवादी क्रांति घडवून आणल्याने मानव समाजाला दिसू लागली आणि हे कार्य करण्यास भूदान यज्ञाच्या आंदोलनाने सुरुवात केली आहे. हे पाहून भारतीय जनतेत आत्मविश्वासाचा उत्साह निर्माण होत आहे. या उत्साहाला लवकरच भरती येईल आणि भारतातील सर्व राजकीय पक्ष या क्रांती कार्यात वेगाने ओढले जातील, अशी आशा आचार्य जावडेकरांना वाटू लागली होती. राष्ट्रीय स्वातंत्र्याच्या प्राप्तीनंतर काही काळ सर्वत्र फैलावलेल्या नैराश्यास नष्ट करण्याचे कार्य भूदान आंदोलन आज करीत आहे. याच दृष्टीने हे आंदोलन म्हणजे १९३० पासून आपण मांडीत असलेल्या सत्याग्रही समाजवादाच्या संस्थापनेचे आंदोलन होय असे आचार्य जावडेकर समजत होते.[८५]

आचार्य जावडेकरांनी भारतातील समाजवादी चळवळ आणि भूदान चळवळ यांच्याकडे मोठ्या अपेक्षने पाहिले होते, कारण त्यांना अभिप्रेत असणारे गांधी आणि मार्क्स यांच्या समन्वयाचे राजकारण भारतातील समाजवादी व सर्वोदयवादी करीत आहेत असे त्यांना वाटले. त्या दृष्टीने त्यांच्या कार्याची सहानुभूतीपूर्वक मीमांसा आचार्यांनी केली. आपण मानलेले सत्याग्रही समाजवादाचे तत्त्वज्ञान या चळवळीच्या द्वारा प्रत्यक्षात येईल, असे त्यांना वाटले, परंतु आज आपणास असे म्हणणे प्राप्त झाले आहे की या चळवळीचे आचार्यांनी अतिमापन केले होते आणि आचार्यांचे तत्त्वज्ञान वास्तवात आणण्यासाठी लागणारी संघटना, कुवत आणि दूरदृष्टी या पुढाऱ्यांच्याजवळ नव्हती, त्यामुळे भारतीय समाजवादासंबंधी आचार्य जावडेकरांचे विवेचन त्यांच्या तत्त्वज्ञानाचा विचार करता तर्कशुद्ध भासते परंतु ते वस्तुस्थितीमध्ये न उतरल्यामुळे आज त्यातील बराचसा भाग वैचारिक कसरत केल्यासारखा आणि संदर्भशून्य झाला आहे.

७ आचार्य जावडेकरांच्या विचारांचा चिकित्सक अभ्यास

प्रस्तावना

महाराष्ट्राच्या राजकीय जीवनात आचार्य जावडेकरांचे स्थान महत्त्वाचे आहे. कारण १९२० नंतर सातत्याने समाजवाद आणि गांधीवाद यांचा त्यांनी महाराष्ट्रात प्रसार केला आणि हिंदुत्ववाद्यांचे वैचारिक आव्हान मोठ्या सामर्थ्याने परतवले. हे करीत असताना राजकीय विचारांची त्यांनी नव्याने मांडणी केली आणि महाराष्ट्रातील राज्यशास्त्राच्या विकासात मोलाची भर घातली. धर्मनिरपेक्ष राष्ट्रवाद, समाजवाद आणि गांधीवाद यांचा त्यांनी आजीवन प्रसार आणि प्रचार केला. आधुनिक महाराष्ट्राच्या जडणघडणीत त्यांचे वैचारिक योगदान फार महत्त्वाचे आहे.

१. आचार्य जावडेकरांच्या कार्याचे महत्त्व

आचार्य जावडेकरांनी विद्यार्थी दशा संपताच राष्ट्रीय चळवळीला वाहून घेतले. गांधीजींच्या विभूतीमत्वाने ते दिपून गेले होते. रशियन क्रांतीने आर्थिक समतेचा जो आशय दिला, त्याकडे ते आकर्षित झाले. आचार्यांचा पिंड मूलतः तत्त्वचिंतकाचा होता. सामाजिक व राजकीय घडामोडींमागील विचारांचा शोध घेऊन, ते उलगडून दाखवून त्यांनी त्यांची संगती लावली. त्यांचे स्वतःचे असे मत होते की, बदलत्या सामाजिक स्थितीचे अवधान ठेवून राजकीय घडामोडी समजून घेतल्या नाहीत, तर आंधळेपणाने त्याचे अनुकरण करण्याची प्रवृत्ती वाढते, म्हणून गांधीवादाची वैचारिक बैठक समजावून देण्याचे कार्य त्यांनी केले व हे करीत असताना त्यांनी गांधीवादाला बौद्धिक प्रतिष्ठा प्राप्त करून दिली.

इ.स. १९२० ते १९३० या काळातच गांधीवादाला प्रतिस्पर्धी म्हणून साम्यवादी

तत्त्वज्ञान पुढे येऊ लागले. मार्क्सच्या तत्त्वज्ञानाने प्रभावित झालेल्या या नव्या पिढीला वर्गहीन समाजवादाचे ध्येय गांधीवादात बसू शकते असे त्यांनी दाखवून दिले. वर्ग युद्धाचा मार्ग टाळला पाहिजे असे त्यांनी सांगितले. समाजाला गांधीवादातून समाजवादाकडे नेण्याचा प्रयत्न आचार्य जावडेकरांनी केला. कारण महाराष्ट्रातील समाजवादी पक्षाचे अग्रणी एस्.एम्.जोशी, ना.ग.गोरे, ग.प्र.प्रधान त्याचप्रमाणे समाजवादी व काँग्रेस पक्षाचे इतर अनेक नेते त्यांच्या प्रभावाखाली आले. या तरुण मित्रांचे ध्येयनिष्ठ आणि विचाराधिष्ठित राजकारण करण्याचे सामर्थ्य ओळखून त्यांनी सतत त्यांना पाठिंबा दिला. तसेच राष्ट्रसेवादलाच्या सैनिकांच्या जीवनात नवा वैचारिक आशय ओतला. त्यांच्यामध्ये कर्तव्याचे नवे भान निर्माण केले. सर्वश्री नाना पाटील, माधवराव बागल यांच्यासारख्या शेतकरी नेत्यांना त्यांनी पाठिंबा दिला आणि १९२० ते १९४७ दरम्यान गांधीवादी काँग्रेसला वैचारिक प्रतिष्ठा मिळवून देऊन काँग्रेसवरील न.चिं. केळकर, बॅ.सावरकरांचे वैचारिक हल्ले परतवून लावले.

म. गांधींच्या नेतृत्वाखाली हिंदुस्थानात झालेल्या स्वातंत्र्यसंग्रामाच्या चळवळीत आचार्य जावडेकरांनी प्रत्यक्ष भाग घेतला होता. म.गांधींच्या राजकारणातील क्रांतिकारक प्रयोगातील व त्यांच्या सर्वांगीण जीवनदर्शनामागील सत्य शोधून काढण्याचा प्रयत्न त्यांनी केला. राज्यशास्त्र, समाजशास्त्र, तत्त्वज्ञान यांचा त्यांनी सखोल अभ्यास करून, गांधीजींच्या जीवनदर्शनामागील सिद्धांताची शास्त्रशुद्ध व बुद्धिवादी निकष लावून तपासणी केली. युरोपात निर्माण झालेल्या व्यक्तिवाद, राष्ट्रवाद, समाजवाद वगैरे विचारांचे हिंदुस्थानात प्रकट झालेले आविष्कार त्यांनी न्याहाळले. त्यांतील गुण दोषांची ऐतिहासिक समीक्षा करून जगातील आजवरच्या राजकीय व सामाजिक सिद्धांतांतच गांधींजींच्या सत्याग्रहाने किती महत्त्वाची भर घातली आहे हे त्यांनी सांगितले. म. गांधी स्वतःच्या जीवनात सरळ प्रयोग करत गेले. त्यांची पद्धतशीर मांडणी त्यांना करता आली नाही. म.गांधींच्या जीवनातून वाङ्‌मयातून प्रकट झालेल्या विचारांचा अभ्यास करून त्यांची सुसूत्र व पद्धतशीर मांडणी करण्याचे कार्य आचार्य जावडेकरांनी केले. हेच त्यांच्या साहित्याचे महत्त्व होय. त्यांच्या लिखाणात ते सुरुवातीपासून शेवटपर्यंत युग धर्माचा शोध घेत आले. त्यांच्या मते, सत्याग्रह हा प्रजेच्या उद्धाराचा सनातन मार्ग आहे आणि लोकशाही समाजवाद हा आजचा युगधर्म आहे. या सिद्धांताप्रत आचार्य जावडेकर आले. समाजाला हे विचार सतत पटवून देण्याचा त्यांनी प्रयत्न केला.

आचार्यांच्या लिखाणावरून त्यांच्या सरळ आणि तत्त्वनिष्ठ स्वभावाची प्रचिती येते. त्यांचे प्रतिपादन स्पष्ट, सौजन्यपूर्ण व विषयाच्या गाभ्याला हात घालणारे होते. त्यात वकिली युक्तिवाद किंवा शब्दावडंबर यांना थारा नव्हता. विद्वत्ता, संशोधन आणि

शुद्ध बुद्धी या तात्त्विक पायांवर त्यांच्या विचारांची उभारणी झाली आणि म्हणूनच त्यांच्या विचारांना सर्वव्यापकता आली. विद्वत्तेला ध्येयवादाची जोड मिळाली.

गांधीवादाची त्यांनी केलेली मीमांसा

म. गांधींच्यावर आचार्य जावडेकरांची अढळ श्रद्धा होती. ही श्रद्धा अधिक डोळस करण्याकरिता ऐतिहासिक, सामाजिक, राजकीय व नैतिक या सर्व दृष्टींनी त्यांनी गांधी विचारांची तपासणी केली. त्यांच्या मते, गांधीजींचे मनोव्यापार समजावून घेऊन त्यांच्या उक्तीची व कृतीची संगती लावण्यासाठी केवळ पुस्तकी ज्ञान वा कर्तव्यबुद्धी अपुरी पडते. गांधी विचार एक निर्जीव पुस्तकी ज्ञान नसून आचारप्रधान असा तो जीवनसाधनेचा मार्ग आहे. तेव्हा गांधी विचारांचे संपूर्ण दर्शन किंवा साक्षात्कार करून घेण्यासाठी त्यांच्या विचारांशी तादात्म्य पावलेल्या बुद्धीला आचार धर्माची शिस्त लावण्याचे प्रयोग स्वतः आचार्यांनी केले. म्हणून गांधी विचारांची त्यांनी केलेली मीमांसा महत्त्वाची ठरली.[१]

गांधी परंपरा व गांधीवाद

गांधी विचार हा तसा भारतीय तत्त्वविचारांचा एक भाग आहे, पण प्राचीन भारतातील वेदांत तत्त्वज्ञानाचा, आधुनिक भारतात रॉय, विवेकानंद आणि टिळक यांनी नववेदांताच्या स्वरूपात त्याचा विकास केला. आचार्य जावडेकरांनी अद्वैत वेदांतातील व्यतिरेक ज्ञान व अन्वयज्ञान या पद्धतीचा विचार केला आणि अन्वय ज्ञानाच्या आधारे वेदांताचा उपनिषदे, बुद्ध, महावीर, शंकराचार्य आणि भक्तीमार्गी संत यांच्या विचारांच्या संदर्भात अर्थ लावला. अन्वय ज्ञानाचा अवलंब केल्याशिवाय नववेदांताचे यथार्थ स्वरूप समजत नाही, असे त्यांचे मत होते. गांधी तत्त्वज्ञानाचा त्यांनी लोकसंग्रहाच्या बाजूने अर्थ लावला. आणि सत्य, अहिंसा, आणि मोक्ष यांचे अभिनव विवेचन केले. गांधी तत्त्वज्ञानाचा एवढा खोल आणि प्रतिभासंपन्न अर्थ आचार्य जावडेकरांनी लावला हे त्यांचे राजकीय विचारांना मोठे योगदान आहे. स्वतः आचार्य जावडेकरांचा पौर्वात्य आणि पाश्चिमात्य तत्त्वज्ञानाचा खोल अभ्यास होता आणि घटपटाच्या शुष्क चर्चा करण्यात त्यांना रस नव्हता. त्यांच्या मते वेदांत हे समाजपरिवर्तनाचे तत्त्वज्ञान असून गांधीजींनी त्यांच्या अनासक्तीयोगाच्या द्वारा जगाला कर्मप्रवणतेचा मार्ग दाखविला.[२]

गीतेची केलेली भावस्पर्शी वाढ

म. गांधींच्यावर गीतेचा खोल प्रभाव पडला होता. भगवद्गीतेची शिकवण ते दैनंदिन जीवनात अनुसरत होते व ती अनुसरत असताना भगवद्गीतेतील काही तत्त्वांचा

त्यांनी नवीन अर्थ लावला. काही वेळा गीतेची भावस्पर्शी वाढ केली. खास करून भगवद्गीतेत 'मला स्मरून युद्ध कर' हा जो संदेश दिला आहे, त्यात म.गांधींनी भौतिक सशस्त्र युद्धाचा मार्ग काढून टाकला व अहिंसात्मक युद्धाचा मार्ग दाखवून दिला. हे अहिंसात्मक युद्ध त्यांनी सत्याग्रहाच्या रूपाने भारतीय स्वातंत्र्यचळवळीत ब्रिटिशांच्या विरुद्ध सुरू केले. गांधीजींनी गीतेतील 'यज्ञ' या शब्दाचा अर्थ बदलून 'समाजयज्ञ' असा उभा केला आहे. आपले जे दैनंदिन व्यवहार चालतात ते सत्याला व न्यायाला स्मरूनच चालले पाहिजेत हा संदेश म. गांधींजींनी दिला. आचार्य जावडेकरांनी गांधी विचारांची मीमांसा करीत असता गीतेचे वाचन केले. अरविंद, टिळक आणि गांधी यांनी केलेल्या गीता मीमांसेचा त्यांनी सूक्ष्म अभ्यास केला. त्यांच्या मते, गीतेमध्ये राजर्षींची कर्तव्ये सांगितली आहेत, पण आजच्या जगाला शस्त्रक्रांती आणि सशस्त्रयुद्ध यांच्या अहिंसक पर्यायाची गरज आहे. सत्याग्रहाच्या तत्त्वज्ञानाने ती पुरी होत आहे. त्यांच्या मते, ग्रंथ प्रामाण्यापेक्षा आत्मप्रामाण्य महत्त्वाचे आहे; कारण सत्याग्रही आत्मप्रामाण्यवृत्ती जागृत ठेवली, तरच आपणास प्राचीन अध्यात्मशास्त्रांत भर घालता येईल. त्यामुळे गीतेतील चातुर्वर्ण्याला व युद्धाला मान्यता देणारे युद्धशास्त्र अपुरे आहे असे आचार्य जावडेकरांचे मत होते. सत्य आणि अहिंसा मानणाऱ्यांनी लोकसंग्रहासाठी समाजशास्त्रातील जुने विधिनिषेध मांडून नवे घालून घ्यावेत, असे सत्याग्रही क्रांतिशास्त्र सांगते. हे गीतेत सांगितले नसले, तरी आपण केले पाहिजे, कारण तो सत्याग्रही क्रांतिशास्त्राचा गाभा आहे, असे आचार्य जावडेकर यांचे मत होते. त्यामुळे गीतेच्या तत्त्वज्ञानाची त्यांनी केलेली मीमांसा अत्यंत उद्‌बोधक ठरली.

सत्याग्रहाचे अभिनव विश्लेषण

गांधीजींच्या सत्य व अहिंसा या संकल्पनेचा अर्थ आचार्य जावडेकरांनी स्पष्ट केला. सत्य हे गांधीजींचे साध्य होते, तर अहिंसा हे साधन होते. गांधींच्या मते, उच्च ध्येय गाठण्यासाठी साधनेही उच्च असली पाहिजेत. गांधीजींच्या नेतृत्वाखाली तीन भारतीय स्वातंत्र्य चळवळी (१९२०, १९३०, १९४२) झाल्या. आचार्यांनी या चळवळीचे विश्लेषण केले व गांधीजींनी सत्याग्रह हे क्रांतीचे शास्त्र व युद्धाचे साधन म्हणून कसे विकसित केले हे दाखवून दिले. प्रचलित युद्धात ज्या युक्त्या वापरल्या जातात, त्यांनाही आचार्य जावडेकरांनी सत्याग्रही अर्थ दिला. सत्याग्रह युद्धाच्या प्रकारांचा त्यांनी सखोल विचार केला व त्या संदर्भात विधायक कार्यक्रमांचे महत्त्व विशद केले. सत्याग्रही युद्धाच्या वेळी करबंदी व कायदेभंग या चळवळी फार दक्षतेने केल्या पाहिजेत. त्यासाठी अनत्याचारी वातावरण निर्माण करावे लागते, असे गांधीजींचे मत होते; म्हणून विधायक कार्यक्रमाला गांधी तत्त्वज्ञानात फार मोठे स्थान दिले आहे.

गांधीजींनी भारतीय संस्कृतीशी सुसंगत असा सत्य व अहिंसा या संकल्पनांना व्यापक असा सामाजिक आशय दिला. सहकार्य व समाजसेवा यांच्यावर भारतीय अर्थशास्त्राचा पाया रचला.

आचार्य जावडेकरांनी म. गांधींच्या सत्याग्रहाच्या तत्त्वज्ञानाचे सूक्ष्म असे विवेचन केले. गांधी विचारांचे मनन आणि चिंतन करून सत्याग्रही विचारांची तात्त्विक आणि व्यावहारिक बाजू त्यांनी समर्थपणे मांडली. सत्याग्रह ही एक राजकीय विरोधाची कृती नसून ते एक जीवनदर्शन आहे, जीवनात बदल घडवून आणणारे क्रांतिशास्त्र आहे असे मत त्यांनी व्यक्त केले. आजच्या जगात सत्याग्रही क्रांतिशास्त्राचा कसा वापर करायचा याचेही त्यांनी विवेचन केले. सत्याग्रहावरील जावडेकरांचे लिखाण त्यांच्या संपन्न विचारशक्तीचे आणि प्रतिभेचे दर्शन घडवते.

लो.टिळक व म.गांधी

आचार्य जावडेकरांनी टिळक आणि गांधी विचारांतील परस्परसंबंध दाखवून असे प्रतिपादन केले की, टिळकांचेच कार्य गांधीजी पुढे चालवीत आहेत. त्या काळात हे करणे महत्त्वाचे होते, कारण टिळकांचे काही अनुयायी, टिळक हे गांधींच्या विचारांच्या विरुद्ध होते असे त्या काळात सांगत होते. आचार्य जावडेकरांच्या मते, गांधींनी टिळकांच्या विचारांचा मोठा विकास केला. टिळकांना स्वराज्यासाठी अहिंसात्मक मार्ग सापडत नव्हता. 'साधनानाम् अनेकता' या टिळकांच्या वाक्याचा अनेकांनी वेगळा अर्थ लावला होता, तो कसा चुकीचा आहे, हे सप्रमाण आचार्य जावडेकरांनी दाखवून दिले. टिळकांनी आपले राजकीय धोरण कायदेशीर बंधनांनी आखून घेतले होते. टिळकांच्या नंतर म.गांधींनी राष्ट्रीय चळवळीला अहिंसात्मक मार्गांवर पुढे नेले, याही बाबतीत गांधी टिळकांचे राजकारण जास्त क्रांतिपरतेने पुढे चालवीत आहेत असे जावडेकरांचे मत होते. थोडक्यात सांगायचे झाले, तर तत्त्वज्ञानात व राजकारणात टिळक व गांधी यांच्या विचारांतील समान सूत्रे दाखवून देऊन त्यांचे सुसंगत विवेचन करण्याचे काम आचार्य जावडेकरांनी केले आणि हिंदुत्ववाद्यांना टिळक विचारांचा दुरुपयोग करू दिला नाही.[३]

राज्यसंस्था आणि त्यावरील मर्यादा

आचार्य जावडेकरांनी भारतीय राज्यशास्त्राचा भाग म्हणून यतिवर्गाची कल्पना मांडली. त्यात राजर्षी व ब्रह्मर्षी यातील कार्यभेद अनुस्यूत होता. म.गांधींनी लोक सेवक संघ स्थापन करण्याची कल्पना मांडली होती. आचार्य जावडेकरांनी तिचा पुरस्कार केला. त्यांच्या मते, समाजात राज्य करणारा व न्याय प्रस्थापित करणारा, समाजाला वळण लावणारा व सत्याग्रही तत्त्वज्ञान आत्मसात केलेला असे दोन वर्ग

असावेत. दुसऱ्या वर्गाने सत्ता व संपत्तीकडे पाठ फिरवून अहिंसेला वाहून घेतलेले असेल. अहिंसक मार्गाने सत्याची प्रस्थापना होऊ शकते यावर त्यांचा विश्वास असेल. या वर्गाने आत्मबलाच्या जोरावर असहकाराचे अहिंसक शास्त्र कसे वापरावयाचे याचे शिक्षण समाजास दिले पाहिजे. अन्याय करणाऱ्या व्यक्तीच्या हृदयातील मनोदेवतेस साद घालून त्यास अन्यायापासून परावृत्त केले पाहिजे. अशा प्रकारच्या यतिवर्गाची संकल्पना गांधीजींनी मांडली होती. हा यतिवर्ग सत्तेच्या बाहेर राहून राज्यकर्त्यांवर अंकुश ठेवील असे गांधीजींचे मत होते. आचार्य जावडेकरांनी त्यास पाठिंबा देऊन असे मत व्यक्त केले की, समाजस्वास्थ्यासाठी अशी व्यवस्था असणे आवश्यक आहे.

गीतेच्या तत्त्वज्ञानाच्या संदर्भात जावडेकरांनी राजर्षी आणि ब्रह्मर्षींची कल्पना मांडली. त्यांच्या मते, गीतेचा आदर्श हा राजर्षीचा आदर्श आहे. कारण त्याला शस्त्राचे बंधन मानावे लागते. पण त्याला जुनी शास्त्रे मोडून नवी शास्त्रे मांडण्याचा अधिकार नाही. तो अधिकार ब्रह्मर्षींस आहे. ब्रह्मर्षी सत्य आणि अहिंसा यांचे पालन करतात. गीतेत श्रीकृष्ण किंवा अर्जुन यांच्या भाषणात अन्यायाविरुद्ध अहिंसेने कसे लढावे याचा विचार नाही. त्यांच्या मते, सत्याग्रहाचा उगम राजर्षीच्या तत्त्वज्ञानातून झाला नसून ब्रह्मर्षींच्या तत्त्वज्ञानातून झाला आहे. ब्रह्मर्षींनी राजर्षींच्यावर अंकुश ठेवण्याचे काम केले पाहिजे यावर आचार्य जावडेकरांनी भर दिला.

अराज्यवाद व आत्मराज्य

म. गांधींनी आपल्या समोर दंडहीन समाजाचे ध्येय ठेवले होते. त्यांना अहिंसेवर आधारित लोकशाही अभिप्रेत होती. त्यांना, आत्मराज्य म्हणजे हृदयातील आध्यात्मिक दिव्यतेचे राज्य पाहिजे होते. त्यांच्या आत्मराज्यात सर्वजण एकमेकांवर प्रेम करतील व तो बंधनरहित समाज असेल असे त्यांचे सांगणे होते. समाजातील आत्मबलाची संघटना ज्यावेळी वाढत जाईल, त्यावेळीच आत्मराज्य स्थापन होईल असे त्यांचे मत होते आणि म्हणून त्यांनी प्राचीन भारतातील विकेंद्रित शासन व स्वयंशासित खेडेगावांचे पुनःनिर्माण यावर भर दिला. त्यांच्या मते, प्राचीन भारतातही राज्यविहीन समाजाची कल्पना मांडण्यात आली होती. पुढे गांधीजींनी ती टॉलस्टॉयच्या आत्मराज्याच्या कल्पनेवर घेतली आणि त्याचा भारतीय आत्मराज्याशी सांधा जोडला. युरोपीय देशातील अराज्यवादाप्रमाणे आत्मराज्यांची कल्पना टॉलस्टॉयच्या ध्यानात आली होती. पण त्याने व्यक्तिवादाला समाजवादी मूल्यांची जोड देण्याऐवजी त्याची धर्मनिष्ठेशी सांगड घातली. म. गांधींनी त्याचा श्रममूल्याधिष्ठित अराज्यवाद स्वीकारला व त्याचा त्यांनी भारतीय परंपरेशी मेळ घातला व रामराज्याचा पुरस्कार केला. आत्मराज्याच्या कल्पनेचे आचार्य जावडेकरांनी मोठे समर्पक विश्लेषण केले. अनासक्त बुद्धीने कर्म

करणाऱ्या सत्याग्रहीचे आत्मराज्य स्थापन करणे हेच खरे उद्दिष्ट कसे आहे हे त्यांनी चांगल्या प्रकारे दाखवून दिले.

व्यक्तिवादी लोकशाही व सनदशीर समाजवाद

आचार्य जावडेकरांनी व्यक्तिवादी आणि सनदशीर समाजवाद यांचे विवेचन करीत असता त्यांचे दोष बरोबर टिपले होते. कारण त्यांच्या मते, व्यक्तिवादामुळे मानव समाजाची प्रगती झाली, पण त्यांनी भांडवलशाहीस पाठिंबा दिल्यामुळे समाजात विषमता वर्ग निर्माण झाला. व्यक्तिवाद्यांनी लोकशाहीचे तत्त्व समाजाच्या आर्थिक व्यवहारांना लागू केले नाही, हा व्यक्तिवादी लोकशाहीचा दोष होता. परिणामतः समाजात औद्योगिक क्षेत्रात अमर्याद स्वातंत्र्य व राजकीय क्षेत्रात लोकशाही अशी विसंगती निर्माण होते. भांडवलशाहीच्या वाढीबरोबर समाजवादी तत्त्वांची वाढ होत गेली आणि या लोकशाही प्रक्रियेत सनदशीर समाजवाद्यांनी लोकशाहीच्या कायदेशीर मार्गाने वर्गविग्रह कमी करण्याचा प्रयत्न केला. त्यासाठी त्यांनी बुद्धिबलाला अधिक महत्त्व दिले, पण व्यावहारिक क्षेत्रात बुद्धि सत्यनिष्ठ राहात नाही असे आचार्य जावडेकरांचे मत होते. त्यामुळे सनदशीर समाजवादाला आपोआपच मर्यादा पडल्या.

आचार्य जावडेकरांच्या मते, युरोपातील व्यक्तिवाद, राष्ट्रवाद व समाजवाद यावर आधारलेली समाजपद्धती सर्वसामान्यांचे प्रश्न सोडवू शकली नाही. समाजवादातच भावनामय समाजवाद, अराजक क्रांतिवाद, संघनिष्ठ समाजवाद, फेबिमन सोशॅलिस्ट असे एकाकी समाजरचना स्थापन करण्यासाठी वेगवेगळे मार्ग निर्माण झाले पण त्यांचे विवेचन शास्त्रीय नव्हते आणि आचार्य जावडेकरांच्या मते, त्यात सनदशीर समाजवादाचे सर्व दोष उपस्थित होते. जावडेकरांचे व्यक्तिवाद आणि सनदशीर समाजवादावरील विवेचन अत्यंत सापेक्षवादी होते. त्या काळात या विषयावर बरेच भोळे लिखाण केले जात होते.

शास्त्रीय समाजवाद

आचार्य जावडेकरांनी मार्क्सच्या शास्त्रीय समाजवादाचे सहानुभूतीपूर्वक विवेचन केले आणि मानवमुक्तीचा मार्ग काही प्रमाणात मार्क्सने दाखविला आहे, असे त्यांचे मत होते. मार्क्सवाद हा यांत्रिक भौतिकवादापासून आणि आर्थिक नियतीवादापासून वेगळा असून विरोधी विकासी भौतिकवादात माणसाचे कर्तृत्व आणि नैतिकता यांस मार्क्सने महत्त्वाचे स्थान दिले आहे. त्यांच्या मते, वर्गयुद्धाचा आणि अतिरिक्त मूल्यांचा सिद्धांत बराचसा बरोबर आहे, पण वर्गसंघर्षात हिंसेचा वापर त्यांना मान्य नव्हता. त्यांचा कामगारवर्गाच्या अनियंत्रित हुकूमशाहीवर मोठा कटाक्ष होता. भांडवलशाही नष्ट झाल्यावर नवी समाजसत्ताक संस्कृती निर्माण होईल, अशी त्यांना आशा वाटत होती. पण अत्याचाराच्या मार्गामुळे तिचा खराखुरा विकास होणार नाही असे आचार्य

जावडेकरांचे मत होते.

व्यक्तिवादी भांडवली लोकशाहीपेक्षा शास्त्रीय समाजवादाचा पर्याय जास्त स्वीकारार्ह आहे, असे त्यांचे मत होते, पण त्याचबरोबर रशियन समाजवादाच्या मर्यादाही त्यांनी लोकांसमोर आणल्या.

रशियन समाजवादातील मर्यादा व स्टॅलीनचे दोष

१९१७ च्या रशियन समाजसत्तावादी प्रयोगाने मार्क्सच्या शास्त्रीय समाजवादाच्या प्रयोगाची सुरुवात झाली, म्हणून रशियन क्रांतीबद्दल त्यांना सहानुभूती वाटत होती. रशियातील लेनिनने केलेल्या समाजसत्ताक क्रांतीने ते भारावून गेले होते. लेनिनच्या नेतृत्वाखाली रशियाने समाजसत्ताक क्रांतीतून स्त्रीस्वातंत्र्य, गुणाधिष्ठित कामगारशाही, सामाजिक संप्रदायाविरहित धर्मतत्त्वे, आर्थिक समता इ. तत्त्वांची अंमलबजावणी केली. मात्र हे करीत असताना त्याने राज्यसंस्थेचा आधार घेतला, त्यानंतर स्टॅलिनने आपल्या देशाचे स्वसामर्थ्य वाढवून आंतरराष्ट्रीय राजकारणात महासत्ता म्हणून मान्यता प्राप्त करून घेतली, पण स्टॅलीनच्या रशियात हुकूमशाही सुरू झाली. आचार्य जावडेकरांच्या मते, स्टॅलिनच्या तत्त्वभ्रष्टतेचे कारण सशस्त्र क्रांतीत आहे, कारण सशस्त्र क्रांतीत कामगारवर्गापेक्षा भांडवलदार वर्गाचे संबंध शासनसत्तेशी घनिष्ठ असतात. त्यामुळे कामगार चळवळी दडपून टाकता येतात. परिणामतः कामगार पुन्हा शस्त्राकडे वळतो व अधिकच हिंसक बनतो. समाज व शासनसंस्था यांच्यांत अराजकता निर्माण होते. ते दूर करण्यासाठी कामगारशाही निर्माण होते व तत्त्वांच्या नावाखाली संपूर्ण देशात तत्त्वभ्रष्टता निर्माण होते. जोसेफ स्टॅलीनच्या काळात हेच घडले होते. म्हणून समाजसत्ताक क्रांती करीत असताना संपूर्ण समाजाला बरोबर घेऊन निःशस्त्र क्रांती केली पाहिजे कारण त्यात व्यक्तिस्वातंत्र्य व लोकशाही यांना अवसर असतो.[४]

सोवियत रशियातील प्रयोगाबाबत आचार्य जावडेकर सहानुभूती ठेवून असले तरी कम्युनिस्टांच्या समाजवादी व्यवस्थेतील दोष व उणिवा त्यांच्या लक्षात आल्या होत्या. राज्यसंस्थेचे प्रभुत्व, लोकशाहीचा अभाव, एकपक्षीय पद्धतीतून निर्माण होणारे दोष, लोकशाही केंद्रीकरणाचा वाढता वापर यांचा आचार्य जावडेकरांनी योग्य असा परामर्श घेतला होता आणि या दोघांमुळे समाजवादी व्यवस्था फार दिवस टिकणार नाहीत, असे भाकीतही त्यांनी केले होते. दुर्दैवाने त्यांचे भाकीत खरे ठरले.

सत्याग्रही समाजवादाचे तत्त्वज्ञान हे त्यांचे योगदान

आचार्य जावडेकरांनी व्यक्तिवादी लोकशाही व शास्त्रीय समाजवाद यांच्या मर्यादा विशद केल्या. गांधीवाद व मार्क्सवाद या दोन्ही विचारांचे परिशीलन करून त्यांचा समन्वय करणारे तत्त्वज्ञान त्यांनी मांडले. ऐतिहासिक भौतिकवादी सिद्धांताच्या

दृष्टिकोनातून गांधींजीच्याकडे पाहण्याचा त्यांनी प्रयत्न केला. त्यांच्या मते, दोघांनाही आर्थिक समता व राजकीय लोकशाही यांच्या संस्थापनेची गरज वाटत होती, पण मार्क्सची सशस्त्र क्रांतीवरील निष्ठा लोकशाहीस मारक व हुकूमशाहीस पोषक ठरणारी होती. त्यामुळे दंडहीन आणि वर्गहीन समाज स्थापन करण्याचे ध्येय असणाऱ्या या दोन तत्त्वज्ञांचा समन्वय त्यांनी सत्याग्रही समाजवादात केला. मार्क्सच्या क्रांतीशास्त्रावर त्यांनी ज्याप्रमाणे टीका केली, त्याचप्रमाणे ती त्यांनी विश्वस्त कल्पनेवरही केली. संपूर्ण खाजगी स्वामित्वाचा ऱ्हास झाल्याशिवाय समाजवाद स्थापन होणार नाही, असे त्यांचे मत होते. सत्याग्रही क्रांतिशास्त्राचा वापर करून हा 'सत्याग्रही समाजवाद' स्थापन करता येईल असे त्यांचे मत होते. लोकशाहीतही सत्याग्रहास स्थान असते आणि आपल्यावर होणाऱ्या अन्यायाचे निराकरण करण्यासाठी प्रत्येकाच्या हातात सत्याग्रहाचे हत्यार आहे असे त्यांचे मत होते.

थोडक्यात मार्क्सच्या शास्त्रीय समाजवादाला भारतीय विचारपरंपरेवर अधिष्ठित करून सत्याग्रही समाजवादाची मांडणी करण्याचा आचार्य जावडेकरांनी प्रयत्न केला.

भारतीय समाजवादाचे सहानुभूतीपूर्वक विवेचन

आचार्य जावडेकरांनी ज्याप्रमाणे रशियातील कम्युनिस्टांच्या चुका दाखवल्या त्याचप्रमाणे त्यांनी भारतीय कम्युनिस्टांवर कठोर टीका केली. आपला सत्याग्रही समाजवादाचा कार्यक्रम काँग्रेस पक्ष ज्याप्रमाणे अमलात आणू शकत नाहीत, त्याचप्रमाणे कम्युनिस्टही अमलात आणू शकत नाहीत असे त्यांचे मत होते, म्हणून ते भारतीय समाजवाद्यांकडे वळले, कारण जयप्रकाश नारायण यांच्यासारखे पुढारी गांधी आणि मार्क्स यांच्या विचारांचे एकीकरण करून सत्याग्रही क्रांतिशास्त्राच्या मार्गाने समाजवाद आणतील असे त्यांना वाटले.

भूदान आंदोलनाचे विवेचन करीत असताना त्यांनी आपण निर्माण केलेल्या संकल्पनांचा वापर करून त्या आंदोलनाचे महत्त्व स्पष्ट केले. समाजवादी पक्ष आणि भूदान आंदोलन यांच्याद्वारा खरोखरच आपले विचार काही प्रमाणात प्रत्यक्षात उतरतील असे त्यांना वाटले.

आचार्य जावडेकरांची ही बौद्धिक कर्तबगारी असामान्य होती, कारण संपूर्ण पौर्वात्य आणि पाश्चिमात्य राजकीय तत्त्वज्ञानांचे मंथन करून मार्क्सवादास पर्यायी असा राजकीय विचार त्यांनी लोकांसमोर मांडला. या सर्व परंपरांचा त्यांनी सखोल अभ्यास केला होता आणि त्यांची सामर्थ्यस्थळे त्यांना माहीत होती, तरीही भारत आणि तिसऱ्या जगातील देशांसाठी पर्यायी राजकीय तत्त्वज्ञानाचा प्रपंच त्यांनी उभा केला; ही त्यांची वैचारिक कर्तबगारी असामान्यच म्हटली पाहिजे.

तसेच आचार्य जावडेकरांनी महाराष्ट्रात त्या काळात वैचारिक दृष्ट्या प्रबळ असणाऱ्या संकुचित हिंदी राष्ट्रवाद्यांचा वैचारिक समाचार घेतला आणि धर्मनिरपेक्ष लोकशाही राष्ट्रवाद भारतासाठी कसा आवश्यक व हितावह आहे हे सातत्याने जनतेला पटवून दिले. आधुनिक भारताची जडणघडण संमिश्र भारतीय संस्कृतीवर झाली असून त्यात व्यक्तिला स्वयंनिर्णयाचा आणि धर्मस्वातंत्र्याचा अधिकार देण्यात आला आहे. विषमताबद्ध भारतीय समाजामध्ये खऱ्या अर्थाने प्रगती घडवून आणावयाची असेल तर धर्मनिरपेक्ष राष्ट्रवादाशिवाय पर्याय नाही असे मत त्यांनी सातत्याने मांडले. वैचारिक मांडणी आणि तत्कालीन राजकीय आवश्यकता या दोन्ही गोष्टींचा विचार करता आचार्य जावडेकरांचे योगदान महत्त्वाचे आहे.

आचार्य जावडेकरांच्या विचारांच्या मर्यादा/उणिवा

आचार्य जावडेकरांच्या विचारांत काही दोष होते. त्यांचे काही विचार काळाच्या कसोटीवर खरे उतरू शकले नाहीत. आचार्य जावडेकरांनी वेदांताचा आदर्शवाद आणि मार्क्सचा विरोध विकासी भौतिकवाद यांचा समन्वय साधण्याचा प्रयत्न केला, परंतु या दोन्ही तत्त्वज्ञानांची मूलभूत वैचारिक भूमिका एकमेकांपेक्षा वेगळी होती. वेदांताचा उद्देश गूढ जीवनमुक्ती साध्य करणे हा होता. त्याची दृष्टी अनैतिहासिक होती.या उलट विरोध विकासवाद राज्यविहीन समाजाचे स्वप्न पाहात होता. त्यांचा संपूर्ण दृष्टिकोन हा ऐतिहासिक आणि भौतिकवादी आहे, त्यामुळे मार्क्सवादातील नीतिमत्तेचा प्रश्न लक्षात घेऊनही त्यांचा समन्वयाचा प्रयत्न फारसा यशस्वी झाला, असे म्हणता येणार नाही. कारण तो दोन परस्परविरोधी तत्त्वज्ञानांचा समन्वय होता. त्यामुळे प्रा. नलिनी पंडित म्हणतात त्याप्रमाणे सामाजिक व्यवहारात शास्त्रीय व बुद्धिवादी दृष्टीची आवश्यकता त्यांना पटलेली असूनही त्यांच्या भौतिकवादाने आत्मानुभवाची दखल घेतली नाही.[५]

आचार्य जावडेकरांनी सत्याग्रही समाजवादामध्ये सत्याग्रहाला महत्त्वाचे स्थान दिले आहे. त्यांनी सत्याग्रहाचे मूलगामी असे विवेचन केले. परंतु सत्याग्रह हे राजकीय प्रतिकाराचे साधन आहे आणि त्याचा वापर निरनिराळ्या प्रकारे केला जाऊ शकतो. परकीय राजवटीविरुद्ध गांधींजीसारख्या नेत्यांनी त्याचा वापर यशस्वीरित्या केला असेल, पण आपल्याच देशामध्ये स्वकीयांच्या विरुद्ध त्याचा सातत्याने वापर करणे कितपत जमेल हा प्रश्नच आहे, कारण राजकीय पक्षाने त्यांचा वापर केला तर ते तो आपल्या राजकीय स्वार्थासाठी करणार ही वस्तुस्थिती आहे. लोकशाही राजवटीमध्ये या हत्यारांचा पक्षीय वा वर्गीय राजकारणासाठी जर सातत्याने वापर झाला, तर राजकीय अस्थिरता वा राजकीय संघर्ष निर्माण होण्याची शक्यता आहे, त्यामुळे हा विचार कितपत व्यावहारिक आहे याबाबत शंका वाटते.

अहिंसा मार्गाने समाजवादाची स्थापना करण्याचे ध्येय आचार्य जावडेकरांनी समाजासमोर ठेवले. समाजवादामध्ये वैयक्तिक स्वामित्वाऐवजी सार्वजनिक स्वामित्वावर जास्त भर असतो. त्यासाठी खाजगी मालमत्ता रद्द करावी लागते, पण अहिंसक मार्गाने खाजगी मालमत्ता नष्ट करता येणे शक्य दिसत नाही, कारण भांडवलदार त्यांस विरोध करणार, त्यामुळे या बाबतचे त्यांचे विचार अस्पष्ट व आदर्शवादी आहेत.

आचार्य जावडेकरांचे अनेक विचार आदर्शवादी होते. त्यांच्या राजर्षी, ब्रह्मर्षी, आत्मराज्य, यतिवर्ग या संकल्पना वस्तुस्थितीदर्शक नसून बऱ्याचशा गूढ आहेत. त्यांना राज्यसंस्थेवर बाहेरून नियंत्रण ठेवणारा यतिवर्ग हवा होता. पण हा वर्ग समाजातच राहणारा असल्यामुळे व राज्यसंस्थेवर त्यांचे नियंत्रण असल्यामुळे तो स्वार्थी व सत्ताकांक्षी बनण्याची शक्यता असते. इतिहासामध्येही अशा प्रकारचा यतिवर्ग सापडत नाही. राजर्षींची त्यांची कल्पना आदर्शवादी आहे, राजर्षी हा प्लेटोच्या तत्त्वज्ञ राजासारखा निष्काम कर्म करत असतो, परंतु समाजव्यवहाराचे नियमन करताना त्याला हिंसेचा आश्रय घ्यावा लागतो. या उलट ब्रह्मर्षी हा अहिंसेचा पुरस्कार करतो. तो राजर्षींवर नियंत्रण ठेवतो. तो जीवनमुक्त असतो. पण राजर्षींवर नियंत्रण ठेवण्याचे काम करून तो राजकीय क्षेत्रामध्ये प्रवेश करतो. राजर्षी आणि ब्रह्मर्षी यांच्यामध्ये संघर्ष निर्माण होण्याची शक्यता असते. राजकीय बाबतीत नेहमीच दोघांची मते एक असत नाहीत. राज्यशास्त्रीय दृष्ट्या विचार करता सार्वभौम राज्यकर्ता आपल्यावर अशा प्रकारचे कोणतेही बंधन मान्य करत नाही, त्यामुळे सत्तेची दोन केंद्रे निर्माण होतात. त्यामुळे राज्याची कार्यक्षमता कमी होते.

अराज्यवादाची संकल्पना युरोपात अनेक विचारवंतांनी मांडली. आचार्य जावडेकरांनी आत्मराज्याची गूढ अशी कल्पना मांडली. पण हे आत्मराज्य हे अतिमतः व्यक्तीने स्वतःच्या ज्ञानाच्या साहाय्याने प्राप्त करून घ्यावयाचे असते. जीवन्मुक्त व्यक्ती आत्मसंयम करून स्वतःच्या कल्याणासाठी स्वतःपुरते आत्मराज्यही प्रस्थापित करील. पण संपूर्ण समाजाच्या दृष्टीने तिचा काहीही फायदा नाही.

आचार्य जावडेकरांनी राजर्षी, ब्रह्मर्षी व यतिवर्ग या संकल्पना मांडून आत्मसंयमाने वागणाऱ्या समाजातील मूठभर ज्ञानी लोकांना बरेच अधिकार दिले आहेत. पण त्यामुळे सर्वसामान्य समाज आणि हे ज्ञानमार्गी लोक यांच्यात भेद निर्माण होतो. आचार्य जावडेकर लोकशाहीवादी असल्यामुळे असा भेद त्यांना मान्य नाही, पण त्यांच्या राजकीय तत्त्वज्ञानामुळे असा भेद निर्माण होतो हे मात्र खरे.[६]

आचार्य जावडेकरांचे राज्यसंस्था व समाजवाद याविषयीचे विचारही बरेच आदर्शवादी आहेत. अध्यात्मवादी व विरक्त भारतीय आणि भोगवादी पाश्चिमात्य यांच्यामध्ये त्यांनी द्वंद्व उभे केले आहे. परंतु समाजवादाचा उद्देश विरक्त वृत्ती करणे हा

नसून जास्तीतजास्त लोकांना चांगले व सुखी भौतिक जीवन कसे प्राप्त करता येईल हा आहे. आजच्या काळात विज्ञान, तंत्रज्ञान आणि औद्योगिक प्रगती या गोष्टी माणसाचे जीवन सुखी करण्याचा प्रयत्न करत आहेत. ऐषाराम आणि ऐतखाऊ वर्गावर आचार्य जावडेकरांची टीका योग्य आहे, परंतु वैराग्यपूर्ण आध्यात्मिक जीवन जगण्याची त्यांची शिकवण समाजवादाचा भौतिक आशय लक्षात घेता अनाठायी वाटते.

आचार्य जावडेकरांनी आपले सत्याग्रही समाजवादाचे तत्त्वज्ञान विस्ताराने मांडले. त्यांना अशी आशा वाटत होती की, भारतातील समाजवादी त्यांचे तत्त्वज्ञान प्रत्यक्षात आणतील. एकूण मार्क्सवादाबद्दल त्यांची भूमिका सहानुभूतीची होती, परंतु भारतातील कम्युनिस्टांवर टीका करताना कधी कधी त्यांनी वाजवीपेक्षा जास्त टीका केली आहे. स्वातंत्र्यपूर्व काळात कम्युनिस्टांनी स्वातंत्र्यचळवळीत भाग घेतला नाही, गांधींच्या विचारांचे मर्म ओळखले नाही, ही त्यांची कम्युनिस्टांवरील टीका योग्यच होती. पण स्वातंत्र्यानंतरही विशेषतः १९५१ नंतर त्यांनी अनेक वेळा कम्युनिस्टांवर अनुदार अशी टीका केली. जमीन सुधारणा, भाषावार प्रांतरचना, नियोजित अर्थव्यवस्था या बाबतीत कम्युनिस्टांनी मोलाचे कार्य केले आहे. पण त्याकडे आचार्यांनी दुर्लक्ष केले आणि समाजवादाच्या दृष्टीने कम्युनिस्ट हा शत्रूपक्ष आहे, अशी विचारांची मांडणी केली.

पं. नेहरू आणि काँग्रेस पक्षावरही त्यांनी कठोर टीका केली. पं. नेहरू सर्व अडचणींचे अवधान सांभाळून काँग्रेसला एका विशिष्ट दिशेने नेत होते आणि आचार्य जावडेकर सांगत असलेल्या समन्वयवादी मध्यम मार्गाचाही ते अवलंब करत होते. पं. नेहरूंच्या पुढे अनेक अडचणी होत्या. त्यांची इच्छा असली, तरीही त्यांना ताबडतोबीने जमिनीचे वा कारखान्यांचे राष्ट्रीयीकरण शक्य नव्हते, पण आचार्य जावडेकरांनी त्याकडे दुर्लक्ष केले.

भारतात समाजवादी, प्रजासमाजवादी पक्षाबाबत त्यांची भूमिका सहानुभूतीची होती. आपला सत्याग्रही समाजवाद हे प्रत्यक्षात आणतील असे त्यांना वाटले, पण समाजवादी चळवळीतील पुढाऱ्यांची क्षमता, त्यांच्या संघटनेचे स्वरूप या बाबत आचार्य जावडेकरांचे मापन योग्य नव्हते. वैचारिक गोंधळ, बेशिस्त, वैयक्तिक अहंकार यामुळे हे पक्ष सतत फुटत गेले आणि त्यांच्याकडून भारतीय राजकारणास योग्य असे वळण देण्याचे कार्य झाले नाही. समाजवादी पक्षातील या त्रुटी आचार्य जावडेकरांनी लक्षात न घेतल्यामुळे समाजवादी पक्षाकडून अनेक मोठ्या अपेक्षा त्यांनी धरल्या. जी गोष्ट समाजवादी पक्षाच्या बाबतीत खरी होती, तीच भूदान आंदोलनाबाबतही होती. भूदान आंदोलनाने स्वातंत्र्यानंतरच्या काळात राजकीय जीवनात महत्त्वाची कामगिरी बजावली ही गोष्ट खरी आहे, पण हे आंदोलन हृदयपरिवर्तन मार्गाने जाताना त्यात अनेक त्रुटी राहिल्या. भूदान आंदोलनाने नेहमीच समन्वयाची भूमिका घेतली, सत्याग्रही

संघर्षाची भूमिका घेतली नाही. वेळ आली असता म. गांधी स्वकीयांविरुद्ध सत्याग्रह करत, पण आचार्य विनोबांनी भूदान आंदोलनात सत्याग्रहाचा वापर केला नाही.

भूदान आंदोलनामुळे आपल्या अनेक संकल्पना वास्तवात येतील, असे आचार्य जावडेकरांना वाटले. त्यांनी विनोबांना ब्रह्मर्षी म्हणून संबोधले, पण स्वतः विनोबांनी ब्रह्मर्षीची भूमिका कधीही बजावली नाही. सत्ताधारी वर्गावर नियंत्रण आणण्याचा विनोबांनी कोणताही प्रयत्न केला नाही. १९७५ साली ज्यावेळी इंदिरा गांधींनी आणीबाणी पुकारली, त्यावेळी ब्रह्मर्षी विनोबा त्यास विरोध करतील अशी अपेक्षा होती. पण त्यास 'अनुशासन पर्व' असे संबोधून विनोबांनी त्यास अप्रत्यक्ष पाठिंबा दिला. अर्थात यामागे विनोबाजींची स्वतःची अशी वेगळी भूमिका असण्याची शक्यता आहे. पण आचार्य जावडेकर सांगतात त्याप्रमाणे ब्रह्मर्षीची भूमिका बजावण्याची त्यांची तयारी नव्हती. जीवन्मुक्त व विरक्त वेदांती राजकीय संघर्षाची ठाम भूमिका घेण्याची शक्यता नेहमीच कमी असते.

आचार्य जावडेकरांनी भारतीय समाजव्यवस्थेचे सूक्ष्म विवेचन केले. काही ठिकाणी त्यांनी भारतामधील जातिव्यवस्था ही युरोपातील वर्गव्यवस्थेसारखी अन्याय्य आहे, असे मत मांडले, पण जातिसंस्थेची आणि जातिसंस्थेच्या निर्मूलनाचे उपाय यांची त्यांनी फारशी चर्चा केली नाही. एकूण महाराष्ट्रातील जातिनिर्मूलनाच्या चळवळीकडे त्यांनी दुर्लक्ष केले. त्यामुळे म. जोतीराव फुले आणि डॉ. बाबासाहेब आंबेडकर यांच्या विचारांचा त्यांनी योग्य असा परामर्श घेतला नाही, कारण त्यांचा दृष्टिकोन पूर्णतः राजकीय सुधारणांच्या कल्पनेने प्रभावित झाला होता. त्यामुळे महाराष्ट्रांतील सामाजिक जीवनात अत्यंत महत्त्वाची भूमिका बजावणाऱ्या म.फुले, शाहू महाराज, आंबेडकर यांच्या कार्याचे त्यांनी योग्य आणि सहानुभूतीपूर्वक विवेचन केले नाही. आचार्य जावडेकर हे देखील समाजपरिवर्तनाचे कट्टे समर्थक असताना त्यांचा दृष्टिकोन त्या काळातील अगदी पुरोगामी राष्ट्रवाद्यांच्या मर्यादा दाखवून देतो.

आचार्य जावडेकर हे आधुनिक महाराष्ट्रातील थोर तत्त्वचिंतक होते. त्यांना जे विचार भाव, पसंत पडले, ते त्यांनी सातत्याने लोकांच्या गळी उतरविण्याचा प्रयत्न केला. त्यामुळे काहीजणांना त्यांची भूमिका प्रचारकाची वाटण्याचा संभव आहे. परंतु तत्त्वचिंतन व समाजशिक्षण या दोन्ही गोष्टींची सांगड त्यांच्या जीवितकार्यात घातलेली दिसते. त्यामुळे आधुनिक महाराष्ट्राच्या व आधुनिक भारताच्या सामाजिक व राजकीय जीवनात आणि वैचारिक क्षेत्रात त्यांचे स्थान अनन्यसाधारण असे आहे.

टीकात्मक विवेचन

आधुनिक महाराष्ट्राच्या जडणघडणीमध्ये आचार्य जावडेकरांची भूमिका महत्त्वाची ठरली आहे. ते केवळ हस्तिदंती मनोऱ्यात राहणारे विचारवंत नव्हते, तर समाजाच्या

सुखदु:खात सामील होऊन लोकांच्या समस्या जाणून त्यांचा प्रबोधानाच्या दिशेने नेणारे मार्गदर्शक आचार्य जावडेकर होते. 'शहाणे करून सोडावे सकळजन' या श्री समर्थांच्या उक्तीप्रमाणे आचरण करणारे ते एक मुनी होते. त्यांनी आपले संपूर्ण जीवन समाजाच्या शिक्षणासाठी व प्रबोधनासाठी खर्च केले.

भारतीय स्वातंत्र्यचळवळीचा आशय हा प्रागतिक असून भारतीय राष्ट्र हे सामाजिक अशा भारतीय संस्कृतीवर आधारलेले आहे, असा विचार त्यांनी मांडला. महाराष्ट्रात त्याकाळी हिंदी राष्ट्रवादाचा प्रचार त्यांनी लोकांमध्ये केला आणि त्यांना धार्मिक राष्ट्रवादाच्या अविवेकी प्रचारापासून परावृत्त केले. आधुनिक भारत हे धर्मनिरपेक्ष, स्वायत्त, सर्व जनतेला स्वयंनिर्णयाचा अधिकार देणारे संघराज्यात्मक राष्ट्र असेल, हे त्यांनी लोकांना सातत्याने सांगितले.

आचार्य जावडेकरांनी भगवद्‌गीतेची नवी मीमांसा केली. आधुनिक भारतीय नव वेदांत तत्त्वज्ञानाच्या मांडणीत गीतेचे स्थान महत्त्वाचे आहे, पण १९३० नंतर जावडेकर वगळता इतर कोणत्याही विचारवंताने गीतेवर भाष्य लिहिलेले नाही. टिळक आणि गांधी यांच्या गीता भाष्यांचा आधार घेता जावडेकरांनी असे मत मांडले की, गीता आजही सत्याग्रही क्रांतिशास्त्राचा उपयोग करत आहे. समाजाच्या सर्व व्यवहारांत समत्व, बंधुत्व, स्वातंत्र्य यांचा आविष्कार करणे आणि वर्णभेद, जातिभेद, वर्गभेद यांचे समूळ उच्चाटन करून वर्गहीन समाज स्थापन करणे हा आज गीतेचा संदेश आहे. समाजातील सर्व प्रकारच्या संस्थांचे शुद्धीकरण करणे व आत्मोन्नती साधणे ही गीतेची उद्दिष्टे आहेत. भारतीय अध्यात्मशास्त्राने केवळ वैयक्तिक मोक्षाकडे न पाहता संपूर्ण समाजाची उन्नती व मुक्ती कशी होईल याकडे लक्ष दिले पाहिजे, असे त्यांचे सांगणे होते.

महाराष्ट्रामध्ये लो.टिळकांच्या मृत्युनंतर टिळक व गांधी यांच्यामध्ये विरोध कल्पिण्यात आले. केळकर व सावरकर हे टिळक हिंदुराष्ट्रवादाचे पुरस्कर्ते होते असे सांगू लागले. आजही बऱ्याच लोकांमध्ये तो भ्रम कायम आहे, परंतु जावडेकरांनी टिळक विचारांचा मर्मग्राही अभ्यास केला आणि स्पष्टपणे हे दाखवून दिले की, गांधींनी टिळकांचे काम पुढे चालवले आहे. टिळक हे नि:शस्त्र प्रतिकाराचे आणि जनतेच्या लोकशाही अधिकाराचे पुरस्कर्ते होते. टिळकांचा 'गीतारहस्या'तील कर्मयोग गांधीजींच्या'अनासक्तीयोगा'त परिपूर्ण अवस्थेत नेला. टिळक ही गांधींप्रमाणेच भारतीय संस्कृतीची जगाला देणगी आहे आणि त्यांच्या व्यापक राष्ट्रवादामध्ये संकुचित हिंदुत्ववादाला स्थान नाही, असे जावडेकरांनी स्पष्ट केले.

व्यक्तिवादी लोकशाही ही भांडवलशाहीवर आधारित आहे, त्यामुळे खऱ्या अर्थाने लोकांना तेथे अधिकार प्राप्त होत नाही, असे जावडेकरांचे मत होते. त्यांनी

पाश्चिमात्य राजकीय उदारमतवादी लोकशाहीत दाखवलेले दोष आजही कायम आहेत आणि हे दोष दूर करण्यासाठी त्या देशातील जनतेने सत्याग्रहाचा वापर केला पाहिजे, हे जावडेकरांचे मत आजही महत्त्वाचे आहे.

शास्त्रीय समाजवादाबद्दल त्यांनी केलेली मांडणी आज महत्त्वाची ठरली आहे. मार्क्सवादामध्ये नियतीवादाला स्थान नाही आणि विरोधी विकासी भौतिकवादात व्यक्तीच्या पौरुषाला व कर्तृत्वशक्तीला वाव आहे, असे विचार जावडेकरांनी मांडले. मार्क्सवादामध्ये सापेक्ष नीतिमत्ता, हिंसेचा पुरस्कार, कामगारवर्गाची हुकूमशाही, लोकशाही केंद्रीकरण आणि परिवर्तनासाठी राज्यसंस्थेचा उपयोग या गोष्टींवर त्यांनी टीका केली. स्टॅलीनची तत्त्वभ्रष्टता व्यक्तीची नसून मार्क्सवादी विचारांच्या काही बाबींची आहे, असे त्यांचे मत आहे. केवळ सत्तेवर आणि बळावर आधारलेले समाजवादी राज्य फार दिवस टिकणार नाही, असे द्रष्टपणाचे उद्गार त्यांनी काढले होते. १९९०-१९९१ साली जगातील सर्वच समाजवादी राजवटी कोसळल्या आहेत. या राजवटी कोसळण्यामागे आचार्य जावडेकरांनी समाजवादी पद्धतीचे सांगितलेले दोषच कारणीभूत आहेत, त्यामुळे ज्या वेळी शास्त्रीय समाजवादाची पुन्हा जास्त व्यापक पद्धतीने मांडणी करावयाची असेल, त्या वेळी आचार्य जावडेकरांचे विचार मार्गदर्शक ठरण्याची शक्यता आहे.

सत्याग्रही समाजवादाची त्यांची संकल्पना गाजली. राष्ट्राराष्ट्रांतील युद्धे आणि राष्ट्रांतर्गत वर्गयुद्ध नष्ट करण्यासाठी त्यांचा वापर व्हावा असे त्यांचे सांगणे होते. यातूनच अंतिमतः वर्गहीन समाज निर्माण होईल असे त्यांना वाटले. 'सत्याग्रही समाजवादा'ची संकल्पना तात्त्विकदृष्ट्या बरीचशी आकर्षक असली, तरी प्रत्यक्षात तिची अंमलबजावणी करण्यांत आलेली नाही. याबाबतचे व आत्मराज्याबाबतचे जावडेकरांचे विवेचन बरेचसे गूढ भासते, अर्थात सत्याग्रह कुणी करावयाचा व कशासाठी करावयाचा या बाबत त्यांनी बरीच बंधने घातली होती.

आचार्य जावडेकर हे आधुनिक महाराष्ट्रातील आद्य राज्यशास्त्रज्ञ होते, असे म्हणावयास हरकत नाही, कारण राज्यशास्त्राच्या सर्व अंगोपांगांचे विवेचन मोठ्या विस्ताराने त्यांनी केले आणि राज्यशास्त्रातील वेगवेगळ्या विचारप्रवाहांचा मार्मिक परामर्श घेतला. प्राचीन भारतीय आणि पाश्चिमात्य राजकीय विचारांचे सूक्ष्म परीक्षण करून स्वतःचे असे भारतीय राज्यशास्त्र विकसित करण्याचा त्यांचा प्रयत्न होता. परंतु, दुर्दैवाने आचार्य जावडेकरांनंतर तेवढ्या समर्थपणे हे काम महाराष्ट्रातील राज्यशास्त्रज्ञांनी केले नाही. त्यांनी सुरू केलेला भारतीय राज्यशास्त्राचा विकास पुढे वृद्धिंगत करणे आज गरजेचे बनले आहे.

संदर्भटिपा

प्रकरण १

१. जावडेकर सुशीलाबाई : अप्रकाशित मुलाखत ता. १६-६-१९८६
२. कित्ता
३. जोशी श्रीपाद : आचार्य जावडेकरांचा संक्षिप्त जीवन परिचय नवभारत, मे १९४९ पान क्र. ६३०
४. कित्ता पान क्र. ६३०
५. माणगांवकर मोहन : अप्रकाशित मुलाखत ता. ३-३-१९८६
६. लिमये माधव : ऋषितुल्य आ. जावडेकर पान क्र. २२
७. लिमये माधव : ऋषितुल्य आ. जावडेकर पान क्र. ८
८. वाडेकर दे. दे. : आचार्य जावडेकरांचे विभूतीमत्त्व, नवभारत मे १९४९, पान क्र. ६९१,६९२
९. प्रा. पाटील पी. बी. : अप्रकाशित मुलाखत ता. १-२-१९८६
१०. जोशी श्रीपाद : आचार्य जावडेकरांचा संक्षिप्त जीवन परिचय, नवभारत मे १९४९, पान क्र. ६३
११. सबनीस पंत : अप्रकाशित मुलाखत ता. १४-३-१९८६
१२. प्रधान ग. प्र. : 'आचार्यांच्या सान्निध्यात' साधना. १७ डिसेंबर, १९५५, पान क्र. ७
१३. आळतेकर दादासाहेब ऊर्फ ग. स. : अप्रकाशित मुलाखत, ता. १४-३-१९८६
१४. पवार शिवाजीराव : अप्रकाशित मुलाखत ता. २६-४-१९८६
१५. बोरकर बा. भ. : आचार्यांना जवळून पाहिल्यानंतर, नवभारत मे १९४९ पान क्र. ७०२,७०३
१६. गोखले पु. पा. : अप्रकाशित मुलाखत ता. २७-२-१९८६
१७. बागल माधवराव : गांधीवादाचे राजकीय भाष्यकार, नवभारत नोव्हेंबर १९. पान क्र. २५
१८. जावडेकर शं. दा. यांची नाशिक तुरुंगातून पत्नीस पत्रे अप्रकाशित, ता. १७-४-१९३३
१९. कित्ता २०. कित्ता
२१. जोशी श्रीपाद : आचार्य जावडेकरांचा जीवन परिचय, पृ. ६५ साधना पान क्र. ६५
२२. कित्ता पान क्र. ६५
२३. जोशी श्रीपाद : आचार्य जावडेकर यांचा संक्षिप्त जीवन परिचय, नवभारत मे १९४९ पान क्र. ६३३
२४. पाध्ये प्रभाकर : आ. जावडेकर थोर चरित्राचा थोर विचारांचा पुरुष. महाराष्ट्र साहित्य परिषद, डिसेंबर १९५५ पान क्र. १५
२५. लिमये माधव : ऋषितुल्य आचार्य जावडेकर पान क्र. ६४ २६. कित्ता पान क्र. १७८, १७९
२७. कित्ता पान क्र. १९२ २८. कित्ता पान क्र. १४८
२९. पागे वि. स. : अप्रकाशित मुलाखत ता. ३०-१-१९८६
३०. लिमये माधव : ऋषितुल्य जावडेकर पान क्र.
३१. जावडेकर शं. द. : दल सैनिकांना थोरांचे मार्गदर्शन, साधना डिसेंबर १९५५, पान क्र. ५
३२. जावडेकर शं. द. : यांचा वैयक्तिक पत्रव्यवहार चि. बाळबरोबर

३३. जावडेकर शं. द. : 'धर्ममार्गावरील माझे वाटाडे' सत्यकथा, एप्रिल १९४५, पान क्र. १५
३४. कित्ता पान क्र. १५ ३५. जावडेकर शं. द. : आधुनिक भारत, पृ. ४९३
३६. कित्ता पान क्र. १३५
३७. जावडेकर शं. द. : आगरकरांचे तत्त्वदर्शन साधना, २० जून १९५३, पान क्र. ४
३८. कित्ता पान क्र. ४
३९. जावडेकर शं. द. : आगरकरांचे तत्त्वदर्शन साधना २० जून १९५३, पान क्र. ३
४०. जावडेकर शं. द. : आगरकरांची तत्त्वत्रयी सत्यकथा, जून १९४५, पान क्र. ५
४१. जावडेकर शं. द. : 'आगरकरांचे तत्त्वदर्शन' साधना, जून १९५३, पान क्र. ४
४२. जावडेकर शं. द. : 'आगरकरांचे तत्त्वदर्शन' साधना जुलै १९५६, पान क्र. ३ पुन:प्रकाशित
४३. जावडेकर शं. द. : 'धर्म मार्गावरील माझे वाटाडे' सत्यकथा, एप्रिल १९४५, पान क्र. १५
४४. जावडेकर शं. द. : आगरकरांची तत्त्वत्रयी
४५. कित्ता : सत्यकथा जून १९४५ पान क्र. २९
४६. जावडेकर शं. द. : आधुनिक भारत पान क्र. २३४ ४७. कित्ता
४८. जावडेकर शं. द. : लो. टिळकांचे कार्य आणि राष्ट्रनिर्मिती सह्याद्रि, ऑगस्ट १९४५ पान क्र.२
४९. जावडेकर शं. द. : लो. टिळकांचे पुण्यस्मरण टिळक महाराष्ट्र, विद्यालय त्रैमासिक ऑगस्ट १९२६ पान क्र. २ ५०. कित्ता पान क्र. २
५१. जावडेकर शं. द. : लो. टिळकांचे कार्य आणि राष्ट्रनिर्मिती, लोकशिक्षण ऑगस्ट १९५२, पान क्र. ४०१
५२. जावडेकर शं. द. : गीतारहस्यांतील नीतीशास्त्र लोकशक्ती, ऑगस्ट १९५३, पान क्र. ८६
५३. जावडेकर शं. द. : 'धर्म मार्गावरील माझे वाटाडे' सत्यकथा एप्रिल १९४५ पान क्र. १६
५४. कित्ता पान क्र. १६ ५५. कित्ता पान क्र. १६ ५६. कित्ता पान क्र. १७
५७. कित्ता पान क्र. १७ ५८. कित्ता पान क्र. १९ ५९. कित्ता पान क्र. १८
६०. कित्ता पान क्र. १९ ६१. कित्ता पान क्र. २१

प्रकरण २

१. जावडेकर शं. द. : वेदांत आणि अहिंसा समन्वय पृ. ३८ नवभारत, जुलै १९५४
२. जावडेकर शं. द. : आधुनिक भारत पृ. ५५२ ३. कित्ता पृ. ५५६
४. जावडेकर शं. द. : हिंदी राजकारणाचे स्वरुप पृ. ५२ ५. कित्ता पृ. ५३
६. कित्ता पृ. ५४ ७. जावडेकर शं. द. : गांधी जीवनरहस्य पृ. ४५६
८. जावडेकर शं. द. : वेदांत आणि अहिंसा समन्वय पृ. ३८
९. जावडेकर शं. द. : गांधी जीवनरहस्य पृ. ४५७
१०. जावडेकर शं. द. : वेदांत आणि अहिंसा समन्वय पृ. ३७, नवभारत जुलै १९५४
११. कित्ता पृ. ४० १२. कित्ता पृ. २५ १३. कित्ता पृ. ३५
१४. कित्ता पृ. ३७ १५. जावडेकर शं. द. : गांधी जीवनरहस्य पृ. ४५८
१६. जावडेकर शं. द. : समाजवाद आणि सर्वादय पृ. ८८
१७. जावडेकर शं. द. : आधुनिक भारत पृ. ६००

१८. जावडेकर शं. द. : वेदांत आणि अहिंसा समन्वय पृ. ४१ नवभारत, जुलै १९५४
१९. कित्ता पृ. ४१ २०. कित्ता पृ. ३७ २१. कित्ता पृ. २५
२२. कित्ता पृ. ३९,४० २३. कित्ता पृ. ४०
२४. जावडेकर शं. द. : गांधीवाद पृ. ११,१२
२५. जावडेकर शं. द. : गांधीवाद पृ. ८०,८१
२६. श्री पांढरीपांडे, सु. श्री. : ध्रुवपद पृ. १५
२७. जावडेकर शं. द. : गांधी जीवनरहस्य पृ. ४४५, ४४६,४४७
२८. डॉ. पांढरीपांडे सु. श्री. : ध्रुवपद पृ. १५
२९. जावडेकर शं. द. : गांधी जीवनरहस्य पृ. ४४८,४४९ ३०. कित्ता पृ. ४४९
३१. जावडेकर शं. द. : गांधी दर्शन पृ. ३३
३२. जावडेकर शं. द. : गांधीवाद पृ. ८७
३३. जावडेकर शं. द. : गांधीदर्शन पृ. ८४
३४. जावडेकर शं. द. : क्रांतिकारी अहिंसावाद पृ. ६८ नवभारत, जून १९४४
३५. कित्ता पृ. ६ ३६. जावडेकर शं. द. : गांधी जीवनरहस्य पृ. ६३,६४,६५
३७. कित्ता पृ. ५४,५६ ३८. जावडेकर शं. द. : गांधी जीवनरहस्य पृ. ४४,४५,७८,७९
३९. जावडेकर शं. द. : गांधीवाद पृ. १४
४०. जावडेकर शं. द. : गांधीदर्शन पृ. २८,२९,३०
४१. जावडेकर शं. द. : गुरुजीचे जिवंत स्मारक पृ. ६, साधना, जून १९५१
४२. किता पृ. ६ ४३. जावडेकर शं. द. : दोन प्रकाराचा हिंसावाद म. गांधी
४४. जावडेकर शं. द. : क्रांतिकारी अहिंसावाद ले. ४ था, पृ. ६, अखंड भारत २ ऑक्टोंबर १९४४ ४५. कित्ता. पृ. ५
४६. जावडेकर शं. द. : नव्या जगाचा पाया पृ. ७, अखंड भारत २५, जानेवारी १९४५
४७. जावडेकर शं. द. : गांधीवाद पृ. १२८, १२९ ४८. कित्ता. पृ. १११,११२
४९. जावडेकर शं. द. : गांधी जीवनरहस्य पृ. २८८
५०. डॉ. पांढरीपांडे सु. श्री. : धुव्रपद पृ. ३१, ३२
५१. जावडेकर शं. द. : गांधीवाद पृ. ८५, ८६ ५२. किता पृ. १३४,१३५
५३. किता पृ. १३५ ५४. जावडेकर शं. द. : आधुनिक भारत पृ. २९२,२९३
५५. जावडेकर शं. द. : लो. टिळक आणि म. गांधी पृ. ६५
५६. जावडेकर शं. द. : लो. टिळकांचे राजकारण व सावरकरांची हुल्लडबाजी पृ. ५० लोकशिक्षण : ऑगस्ट १९३९
५७. जावडेकर शं. द. : गीतारहस्यातील नीतिशास्त्र पृ. ८०, लोकशक्ती १ ऑगस्ट १९३५
५८. जावडेकर शं. द. : लो. टिळक व म. गांधी पृ. ४ टिळक महाराष्ट्र त्रैमासिक १९२९
५९. कित्ता. पृ. ४ ६०. जावडेकर शं. द. : आधुनिक भारत पृ. १८४
६१. जावडेकर शं. द. : गांधीवाद पृ. २,३ ६२. कित्ता पृ. ४७
६३. कित्ता पृ. २४,२५ ६४. जावडेकर शं. द. : गांधीदर्शन पृ. २,३
६५. जावडेकर शं. द. : भगवद्गीता काय आहे काय नाही, पृ. ७ नवभारत एप्रिल १९५१

६६. जावडेकर शं. द. : गांधीवाद पृ. २
६७. जावडेकर शं. द. : म. गांधी आणि भगवद्गीता पृ. ७ नवभारत, ऑक्टोबर १९५२.
६८. कित्ता पृ. ६ ६९. कित्ता पृ. ७ ७०. कित्ता पृ. ७
७१. जावडेकर शं. द. : गांधीदर्शन पृ. ७
७२. जावडेकर शं. द. : म. गांधी आणि भगवद्गीता पृ. ५,६ नवभारत, ऑक्टोबर १९५२.
७३. किता पृ. ४,५ ७४. जावडेकर शं. द. : गांधी जीवन रहस्य पृ. ८७
७५. जावडेकर शं. द. : गांधीवाद पृ. २३
७६. जावडेकर शं. द. : गांधी जीवनरहस्य पृ. १०१,१०२,१०३
७७. जावडेकर शं. द. : म. गांधी आणि भगवद्गीता पृ. ३,४,५ नवभारत, ऑक्टोबर १९५२
७८. कित्ता पृ. १,२ ७९. कित्ता पृ. ३
८०. जावडेकर शं. द. : भगवद्गीता काय आहे काय नाही पृ. ९, नवभारत एप्रिल १९५१
८१. कित्ता पृ. ९
८२. जावडेकर शं. द. : भगवद्गीता आणि बुद्धीबळ पृ. ३० नवभारत, फेब्रुवारी १९४५
८३. जावडेकर शं. द. : गांधी आणि भगवद्गीता पृ. ९ नवभारत, ऑक्टोबर १९५२
८४. कित्ता पृ. ९ ८५. कित्ता पृ. ९
८६. जावडेकर शं. द. : भगवद्गीता काय आहे काय नाही पृ. ७, नवभारत एप्रिल १९५१.
८७. कित्ता पृ. ९
८८. जावडेकर शं. द. : म. गांधी आणि भगवद्गीता पृ. ९ नवभारत, ऑक्टोंबर १९५२.
८९. जावडेकर शं. द. : गांधीवाद पृ. २५ ९०. कित्ता पृ. ३०
९१. जावडेकर शं. द. : भगवद्गीता काय आहे काय नाही पृ. ८, नवभारत एप्रिल १९५१.
९२. कित्ता पृ. १३० ९३. कित्ता पृ. २१,२२,२३
९४. जावडेकर शं. द. : भगवद्गीता काय आहे काय नाही पृ. ५, नवभारत एप्रिल १९५१
९५. कित्ता पृ. ५ ९६. कित्ता पृ. ६
९७. जावडेकर शं. द. : गांधीवाद पृ. ५१,५२ ९८. कित्ता पृ. २८,२९
९९. कित्ता पृ. ३५,३६
१००. जावडेकर शं. द. : गांधी जीवन रहस्य पृ. २८९
१०१. जावडेकर शं. द. : कलियुगांतक सत्याग्रह पृ. ६ अखंड भारत, ३ नोव्हेंबर १९४८
१०२. जावडेकर शं. द. : गांधीवाद पृ. ८७

प्रकरण ३

१. जावडेकर शं. द. : गांधीवाद पृ. ५०
२. जावडेकर शं. द. : सत्याग्रह आणि प्रजाधर्म पृ. ८, अखंड भारत, एप्रिल १९४४
३. जावडेकर शं. द. : लोकशाही बुद्धिबळ आणि आत्मबळ पृ. ५२, ५३ नवमहाराष्ट्र जून १९४९
४. जावडेकर शं. द. : लोकशाही पृ.२७
५. जावडेकर शं. द. : आधुनिक राज्यमीमांसा भाग-२ पृ. ११८
६. जावडेकर शं. द. : गांधीवाद पृ. ३१, ३२

७. जावडेकर शं. द. : गांधीदर्शन पृ. ९
८. कित्ता पृ. १०
९. जावडेकर शं. द. : गांधीवाद पृ. १४४, १४५
१०. कित्ता पृ. १४३
११. कित्ता पृ. ७
१२. जावडेकर शं. द. : गांधीदर्शन पृ. १०४
१३. कित्ता पृ. १०४
१४. जावडेकर शं. द. : क्रांतिकारी धर्मपुरुष म. गांधी पृ. ६७ नवभारत, मार्च १९४८
१५. जावडेकर शं. द. : गांधीवाद पृ. १३१, १३२, १३३
१६. जावडेकर शं. द. : गांधीजीवन रहस्य पृ. ४६२, ४६३
१७. जावडेकर शं. द. : गांधीवाद पृ. ६६, ५५
१८. कित्ता पृ. १११
१९. जावडेकर शं. द. : हिंदी राजकारणाचे स्वरूप पृ. ४५२
२०. कित्ता पृ. ३२, ३३
२१. कित्ता पृ. ३३
२२. कित्ता पृ. ३१
२३. जावडेकर शं. द. : सत्याग्रही युद्ध नीती पृ. २७४ लोकमित्र, डिसेंबर १९२३
२४. कित्ता पृ. २६५
२५. कित्ता पृ. २५९, २६०
२६. कित्ता पृ. २६१, २६२
२७. कित्ता पृ. २६३,
२८. जावडेकर शं. द. : गांधीदर्शन पृ. ७
२९. कित्ता पृ.६८
३०. जावडेकर शं. द. : गांधीदर्शन पृ. १०
३१. जावडेकर शं. द. : गांधीवाद पृ. ६८,६९,७०
३२. जावडेकर शं. द. : गांधीजी जीवनरहस्य पृ. १२५,१२६
३३. जावडेकर शं. द. : गांधीदर्शन पृ. ७३
३४. जावडेकर शं. द. : सत्याग्रही युद्धनीती पृ.२७४ लोकमित्र डिसेंबर १९२३
३५. कित्ता पृ.२५९
३६. कित्ता पृ.२७४
३७. कित्ता पृ.२७४
३८. जावडेकर शं. द. : हिंदी राजकारण पृ.२७६
३९. जावडेकर शं. द. : गांधीवाद पृ.६१,६२
४०. कित्ता पृ. ८८,८९
४१. जावडेकर शं. द. : गांधी जीवन रहस्य पृ.४४१
४२. कित्ता पृ.३०२,३०३
४३. जावडेकर शं. द. : गांधीवाद पृ.११६
४४. तेंडुलकर जी.डी. : महात्मा या अष्टखंडातून पृ.१५
४५. जावडेकर शं. द. : गांधी जीवन रहस्य पृ.२७२
४६. कित्ता पृ.१८३
४७. कित्ता पृ.१८७
४८. कित्ता पृ.२६२
४९. जावडेकर शं. द. : गांधीवाद पृ.७१,७२
५०. कित्ता पृ. ४७,४८
५१. जावडेकर शं. द. : गांधी जीवन रहस्य पृ.१३३,१३४
५२. जावडेकर शं. द. : गांधी दर्शन पृ.२,३
५३. जावडेकर शं. द. : गांधीजीवन रहस्य पृ.३४
५४. कित्ता पृ. ४४३,४४४,४४५
५५. जावडेकर शं. द. : वाल्मिकी आश्रमातील प्रवक्ते पृ.३,४
५६. कित्ता पृ.४
५७. जावडेकर शं. द. : गांधी जीवन रहस्य पृ.४४१,४४२
५८. कित्ता पृ.५,६,७,
५९. जावडेकर शं. द. : गांधीदर्शन पृ.२१,२२
६०. जावडेकर शं. द. : गांधीदर्शन पृ.२३
६१. जावडेकर शं. द. : गांधीवाद
६२. गांधी मोहनदास करमचंद : मेरे सपनों का भारत अनुवाद : माधव कानिटकर, माझ्या स्वप्नातील भारत, पृ.१३

६३. जावडेकर शं. द. : गांधीवाद व समाजवाद : एक तुलनात्मक अभ्यास बहुधर्माधिकारी यांच्या पुस्तकास आ.जावडेकरांची प्रस्तावना
६४. प. नलिनी : पृ. १४५ ६५. गांधीकार्य विचारप्रणाली, पृ.२३८
६६. जावडेकर शं. द. : वाल्मिकी आश्रमातील प्रवचने पृ.४
६७. डॉ. बोस निर्मलकुमार : Studies in Gandhism अनुवादक : बापट रामचंद्र 'गांधीकार्य विचारप्रणाली' पृ.२३८
६८. शिखरे दा.न. : गांधीगौरव पृ.२२२,२२३
६९. पळशीकर वसंत : स्वदेशनिष्ठ सामुदायिक म.गांधींची राज्यव्यवस्था, पृ.२२४ नवभारत दिवाळी अंक १९९२
७०. डॉ. चौसाळकर ए.एस. : Indian Idea Political Resistance of Aurbindo, Tilak, Gandhi, Ambedkar पृ.८१
७१. जावडेकर शं. द. : आधुनिक भारत पृ.१९ ७२. कित्ता पृ.१०९
७३. जावडेकर शं. द. : राजधर्म, यतिधर्म. प्रजाधर्म पृ.२९६ लोकशिक्षण ऑक्टोबर १९३८
७४. कित्ता पृ. २९८,२९९ ७५. जावडेकर शं. द. : गांधीदर्शन पृ.६६,६७
७६. कित्ता पृ. २१,२२,२३,२४,२५,२६,२७,२८७ ७७. कित्ता पृ. ७४,७५,७६
७८. जावडेकर शं. द. : राजधर्म, यतिधर्म.प्रजाधर्म पृ.२९०,२९७, लोकशिक्षण ऑक्टोबर १९३८
७९. जावडेकर शं. द. : गांधीवाद पृ.३९,४० ८०. कित्ता पृ.१३८,१३९
८१. कित्ता पृ.१५४ : गांधीवाद ८२. नलिनी पंडित : गांधी पृ.१२९,१३०
८३. कित्ता पृ.४९,५०
८४. जावडेकर शं. द. : आधुनिक राज्यमीमांसा भाग २ पृ.१३८,१३९
८५. कित्ता पृ.१४० : आधुनिक भारत भाग – २
८६. जावडेकर शं. द. : गांधी जीवन रहस्य पृ.४७५,४७६
८७. पंडित नलिनी : गांधी पृ.२०५
८८. जावडेकर शं. द. : आधुनिक राज्यमीमांसा भाग २ पृ.९०
८९. जावडेकर शं. द. : गांधीदर्शन पृ.४०
९०. गांधी मोहनदास करमचंद : मेरे स्वप्नों का भारत अनुवाद माधव कानिटकर, माझ्या स्वप्नातील भारत
९१. जावडेकर शं. द. : गांधीवाद पृ.३६,३७
९२. जावडेकर शं. द. : आधुनिक राज्यमीमांसा भाग २ पृ.६०
९३. डॉ. बोस निर्मलकुमार : Studies in Gandhism अनुवादक बापट रामचंद्र म. गांधी : कार्य व विचारप्रणाली पृ.४३,३५
९४. जावडेकर शं. द. : गांधीदर्शन पृ.५५,५६
९५. जावडेकर शं. द. : आधुनिक राज्यमीमांसा भाग–२ पृ.११४,११५
९६. जावडेकर शं. द. : गांधी जीवन रहस्य पृ.४२६
९७. जावडेकर शं. द. : आधुनिक राज्यमीमांसा भाग २ पृ.९०
९८. कित्ता पृ.९२ ९९. जावडेकर शं. द. : हिंदू मुसलमान ऐक्य पृ.१८१

१००. जावडेकर शं. द. : आधुनिक राज्यमीमांसा भाग२ पृ.९१
१०१. पंडित नलिनी : गांधी पृ.१२९,१३०
१०२. जावडेकर शं. द. : क्रांतिकारी अहिंसावाद लेखांकन कथा अखंड भारत ऑक्टोबर १९४४
१०३. पंडित नलिनी : गांधी पृ १३१ १०४. कित्ता पृ.१३२
१०५. जावडेकर शं. द. : गांधीवाद पृ.५१,५२ १०६. कित्ता पृ.४९, ५०

प्रकरण ४

१. जावडेकर शं. द. : आधुनिक राज्यमीमांसा भाग.१, पृ. ८३
२. कित्ता पृ. ९० ३. कित्ता पृ. १३० ४. कित्ता पृ. ११३
५. कित्ता पृ. ११४ ६. कित्ता पृ. ११६,११७ ७. कित्ता पृ. १२४
८. कित्ता पृ. १२८ ९. कित्ता पृ. १२८ १०. कित्ता पृ. १२२
११. कित्ता पृ. १२४,१२५ १२. कित्ता पृ. १२७
१३. जावडेकर शं. द. : कार्ल मार्क्स व त्यांचे कार्य वा. द. मुंडले यांच्या पुस्तकाला आचार्य जावडेकरांची प्रस्तावना, पृ. १८
१४. जावडेकर शं. द. : विरोधी विकासी भौतिकवाद आणि इतिहास मीमांसा कै. दत्तोपंत आपटे स्मारक ग्रंथ इतिहास, शास्त्र व तत्त्वज्ञान भाग २ पृ. १५४
१५. कित्ता पृ. १५८, १५९ १६. कित्ता पृ. १५५, १५६ १७. कित्ता पृ. १५७
१८. कित्ता पृ. १५८ १९. कित्ता पृ. १५४ २०. कित्ता पृ. १६०,१६१
२१. कित्ता पृ. १६१ २२. कित्ता पृ. १६४ २३. कित्ता पृ. १६४
२४. कित्ता पृ. १६५ २५. कित्ता पृ. १६५ २६. कित्ता पृ. १६०
२७. कित्ता पृ. १६७ २८. कित्ता पृ. १५४ २९. कित्ता पृ. १७३
३०. कित्ता पृ. १७३,१७४ ३१. कित्ता पृ. १७५
३२. जावडेकर शं. द. : काही शंका आणि उत्तरे पृ. १४९ मौज दिवाळी अंक १९४९
३३. जावडेकर शं. द. : शास्त्रीय समाजवाद पृ. २६,२७
३४. जावडेकर शं. द. : आधुनिक राज्यमीमांसा भाग - १. पृ. ९४-९५
३५. कित्ता पृ. २८ ३६. कित्ता पृ. २९
३७. जावडेकर शं. द. : आधुनिक राज्यमीमांसा भाग १ द्र. ९७,९५
३८. कित्ता पृ. ९९ ३९. कित्ता पृ. १०० ४०. कित्ता पृ. ९५,९६
४१. कित्ता पृ. ९५ ४२. कित्ता पृ. १०७,१०८
४३. जावडेकर शं. द. : शास्त्रीय समाजवाद पृ. १७ ४४. कित्ता पृ. ८१,९१
४५. जावडेकर शं. द. : विरोधी विकासी भौतिकवाद आणि इतिहास मीमांसा कै. दतोपंत आपटे स्मारकग्रंथ इतिहास, शास्त्र व तत्त्वज्ञान भाग -२ पृ. १६९,१७०.
४६. जावडेकर शं. द. : शास्त्रीय समाजवाद पृ. क्र.
४७. जावडेकर शं. द. : विरोधी विकासी भौतिकवाद आणि इतिहास मीमांसा कै दतोपंत आपटे स्मारकग्रंथ इतिहास, शास्त्र व तत्त्वज्ञान भाग -२ पृ.१७०.
४८. जावडेकर शं. द. : आधुनिक भारत पृ. ५६० ४९. कित्ता पृ. ५९५

५०. कित्ता पृ.५९६ ५१. कित्ता पृ. ५९६ ५२. कित्ता पृ.५९१
५३. कित्ता पृ.५९३ ५४. कित्ता पृ.५९३ ५५. कित्ता पृ.५६१
५६. कित्ता पृ.५६०
५७. जावडेकर शं. द. : विरोधी विकासी भौतिकवाद आणि इतिहास मीमांसा कै. दतोपंत आपटे स्मारकग्रंथ इतिहास, शास्त्र व तत्त्वज्ञान भाग -२ पृ. १७१
५८. कित्ता पृ.१७१,१७२ ५९. कित्ता पृ.१७२
६०. जावडेकर शं. द. : कम्युनिझम आणि अध्यात्मवाद पृ. ७९१ लोकशिक्षण डिसेंबर १९२९
६१. जावडेकर शं. द. : शास्त्रीय समाजवाद पृ. ५२
६२. जावडेकर शं. द. : आधुनिक भारत पृ. ५५५ ६३. कित्ता पृ. ५५८
६४. जावडेकर शं. द. : शास्त्रीय समाजवाद पृ. ४४ ६५. कित्ता पृ. ४७
६६. जावडेकर शं. द. : आधुनिक राज्य मीमांसा भाग. २ पृ. ३१
६७. जावडेकर शं.द. : आधुनिक भारत पृ. ५५९
६८. लिमये माधव : ऋषितुल्य आचार्य जावडेकर पृ. ११२
६९. जावडेकर शं. द. : बोल्शेविक क्रांतीचा इतिहास पृ. ९,१० लोकशिक्षण जानेवारी १८२९
७०. कित्ता पृ. १२ ७१. कित्ता पृ.१२
७२. जावडेकर शं. द. : आधुनिक राज्यमीमांसा भाग. २ पृ. १,२
७३. कित्ता पृ. ५ ७४. कित्ता पृ.७४ ७५. कित्ता पृ.९
७६. कित्ता पृ.१० ७७. कित्ता पृ.६,७,८ ७८. कित्ता पृ.१४
७९. जावडेकर शं. द. : कम्युनिझम अर्थात विश्वकुटुंबवाद पृ. १६,१७
८०. जावडेकर शं. द. : बोल्शेविकांचे अर्थशास्त्र पृ. १७६ लोकशिक्षण मार्च १९२९
८१. कित्ता पृ.१७६ ८२. कित्ता पृ.१७८ ८३. कित्ता पृ.१७९
८४. जावडेकर शं. द. : 'बोल्शेविकांचे समाजशास्त्र' पृ. ३१४ लोकशिक्षण मे १९२९
८५. कित्ता पृ. ३१७ ८६ कित्ता पृ.३२२
८७. जावडेकर शं. द. : कम्युनिझम अर्थात विश्वकुटुंबवास पृ. ३५
८८. जावडेकर शं. द. : बोल्शेविकांचे समाजशास्त्र पृ. ३२१ लोकशिक्षण मे १९२९
८९. कित्ता पृ.३२१
९०. जावडेकर शं. द. : बोल्शेविकांचे राज्यशास्त्र पृ. ४४१ लोकशिक्षण मे १९२९
९१. कित्ता पृ.४१४,४१५ ९२. कित्ता पृ.४१६ ९३. कित्ता पृ.४१७,४१८
९४. जावडेकर शं. द. : मार्शल स्टॅलीनचे कार्य आणि त्यांचे स्वरूप सह्याद्री एप्रिल १९५३, पृ. ४७, ४८ ९५. कित्ता पृ. ४९ ९६. कित्ता पृ.५०
९७. कित्ता पृ.५१ ९८. कित्ता पृ.५२ ९९. कित्ता पृ.५२
१००. जावडेकर शं. द. : आधुनिक राज्य मीमांसा भाग २ पृ. १८
१०१. कित्ता पृ.२७,२९ १०२. कित्ता पृ.३० १०३. कित्ता पृ.३१
१०४. कित्ता पृ.२१, २२

प्रकरण ५

१. जावडेकर शं.द. : आधुनिक राज्यमीमांसा भाग २ पृ.६० २. कित्ता पृ. ६७
३. कित्ता पृ. ६८,६९ ४. कित्ता पृ. ७२,७३,७४ ५. कित्ता पृ. ७४, ७५
६. कित्ता पृ. ७८, ७९ ७. कित्ता पृ. ८० ८. कित्ता पृ. ८६, ८७
९. जावडेकर शं.द. : गांधी आणि मार्क्स पृ. २७ लेखांक १ला नवभारत, एप्रिल १९५२
१०. कित्ता पृ. २७ ११. कित्ता पृ. ३०, ३१
१२. जावडेकर शं.द. : गांधी आणि मार्क्स पृ. ३,४ लेखांक २ रा नवभारत, जून १९५२
१३. जावडेकर शं.द. : गांधी आणि मार्क्स पृ. ३६, ३७ लेखांक ३ रा, नवभारत जुलै १९५२
१४. कित्ता पृ. ३९ १५. कित्ता पृ. ३९ १६. कित्ता पृ. ३९
१७. कित्ता पृ. ३९
१८. जावडेकर शं.द. : गांधी आणि मार्क्स पृ.५ लेखांक ४था नवभारत, नोव्हेंबर १९५२
१९. कित्ता पृ. ६,७ २०. कित्ता पृ. ७ २१. कित्ता पृ. ७
२२. जावडेकर शं.द. : आधुनिक राज्यमीमांसा भाग २ पृ. १३०
२३. जावडेकर शं.द. : गांधी आणि मार्क्स पृ.४ लेखांक २रा नवभारत, नोव्हेंबर १९५२
२४. कित्ता पृ. ६ २५. कित्ता पृ. ६ २६. कित्ता पृ. ६
२७. जावडेकर शं.द. : गांधी आणि मार्क्स पृ.२७ लेखांक १ला नवभारत, एप्रिल १९५२
२८. जावडेकर शं.द. : गांधी आणि मार्क्स पृ.७ लेखांक २रा नवभारत, जून १९५२
२९. कित्ता पृ. ७ ३०. कित्ता पृ. ७ ३१. कित्ता पृ. ८
३२. जावडेकर शं.द. : गांधी आणि मार्क्स पृ.२०८ रचना मार्च १९५१
३३. जावडेकर शं.द. : गांधी आणि मार्क्स पृ. ३१, ३२ लेखांक ३रा
३४. कित्ता पृ. ३२ ३५. कित्ता पृ. ३२ ३६. कित्ता पृ. ३२
३७. कित्ता पृ. ३३ ३८. कित्ता पृ. ३४ ३९. कित्ता पृ. ३५
४०. कित्ता पृ. ३५ ४१. कित्ता पृ. ३५
४२. जावडेकर शं.द. : गांधी आणि मार्क्स पृ.२ लेखांक ४था नवभारत, नोव्हेंबर १९५२
४३. कित्ता पृ. २ ४४. कित्ता पृ. २ ४५. कित्ता पृ. २
४६. जावडेकर शं.द. : आधुनिक राज्य मीमांसा भाग २ पृ.१०६, १०७
४७. जावडेकर शं.द. : मार्क्सवाद आणि गांधीवाद पृ.२०९ रचना, मार्च १९५१
४८. जावडेकर शं.द. : आधुनिक राज्यमीमांसा भाग २ पृ.१०७
४९. जावडेकर शं.द. : तरुण मतदारांना मार्गदर्शन समाजवाद गांधीवाद, दैनंदिन प्रश्न लेख ८ वा पृ.२ साधना जून १९५१
५०. जावडेकर शं.द. : आधुनिक राज्यमीमांसा भाग पृ.१०९
५१. कित्ता पृ.१७० ५२. कित्ता पृ.११० ५३. कित्ता पृ.१२६
५४. कित्ता पृ.१११ ५५. कित्ता पृ.१०५ ५६. कित्ता पृ.१२३
५७. कित्ता पृ.१२४ ५८. कित्ता पृ.१२५ ५९. कित्ता पृ.१२४
६०. कित्ता पृ.१२६ ६१. कित्ता पृ.१२६
६२. जावडेकर शं.द. : लोकशाही पृ.२२

६३. जावडेकर शं.द. : गांधीजीवन रहस्य पृ.४७१, ४७२
६४. जावडेकर शं.द. : वाल्मिकी आश्रमातील प्रवचने पृ.६
६५. जावडेकर शं.द. : लोकशाही बुद्धिबळ आणि आत्मबल पृ.४८५ नवा महाराष्ट्र जून १९४९
६६. कित्ता पृ.४८६
६७. जावडेकर शं.द. : लोकशाही अपयशी ठरली आहे काय?, पृ, ४८७, लोकशिक्षण डिसेंबर १९३६
६८. जावडेकर शं.द. : कलियुगात जाबलगीता पृ.३ साधना एप्रिल १९५२
६९. जावडेकर शं.द. : लोकशाही पृ.३५
७०. जावडेकर शं.द. : वाल्मीकी आश्रमातील प्रवचने पृ.११ ७१. कित्ता पृ. ११
७२. जावडेकर शं.द. : आधुनिक राज्यमीमांसा पृ. १४१ ७३. कित्ता पृ. १२०
७४. कित्ता पृ. १३१ ७५. कित्ता पृ. १३१ ७६. कित्ता पृ. १३४
७७. कित्ता पृ. १३१, १३४ ७८. कित्ता पृ. १३६
७९. जावडेकर शं.द. : वाल्मीकी आश्रमातील प्रवचने पृ. १७
८०. जावडेकर शं.द. : गांधीजीवन रहस्य पृ.४३०
८१. जावडेकर शं.द. : आधुनिक भारत पृ.४८२
८२. जावडेकर शं.द. : लोकशाही पृ.४ ८३. कित्ता पृ.५
८४. कित्ता पृ.५ ८५. कित्ता पृ.६ ८६. कित्ता पृ.३५
८७. जावडेकर शं.द. : आधुनिक राज्यमीमांसा भाग २ पृ.८१ ८८. कित्ता पृ. ८१
८९. कित्ता पृ. ९४, ९७ ९०. जावडेकर शं.द. : गांधीजीवन रहस्य पृ.४६८
९१. कित्ता पृ. ४६८
९२. जावडेकर शं.द. : मुंबईचे सेवादल शिबिर आचार्य जावडेकर व आचार्य भागवत. दल सैनिकांना मार्गदर्शन, पृ.६ साधना २० मे १९५०
९३. जावडेकर शं.द. : लोकशाही पृ.३६
९४. जावडेकर शं.द. : आधुनिक राज्यमीमांसा भाग २ पृ. १४२
९५. कित्ता पृ. १४३ ९६. कित्ता पृ.९७,९८ ९७. कित्ता पृ.११४
९८. जावडेकर शं.द. : समाजवाद आणि अराज्यवाद पृ.६ साधना, मार्च १९५३
९९. जावडेकर शं.द. : आधुनिक भारत पृ.४३०, ४३१
१००. जावडेकर शं.द. : आधुनिक राज्यमीमांसा भाग २ पृ.१११ १०१. कित्ता पृ.१११
१०२. जावडेकर शं.द. : लोकशाही पृ.१९
१०३. जावडेकर शं.द. : वाल्मिकी आश्रमातील प्रवचने पृ.९
१०४. जावडेकर शं.द. : आधुनिक राज्यमीमांसा भाग २ पृ.९८,९९
१०५. कित्ता पृ. १४३, १४४ १०६. जावडेकर शं.द. : आधुनिक भारत पृ.६०३
१०७. जावडेकर शं.द. : समाजवाद आणि अराज्यवाद लेखांक १ ला पृ.६ साधना ७ मार्च १९५३
१०८. जावडेकर शं.द. : वाल्मिकी आश्रमांतील प्रवचने पृ.८
१०९. जावडेकर शं.द. : आधुनिक राज्यमीमांसा भाग २ पृ.१४५, १४६

प्रकरण ६

१. जावडेकर शं. द. : आधुनिक भारत पृ. १३७
२. जावडेकर शं. द. : गांधीजीवन रहस्य पृ. १५८, १५९
३. जावडेकर शं. द. : लो. टिळक आणि म. गांधी पृ. ४५, ४६
४. जावडेकर शं. द. : आधुनिक भारत पृ. ४९२
५. कित्ता पृ. ५४४
६. कित्ता पृ. ५४०
७. कित्ता पृ. ५४१
८. कित्ता पृ. ५४३
९. कित्ता पृ. ५४६, ५४७
१०. कित्ता पृ. ५५३, ५५४
११. कित्ता पृ. ५५५
१२. कित्ता पृ. ५५६
१३. कित्ता पृ. ५६६,५६७
१४. कित्ता पृ. ५६८
१५. कित्ता पृ. ५६९
१६. कित्ता पृ. ५८३, ५८४
१७. कित्ता पृ. ५८५, ५८६
१८. कित्ता पृ. ६००
१९. कित्ता पृ. ६००
२०. कित्ता पृ. ६०३
२१. कित्ता पृ. ६०३, ६०४
२२. जावडेकर शं. द. : आधुनिक भारतातील लोकशाहीचा विकास पृ. ७ नवभारत सप्टेंबर १९५२
२३. जावडेकर शं. द. : राष्ट्रवाद आणि समाजवाद अुगमाचा शोध पृ. १९,२० सह्याद्रि जानेवारी १९३८.
२४. जावडेकर शं. द. : तरुण मतदारांना मार्गदर्शन पृ. ७ लेखांक ५ वा साधना २ जून १९५१.
२५. जावडेकर शं. द. : काँग्रेस पक्षाचे स्वरूप आणि त्यांच्या मर्यादा पृ.१ साधना १८ फेब्रुवारी १९५०
२६. जावडेकर शं. द. : समाजवाद आणि काँग्रेस पृ. १ साधना फेब्रुवारी १९५५
२७. जावडेकर शं. द. : आधुनिक भारत पृ. ५६२
२८. जावडेकर शं. द. : तरुण मतदारांना मार्गदर्शन पृ. ८ लेखांक ४ था साधना २६ मे १९५१
२९. कित्ता पृ. ८
३०. जावडेकर शं. द. : आधुनिक भारत पृ. ५६४, ५६५
३१. कित्ता पृ. ५६९
३२. कित्ता पृ. ५६९, ५७०
३३. कित्ता पृ. ५६४
३४. कित्ता पृ. ५३०
३५. जावडेकर शं. द. : समाजवादी पक्ष आणि लोकशाहीचे रक्षण, पृ. ५ साधना ५ ऑगस्ट १९४८
३६. जावडेकर शं. द : राष्ट्रसभेत पक्षभेद असावेत काय? पृ. ४ अखंड भारत २१ डिसेंबर १९४४
३७. कित्ता पृ. ४
३८. कित्ता पृ. ४
३९. जावडेकर शं. द. : राष्ट्रीय सभा आणि समाजवाद पृ. ५९४, चित्रमय जगत् डिसेंबर १९५३
४०. कित्ता ५९४
४१. जावडेकर शं. द. : समाजवाद्यांचे विचार मंथन पृ.५ साधना २५ जुलै १९५३
४२. जावडेकर शं. द. : समाजवाद आणि काँग्रेस पृ. १ साधना ५ फेब्रुवारी १९५५
४३. जावडेकर शं. द. : आधुनिक भारत पृ. ५५०
४४. कित्ता पृ. ५३१
४५. जावडेकर शं. द. : समाजवादी पक्ष आणि लोकशाहीचे रक्षण पृ. ५ १५ ऑगस्ट १९४८
४६. जावडेकर शं. द. : सोशॅलिस्ट पार्टीच्या कार्यक्रमातून समाजवादाची उभारणी पृ. २, आ. जावडेकरांची पुण्याच्या पत्रकारांना मुलाखत साधना २६ जानेवारी १९५२ .
४७. कित्ता पृ. २
४८. कित्ता पृ. २
४९. जावडेकर शं. द. : तरुण मतदारांना मार्गदर्शन कम्युनिझम आणि भारतीय समाजवाद पृ. ८. लेखांक ४ था साधना २६ मे १९५१
५०. जावडेकर शं. द. : समाजवादी पक्षाची कुटाळणी पृ. २ साधना २६ मे १९५०

५१. कित्ता पृ. २
५२. जावडेकर शं. द. : हे भांडवलशाहीचे बंड कोण कसे मोडणार , पृ. १ साधना ५ नोव्हेंबर १९४९
५३. कित्ता पृ. १ ५४. सर्वोदय आणि समाजवाद पृ. १०५
५५. जावडेकर शं. द. : समाजवादी क्रांतिला सत्याग्रही दीक्षा, पृ. ३, लेखांक १ ला, साधना १ मे १९५४ ५६. कित्ता पृ. ३ ५७. कित्ता पृ. ३
५८. जावडेकर शं. द. : सर्वोदय आणि समाजवाद पृ. ९०
५९. जावडेकर शं. द. : भूदान आंदोलन आणि सत्याग्रही समाजवाद पृ. ११, १२ नवभारत मे १९५४
६०. कित्ता पृ. १० ६१. कित्ता पृ. ११
६२. जावडेकर शं. द. : भूदान यज्ञ आणि समाजवादी क्रांती पृ. ३ साधना जून १९५३
६३. कित्ता पृ. ५ ६४. कित्ता पृ. ५
६५. जावडेकर शं. द. : स्वराज्य मंदिरातील समाजसुधारणा, पृ. ११, साधना ९ मे १९५३
६६. कित्ता पृ. ११
६७. जावडेकर शं. द. : ब्रह्मर्षी विनोबा पृ. २ साधना २० सप्टेंबर १९५५.
६८. कित्ता पृ. २
६९. जावडेकर शं. द. : सर्वोदयाची सरस्वती आणि वस्तुनिष्ठ ऐतिहासिक दृष्टी पृ. ११
७०. जावडेकर शं. द. : सर्वोदय आणि समाजवाद पृ. १२६
७१. कित्ता पृ. १२७ ७२. कित्ता पृ. १२६
७३. जावडेकर शं. द. : समाजवादी क्रांतिला सत्याग्रही दीक्षा पृ. १२ लेखांक ४ ता साधना मे १९५४
७४. कित्ता पृ.१२ ७५. कित्ता पृ. ३
७६. जावडेकर शं. द. : सर्वोदयाची सरस्वती आणि वस्तुनिष्ठ ऐतिहासिक दृष्टी पृ. ६३ नवभारत, मार्च १९५३
७७. जावडेकर शं. द. : समाजवादी क्रांतिला सत्याग्रही दीक्षा पृ. ३ लेखांक १ ला साधना १ मे १९५४
७८. जावडेकर शं. द. : भूदान आंदोलन आणि सत्याग्रही समाजवाद पृ. ९ नवभारत मे १९५४
७९. जावडेकर शं. द. : ब्रह्मर्षी विनोबा पृ. २ साधना १० सप्टेंबर १९५५
८०. कित्ता पृ.२ ८१. कित्ता पृ. २
८२. जावडेकर शं. द. : महाराष्ट्रवादाचा विकास पृ. १० साधना, ८ ऑगस्ट १९५५
८३. जावडेकर शं. द. : भूदान आंदोलन आणि सत्याग्रही समाजवाद पृ. १२ नवभारत मे १९५४
८४. कित्ता पृ. १३ ८५. कित्ता पृ. १३

प्रकरण ७

१. खाडिलकर र. के. : गांधीवादाचा प्रभावी भाष्यकार पृ.६५९, नवभारत मे, १९४९
२. भावे शिवराम गोविंद : मी पाहिलेले जावडेकर पृ. ६६४ नवभारत, मे १९४९
३. लिमये माधव : ऋषितुल्य आचार्य जावडेकर पृ.११६
४. जावडेकर शं.द. : मा. स्टॅलिनचे कार्य आणि त्यांचे स्वरूप, पृ.४७ सह्याद्री एप्रिल १९५३
५. पंडित नलिनी : आचार्य जावडेकर, पृ.५ साधना, डिसेंबर, १९९३
६. जावडेकर शं. द. : सत्याग्रही समाजवाद प्रश्न-उत्तरे पृ. ८४ नवभारत, जून १९४९

आचार्य जावडेकर लिखित पुस्तके

१. आधुनिक भारत – द्वितीय आवृत्ती (१९५३) पुनर्मुद्रण, कॉन्टिनेंटल प्रकाशन, पुणे – ३०.

२. आधुनिक राज्यमीमांसा – भाग २ रा (१९४१) – लोकशिक्षण, पुणे, लघुग्रंथमाला.

३. कम्युनिझम अर्थात् विश्वकुटुंबवाद (१९३९) गोवर्धन प्रकाशन.

४. काँग्रेसची अलीकडील कामगिरी म्हणजेच हिंदुस्थानातील स्वातंत्र्याच्या पूर्वतयारीचा इतिहास (१९३२) – साहाय्यक लेखक – त्र्यं. रा. देवगिरीकर – महाराष्ट्र सेवा दल समर्थ भारत प्रकाशन.

५. गांधीवाद, समाजवाद – अ) प्रथम आवृती (१९४१) – वाद विवेचन माला प्रकाशन, ब) द्वितीय आवृत्ती (१९४९) – कॉन्टिनेंटल प्रकाशन, पुणे.

६. जीवनरहस्य (१९४९) देशमुख आणि कंपनी, पुणे.

७. पुरोगामी साहित्य (१९४९) संध्या प्रकाशन, राजगुरू, पुणे.

८. भारतीय क्रांती आणि राष्ट्रसभा (१९४६) दा. न. शिखरे, कलागृह प्रकाशन पुणे.

९. महात्मा गांधींचे दर्शन (१९४८) ना. ल. कोकाटे, पुणे.

१०. महायुद्ध आणि राष्ट्रसभा (१९४५) चित्रशाळा प्रकाशन, पुणे.

११. महाराष्ट्र व हिंदी राजकारण (१९४७) छायाप्रकाश प्रकाशन, पुणे.

१२. महाराष्ट्रातील राजकीय पक्षांची उत्क्रांती (१९३३), (लोकमित्र मासिकातील लेखांचे संकलन) – द. गो. सडेकर प्रकाशन.

१३. राजनीतिशास्त्र परिचय – भाग १, २, ३ एकत्रित (१९३६) – गोवर्धन प्रकाशन, पुणे.

१४. राज्यशास्त्रमीमांसा (श्री. न. चिं. केळकर यांच्या राज्यशास्त्राचे परीक्षण), (१९३५) विविधज्ञान विस्तार, पुणे.

१५. लो. टिळक व म. गांधी (१९४६) ज्ञा. पां. हलदुले, राजहंस प्रकाशन, पुणे.

१६. लोकशाही – अ) प्रथम आवृत्ती (१९४०) – वाद विवेचन माला प्रकाशन, ब) द्वितीय (१९४९) – कॉन्टिनेंटल प्रकाशन, मंगलसाहित्य, पुणे.

१७. वाल्मीकी आश्रमातील प्रवचने (१९४७) – सुलभ राष्ट्रीय ग्रंथमाला, पुणे.

१८. शास्त्रीय समाजवाद (१९४३) – प्रकाशक – र. ग. जोशी, प्रकाशन.

१९. समाईक सहकारी स्वराज्य (१९४५) दा. न. शिखरे, विश्वास प्रकाशन, पुणे.

२०. समाजवाद आणि सर्वोदय (१९५७) सुलभ राष्ट्रीय ग्रंथमाला, पुणे.

२१. हिंदी राजकारणाचे स्वरूप (१९४४) हनुमान प्रकाशन, पुणे.

२२. हिंदु–मुसलमान ऐक्य (१९४५) सुलभ राष्ट्रीय ग्रंथमाला, पुणे.

- हिंदी राष्ट्रसभेचा निवडणूक जाहीरनामा (१९४६)
- जवाहरलाल नेहरू (१९३६) – संपादक – स. ज. भागवत, शं. द. जावडेकर.

लेखक–परिचय

- प्राचार्य डॉ. शिरीष पवार हे पाटण, जि. सातारा येथील बाळासाहेब देसाई कॉलेजमध्ये राज्यशास्त्राचे प्राध्यापक व विभाग प्रमुख म्हणून १९८५ पासून कार्यरत आहेत. २० एप्रिल २०१४ पासून प्राचार्य म्हणून ते कार्यरत आहेत.
- 'राजकीय सिद्धान्त', भारतीय राष्ट्रवाद, भारत–आफ्रिका, अमेरिका अणुकरार, राजर्षी छत्रपती शाहू महाराज ही त्यांची पुस्तके प्रकाशित झाली असून, काही विद्यापीठांच्या राज्यशास्त्र संशोधन मंडळावर त्यांनी काम केले आहे.
- महाराष्ट्र राज्यशास्त्र आणि लोकप्रशासन परिषदेचे माजी सचिव व अध्यक्ष तसेच एम.फिल. व पीएच.डी. विद्यार्थ्यांचे मार्गदर्शक म्हणून ते परिचित आहेत.
- शिवाजी विद्यापीठ राज्यशास्त्र परिषदेचे विद्यमान अध्यक्ष आहेत. शिवाजी विद्यापीठाच्या अभ्यास मंडळाचेही ते काम पहातात. शिवाजी विद्यापीठाचे सिनेट सदस्य होते. शिवाजी विद्यापीठाच्या सोशल सायन्स विभागाचे ते डीन म्हणून कार्यरत आहेत.
- फुले, शाहू, आंबेडकर, गांधी, मार्क्स प्रभृतींवर विविध ठिकाणी त्यांनी व्याख्याने दिली असून, अनेक संशोधन नियतकालिकांत त्यांचे लेखन प्रसिद्ध झाले आहे.

www.ingramcontent.com/pod-product-compliance
Lightning Source LLC
LaVergne TN
LVHW050628051026
849532LV00002B/308